ഗ്രീൻ ബുക്സ്

മലയാള സൈബർ സാഹിത്യം

ഡോ. മനോജ് ജെ. പാലക്കുടി

1977ൽ കോട്ടയം ജില്ലയിലെ കണ്ണിമല ഗ്രാമത്തിൽ ജനനം.
കണ്ണിമല സെന്റ് ജെയിംസ്, സെന്റ് ജോസഫ്
സ്കൂളുകളിൽ പ്രാഥമിക വിദ്യാഭ്യാസം.
കോട്ടയം പൗരസ്ത്യ വിദ്യാപീഠത്തിൽനിന്ന്
തത്ത്വശാസ്ത്രത്തിലും ദൈവശാസ്ത്രത്തിലും ബിരുദങ്ങൾ.
ചങ്ങനാശ്ശേരി എസ്.ബി. കോളേജിൽ നിന്ന്
മലയാളസാഹിത്യത്തിൽ മാസ്റ്റർ ബിരുദം.
മഹാത്മാഗാന്ധി സർവ്വകലാശാല സ്കൂൾ ഓഫ്
ലെറ്റേഴ്സിൽ നിന്നും എം.ഫിൽ,
പിഎച്ച്.ഡി. ബിരുദങ്ങൾ. ഇപ്പോൾ കാഞ്ഞിരപ്പള്ളി
സെന്റ് ഡൊമിനിക്സ് കോളേജിലെ അധ്യാപകൻ.

പഠനം

മലയാള സൈബർ സാഹിത്യം

ഡോ. മനോജ് ജെ. പാലക്കുടി

ഗ്രീൻ ബുക്സ്

green books private limited
gb building, civil lane road, ayyanthole,
thrissur- 680 003, kerala, ph: +91 487-2381066, 2381039
website: www.greenbooksindia.com
e-mail: info@greenbooksindia.com

malayalam
malayala cyber sahithyam
study
by
dr. manoj j. palakudy

first published august 2018

cover design : mansoor cheruppa

branches:
thrissur 0487-2422515
palakkad 0491-2546162
thiruvananthapuram 0471-2335301
calicut 0495 4854662
kannur 0497-2763038

isbn : 978-93-87357-28-0

GBPL/1027/2018

സമർപ്പണം

നിത്യതയിലേക്ക് യാത്രയായ
ഗ്രേസി ജോസഫ്
എന്ന എന്റെ പ്രിയ അമ്മയ്ക്ക്

ഉള്ളടക്കം

ഭാഗം നാല്
ബ്ലോഗിലെ ഗദ്യസാഹിത്യം

അവതാരിക

സൈബർ വിഹായസ്സിലേക്ക് തുറന്ന ജാലകം

മനോജ് ജെ. പാലക്കുടിയുടെ 'മലയാള സൈബർ സാഹിത്യം' എന്ന ഗവേഷണപ്രബന്ധം പുതുമകൾ കൊണ്ട് സജീവമാണ്. അച്ചടി സംസ്കാരത്തിൽനിന്നും സൈബർ സംസ്കാരത്തിലേക്കുള്ള പരിവർത്തനത്തിന്റെ ഘട്ടത്തിലാണ് ഈ ഗ്രന്ഥത്തിന്റെ രചന നടന്നത്. സൈബർ സാഹിത്യം, സൈബർ സംസ്കാരം, സൈബർ വ്യവഹാരം, സൈബർ സംവാദം തുടങ്ങിയുള്ള പഠനങ്ങൾക്കെല്ലാം ഈ ഗ്രന്ഥം കരുത്തുറ്റ വഴികാട്ടിയാകുമെന്ന് പറയുന്നത് ഭംഗിവാക്കല്ല. കഠിനാധ്വാനത്തിന്റെയും പുതുനിരീക്ഷണങ്ങളുടെയും ഉത്പന്നമാണ് ഈ ഗ്രന്ഥം.

മഹാത്മാഗാന്ധി സർവ്വകലാശാലയിൽ പി.എച്ച്.ഡി. ബിരുദത്തിന് സമർപ്പിച്ച ഗവേഷണപ്രബന്ധത്തെ ഗ്രന്ഥരൂപത്തിലേക്ക് പരിവർത്തനപ്പെടുത്തിയതാണിത്. സർവ്വകലാശാലകളിൽ നടക്കുന്ന സാഹിത്യഗവേഷണങ്ങൾ പുതുകാലത്തിനനുസരിച്ച് പരിവർത്തനപ്പെടുന്നതിന്റെ രീതി ഈ ഗ്രന്ഥത്തിൽ കാണാവുന്നതാണ്. മലയാളംപോലെയുള്ള പ്രാദേശിക ഭാഷകൾ സൈബർവൽക്കരണത്തിന് വിധേയമായതോടെ അതിന്റെ സാധ്യതാവിസ്തൃതി ഏറുകയും പ്രദേശങ്ങളുടെയും രാഷ്ട്രങ്ങളുടെയും അതിർവരമ്പുകൾ മറികടന്ന് ആഗോളാടിസ്ഥാനത്തിൽ പ്രാപ്യമാകുന്ന അവസ്ഥ സംജാതമാകുകയും ചെയ്തു. സൈബർ സ്പെയ്സ്, സൈബർ പൊതുമണ്ഡലം, ഓൺലൈൻ വിപണി, സൈബർ ആക്ടിവിസം, ഫെയ്സ്ബുക്ക്, ടിറ്റർ, വാട്ട്സ്ആപ്പ് തുടങ്ങിയുള്ള പുത്തൻ അവസ്ഥാവിശേഷങ്ങളെല്ലാം ഉൾക്കൊള്ളിച്ച് സൈബർസാഹിത്യത്തിന്റെ സാധ്യതയും പ്രസക്തിയുമാണ് ആദ്യഭാഗത്ത് സൈദ്ധാന്തികമായി ചർച്ച ചെയ്യുന്നത്. അലൻലിയു, പീറ്റർ ഗാലിസൺ, ഡേവിഡ് ക്രിസ്റ്റൽ, എഫ്.അൻ അർസെത്ത്, പൈററ്റ് വൈറസ്, കാതറിൻ ഹൈൽസ് തുടങ്ങിയുള്ള സൈദ്ധാന്തികരുടെ

നിരീക്ഷണങ്ങൾ ഈ ഭാഗത്ത് പ്രബന്ധകാരൻ യുക്തിപൂർവ്വം ഉൾച്ചേർത്തിട്ടുണ്ട്. രണ്ടാം ഭാഗത്ത് ബ്ലോഗുകളുടെ ചരിത്രം, നിർവ ചനം, വിഭാഗങ്ങൾ, മലയാളത്തിലെ ബ്ലോഗുകൾ എന്നിവയെ വസ്തുനിഷ്ഠമായ വിലയിരുത്തലിന് വിധേയമാക്കുന്നു. തുടർന്നുള്ള ഭാഗങ്ങളിൽ മലയാളം ബ്ലോഗുകളുടെ സമഗ്രമായ അപഗ്രഥനമാണ് വിമർശനാത്മകമായി നിർവ്വഹിച്ചിരിക്കുന്നത്.

അച്ചടി, റേഡിയോ, സിനിമ, ടെലിവിഷൻ എന്നീ മാധ്യമങ്ങൾ ആശയം ബഹുജനങ്ങളിലേക്ക് എത്തിച്ചുകൊടുക്കുകയായിരുന്നു. ഇന്റർനെറ്റും മൊബൈൽഫോണും ആശയങ്ങൾ എത്തിച്ചു കൊടുക്കുന്നതിനൊപ്പംതന്നെ ആശയങ്ങൾ രൂപീകരിച്ച് വിനിമയം ചെയ്യുന്നതിനും സഹായിക്കുന്നു. മാധ്യമങ്ങളും അവ മുന്നോട്ടു വയ്ക്കുന്ന ആശയവിനിമയരീതികളുമാണ് സമൂഹത്തിൽ എല്ലാ ക്കാലത്തും മാറ്റങ്ങൾ വരുത്തിയത്. നവോത്ഥാനം, ആധുനികത, ഉത്തരാധുനികത, സൈബർ ആധുനികത തുടങ്ങിയവയെല്ലാം സംസ്കാരത്തിലും സാഹിത്യത്തിലും ക്രമത്തിൽ എത്തിച്ചത് മാധ്യമങ്ങളാണ്. ഇന്റർനെറ്റ്, മൊബൈൽഫോൺ എന്നീ മാധ്യമ ങ്ങൾ മുന്നോട്ടുവയ്ക്കുന്ന സാഹിത്യപ്രവർത്തനങ്ങൾക്ക് ബഹു സ്വഭാവമാണുള്ളത്. ഈ ഗ്രന്ഥത്തിൽ ബ്ലോഗ്സാഹിത്യത്തിന്റെ രീതിയും സ്വഭാവവുമാണ് കാലികപ്രസക്തമായ രീതിയിൽ വിശ കലനം ചെയ്യുന്നത്.

പരമ്പരാഗത സാഹിത്യരൂപങ്ങളായ കഥ, കവിത, നോവൽ, യാത്രാവിവരണം, ഉപന്യാസം, ആത്മകഥ, നിരൂപണം, ബാല സാഹിത്യം തുടങ്ങിയവ പുതുഭാവുകത്വം ഉണർത്തുന്ന രീതിയിൽ ബ്ലോഗുകളിൽ പ്രത്യക്ഷമാകുന്നതിന്റെ ചരിത്രംതന്നെ മനോജ് ജെ. പാലക്കുടി താത്ത്വികമായി അവതരിപ്പിക്കുന്നുണ്ട്. ആദ്യകാല ങ്ങളിൽ അച്ചടി സാഹിത്യത്തിന് സമാന്തരമായി വളർന്നുവന്ന മലയാളത്തിലെ ബ്ലോഗ് രചനകൾ മാധ്യമത്തിന്റെ സാധ്യതയും ഭാഷാനിർമ്മാണരീതികളുമെല്ലാം പ്രയോജനപ്പെടുത്തി പുത്തൻ മേഖലകളിലൂടെ സഞ്ചരിക്കുവാൻ തയ്യാറെടുക്കുന്നതിന്റെ രീതിയും ഗ്രന്ഥകാരൻ കാണിച്ചുതരുന്നുണ്ട്. ഡയറിക്കുറിപ്പുകൾ, കാർട്ടൂണുകൾ, പരിഭാഷകൾ, പാചകം, സിനിമാവിമർശനം, സാമൂഹ്യവിമർശനം, ശാസ്ത്രം, പരിസ്ഥിതി, സൊറപറച്ചിൽ തുട ങ്ങിയവയെല്ലാം ബ്ലോഗ് രചനകളിൽ മൗലികമായ രീതിയിൽ ഇടംപിടിക്കുന്നതിനെപ്പറ്റി ഈ ഗ്രന്ഥത്തിൽ പ്രതിപാദിക്കുന്നുണ്ട്. മലയാളം ബ്ലോഗുകളിലെ രചനകൾക്ക് നിയതമായ ഭാഷയും ആഖ്യാനരീതിയും രൂപപ്പെട്ടുവരുവാനുണ്ടെന്ന മനോജിന്റെ നിരീ ക്ഷണവും ശ്രദ്ധേയമാണ്.

ബ്ലോഗിലെ എഴുത്തുകളിലേക്ക് പുത്തൻ ഭാവുകത്വം തേടി വായനക്കാർ ചേക്കേറിയപ്പോൾ ബി. മുരളി, ഇന്ദുമേനോൻ, ബെന്യാമിൻ, രാജേഷ്, വി.എം. ദേവദാസ്, കുരിപ്പുഴ ശ്രീകുമാർ, അൻവർ അലി, സുനിൽ ജോസ്, മോഹനകൃഷ്ണൻ കാലടി തുടങ്ങിയ എഴുത്തുകാരും പുത്തൻ അനുഭവലോകങ്ങൾ സൃഷ്ടിച്ച് ബ്ലോഗിലെഴുതുവാൻ തുടങ്ങി. കാലത്തിനും മാധ്യമസ്വഭാവത്തിനുമനുസരിച്ച് സാഹിത്യത്തിന്റെ സ്വഭാവത്തിനും രചനാരീതികൾക്കും വായനാരീതികൾക്കും മാറ്റം സംഭവിക്കുന്നെന്നുമുള്ള വിലയിരുത്തലും ശ്രദ്ധേയമാണ്. സ്ക്രീൻ മാധ്യമങ്ങളുടെ സാധ്യതകളും ഭാഷാരൂപീകരണവിനിമയരീതികളുമാണ് ഇവിടെ പ്രസക്തമായി വരുന്നത്. ബ്ലോഗിൽ പ്രത്യക്ഷപ്പെടുന്ന എഴുത്തുകൾ മുഴുവൻ മികച്ചതല്ലെന്നും ചപ്പും ചവറും അവിടെ ഏറെയുണ്ടെന്നുമുള്ള കണ്ടെത്തലും പഠനത്തിലുണ്ട്.

സൈബർ സാഹിത്യത്തെ ആധാരമാക്കി മലയാളത്തിലെ ബ്ലോഗുകളെപ്പറ്റി ഇത്രയും ആധികാരികമായ പഠനം ഇതിനുമുമ്പ് ഉണ്ടായിട്ടില്ല. ഗ്രന്ഥത്തിന്റെ ഉള്ളടക്കം ശ്രദ്ധിച്ചാൽ വിഷയം അവതരിപ്പിച്ചതിന്റെ വ്യാപ്തിയും വിശകലനത്തിലെ സൂക്ഷ്മതയും വ്യക്തമാകും. യൂണിവേഴ്സിറ്റിയിലെ ലൈബ്രറിയിൽ അധികമാരും ശ്രദ്ധിക്കാതെ മാറാല പിടിച്ച് കിടക്കാതെ പൊതുസമൂഹത്തിന് ഉപകാരപ്രദമായ രീതിയിൽ ഗവേഷണപ്രബന്ധം ഗ്രന്ഥരൂപത്തിൽ പ്രസിദ്ധീകരിച്ചതിന് മനോജിന് നന്ദി. മലയാളത്തിലെ സൈബർ സാഹിത്യത്തെപ്പറ്റിയുള്ള ഈ മികച്ച ഗ്രന്ഥം ആഹ്ലാദത്തോടെ സഹൃദയസമക്ഷം സമർപ്പിക്കുന്നു.

ഡോ. ജോസ് കെ. മാനുവൽ

ആമുഖം

ആരും ശ്രദ്ധിക്കാതെ കിടന്ന ഇടങ്ങൾ വളരെവേഗം ജനനിബിഡനഗരമായി രൂപപ്പെടുന്ന കാഴ്ചകണ്ട് നാം അത്ഭുതപ്പെടാറുണ്ട്. അതിവേഗം ഉയരുന്ന ബഹുനില കെട്ടിടങ്ങളും അതിൽ വന്നു നിറയുന്ന ജനലക്ഷങ്ങളും നഗരവിപ്ലവത്തിന്റെ അടയാളമാണ്. ഇതേ നഗരവത്ക്കരണം ഭാഷയിലും സംഭവിച്ചുകൊണ്ടിരിക്കുന്നു. സൈബർസാങ്കേതികതയുടെ ശൂന്യസ്ഥലികളിൽ രൂപംകൊള്ളുന്ന നവമാധ്യമ ഇടങ്ങളിലേക്ക് ആളുകൾ ആവേശത്തോടെ പ്രവേശിക്കുകയും പരസ്പരസമ്പർക്കത്തിന്റെ വലിയ ശൃംഖല രൂപപ്പെടുത്തുകയും ചെയ്യുന്നു. വൈവിധ്യമാർന്ന ഭാഷാവ്യവഹാരങ്ങളുടെ ഇടമാണ് ഇന്ന് സൈബർലോകം. നഗരവത്ക്കരണം ജനജീവിതത്തിൽ വരുത്തിയതിനെക്കാൾ വലിയ മാറ്റമാണ് സൈബർവത്ക്കരണം ഭാഷാവ്യവഹാരത്തിൽ സൃഷ്ടിച്ചുകൊണ്ടിരിക്കുന്നത്. സൈബർ സ്വാധീനത്തിന്റെ ഭാഗമായി ഭാഷയിൽ സംഭവിച്ച മാറ്റങ്ങൾ അന്വേഷിക്കുന്നതിനുള്ള ശ്രമമാണ് ഈ ഗ്രന്ഥത്തിൽ നടത്തിയിരിക്കുന്നത്. സമീപഭാവിയിൽതന്നെ പ്രബലമാകാനിരിക്കുന്ന സാഹിത്യരൂപമെന്ന നിലയിൽ സൈബർസാഹിത്യത്തെപ്പറ്റിയുള്ള പഠനം ഇന്ന് ഏറെ പ്രാധാന്യമർഹിക്കുന്നു.

മഹാത്മാഗാന്ധി സർവ്വകലാശാലയിൽ ഗവേഷണത്തിന്റെ ഭാഗമായിട്ടാണ് സൈബർസാഹിത്യത്തെ പഠനവിഷയമായി ഞാൻ തിരഞ്ഞെടുക്കുന്നത്. നവമാധ്യമങ്ങളുടെ ഈ പുതിയ കാലത്ത് ഗവേഷണങ്ങളും ആ വഴിയിൽക്കൂടി സഞ്ചരിക്കുന്നതാണു യുക്തമെന്ന എന്റെ ഗൈഡ് ശ്രീ. ജോസ് കെ. മാനുവൽ സാറിന്റെ വാക്കുകളാണ് ഈ വിഷയത്തെ തെരഞ്ഞെടുക്കുന്നതിനുള്ള പ്രധാന കാരണം. എം.എ.യുടെയും എം.ഫില്ലിന്റെയും പ്രോജക്ടുകൾ തയ്യാറാക്കിയപ്പോൾ ഞാൻ ഭാഗികമായി പഠിച്ച ഈ മേഖലയിൽ വലിയ സാധ്യതയുണ്ട് എന്നെനിക്കും തോന്നി. ആ ആത്മധൈര്യത്തിലാണ് പി.എച്ച്.ഡി.ക്ക് ഈ വിഷയത്തെതന്നെ ഞാൻ തെരഞ്ഞെടുത്തത്. ആ തെരഞ്ഞെടുപ്പ് അല്പം കടന്നകൈ ആയി

മാറി എന്ന് മനസ്സിലായത് കാര്യമായി ഗവേഷണത്തിലേക്കു പ്രവേശിച്ചപ്പോഴാണ്. സൈബർസാഹിത്യഗവേഷണത്തിന്റെ പൂർവ്വമാതൃകകൾ ഇല്ലാത്തതും ഈ മേഖലയിലെ പഠനങ്ങളുടെ പരിമിതിയും എന്നെ വലിയ പ്രതിസന്ധിയിൽ എത്തിച്ചു. ഗവേഷണം മുന്നോട്ടുപോകുകയില്ലായെന്ന് തിരിച്ചറിവിൽ ഡോക്ടറേറ്റ് പഠനം ആരംഭവഴിയിൽതന്നെ ഉപേക്ഷിക്കാൻ നിശ്ചയിച്ചു. മനുഷ്യൻ നിസ്സഹായനാവുമ്പോൾ ദൈവം പ്രവർത്തിച്ചുതുടങ്ങുമെന്ന സത്യം അപ്പോൾ ഞാൻ അറിഞ്ഞു. യഥാർത്ഥത്തിൽ ഗവേഷണത്തിന്റെ തുടക്കം നിസ്സഹായതയുടെ ആ നിമിഷങ്ങളിൽനിന്നായിരുന്നു. തുടർന്ന് മുന്നോട്ടുപോകേണ്ട വഴികൾ ഓരോന്നും കൃത്യസമയത്തു തെളിഞ്ഞുവന്നു.

സൈബർസാഹിത്യത്തെപ്പറ്റി പുസ്തകങ്ങൾ അന്വേഷിച്ച് സ്വദേശത്തെയും വിദേശത്തെയും ലൈബ്രറികൾ പരിശോധിക്കുന്നതിന് ശ്രദ്ധിച്ച ഞാൻ പരാജിതനായി. തുടർന്ന് സൈബർസാഹിത്യത്തെപ്പറ്റി ആധികാരികപഠനങ്ങൾ അന്വേഷിച്ച് ഇന്റർനെറ്റിലേക്ക് തിരിഞ്ഞു. അന്വേഷണങ്ങൾക്കിടയിൽ ഒരു ലേഖനം ലഭിച്ചു. ആദ്യലേഖനത്തിന്റെ ബിബ്ലിയോഗ്രഫിയിൽനിന്ന് മറ്റു ലേഖനങ്ങളിലേക്കും കർത്താക്കളിലേക്കും അന്വേഷണം നീണ്ടു. ലിങ്കുകൾ നീണ്ടുനീണ്ടു പോയ ആ അന്വേഷണം സൈബർമേഖലയിലെ ആധികാരിക ഗവേഷകരുടെ പഠനങ്ങൾ എന്റെ കൺമുമ്പിലെത്തിച്ചു. ഈ മേഖലയിൽ ഗവേഷകരായി കടന്നുവരുന്നവർക്ക് ഉപകാരപ്രദമാകും എന്നു കരുതിയാണ് ഈ കാര്യം ഇവിടെ രേഖപ്പെടുത്തിയത്.

ഗവേഷണത്തിൽ നേരിട്ട മറ്റൊരു പ്രതിസന്ധി ഘടനാപരമായ സവിശേഷതകളുടെതായിരുന്നു. 'സൈബർസാഹിത്യം' ബ്ലോഗുസാഹിത്യം എന്നീ പദങ്ങൾ വ്യത്യസ്തമായ രണ്ട് ലോകത്തിന്റെയും രണ്ട് ഭാഷയുടെയും സമ്മേളനത്തിൽ നിർമ്മിക്കപ്പെട്ടവയാണ് 'സൈബർ' 'ബ്ലോഗ്' എന്നീ പദങ്ങൾ സാങ്കേതികലോകവുമായി ബന്ധപ്പെട്ടുനില്ക്കുമ്പോൾ സാഹിത്യമെന്നത് ഭാവനയും ചിന്തയുമായി ബന്ധപ്പെട്ടുനില്ക്കുന്നു. ആദ്യത്തെ രണ്ട് പദങ്ങൾ ഇംഗ്ലീഷ് ഭാഷയിൽനിന്ന് തത്സമമായി കടന്നുവരുമ്പോൾ 'സാഹിത്യ'മെന്നത് മലയാളഭാഷാപദമാണ്. സാങ്കേതികലോകത്തെ സാഹിത്യലോകവുമായി ബന്ധപ്പെടുത്തി പഠിക്കുമ്പോൾ രണ്ടു ലോകങ്ങളും രണ്ട് ഭാഷകളും ഈ വിഷയത്തിന്റെ അതിർത്തിക്കുള്ളിലേക്ക് കടന്നുവരുന്നു. സാങ്കേതികതയേയും സാഹിത്യത്തേയും എത്ര അളവിൽ പഠിക്കേണ്ടതുണ്ട് എന്ന ചിന്തയും ഇതിന്റെ പഠനത്തിൽ നേരിട്ട ബുദ്ധിമുട്ടുകളിൽ ഒന്നാണ്. വ്യക്തമായ ഒരു മാതൃക മുമ്പിലില്ലാത്തതിനാൽ എന്റെ യുക്തിക്കനുസരിച്ച് ഒരു നിഗമനത്തിലെത്തി ഇവ്വിധത്തിൽ

അവതരിപ്പിച്ചുകൊണ്ട് ആ പ്രതിസന്ധി പരിഹരിക്കുകയാണ് ചെയ്തത്. സാങ്കേതികലോകത്തെ അവതരിപ്പിച്ചപ്പോൾ മലയാള ഭാഷയിലുള്ള സാങ്കേതിക പദങ്ങളുടെ അപര്യാപ്തത രചനയിൽ നേരിട്ട മറ്റൊരു പ്രതിസന്ധിയാണ്. ഭാഷയിലുള്ള സാങ്കേതികപദങ്ങളുടെ അപര്യാപ്തത പരിഹരിക്കാൻ ഇംഗ്ലീഷ് പദങ്ങളെ തത്സമമായി ഉപയോഗപ്പെടുത്തുകയാണ് ചെയ്തത്.

ഈ രംഗത്ത് തുടർന്നുവരാനിരിക്കുന്ന പഠിതാക്കൾക്കും ഈ പ്രതിസന്ധിതന്നെ തോന്നാൻ സാധ്യതയുള്ളതുകൊണ്ട് ഇത് സൂചിപ്പിച്ചതാണ്.

പഠനത്തിന് പിന്തുണതന്ന എല്ലാവരെയും നന്ദിയോടെ ഓർക്കുന്നു. ധാരാളം പേരുടെ പ്രോത്സാഹജനകമായ പിന്തുണയും സഹായവുമാണ് പഠനം മുന്നോട്ടുകൊണ്ടുപോയത്. ഗവേഷണത്തിന് മാർഗ്ഗദർശിയായി വർത്തിക്കുകയും ഈ ഗ്രന്ഥത്തിന് അവതാരിക നല്കുകയും ചെയ്ത ജോസ്.കെ. മാനുവൽ സാറിനോടുള്ള കടപ്പാട് വാക്കുകളുടെ പരിധിക്കപ്പുറമാണ്. പഠനത്തിന് അനുവാദം നല്കുകയും സ്നേഹപൂർവ്വം പ്രചോദിപ്പിക്കുകയും ചെയ്ത അഭി. മാർ മാത്യു അറയ്ക്കൽ പിതാവിനെ നന്ദിപൂർവ്വം ഓർമ്മിക്കുന്നു. പഠനത്തിന് പ്രോത്സാഹനം നല്കിയ പെരി. ബഹു. ജോർജ് ആലുങ്കലച്ചന് സ്നേഹപൂർവ്വം നന്ദി. ഈ ഗ്രന്ഥത്തിന്റെ രചനയിൽ സഹായികളായി വർത്തിച്ച സി. ജിൻസി സി.എം.സി., ശ്രീമതി ജെസി, ശ്രീ. ബിൻസ്, ടൈപ്പിങ് നിർവ്വഹിച്ച തൂലികാ ഗ്രാഫിക്സിലെ ശ്രീമതി ജിൻസി, പ്രൂഫ് നോക്കി സഹായിച്ച സി. ജോർജിയ സി.എം.സി., സി. അനിത എസ്.എച്ച്. ജീവിതയാത്രയിൽ ഒപ്പമുള്ള ചാച്ചനും സഹോദരങ്ങളും, എന്റെ ബാച്ചുകാർ, പ്രിയ സുഹൃത്ത് ഫാ. അഭിലാഷ് ഡോമിനിക് എന്നിവർക്കും നന്ദി. ഗ്രന്ഥത്തിന്റെ വിതരണം ഏറ്റെടുത്ത ഗ്രീൻബുക്സ് പബ്ലിക്കേഷനോടും എനിക്കുള്ള നന്ദി രേഖപ്പെടുത്തുന്നു.

സൈബർസാഹിത്യത്തെപ്പറ്റി അറിയാൻ ആഗ്രഹിക്കുന്ന എല്ലാ വായനക്കാരുടെയും കരങ്ങളിൽ ഈ ഗ്രന്ഥം സമർപ്പിക്കുന്നു.

മനോജ് ജെ. പാലക്കുടി

ഭാഗം ഒന്ന്

സൈബർസാഹിത്യം

ഒന്ന്

ഭാഷയും സാങ്കേതികവിദ്യയും

ഭാഷ സൃഷ്ടിക്കാനും ഭാഷയിലൂടെ ആശയങ്ങൾ സ്വീകരിക്കാനും നൽകാനുമുള്ള മനുഷ്യന്റെ കഴിവ് അദ്ഭുതാവഹമാണ്. വിശാലമായ അർത്ഥത്തിൽ മനുഷ്യപുരോഗതി ഭാഷയുമായി ഗാഢമായി ബന്ധപ്പെട്ടു നിൽക്കുന്നു. മാനവസംസ്കാരം വളർന്ന് പന്തലിക്കാനുണ്ടായ പ്രധാന കാരണം ഭാഷയിലൂടെ സാങ്കേതിക ജ്ഞാനത്തെ പുറംലോകത്തിനും വരുംതലമുറയ്ക്കും കൈമാറാനുമുള്ള മനുഷ്യന്റെ കഴിവാണ്. ഭാഷയുടെ വളർച്ചാവഴികളെ പരിശോധിക്കുമ്പോൾ ഭാഷയും സാങ്കേതികവിദ്യയും തമ്മിലുള്ള കൊടുക്കൽ വാങ്ങലുകൾ കാണുവാൻ കഴിയും. സാങ്കേതികവിജ്ഞാനം മനുഷ്യപുരോഗതിക്ക് പാദസേവ ചെയ്യുന്നു. അതിന്റെ ആത്യന്തികലക്ഷ്യമാകട്ടെ സർഗ്ഗശക്തിയുള്ള സമൂഹത്തെ സൃഷ്ടിക്കുക എന്നതും (Bollmer, 2014:267). സാങ്കേതിക വിജ്ഞാനത്തെ മനുഷ്യൻ അവന്റെ പുരോഗതിക്കായി ഉപയോഗപ്പെടുത്തുന്നു; മനുഷ്യനുമായി ബന്ധപ്പെട്ടു നിൽക്കുന്ന എല്ലാ മേഖലകളുമായും പ്രത്യേകിച്ച്, ഭാഷയും ആശയവിനിമയവുമായി അത് കൂടുതൽ ബന്ധപ്പെട്ടു നിൽക്കുന്നു. ഭാഷ സാങ്കേതികവിദ്യയുമായി ചേർന്നുനില്ക്കുന്നതിനാൽ ഭാഷയുടെ പരിണാമചരിത്രം സാങ്കേതികവിദ്യയുടെ പരിണാമചരിത്രം കൂടിയാണ്.

സാങ്കേതികവിദ്യയെ ആശ്രയിക്കാത്ത ഭാഷയുടെ രൂപത്തെ കണ്ടെത്താൻ കഴിയുക വാമൊഴി രൂപത്തിൽ മാത്രമാണ്. വാമൊഴികളായി നൂറ്റാണ്ടുകൾ നിലനിന്ന ഭാഷ കൈയെഴുത്തു രൂപത്തിലേക്കും തുടർന്ന് അച്ചടിയിലേക്കും കമ്പ്യൂട്ടറിലേക്കും കടന്നുചെന്നു.

സാങ്കേതികവിദ്യ എന്ന പദത്തിന് തുല്യമായി ഉപയോഗിക്കുന്ന പദം ടെക്നോളജി എന്നതാണ്. 'ടെക്നെ' 'ലോഗോസ്' എന്ന രണ്ട് ഗ്രീക്കുപദങ്ങളിൽനിന്നാണ് ഈ വാക്കുണ്ടായത് 'ടെക്നെ' എന്നാൽ കല, കരകൗശലം എന്നൊക്കെ അർത്ഥമാക്കുന്നു.'ലോഗോസ്'എന്നാൽ വാക്ക്, വചനം എന്നൊക്കെയാണ്. കലാസംവാദങ്ങളെ സൂചിപ്പിക്കാനാണ് മുമ്പ് ഈ പദം ഉപയോഗിച്ചതെങ്കിൽ ഇന്ന് ബൗദ്ധികപ്രവർത്തിയുമായി ബന്ധപ്പെടുത്തിയാണ് ഈ പദത്തെ ഉപയോഗിക്കുക. ടെക്നോളജി എന്നാൽ

ബൗദ്ധികപ്രവർത്തിയുടെ യന്ത്രവത്കൃതരൂപം എന്നാണ് അർത്ഥമാക്കുക. ബൗദ്ധികമായ പ്രവർത്തിക്ക് നല്കപ്പെട്ട നിർവ്വചനമാണ് ടെക്നോളജി എന്ന പദം (Bell, 1979:515). സാങ്കേതികവിദ്യ/ടെക്നോളജി മനുഷ്യനിൽനിന്ന് രൂപപ്പെട്ടതാണ്. പിന്നീട് മനുഷ്യൻ പ്രയോജനപ്പെടുത്തുകയും സമസ്തമേഖലകളിലെയും പുരോഗതിക്കായി അവയെ ഉപയോഗിക്കുകയും ചെയ്യുന്നു. മനുഷ്യനുമായി ബന്ധപ്പെട്ട എല്ലാ മേഖലകളിലും സാങ്കേതികവിദ്യയുടെ സ്വാധീനം ശക്തമാണ്. സാങ്കേതികവിദ്യയുടെ സ്വാധീനം വിവിധ മേഖലകളിലുണ്ടായതുപോലെ അതിന്റെ വളർച്ച ഭാഷയിലുമുണ്ടായി. ഭാഷ സാങ്കേതികവിദ്യയുടെ വ്യാപനത്തിന് സഹായം നൽകിയതുപോലെ ഭാഷയുടെ വളർച്ചയ്ക്ക് സാങ്കേതികവിദ്യയും സംഭാവനകൾ നല്കിക്കൊണ്ടിരിക്കുന്നു. സാങ്കേതിക വിദ്യ വളരുന്നതിനനുസരിച്ച് ഭാഷയിലും ചില മാറ്റങ്ങൾ സംഭവിക്കുന്നു.

ഭാഷയുടെ ഏറ്റവും പുതിയ ലോകമാണ് സൈബറിടത്തിൽ കണ്ടെത്താൻ കഴിയുക. സാങ്കേതികവിദ്യയുമായി ബന്ധപ്പെട്ട് സൈബറിടത്തിലേക്കുള്ള ഭാഷയുടെ വളർച്ചയെ തുടർന്ന് നിരീക്ഷിക്കുന്നു. എഴുത്ത്, അച്ചടി, ഇലക്ട്രോണിക് എന്നിങ്ങനെ വിവിധ മാധ്യമങ്ങളിലൂടെ കടന്നുവന്ന ഭാഷയിൽ അധികമായ സാധ്യതകളെ നല്കുവാൻ സാങ്കേതികവിദ്യയ്ക്കു സാധിച്ചിട്ടുണ്ട്.

സാങ്കേതികവിദ്യയുമായി ബന്ധപ്പെട്ട് മൂന്ന് തരത്തിലുള്ള മാധ്യമങ്ങളെ കണ്ടെത്താൻ കഴിയും. 1. എഴുത്ത്, 2. അച്ചടി, 3. ഇലക്ട്രോണിക്.

എഴുത്ത്

മനുഷ്യസംസ്കാരത്തിൽ സാങ്കേതികവിദ്യയുടെ ചരിത്രത്തിന് ഏകദേശം പത്തുലക്ഷത്തിലേറെ നീളുന്ന ചരിത്രമുണ്ട്. എന്നാൽ ഭാഷയുമായി ബന്ധപ്പെട്ട സാങ്കേതികവിദ്യ കുറെക്കൂടി ആധുനികമാണ്. ഭാഷയും സാങ്കേതികവിദ്യയും തമ്മിലുള്ള ബന്ധത്തിന്റെ ചരിത്രം എഴുത്തിന്റെ പിറവിയോടെ ആരംഭിക്കുന്നു. എഴുതാനുള്ള കഴിവ് പടിപടിയായിട്ടാണ് മനുഷ്യൻ നേടിയെടുത്തത്. വാമൊഴിയായി കൈമാറ്റം ചെയ്യപ്പെട്ട ഭാഷയുടെ സാങ്കേതികമായ ആദ്യരൂപങ്ങളെ കണ്ടെത്തുന്നത് ഗുഹാചിത്രങ്ങളിലാണ്. ഭാഷ സാങ്കേതികവിദ്യയുമായി കൈകോർക്കാൻ തുടങ്ങിയപ്പോൾ മണ്ണും പച്ചിലച്ചായവും ഉപയോഗിച്ച് ആദ്യകാല ആശയവിനിമയരൂപങ്ങളെ മനുഷ്യൻ സൃഷ്ടിച്ചു. ഭാഷാശബ്ദങ്ങൾക്കുപകരം ചിത്രങ്ങൾ ഉപയോഗിക്കുന്ന രീതിയായിരുന്നു ആദ്യമുണ്ടായിരുന്നത്. തുടർന്ന് എഴുത്തിന്റെ രൂപങ്ങളെ മനുഷ്യൻ സൃഷ്ടിച്ചത് കളിമൺ ഫലകങ്ങളിലാണ്.

സാങ്കേതികവിദ്യയുടെ വളർച്ചയുമായി ബന്ധപ്പെട്ട് എഴുത്തിന്റെ പ്രതലങ്ങളായി വർത്തിച്ച വസ്തുക്കളിലും പരിവർത്തനങ്ങൾ സംഭവിച്ചു. ഭൂർജപത്രം, പടം, പലക, ശലാക, ശില, താമ്രപത്രം, പനയോല എന്നിവയിൽ നിന്ന് അവ കടലാസിൽ എത്തിച്ചേർന്നു. ആശയവിനിമയത്തിന് ആലേഖന

വിദ്യയുടെ സഹായം സ്വീകരിക്കുന്നിടത്തുനിന്നാണ് ഭാഷാസാങ്കേതിക വിദ്യയുടെ ചരിത്രം ആരംഭിക്കുന്നത്. എഴുത്തുകാലത്ത് ആശയങ്ങളുടെ പൊതുപ്രക്ഷേപണത്തിന് വലിയ സാധ്യതകളൊന്നുമുണ്ടായിരുന്നില്ല. നിർദ്ദേശങ്ങൾക്കനുസരിച്ച് എഴുതിയെടുത്ത കാര്യങ്ങൾ പല പതിപ്പുകളാക്കി പകർത്തി എഴുതുകയായിരുന്നു ആദ്യകാല പതിവ്. അവയ്ക്ക് വളരെ കുറച്ചു കോപ്പികൾ മാത്രമേ സാധ്യമായിരുന്നുള്ളൂ.

അച്ചടി

ഭാഷയും സാങ്കേതികവിദ്യയും തമ്മിലുള്ള ബന്ധം കൂടുതൽ ദൃഢമാകുന്നത് അച്ചടിയുടെ കാലഘട്ടത്തോടെയാണ്. യൂറോപ്പിൽ അച്ചടിക്ക് തുടക്കം കുറിക്കുന്നത് ജോഹാൻ ഗുട്ടൻബർഗാണ്. കൈയെഴുത്തുപ്രതികളായി നിലനിന്ന കൃതികളുടെ യന്ത്രലോകത്തേക്കുള്ള വളർച്ചയായിരുന്നു അച്ചടിയുടെ കടന്നുവരവിലൂടെ ഉണ്ടായ പ്രധാന സാങ്കേതിക പുരോഗതി. അലൻ ലിയു (Alan Liu) അച്ചടിയുടെ കടന്നുവരവുവഴി വന്ന മാറ്റത്തെ ഇപ്രകാരം നിരീക്ഷിക്കുന്നു. “കൈയെഴുത്തുപ്രതികളായിരുന്നവ സാങ്കേതികതയുടെ ചുവടുപിടിച്ച് മുദ്രണയന്ത്രത്തിന്റെ കോഡുഭാഷയിലേക്ക് മാറ്റപ്പെട്ടു, വാക്പരമായ (Rheteric) ഒന്നിന്റെ വസ്തുചിത്രപരമായ അവസ്ഥയിലേക്കുള്ള മാറ്റമായിരുന്നു അത്” (2013:18–19). കൈയെഴുത്തുകളായി നിലനിന്ന കാലത്ത് എഴുതപ്പെട്ട സാഹിത്യവും ഭാഷയും അച്ചടിയിലേക്കു കടന്നുവന്നപ്പോൾ സാങ്കേതികവിദ്യയുടെ ഫലമായി അതിലേക്കു കൂടുതൽ കൂട്ടിച്ചേർക്കലുകൾ വരുത്തുവാൻ സാധിച്ചു. സാഹിത്യത്തിന്റെ സത്തയെ മാറ്റിയില്ലായെങ്കിലും വളരെയധികം സാധ്യതകളെ ഉള്ളിൽ കൊണ്ടുവരുവാൻ അച്ചടിക്കു കഴിഞ്ഞു. അലൻ ലിയുവിന്റെ നിരീക്ഷണത്തിൽ സാഹിത്യത്തിൽ അച്ചടി കൊണ്ടുവന്ന സാധ്യതകൾ വളരെയധികമാണ്.

“പാഠത്തെ സംബന്ധിച്ച് ഈ ഒരു മാറ്റം അതിന്റെ കെട്ടിലും മട്ടിലും വളരെയധികം കൂട്ടിച്ചേർക്കലുകൾക്കുള്ള സാധ്യതകളാണ് തുറന്നുതന്നത്. യുക്തിപരമായ വളർച്ചയ്ക്കു സഹായകരമായ ഉൾപ്പെടുത്തലുകൾ നടത്തുവാൻ ഈ മാറ്റം ഉപകരിച്ചു. ഉദാഹരണമായി ഉള്ളടക്കങ്ങളുടെ പട്ടിക, അധ്യായങ്ങളും ഉപശീർഷകങ്ങളും അനുക്രമണിക എന്നിങ്ങനെ പാഠത്തിന്റെ അവതരണത്തിൽ വലിയ മാറ്റം കൊണ്ടുവരുവാൻ അച്ചടിമുദ്രണത്തിന് കഴിഞ്ഞു” (2013: 18–19).

ഇലക്ട്രോണിക് മാധ്യമം

അച്ചടിമാധ്യമത്തിന്റെ അഞ്ഞൂറുവർഷങ്ങൾക്കുശേഷമാണ് കമ്പ്യൂട്ടർ കേന്ദ്രീകൃത ഇലക്ട്രോണിക് സാഹിത്യം ആവിർഭവിക്കുന്നത്. ഭാഷയും സാഹിത്യവും പുതിയ മാധ്യമത്തിന്റെ ഭാഗമായി രൂപപ്പെട്ടു. അച്ചടിലോകം പകർന്നു നൽകിയ സാധ്യതകൾക്കു മുകളിലാണ് കമ്പ്യൂട്ടറും സാങ്കേതികവിദ്യയും പ്രതിഷ്ഠിക്കപ്പെട്ടത്. ഇലക്ട്രോണിക് സാഹിത്യത്തെപ്പറ്റി

പഠനം നടത്തിയ കാതറീൻ ഹെയ്ൽസ് (Katherine Hayles) വിലയിരുത്തുന്നു. "ആളുകൾ ഡിജിറ്റൽ സൃഷ്ടികളെ സമീപിക്കുന്നത് പ്രിന്റ് മീഡിയകൾവഴി രൂപംകൊള്ളപ്പെട്ട ചില ധാരണകളോടും പ്രതീക്ഷകളോടും കൂടിയാണ്. അക്ഷരരൂപങ്ങളിൽ ഒളിപ്പിച്ചുവച്ചിരുന്ന വിശാലവും ആഴവുമായ അറിവുകളുടെയും അച്ചടിസമ്പ്രദായങ്ങളുടെയും അച്ചടിസാഹിത്യരീതികളുടെയും മുകളിലാണ് ഇലക്ട്രോണിക് സാഹിത്യം നിർമ്മിക്കപ്പെട്ടിരിക്കുന്നത്" (2007:4). അച്ചടിസാങ്കേതികതയുടെ പിന്നാലെ കടന്നുവന്ന ഇലക്ട്രോണിക് സാങ്കേതികതയെ അച്ചടിയുടെ തുടർച്ചയും അധികസാധ്യതയുമെന്ന നിഗമനത്തിലാണ് ആളുകൾ സ്വീകരിച്ചത്.

എഴുത്തിന്റെ ചരിത്രത്തോടെ ആരംഭിച്ച സാങ്കേതികവിദ്യയുടെ തുടർച്ചയായിട്ടാണ് കമ്പ്യൂട്ടർസാങ്കേതികവിദ്യയെ മനസ്സിലാക്കുന്നതും പഠിക്കുന്നതും. ഭാഷ ഓരോ മാധ്യമത്തിലും ആ മാധ്യമത്തിന്റെ സാധ്യതകളെയും ഗുണങ്ങളെയും സ്വാംശീകരിക്കുകയും അവയുടെ വളർച്ചയ്ക്കായി പ്രയോജനപ്പെടുത്തുകയും ചെയ്തു. സൈബർ സാഹിത്യത്തെപ്പറ്റിയുള്ള പഠനവും നടത്തപ്പെടുക ഭാഷയ്ക്ക് അധികമായി ലഭിച്ച സാങ്കേതിക സാധ്യതയെന്ന നിലയിലാണ്. എഴുത്തും അച്ചടിയും നല്കിയതിന് ഉപരിയായി സാങ്കേതികസാധ്യതകളെ പ്രദാനം ചെയ്യുന്നതിന് കമ്പ്യൂട്ടറിനു സാധിച്ചു.

സാഹിത്യലോകത്തേക്കുള്ള കമ്പ്യൂട്ടറിന്റെ കടന്നുവരവാണ് സൈബർ സാഹിത്യത്തിന്റെ അടിസ്ഥാനമായി നില്ക്കുന്നത്. സാഹിത്യത്തിന്റെ അംശങ്ങളിലേക്ക് എത്രമാത്രം കമ്പ്യൂട്ടർ സാങ്കേതികതയ്ക്കു കടന്നുവരുവാൻ കഴിയും? സാഹിത്യത്തിന്റെ മേന്മകൾ ഡിജിറ്റൽ എന്ന മാധ്യമത്തിൽ സാധ്യമാണോ? സൈബർ സാഹിത്യം എന്നത് യഥാർത്ഥത്തിൽ നിലനിൽക്കുന്നുണ്ടോ? സൈബറിടം ഒരു മാധ്യമമെന്നതിൽ നിന്ന് ഉപരിയായി സാഹിത്യത്തിന്റെ അവതരണത്തിലും വിതരണത്തിലും എന്തു വ്യത്യാസം വരുത്തുന്നു എന്നിങ്ങനെ നിരവധിയായ ചോദ്യങ്ങൾ സൈബർ സാഹിത്യം ഉയർത്തുന്നുണ്ട്.

സൈബർ സാഹിത്യത്തിന്റെ പശ്ചാത്തലത്തെ പഠിക്കുമ്പോഴാണ് ഈ ചോദ്യങ്ങൾക്ക് ഉത്തരം ലഭിക്കുന്നത്. കമ്പ്യൂട്ടർ സാങ്കേതികത പ്രദാനം ചെയ്യുന്ന പശ്ചാത്തലമാണ് സൈബർലോകത്ത് സാഹിത്യത്തിന് അർത്ഥവും പ്രാധാന്യവും നല്കുന്നത്. അച്ചടിലോകത്തു പ്രത്യക്ഷപ്പെടുന്ന സാഹിത്യസൃഷ്ടികളേക്കാൾ അവ ഓരോന്നും വ്യത്യാസപ്പെട്ടു നിൽക്കുന്നു. എഴുത്തിന്റെയും അച്ചടിയുടെയും ലോകത്തുനിന്ന് കമ്പ്യൂട്ടറിന്റെയും ഇന്റർനെറ്റ് ശൃംഖലകളുടെയും ലോകത്തെത്തുമ്പോൾ സാഹിത്യം കൂടുതലായി സാങ്കേതികതയുടെ അവസ്ഥകളെ സ്വത്വത്തിലേക്കു സ്വീകരിക്കുന്നു. സാഹിത്യത്തിന്റെയും ഭാഷയുടെയും ലോകത്ത് കമ്പ്യൂട്ടർ ഒഴിവാക്കാനാവാത്ത സ്വാധീനങ്ങളെയും സാധ്യതകളെയും പ്രദാനം ചെയ്യുന്നു.

ഡിജിറ്റൽ ലോകത്ത് ഉദയം ചെയ്ത സാഹിത്യത്തെ കാതറീൻ ഹെയ്ൽസ് (Katherine Hayles) നിരീക്ഷിക്കുന്നു. “ഇലക്ട്രോണിക് സാഹിത്യം സാഹിത്യത്തിന്റെ അതിർത്തികളെ സൂക്ഷ്മപരിശോധന നടത്തുകയും സാഹിത്യത്തിന് എന്തുചെയ്യാം, എന്തായിത്തീരാം, എന്നുള്ള നമ്മുടെ ധാരണകളെ പുനർചിന്തിക്കാൻ വെല്ലുവിളിക്കുകയും ചെയ്യുന്നു” (2007:4). ഡിജിറ്റൽ സാഹിത്യമെന്നത് സാഹിത്യചരിത്രത്തിലെ പങ്കുവയ്ക്കലാണ്. സാഹിത്യതലത്തിലെ വലിയൊരു രൂപാന്തരത്തിലൂടെ സാഹിത്യത്തെ അത് പുനഃരാഖ്യാനം ചെയ്യുന്നു. കാലഘട്ടങ്ങളിലൂടെ നീണ്ടുകിടക്കുന്ന സാഹിത്യചരിത്രത്തിലേക്കു കമ്പ്യൂട്ടർ സാങ്കേതികത പങ്കുവച്ചു നല്കിയ മാധ്യമസാധ്യതകൾ അതിന്റെ ചരിത്രത്തിന്റെ ഭാഗമായി മാറുന്നു. വർത്തമാനകാല സാഹിത്യചരിത്രത്തെ എഴുതുമ്പോൾ കമ്പ്യൂട്ടറിന്റെയും സൈബറിന്റെയും സ്വാധീനങ്ങളെ ഒഴിവാക്കാൻ കഴിയുകയില്ല. കമ്പ്യൂട്ടറിന്റെ മാധ്യമലോകത്തിലൂടെ കടന്നുപോകുന്ന സാഹിത്യം സാങ്കേതികാംശങ്ങളെ സ്വീകരിച്ച് പുതിയ രൂപഭാവങ്ങളിലൂടെ സാഹിത്യത്തെ പുനർനിർമ്മിക്കുന്നു.

രണ്ട്

സൈബർ സാഹിത്യത്തിന്റെ പശ്ചാത്തലം

ചരിത്രത്തിന്റെ ആരംഭം മുതൽ മനുഷ്യൻ കലയും സാഹിത്യവുമായി ബന്ധപ്പെട്ടാണ് ജീവിച്ചുവന്നിട്ടുള്ളത്. വിവിധ മാധ്യമങ്ങളുടെ സഹായത്തോടെ ഉള്ളിലുള്ള സാഹിത്യവാസനകളെ അവൻ പൊതുസമൂഹത്തിന്റെ മുമ്പിൽ അവതരിപ്പിക്കുന്നു. ഓരോ കാലത്തിലും ആഖ്യാനങ്ങളുടെ അവതരണത്തിന് ഓരോ മാധ്യമങ്ങളെ പ്രയോജനപ്പെടുത്തിയിരുന്നു. വർത്തമാനകാലത്ത് സാഹിത്യവാസനകളെ സംവേദനം ചെയ്യുന്നതിന് കമ്പ്യൂട്ടർ സാങ്കേതികവിദ്യയാണ് മനുഷ്യൻ കൂടുതലായി പ്രയോജനപ്പെടുത്തുന്നത്. മനുഷ്യന്റെ ആശയസംവേദനത്തിന്റെ ലോകത്തിലേക്കു കടന്നുവന്ന കമ്പ്യൂട്ടറിനെ ഇതര കലകളെപ്പോലെ പഠനവിഷയമാക്കണമെന്ന് ബ്രെൻടാ ലോറൽ (Brenda Laurel) അഭിപ്രായപ്പെടുന്നു (1991:28-30). സാഹിത്യപ്രകാശനത്തിന്റെയും അന്യോന്യസമ്പർക്കത്തിന്റെയും മേഖലകളിൽ പുത്തൻസാധ്യതകളെ വാഗ്ദാനം ചെയ്യുന്നതിന് കമ്പ്യൂട്ടർ സാങ്കേതികവിദ്യയ്ക്ക് സാധിച്ചിട്ടുണ്ട്. ഇന്ന് സാഹിത്യത്തിലും ആശയവിനിമയരംഗത്തും വിവരവിജ്ഞാനരംഗത്തും ഒഴിവാക്കാനാവാത്ത സാന്നിധ്യമായി കമ്പ്യൂട്ടർ സാങ്കേതികത മാറിക്കഴിഞ്ഞു. ബ്രെൻടാ ലോറലിന്റെ (Brenda Laurel) നിരീക്ഷണത്തിൽ ഇതെല്ലാം മനുഷ്യനും കമ്പ്യൂട്ടറും തമ്മിലുള്ള സഹകരണത്തിന്റെ സൃഷ്ടികളാണ് (1991: 28-29). മനുഷ്യനും കമ്പ്യൂട്ടറും തമ്മിലുള്ള പ്രവൃത്തിയുടെ ഫലമായി ഇന്ന് അവതരിക്കുന്ന സാഹിത്യത്തെയാണ് സൈബർ സാഹിത്യമെന്ന് വിളിക്കുക. മനുഷ്യന്റെ സാങ്കേതികസൃഷ്ടിയായ കമ്പ്യൂട്ടറും സർഗ്ഗാത്മകസൃഷ്ടിയായ സാഹിത്യവും തമ്മിലുള്ള കൂടിച്ചേരലാണ് സൈബർ സാഹിത്യത്തിലുൾച്ചേർന്നിരിക്കുന്ന പ്രവൃത്തി. അതിനാൽ സർഗ്ഗാത്മകതയുടെയും സാങ്കേതികതയുടെയും സഹകരണസൃഷ്ടിയെന്ന് അതിനെ വിളിക്കാം. ഈ സൃഷ്ടിയിൽ കമ്പ്യൂട്ടറും മനുഷ്യനും തുല്യപങ്കാളിയാണ്.

സാഹിത്യത്തിന്റെ മേഖലയിലേക്കുള്ള സാങ്കേതികവിദ്യയുടെ കടന്നു

വരവിനെപ്പറ്റി കാതറിൻ ഹെയ്ൽസ് (Katherine Hayles) രണ്ടായിരത്തി രണ്ടാമാണ്ടിൽ ഇപ്രകാരം രേഖപ്പെടുത്തുന്നു.

"ഊർജ്ജസ്വലമായ ഇലക്ട്രോണിക് ടെക്സ്റ്റ്വാലിറ്റിയുടെ പുതിയ പശ്ചാത്തലം ഒരുങ്ങിക്കൊണ്ടിരിക്കുന്നു. ഒരു കാര്യം ആഴത്തിൽ വ്യക്തമായിരിക്കുകയാണ്. ഇനിയും അധികകാലം സാഹിത്യനിർമ്മിതിയുടെ ഭൗതിക അടിത്തറയെ മറന്നുകൊണ്ട് മുന്നോട്ടുപോകാനാവില്ല. സാഹിത്യ പഠനത്തിൽ ഒരു കലാവസ്തുവിന്റെ ബാഹ്യരൂപത്തെ അതിന്റെ ഉപസ വിശേഷതയായി മാത്രം സ്ഥാനപ്പെടുത്തിയിരുന്ന കാലം ഇനി അധികം നീളുകയില്ല. അവ അതിന്റെ ഒന്നാം സ്ഥാനത്തു വറും. ഇതില്ലാതെ കരുത്തുള്ള സൃഷ്ടികളെ രൂപപ്പെടുത്തുവാൻ കഴിയുമെന്ന പ്രതീക്ഷപോലും ഇല്ലെന്നാകും. എങ്ങനെയാണ് സാഹിത്യം വിവരസാങ്കേതികവിദ്യയുടെ പ്രഭാവത്തിൻ കീഴിൽ മാറ്റത്തിന് വിധേയമാകുന്നതെന്ന് സൂക്ഷ്മമായി നിരീക്ഷിക്കാൻ കഴിയും" (2002:19).

ഇന്റർനെറ്റ് സാങ്കേതികവിദ്യയുടെ ആരംഭകാലത്ത് ഹെയ്ൽസ് നടത്തുന്ന നിരീക്ഷണം യാഥാർത്ഥ്യമാകുന്നതാണ് തുടർന്നുള്ള കാലഘട്ടത്തിൽ കാണുന്നത്. ഇലക്ട്രോണിക് ടെക്സ്റ്റ്വാലിറ്റിയുടെ പുതിയ പശ്ചാത്തലത്തിൽ വിവര സാങ്കേതികവിദ്യയെ ഉപസവിശേഷതയായി മാത്രം കണ്ടിരുന്ന കാലത്തിൽ നിന്നും സാഹിത്യസൃഷ്ടിയുടെ പ്രധാനഭാഗമായി സാങ്കേതികവിദ്യ അവതരിപ്പിക്കപ്പെട്ട കാലമാണ് സൈബർകാലം. സാഹിത്യസൃഷ്ടികളുടെ ഭൗതികപ്രപഞ്ചത്തെ സൃഷ്ടിച്ചിരുന്ന കാലത്തിൽനിന്ന് സാഹിത്യത്തിന്റെ ആന്തര ഘടനയിലേക്കു സാങ്കേതികവിദ്യ കടന്നുവന്നു. നവമാധ്യമകാലത്തിൽ സാങ്കേതികവിദ്യയുടെ പ്രഭാവത്തിൻ കീഴിൽ പുതിയ സാഹിത്യരൂപങ്ങൾ അവതരിച്ചുകൊണ്ടിരിക്കുന്നു. കമ്പ്യൂട്ടർ സാങ്കേതികവിദ്യ സാഹിത്യസൃഷ്ടിയുടെ ആന്തരികഘടനയെ നിർമ്മിക്കുന്ന അവസ്ഥയാണ് വർത്തമാനകാലം സംഭാവന ചെയ്യുന്നത്.

കമ്പ്യൂട്ടർ സാങ്കേതികതയും സാഹിത്യവും തമ്മിലുള്ള പാരസ്പരികതയെ അടിസ്ഥാനമാക്കി കമ്പ്യൂട്ടർ കവിതകളിലെ അടിസ്ഥാനപരമായ പ്രശ്നങ്ങളെ എസ്പൻ ആർസെത് (Espen Aarseth) വീക്ഷിക്കുന്നു. "മനുഷ്യ ആഖ്യാതാവും യന്ത്ര ആഖ്യാതാവും തമ്മിലുള്ള കലാസൗന്ദര്യപരമായ ബന്ധമാണ് അതിലെ പ്രശ്നം. കമ്പ്യൂട്ടറുകൾ മനുഷ്യ ആഖ്യാതാവിനെ അനുകരിക്കാൻ നിർബന്ധിക്കപ്പെടുന്നു (1997:129).

സൈബർ സാഹിത്യത്തെപ്പറ്റിയുള്ള പ്രധാന നിരീക്ഷണങ്ങളാണ് ആർസെത് എസ്പൻ നടത്തുന്നത്. അത് മനുഷ്യ ആഖ്യാതാവും യന്ത്ര ആഖ്യാതാവും തമ്മിലുള്ള കലാസൗന്ദര്യപരമായ ബന്ധമാണ്. ആഖ്യാതാവ് എന്ന വീക്ഷണംതന്നെ കഥയുടെ സ്രഷ്ടാവ്, കഥ പറയുന്നവൻ എന്ന അർത്ഥത്തിലാണ്. ഇവിടെ കമ്പ്യൂട്ടർ കവിതകളിൽ ഒരേ സമയം രണ്ട് സ്രഷ്ടാക്കൾ സന്നിഹിതരാകുന്നു. കവിതയുടെ അസ്തിത്വപരവും ജൈവപരവുമായ സാധ്യതയായി കമ്പ്യൂട്ടർ സാങ്കേതികത ഒന്നിച്ചുചേർക്കപ്പെടുന്നു എന്ന് ആർസെത്ത് വീക്ഷിക്കുന്നു.

കമ്പ്യൂട്ടർ സാഹിത്യത്തിലുള്ള സർഗ്ഗാത്മകതയുടെ പങ്കുവയ്ക്കലിനെ സഹകാരിത പ്രവർത്തിയെന്ന് ആർസെത്ത് വിളിക്കുന്നു. കമ്പ്യൂട്ടറും മനുഷ്യനും തമ്മിലുള്ള മൂന്നുതരം ഇടപെടലിനെ ആർസെത്ത് വിശദമാക്കുന്നു.

I) *പൂർവ്വപ്രവൃത്തി:* ഒരു യന്ത്രത്തെ രൂപപ്പെടുത്തുകയും പ്രോഗ്രാം ചെയ്യുകയും അതിനെ പ്രവർത്തനസജ്ജമാക്കുകയും ചെയ്യുന്ന മനുഷ്യന്റെ പ്രവർത്തിയാണിത്. ഇവിടെ യന്ത്രത്തിന്റെ സാങ്കേതികപരമായ നിർമ്മിതിയും പ്രവർത്തനസജ്ജമായ അവസ്ഥയും മനുഷ്യന്റെ പ്രവർത്തികൾകൊണ്ട് സാധ്യമാകുന്നതാണ്.

II) *സഹപ്രക്രിയ:* മനുഷ്യനും യന്ത്രവും തമ്മിലുള്ള സഹപ്രവർത്തനം വഴി നടത്തപ്പെടുന്ന നിർമ്മിതികളാണിത്. ഇവിടെ ഒരു പാഠത്തിന്റെ നിർമ്മാണം യന്ത്രത്തിന്റെ സഹായംകൊണ്ട് മനുഷ്യൻ സാധിക്കുന്നു. മനുഷ്യനും യന്ത്രവും പാഠത്തിന്റെ നിർമ്മിതിയിൽ സഹകാരികളായിത്തീരുന്നു.

III) *പിൻ പ്രക്രിയ:* മനുഷ്യൻ യന്ത്രങ്ങളുടെ ചില സിദ്ധികളെ പ്രയോജനപ്പെടുത്തുമ്പോൾ മറ്റുള്ളവരെ ഒഴിവാക്കുന്നതാണ് മൂന്നാമത്തെ ബന്ധം (Aarseth, 1997:135).

കമ്പ്യൂട്ടർ എപ്രകാരം സൈബർ ടെക്സ്റ്റുകളിൽ പ്രവർത്തിക്കുന്നുവെന്നതിനെ അടിസ്ഥാനപ്പെടുത്തിയാണ് ആർസെത്ത് സൈബർ ടെസ്റ്റ് സിദ്ധാന്തങ്ങൾ രൂപീകരിച്ചത്. കമ്പ്യൂട്ടറും കമ്പ്യൂട്ടർ സാങ്കേതിക ഇന്റർനെറ്റ് ലോകവും സൈബർപാഠങ്ങളുടെ നിർമ്മിതിക്കുവേണ്ടി ഉപയോഗിക്കപ്പെടുന്നു. കമ്പ്യൂട്ടർ യന്ത്രം സാഹിത്യത്തിന്റെ ഭാഗമായി മാറ്റപ്പെടുന്നു.

സൈബർ പദനിരുക്തി

വിവരസാങ്കേതിക വിദ്യയുടെ വികാസത്തിന്റെ ഫലമായി മലയാളഭാഷയിലേക്ക് തത്സമമായി കടന്നുവന്ന പദമാണ് 'സൈബർ'. തൊണ്ണൂറുകളുടെ ആരംഭത്തിൽ മലയാളത്തിലേക്കുവന്ന ഈ പദം ഇന്ന് സാംസ്കാരിക പശ്ചാത്തലത്തെ നിർണ്ണയിക്കുകയും രൂപപ്പെടുത്തുകയും ചെയ്യുന്നു. 'സൈബർ' (cyber) എന്ന പദത്തിന് ഓക്സ്ഫോർഡ് അഡ്വാൻസ്ഡ് ലേണേഴ്സ് ഡിക്ഷ്ണറി നല്കുന്ന അർത്ഥം "ഇലക്ട്രോണിക് ആശയ ശൃംഖല പ്രവർത്തനവുമായി പ്രത്യേകിച്ച് ഇന്റർനെറ്റുമായി ബന്ധപ്പെട്ടത് എന്നാണ്." വാച്യാർത്ഥത്തിൽ സൈബർ എന്ന പദം അതിയന്ത്രവത്ക്കരണം (automation), മനുഷ്യനിർമ്മിതം/കൃത്രിമ നിയന്ത്രണം (artificial control), കമ്പ്യൂട്ടർവത്ക്കരണം (computerization) എന്നെല്ലാം അർത്ഥമാക്കുന്നു ((Benedikt, 1999:5)

സൈബറിടം (cyber space), സൈബർ കഫെ, സൈബർ സാഹിത്യം, സൈബർ ചാരൻ, സൈബർ കുറ്റകൃത്യം, സൈബർ ലോകം, സൈബർ സെക്സ്, സൈബർ ഗെയിംസ്, സൈബർ സെൽ ഇങ്ങനെ ആഗോള

ഗ്രാമത്തിലെ പൗരന്റെ നിത്യജീവിതവുമായി ബന്ധപ്പെട്ടുനില്ക്കുന്ന എല്ലാ ഇടങ്ങളെയും പ്രവർത്തികളെയും വെർച്വൽ ലോകത്ത് പ്രതിനിധാനം ചെയ്യുന്ന തരത്തിൽ സൈബർ എന്ന പദം വികാസം പ്രാപിച്ചുകഴിഞ്ഞു.

സൈബർ എന്ന പദം ഏറ്റവും അധികം പ്രസിദ്ധമായത് സൈബർ സ്പേയ്സുമായി ബന്ധപ്പെട്ടാണ്. 1980 കളിൽ ശാസ്ത്രകഥകളിലൂടെ പ്രത്യക്ഷപ്പെട്ട പദമാണ് സൈബർ സ്പെയ്സ് (സൈബറിടം). തൊണ്ണൂറുകളോടെ ഈ പദം ലോകവ്യാപകമായി സ്വീകരിക്കപ്പെട്ടു (സുനീത, 2014:217). സൈബർ എന്ന പദം ആദ്യമായി ഉപയോഗിക്കുന്നത് നോർബർട്ട് വീനർ (Norbert Wiener) ആണ്. അമേരിക്കയിൽ ഗണിതശാസ്ത്രജ്ഞനായ വീനർ 1948 ൽ എഴുതിയ പുസ്തകത്തിന് നല്കിയ തലക്കെട്ട് സൈബർ നെറ്റിക്സ് (Cyber Netics) എന്നാണ് (Lancashire, 2013:415). ആ പുസ്തകത്തിന്റെ ഉപശീർഷകമായി അല്പംകൂടി കൂട്ടിച്ചേർക്കലുണ്ടായിരുന്നു. ആ ഉപശീർഷകം അതിന്റെ അർത്ഥത്തെ വിശദീകരിക്കുന്നു. 'കൺട്രോൾ ആൻഡ് കമ്മ്യൂണിക്കേഷൻ ഇൻ ദി ആനിമൽ ആൻഡ് ദി മെഷീൻ' എന്നാണത്. വാർത്താവിനിമയമാർഗ്ഗങ്ങളെയും നിയന്ത്രണങ്ങളെയും പറ്റിയുള്ള പഠനം, പ്രത്യേകമായി മനുഷ്യന്റെയും മൃഗത്തിന്റെയും മസ്തിഷ്കത്തെ യന്ത്രസംവിധാനവും ഇലക്ട്രോണിക് പ്രയോഗങ്ങളുമായി താരതമ്യപ്പെടുത്തിക്കൊണ്ടുള്ള പഠനം എന്നാണ് സൈബർ നെറ്റിക്സുകൊണ്ട് അദ്ദേഹം അർത്ഥമാക്കിയത്. സൈബർ സ്പെയ്സിന്റെ ഉത്ഭവം സൈബർ നെറ്റിക്സ് (Cyber Netics) എന്ന വീനറിന്റെ ഈ പദത്തിൽനിന്നാണ്. വിവരങ്ങളുടെ കൈമാറ്റവും നിയന്ത്രണവുമായി വീനർ ഈ പദത്തെ ബന്ധിപ്പിക്കുന്നു. ഈ പദമാകട്ടെ കടന്നുവന്നത് കുബെർനെറ്റ്സ് (Kubernets) എന്ന ഗ്രീക്കുപദത്തിൽ നിന്നാണ്. ഇതിന്റെ അർത്ഥം ചുക്കാൻ പിടിക്കുന്നവൻ/നിയന്ത്രിക്കുന്നവൻ (steersman) എന്നൊക്കെയാണ് (Benedikt, 1999:56) അതിനാൽ നിരുക്തിപരമായി സൈബർ എന്ന പദത്തിന് ചുക്കാൻപിടിക്കുന്നവൻ/നിയന്ത്രിക്കുന്നവൻ (steersman) എന്ന് അർത്ഥം കല്പിക്കാം.

ഇന്റർനെറ്റിന്റെ വിസ്മയലോകവുമായി ബന്ധപ്പെട്ട് വളർന്നുവന്ന ഈ പദം ഭൗതിക ലോകത്തിന് പകരംവയ്ക്കുന്ന മറ്റൊരു ലോകത്തിന്റെ കാഴ്ചപ്പാടുകളെ വിശദമാക്കുന്ന പദമായി മാറ്റപ്പെട്ടുകഴിഞ്ഞു.

പ്രതീതിയാഥാർത്ഥ്യമെന്ന് വിളിക്കപ്പെടുന്ന അതീന്ദ്രിയലോകത്തിന്റെ ചിന്തകളും കാഴ്ചപ്പാടുകളും ദൃശ്യലോകത്തെയും അവിടെ വ്യാപരിക്കുന്ന മനുഷ്യനെയും നിയന്ത്രിച്ചുകൊണ്ടിരിക്കുന്നു. ഈ അതീന്ദ്രിയലോകത്തിന്റെ സൃഷ്ടികർത്താവ് മനുഷ്യൻതന്നെയാണ്. മനുഷ്യൻ സൃഷ്ടിച്ച യന്ത്രവത്കൃതമായ ലോകം മനുഷ്യന്റെ വികാരങ്ങളെയും വിചാരങ്ങളെയും ചിന്തകളെയും ഭാഷയെയും സാഹിത്യത്തെയും നിയന്ത്രിക്കുകയും നിർണ്ണയിക്കുകയും വിലയിരുത്തുകയും ചെയ്യുന്നു. സൈബർ ഭാഷ, സൈബർ സാഹിത്യം എന്ന പദങ്ങളും എത്തിനില്ക്കുന്നത് ഈ അർത്ഥത്തിലേക്കാണ്. മനുഷ്യൻ സൃഷ്ടിച്ച യന്ത്രവത്കൃതലോകത്തിലേക്കു

കടന്നുചെല്ലുന്ന സാഹിത്യം അതിന്റെ സവിശേഷതകളോടെ പ്രസിദ്ധീകരിക്കപ്പെടുന്നു. മനുഷ്യനിർമ്മിതയന്ത്രങ്ങൾ മനുഷ്യഭാവനയാകുന്ന സാഹിത്യത്തിന്റെ ഘടകങ്ങളായി കൂട്ടിച്ചേർക്കപ്പെടുകയും അവയെ നയിക്കുകയും നിയന്ത്രിക്കുകയും ചെയ്യുന്ന പ്രക്രിയയാണ് ഇവിടെ സംഭവിക്കുന്നത്.

സൈബർ സാഹിത്യത്തിന്റെ ഉദയം

സമൂഹത്തിലെ കമ്പ്യൂട്ടർ ടെക്നോളജിയുടെ വളർച്ചയാണ് സൈബർ സാഹിത്യത്തിന്റെ ഉദ്ഭവത്തിന്റെ പിന്നിലെ അടിസ്ഥാനഘടകം. ഇന്നത്തെ ലോകം ഇന്റർനെറ്റ് ലോകമാണ്. മനുഷ്യൻ ഇന്റർനെറ്റ് ലോകത്തിലേക്കു കുടിയേറി; ഭാഷയും മനുഷ്യനോടൊപ്പം ഇന്റർനെറ്റിലേക്കു കുടിയേറിയിരിക്കുന്നു. പരമ്പരാഗത സംഭാഷണരീതികളിൽനിന്നും എഴുത്തിൽനിന്നും അടിസ്ഥാനപരമായമാറ്റം ആശയവിനിമയത്തിന്റെ നവമാധ്യമത്തിൽ ആവിഷ്ക്കരിക്കാൻ ഇന്റർനെറ്റ് ഭാഷയെ പ്രാപ്തമാക്കി (Crystal, 2005:1-2). ഇന്റർനെറ്റിന്റെ സ്വാധീനത്തെ ചെറിയ ഇടത്തിൽവച്ചുമാത്രം അളക്കാനാവില്ല. മനുഷ്യജീവിതത്തിന്റെ സമസ്തമേഖലകളിലും അതിന്റെ സ്വാധീനം ശക്തമായിക്കഴിഞ്ഞു. മനുഷ്യന്റെ വിനോദത്തിൽ, വിജ്ഞാനശേഖരണത്തിൽ, വ്യാപാരങ്ങളിൽ, ബന്ധങ്ങളിൽ, ആത്മഭാഷണങ്ങളിൽ ഇങ്ങനെ മനുഷ്യജീവിതത്തിൽ ഭാഷയ്ക്ക് അതിരുകല്പിച്ചിട്ടില്ലാത്തതുപോലെ ഇന്ന് മനുഷ്യജീവിതത്തിൽ മാറ്റിനിർത്താനാവാത്ത ഘടകമായി കമ്പ്യൂട്ടറും കമ്പ്യൂട്ടർ ഉപകരണങ്ങളും കമ്പ്യൂട്ടർ സാങ്കേതികവിദ്യയും മാറിക്കഴിഞ്ഞു.

ഇരുപതാംനൂറ്റാണ്ടിന്റെ അവസാനപാദത്തിൽ ഇന്റർനെറ്റ് സംവിധാനം ലഭ്യമായതോടുകൂടി വിവരസാങ്കേതികരംഗത്തും മനുഷ്യനുമായി ബന്ധപ്പെട്ട സകല മേഖലകളിലും അത് ഒഴിവാക്കാനാവാത്ത ഘടകമായി മാറി. ഇന്ന് ഏതൊരു മാനുഷികപ്രവർത്തനത്തിന്റെയും പ്രധാന സ്രോതസ്സായി ഇന്റർനെറ്റും കമ്പ്യൂട്ടർ സാങ്കേതികതയും മാറിക്കഴിഞ്ഞു. വിജ്ഞാനദാഹം ശമിപ്പിക്കുന്നതിനും വിവരങ്ങൾ സ്വീകരിക്കുന്നതിനും ഭാവനകളെ പ്രസിദ്ധീകരിക്കുന്നതിനും സാമൂഹികവിനിമയ ഉപാധി എന്ന നിലയിൽ സൈബർ ലോകം മനുഷ്യജീവിതത്തിന്റെ ഭാഗമായിക്കഴിഞ്ഞു. സാമൂഹികബന്ധങ്ങളുടെ നിലനില്പിനും വ്യാപനത്തിനും ഇന്റർനെറ്റില്ലാത്ത ലോകത്തെപ്പറ്റി ചിന്തിക്കാൻ സാധിക്കാത്തതുപോലെ സാഹിത്യത്തിന്റെ പ്രസിദ്ധീകരണത്തിലും ഇന്റർനെറ്റ് അവിഭാജ്യഘടകമായി തീർന്നിരിക്കുന്നു. ലോകത്തിന്റെ വിവിധ ഭാഗങ്ങളിൽ ചിതറിക്കിടക്കുന്ന മൂല്യവത്തായ വിഭവങ്ങളെ ഒരു കണ്ണിയിൽ ബന്ധിപ്പിക്കുന്ന ബൃഹത്തായ ആശയലോകമാണ് സൈബറിന്റെ സംഭാവന. ഇലക്ട്രോണിക് മെയിൽ, ഫയൽ ട്രാൻസ്ഫർ, ഇൻഫർമേഷൻ എക്സ്ചേയ്ഞ്ച്, ഗ്രൂപ്പ് മെമ്പർഷിപ്പ്, സഹകരണമാധ്യമങ്ങൾ, തത്സമയസംപ്രേഷണങ്ങൾ, ഷോപ്പിങ്ങ് അവസരങ്ങൾ, വാർത്തകൾ തുടങ്ങിയ വിവിധ സേവനമേഖലകൾ ഇന്റർനെറ്റ് ഉപഭോക്താവിന് മുമ്പിൽ തുറന്നുനല്കുന്നു. ബിസിനസ്സ് വ്യവസായം, വിദ്യാഭ്യാസം,

ഗവേഷണം, ഭരണം, വിനോദം, സാഹിത്യം തുടങ്ങിയ മേഖലകളിലേക്കും ഇന്റർനെറ്റിന്റെ ഉപയോഗം വർദ്ധിച്ചു (പാലയ്ക്കൽ, 2007: 227).

ആശയങ്ങളുടെ കൈമാറ്റത്തിന് കമ്പ്യൂട്ടർ ടെക്നോളജിയുടെ സഹായം വിപുലമായി ഉപയോഗിച്ചു തുടങ്ങിയതോടുകൂടി ഒരു പ്രത്യേക സാഹിത്യരൂപം/ ഭാഷാ പ്രയോഗം കൂടി ഉടലെടുക്കാൻ തുടങ്ങി (റീജ, 2014:119). അച്ചടിയും അച്ചടി സാഹിത്യവും ശക്തമായിരുന്ന സാഹിത്യ ലോകത്തിലേക്കു പുതിയൊരു സാഹിത്യരൂപം കൂടി അവതരിച്ചു. സൈബർലോകവുമായി ബന്ധപ്പെട്ട സാഹിത്യത്തെ സൈബർ സാഹിത്യം എന്നു വിളിച്ചു. ഇന്റർനെറ്റിന്റെ ആവിർഭാവം ഭാഷയിൽ പുതിയ സാഹിത്യ ശാഖയെ സൃഷ്ടിച്ചു (Crystal, 2005:1).

ബന്ധങ്ങളും വ്യാപാരങ്ങളും വിനോദങ്ങളും വിജ്ഞാന അന്വേഷണ ങ്ങളും ഏറ്റവുമധികം നടക്കുന്ന ഇടം സൈബർലോകമായിരിക്കുന്നതു പോലെ സാഹിത്യഭാവനകളുടെ പ്രകാശനത്തിനും സൈബർലോകത്തെ കൂടുതൽ ആശ്രയിച്ചു. ഇന്ന് സാഹിത്യലോകത്ത് ഏറ്റവും അധികം സൃഷ്ടികൾ ഉണ്ടാകുന്നത് സൈബർഇടങ്ങളിലാണ്. പുതിയ സാങ്കേതിക വിദ്യയുടെ ഫലമായി മാധ്യമലോകത്ത് ഉദയം ചെയ്ത സൈബർ സാഹിത്യം ഏതാനും നാളുകൾക്കുള്ളിൽതന്നെ ലിഖിതസാഹിത്യത്തിനു മേൽ ആധിപത്യം സ്ഥാപിച്ചു.

കമ്പ്യൂട്ടറിന്റെ ആവിർഭാവത്തെപ്പറ്റി ബെർട്രാൻഡ് ഗെർവേയ്സ് (Bertrand Gervais) നൽകുന്ന അഭിപ്രായം ഇപ്രകാരമാണ്.

"കമ്പ്യൂട്ടറും ഇന്റർനെറ്റും പാഠവും പാഠത്തിന്റെ നിർമ്മിതിയും വായന ക്കാരനുമായുള്ള നമ്മുടെ ബന്ധത്തിൽ സമൂലമായ മാറ്റങ്ങൾ വരുത്തി ക്കഴിഞ്ഞു. കമ്പ്യൂട്ടർ ഇന്ന് ഒരു ഉപകരണമല്ല ഒരു മാധ്യമമാണ്" (2013:187).

സൈബർ സാഹിത്യം - പൊതുവീക്ഷണം

വിശാലമായ അർത്ഥത്തിൽ ഡിജിറ്റൽ സാഹിത്യവുമായി ബന്ധപ്പെട്ട എന്തിനെയും സൈബർ സാഹിത്യം എന്നു നിർവചിക്കാൻ കഴിയും. അതാ യത് കമ്പ്യൂട്ടർ ലോകത്ത് നിർമിക്കപ്പെടുകയും വിതരണം ചെയ്യപ്പെടുകയും ചെയ്യുന്ന സാഹിത്യത്തെ സൈബർ സാഹിത്യം എന്നു വിളിക്കുന്നു (Viires, 2005:153-154). കമ്പ്യൂട്ടറുമായി ബന്ധപ്പെട്ട സാഹിത്യത്തെ, ഹൈപ്പർ ടെക്സ്റ്റ് സാഹിത്യം, ഡിജിറ്റൽസാഹിത്യം, സൈബർ സാഹിത്യം എന്നി ങ്ങനെ പല പേരുകളിലും അടയാളപ്പെടുത്തുന്നു. കമ്പ്യൂട്ടർ സാങ്കേതിക വിദ്യയും സാഹിത്യവും തമ്മിലുള്ള കൊടുക്കൽ വാങ്ങലുകളിലൂടെ വളർന്നുകൊണ്ടിരിക്കുന്ന സാഹിത്യത്തിന്റെ പുതിയ രൂപമാണ് സൈബർ സാഹിത്യത്തിൽ ഇന്നു കാണുന്നത് (2005:153). കമ്പ്യൂട്ടർ സാങ്കേതിക വിദ്യ ഭാഷയിലേക്കും ഭാഷ കമ്പ്യൂട്ടർസാങ്കേതികവിദ്യയിലേക്കും പ്രവേ ശിച്ചപ്പോൾ സാഹിത്യത്തിന്റെ എഴുത്തിലും പ്രകാശനത്തിലും പുതിയ

സങ്കേതങ്ങളെ രൂപപ്പെടുത്തുവാൻ ഇടവരുത്തി. മുമ്പെങ്ങും സാധ്യമായിട്ടില്ലാത്തവിധം സാങ്കേതികവിജ്ഞാനം ഭാഷയുടെ അതിരുകൾക്കുള്ളിലേക്ക് പ്രവേശിച്ച് അവിടെ പുതിയ രൂപങ്ങളെ സൃഷ്ടിക്കുന്നു. കമ്പ്യൂട്ടർ നെറ്റുവർക്കു മാധ്യമങ്ങളുടെ ആവിർഭാവം വഴി വന്ന മാറ്റത്തെ റോബർട്ട് സിമിനോവ്സ്കി (Robert Simanowski) നിരീക്ഷിക്കുന്നു. "കമ്പ്യൂട്ടർ നെറ്റ്വർക്ക് മാധ്യമങ്ങളുടെ ആഗമനത്തോടുകൂടി സാഹിത്യരംഗം പൊതുവിൽ മാറ്റപ്പെട്ടു. സാഹിത്യം ഓൺലൈൻവഴി വർദ്ധിച്ച അളവിൽ നിർമ്മിക്കപ്പെടുകയും വിനിമയം ചെയ്യപ്പെടുകയും സംവേദിക്കപ്പെടുകയും ചർച്ച ചെയ്യപ്പെടുകയും ചെയ്യുന്നു. ഡിജിറ്റൽ സാഹിത്യത്തിൽ ഗുണനിലവാരത്തിലുള്ള പുതിയ സാഹിത്യരൂപങ്ങൾ പിറവിയെടുക്കുന്നു (2010:15). ആധുനികതയുടെ ഏറ്റവും വലിയ അടയാളം പുസ്തകവും അച്ചടിച്ച കടലാസ്സുകളും ആയിരുന്നെങ്കിൽ വർത്തമാനകാലസമൂഹത്തിന്റെ അടയാളം ഡിജിറ്റൽ ഉപകരണങ്ങളുടെ സ്ക്രീനാണ് (ആദർശ്, 2010:72).

കമ്പ്യൂട്ടർ സാങ്കേതികതയിലും ഭാഷയിലും നിർമ്മിക്കപ്പെടുന്ന സൈബർ സാഹിത്യം കമ്പ്യൂട്ടർ സാങ്കേതികതയാൽ മാത്രമേ എഴുതാനും വായിക്കാനും കഴിയൂ. സൈബർ സാഹിത്യത്തിന്റെ ഭാഷ കമ്പ്യൂട്ടർ സാങ്കേതികതയുടെ ഭാഷ തന്നെയാണ്. അതായത് കമ്പ്യൂട്ടർ ടെക്നോളജിയുടെ സാങ്കേതിക പശ്ചാത്തലത്തിൽ രൂപപ്പെടുത്തിയെടുത്തതും കമ്പ്യൂട്ടർ സാങ്കേതിക ഉപകരണങ്ങളുടെ സഹായത്താൽ മാത്രം ഉപയോഗിക്കാൻ കഴിയുന്നതുമായ ഭാഷയാണ് സൈബർ സാഹിത്യഭാഷ. ഇവിടെ കമ്പ്യൂട്ടർ സാങ്കേതികവിദ്യയുടെ ഗുണങ്ങൾ സാഹിത്യത്തിന്റെ അധികഗുണമായി കൂട്ടിച്ചേർക്കപ്പെടുന്നു. വേൾഡ് വൈഡ് വെബ് (world wide web/www) കോംപാക്റ്റ് ഡിസ്ക് (Compact Disk) ഹാർഡ് ഡ്രൈവ് (Hard Drive) എന്നിവിടങ്ങളിൽ നിർമ്മിക്കപ്പെടുന്ന സാഹിത്യവ്യവഹാരങ്ങളെ സൈബർ സാഹിത്യമെന്ന് പൊതുവിൽ വിളിക്കാം (Viires, 2005:154).

സൈബർ സാഹിത്യം - വ്യത്യസ്തരൂപങ്ങൾ

സൈബർ സാഹിത്യത്തെ മനസ്സിലാക്കുമ്പോൾ വ്യത്യസ്തരൂപങ്ങളെ പരിചയപ്പെടേണ്ടിയിരിക്കുന്നു. പൈറ്റ് വൈറസ് (Piret Viires) സൈബർ സാഹിത്യരൂപങ്ങളെ മൂന്നായി തരംതിരിക്കുന്നു.

1) ഇന്റർനെറ്റിൽ അഥവാ സൈബർലോകത്ത് കാണുന്ന എല്ലാ പാഠത്തെയും ഉൾപ്പെടുത്തിക്കൊണ്ടുള്ളതാണ് ഒന്നാമത്തെ വിഭാഗം. ഇന്റർനെറ്റിൽ പ്രത്യക്ഷപ്പെടുന്ന ഗദ്യങ്ങൾ, പദ്യങ്ങൾ, ഡിജിറ്റലൈസ് ചെയ്യപ്പെട്ട കൃതികൾ, പ്രത്യേകിച്ച് ക്ലാസിക്കൽ കൃതികൾ, ഓൺലൈൻ സാഹിത്യ മാഗസിനുകൾ എന്നിവയെല്ലാം ഇതിൽ ഉൾപ്പെടുന്നു. ഇത് വളരെ വിശാലമായ സാഹിത്യലോകമാണ്. പഴയകാലഘട്ടത്തിലെ ധാരാളം ക്ലാസിക്കൽ കൃതികളും ഇതര സാഹിത്യങ്ങളും സൈബർലോകത്ത് പുനഃപ്രസിദ്ധീകരിക്കപ്പെടുന്നുണ്ട്. മിക്കവാറും പ്രാചീനകൃതികളുടെ കോപ്പികളും Mp3 ഫയലുകളിലുള്ള ഓഡിയോ ബുക്കുകളും ഇന്ന് ഓൺലൈനിൽ

ലഭ്യമാണ്. അച്ചടിമേഖലയിൽ പ്രസിദ്ധീകരിക്കപ്പെടുന്ന പുസ്തകങ്ങൾ പലതും ഒരേസമയം ഇ-ബുക്കുകളായും പ്രസിദ്ധീകരിക്കപ്പെടുന്നു. ഇങ്ങനെ സൈബർ ഇടത്തിൽ പ്രതിഷ്ഠിക്കപ്പെട്ട എല്ലാ കൃതികളും ഉൾപ്പെടുന്നതാണ് ഒന്നാമത്തെ വിഭാഗം. സൈബർ ലോകത്തു പ്രത്യക്ഷപ്പെടുന്നുണ്ടെങ്കിലും പ്രസിദ്ധീകരണ ഇടമെന്ന നിലയിൽ മാത്രമേ അവ സൈബർ സാധ്യതകളെ പ്രയോജനപ്പെടുത്തുന്നുള്ളൂ. കമ്പ്യൂട്ടർ സാങ്കേതികവിദ്യയും സൈബർലോകത്തിന്റെ സവിശേഷതകളും പ്രസിദ്ധീകരണയിടം എന്നതിലുപരി ഇവ പ്രയോജനപ്പെടുത്തുന്നില്ല.

2) ഇന്റർനെറ്റിന്റെ ആവിർഭാവത്തോടെ സ്വതന്ത്രമായ പ്രസിദ്ധീകരണ ഇടം ലഭ്യമായപ്പോൾ ധാരാളം ആളുകൾ സൈബർ ലോകത്തേക്കു കടന്നുവന്നു. നിരവധി സോഷ്യൽ മാധ്യമങ്ങൾ പ്രസാധകരംഗത്ത് ഉദയംചെയ്തു. ഇത്തരത്തിൽ ഇന്റർനെറ്റ് മാധ്യമരംഗത്ത് അവതരിപ്പിക്കപ്പെട്ടവയാണ് ഫെയ്സ്ബുക്ക്, ഓർക്കൂട്ട്, മൈ സ്പേയ്സ്, ബ്ലോഗ്, വാട്സ്ആപ്പ്, ഓൺലൈൻ മാഗസിനുകൾ, വിക്കിപീഡിയ തുടങ്ങിയവ. സാഹിത്യപ്രസാധനത്തിനുള്ള വേദി തുറന്നുകിട്ടിയപ്പോൾ നിരവധി ആളുകളെ അവ ആകർഷിച്ചു. എഴുത്തുകാർക്കൊപ്പം എഴുത്തിൽ ആഭിമുഖ്യമുള്ളവരും സൈബറിടങ്ങളെ ആശ്രയിച്ചു. കൃതഹസ്തരായ എഴുത്തുകാരും പുതുതായി കടന്നുവന്നവരും ഉൾപ്പെട്ട വലിയ ഗണം അവിടെ സന്നിഹിതരായി. ഇതിൽ ബ്ലോഗുകളും ടെക്സ്റ്റ് അധിഷ്ഠിതമായ കമ്പ്യൂട്ടർ ഗെയിമുകളും ഓൺലൈൻ നോവലുകളും ജേർണലുകളുമെല്ലാം ഉൾപ്പെടുന്നു. ഇവയിലധികവും എഴുത്തിലും പ്രസിദ്ധീകരണത്തിലും വായനയിലും സൈബർ സാധ്യതകളെ ചെറിയ അളവിൽ മാത്രമേ പ്രയോജനപ്പെടുത്തുന്നുള്ളൂ.

3) മൂന്നാം വിഭാഗമെന്നത് കമ്പ്യൂട്ടറുകളുടെ നെറ്റ്വർക്ക് സാധ്യതകളെ പൂർണ്ണമായി ഉപയോഗപ്പെടുത്തിക്കൊണ്ടുള്ള സൈബർ ടെക്സ്റ്റുകളാണ്. ഹൈപ്പർ ടെക്സ്റ്റുകളും ലിങ്കുകളും മൾട്ടിമീഡിയ സങ്കേതങ്ങളും ഉപയോഗിച്ച് പാഠത്തിനു രൂപം നല്കുന്നു. വീഡിയോ, ആനിമേഷൻ ചിത്രങ്ങൾ, സിനിമ, മ്യൂസിക് തുടങ്ങി വിവിധ മാധ്യമങ്ങളുമായി ബന്ധപ്പെട്ട് വിശാലമായ ഭൂമികയിലാണ് ഇവ നിലനില്ക്കുന്നത്. സാഹിത്യപരമായി സങ്കീർണ്ണമായ ഘടനയെ ഉള്ളിൽ വഹിക്കുന്ന ഇത്തരം ടെക്സ്റ്റുകളിൽ പരീക്ഷണങ്ങളും രീതികളും കൂടുതലായി ഉൾച്ചേർത്തിരിക്കും. ഇവയാണ് ആധികാരികമായി സൈബർ സാഹിത്യവിഭാഗത്തിൽ ഉൾപ്പെടുന്നത് (2005:154-155).

സൈബർ സാഹിത്യം - നിർവ്വചനം

ഭാഷയിൽ എക്കാലത്തും സംഭവിച്ചിട്ടുള്ള വിപ്ലവങ്ങളേക്കാൾ വലിയ വിപ്ലവത്തിന്റെ തീരത്താണ് നാം നിൽക്കുന്നത്. അതാകട്ടെ ഇന്റർനെറ്റിന്റെ ആവിർഭാവത്തിൽ രൂപപ്പെട്ട വിപ്ലവമാണ്. ഇന്റർനെറ്റും അനുബന്ധസാങ്കേതികതയും ഭാഷയിൽ പുതിയ തരത്തിലുള്ള സർഗ്ഗാത്മകതയെ വളർത്തുവാൻ സഹായിച്ചു (Crystal, 2005:2). ഇപ്രകാരം ഭാഷയിലും സാഹിത്യത്തിലും ഉണ്ടായ വിപ്ലവത്തിന്റെ ഫലമായി സൃഷ്ടിക്കപ്പെട്ടതാണ്

സൈബർ സാഹിത്യം. കമ്പ്യൂട്ടർ മാധ്യമങ്ങളുടെ ആഗമനത്തോടുകൂടി സാഹിത്യരംഗം പൊതുവിൽ പരിവർത്തനത്തിനു വിധേയമായി. കമ്പ്യൂട്ടർ മാധ്യമങ്ങളുടെ ആവിർഭാവം സാഹിത്യത്തിൽ തീർത്ത സാങ്കേതികവത്കരണമാണ് സൈബർ സാഹിത്യം (Simanowski, 2010:15). കൈയെഴുത്തിലും അച്ചടിയിലും മാത്രം സന്നിഹിതമായിരുന്ന സാഹിത്യം ഓൺലൈനിൽ നിർമിക്കപ്പെടുകയും വിനിമയം ചെയ്യപ്പെടുകയും ചെയ്യുമ്പോൾ അവ സൈബർ സാഹിത്യമായി പരിവർത്തനം ചെയ്യപ്പെടുന്നു. ഇന്ന് മലയാളത്തിൽ പ്രത്യക്ഷപ്പെടുന്ന സൈബർ സാഹിത്യത്തിൽ ബഹുഭൂരിപക്ഷവും ഈ വിഭാഗത്തിൽപെടുന്നവയാണ്.

പൊതുവിൽ സൈബർ സാഹിത്യത്തിന് നല്കുന്ന മൂന്ന് നിർവചനങ്ങൾ താഴെ പറയുന്നവയാണ്.

1) നെറ്റിസൺമാരാൽ നിർമ്മിക്കപ്പെടുന്ന സാഹിത്യം
2) മൗലികമായി ഓൺലൈനിൽ പ്രസിദ്ധീകരിക്കപ്പെടുന്ന സാഹിത്യം.
3) സൈബർ സ്പെയ്സിന്റെ അജ്ഞാതമായ പശ്ചാത്തലത്തിൽ പ്രസിദ്ധീകരിക്കപ്പെടുകയും സംവദിക്കപ്പെടുകയും ചെയ്യുന്ന സാഹിത്യം (Shen Yipeng, 2010:177).

ഡിജിറ്റൽ മാധ്യമങ്ങളുടെ ആരംഭകാലത്ത് അവയ്ക്കു നല്കപ്പെട്ട നിർവ്വചനം 'ഡിജിറ്റലായി ജന്മം കൊണ്ടത്' എന്നായിരുന്നു (Hayles, 2007:3).

ഈ നിർവചനങ്ങളെല്ലാം സാഹിത്യത്തിന്റെ സൈബർ വ്യവഹാരങ്ങളുമായി ബന്ധപ്പെട്ട് നിർമ്മിക്കപ്പെട്ടവയാണ്.

സൈബർ ടെക്സ്റ്റിനെപ്പറ്റി പഠനം നടത്തിയ എസ്പൻ ആർസെത്ത് (Espen Aarseth) സൈബർ ടെക്സ്റ്റിനെ നിർവചിക്കുന്നു. "കമ്പ്യൂട്ടറുമായി ബന്ധപ്പെട്ട് സൃഷ്ടിക്കപ്പെടുന്ന സാഹിത്യവും കമ്പ്യൂട്ടർ ഗെയിമുകളും വെർച്വൽ റിയാലിറ്റികളും മാത്രമല്ല കണ്ണുകൾക്ക് നിസ്സാരമല്ലാത്ത പ്രയത്നം സൃഷ്ടിക്കുന്നതും ചലനാത്മകവും ബഹുരേഖീയമായ ഏതു പാഠത്തെയും ഏതു രൂപത്തെയും സൈബർ ടെക്സ്റ്റ് എന്നു നിർവചിക്കാം" (1997:9-10). അദ്ദേഹത്തിന്റെ അഭിപ്രായത്തിൽ സൈബർ സാഹിത്യം എന്നത് ഏതെങ്കിലുമൊരു മാധ്യമത്തിൽക്കൂടി വരുന്നതുകൊണ്ടോ അവയുടെ അവതരണരീതി കൊണ്ടോ അല്ല ഒരു ടെക്സ്റ്റ് എപ്രകാരം നിർമ്മിക്കപ്പെട്ടിരിക്കുന്നു എന്നതിന്റെ അടിസ്ഥാനത്തിലാണ്. അത് ബഹുരേഖീയവും ത്രിമാനവും കണ്ണുകളുടെ ദൃഷ്ടികേന്ദ്രത്തെ മാറ്റി പ്രതിഷ്ഠിക്കുന്ന തരത്തിൽ പ്രയത്നമുളവാക്കുന്നതുമായിരിക്കണം. അത്തരം എല്ലാ ടെക്സ്റ്റുകളെയും സൈബർ ടെക്സ്റ്റായി അദ്ദേഹം പരിഗണിക്കുന്നു. അദ്ദേഹത്തിന്റെ നിർവ്വചനകാലത്ത് ഇന്റർനെറ്റ് സാങ്കേതികവിദ്യയോ നവമാധ്യമ സംവിധാനങ്ങളോ ഇത്രമാത്രം വികസിതമായിരുന്നില്ല.

ഇലക്ട്രോണിക് മീഡിയയുടെ ആരംഭകാലത്ത് ഇലക്ട്രോണിക് എഴുത്തിനെയും പ്രസാധനത്തെയും വായനയെയും പ്രോത്സാഹിപ്പിക്കുന്നതിന് ഇലക്ട്രോണിക് ലിറ്ററേച്ചർ ഓർഗനൈസേഷൻ (ELO) എന്ന കമ്മറ്റി രൂപീകരിക്കപ്പെട്ടിരുന്നു. നോഹ വാൻഡ്രിപ്പ് ഫ്രൂയിൻ (Noah Wardrip Fruin) തലവനായ കമ്മറ്റി സൈബർ സാഹിത്യത്തെ നിർവ്വചിക്കുന്നു. "കമ്പ്യൂട്ടർശൃംഖലകളുമായി ബന്ധപ്പെട്ടു നില്ക്കുന്നതും ഒറ്റയ്ക്കു പ്രവർത്തിക്കുന്നതുമായ കമ്പ്യൂട്ടറുകളുടെ കഴിവുകളെയും അവയുടെ പശ്ചാത്തലങ്ങളെയും പ്രയോജനപ്പെടുത്തിക്കൊണ്ട് നിർമ്മിക്കപ്പെടുന്ന സാഹിത്യസൃഷ്ടികളെയാണ് ഇലക്ട്രോണിക് സാഹിത്യം എന്നു വിളിക്കുന്നത്" (Hayles, 2007: 4). ഇവിടെ സൈബർ സാഹിത്യമായി പരിഗണിക്കുന്നത് കമ്പ്യൂട്ടറിന്റെയും കമ്പ്യൂട്ടർശൃംഖലയുടെയും ഉള്ളിൽ സൃഷ്ടിക്കപ്പെടുന്ന സാഹിത്യരൂപങ്ങളെയാണ്.

കാതറൈൻ ഹെയ്ൽസിന്റെ (Katherine Hayles) അഭിപ്രായത്തിൽ ഇലക്ട്രോണിക് സാഹിത്യം നിർമ്മിക്കപ്പെട്ടിരിക്കുന്നത് അച്ചടിസമ്പ്രദായങ്ങളും അച്ചടിരീതികളും വളർത്തിക്കൊണ്ടുവന്ന സാങ്കേതികമായ പ്രതീക്ഷകൾക്കുമുകളിലാണ്. അവ അച്ചടിസാഹിത്യത്തെ പരിഷ്കരിക്കുകയും പരിവർത്തനവിധേയമാക്കുകയും ചെയ്യുന്നു. ഇലക്ട്രോണിക് സാഹിത്യത്തെ വിശകലനം ചെയ്തുകൊണ്ട് ഹെയ്ൽസ് എഴുതുന്നു. "പാഠത്തിന്റെ പ്രകടനപരമായ മാനങ്ങളോടു ചേർന്നുള്ള ഡിജിറ്റൽ കോഡുകളുടെ സാമീപ്യമാണ് ഇലക്ട്രോണിക് സാഹിത്യത്തെ മനസ്സിലാക്കുന്നതിനുള്ള അടിസ്ഥാനം. അതിലെ സാഹിത്യവിഷയവും സാങ്കേതിക നിർമ്മാണവും അവയുടെ സവിശേഷതകളായി വിലമതിക്കപ്പെടുന്നു" (2007:4).

നോഹ വാൻഡ്രിപ്പ് ഫ്രൂയിന്റെ (Noah Wandrip Fruin) അഭിപ്രായത്തെ റോബർട്ട് സിമിനോവ്സ്കി (Robert Simanowski) എടുത്തുദ്ധരിക്കുന്നു. "കമ്പ്യൂട്ടർ ഗണനംവഴിയുള്ള സാഹിത്യസൃഷ്ടികളാണവ. ലാപ്ടോപ്പുകൾ, ഡെസ്റ്റോപ്പുകൾ, സർവ്വറുകൾ, സെൽഫോണുകൾ, ഗെയിം കീബോർഡുകൾ, പരസ്പര സമ്പർക്കമാധ്യമങ്ങൾ അങ്ങനെ ചുറ്റുമുള്ള എല്ലാ കമ്പ്യൂട്ടറുകളുടെയും പ്രവർത്തനത്താൽ സൃഷ്ടിക്കപ്പെടുന്നവയാണ് സൈബർ സാഹിത്യം. ഇത് നെറ്റുവർക്കും നെറ്റുവർക്കുസംസ്കാരവുമായി ബന്ധപ്പെട്ടു നിൽക്കുന്നു" (2010 : 15). കമ്പ്യൂട്ടർ ഗണനം എന്നത് അവയുടെ അസ്തിത്വപരമായ അംശത്തിലേക്കു വിരൽ ചൂണ്ടുന്നവയാണ്. കമ്പ്യൂട്ടറുകളുടെ പ്രവർത്തനലോകത്തു സൃഷ്ടിക്കപ്പെട്ട സാഹിത്യം എന്ന് വാൻഡ്രിപ്പ് അർത്ഥമാക്കുന്നു.

"സാഹിത്യത്തിന്റെ സങ്കീർണ്ണമായ വിന്യാസം" എന്നാണ് ജോർഗൺ സ്കാഫർ (Jorgen Schafer) സൈബർ സാഹിത്യത്തെ നിർവചിക്കുന്നത് (2010:25). വ്യവഹാരപരവും സൈദ്ധാന്തികവുമായ മാനങ്ങളെ നിരീക്ഷിച്ചുകൊണ്ടാണ് സ്കാഫർ ഇപ്രകാരം സൈബർ സാഹിത്യത്തെ നിർവചിക്കുന്നത്. റെയ്നെ കോസ്കീമ (Raine Koskimaa) യുടെ വീക്ഷണത്തിൽ "എല്ലാ

ഡിജിറ്റൽ സൃഷ്ടികളും പരീക്ഷണാത്മക രചനകളാണ്" (2010:130). ആധുനിക മാധ്യമങ്ങളുടെ ഉള്ളിൽ സാഹിത്യത്തിനും സാഹിത്യവ്യവഹാരങ്ങൾക്കും സംഭവിച്ച പരിണാമമാണ് സൈബർ സാഹിത്യം. സാഹിത്യം ഇലക്ട്രോണിക് ഉപകരണങ്ങളിലേക്കും ഡിജിറ്റൽ മീഡിയ സാഹിത്യലോകത്തിലേക്കും പ്രവേശിച്ചതിന്റെ ഫലമായി ഉദ്ഭവിച്ചതാണ് സൈബർ സാഹിത്യം (Koskimaa, 2007:3-4). കോസ്കിമായുടെ അഭിപ്രായത്തിൽ ആധുനികമാധ്യമങ്ങളുടെ അതിരുകൾക്കുള്ളിൽ നടത്തപ്പെട്ട പരീക്ഷണങ്ങളുടെ ഫലമായി സൃഷ്ടിക്കപ്പെട്ട സൈബർ സാഹിത്യം ഓരോ മാധ്യമത്തിന്റെയും പശ്ചാത്തലത്തിൽ പരീക്ഷണാത്മകമായി പുനർനിർമ്മിക്കപ്പെട്ടുകൊണ്ടിരിക്കുന്നു. ആധുനികമാധ്യമങ്ങളുടെ വളർച്ചയുടെ തലങ്ങളെ വിലയിരുത്തിക്കൊണ്ടാണ് അദ്ദേഹം സാഹിത്യത്തെ പഠിക്കുന്നത്. സൈബർ സാഹിത്യത്തിന്റെ പ്രധാന ഘടകമായി വർത്തിക്കുന്നത് ഡിജിറ്റൽ സാങ്കേതികതയുടെ ഈ പുത്തൻ കണ്ടുപിടുത്തങ്ങളാണ്.

റോബർട്ട് സിമാനോവ്സ്കി (Robert Simanowski) മാധ്യമസാധ്യതകളെ സാഹിത്യത്തോട് ചേർത്തുവച്ചുകൊണ്ട് സൈബർ സാഹിത്യത്തെ വിശദീകരിക്കുന്നു. ഡിജിറ്റൽ സാഹിത്യമെന്നത് സാഹിത്യപാരമ്പര്യത്തോടൊപ്പം ഇതരകലാസൃഷ്ടികളുടെ പുരോഗതികളെ ഭാഗഭാക്കാക്കിക്കൊണ്ട് വിശാലമായ വർണ്ണരൂപങ്ങളെപ്പറ്റി ചർച്ചചെയ്യാൻ ആവശ്യപ്പെടുന്നു. വ്യത്യസ്ത മാധ്യമങ്ങളെയും വ്യത്യസ്ത വിജ്ഞാനശാഖകളെയും ഉൾക്കൊള്ളുന്ന ഡിജിറ്റൽ സാഹിത്യം ബഹുവിധമായ പങ്കാളിത്തത്തിന്റെ ഇടമാണ് (2010:17-18). അദ്ദേഹത്തിന്റെ വീക്ഷണത്തിൽ ഡിജിറ്റൽ എൻകോഡിങ്ങിന്റെ ഫലമായി നിർമ്മിക്കപ്പെടുന്നതാണ് സൈബർ സാഹിത്യം. എന്നാൽ ഈ അക്ഷരങ്ങളിൽ ഡിജിറ്റൽ ഘടകങ്ങൾ മാത്രമേയുള്ളുവെങ്കിൽ അവ ഡിജിറ്റൽ സാഹിത്യമാകില്ല. അതിനാൽ ഡിജിറ്റൽ സാഹിത്യം ഡിജിറ്റാലിറ്റിയുടെ ഭാഷാവിഷയമായ പടലങ്ങളേക്കാൾ ഉയർന്നുനിൽക്കുന്നു. സാഹിത്യവിഷയത്തോടൊപ്പം ഡിജിറ്റൽ മാധ്യമഘടങ്ങളുംകൂടിയാണ് ഡിജിറ്റൽ സാഹിത്യത്തെ രൂപപ്പെടുത്തുന്നതെന്ന് യുക്തിപൂർവ്വം അദ്ദേഹം നിരീക്ഷിക്കുന്നു (2010:18-19).

സ്ട്രിക്ക്ലാൻഡ് സ്റ്റെഫാനി (Strickland Stephanie) സൈബർ സാഹിത്യത്തെ നിർവചിക്കുന്നത് ഇലക്ട്രോണിക് കവിതയെ അടിസ്ഥാനപ്പെടുത്തിയാണ്. ഇലക്ട്രോണിക് കവിതയുടെ എല്ലാ സവിശേഷതകളെയും സൈബർ സാഹിത്യത്തോട് ചേർത്തുവയ്ക്കുന്നു.

"ഇലക്ട്രോണിക് കവിത അതിന്റെ നിർമ്മിതിയിലും പരിപാലനത്തിലും പ്രദർശനത്തിലും കമ്പ്യൂട്ടർ സാങ്കേതികതയെ ആശ്രയിക്കുന്നു. കമ്പ്യൂട്ടറിന്റെ പ്രവർത്തികളില്ലാതെ ഈ സാഹിത്യത്തെ പരിചയിച്ചറിയാനാകില്ല, വായിക്കാനാകില്ല, അവ സൃഷ്ടിക്കാനുമാകില്ല" (2010:1). സ്റ്റെഫാനിയുടെ വീക്ഷണത്തിൽ കമ്പ്യൂട്ടറിന്റെ സാങ്കേതികതകളിൽ

നിർമ്മിക്കപ്പെടുന്ന എല്ലാ സാഹിത്യത്തെയും സൈബർ സാഹിത്യത്തിൽ ഉൾപ്പെടുത്തുന്നു.

സെലസ്നിക്കർ ജാക്കാ (Zeleznikar Jaka)യുടെ അഭിപ്രായത്തിൽ സാഹിതീയ ഭാവം ഉൾച്ചേർന്ന ഡിജിറ്റലായുള്ള ഉള്ളടക്കത്തെയാണ് സൈബർ സാഹിത്യം എന്നു വിശേഷിപ്പിക്കുന്നത്. അതിനാൽ കാര്യമായ നഷ്ടപ്പെടുത്തലുകളില്ലാതെ അവയെ പ്രിന്റുമീഡിയായിലേക്കു പകർത്താനാവില്ലെന്ന് ജാക്കാ വിവരിക്കുന്നു (2012:5).

അലൻ ലിയു(Alan Liu)വിന്റെ അഭിപ്രായത്തിൽ സൈബർ സാഹിത്യമെന്നത് "സത്തയിൽ സാങ്കേതികതയെ വഹിക്കുന്ന രൂപമാണ്" (2013:19).

സൈബർ സാഹിത്യത്തിന്റെ സങ്കീർണ്ണതകളെ ഉൾപ്പെടുത്തിക്കൊണ്ടാണ് പീറ്റർ ഗാലിസൺ (Peter Galison) സൈബർ സാഹിത്യത്തെ വിശദീകരിക്കുന്നത്. "വ്യത്യസ്ത പദാവലികളും, സാങ്കേതിക വൈദഗ്ധ്യങ്ങളും സാഹിത്യസംഭാവനകളും ഒന്നിച്ചു സമ്മേളിച്ച് അവയുടെ സഹവാസം വഴിയുള്ള വ്യവഹാരമണ്ഡലങ്ങളെ ഉൾക്കൊള്ളിച്ചിരിക്കുന്ന, സ്വഭാവത്തിൽതന്നെ സങ്കരമായ ഒന്നാണ് ഡിജിറ്റൽ സാഹിത്യം" (1997:47–48). ഗാലിസന്റെ അഭിപ്രായത്തിൽ സാഹിത്യത്തിന്റെയും സാങ്കേതികവിദ്യയുടെയും സമ്മേളനത്താൽ സൈബർ സാഹിത്യം ഒരു സങ്കരസൃഷ്ടിയായിട്ടാണ് നിർമ്മിക്കപ്പെടുക. അവ സാഹിത്യവും സാങ്കേതികവിദ്യയുമായി ചേർന്നുനിൽക്കുന്ന വ്യവഹാരമണ്ഡലങ്ങളെ ഉൾക്കൊള്ളുകയും ചെയ്യുന്നു.

ദൃശ്യത്തിന്റെയും ശബ്ദത്തിന്റെയും സന്നിവേശം പാഠങ്ങളെ പുതിയ സംവേദനമേഖലകളിലേക്ക് ആനയിച്ചു. ഒരേസമയം പാഠവും ദൃശ്യചിത്രങ്ങളും ശബ്ദരേഖകളും ആവിഷ്കാരപ്രാധാന്യം നേടിയ സൈബർ ടെക്സ്റ്റിന്റെ സവിശേഷതകളെയെല്ലാം പരിഗണിച്ചുകൊണ്ടാണ് പൈററ്റ് വൈറസ് (Piret Viires) നിർവ്വചിക്കുന്നത്. "ദൃശ്യചിത്രത്തോടും ശ്രാവ്യസങ്കേതത്തോടുംകൂടി ഒരു പാഠം നിർമ്മിക്കപ്പെടുകയും നിലനിർത്തപ്പെടുകയും എന്നാൽ ദൃശ്യചിത്രത്തെക്കാളും ശ്രാവ്യസങ്കേതങ്ങളെക്കാളും പ്രാധാന്യം പാഠത്തിനുണ്ടായിരിക്കുകയും ചെയ്താൽ ആ പാഠത്തെ സൈബർ ടെക്സ്റ്റ് എന്നു വിളിക്കാം" (2005:160). സാഹിത്യമെന്നത് അക്ഷരങ്ങളുടെ നിർമ്മിതിയായതിനാൽ സൈബർ സാഹിത്യത്തിൽ അക്ഷരത്തിന്റെയും പാഠത്തിന്റെയും പ്രാമുഖ്യത്തെ പ്രഖ്യാപിക്കുകയാണ് പൈററ്റ് വൈറസ്.

സൈബർ സാഹിത്യത്തെപ്പറ്റിയുള്ള നിർവചനങ്ങളെല്ലാം അവയുടെ ഘടനയെയും നിർമ്മിതിയെയും സവിശേഷതകളെയും വെളിപ്പെടുത്തുന്നതാണ്. കമ്പ്യൂട്ടർ സാങ്കേതികവിദ്യയുടെ ഉള്ളിൽ സൃഷ്ടിക്കപ്പെടുന്ന സൈബർ സാഹിത്യം സാഹിത്യത്തിന്റെയും സാങ്കേതികവിദ്യയുടെയും സവിശേഷതകളെയും സാധ്യതകളെയും ഒരേ സമയം സത്തയിൽ ഉൾച്ചേർക്കുന്നു. സാങ്കേതികതയ്ക്ക് സാഹിത്യഭാവനകളെ എത്രമാത്രം

ഉണർത്തുവാൻ കഴിയും, സാഹിത്യഭാവനയ്ക്ക് സാങ്കേതികതയെ എത്ര മാത്രം ആശ്രയിക്കാൻ കഴിയും തുടങ്ങിയ ചിന്തകൾ ആരംഭകാലം മുതൽക്കേ നിലനിൽക്കുന്നതാണ്. സാഹിത്യഭാവനകൾക്ക് ബാഹ്യമോടി സൃഷ്ടിക്കാനും സാഹിത്യവായനയുടെ ഫലമായി മനോമുകുരത്തിൽ വിരിഞ്ഞുവരുന്ന ഭാവനാലോകത്തെക്കൂടി സൃഷ്ടിക്കാനും കഴിയുന്ന അദ്ഭുതപ്രതിഭാസമാണ് സൈബർ സാങ്കേതികവിദ്യയുടെ സന്നിവേശം വഴി സാധ്യമാകുന്നത്. എഴുത്തിന്റെയും വായനയുടെയും ചിന്തയുടെയും തലങ്ങൾ സാങ്കേതികതയുടെ കൂട്ടിച്ചേർക്കലുകൾവഴി വിപുലമാക്കപ്പെടുകയും സാഹിത്യത്തിന് ഉപരിയായി നിന്ന ഭാവനാലോകത്തെ ഒരളവിലെങ്കിലും സാഹിത്യപാഠത്തിലേക്ക് ഉൾച്ചേർക്കാൻ ഇടവരുത്തുകയും ചെയ്തു.

മൂന്ന്

സൈബർ സ്പെയ്സും സൈബർ സാഹിത്യവും

സൈബർ സാഹിത്യത്തെപ്പറ്റിയുള്ള ഏറ്റവും പൊതുവായ നിർവചനം സൈബർ സ്പെയ്സ് നല്കുന്ന സാങ്കേതികസാധ്യതകളിൽ പ്രത്യക്ഷപ്പെടുന്ന സാഹിത്യം എന്നതാണ്. ഇത്തരത്തിൽ സാഹിത്യത്തിന്റെ നിലനിൽക്കുന്ന സാധ്യതകളെ പൊളിച്ചെഴുതുകയാണ് സൈബർ സാഹിത്യം ചെയ്യുന്നത്. സൈബർ സ്പെയ്സിന്റെ ആവിർഭാവം 21-ാം നൂറ്റാണ്ടിലെ പ്രധാന സംഭവങ്ങളിലൊന്നാണ്. സാഹിത്യം, ഭാഷ, രാഷ്ട്രതന്ത്രം, ധനശാസ്ത്രം, സാമൂഹ്യസമ്പർക്കം, രാജ്യസുരക്ഷ തുടങ്ങിയമേഖലകളിൽ അടിസ്ഥാനപരമായ മാറ്റങ്ങൾ കൊണ്ടുവരുവാൻ സൈബർ സ്പെയ്സിന്റെ കണ്ടുപിടുത്തത്തിനു കഴിഞ്ഞു (Mulvenon, 2012:1). അച്ചടി ലോകത്തിൽനിന്ന് ഭിന്നമായ മാധ്യമലോകത്തെ പ്രദാനം ചെയ്യുവാൻ സൈബറിടത്തിനു സാധിച്ചു. പുത്തൻ അവസരങ്ങൾ സൃഷ്ടിക്കുന്നതിലും, സ്ഥലപരമായ പരിവർത്തനങ്ങൾ സൃഷ്ടിക്കുന്നതിലും പ്രാപ്തിയോടെ കാര്യങ്ങൾ നിർവ്വഹിക്കുന്നതിലും സൈബർ സപെയ്സ് സൃഷ്ടിച്ച വിപ്ലവം മുൻകാലത്തൊരിക്കലും സംഭവിക്കാത്തവിധത്തിലാണ് (2012:1).

സൈബർ സ്പെയ്സിൽ ഉദയംചെയ്ത സാഹിത്യം രൂപത്തിലും ഭാവത്തിലും പ്രസിദ്ധീകരണരീതിയിലും പുത്തൻരീതികളെയും സാധ്യതകളെയും പ്രദാനം ചെയ്യുവാൻ ഇടവന്നു.

സൈബർ സ്പെയ്സിന്റെ ഉദയം

സൈബർ സാഹിത്യവുമായി ഏറെ ബന്ധപ്പെട്ടുനില്ക്കുന്ന 'സൈബർ സ്പെയ്സ്' എന്ന മായികലോകത്തെപ്പറ്റിയുള്ള ചിന്തകൾ പ്രസിദ്ധമാവുന്നത് വില്ല്യം ഗിബ്സൺ എന്ന പ്രസിദ്ധനായ സയൻസ്ഫിക്ഷൻ നോവലെഴുത്തുകാരനിൽനിന്നാണ്. ശാസ്ത്രലോകത്ത് ഏറെ പ്രസിദ്ധമായ 'സൈബർ സ്പെയ്സ്' എന്ന പദം സാഹിത്യത്തിന്റെ സംഭാവനയാണ് (Benedikt, 1998:10). വില്ല്യംഗിബ്സൺ (William Gibson) തന്റെ സയൻസ് ഫിക്ഷൻ നോവലെറ്റായ ബേണിംഗ് - ക്രോം (1982) ലും പിന്നീട്

പ്രസിദ്ധീകരിച്ച ന്യൂറോ മാൻസർ (1984) എന്ന നോവലിലും ഈ വാക്ക് ഉപയോഗിച്ചു. ഗിബ്സൺ തന്നെയും ഇതിന്റെ ഖ്യാതി നല്കുന്നത് ജോൺ ബ്രൂണർ(John Bruner)ക്കാണ്. 'ഷോക്ക്‌വേവ് റൈഡർ' (1975) എന്ന കൃതിയുടെ കർത്താവാണ് അദ്ദേഹം. ജോൺ ബ്രൂണറാകട്ടെ തുടക്കമായിട്ട് കണക്കാക്കുന്നത് ആൽവിൻ റ്റോഫ്ലറെ (Alwin Toffler) ആണ്. റ്റോഫ്ലർ, 'ഫ്യൂച്ചർ ഷോക്ക്' (1970) എന്ന പുസ്തകത്തിന്റെ ഉപശീർഷകത്തിന് നല്കിയ പേര് 'ദ സൈബോർഗ്സ് എമങ് അസ്' (The Cyborgs Among us) എന്നാണ് (Benedikt, 1998:4). 1980കളിൽ ശാസ്ത്രനോവലിലൂടെ പ്രസിദ്ധമായ ഈ പദം 1990കളോടെ ലോകവ്യാപകമായി സ്വീകരിക്കപ്പെടുകയായിരുന്നു. 1980കളുടെ തുടക്കത്തിൽ ഗിബ്സൺ കാനഡയിലെ വാൻകൂവറിലുള്ള ഒരു വീഡിയോ ആർക്കേഡിലൂടെ കടന്നുപോവുകയായിരുന്നു. അവിടെ കുട്ടികൾ അവരുടെ വീഡിയോ ഗെയിമുകളിൽ മുഴുകി ഇരിക്കുന്നത് അദ്ദേഹം കണ്ടു. വീഡിയോ മെഷീന്റെ മുന്നിൽ അതീവശ്രദ്ധയോടെ തലകുനിച്ച് ഇരിക്കുന്ന അവർ മറ്റേതോ ലോകത്തെന്നതുപോലെ കഴിയുന്നത് അദ്ദേഹം നിരീക്ഷിച്ചു. കുട്ടികൾ വീഡിയോഗെയിം കണ്ടുകൊണ്ടിരിക്കുന്നതിനെ വിശദീകരിച്ചുകൊണ്ട് അദ്ദേഹം ഈ കുട്ടികളെയും ഒപ്പം നിരവധി കമ്പ്യൂട്ടർ ഉപയോക്താക്കളെയും അവരുടെ തോന്നലുകളെയും ഇപ്രകാരം നിരീക്ഷിക്കുന്നു. "ആ സ്ക്രീനിന്റെ പുറകിൽ പ്രത്യേകമായ ഒരു ലോകമുണ്ടെന്ന വിശ്വാസത്തിൽ ഉറച്ചിരിക്കുകയാണ് അവർ. ആ സ്ഥലം നിങ്ങൾക്കു കാണാൻ കഴിയില്ല. പക്ഷേ, അതവിടെയുണ്ടെന്ന് നിങ്ങൾ അറിയുന്നു" (Sue Barnes, 1996:195). ആ സ്ഥലത്തെ അദ്ദേഹം സൈബർ സ്പെയ്സ് എന്നു വിളിച്ചു. 1984 ൽ എഴുതിയ ന്യൂറോമാൻസർ എന്ന ശാസ്ത്രനോവലിൽ ഗിബ്സൺ (Gibson) ഇങ്ങനെയെഴുതി.

"സൈബർ സ്പെയ്സ്..., സമാനമായ മായികവിഭ്രാന്തി, ഓരോ ദിവസവും രാജ്യങ്ങൾ എമ്പാടുമുള്ള ആ മേഖലയിലെ കോടിക്കണക്കിന് വിദഗ്ദ്ധർ അനുഭവിച്ചുകൊണ്ടിരിക്കുന്നു. ഗണിതശാസ്ത്രതത്വങ്ങൾ പഠിക്കുന്ന കുട്ടികളെപ്പോലെ... അചിന്തനീയമായ സങ്കീർണ്ണത..., പ്രകാശത്തിന്റെ തന്തുക്കൾ മനസ്സിന്റെ ശൂന്യസ്ഥലികളിൽ വിന്യസിച്ചിരിക്കുന്നു... (1984:67) ഡിജിറ്റലായുള്ള നിർദ്ദേശങ്ങളിൽ വികാരക്ഷോഭങ്ങൾ അനുഭവിക്കുകയും ഇന്ദ്രിയഗോചരമല്ലാത്ത ലോകത്തിന്റെ പ്രതിനിധികളെപ്പോലെ ചേഷ്ടകളിൽ മുഴുകുകയും ചെയ്യുന്നവരാണ് ഇവിടെ വ്യാപരിക്കുന്നവർ. ഈ ഭൗതിക ലോകത്തിനുപകരം പ്രതീകാത്മകമായ മറ്റൊരു ലോകവും അതിന്റെ പ്രകൃതിയും ഇവിടെ പകരം വയ്ക്കപ്പെടുകയായിരുന്നുവെന്ന് ഗിബ്സൺന്റെ സൈബർ സ്പെയ്സിനെ മൈക്കൽ ബെനഡിക്ട് (Michael Benedikt) വിലയിരുത്തുന്നു (1998:6).

ഗിബ്സന്റെ അഭിപ്രായത്തിൽ സൈബർ സ്പെയ്സ് എന്നത് ലോകം മുഴുവൻ നിറഞ്ഞുനിൽക്കുന്ന വർണശബളമായ വിവരങ്ങളുടെ സഞ്ചയം എന്നതിനേക്കാൾ രാജ്യാന്തരമായതും കമ്പ്യൂട്ടറിൽ അധിഷ്ഠിതവുമായ ഒന്നാണ്. എന്നാൽ ഇന്ന് സൈബർ സ്പെയ്സെന്നത് വിവരങ്ങളാൽ

നിർമ്മിക്കപ്പെട്ട ഒന്നാണ്. ഈ ലോകത്തേക്ക് നോക്കിയിരിക്കുന്ന ഒരു കാഴ്ചക്കാരന്റെ എല്ലാ ഇന്ദ്രിയങ്ങളെയും അത് വിഭ്രാന്തികൊണ്ടെന്നപോലെ ഉത്തേജിപ്പിക്കുന്നു. സൈബർ സ്പെയ്സ് ഒരു മായികവിഭ്രാന്തിയായി അനുഭവപ്പെടുന്നു.

ന്യൂറോ മാൻസർ എന്ന നോവലിന്റെ താളുകളിൽ ഉപയോഗിച്ച സൈബർ സ്പെയ്സിന്റെ ആദ്യപശ്ചാത്തലം ആനന്ദകരമായ ഒരു അവസ്ഥയെ സൂചിപ്പിക്കുന്നതായിരുന്നില്ല. മറിച്ച് അസന്തുഷ്ടവും നിരാശാജനകവുമായ അവസ്ഥയെ സൂചിപ്പിക്കുന്നതായിരുന്നു. മൈക്കൽ ബെനഡിക്ട് (Michael Benedikt) ഇപ്രകാരം നിരീക്ഷിക്കുന്നു "സംഘടിത ആധിപത്യത്തിന്റെ, നാഗരികജീർണ്ണതയുടെ, സിരാകേന്ദ്രീകൃതബോധ്യങ്ങളുടെ, വിഭ്രാന്തിയും വേദനയും നിറഞ്ഞ ജീവിതത്തിന്റെ ദർശനങ്ങളാണ് ഈ പദം പങ്കുവച്ചത് (1991:1).

സൈബർ സ്പെയ്സിനെപ്പറ്റിയുള്ള ഗിബ്സന്റെ ദർശനം സാഹിത്യത്തിന്റെ ലോകത്തുനിന്ന് നിർമ്മിക്കപ്പെട്ടതായിരുന്നു. അതിനാൽ തന്നെ സാങ്കേതികമായ വലിയ സംഭാവനകളെ നല്കുന്നതായിരുന്നില്ല ഈ പദം. സാങ്കേതികലോകത്തിന് സാഹിത്യം നല്കിയ സംഭാവനയാണ് 'സൈബർ സ്പെയ്സ്' എന്ന പദം. സൈബർ സാഹിത്യം സാങ്കേതികതയുടെ കൂടിച്ചേരലായിരിക്കുന്നതുപോലെ സൈബർ സ്പെയ്സും ഇന്ന് സാഹിത്യത്തിന്റെ സംഗമഭൂമിയായി മാറിയിരിക്കുന്നു. കമ്പ്യൂട്ടർ ശൃംഖലയുമായി ബന്ധപ്പെട്ട വിശാലമായ ഭൂമികയാണ് സൈബർ സ്പെയ്സ് പ്രതിനിധാനം ചെയ്യുന്നത്.

ഭൗതികലോകത്തുനിന്നും വ്യത്യസ്തമായ ഒരു ലോകത്തെ സൂചിപ്പിക്കാനാണ് ആയിരത്തിതൊള്ളായിരത്തി തൊണ്ണൂറുകളിൽ ഈ പദം ഉപയോഗിച്ചത്. തുടർന്നുള്ള കാലത്ത് അല്പംകൂടി വിശാലമായ കാഴ്ചപ്പാടിൽ സൈബർ സ്പെയ്സിനെ കാണാൻ തുടങ്ങി. ഗ്രിഗറി റട്ട്റെയുടെ (Gregory Rattray) അഭിപ്രായത്തിൽ കരയും കടലും വായുവും ശൂന്യാകാശവും ഇതുപോലെയുള്ള എല്ലാം കൂടിച്ചേർന്ന ഒരു സാമ്രാജ്യമാണ് സൈബർ സ്പെയ്സ്. ഈ അർത്ഥത്തിൽ ലോകവ്യാപകമായ സാമാന്യജനതയെ വിശേഷിപ്പിക്കാൻ സൈബർ സ്പെയ്സ് എന്ന പദത്തെ പ്രയോജനപ്പെടുത്തി (2014:17). ഇന്ന് സൈബറിടം അതിന്റെ സാമൂഹികമായ ഇടപെടൽകൊണ്ടാണ് നിർവ്വചിക്കപ്പെടുന്നത്. പരസ്പരം സ്വാധീനിക്കാനും സംവദിക്കാനും കഴിവുള്ള, നിരവധി ആളുകളെ ഉൾക്കൊള്ളുന്ന അന്തരീക്ഷം സൈബറിടം നല്കുന്നു (സുനീത, 2014:218).

"ഇന്ന് ഈ പദം പുതിയ കാലഘട്ടത്തിന്റെ നവീനവും പ്രതിരോധിക്കാനാവാത്തതുമായ പുരോഗതിയുടെയും സാങ്കേതികവിദ്യയുടെ സഹായത്താൽ വിസ്തൃതമായ മാനവിക സംസ്കാരത്തിന്റെയും അതിന്റെ വ്യാപാരങ്ങളുടെയും അടയാളമായി മാറിക്കഴിഞ്ഞു. സൈബർ സ്പെയ്സ് എന്നാൽ ഒരു പുതിയ പ്രപഞ്ചമാണ്. കമ്പ്യൂട്ടറുകളുടെ ലോകത്തിലും

ആശയവിനിമയത്തിന്റെ പ്രവർത്തനമാർഗ്ഗത്തിലും നിർമ്മിക്കപ്പെട്ടതും നില നിർത്തപ്പെടുന്നതുമായ സമാന്തരപ്രപഞ്ചം. അറിവുകളും രഹസ്യങ്ങളും നിർദ്ദേശിക്കപ്പെട്ട വസ്തുതകളും വിനോദങ്ങളും ആഗോളതലത്തിൽ സഞ്ചരിക്കുന്ന ലോകം. അവിടെ മനുഷ്യന്റെ കർതൃത്വം രൂപഘടനയിൽ പകരം വയ്ക്കപ്പെട്ടിരിക്കുന്നു" (Benedikt, 1991:1).

സൈബർ സ്പെയ്സ് ഈ ലോകത്തിന്റെ സമാന്തരപ്രപഞ്ചത്തെ സൃഷ്ടിച്ചതുപോലെതന്നെ സാഹിത്യത്തിലും അതിന്റെ നവീന ചക്രവാള ങ്ങളെ ഉദിപ്പിച്ചു. പുതിയ കാലഘട്ടത്തിൽ സാഹിത്യം നവമാധ്യമസാഹിത്യ മായി മാറി. പുത്തൻ സാങ്കേതികവിദ്യകളാണ് ഇന്ന് സാഹിത്യത്തിന് പ്രതല മൊരുക്കുന്നത്. സാഹിത്യത്തിന്റെ പരമ്പരാഗതവഴികളിൽനിന്ന് മാറി പുതിയ വഴികളിലൂടെ അത് ആളുകളെ സമീപിക്കുന്നു. മാനവികസംസ്കാ രങ്ങൾ ഇന്ന് രൂപപ്പെടുന്നത് സൈബറിടങ്ങളിലാണ്. സംസ്കാരത്തെയും അതിന്റെ വ്യാപാരത്തെയും കൂടുതൽ ശോഭയോടെ പ്രസരിപ്പിക്കാൻ കഴി യുന്നത് സൈബർ സ്പെയ്സിന്റെ സാംസ്കാരികലോകത്തിലാണ്. സൈബർ ഇടത്തെ മാറ്റിനിർത്തി ഒരു നിമിഷംപോലും ജീവിക്കാൻ സാധി ക്കാത്ത മനുഷ്യൻ ഭൂലോകവാസി എന്നതിനെക്കാൾ സൈബർവാസി യാണ്. ഭൂമിയിൽ ഇര തേടുകയും സൈബറിടത്തിൽ ചിന്തയെ പ്രതിഷ്ഠി ക്കുകയും ചെയ്ത മനുഷ്യൻ അവന്റെ കർതൃത്വം രൂപപ്പെടുത്തുന്നത് പുതിയ സാംസ്കാരിക പശ്ചാത്തലത്തിലാണ്. വിനോദങ്ങളും രഹസ്യ ങ്ങളും വസ്തുതകളും അറിവുകളും ദൃശ്യങ്ങളുമെല്ലാം കൂടിക്കലർന്ന് സങ്കീർണ്ണമായ സൈബർ സാംസ്കാരികാന്തരീക്ഷം മാനവികചോദനയെ ഉത്തേജിപ്പിക്കുകയും അവനവനെത്തന്നെ സർഗ്ഗാത്മകമായി പ്രതിഷ്ഠിക്കു ന്നതിനുള്ള വേദിയായി മാറ്റുകയും ചെയ്യുന്നു.

വളരുന്ന സൈബർ ഭാഷാവിശേഷണങ്ങൾ

സാങ്കേതികത നിർമ്മിച്ച വിശാലലോകത്തെ സൂചിപ്പിക്കുന്ന സൈബർ സ്പെയ്സ് എന്ന വാക്കുനിലനില്ക്കെത്തന്നെ മറ്റ് അനേകപദങ്ങൾ സമാ നാർത്ഥത്തിൽ ഉപയോഗിക്കപ്പെടാൻ തുടങ്ങിയിരിക്കുന്നു. സൈബേറിയ, വെർച്വൽ സ്പേസ്, വെർച്വൽ വേൾഡ്, ഡേറ്റാ സ്പേസ്, ഡിജിറ്റൽഡോമെ യ്ൻ, ഇലക്ട്രോണിക്സ്ഫിയർ (ഇലക്ട്രോണിക് മണ്ഡലം) ഇൻഫർ മേഷൻസ്ഫിയർ (വിവരമണ്ഡലം), ഇലക്ട്രോ പോളിസ്, വെർച്വൽ റിയാ ലിറ്റി, കമ്പ്യൂട്ടർനെറ്റ്വർക്കിങ്ങ്, ഇന്റർനെറ്റ്, സൈബൂർബിയ, ഇൻഫർ മേഷൻ സൂപ്പർ ഹൈവേ (വിജ്ഞാനമഹാസരണി), വെബ് മാട്രിക്സ്, ഇലക്ട്രോണിക് ഫ്രോണ്ടിയർ, മെറ്റാവേഴ്സ് ഇങ്ങനെ കമ്പ്യൂട്ടറുകളെയും അവയുടെ ശൃംഖലകളെയും കോർത്തിണക്കുന്ന വിശാലലോകം പുതിയ പേരുകളിലൂടെ അർത്ഥതലങ്ങളെ വികസിപ്പിക്കുന്നു. കമ്പ്യൂട്ടറിന്റെ ഭാഷ യെന്നനിലയിൽ ഇംഗ്ലീഷിൽ പ്രയോഗസാധ്യത തേടുന്ന മിക്കവാറും പദങ്ങളും

തത്സമമായും അർദ്ധതർജ്ജമകളായും മലയാളത്തിലും പ്രചാരം നേടുന്നു. സൈബർ സ്പെയ്സിലെ സാഹിത്യമെന്ന് വിളിക്കപ്പെടുന്നതിനൊപ്പം മുകളിൽ സൂചിപ്പിച്ച മിക്കവാറും പദങ്ങളും സാഹിത്യത്തോട് ചേർത്ത് സൈബർ സാഹിത്യത്തെ വിശേഷിപ്പിക്കാൻ ഇന്ന് ഉപയോഗിച്ചുകൊണ്ടിരിക്കുന്നു. പ്രയോഗത്തിൽ അനവധി സാധ്യതകളെ തുറന്നുതരുന്ന സൈബർ സാഹിത്യം വിശേഷണത്തിലും പുതിയ പദങ്ങളുടെ സാധ്യതകളെ നിരന്തരം സൃഷ്ടിച്ചുകൊണ്ടിരിക്കുന്നു. സൈബറിന്റെ സാധ്യതകളെ ഇന്ന് പഠനവിധേയമാക്കപ്പെടുന്നത് പുതുതായി നിർമ്മിക്കപ്പെട്ട ഈ പദങ്ങളുടെ അർത്ഥതലങ്ങളെ വിശകലനം ചെയ്തുകൊണ്ടാണ്.

സൈബർ സ്പെയ്സിന്റെ സവിശേഷതകൾ

സൈബർ സ്പെയ്സിൽ കാണപ്പെടുന്ന സാഹിത്യത്തെ സൈബർ സാഹിത്യമെന്ന് പൊതുവിൽ വിശേഷിപ്പിക്കുന്നു. അതിനാൽ തന്നെ സൈബർ സ്പെയ്സിന്റെ പൊതുസവിശേഷതകൾ സൈബർ സാഹിത്യത്തിന്റെയും സവിശേഷതകളായി മാറുന്നു.

മൈക്കൽ ബെനഡിക്ട് (Michael Benedikt) സൈബർ സ്പെയ്സിന്റെ സവിശേഷതകളെ വിലയിരുത്തുന്നത് ഇപ്രകാരമാണ്.

"സൈബർ സ്പെയ്സ് എന്നാൽ ലോകവ്യാപകമായി നെറ്റ് ശൃംഖലയാൽ ബന്ധിക്കപ്പെട്ടതും കമ്പ്യൂട്ടറുകളാൽ സ്ഥാപിക്കപ്പെട്ടതും കമ്പ്യൂട്ടർ ഉപയോഗിച്ചു ഉല്പാദിപ്പിക്കുന്നതുമായ ബഹുത്രിമാനവും കൃത്രിമവുമായ കമ്പ്യൂട്ടറിലെ ഭാവനാലോകമാണ്. ഇവിടെ ഓരോ കമ്പ്യൂട്ടറും ഓരോ വാതിലുകളാണ്. കാണപ്പെടുന്നതും കേൾക്കപ്പെടുന്നതുമായ വസ്തുക്കൾ, ഭൗതികാസ്ഥിത്വമുള്ള അവ ഭൗതികവസ്തുക്കളുടെ പ്രതിരൂപങ്ങളാകണമെന്ന് നിർബന്ധമില്ല, അവ രൂപത്തിലും സവിശേഷതയിലും പ്രവൃത്തിയിലും വിവരങ്ങൾകൊണ്ട്; ശുദ്ധമായ അറിവുകൊണ്ട് നിർമ്മിക്കപ്പെട്ടിരിക്കുന്നു. ഈ വിവരങ്ങൾ സ്വാഭാവികമായ, ഭൗതികമായ ഈ ലോകത്തിന്റെ പ്രവർത്തികളിൽനിന്ന് ഉത്പാദിപ്പിക്കപ്പെടുന്നവയാണ്. എന്നാൽ കൂടുതൽ ഭാഗവും വിവരങ്ങളുടെ അതിരില്ലാത്ത സഞ്ചാരം വഴി നിർമ്മിക്കപ്പെട്ടവയാണ്. അവ ശാസ്ത്രത്തിലും വ്യാപാരത്തിലും സംസ്കാരത്തിലും മാനുഷികസംരംഭങ്ങളെ നിർമിക്കുന്നു (1991:122).

മൈക്കൽ ബെനഡിക്ടിന്റെ സൈബർസ്പെയ്സിനെപ്പറ്റിയുള്ള നിർവചനം സൈബർ സാഹിത്യത്തിന്റെ സവിശേഷതകളെപ്പറ്റി വിശദീകരിക്കുന്നതാണ്. ഇവിടെ സൈബർ സ്പെയ്സിനെ അതീന്ദ്രിയലോകമായി കാണുന്നു. ഇത് അനുരൂപമായ ഒരു വെർച്വൽ ലോകമാണ്. എപ്രകാരമാണ് സൈബർലോകം നിർമ്മിക്കപ്പെടുന്നതെന്നും നയിക്കപ്പെടുന്നതെന്നും കാണിക്കുന്നു. മനുഷ്യനും കമ്പ്യൂട്ടർ സാങ്കേതികതയും തമ്മിലുള്ള സമ്പർക്കത്തിൽ നിർമ്മിക്കപ്പെട്ടവയാണ് അവ. ഓരോ കമ്പ്യൂട്ടറും ഇവിടെ വാതിലുകളാണ്. അവ മൗസിനാൽ നിയന്ത്രിക്കപ്പെടുന്നു.

ഇലക്ട്രോണിക്കും ഡിജിറ്റലുമായ സാങ്കേതികവിദ്യയുടെ സഹായത്താൽ യഥാർത്ഥവസ്തുതകളെ വിശ്വസിക്കാവുന്ന രീതിയിൽ അവയുടെ പതിപ്പുകളെ കൃത്രിമമായി സൃഷ്ടിക്കുന്നു. മനുഷ്യന്റെ പ്രവൃത്തിയുടെ ഫലമായി നിർമ്മിക്കപ്പെടുന്ന വിവരങ്ങളുടെ വലിയ സഞ്ചയമാണത്. ഈ ലോകത്തെതന്നെ പകരം വയ്ക്കാവുന്നതരത്തിൽ മറ്റൊരു ലോകമായി മാറ്റപ്പെടുന്നു. സാഹിത്യവും ശാസ്ത്രവും വ്യാപാരവും സംസ്കാരവും ഉൾക്കൊള്ളുന്ന ഒരു ലോകത്തെയാണ് നിർമ്മിച്ചുകൊണ്ടിരിക്കുന്നത്.

സൈബർ സ്പെയ്സിന്റെ സാങ്കേതികലോകത്ത് ഇതൾവിരിയുന്ന സൈബർ സാഹിത്യം അതിന്റെ പശ്ചാത്തലമാധ്യമത്തിന്റെ സാങ്കേതികത്വങ്ങളെ മുഴുവൻ ഉള്ളിൽ വഹിക്കുന്നവയാണ്. സൈബറിടത്തിൽ നിർമ്മിക്കപ്പെടുന്ന സാഹിത്യത്തെ അതിന്റെ പശ്ചാത്തലത്തിന്റെ സവിശേഷതകൾ മുൻനിർത്തി തുടർന്നു നിരീക്ഷിക്കുന്നു.

സൈബർ സ്പെയ്സ് കമ്പ്യൂട്ടർ നിർമ്മിതലോകം

സൈബർ സ്പെയ്സ് എന്നാൽ ഒരു പുതിയ പ്രപഞ്ചമാണ്. കമ്പ്യൂട്ടറുകളുടെ ലോകത്തിലും പ്രവർത്തനമാർഗ്ഗത്തിലും നിർമ്മിക്കപ്പെട്ടതും നിലനിർത്തപ്പെടുന്നതുമായ സമാന്തരപ്രപഞ്ചം (Benedikt, 1991:1). അവയുടെ പശ്ചാത്തലമായി നില്ക്കുന്നത് ശൃംഖലകളായി ബന്ധിക്കപ്പെട്ടിരിക്കുന്ന കമ്പ്യൂട്ടറുകളുടെ ലോകമാണ്. ലോകത്തിന്റെ വിവിധ ഇടങ്ങളിൽ കണ്ണിചേർക്കപ്പെടുന്ന കമ്പ്യൂട്ടറുകളാൽ സൈബർ ഇടം വിസ്തൃതമാക്കപ്പെടുന്നു. സൈബർ സ്പെയ്സിന്റെ നിർമ്മിതിയെപ്പറ്റി ജെയിംസ് സി. മൾവനൻ, ഗ്രിഗറി ജെ റട്ട്റെ എന്നിവർ അഭിപ്രായപ്പെടുന്നു. സൈബർ സ്പെയ്സ് നൂറുകണക്കിന് കമ്പ്യൂട്ടർശൃംഖലകൾ ഉൾച്ചേർന്നതാണ്. അവയാകട്ടെ ആയിരക്കണക്കിന് കമ്പ്യൂട്ടർ സർവ്വറുകൾ, റൂട്ടറുകൾ, സ്വിച്ചുകൾ, ഫൈബർ ഒപ്റ്റിക്സ് കേബിളുകൾ എന്നിവയാൽ നിർമ്മിക്കപ്പെടുന്നു (Mulvenon, 2012:3). പരസ്പരം ബന്ധിക്കപ്പെട്ട കമ്പ്യൂട്ടർ സാങ്കേതികതയാൽ എത്തിച്ചേരേണ്ട ദൂരം ലോകം മുഴുവനുമാണ്; സർവ്വ ഇടങ്ങളിലുമാണ്.

കമ്പ്യൂട്ടർ എന്ന മാധ്യമത്തിലൂടെ നിർമ്മിക്കപ്പെട്ട സാങ്കേതികതയുടെ ലോകത്താണ് ആശയങ്ങളും സർഗ്ഗാത്മകസൃഷ്ടികളും വിവരങ്ങളും വിനിമയം ചെയ്യപ്പെടുന്നത്. സൈബർ സ്പെയ്സിന്റെ പശ്ചാത്തലം കമ്പ്യൂട്ടറുകളുടെ പരസ്പരബന്ധം തീർക്കുന്ന കണ്ണികളാൽ ബന്ധിക്കപ്പെട്ടതാണ്. ജോൺ ഫെലൻ (John Phelen) കമ്പ്യൂട്ടർ ശൃംഖലകളാൽ നിർമ്മിക്കപ്പെട്ട സൈബർ സ്പെയ്സിനെ വിശദീകരിക്കുന്നു. വലിയ ജനവിഭാഗത്തെ ഇലക്ട്രോണിക് മാധ്യമങ്ങളുടെ ആശയവിനിമയലോകം ആകർഷിക്കുന്നു. ദൃശ്യവും ശബ്ദവും അതുപോലെ യഥാർത്ഥലോകത്തിന്റെ മാതൃകകളും ബോധതലത്തെ കീഴ്പ്പെടുത്തുന്നു (1996:42). കമ്പ്യൂട്ടർമാധ്യമത്തിലുള്ളതും ഇലക്ട്രോണിക് ടെലി ഇഫക്ടുകളുടെ പശ്ചാത്തലത്തിൽ ഡാറ്റകൾ

കൈമാറ്റം ചെയ്യപ്പെടുന്നതുമായ ഏതൊരു സ്ഥലവും സൈബർ സ്പെയ്സ് എന്ന് വിശേഷിപ്പിക്കാം. സൈബർ സ്പെയ്സിനെ കമ്പ്യൂട്ടർ സാങ്കേതികതയിൽ വിന്യസിക്കപ്പെട്ട ഒന്നായി പരിഗണിക്കുന്നു. ഈ അർത്ഥത്തിൽ സൈബർ സാഹിത്യം നിർവ്വചിക്കപ്പെടുന്നത് കമ്പ്യൂട്ടറുകളുടെ മാധ്യമത്തിലും അവയുടെ ഇഫക്റ്റുകളോടും കൂടെ നിർമ്മിക്കപ്പെടുന്നവ എന്നാണ്. അതിനാൽതന്നെ കമ്പ്യൂട്ടറുകളുടെ സാങ്കേതികത സൈബർ സാഹിത്യത്തിന്റെ ഭാഗമായി മാറ്റപ്പെടുന്നു. കമ്പ്യൂട്ടറുകളുടെ മാധ്യമലോകമാണ് സൈബർ സാഹിത്യത്തെ നിർമ്മിക്കുകയും നിലനിർത്തുകയും ചെയ്യുന്നത്. കമ്പ്യൂട്ടറിന്റെ മാധ്യമലോകത്തിനു പുറത്ത് സൈബർ സാഹിത്യത്തിന്റെ അസ്തിത്വം നിലനില്ക്കപ്പെടുന്നതല്ല.

പ്രതീതിയാഥാർത്ഥ്യം/വെർച്വൽലോകം

സൈബർ സ്പെയ്സിന്റെ പ്രധാന സവിശേഷതകളിലൊന്ന് അത് സൃഷ്ടിക്കുന്നത് പ്രതീതിലോകമാണ് എന്നതാണ്. ഒരേ സമയം അത് യാഥാർത്ഥ്യവും കൃത്രിമവുമായ ഒരു ലോകത്തെ സൃഷ്ടിക്കുന്നു. എന്നാൽ ഭൗതികമായ ഒരു ഇടത്തെ പ്രതിനിധാനം ചെയ്യുന്നില്ല. യാഥാർത്ഥ്യത്തിന്റെയും കൃത്രിമമായതിന്റെയും അതിർത്തികൾ തിരിച്ചറിയാനാവാതെ അവ പരസ്പരം കൂടിക്കുഴഞ്ഞ് കിടക്കുന്നു. മൈക്കൽ ബെനഡിക്ടിന്റെ (Michael Benedikt) നിരീക്ഷണം ഇപ്രകാരമാണ്. "സൈബർ സ്പെയ്സ് എന്നാൽ മനുഷ്യന്റെ സ്വപ്നത്തിൽ വിരിഞ്ഞുനില്ക്കുന്ന ലോകത്തോടുപമിക്കാം. അവിടെ കാഴ്ചയുടെയും ശബ്ദത്തിന്റെയും ആശയവിനിമയം സാധ്യമാണ്. അവിടെ എഴുത്തും വായനയും സാധ്യമാകുന്നു. ചിത്രങ്ങൾ കാണാനും അറിവുകളെ പഠിക്കാനും വീഡിയോയും കലകളും ആസ്വദിക്കാനും പാട്ടും പ്രസംഗങ്ങളും കേൾക്കാനും സാധ്യമാകുന്ന ദൃശ്യശ്രാവ്യലോകത്തിന്റെ അവസ്ഥകളെ പ്രദാനം ചെയ്യുന്നു. ഭൗതികപ്രധാനമായ യാഥാർത്ഥ്യലോകത്തിന്റെ ഡിജിറ്റൽ പരിപൂരകമായി സൈബർസ്പെയ്സ് നിലനില്ക്കുന്നു" (1999:11).

ഭൗതികലോകത്തിന്റെ ഡിജിറ്റൽ പതിപ്പുകളായി സൈബർ ലോകം മാറ്റപ്പെട്ടിരിക്കുന്നു. ഈ ലോകത്തിലെ ജീവിതത്തിൽ സംഭവിക്കുന്നതെല്ലാം ഡിജിറ്റൽ ലോകത്തും സംഭവിച്ചുകൊണ്ടിരിക്കുന്നു. എന്നാൽ അവ യഥാർത്ഥലോകത്തിൽ നിന്നു വ്യത്യസ്തപ്പെട്ടു നില്ക്കുന്നവയാണുതാനും. മനസ്സിന്റെ മായികലോകമെന്നപോലെ ഡിജിറ്റൽലോകം സ്ക്രീനിൽ അവതരിപ്പിക്കപ്പെടുന്നു. ദൃശ്യശ്രാവ്യരൂപങ്ങൾ സവിശേഷരൂപത്തിൽ അവതരിക്കപ്പെടുമ്പോൾ മനസ്സിന്റെ സ്വപ്നാവസ്ഥകളുടെ രൂപം പ്രാപിക്കലായി സൈബർലോകം മാറ്റപ്പെടുന്നു. സൈബറിടത്തിന്റെ ഈ സവിശേഷതകളാണ് സൈബർസാഹിത്യത്തെയും വ്യത്യസ്തമാക്കുന്നത്. അച്ചടിയിൽ വിരിഞ്ഞുവന്നത് നിശ്ചലമായ അക്ഷരങ്ങളുടെ അചേതന കാഴ്ചകളെങ്കിൽ സൈബർ സാഹിത്യം സൃഷ്ടിക്കുന്നത് ദൃശ്യശ്രാവ്യങ്ങൾ സന്നിവേശം നടത്തപ്പെട്ട ചലനാത്മക സാഹിത്യരൂപങ്ങളാണ്.

കമ്പ്യൂട്ടർകേന്ദ്രീകൃത സാങ്കേതികതയും പ്രവേശനവും

സൈബർ സ്പെയ്സിൽ പ്രവേശിക്കുവാൻ മനുഷ്യനാൽ നിർമ്മിക്കപ്പെട്ട ഉപകരണങ്ങൾ വഴിയും കൃത്രിമമായി വളർത്തിയെടുത്ത യന്ത്രവിദ്യ കൊണ്ടും മാത്രമേ സാധ്യമാകൂ. ഡിജിറ്റൽ കമ്പ്യൂട്ടറുകളുടെ പ്രവർത്തനം, സോഫ്റ്റ്വെയർ, നെറ്റ്വർക്ക് കണക്ഷൻ എന്നിവയ്ക്കൊപ്പം ഭൗതികമായി നിർമ്മിക്കപ്പെട്ട വസ്തുക്കളുടെയും സാന്നിധ്യം സൈബർ സ്പെയ്സിൽ പ്രവേശിക്കുവാൻ ആവശ്യമാണ്. കമ്പ്യൂട്ടർ സ്ക്രീൻ, മൊബൈൽഫോൺ, ടെർമിനൽ തുടങ്ങി അനുബന്ധമായി നിർമ്മിക്കപ്പെട്ട ഉപകരണങ്ങൾ സൈബറിടത്തിലേക്കുള്ള വാതിലുകളായി നിലകൊള്ളുന്നു. സൈബർ സ്പെയ്സുമായി ബന്ധപ്പെട്ട് രൂപകല്പന ചെയ്യപ്പെട്ട ഉപകരണങ്ങളെ സൈബർലോകത്തിന്റെ അതിർത്തിയായോ വാതിലായോ പരിഗണിക്കാം. ഇതിന്റെ അതിർത്തിയും വാതിലും കടന്നാലെ സൈബർ സ്പെയ്സിന്റെ അതിയാഥാർത്ഥ്യങ്ങളിലേക്ക് പ്രവേശിക്കാൻ സാധിക്കുകയുള്ളൂ (Benedikt, 1999:11). സൈബർ സാഹിത്യമെന്നാൽ കമ്പ്യൂട്ടർ സാങ്കേതികതയിലും സാങ്കേതികഉപകരണങ്ങൾ വഴിയും നിർമ്മിക്കപ്പെടുന്ന സാഹിത്യമാണ്. മനുഷ്യൻ കൃത്രിമമായി വളർത്തിയെടുത്ത കമ്പ്യൂട്ടർ സാങ്കേതികവിദ്യയുടെയും കമ്പ്യൂട്ടർ ഉപകരണങ്ങളുടെയും സങ്കേതങ്ങളിലാണ് സൈബർ സാഹിത്യവും നിലനിൽക്കപ്പെടുന്നത്. അവയുടെ അസ്തിത്വമെന്നത് കമ്പ്യൂട്ടർ സാങ്കേതികവിദ്യയുടെ പരിസരങ്ങളിൽ മാത്രം സൃഷ്ടിക്കപ്പെടുന്നതും നിലനിർത്തപ്പെടുന്നതുമാണ്.

ആഗോളസമ്പർക്കയിടം

വ്യക്തികൾക്ക് പരസ്പരവും ഗ്രൂപ്പുകൾ തമ്മിലും ബന്ധപ്പെടുന്നതിനും ആശയവിനിമയം നടത്തുന്നതിനും അവരുടെ സർഗ്ഗാത്മക സൃഷ്ടികളെ സ്ഥലകാലത്തിനപ്പുറം സ്വതന്ത്രമാക്കാനും സൈബർ സ്പെയ്സ് പ്രാപ്തമാക്കുന്നു (Benedikt, 1999:11). കമ്പ്യൂട്ടറിന്റെ ചെറിയ മുറികളിലിരുന്ന് നടത്തപ്പെടുന്ന പരസ്പരസമ്പർക്കത്തിന്റെ കൂട്ടിമുട്ടലുകൾ വെർച്വൽ ലോകത്തിന്റെ വിശാലതയുടെ ഭാഗമായി മാറ്റപ്പെടുന്നു. പരസ്പരം സംസാരിക്കുന്ന മുഖങ്ങൾ ഇലക്ട്രോണിക് മുഖങ്ങളായി മാറ്റപ്പെടുന്നു (1999:3). സൈബർ സ്പെയ്സിൽ നടത്തപ്പെടുന്ന സമ്പർക്കങ്ങൾ ആഗോളവ്യാപ്തിയുള്ളവയാണ്. സ്ഥലകാലബദ്ധമായി നടത്തപ്പെടുന്ന സമ്പർക്കങ്ങളെക്കാൾ സൈബറിടത്തിലെ സമ്പർക്കങ്ങൾക്ക് ആഗോളമാനം കൈവരുന്നു. സോഷ്യൽ മീഡിയായും മറ്റ് ആശയവിനിമയമാധ്യമങ്ങളായ ഫേസ് ബുക്ക്, ടിറ്റർ, ബ്ലോഗ്, ഇ-മെയിൽ എന്നിവയും എപ്രകാരം വ്യക്തികൾ പരസ്പരവും അറിവിന്റെ മേഖലയുമായും ബന്ധപ്പെടണമെന്ന ധാരണയെ പുനർനിർണ്ണയം ചെയ്തിരിക്കുകയാണ് (Mulvenon, 2012:7). ആശയവിനിമയവും സർഗ്ഗാത്മകസൃഷ്ടികളുടെ പങ്കുവയ്പും ഗ്ലോബൽമാനങ്ങളെ പുണർന്നുനില്ക്കുന്നു. മലയാളംപോലെ പ്രാദേശിക ഇടത്തിൽ കൈമാറ്റം

ചെയ്യപ്പെടുന്ന ഭാഷയും സാഹിത്യവും ആഗോളഭാഷകൾക്കും സാഹിത്യത്തിനുമൊപ്പം പ്രതിഷ്ഠിക്കപ്പെടുന്നുവെന്ന സാധ്യതയാണ് സൈബർ സ്പെയ്സ് ഒരുക്കുന്നത്. ആഗോളഇടങ്ങളിൽ ജീവിക്കുന്ന മലയാളിയുടെ സംഗമകേന്ദ്രമാണ് ബ്ലോഗുൾപ്പെടുന്ന സൈബറിടങ്ങൾ. സൈബർ സ്പെയ്സിന്റെ വിശാലഇടത്തിൽ സ്വതന്ത്രമാക്കപ്പെടുന്ന സാഹിത്യസൃഷ്ടി അതിർത്തികളുടെ പരിധികളില്ലാതെയും സമയത്തിന്റെ പരിമിതികളില്ലാതെയും ആഗോളസാഹിത്യഭൂമികയുടെ ഭാഗമായി മാറുന്നു.

മാധ്യമ സംഗമയിടം

സൈബർ സ്പെയ്സിന്റെ ലോകം വിവിധ മാധ്യമങ്ങളാൽ നിർമ്മിക്കപ്പെട്ടതാണ്. ആകർഷകമായ ചിത്രരൂപങ്ങളിൽ അക്ഷരങ്ങൾക്കുപുറമെ ശബ്ദചിത്ര, ചലനചിത്ര അകമ്പടിയോടെ സൈബർ സ്പെയ്സിനെ അവതരിപ്പിച്ചിരിക്കുന്നു. ലോകത്തിലെ വിവിധ കമ്പ്യൂട്ടറുകളിലായി വ്യാപിച്ചുകിടക്കുന്ന സൈബർലോകം മാധ്യമങ്ങളുടെ പങ്കാളിത്തത്താൽ സമ്പന്നമാണ്. കമ്പ്യൂട്ടറുകളുടെ ശൃംഖലയിലേക്ക് ലിങ്കു ചെയ്യപ്പെട്ട് വിവിധ മാധ്യമ ഉപകരണങ്ങളാൽ സൈബർലോകം വളർന്നുകൊണ്ടിരിക്കുന്നു. സൈബർ സ്പെയ്സ് ഒരുക്കുന്ന മാധ്യമങ്ങളുടെ ഫലഭൂയിഷ്ഠതയെപ്പറ്റി മൈക്കൽ ബെനഡിക്ട് (Benedikt) നടത്തുന്ന നിരീക്ഷണം ഇപ്രകാരമാണ്.

“കണ്ണുചിമ്മാത്ത അനേക വീഡിയോകണ്ണുകൾ വഴി അകലങ്ങളിലുള്ള സ്ഥലങ്ങളും മുഖങ്ങളും യഥാർത്ഥവും അയഥാർത്ഥവും ഇപ്പോഴുള്ളവയും മുമ്പേ നശിച്ചവയും കാഴ്ചയുടെ സമക്ഷത്തിലേക്കു കൊണ്ടുവരുന്നു. സംസ്കാരത്തിന്റെ നിക്ഷേപങ്ങളുടെ സമ്പത്തുകൊണ്ടാണ് അതിന്റെ വിസ്തൃതമായ വിവരശേഖരം നിർമ്മിക്കപ്പെട്ടിരിക്കുന്നത്. എല്ലാ രേഖകളും അവിടെ വായിക്കാം. എല്ലാ ശബ്ദലേഖനവും അവിടെ കേൾപ്പിക്കാം, എല്ലാ ചിത്രങ്ങളും അവിടെ കാണാം” (1991:2).

സൈബർ സ്പെയ്സ് തുറന്നുതരുന്ന സാധ്യത അതിനെ വിവിധ മാധ്യമങ്ങളുടെ സംഗമഭൂമിയാക്കി. എഴുതാനും ദൃശ്യങ്ങൾ പകർത്താനും ശബ്ദം രേഖപ്പെടുത്താനും ലഭ്യമായ വിവിധ മാധ്യമങ്ങളുടെ വാതായനങ്ങൾ തുറന്നുകാണിക്കുന്ന പ്രദർശനശാലയാക്കി മാറ്റി. സൈബർ സ്പെയിസിൽ നിർമ്മിക്കപ്പെടുന്ന സാഹിത്യരൂപങ്ങൾക്ക് അക്ഷരങ്ങളുടെ മാത്രം കുറിച്ചുവയ്പുകൾക്കപ്പുറത്തേക്ക് വളർന്നു വികസിക്കാൻ കഴിഞ്ഞു. നിശ്ചലദൃശ്യങ്ങളും ശബ്ദവും ചലനദൃശ്യങ്ങളും കൂട്ടിക്കലർത്തുന്ന സാഹിത്യരൂപങ്ങളാണ് ബ്ലോഗുൾപ്പെടുന്ന സൈബർ ലോകത്ത് ഉദയം കൊള്ളുന്നത്. വീഡിയോയും ക്യാമറയും ഓഡിയോ ഉപകരണങ്ങളും മൊബൈൽ ഫോണും തുടങ്ങി ദൃശ്യശ്രാവ്യങ്ങളെ രേഖപ്പെടുത്താൻ കഴിയുന്ന ഏതു ഉപകരണവും സാഹിത്യരചനയുടെ ഭാഗമായി മാറ്റപ്പെടുന്നു. പേനയും കടലാസും മാത്രം സാഹിത്യരചനയുടെ ഭാഗമായിരുന്ന കാലത്തിൽനിന്ന് നിരവധി മാധ്യമങ്ങൾ ഒരേ സമയം പ്രയോഗക്ഷമമാകുന്ന കാലത്തിലേക്ക് സാഹിത്യം പ്രവേശിച്ചുകഴിഞ്ഞിരിക്കുന്നു.

നാല്

സൈബർ സാഹിത്യസിദ്ധാന്തം

സാഹിത്യവും കലയും സാങ്കേതിക പിൻബലത്തോടെ ഡിജിറ്റൽവൽക്കരണത്തിന് വിധേയമായ കാലഘട്ടത്തിലാണ് സൈബർ സാഹിത്യത്തെപ്പറ്റിയുള്ള ചിന്തകൾ രൂഢമൂലമാവുന്നത്. കൈയെഴുത്തു കാലഘട്ടത്തിലും അച്ചടികാലഘട്ടത്തിലും സാഹിത്യത്തെപ്പറ്റിയുള്ള പഠനങ്ങൾ നടത്തപ്പെട്ടത് സാഹിത്യകൃതിയേയും സാഹിത്യസ്രഷ്ടാവിനെയും കേന്ദ്രീകരിച്ചുകൊണ്ടായിരുന്നു. കൃതിയുടെയും കർത്താവിന്റെയും ചരിത്രപശ്ചാത്തലം, സ്വാധീനങ്ങൾ, കാലപരമായ പ്രത്യേകതകൾ, ചിന്താധാരകൾ എന്നിങ്ങനെ പലതും ഇക്കാലഘട്ടത്തിൽ സാഹിത്യപഠനങ്ങൾക്ക് അടിസ്ഥാനമായി നിന്നു. സൈബർയുഗത്തിലാകട്ടെ സാഹിത്യത്തെ നിർവചിക്കുന്നതിന് അവയുമായി ബന്ധപ്പെട്ട മാധ്യമങ്ങളുടെ സവിശേഷതകളെക്കൂടി പഠനവിധേയമാക്കേണ്ടിയിരിക്കുന്നു. ശാസ്ത്രസാങ്കേതികമേഖലകളിലെ വളർച്ചയും നവമാധ്യമങ്ങളുടെ പ്രചാരവും ആധുനിക മനുഷ്യന്റെ ചിന്തകളിലും സാഹിത്യവ്യവഹാരങ്ങളിലും വലിയ മാറ്റങ്ങൾ കൊണ്ടുവന്നു. സാങ്കേതികവിദ്യയും മാധ്യമവിജ്ഞാനവും മാധ്യമ ഉപയോഗവും മനുഷ്യന്റെ ദൈനംദിനജീവിതത്തിന്റെ ഭാഗമായി മാറിക്കഴിഞ്ഞു. ഈ പശ്ചാത്തലത്തിലാണ് സൈബർ സാഹിത്യസൃഷ്ടികൾ രൂപപ്പെടുന്നത്. കഴിഞ്ഞ കാലത്തിൽനിന്ന് വ്യത്യസ്തമായി സാഹിത്യത്തിന്റെ നിർമ്മിതിയിൽ സാങ്കേതികസവിശേഷതകൾകൂടി കടന്നുവരുന്നു എന്നതാണ് പ്രധാന സവിശേഷത.

സാഹിത്യത്തിലേക്കുള്ള സാങ്കേതികവിദ്യയുടെ ആവിർഭാവത്തെപ്പറ്റി ലൂസിയാനോ റോഡ്രിഗസ് ലിമ (Luciano Rodrigues Lima) ഇപ്രകാരം അഭിപ്രായപ്പെടുന്നു.

“കലർപ്പില്ലാത്ത സാഹിത്യരൂപം അല്ലെങ്കിൽ കലാപരമായ ആവിഷ്കാരത്തിന്റെ പൂർണ്ണത ഒരിടത്തും വ്യക്തമായി കാണുവാൻ കഴിയുകയില്ല. ആവിഷ്കാരത്തിനുവേണ്ടിയും സാങ്കേതികവിദ്യ വിഷയമായും യന്ത്രോപകരണങ്ങൾ കലാപ്രവർത്തനത്തിന്റെ ഉള്ളിൽ പ്രതിഷ്ഠിക്കപ്പെട്ടു

കഴിഞ്ഞു. അതിനാൽ ഇനി ഒരിക്കലും കലയെ സാങ്കേതികവിദ്യയിൽനിന്ന് വേർതിരിക്കാൻ കഴിയുകയില്ല" (2012).

സാഹിത്യത്തിന്റെയും കലയുടെയും ലോകത്തിലേക്കുള്ള സാങ്കേതിക വിദ്യയുടെ കടന്നുവരവിനെ അടയാളപ്പെടുത്തുകയാണിവിടെ. ശാസ്ത്ര യുഗത്തിന്റെ ഭാഗമായി സാങ്കേതികവിദ്യ സാഹിത്യത്തിന്റെ സത്തയിൽ പ്രതിഷ്ഠിക്കപ്പെട്ടുകഴിഞ്ഞു. കലർപ്പില്ലാത്ത സാഹിത്യരൂപം അല്ലെങ്കിൽ കലയെ കലയായി മാത്രം കാണപ്പെടുന്ന അവസ്ഥ ഒരിടത്തും കാണാൻ കഴിയുകയില്ല. സാങ്കേതികവിദ്യ കലയുടെയും സാഹിത്യത്തിന്റെയും ഉള്ളിലുള്ള പ്രവർത്തനമായി മാറിക്കഴിഞ്ഞു. കലയെയും സാഹിത്യത്തെയും ടെക്നോളജിയിൽനിന്ന് വേർതിരിക്കാനാവാത്തവിധം അതിന്റെ ഉള്ളിലേക്ക് യന്ത്രോപകരണങ്ങൾ കടന്നുകഴിഞ്ഞു.

സൈബർ സാഹിത്യത്തെക്കുറിച്ചുള്ള പഠനം സൈബറിന്റെയും സാഹിത്യത്തിന്റെയും പഠനമാണ്. സൈബറിനെപ്പറ്റിയുള്ള പഠനം സൈബറിടത്തെപ്പറ്റിയും സൈബറിടത്തെ രൂപപ്പെടുത്തുന്ന സാങ്കേതിക വിദ്യയെപ്പറ്റിയും സാഹിത്യത്തെ പ്രവർത്തനസജ്ജമാക്കുന്ന സൈബർ ഉപകരണത്തെപ്പറ്റിയുമുള്ള പഠനമാണ്. സൈബർ സാഹിത്യപഠനത്തിൽ സാങ്കേതികതയുടെയും സാഹിത്യത്തിന്റെയും ഘടകങ്ങൾ തുല്യമായ രീതിയിൽ പഠനവിധേയമാകുന്നു.

നവമാധ്യമങ്ങളുടെ ഘടനയിലും വ്യവഹാരത്തിലും രൂപപ്പെട്ട സാഹിത്യത്തെ ആണ് സൈബർ സാഹിത്യമെന്ന് വിളിക്കുക (Urszula, 2014:2). അതുകൊണ്ടുതന്നെ സൈബർ സാഹിത്യസിദ്ധാന്തങ്ങളുടെ പഠനത്തിൽ ചില വിഷയങ്ങൾ പ്രത്യേകം പരിഗണിക്കുന്നു.

1. സൈബർ സാഹിത്യത്തിന്റെ വളർച്ച അതിന്റെ ആരംഭം മുതൽ കമ്പ്യൂട്ടർ സാങ്കേതികവിദ്യയുടെ വളർച്ചയോട് ചേർന്നാണ്.
2. ടെക്നോളജിയുടെ വളർച്ചയ്ക്കനുസരിച്ച് ഇലക്ട്രോണിക് സാഹിത്യം നിരന്തരം മാറിക്കൊണ്ടിരിക്കുന്നു.
3. സൈബർ സാഹിത്യത്തിലെ ഓരോ രൂപവും വ്യത്യസ്തങ്ങളാണ്.
4. പരമ്പരാഗത മാധ്യമത്തിൽനിന്ന് സൈബർ സാഹിത്യത്തിലേക്ക് എത്തിച്ചേരുമ്പോൾ മാധ്യമഘടകങ്ങളായ പാഠം, എഴുത്ത്, എഴുത്തുകാരൻ, വായന, വായനക്കാരൻ, മാധ്യമം എന്നിവയിൽ കൂട്ടിച്ചേർക്കലുകൾ നടത്തുന്നു.

ഇലക്ട്രോണിക് സാഹിത്യം, ഡിജിറ്റൽ സാഹിത്യം, കമ്പ്യൂട്ടർ സാഹിത്യം, ഇ-സാഹിത്യം, എന്നെല്ലാം വിളിക്കപ്പെടുന്ന സൈബർ സാഹിത്യത്തിന്റെ വളർച്ച അതിന്റെ ആരംഭം മുതൽ കമ്പ്യൂട്ടറിന്റെ വളർച്ചയുമായി ബന്ധപ്പെട്ടാണ്. കമ്പ്യൂട്ടർ കേന്ദ്രീകൃത മാധ്യമലോകത്തുനിന്ന് 'ലിങ്ക്ഡ് കമ്പ്യൂട്ടർ' (Linked Computer) മാധ്യമലോകത്തേക്കും അവിടെ നിന്നും മൊബൈൽ കേന്ദ്രീകൃത മാധ്യമലോകത്തിലേക്കും അതു

വളർന്നുനില്ക്കുന്നു. കമ്പ്യൂട്ടറുകളുടെ ആദ്യകാലം വൈവിധ്യമുള്ള സാഹിത്യരൂപങ്ങളെയും ആഖ്യാനരീതികളെയും പാഠവായനകളെയും കാണിച്ചുതരുന്നതായിരുന്നു. ഇന്റർനെറ്റ് സാങ്കേതികതയോടെ വളർന്നു നിന്ന ലിങ്ക്ഡ് കമ്പ്യൂട്ടർ സംസ്കാരം (Linked Computer Culture) പാഠങ്ങളുടെ നിർമ്മാണത്തിലും ശൈലികളിലും വൻ വിപ്ലവം സൃഷ്ടിച്ചു. പാഠങ്ങളുടെ കുത്തൊഴുക്ക് ഈ കാലഘട്ടത്തിന്റെ സവിശേഷതയാണ്. ഏഴാമത്തെ ബഹുജനമാധ്യമമെന്ന് വിളിക്കപ്പെടുന്ന മൊബൈൽഫോണിന്റെ ആവിർഭാവം സൈബർപാഠങ്ങളുടെ നിർമ്മാണത്തിന് അതിവേഗം പ്രദാനം ചെയ്തു. ഇന്റർനെറ്റ് കണക്ഷനോടെയുള്ള മൊബൈൽഫോണിന്റെ കടന്നുവരവ് ആശയവിനിമയമേഖലയ്ക്ക് ദ്രുതവേഗം നല്കുകയും ഭാഷാസാഹിത്യ വ്യവഹാരരീതികളിൽ പുതിയ സ്വാധീനങ്ങൾ ചെലുത്തുകയും ചെയ്തു. വെബ്ബിന്റെ സാങ്കേതികരംഗത്തുണ്ടാകുന്ന വളർച്ചയാണ് ഇന്ന് സൈബർസാഹിത്യത്തിന്റെ വളർച്ചയിൽ പരിഗണിക്കുന്ന പ്രധാനഘടകം.

സൈബർ സാഹിത്യസിദ്ധാന്തങ്ങളെ പഠനവിധേയമാക്കിയ പാവ്ലിക്ക ഉർസുല (Pawlicka Urszula) ഇലക്ട്രോണിക് സാഹിത്യസിദ്ധാന്തങ്ങളെ അടിസ്ഥാനമാക്കി സൈബർ സാഹിത്യചരിത്രത്തെ മൂന്നായി വിഭജിക്കുന്നു.

(1) കമ്പ്യൂട്ടർ കേന്ദ്രീകൃത സാഹിത്യഘട്ടം - പ്രി-വെബ് കാലം

(2) വെബ് കേന്ദ്രീകൃത സാഹിത്യഘട്ടം

(3) മൊബൈൽ കേന്ദ്രീകൃത സാഹിത്യഘട്ടം (2014:2-7)

ഇക്കാലഘട്ടത്തിൽ സൈബർ സാഹിത്യവുമായി ബന്ധപ്പെട്ട സാങ്കേതികതയെയും സാഹിത്യപരമായ സവിശേഷതകളെയും നിരീക്ഷണവിധേയമാക്കുന്നു. സാങ്കേതികവിദ്യയുടെ അവതാരമെന്ന് വിളിക്കപ്പെടുന്ന സൈബർ സാഹിത്യം സാങ്കേതികവിദ്യയുടെ വളർച്ചയ്ക്കനുസരിച്ച് രൂപതലത്തിലും ഭാവതലത്തിലും സൈദ്ധാന്തികതലത്തിലും മാറ്റത്തിന് വിധേയമാകുന്നത് തുടർന്ന് പഠനവിധേയമാക്കുന്നു.

1. കമ്പ്യൂട്ടർസാഹിത്യഘട്ടം

കമ്പ്യൂട്ടറിന്റെ നിർമ്മാണവുമായി ബന്ധപ്പെട്ടതാണ് ഒന്നാമത്തെ ഘട്ടം. കമ്പ്യൂട്ടറിൽ നിർമ്മിക്കപ്പെട്ട ടെക്സ്റ്റുകളുടെ ഘട്ടമാണിത്. 1994ൽ വേൾഡ് വൈഡ് വെബ്ബിന്റെ (World Wide Web) ഉത്ഭവത്തിനുമുമ്പ് കമ്പ്യൂട്ടറിൽ നിർമ്മിക്കപ്പെട്ട പാഠങ്ങളെയാണ് ഈ ഘട്ടത്തിൽ പരിഗണിക്കുക. ഈ കാലഘട്ടത്തെ പ്രി-വെബ്(Pre-Web)കാലം എന്നു വിളിക്കുന്നു (Urszula, 2014:2).

ഡിജിറ്റൽ സാഹിത്യസൃഷ്ടി മാധ്യമസാങ്കേതികതയ്ക്കിടയിൽ വളർന്നുവന്നവയായതിനാൽ സാങ്കേതികതയുടെ മാറ്റങ്ങളും അവയെ സ്വാധീനിക്കും. സാങ്കേതികതയുടെ ആദ്യഘട്ടം കമ്പ്യൂട്ടർ സാങ്കേതികവിദ്യകൾ ഏറെ ലളിതമായിരുന്ന കാലമാണ്. സാമഗ്രികളും പ്രോഗ്രാമുകളും

അതിശക്തമായ മുന്നേറ്റം നടത്തുന്നതിനുമുമ്പുള്ള ഈ ഘട്ടത്തിൽ പ്രബലമായിരുന്നത് ഇസ്റ്റഗേറ്റ് (Estagate) എന്ന പബ്ലീഷറും അതിന്റെ പ്രോഗ്രാമായ story space ഉം ആണ്. ഇക്കാലഘട്ടത്തിൽ പ്രചാരം നേടിയ സാഹിത്യസൃഷ്ടികളെ ഉൾപ്പെടുത്തി കാതറീൻ ഹൈൽസ്(Katherine Hayles) 'സ്റ്റോറി സ്പെയ്സ് സ്കൂൾ' (story space school) എന്നു വിളിക്കുന്നു (2007:5). സാഹിത്യനിർമ്മാണത്തിന് ഉപയോഗിച്ച ഹൈപ്പർടെക്സ്റ്റ് സാങ്കേതികവിദ്യയായിരുന്നു ഇക്കാലത്തെ സാഹിത്യസൃഷ്ടികളുടെ സവിശേഷത. അതിനാൽ ഈ ഹൈപ്പർ ടെക്സ്റ്റുകളെ അടിസ്ഥാനമാക്കിയാണ് ആദ്യകാല സൈബർ സാഹിത്യസിദ്ധാന്തങ്ങൾ രൂപപ്പെടുന്നത്. ആദ്യ ഹൈപ്പർടെക്സ്റ്റ് സാഹിത്യസൃഷ്ടികൾ മൈക്കൽ ജോയ്സിയുടെ (Michael Joyce) 'ആഫ്റ്റർനൂൺ എ സ്റ്റോറി', ഷെല്ലി ജാക്സന്റെ (Shelley Jacksom) 'പാച്ച്വർക്ക് ഗേൾ', സ്റ്റുവാർട്ട് മൗൾത്രോപ്പിന്റെ (Stuart Moulthrop) 'വിക്ടറി ഗാർഡൻ' എന്നിവയാണ്. ഇതിൽതന്നെ ഹെപ്പർടെക്സ്റ്റ് കൃതികളിലെ ആദ്യസൃഷ്ടി എന്നു പേരു ലഭിക്കുന്നത് മൈക്കൽ ജോയ്സിയുടെ കൃതിക്കാണ്. 1987-ൽ എഴുതപ്പെട്ട ഈ കൃതി 1990ലാണ് ഈസ്റ്റഗേറ്റ് സിസ്റ്റത്തിൽ പ്രസിദ്ധീകരിക്കപ്പെടുന്നത് (Hayles, 2007:5).

സ്റ്റുവാർട്ട് മൗൾത്രോപ്പിന്റെ (Stuart Moulthrop) 'ഹിജിറ സ്കോപ്പ്' എന്ന ഫിക്ഷനെ ഹൈപ്പർ ടെക്സ്റ്റിന്റെ മികച്ച ഉദാഹരണമായി ബെർട്ടാൻഡ് ഗെർവെയ്സ് (Bertrand Gervais) ചൂണ്ടിക്കാട്ടുന്നു (2013:183). 175 പേജുകളിലായി എഴുതപ്പെട്ടിരിക്കുന്ന ഹിജിറ സ്കോപ്പ് എന്ന ഹൈപ്പർടെക്സ്റ്റ് ഫിക്ഷണിൽ 700 ലിങ്കുകളാണ് നൽകപ്പെട്ടിരിക്കുന്നത്. ഹിജിറ സ്കോപ്പിന്റെ ആരംഭത്തിൽ ഇപ്രകാരം രേഖപ്പെടുത്തുന്നു. "നിങ്ങൾ എവിടെയെല്ലാം പോകുന്നുവോ അവിടെ ഒരു ഭൂപടവും ഉണ്ടായിരിക്കുകയില്ല" (Moulthrop, 1997).

അച്ചടിമാധ്യമത്തിൽനിന്ന് വളർന്നുവന്ന കമ്പ്യൂട്ടർ സാഹിത്യത്തിന്റെ ആദ്യസവിശേഷതകളിലേക്കാണ് ഇതു വിരൽ ചൂണ്ടുന്നത്. കൃതികളിൽ സജ്ജീകരിച്ചിരിക്കുന്ന ഹൈപ്പർ ലിങ്കുകൾ വഴിയുള്ള വായനക്കാരന്റെ സഞ്ചാരത്തിൽ പേജുകളുടെ മുന്നോട്ടുപോകലിനൊപ്പം വായനയും ഒഴുകി നീണ്ടുകൊണ്ടിരിക്കും. പാഠത്തോട് ചേർക്കപ്പെട്ട ഹൈപ്പർലിങ്കുകളായിരുന്നു ആദ്യകാലഘട്ടത്തിലെ ഇലക്ട്രോണിക് സാഹിത്യത്തിന്റെ പ്രധാന സവിശേഷത (Bertrand, 2013:183-184).

കാതറീൻ ഹെയ്ൽസ് (Katherine Hayles) സ്റ്റോറി സ്പെയ്സ് സ്കൂളിലെ സാഹിത്യസൃഷ്ടികളുടെ സവിശേഷതകളെപ്പറ്റി എഴുതുന്നു. "സ്റ്റോറി സ്പെയ്സ് സോഫ്റ്റ് വെയർ പ്രത്യേകമായി ഹൈപ്പർ ടെക്സ്റ്റ് മേഖലയുമായി ബന്ധപ്പെട്ട വികാസത്തിനു വഴിതെളിച്ചു. അതിനോടു ചേർന്നു വളർന്ന സൃഷ്ടികളെ സ്റ്റോറി സ്പെയ്സ് സ്കൂൾ എന്ന് അറിയപ്പെടുന്നു. സ്റ്റോറി സ്പെയ്സ് സൃഷ്ടികൾ വിതരണം ചെയ്യപ്പെട്ടത് സി.ഡി. കളിലാണ്. തുടർന്ന് മാർക്കിന്റോഷ് ഹൈപ്പർ കാർഡിൽ ധാരാളം

ഇലക്ട്രോണിക് സൃഷ്ടികൾ രൂപപ്പെട്ടു... ആദ്യകാല സൃഷ്ടികൾ പാഠത്തിന്റെ വലിയ തടസ്സങ്ങളായിരുന്നു. വളരെ കുറച്ച് ഗ്രാഫിക്സ്, ആനിമേഷൻ, കളർ, സൗണ്ട് എന്നിവ മാത്രമേ ഉപയോഗിക്കാൻ സാധിച്ചിരുന്നുള്ളൂ. ആദ്യകാല സൃഷ്ടികളിൽ ഹൈപ്പർലിങ്ക് സാധ്യതകൾ മാത്രമേ അവയുടെ ഘടകങ്ങളായി പരിഗണിക്കപ്പെട്ടിരുന്നുള്ളൂ. ആദ്യകാല സൃഷ്ടികളെ ഒന്നാം തലമുറയെന്നും 1995നുശേഷമുള്ളവയെ രണ്ടാം തലമുറ സൃഷ്ടികളെന്നും വിളിക്കുന്നു" (2007:5).

കമ്പ്യൂട്ടർ കേന്ദ്രീകൃത സാഹിത്യസിദ്ധാന്തങ്ങൾ

കമ്പ്യൂട്ടറിന്റെ ആവിർഭാവത്തോടെ സൈബർ ലിറ്ററേച്ചർ എന്ന പുതിയ സാഹിത്യപ്രതിഭാസം ഉയർന്നുവന്നു. അച്ചടിക്കപ്പെട്ട പാഠത്തിൽനിന്ന് വ്യത്യസ്തമായ ടെക്സ്റ്റുകളുടെ ഉദ്ഭവം പുതിയ സാഹിത്യസിദ്ധാന്തങ്ങളെപ്പറ്റി ചിന്തിക്കുവാൻ പ്രേരണ നല്കി. സൈബർ സാഹിത്യത്തെപ്പറ്റിയുള്ള സംവാദങ്ങൾ ആരംഭിക്കുന്നത് 1987 മുതലാണ്. ഹൈപ്പർ ടെക്സ്റ്റിനെപ്പറ്റി നടത്തപ്പെട്ട ആദ്യത്തെ ഈ കോൺഫറൻസിനെപ്പറ്റി പൈററ്റ് വൈറസ് (Piret Viires) ഇപ്രകാരം അഭിപ്രായപ്പെടുന്നു.

"ഹൈപ്പർ ടെക്സ്റ്റിനെപ്പറ്റിയുള്ള കോൺഫറൻസിൽ സൈബർ സാഹിത്യത്തിന് അനുകൂലമായും പ്രതികൂലമായും അഭിപ്രായങ്ങളുണ്ടായി. അവയ്ക്കൊന്നും പൊതുവായ തീരുമാനത്തിൽ എത്തുവാൻ കഴിഞ്ഞില്ല. എങ്കിലും കമ്പ്യൂട്ടർ ടെക്നോളജിയുടെ വർധിച്ചുവരുന്ന വളർച്ചയെ കണക്കിലെടുത്ത് മാനവികചരിത്രത്തിന്റെ പഠനത്തിൽ വേണ്ട മാറ്റങ്ങൾ വരുത്തേണ്ടതാണ് എന്ന അഭിപ്രായം പൊതുവിൽ ഉരുത്തിരിഞ്ഞു" (2005:155).

പവ്‌ലിക്ക ഉർസുല(Powlika Urszula) യുടെ അഭിപ്രായത്തിൽ ഹൈപ്പർ ടെക്സ്റ്റുകൾ വ്യാപനമാകുന്ന ആദ്യഘട്ടത്തിലെ രണ്ട് പ്രധാന സൈദ്ധാന്തികരാണ് ജോർജ് പി. ലാൻഡോ (George P Landow), എസ്പാൻ ആർസെത് (Espen Aarseth) എന്നിവർ. സൈബർ സാഹിത്യസിദ്ധാന്തങ്ങളെപ്പറ്റിയുള്ള ആദ്യപഠനങ്ങൾ ഇവരുടേതാണ്.

ജോർജ് പി. ലാൻഡോ

സൈബർ സാഹിത്യത്തെപ്പറ്റി ആധികാരികമായ പഠനം ആദ്യം നടത്തിയത് ജോർജ് പി ലാൻഡോ (George P Landow) ആണ്. അദ്ദേഹം എഴുതിയ 'ദ കൺവെർജെൻസ് ഓഫ് കന്റംബററി ക്രിറ്റിക്കൽ തിയറി ആൻഡ് ടെക്നോളജി' (1992), ഹൈപ്പർ ടെക്സ്റ്റ് (1992) എന്നീ ഗ്രന്ഥങ്ങൾ സൈബർ സാഹിത്യത്തെപ്പറ്റിയുള്ള ആദ്യപഠനങ്ങളാണ്. സാങ്കേതികവിദ്യ സാഹിത്യത്തിലും സംസ്കാരത്തിലും തുറന്നുതന്ന പുതിയ വാതായനങ്ങളെ അദ്ദേഹം പ്രസ്താവിക്കുന്നു (Viires, 2005:155). ഹൈപ്പർടെക്സ്റ്റ് എന്നാൽ ലാൻഡോയുടെ വീക്ഷണത്തിൽ പോസ്റ്റുമോഡേണിസത്തിന്റെ

ഭാഗവും ഒപ്പം തുടർച്ചയുമാണ്. പോസ്റ്റ് മോഡേണിസവുമായി ബന്ധപ്പെട്ട് അന്നു നിലവിലിരുന്ന സാഹിത്യസിദ്ധാന്തങ്ങളെയെല്ലാം ഹൈപ്പർ ടെക്സ്റ്റുമായി ചേർത്തു പഠിച്ചുകൊണ്ട് ലാൻഡോ ഈ നവസാഹിത്യരൂപത്തെ നിലവിലുള്ള സാഹിത്യസിദ്ധാന്തങ്ങളുടെ തുടർച്ചയായി അവതരിപ്പിച്ചു. ലാൻഡോയുടെ അഭിപ്രായത്തിൽ "ഹൈപ്പർ ടെക്സ്റ്റ്, എഴുത്തിന്റെയും വായനയുടെയും പാഠത്തിന്റെയും അനുഭവത്തിൽ സമൂലമായ മാറ്റം വരുത്തിയിരിക്കുന്നു. ഇലക്ട്രോണിക് ഘടകങ്ങളെപ്പറ്റി പരാമർശിക്കുമ്പോൾ അവ അച്ചടിസാങ്കേതികവിദ്യയുടെ ധാരണകളെ ഭാരപ്പെടുത്തലുകളില്ലാതെയും വഴിതെറ്റാതെയും പദത്തിൽ വ്യാപരിക്കാൻ സഹായിക്കുന്നു" (1992:41).

ലാൻഡോയുടെ വീക്ഷണത്തിൽ റോളാണ്ട് ബാർത്ത്സ് (Roland Barthes), ജാക്വസ് ദരിദ (Jaques Derrida) എന്നിവർ ഹൈപ്പർ ടെക്സ്റ്റ്വാലിറ്റിയെ പ്രത്യേകമായ വിധത്തിൽ പ്രതിനിധീകരിക്കുന്നവരാണ്. ബാർത്തിന്റെ ഐഡിയൽ ടെക്സ്റ്റ് എന്ന പാഠത്തെപ്പറ്റിയുള്ള പഠനം യാഥാർത്ഥ്യമാകുന്നത് ഹൈപ്പർ ടെക്സ്റ്റിലാണ് എന്നദ്ദേഹം വാദിക്കുന്നു. മാത്രമല്ല ജൂലിയ ക്രിസ്റ്റോവയുടെ ഇന്റർ ടെക്സ്റ്റ്വാലിസം, മിഖായേൽ ബാക്തിന്റെ മൾട്ടിവൊക്കാലിറ്റി, ഴാൻ ബോദ്രിയാറിന്റെ സിമുലക്ര എന്നീ സിദ്ധാന്തങ്ങളെല്ലാം പല പ്രകാരത്തിലും ഹൈപ്പർടെക്സ്റ്റിൽ പ്രകാശിപ്പിക്കപ്പെട്ടിട്ടുണ്ട് എന്ന് ലാൻഡോ വിശദീകരിച്ചു. അദ്ദേഹം പോസ്റ്റുമോഡേൺ സിദ്ധാന്തങ്ങളെയും രീതി ശാസ്ത്രത്തെയും ഇലക്ട്രോണിക് ടെക്സ്റ്റ്വാലിറ്റിയെ വിശദമാക്കാൻ പ്രയോജനപ്പെടുത്തി (Urszula, 2014:3). അദ്ദേഹത്തിന്റെ നിഗമനത്തിൽ ഹൈപ്പർ ടെക്സ്റ്റ്വാലിറ്റിയുടെ ഘടന ബഹുരേഖീയത, വായനാനുഭവം, സങ്കീർണ്ണമായ അന്തർ വ്യൂഹം എന്നിങ്ങനെ പലതും പോസ്റ്റ് സ്ട്രച്ചറലിസത്തിന്റെ ആശയങ്ങളുമായി ബന്ധപ്പെട്ടതാണ് (Viires, 2005:156).

എസ്പെൻ ആർസെത്ത്

സൈബർ സാഹിത്യത്തെപ്പറ്റിയുള്ള പഠനത്തിൽ ഏറ്റം സങ്കീർണ്ണമായ സിദ്ധാന്തങ്ങളെ അവതരിപ്പിച്ചത് എസ്പെൻ ആർസെത്ത് (Espen Aarseth) ആണ്. അദ്ദേഹം 1997 ൽ പ്രസിദ്ധീകരിച്ച 'സൈബർ ടെക്സ്റ്റ്: പെർസ്പെക്ടീവ് ഓഫ് എർഗോഡിക് ലിറ്ററേച്ചർ' എന്ന പുസ്തകത്തിൽ സൈബർ സാഹിത്യത്തെ സംബന്ധിച്ച ശ്രദ്ധേയമായ നിരീക്ഷണങ്ങൾ അവതരിപ്പിച്ചു. വേൾഡ് വൈഡ് വെബ്ബിന്റെ ഉദ്ഭവത്തിനുശേഷമാണ് ഈ പുസ്തകം പ്രസിദ്ധീകരിച്ചതെങ്കിലും വെബ്ബിന്റെ ഉദയത്തിന് മുമ്പുള്ള പശ്ചാത്തലമാണ് അതിൽ പ്രതിപാദിച്ചിരുന്നത് (Urszula, 2014:2). പാഠങ്ങളോട് കൂട്ടിച്ചേർക്കപ്പെട്ട പാഠങ്ങളായിട്ടാണ് ലാൻഡോ ഹൈപ്പർ ടെക്സ്റ്റിനെ പഠിച്ചത്. എന്നാൽ കമ്പ്യൂട്ടർ സാങ്കേതികവിദ്യയുടെ വളർച്ച അവയെ ബഹുമാധ്യമങ്ങളുമായി ബന്ധിപ്പിച്ചപ്പോൾ വീഡിയോ ക്ലിപ്സ്,

മ്യൂസിക് ആൽബം, ആർട്ട് മീഡിയ എന്നിവ പാഠത്തോട് കൂട്ടിച്ചേർക്കപ്പെട്ട് കൂടുതൽ വിപുലമായി. അതിനാൽ സാധാരണ ഹൈപ്പർ ടെക്സ്റ്റ് സിദ്ധാന്തങ്ങളുമായി ഈ സാഹിത്യശാഖയെ പഠിച്ചാൽ പരിമിതമായ ഫലങ്ങളെ സൃഷ്ടിക്കാൻ കഴിയൂ എന്ന് മനസ്സിലാക്കിയ ആർസെത്, ഇലക്ട്രോണിക് ടെക്സ്റ്റിന്റെ സാംസ്കാരികവും സാഹിത്യപരവുമായ മാനങ്ങളെ പഠനവിധേയമാക്കാൻ പുതിയ രീതിശാസ്ത്രങ്ങളെ മുന്നോട്ടുവച്ചു (Viires, 2005:156). പുതിയ പശ്ചാത്തലത്തിൽ ഇലക്ട്രോണിക് പാഠത്തെ വിശകലനം ചെയ്യാൻ 'സൈബർ ടെക്സ്റ്റ്' എന്ന ആശയത്തെ അദ്ദേഹം ഉപയോഗിച്ചു. അദ്ദേഹത്തിന്റെ വീക്ഷണത്തിൽ 'സൈബർ ടെക്സ്റ്റ്' എന്നാൽ വിശാലമായ കാഴ്ചപ്പാടാണ്. അത് ഇലക്ട്രോണിക് പാഠത്തിലെ എല്ലാവിധ പാഠങ്ങളെയും ഉൾക്കൊള്ളുന്ന വിശാലമായ ദർശനത്തെ ഉൾക്കൊള്ളുന്നതാണ്.

ആർസെത്, സൈബർ ടെക്സ്റ്റിനെ 'പാഠം നിർമ്മിക്കാനുള്ള ഒരു മാർഗ്ഗം' എന്ന് നിർവചിക്കുന്നു. അതിനാൽ പാഠത്തെ ഒരു യന്ത്രമായി പരിഗണിക്കുന്നു. ഇലക്ട്രോണിക് പാഠത്തെപ്പറ്റിയുള്ള പഠനത്തിൽ അദ്ദേഹം "എർഗോഡിക്" (Ergodic) എന്ന പദത്തെ കൂട്ടിച്ചേർക്കുന്നു. 'എർഗോഡിക്' എന്ന പദം അദ്ദേഹം നിർമ്മിച്ചത് 'എർഗോൺ' (work), 'ഹോഡോസ്' (path) എന്ന ഗ്രീക്കു പദങ്ങളിൽനിന്നാണ്. ഈ അർത്ഥത്തിൽ വായനയുമായി ബന്ധപ്പെട്ട വിവിധ മാനങ്ങളെ അദ്ദേഹം വിവരിക്കുന്നു. ടെക്സ്റ്റിലൂടെ കടന്നുപോകുന്നതിനായി കാഴ്ചയ്ക്കാവശ്യമായ പ്രയത്നം എന്നതാണ് അർത്ഥമാക്കുന്നത് (1997:1). ആർസെത്തിന്റെ വീക്ഷണപ്രകാരം സൈബർ ടെക്സ്റ്റ് എന്നത് കമ്പ്യൂട്ടറുമായി ബന്ധപ്പെട്ട് സൃഷ്ടിക്കപ്പെടുന്ന സാഹിത്യവും കമ്പ്യൂട്ടർഗെയിമുകളും വെർച്വൽ റിയാലിറ്റിയും മാത്രമല്ല ബഹുരേഖിയവും (multilinear) ചലനാത്മകവും (ambivalent) കണ്ണുകൾക്ക് നിസ്സാരമല്ലാത്ത ആയാസം (nontrivial) സൃഷ്ടിക്കുന്നതുമായ ഏതു പാഠത്തെയും രൂപത്തെയും ഈ പദംകൊണ്ട് വിവക്ഷിക്കുന്നു. ഇതുപ്രകാരം സൈബർ ടെക്സ്റ്റ് എന്നത് പ്രിന്റുമീഡിയകളിൽ പോലും കാണപ്പെടാം എന്നദ്ദേഹം വിവരിക്കുന്നു (1997:11–14). ഈ അർത്ഥത്തിൽ വലിയ ഒരു വിഭാഗം പരീക്ഷണസാഹിത്യങ്ങളെ സൈബർ ടെക്സ്റ്റ് ഉൾക്കൊള്ളുന്നു. ഇലക്ട്രോണിക് ടെക്സ്റ്റ്വാലിറ്റിയിൽ ടെക്സ്റ്റിന്റെ രൂപഘടനയേയും ഉപകരണത്തിന്റെ ഭാഗധേയത്തെയുംപറ്റി പുതിയ ചിന്തകൾ നല്കുവാൻ ആർസെത്തിന്റെ പഠനം ഇടവരുത്തി. 'സൈബർ ടെക്സ്റ്റ്' എന്ന പദം കമ്പ്യൂട്ടർ പാഠത്തിന്റെ അർത്ഥതലങ്ങളെ പൂർണ്ണമായി വെളിപ്പെടുത്തുന്നുവെന്ന് അദ്ദേഹം നിരീക്ഷിക്കുന്നു.

കമ്പ്യൂട്ടർ സാഹിത്യത്തിന്റെ വളർച്ചയുടെ ആദ്യഘട്ടത്തിൽ കൃതിയുടെ സൗന്ദര്യം പ്രദർശിപ്പിക്കപ്പെട്ടത് കമ്പ്യൂട്ടർ സ്ക്രീനുകളിൽ മാത്രമായിരുന്നു. അതുകൊണ്ട് ഇലക്ട്രോണിക് ടെക്സ്റ്റിന്റെ സൗന്ദര്യാത്മക തലങ്ങളെപ്പറ്റി ചർച്ചകൾ നടത്തപ്പെട്ടതും സ്ക്രീനിൽ തെളിയുന്ന ദൃശ്യഭാവങ്ങളുടെ സൗന്ദര്യതലത്തെ അടിസ്ഥാനപ്പെടുത്തിക്കൊണ്ടായിരുന്നു. ഇത്തരമൊരു

പഠനത്തിന് അടിസ്ഥാനമായി നിന്നത് കമ്പ്യൂട്ടർ സ്ക്രീനിനെയും അച്ചടി പാഠത്തെയും തമ്മിൽ നടത്തുന്ന താരതമ്യവിശകലനങ്ങളായിരുന്നു (Urszula, 2014:6). ഒന്നാംഘട്ടത്തിൽ സൈബർ സാഹിത്യത്തെ നിർമ്മിച്ചിരുന്നത് കമ്പ്യൂട്ടർ സ്ക്രീനും അവയോട് ചേർന്നുള്ള പാഠങ്ങളും ഇമേജുകളും മാത്രമായിരുന്നു. അതുകൊണ്ടുതന്നെ കമ്പ്യൂട്ടറിലെ പരസ്പര വ്യവഹാരത്തിന്റെ തലം വളരെ ചുരുങ്ങിയതായിരുന്നു.

2. വേൾഡ് വൈഡ് വെബ്ബ് സാഹിത്യരൂപങ്ങൾ

ഇലക്ട്രോണിക് സാഹിത്യത്തിന്റെ രണ്ടാം ഘട്ടമായി പരിഗണിക്കുന്നത് വേൾഡ് വൈഡ് വെബ്ബിന്റെ ആരംഭം കുറിച്ച 1994 മുതൽ 2008 വരെയുള്ള കാലമാണ്. വളരെ വിശാലവും സങ്കീർണ്ണവുമായ ഈ കാലത്ത് സൈബർ സാഹിത്യം ഏറെ മാറ്റങ്ങൾക്കു വിധേയമായി. സാഹിത്യരൂപങ്ങളിലും സിദ്ധാന്തങ്ങളിലും വ്യത്യസ്തമായ ആശയതലങ്ങൾ പ്രത്യക്ഷപ്പെട്ട കാലമാണിത്. വെബ്ബിന്റെ കടന്നുവരവ് സ്റ്റോറി സ്പെയിസ് സോഫ്റ്റ്വെയറിന്റെ ആധിപത്യത്തെ അവസാനിപ്പിച്ചു.

ഹെയ്ൽസ് (Hayles) എഴുതുന്നു: "വേൾഡ് വൈഡ് വെബ്ബ് ഉദയം ചെയ്തപ്പോൾ ഗ്രന്ഥകർതൃത്വവുമായി ബന്ധപ്പെട്ട പുതിയ ഉപായങ്ങളും പ്രോഗ്രാമുകളും പ്രചാരത്തിലായി. സ്റ്റോറി സ്പേയ്സിന്റെ പരിമിതികളെല്ലാം എടുത്തു മാറ്റപ്പെട്ടു" (2007:5).

പുതിയ രീതിയിലുള്ള പ്രോഗ്രാമുകളുടെയും പുതിയ കമ്പ്യൂട്ടർ അക്സസുകളുടെയും പുതിയ ഉപകരണങ്ങളുടെയും കണ്ടുപിടുത്തവും വളർച്ചയും പുതിയ ഡിജിറ്റൽ സാഹിത്യസൃഷ്ടികളുടെ ഉദയത്തിന് വഴി തെളിച്ചു (Urazula, 2014: 6–7). ഇലക്ട്രോണിക് സാഹിത്യത്തിന്റെ രണ്ടാം ഘട്ടത്തിൽ വേൾഡ് വൈഡ് വെബ്ബ് തുറന്നുതന്ന വിശാലമായ സൈബറിടത്തിൽ വളർന്നുവന്ന സാഹിത്യസൃഷ്ടികളെയും സാഹിത്യസിദ്ധാന്തങ്ങളെയുമാണ് പരിഗണിക്കുന്നത്.

"വെബ്ബിന്റെ പുരോഗതിക്കനുസരിച്ച് ഇലക്ട്രോണിക് സാഹിത്യത്തിന് മാറ്റങ്ങൾ സംഭവിച്ചു. ആദ്യകാല സൃഷ്ടികൾ പാഠത്തിന്റെ വലിയ തടസ്സങ്ങളായിരുന്നു. വളരെക്കുറച്ച് ഗ്രാഫിക്സ്, ആനിമേഷൻ, നിറം, ശബ്ദം എന്നിവ മാത്രമേ ഉപയോഗിക്കാൻ സാധിച്ചിരുന്നുള്ളൂ. കാലാന്തരത്തിൽ ബഹുവിധ വൈവിധ്യസാധ്യതകളോടെ വെബ്ബ്ലോകം സാഹിത്യസൃഷ്ടികളിൽ നിറയപ്പെട്ടു. ആദ്യകാലസൃഷ്ടികളിൽ ഹൈപ്പർടെക്സ്റ്റ് ലിങ്കുകൾ മാത്രമേ അവയുടെ പ്രധാനഘടകമായി നല്കിയിരുന്നുള്ളൂ. പിന്നീട് സൃഷ്ടികളിൽ വൈവിധ്യമാർന്ന നാവിഗേഷൻ വിന്യാസങ്ങളും ലിങ്കുകളിലൂടെ സമ്മേളിച്ച വിവിധ രൂപങ്ങളുമായി അവയുടെ സാധ്യതകളെ വർധിപ്പിച്ചു" (Hayles, 2007:5).

വെബ്ബിന്റെ കണ്ടുപിടുത്തത്തോടുകൂടി എഴുത്തിന്റെയും പ്രകാശനത്തിന്റെയും വിതരണത്തിന്റെയും മേഖലയിൽ പുതിയ സാധ്യതകൾ തുറന്നു. എഴുതുന്നതിനും പ്രസിദ്ധീകരിക്കുന്നതിനും ലഭ്യമായ ഇടത്തെയും പ്രോഗ്രാമുകളെയും ഉൾപ്പെടുത്തി പുതിയ സാഹിത്യസൃഷ്ടികൾ വെബ്ബ് ലോകത്ത് പ്രത്യക്ഷപ്പെട്ടു. ലഭ്യമാക്കപ്പെട്ടതും എളുപ്പത്തിൽ സാധ്യവുമായ പ്രോഗ്രാമുകളെ എഴുത്തുകാർ സാഹിത്യസൃഷ്ടിയിൽ ഉൾപ്പെടുത്തി. വെബ്ബിന്റെ സാധ്യതകളെപ്പറ്റി റിച്ചാർഡ് പവേഴ്സ് (Richard Powers) എഴുതുന്നു.

"കമ്പ്യൂട്ടറിലെ ഭാഷയിൽ രേഖപ്പെടുത്തപ്പെട്ടതും സംഘാതമായ ചിന്തകളുടെ രണ്ടുകോടി പേജുകളിൽ ഉൾച്ചേർത്തിരിക്കുന്നതുമായ അറിവുകളെ രൂപപ്പെടുത്തി എടുക്കാൻ പ്രാപ്തിയുള്ളതാണ് വെബ്" (2003:11).

വ്യക്തികളുടെ സംഘാതമായ ചിന്തകളുടെയും പ്രവർത്തികളുടെയും പരിണിതഫലമാണ് വെബ്. അവയുടെ സാധ്യതകൾ കോടിക്കണക്കിന് പേജുകളിലായി വിന്യസിച്ചിരിക്കുന്നു. ബർട്രാൻഡ് ഗെർവെയ്സ് വെബ് ലോകത്തെപ്പറ്റി ഇപ്രകാരം രേഖപ്പെടുത്തുന്നു.

"അളവില്ലാത്ത സാധ്യതകളുടെ ഡിജിറ്റൽ ചുറ്റുപാടിൽ ഈ ലോകത്തിന്റെ മാതൃകാപരമായ പ്രാതിനിധ്യത്തെ വെളിപ്പെടുത്തുന്നു. അതുപോലെ പാഠങ്ങൾ നിർമ്മിക്കാനുള്ള കഴിവ് സ്വയംഭരണാധികാരത്തെയും വെളിപ്പെടുത്തുന്നു (2013:187).

ഡിജിറ്റൽ ലോകത്ത് കോടിക്കണക്കിന് കമ്പ്യൂട്ടറുകളാൽ ശൃംഖല ചേർക്കപ്പെട്ട വിശാലമായ ലോകമാണ് വെബ് തുറന്നുതന്നത്. കമ്പ്യൂട്ടറുകളുടെ വിശാലമായ സ്പെയ്സിൽ കമ്പ്യൂട്ടർ പ്രോഗ്രാമുകളും പുതിയ സാഹിത്യരൂപങ്ങളും ഒന്നു ചേർന്ന് സാഹിത്യസിദ്ധാന്തങ്ങളെ രൂപപ്പെടുത്താൻ ഇടവന്നു.

രണ്ടാമത്തെ ഘട്ടത്തിൽ ഇലക്ട്രോണിക് ലിറ്ററേച്ചർ കൂടുതൽ വിശാല മേഖലയുമായി ബന്ധപ്പെട്ടു നില്ക്കുന്ന ഒന്നായി മാറി. കമ്പ്യൂട്ടർ എന്നത് ഉപകരണമെന്നതിനെക്കാൾ മാധ്യമമായി മാറി. കമ്പ്യൂട്ടറും ഇന്റർനെറ്റും പാഠവും പാഠത്തിന്റെ നിർമ്മിതിയും വായനക്കാരനുമായുള്ള ബന്ധത്തിൽ സമൂലമായ മാറ്റങ്ങൾ വരുത്തി (Bertrand, 2013:186-187). മൾട്ടിമോഡൽ, മൾട്ടിലെയർ, പെർഫോമേറ്റീവ്, പോളി സെമിയോറ്റിക്സ് എന്നിങ്ങനെ ഇലക്ട്രോണിക് സാഹിത്യം ദൃശ്യവും ശബ്ദവും എല്ലാം കൂടിക്കലർന്ന സങ്കീർണ്ണവും വിപുലവുമായ മാധ്യമരൂപമായി മാറി. ഡേവിഡ് ബോൾട്ടർ (David Bolter), ഡിയാൻ ഗ്രോമാല (Diane Gromala) എന്നിവർ എഴുതുന്നു.

"കമ്പ്യൂട്ടർ ഒരു മാധ്യമമായി അനുഭവപ്പെടുന്നു. കഴിഞ്ഞ മുപ്പതു വർഷങ്ങളിലൂടെ നമ്മുടെ സംസ്കാരം നേടിയെടുത്ത സാക്ഷാത്ക്കാരമാണിത്. മുമ്പ് അച്ചടിയും സിനിമയും റേഡിയോയും ടെലിവിഷനും ചെയ്തതുപോലെ നമുക്ക് ഒരു കൂട്ടം മാധ്യമമാതൃകകളെയും സാഹിത്യരൂപങ്ങളെയും ഇത് പ്രദാനം ചെയ്യുന്നു" (2003:5).

വെബ്കാല സൈബർസാഹിത്യ സിദ്ധാന്തങ്ങൾ

വെബ്ലോകത്ത് സാഹിത്യം സങ്കീർണ്ണമായി മാറിയപ്പോൾ ഇലക്ട്രോണിക് സാഹിത്യസിദ്ധാന്തങ്ങളും കൂടുതൽ സങ്കീർണമായി. ഈ കാലഘട്ടത്തിൽ ഉയർന്നുവന്നവയെല്ലാം ഒന്നാംഘട്ടത്തിൽനിന്ന് വ്യത്യസ്തമായവയായിരുന്നു. കാതറീൻ ഹെയ്ൽസ് (Katherine Hayles) എഴുതുന്നു. "കഥാപരമായ ഭാഗങ്ങൾ ഗെയിംപ്ലേകളുമായി പകരം വയ്ക്കപ്പെട്ടു. ഫിക്ഷനുകളിൽ ഉൾപ്പെടുത്തിയ വൈവിധ്യമാർന്ന ടെക്നിക്കുകളും ദൃശ്യപരമായ പ്രദർശനങ്ങളും ഗ്രാഫിക്സുകളും ആനിമേഷനുകളും സാഹിത്യ ഉപകരണങ്ങളിലെ മാറ്റവും സാഹിത്യത്തെ സമ്പന്നമാക്കി" (2007:6).

ഇലക്ട്രോണിക് സാഹിത്യസിദ്ധാന്തത്തിന്റെ രണ്ടാം ഘട്ടത്തിൽ സാഹിത്യസിദ്ധാന്തങ്ങൾ ആസ്പദമാക്കിയത് മാധ്യമവുമായി ബന്ധപ്പെട്ട് സൃഷ്ടികളിൽ നിക്ഷേപിക്കപ്പെട്ടിരിക്കുന്ന സമ്പന്നതകളെയാണ്. സൗണ്ട്, ആനിമേഷൻ ഇവയുമായി ബന്ധപ്പെട്ട പുതിയ ഉപകരണങ്ങളുടെ കടന്നുവരവും ഇതര വെബ് സാധ്യതകളും ഇലക്ട്രോണിക് സാഹിത്യത്തിൽ പുതിയ പരിപ്രേക്ഷ്യങ്ങളെ രൂപപ്പെടുത്താൻ സൈദ്ധാന്തികരെ നിർബന്ധിച്ചു.

ആദ്യകാലത്തെ സൈദ്ധാന്തികർ ഉപയോഗിച്ച പദാവലികളും ചിന്താരീതികളും പുനർനിർണ്ണയം ചെയ്യുന്നതാണ് രണ്ടാം ഘട്ടത്തിൽ കാണുന്നത്. ആദ്യകാലത്ത് ടെക്നോളജിയെ മാത്രം അടിസ്ഥാനപ്പെടുത്തിയാണ് സൈബർ സാഹിത്യത്തെ വിശദീകരിച്ചതെങ്കിൽ പുതിയ ദർശനങ്ങൾ രണ്ടാം ഘട്ടത്തെ വിശദീകരിക്കാൻ സൈദ്ധാന്തികർ ഉപയോഗിച്ചു. അതിൽ പ്രധാനപ്പെട്ടത് കമ്പ്യൂട്ടർ കോഡുകളെപ്പറ്റിയുള്ള പഠനം, പോസ്റ്റ് മോഡേണിസവുമായി ബന്ധപ്പെടുത്തിയ സാഹിത്യചിന്തകൾ, ഡിജിറ്റൽ കവിതകളെപ്പറ്റിയുള്ള പഠനങ്ങൾ എന്നിവയാണ്. കാതറീൻ ഹെയ്ൽസ് (Katherine Hayles) റിയാൻ (Ryan) കെയ്ലെ ജോൺ (Cayley John) റെലൈ റീത്ത (Raley Rita) മരാക്കു എസ്കലിൻ (Marakuu Eskelinen) പൈററ്റ് വൈറസ് (Piret Viires) തുടങ്ങിയവരാണ് സൈബർ സാഹിത്യചിന്തകളെ ഈ കാലഘട്ടത്തിൽ കൂടുതൽ ബലപ്പെടുത്തിയവർ.

കമ്പ്യൂട്ടർ കോഡുകളെപ്പറ്റിയുള്ള പഠനം

അർസെത്തിന്റെ സൈബർടെക്സ്റ്റിനെപ്പറ്റിയുള്ള പഠനങ്ങളെ മുന്നോട്ടു കൊണ്ടുപോയത് കാതറീൻ ഹെയ്ൽസ് ആണ്. 2005 ൽ എഴുതിയ 'മൈ മദർ വാസ് എ കമ്പ്യൂട്ടർ' എന്ന ഗ്രന്ഥത്തിൽ അർസെത്ത് അവതരിപ്പിച്ച "സൈബർ ടെക്സ്റ്റ്' എന്ന പദത്തിനുപകരം 'ടെക്നോ ടെക്സ്റ്റ്' എന്ന പദത്തെ കാതറൈൻ അവതരിപ്പിച്ചു. ഇത് സൈബർ സാഹിത്യപഠനത്തിന് പുതിയ ദിശാബോധം നല്കി. ടെക്സ്റ്റിന്റേയും അതിലെ മാധ്യമത്തിന്റെയും തുല്യമായ സ്വാധീനത്തെ സൂചിപ്പിക്കാൻ ടെക്നോ ടെക്സ്റ്റ് എന്ന പദമാണ് കൂടുതൽ അഭികാമ്യമെന്ന് കാതറീൻ വാദിച്ചു.

ഇലക്ട്രോണിക് പാഠവുമായി ബന്ധപ്പെട്ട പരസ്പരബന്ധങ്ങളെ വ്യാഖ്യാനിച്ചുകൊണ്ട് കാതറീൻ 'ഇന്റർമീഡിയേഷൻ' എന്ന പദത്തെയും അവതരിപ്പിച്ചു. ഇലക്ട്രോണിക് സാഹിത്യരംഗത്തെ പാരസ്പര്യങ്ങളെ അതിന്റെ വെളിച്ചത്തിൽ വിശകലനത്തിനു വിധേയമാക്കി. ഭാഷയും - കോഡും അച്ചടി പാഠം - ഡിജിറ്റൽ പാഠം, മനുഷ്യജ്ഞാനം - യന്ത്രജ്ഞാനം എന്നിങ്ങനെ സൈബർ പാഠങ്ങളെ പുത്തൻ കാഴ്ചപ്പാടിൽ കാതറീൻ അവതരിപ്പിച്ചു. അച്ചടി കാലഘട്ടത്തിൽനിന്ന് പുതിയ കാലത്തിലേക്ക് പ്രവേശിച്ചപ്പോൾ സാങ്കേതികതയുടെ പാഠങ്ങൾക്ക് വിശാലമായ ലോകം തുറന്നുകിട്ടി. പാഠത്തിലെ ഘടകങ്ങൾ ഓരോന്നും വിശകലനങ്ങൾക്കായി പരിഗണിച്ചു.

ഇലക്ട്രോണിക് സാഹിത്യത്തിൽ കാതറീൻ ഹെയ്ൽസ് (Katherine Hayles) നടത്തുന്ന ശ്രദ്ധേയമായ മറ്റൊരു പഠനം കമ്പ്യൂട്ടർ കോഡുകളെ പ്പറ്റിയാണ്. കോഡുകളെ അടിസ്ഥാനപ്പെടുത്തി സാഹിത്യരൂപങ്ങളുടെ ഘടനകളെ അവർ വിശദീകരിക്കുന്നു.

"അച്ചടിയിലാണെങ്കിലും ഇലക്ട്രോണിക് സാഹിത്യപഠനങ്ങളി ലാണെങ്കിലും അവ വ്യാപനം ചെയ്യപ്പെടുന്നത് കോഡുകളിലാണ്... കോഡുകളുടെ വ്യത്യസ്തമായ പ്രവർത്തനത്തിലാണ് ഇവ രണ്ടും പ്രവർത്തനപരമായി വ്യത്യസ്തപ്പെട്ടു നില്ക്കുന്നത് (2007:4)." സൈബർ പാഠങ്ങളോട് ചേർന്നുനില്ക്കുന്ന കമ്പ്യൂട്ടർ കോഡുകളാണ് അവയെ വ്യത്യ സ്തമാക്കുന്നതെന്ന നിരീക്ഷണം ഇക്കാലത്തിലെ പ്രധാന ചിന്തയാണ്. ഏതെല്ലാംതരത്തിൽ ഒരു പാഠം മുൻകാലത്തിലെ പാഠങ്ങളിൽനിന്ന് വ്യത്യസ്തപ്പെട്ടുനില്ക്കുന്നു എന്നുള്ള പഠനം പ്രധാനപ്പെട്ടതായിരുന്നു.

സൈബർ സാഹിത്യത്തിലെ സാങ്കേതികതയേയും സാഹിത്യ ത്തേയും കാതറീൻ പഠനവിധേയമാക്കുന്നുണ്ട്. അതിലെ കോഡുകളുടെ ഘടനയെ വിലയിരുത്തി മാത്രമേ സൈബർ സാഹിത്യത്തിലെ ഈ രണ്ടു ഘടകങ്ങളെ പഠിക്കുവാൻ കഴിയുകയുള്ളൂവെന്ന് കാതറീൻ ഹെയ്ൽസ് നിരീക്ഷിക്കുന്നു.

"പാഠത്തിന്റെ പ്രവർത്തനപരതയോടു ചേർന്ന് കോഡുകളുടെ സാന്നിധ്യമാണ് ഇലക്ട്രോണിക് സാഹിത്യത്തെ മനസ്സിലാക്കുന്നതിനുള്ള അടിസ്ഥാനം. പ്രത്യേകമായി കോഡുകളുടെ പ്രധാന സവിശേഷതയായി അതിലെ സാഹിത്യവിഷയവും സാങ്കേതികനിർമ്മിതിയും വ്യത്യസ്തമായി വിലമതിക്കപ്പെടുന്നു"(2007:4).

കാതറീൻ ഹെയ്ൽസിനൊപ്പം കമ്പ്യൂട്ടർ കോഡുകളെ അടിസ്ഥാന മാക്കി പാഠത്തിന്റെ ആവിഷ്കരണത്തെപ്പറ്റി പഠനം നടത്തിയവരാണ് റീത്ത റെലെ (Rita Raley, 2006) ജോൺ കെയ്‌ലെ (John Cayley, 2002) എന്നിവർ. പാഠത്തെ കമ്പ്യൂട്ടർ കോഡുകളുടെ വെളിച്ചത്തിൽ വിശകലനം നടത്തിയ ഇവർ പാഠത്തോട് ചേർക്കപ്പെട്ട ഇമേജ്, സൗണ്ട് ആനിമേഷൻ എന്നിവയെയും പഠനവിധേയമാക്കി.

സൈബർസാഹിത്യവും പോസ്റ്റുമോഡേണിസവും

സൈബർ സാഹിത്യത്തെ പോസ്റ്റ് മോഡേണിസവുമായി ബന്ധപ്പെടുത്തിക്കൊണ്ടുള്ള സിദ്ധാന്തങ്ങളും ഇക്കാലഘട്ടത്തിന്റെ സവിശേഷതയായിരുന്നു. സാങ്കേതികതയും മാധ്യമവുമായി ബന്ധപ്പെട്ടു നില്ക്കുന്ന പോസ്റ്റ് മോഡേണിസവും അതിന്റെ തുടർച്ചയായി പ്രത്യക്ഷപ്പെട്ട സൈബർ സാഹിത്യവും തമ്മിൽ പല മേഖലകളിലും പരസ്പരബന്ധത്തിന്റെ തലങ്ങളുണ്ടായിരുന്നു.എസ്പെൻ ആർസെത്തിനെപ്പോലുള്ള ആദ്യകാല സൈബർടെക്സ്റ്റ് സൈദ്ധാന്തികർ അവയിലെ സൈബർനെറ്റിക്സിനു പ്രാധാന്യം നല്കിയപ്പോൾ അവയിലെ ആഖ്യാനങ്ങൾക്കു വേണ്ട പ്രാധാന്യം ലഭിക്കപ്പെട്ടിരുന്നില്ല. സൈബർ ടെക്സ്റ്റിലെ പ്രയോഗരീതികളും ചിഹ്നങ്ങളും പഠനത്തിന് വിധേയമായപ്പോൾ ആഖ്യാനങ്ങളിലെ സാഹിത്യമാനങ്ങൾ അവഗണിക്കപ്പെട്ടുകിടന്നു (Urszula, 2014:4).

ലോർ റിയാൻ (Laure Ryan) ടെക്നോളജിയുടെ പശ്ചാത്തലത്തിൽ വ്യാപിച്ചിരുന്ന സൈബർ ടെക്സ്റ്റിനെ പോസ്റ്റ് മോഡേൺ സിദ്ധാന്തങ്ങളുടെ വെളിച്ചത്തിൽ പുതിയ തലത്തിലേക്ക് ആനയിച്ചു. സൈബർ സാഹിത്യത്തെ വിശകലനം ചെയ്തപ്പോൾ റിയാൻ അതിലെ സാഹിത്യത്തിനു പ്രാധാന്യം നല്കിക്കൊണ്ട് സാഹിത്യസിദ്ധാന്തത്തിനു രൂപം നല്കി. സൈബർ നെറ്റിക്സിന് പകരം റിയാൻ വെർച്വൽ റിയാലിറ്റി/ പ്രതീതി യാഥാർത്ഥ്യത്തെ പ്രതിഷ്ഠിച്ചു. വെർച്വൽ സാഹിത്യത്തെ റിയാൻ (Ryan) വ്യാഖ്യാനിക്കുന്നത് ഇപ്രകാരമാണ്.

“വെർച്വൽ എന്ന ചിന്ത കാലത്തിന്റെ പിന്നിലേക്കും മധ്യകാലത്തിലേക്കും തത്വശാസ്ത്രപാണ്ഡിത്യലോകത്തേക്കും കൊണ്ടുപോകുന്നു. ‘വെർച്വൽ മെഷീൻ’ എന്ന ആശയം പരാമർശിക്കുന്ന പ്രകാരം അതിലെ വായനക്കാരന് അതിന്റെ ഭാഷയുടെ തലത്തിൽ ഒരിക്കലും കമ്പ്യൂട്ടറുമായി സമ്പർക്കം പുലർത്താൻ കഴിയുകയില്ല. കാരണം അതിലെ ഭാഷ കോഡുചെയ്യപ്പെട്ടിരിക്കുന്നത് പൂജ്യം - ഒന്ന് എന്നുള്ള കോഡുഭാഷയിലാണ്. എന്നാൽ ഭാഷയുടെ ഉപരിതലത്തിൽ കമ്പ്യൂട്ടറുകൾക്കു മനസ്സിലാകുന്ന തരത്തിൽ നിർദ്ദേശങ്ങളായിട്ടാണ് അവ തർജ്ജമ ചെയ്യപ്പെടുന്നത്. ആശയത്തിനുപകരമായി അതേ അർത്ഥത്തിലുള്ള ഒന്നിനെ മാറ്റി സ്ഥാപിക്കൽ മാത്രമാണ് നടത്തപ്പെടുന്നത്. ഇവിടെ ‘വെർച്വൽ’ എന്നത് കമ്പ്യൂട്ടർ സയൻസിൽ വിവരിക്കുന്ന കേവലം ഒരു നിർമ്മിതി മാത്രമല്ല, ഇലക്ട്രോണിക് സാങ്കേതികതയുടെ സമഗ്രതയേയും അതിലെ ജനസമൂഹത്തെയും അതിന്റെ എല്ലാവിധ പ്രയോഗങ്ങളെയും വിസ്തരിക്കുന്നു (2010:121). സൈബർകാലത്തിന്റെ ഉദയത്തിനു വളരെ കാലം മുമ്പുതന്നെ പോസ്റ്റുമോഡേണിസത്തെ വിശദീകരിക്കുന്ന ബോദ്രിയാർ സാങ്കേതികതയുടെ ഫലമായി സൃഷ്ടിക്കപ്പെടുന്ന അതിയാഥാർത്ഥ്യത്തിന്റെ വ്യാജഭാവങ്ങളെ ചൂണ്ടിക്കാട്ടിത്തരുന്നുണ്ട്. പോസ്റ്റ്മോഡേണിസത്തിലെ സാങ്കേതികതയുടെ

ലോകത്തെ ബോദ്രിയാർ വിശദീകരിക്കുന്നു. "യന്ത്രവത്കൃതമായ പുനരുല്പാദനം സാർവ്വത്രികചിഹ്നതയ്ക്കു വഴിമാറിയിരിക്കുന്നു. ഉത്തരാധുനികസമൂഹം പരാമർശകങ്ങൾ നഷ്ടപ്പെട്ട അല്ലെങ്കിൽ പരാമർശകങ്ങളെ നിർണ്ണയിക്കാനാവാത്ത ചിഹ്നങ്ങളാൽ, അവയുടെ പകർപ്പുകളാൽ നിർമ്മിതമാണ്. അവ സൃഷ്ടിക്കുന്നത് അതിയാഥാർത്ഥ്യത്തിന്റെ വ്യാജഭാവമാണ്. ഉത്തരാധുനികതയിൽ നമുക്കനുഭവവേദ്യമാകുന്നത് അതിയാഥാർത്ഥ്യത്തിന്റെ വ്യാജഭാവമാണ്" (സുധാകരൻ, 2001:31). സാങ്കേതികത നിർണ്ണയിക്കുന്ന അതിയാഥാർത്ഥ്യത്തിന്റെ തലങ്ങളെപ്പറ്റിയുള്ള സംവാദങ്ങൾ ഉത്തരാധുനികതയുടെ ഭാഗമായിത്തന്നെ നിലവിൽ വന്നിരുന്നു. ഇതാകട്ടെ സാങ്കേതികത സാഹിത്യസൃഷ്ടികളുടെ നിർമ്മാണത്തിൽ ആശയലോകം മാത്രം നിർമ്മിച്ചിരുന്ന കാലത്തെപ്പറ്റിയുള്ള വിശകലനങ്ങളായിരുന്നു. ഉത്തരാധുനികതയിൽ യന്ത്രവും യന്ത്രവത്കൃത സാമൂഹ്യവ്യവസ്ഥിതിയും വ്യവസായ വിപ്ലവവും വ്യവസായാനന്തര സമൂഹവും സാംസ്കാരിക രൂപങ്ങളെയും പ്രത്യയശാസ്ത്രങ്ങളെയും നിർമ്മിക്കുകയും അവ സാഹിത്യത്തിന്റെ ഭാഗമായി മാറുകയും ചെയ്തു. സാങ്കേതികവിദ്യ ഉത്തരാധുനികതയുടെ മുഖമുദ്രയാണ് (സുധാകരൻ, 2001:12) പിൽകാലത്ത് വളർന്നുവന്ന സൈബർസാഹിത്യവും അടിസ്ഥാനമാക്കുന്നതും ഈ സാങ്കേതികതയെയാണ്.

ഉത്തരാധുനികതയെ പിന്തുടരുന്ന സൈബർ സാഹിത്യം അതിന്റെ സവിശേഷതകളെ തുടർന്നുകൊണ്ടുപോകുന്നു. സാങ്കേതികതയെ അടിസ്ഥാനമാക്കുന്ന ദർശനങ്ങൾ ഉത്തരാധുനികതയിലും സൈബർ സാഹിത്യത്തിലും എപ്രകാരം കാണപ്പെടുന്നു, അവ ഏതെല്ലാം തരത്തിൽ വ്യത്യാസപ്പെട്ടു നില്ക്കുന്നു തുടങ്ങിയ ചിന്തകൾ രണ്ടാം ഘട്ടത്തിൽ ചർച്ചകൾക്കു വിധേയമായി.

ഉത്തരാധുനികതയെയും സൈബർ ലിറ്ററേച്ചറിനെയും ബന്ധിപ്പിച്ചുകൊണ്ട് കൂടുതൽ ചിന്തകൾ നല്കുന്നത് മറാക്കു എസ്കലിൻ (Marakku Eskeline) ആണ്. എസ്കലിന്റെ അഭിപ്രായത്തിൽ സൈബർ സാഹിത്യം മോഡേണിസത്തിന്റെയും പോസ്റ്റ് മോഡേണിസത്തിന്റെയും വ്യവഹാരങ്ങൾക്കു പുറത്തുനില്ക്കുന്നവയാണ് (Viires, 2005:156–157). ഉത്തരാധുനികതയുമായി ബന്ധിപ്പിച്ചുകൊണ്ട് സൈബർസാഹിത്യത്തെ അവതരിപ്പിച്ചവരിൽ പ്രധാനിയാണ് പൈററ്റ് വൈറസ് (Piret Viires). സൈബർ സാഹിത്യത്തിലെ സാഹിത്യഘടകങ്ങൾ പോസ്റ്റുമോഡേണിസത്തിലെ സൈബർ സവിശേഷതകളുമായി ചേർത്ത് നിരീക്ഷിച്ച അദ്ദേഹം പോസ്റ്റുമോഡേണിസത്തിന്റെ സവിശേഷതകൾ തന്നെയാണ് സൈബർ സാഹിത്യം പിന്തുടരുന്നതെന്ന് അഭിപ്രായപ്പെടുന്നു. "പോസ്റ്റുമോഡേണിസത്തിന്റെ പ്രധാന സവിശേഷതകൾ പാഠത്തിൽ ഉൾച്ചേർത്ത് അവയെ ടെക്നോളജിയുടെ സങ്കേതങ്ങളിലൂടെ അവതരിപ്പിക്കുന്നതാണ് സൈബർ ലിറ്ററേച്ചർ" (2005:156–157). സൈബർ സാഹിത്യത്തിന്റെ

സവിശേഷതകളെയും അതിന്റെ ടെക്നോളജിയേയും വളരെ കൃത്യമായി നിർവചിക്കുന്നതാണ് വൈറസിന്റെ നിഗമനങ്ങൾ. കമ്പ്യൂട്ടറിന്റെ സാങ്കേതിക വിദ്യയിലൂടെ അവതരിപ്പിക്കപ്പെടുന്ന പോസ്റ്റുമോഡേണിസ്റ്റ് ഉള്ളടക്കങ്ങളാണ് സൈബർ സാഹിത്യം. വൈറസിന്റെ വീക്ഷണത്തിൽ പോസ്റ്റുമോഡേണിസത്തിൽ നിന്ന് സൈബർ സാഹിത്യത്തെ വ്യത്യസ്തമാക്കുന്ന തലം അവയ്ക്ക് അധികമായി ലഭിച്ച സാങ്കേതികതയുടെ പശ്ചാത്തലമാണ്.

3. മൊബൈൽ യുഗം

കമ്പ്യൂട്ടർ സാങ്കേതികവിദ്യകളോട് ചേർന്നുള്ള അനുബന്ധ ഉപകരണങ്ങളുടെ തലത്തിലുള്ള പുരോഗതിയാണ് മൂന്നാം ഘട്ടത്തിലുള്ള പ്രധാന സവിശേഷത. പുതിയ സാങ്കേതികവിദ്യകൾ ഡിജിറ്റൽ ഉപകരണങ്ങളിൽ വിപ്ലവകരമായ മാറ്റം കൊണ്ടുവന്നു. മൂന്നാമത്തെ കാലഘട്ടം മൊബൈൽഫോണിന്റെ വളർച്ചയുമായി ബന്ധപ്പെട്ടതാണ്. 2009-ഓടുകൂടിയാണ് മൊബൈൽഫോണിന്റെ വ്യാപനം വളരെയധികം വർധിച്ചത്.

സൈബർ സാഹിത്യവും മൊബൈൽ ആപ്ലിക്കേഷനുകളും

ഗോഡ്‌വിൻ റോബർട്ടിന്റെ (Godwin Rober:) അഭിപ്രായത്തിൽ ഇന്റർനെറ്റ് മേഖല ശക്തമായ കുതിപ്പുകൾ നടത്തിക്കൊണ്ടിരിക്കുന്നു. ഒരാൾക്ക് മറ്റൊരാളോടും ഒരാൾക്ക് ഒരു വലിയ സമൂഹത്തോടും സംവദിക്കാൻ സാധിക്കുന്ന വെബ്ബുകളുടെ എണ്ണം മുമ്പെങ്ങും ഇല്ലാത്തവിധം വർദ്ധിച്ചിരിക്കുന്നു. അവ മനുഷ്യജീവിതത്തിന്റെ ഹൃദയമെന്നപോലെയായി മാറിയിരിക്കുന്നു. മൊബൈൽഫോണുകളുടെ പുതിയ ആപ്ലിക്കേഷനുകൾ ഇതിന്റെ ഗതിവേഗം വർദ്ധിപ്പിച്ചിരിക്കുന്നു. പുതുതായി നിർമ്മിക്കപ്പെട്ട വെബ്ബ് ബ്രൗസറുകൾവഴിയും എണ്ണമറ്റ മൊബൈൽ ആപ്ലിക്കേഷനുകൾ വഴിയും ഇന്റർനെറ്റ് വിവരങ്ങൾ ഏവർക്കും കരഗതമായി (2010:2). സാങ്കേതികലോകത്തുണ്ടായ ഈ മാറ്റം സാങ്കേതികരംഗങ്ങളിൽ വൻ വളർച്ചയ്ക്കു കാരണമായി. കൈയിലെ ചെറിയ ഉപകരണങ്ങളിലൂടെ വന്ന വിപ്ലവകരമായ സാങ്കേതിക പുരോഗതിയായിരുന്നു അത്. കമ്പ്യൂട്ടറുകൾക്കുപകരം വയ്ക്കാവുന്നതും അതിലും ഉപരിയായ സാങ്കേതിക സംവിധാനങ്ങൾ ഉള്ളതുമായ സ്മാർട്ട് ഫോണുകൾ ഈ രംഗത്ത് വൻസ്വാധീനം ചെലുത്തുവാൻ ഇടവന്നു. ഒരു ഉപകരണത്തിനു മാത്രം സംഭവിക്കുന്ന മാറ്റംകൊണ്ട് സാധ്യമായതായിരുന്നില്ല. ഒട്ടനേകം സാങ്കേതികരംഗങ്ങളിലുണ്ടായ വളർച്ചയാണ് ഈ കാലഘട്ടത്തിലെ സാങ്കേതിക വിദ്യയെ പരിഷ്കരിച്ചത് (മാനുവൽ, 2016:47). പാഠങ്ങളും ഇമേജുകളും ചലിക്കുന്ന ചിത്രങ്ങളും ശബ്ദരൂപങ്ങളും ധാരാളമായി കൈമാറ്റം ചെയ്യാവുന്ന അവസ്ഥയുണ്ടായി.

പോൾ ലെവിൻസൺന്റെ (Paul Levinson) അഭിപ്രായത്തിൽ നവ മാധ്യമങ്ങളുടെ ചരിത്രത്തിൽ പുതിയ ഏടുകൾ എഴുതിച്ചേർക്കപ്പെടാനുള്ള പ്രധാന കാരണങ്ങളിലൊന്ന് ഐഫോണിന്റെ കണ്ടുപിടുത്തമാണ് (2009:4). വയർലെസ് സാങ്കേതികത, വേഗതയേറിയ പ്രോസസ്സറുകൾ, ടച്ച് സ്ക്രീനുകളുടെ കണ്ടുപിടുത്തം, മെമ്മറി കാർഡുകൾ, വിവിധയിനം സോഫ്റ്റ്വെയറുകൾ, കാര്യക്ഷമതയുള്ള ചിപ്പുകൾ, വൈ-ഫൈ, ഇന്റർനെറ്റ് സാങ്കേതികത എന്നിങ്ങനെ സാങ്കേതികതയുടെ പരിഷ്കരണത്തിലൂടെ മൊബൈൽ ലോകം അനുദിനം പുരോഗമിച്ചുകൊണ്ടിരിക്കുന്നു. എല്ലാത്തരം സാങ്കേതികതയും സംഗമിക്കുന്ന യന്ത്രമായി മൊബൈൽ മാറി. 2007 ൽ ആപ്പിൾ കമ്പനി ഐഫോൺ വികസിപ്പിച്ചതോടെയാണ് സ്മാർട്ട്ഫോൺയുഗത്തിന് വഴിതെളിയുന്നത്. മൊബൈൽ ഉപകരണങ്ങളുടെ വളർച്ച സോഷ്യൽ മീഡിയാരംഗങ്ങളിൽ വൻവിപ്ലവം കൊണ്ടുവന്നു. സോഷ്യൽ മീഡിയാരംഗത്തെ വൻകുതിപ്പ് സാഹിത്യ പ്രസാധനരംഗങ്ങളിലും സൈബർ സാഹിത്യചിന്തകളിലും പുതിയ വാതായനങ്ങളെ തുറന്നു നല്കി. ഓരോ വ്യക്തിയുടെയും കൈവെള്ളയിലൊതുങ്ങുന്ന മൊബൈൽ ഫോൺ, ഓർമ്മപ്പെടുത്തലിന്റെയും ഓർമ്മയുടെയും ജ്ഞാനശേഖരണത്തിന്റെയും ജ്ഞാനവിനിമയത്തിന്റെയും കലാസാഹിത്യാസ്വാദനത്തിന്റെയും സമ്മേളനസ്ഥലമാകുന്നതോടൊപ്പം വ്യക്തിയുടെ വ്യക്തിത്വ നിർണ്ണയത്തെയും സാമൂഹ്യഇടപെടലിനെയും കേന്ദ്രസ്ഥാനത്തു കൊണ്ടുവന്നു (മാനുവൽ, 2016:7). മൊബൈൽ ഉപകരണങ്ങളുടെ വളർച്ച സോഷ്യൽമീഡിയാകളിലും അതിന്റെ പരിണിതഫലമായി ഇലക്ട്രോണിക് സാഹിത്യം ഉൾപ്പെടെ സാമൂഹ്യവ്യവഹാരങ്ങളിലും പുതിയ തരംഗങ്ങൾ സൃഷ്ടിച്ചു. വർത്തമാനകാലത്ത് സൈദ്ധാന്തിക ചട്ടക്കൂടുകൾ നിർമ്മിക്കപ്പെടുകയും ചർച്ചകൾ നടത്തപ്പെടുകയും ചെയ്യുന്നത് ഈ പശ്ചാത്തലത്തിലാണ്. ഈ ഘട്ടത്തിൽ നവമാധ്യമങ്ങളും അവയുടെ പ്രഭാവങ്ങളും സാങ്കേതികതയുമായി ബന്ധപ്പെട്ട സിദ്ധാന്തങ്ങളുടെ നിർമ്മാണത്തിൽ ശക്തമായ സ്വാധീനം ചെലുത്തി (Urszula, 2014:3).

വലുപ്പംകൊണ്ട് ചെറുതും ഉപയോഗത്തിൽ ലളിതവും സാങ്കേതികതയിൽ സമ്പന്നവുമായ മൊബൈൽഫോണിന്റെ പ്രചാരം സർഗ്ഗശക്തിയുള്ള പാഠങ്ങളുടെ വർധിച്ച എണ്ണത്തിലുള്ള നിർമ്മാണത്തിനും ഉപയോഗത്തിനും വഴി തെളിച്ചു. ബ്ലോഗെഴുത്തുകളും എസ്.എം.എസുകളും ടെക്സ്റ്റ് മെസേജുകളും ഫേസ്ബുക്ക് സൃഷ്ടികളും വാട്ട്സ്ആപ്പ് സന്ദേശങ്ങളും ഇങ്ങനെ മൊബൈൽഫോണുകൾ വഴി നവമാധ്യമലോകം കൂടുതൽ സജീവവും ചലനാത്മകവുമായി മാറി. ഇവിടെ ടെക്സ്റ്റ് എന്നത് സംയോജിതപദമാണ്. അതിൽ ഇമേജും സൗണ്ടും ലിഖിതഭാഗവുമെല്ലാം കൂട്ടിക്കലർത്തപ്പെട്ടിരിക്കുന്നു. സാഹിത്യകാരന് സൃഷ്ടിനിർമ്മാണത്തിനുള്ള അവശ്യ സാമഗ്രിയാണ് സോഫ്റ്റ്വെയർ. സാങ്കേതികപ്രോഗ്രാമുകളുടെ ആധിക്യമുള്ള പശ്ചാത്തലം ആശയാവിഷ്കരണത്തിന് സജ്ജമായി നില്ക്കുന്നു.

സൈബർ സാഹിത്യസിദ്ധാന്തങ്ങൾ മൊബൈൽകാലത്തിൽ

കമ്പ്യൂട്ടറിന്റെ പ്രതലം മാത്രം വായനയ്ക്കായി ലഭ്യമായിരുന്ന കാലഘട്ടത്തിൽ നിന്ന് നവമാധ്യമങ്ങളുടെ പുതിയ കാലത്തിലേക്കു വളർന്നപ്പോൾ സാഹിത്യസിദ്ധാന്തങ്ങളിലും ഈ മാറ്റം കാണുവാൻ കഴിയും. ഹൈപ്പർടെക്സ്റ്റുകളുടെ സവിശേഷതകളും വായനയുടെ അധികസാധ്യതകളും അവിടെ പരാമർശവിഷയമായി മാറുന്നില്ല. നവമാധ്യമ ഇടങ്ങളിലെ പ്രകടനപരതയാണ് സാഹിത്യസിദ്ധാന്തപഠനങ്ങളിൽ അടിസ്ഥാന തത്ത്വമായി കടന്നുവരുന്നത്. ഇക്കാലഘട്ടത്തിലെ സാഹിത്യഗവേഷണങ്ങളിലെ കാഴ്ചപ്പാടും രീതികളും ലക്ഷ്യമാക്കുന്നത് നവമാധ്യമങ്ങളുമായി ബന്ധപ്പെട്ട സാക്ഷാത്കാരത്തെയാണ് (Urszula, 2014:6). സൈബർ സാഹിത്യസിദ്ധാന്തങ്ങളുമായി ബന്ധപ്പെട്ട് ഇന്ന് ഉയർന്നു നിൽക്കുന്ന പ്രധാന സവിശേഷത അവയുടെ നവമാധ്യമീകരണസ്വഭാവമാണ്. നവമാധ്യമങ്ങളുടെ പശ്ചാത്തലത്തിലേക്കു വളർന്നു നിൽക്കുന്ന ഭാഷയും സാഹിത്യവും എപ്രകാരം അവയുടെ പശ്ചാത്തലങ്ങളിൽ പുതിയ സാഹിത്യലോകത്തെ രൂപപ്പെടുത്തുന്നുവെന്ന് അലൻ ലിയു (Alan Liu) നിരീക്ഷിക്കുന്നു.

“ഇന്ന് ‘ഡിജിറ്റ’ലാണ് ഏറ്റവും പുതിയതും പ്രധാനവുമായ മാധ്യമം. ആധുനികതയിൽനിന്ന് ഉത്തരാധുനികതയിലേക്കുള്ള തുടർച്ചയെന്നത് വെറും രേഖ മാത്രമായി മാറുകയും ‘ഡിജിറ്റൽ’ അവിടെ പ്രതിഷ്ഠിക്കപ്പെടുകയും ചെയ്തു. യഥാർത്ഥത്തിൽ സാഹിത്യം അതിന് പ്രിയപ്പെട്ടതല്ല. ഇന്നത്തെ താരമെന്നത് മാധ്യമമാണ്. വളരെ വിപുലവും നാനാവിധവുമായ രീതിയിൽ സംഗീതവും സിനിമയും ടെലിവിഷനും ആനിമേഷനും ജേർണലിസവും അങ്ങനെയുള്ളതെല്ലാം സാഹിത്യത്തോടു കൂട്ടിക്കലർത്തുന്നു. മാറ്റത്തിന്റെ ഭാഗമായി കൂട്ടിച്ചേർക്കപ്പെട്ട അഭിനവമായ ഈ ശകലങ്ങൾ അവയ്ക്കെതിരായും അതിന്റെ ഉള്ളിലും ഒന്ന് മറ്റൊന്നിനോടു പോരടിച്ച് ഒരു നവമാധ്യമ പരിസ്ഥിതിവിജ്ഞാനീയത്തെ സൃഷ്ടിക്കുന്നു” (2013:19). അലൻ ലിയുവിന്റെ വീക്ഷണത്തിൽ ഇന്നത്തെ സാഹിത്യമെന്നത് നവമാധ്യമങ്ങളുടെ സങ്കീർണ്ണതകളിലേക്കു കുടിയേറിയതാണ്. അതിനാൽ സാഹിത്യം മാധ്യമങ്ങളുടെ കൂട്ടിച്ചേർക്കലുകളിലൂടെ സങ്കീർണ്ണമാക്കപ്പെട്ട ഒന്നായി മാറിക്കഴിഞ്ഞു. നവമാധ്യമ പരിസ്ഥിതി വിജ്ഞാനപഠനമാണ് ഇന്നത്തെ സാഹിത്യപഠനത്തിൽ ഏറ്റവും പ്രാധാന്യമർഹിക്കുന്നത്. അവയുടെ ഘടകങ്ങളെ പഠനവിധേയമാക്കുന്നതുവഴി മാത്രമേ സാഹിത്യപഠനം സമ്പൂർണ്ണമാകുകയുള്ളൂ എന്ന് അലൻ ലിയു അഭിപ്രായപ്പെടുന്നു.

പുതിയ കാലഘട്ടത്തിൽ ഡിജിറ്റൽ സൃഷ്ടികളുടെ സാഹിത്യസിദ്ധാന്തത്തിൽ സംഭവിച്ച മറ്റൊരു മാറ്റം അവയുടെ പൊതുസമീപനരീതികളുമായി ബന്ധപ്പെട്ടാണ്. ഡിജിറ്റൽ ഉപകരണങ്ങളുടെ വളർച്ചയുടെ

ഭാഗമായി ഓരോ സൃഷ്ടിയേയും വ്യക്തിഗത ഇനമായി പരിഗണിക്കപ്പെടണമെന്ന ചിന്ത ഇക്കാലത്തിൽ കൂടുതൽ ശക്തമായി. ഡിജിറ്റൽ സൃഷ്ടികളെ ഏതെങ്കിലും പൊതുവർഗ്ഗമായി തരംതിരിക്കാൻ സാധിക്കുന്നതല്ല. ഓരോന്നും നിർമ്മിക്കപ്പെട്ടതുപോലെ വ്യത്യസ്തമായ രീതിയിൽ വ്യക്തിഗത ഇനം സൃഷ്ടികളായി മാത്രമേ പരിഗണിക്കാൻ സാധിക്കുകയുള്ളൂ എന്ന നിഗമനങ്ങൾക്കു കൂടുതൽ പ്രാമുഖ്യം ലഭിച്ചു. അതിന്റെ പരിണിതഫലമായി സൈദ്ധാന്തികർ ഇലക്ട്രോണിക് സാഹിത്യരൂപങ്ങളെ നിർണ്ണയിച്ചിരുന്ന പൊതു അതിർത്തികളെ മായിച്ചുകളയുകയും ഓരോ സൃഷ്ടികളുടെയും പ്രത്യേകതകളെ മുൻനിർത്തി ഓരോ കുടക്കീഴിൽ അണിനിരത്തുകയും ചെയ്തു (Urszula, 2014:4).

പുതിയ കാലഘട്ടത്തിൽ ശക്തമാകുന്ന മറ്റൊരു ചിന്ത പോസ്റ്റ് മോഡേണിസവുമായി ബന്ധപ്പെടുത്തിക്കൊണ്ടുള്ളതാണ് ഘടനാപരമായ മേഖലകളിൽ പോസ്റ്റ് മോഡേണിസവുമായി ലിങ്കു ചെയ്യപ്പെട്ടു.

ആദ്യകാല സിദ്ധാന്തങ്ങളെ തിരുത്തിക്കൊണ്ട് പുതിയ മേഖലകളെക്കൂടി സാഹിത്യപഠനത്തിൽ ഉൾപ്പെടുത്താൻ പുതിയ സൈദ്ധാന്തികർ ശ്രമിക്കുന്നു. പോസ്റ്റ് മോഡേണിസത്തിന്റെ തുടർച്ചയായി അവർ സൈബർ പാഠങ്ങളെ ഉൾപ്പെടുത്തുന്നു. പോസ്റ്റുസ്ട്രക്ച്ചറലിസവുമായി സൈബർ സാഹിത്യത്തെ ആദ്യം ബന്ധിപ്പിച്ചത് ജോർജ് പി. ലാൻഡോ ആയിരുന്നു (1992:42-45). ലാൻഡോയുടെ വീക്ഷണങ്ങളെ തിരുത്തിക്കൊണ്ട് സൈബർ സാഹിത്യത്തിൽ പുതിയ ദർശനങ്ങളെ അവതരിപ്പിക്കുകയാണ് മാർഷ കിൻഡർ (Marsha Kinder). ബാർത്തിന്റെ ദർശനങ്ങളെ അദ്ദേഹം സൈബർസാഹിത്യത്തിൽ പുനർവായിക്കുന്നു. ബാർത്തിന്റെ S/Z സിദ്ധാന്തത്തെ ഉപയോഗിച്ചുകൊണ്ട് ഇന്നത്തെ ഡിജിറ്റാലിറ്റിയുടെ പശ്ചാത്തലത്തെ വ്യാഖ്യാനിക്കാൻ ശ്രമിക്കുന്ന കിൻഡർ സൈബർ സാഹിത്യത്തിനു പുതിയ ദിശാബോധം നല്കുന്നു.

ബാർത്തിന്റെ പഠനങ്ങൾ ഭാഷാശാസ്ത്രപരമായ വീക്ഷണങ്ങളിൽ ആരംഭിച്ച് അതിന്റെ പാഠാന്തരപരമായ അർത്ഥതലത്തിലേക്ക് പോകുന്നവയാണ്. ഇതിന് വിപരീതമായി ലാൻഡോയുടെ വീക്ഷണങ്ങൾ പാഠത്തിൽ മാത്രം കേന്ദ്രീകരിച്ച് നില്ക്കുന്നവയാണ്. ബാർത്തിന്റെ സാഹിത്യസിദ്ധാന്തങ്ങൾ ഭാഷാശാസ്ത്രം, വ്യാകരണം, അലങ്കാരശാസ്ത്രം എന്നിങ്ങനെയുള്ള മേഖലകളിൽ ആരംഭിച്ച് അന്വേഷണാത്മകമാനത്തോടെ സാമൂഹ്യശാസ്ത്രത്തിന്റെയും തത്വശാസ്ത്രത്തിന്റെയും തലങ്ങളിലേക്ക് വളരുന്നവയാണ്. സൈബർ സാഹിത്യത്തിന്റെ സൈദ്ധാന്തികർ ഘടനാപരമായ മേഖലകളിൽനിന്ന് പിന്തിരിഞ്ഞ് സാമൂഹ്യശാസ്ത്രപരമായ മാനങ്ങളിലേക്കും അതിന്റെ പ്രശ്നങ്ങളിലേക്കും ശ്രദ്ധയെ കൊണ്ടുപോകണം (Kinder, 2014:3-5).

സൈബർ പാഠത്തിന്റെ ഘടകങ്ങളിൽനിന്ന് സൈബർ സാഹിത്യദാർശനികർ അതിന്റെ സാമൂഹികവും സാംസ്കാരികവുമായ മാനങ്ങളിലേക്ക് ദൃഷ്ടി തിരിക്കുന്നുണ്ട്. 'ഉത്തര-ഉത്തരാധുനികത' എന്ന

ഗ്രന്ഥത്തിൽ അലൻ കിർബിയുടെ അഭിപ്രായങ്ങളെ എം.കെ. ഹരികുമാർ രേഖപ്പെടുത്തുന്നു. "പുതിയ ഡിജിറ്റൽ സാങ്കേതികവിദ്യകൾ ഭാഷാസ്വരൂപങ്ങളോടുകൂടി അവതരിച്ചതിന്റെ സാംസ്കാരിക പ്രത്യാഘാതങ്ങളാണ് ഡിജിമോഡേണിസം വിവരിക്കുന്നത്. കലാകാരന്മാർ തെരഞ്ഞെടുക്കാനിടയുള്ള ടെക്നിക്കുകളോ ശൈലികളോ ഇതിലില്ല ഇതിനുപകരം ഡിജിമോഡേണിസം സൂചിപ്പിക്കുന്നത് പാഠത്തിലും സംസ്കാരത്തിലും കലയിലും ഡിജിറ്റലൈസേഷന്റെ ഫലമായുണ്ടായ മാറ്റങ്ങളാണ് (2012:59).

സൈബർസാഹിത്യത്തിന്റെ താത്വിക അപഗ്രഥനത്തിൽ പുതിയ ദർശനങ്ങൾ അതിന്റെ ഭാഗമായി മാറുന്നു. സൈബർ സാഹിത്യത്തെ രൂപപ്പെടുത്തുന്ന സാമൂഹികപരിസ്ഥിതിയും സാംസ്കാരികാന്തരീക്ഷവുമൊക്കെ വിചിന്തനത്തിനു വിഷയമാകുന്നതാണ് പുതിയ പഠനങ്ങളിലൂടെ വ്യക്തമാകുന്നത്.

കാലാനുസൃതമായ വളർച്ചയിലൂടെ കടന്നുപോകുന്ന സൈബർ സാഹിത്യത്തെയാണ് മുകളിൽ നിരീക്ഷിച്ചത്. സാങ്കേതികതയുടെ വളർച്ചയുമായി ചേർന്നുനില്ക്കുന്നതിനാൽ ഓരോ കാലഘട്ടത്തിലും അവ പുതിയ രൂപങ്ങളെ സൃഷ്ടിച്ചുകൊണ്ടിരിക്കുന്നു. വ്യത്യസ്തകാലഘട്ടങ്ങളിൽ അവ വ്യതിരിക്തമായ സാഹിത്യരൂപങ്ങളെ നിർമ്മിക്കുന്നു. ഒറ്റഭാഷയിലേക്കു മാത്രമായി സാങ്കേതികതയുടെ വളർച്ചയെ ചുരുക്കുവാൻ കഴിയുകയില്ല. കാരണം ആഗോളീകരണത്തിന്റെ ഫലമായി അവ എല്ലാ ഭാഷകളിലേക്കും കടന്നുകയറുകയും ശക്തമായ സ്വാധീനങ്ങളെ ഭാഷാപരിസരങ്ങളിൽ സൃഷ്ടിക്കുകയും ചെയ്യുന്നു. ടെക്സ്റ്റിൽനിന്ന് സൈബർ ടെക്സ്റ്റിലേക്കും ടെക്നോടെക്സ്റ്റിലേക്കും കടന്നുപോയ ഭാഷയുടെ വ്യവഹാരങ്ങളെ ഇന്ന് രൂപപ്പെടുത്തുന്നത് നവമാധ്യമങ്ങളിലെ പ്രകടനപരതയാണ്. ഹൈപ്പർടെക്സ്റ്റുകളെ മാത്രം അധികസാധ്യതയായി കണ്ട കമ്പ്യൂട്ടർ സാഹിത്യം ഇന്ന് ദൃശ്യത്തിന്റെയും ശ്രാവ്യത്തിന്റെയും അനുഭൂതികളെ പ്രദാനം ചെയ്യുന്ന വിവിധ മാധ്യമങ്ങളുടെ സംഗമഭൂമിയാണ്.

അഞ്ച്

സൈബർ സാഹിത്യം - ഘടകങ്ങളും വിശകലനവും

കലയും സാഹിത്യവും സാങ്കേതിക പിൻബലത്തോടെ ഡിജിറ്റൽവത്ക്കരണത്തിന് വിധേയമായ കാലത്തിലാണ് സൈബർ സാഹിത്യം ഉദയം ചെയ്തത്. ആശയവിനിമയത്തിനും സാഹിത്യപ്രസാധനത്തിനും മധ്യസ്ഥത വഹിക്കുന്ന ഉപകരണം അഥവാ ഉപാധിയെന്ന നിലയിലാണ് മാധ്യമങ്ങളുടെ പ്രസക്തി. സൈബർ സാഹിത്യരംഗത്തെപ്പറ്റി പഠിക്കുമ്പോൾ അവയിലുള്ള മാധ്യമഘടകങ്ങളെക്കൂടി പഠനവിധേയമാക്കേണ്ടിയിരിക്കുന്നു. സൈബർസാഹിത്യത്തെ അലൻ ലിയു (Alan Liu) നിർവചിക്കുന്നത് 'സാഹിത്യവുമായുള്ള ഡിജിറ്റലിന്റെ സമാഗമം' (2013:3) എന്നാണ്. സാഹിത്യവും സൈബർ സാങ്കേതികതയും നവമാധ്യമങ്ങളുടെ പശ്ചാത്തലങ്ങളിൽ സംഗമിക്കുന്നതാണ് സൈബർ സാഹിത്യം. നവമാധ്യമങ്ങളുമായി സമാഗമത്തെ വിശദമാക്കിക്കൊണ്ട് അലൻ ലിയു (Alan Liu) സമർത്ഥിക്കുന്നു. "സാങ്കേതികതയുടെയും സമ്പർക്കമാധ്യമത്തിന്റെയും കമ്പ്യൂട്ടർ ഗണനത്തിന്റെയും മേഖലയോട് സാഹിത്യം സമീപസ്ഥമായി എന്നതിനേക്കാൾ സമാഗമിച്ചു എന്ന പദമാണ് കൂടുതൽ അഭികാമ്യം. ഈ പദം സാഹിത്യത്തിലേക്കുള്ള നവമാധ്യമങ്ങളുടെ ഇടപെടലുകളെയാണ് അറിയിച്ചുതരുന്നത്" (2013:3-4).

സൈബർ സാഹിത്യപഠനത്തിൽ നവമാധ്യമങ്ങൾ ഘടനാപരമായി ചെലുത്തിയ സ്വാധീനം പ്രത്യേകം പരിഗണന അർഹിക്കുന്നു. കാതറൈൻ ഹെയ്ൽസ് ഇപ്രകാരം നിരീക്ഷിക്കുന്നു. "ഡിജിറ്റൽ സാഹിത്യചരിത്രം ഡിജിറ്റൽ കമ്പ്യൂട്ടറുകളുടെ കണ്ടുപിടുത്തത്തിന്റെ ചുറ്റുപാടുകളിൽനിന്ന് വളർന്നുവന്നതാണ്... അവയുടെ പശ്ചാത്തലമാണ് അവയ്ക്ക് അർത്ഥവും പ്രാധാന്യവും നല്കുന്നത്. അവ എപ്രകാരം പ്രിന്റുമീഡിയകളിൽനിന്ന് വ്യത്യാസപ്പെട്ടു നില്ക്കുന്നു? അവ എപ്രകാരം അവയ്ക്ക് ഉപരിയായി നില്ക്കുന്നു? ഡിജിറ്റൽ സാഹിത്യത്തിന്റെ പ്രത്യേകമായിട്ടുള്ള സവിശേഷതകളെന്തൊക്കെയാണ്? ഇപ്രകാരം ഡിജിറ്റൽ സാഹിത്യത്തിലെ വൈദഗ്ദ്ധ്യങ്ങളെ വ്യാഖ്യാനിക്കുമ്പോഴേ അവയുടെ പഠനം

പൂർത്തിയാകുകയുള്ളൂ (2007:3). എഴുത്തിന്റെയും വായനയുടെയും പാഠത്തിന്റെയും മേഖലയിൽ കൊണ്ടുവന്ന കൂട്ടിച്ചേർക്കലുകൾ സൈബർ സാഹിത്യത്തിന്റെ നവമാധ്യമ സവിശേഷതകളെയാണ് വെളിപ്പെടുത്തുന്നത്.

സാഹിത്യം കഴിഞ്ഞ അഞ്ഞൂറോളംവർഷം അച്ചടിമാധ്യമത്തിന്റെ പ്രതലത്തിലാണ് വളർന്നുവന്നിട്ടുള്ളത്. അതിനാൽ സാഹിത്യവുമായി ബന്ധപ്പെട്ട ദർശനങ്ങൾ വളർന്നുവന്നത് അച്ചടിസാഹിത്യത്തിന്റെ പശ്ചാത്തലത്തിൽനിന്നുകൊണ്ടാണ്. സൈബർയുഗത്തിലേക്ക് സാഹിത്യം മാറ്റപ്പെട്ടപ്പോൾ സാഹിത്യവുമായി ബന്ധപ്പെട്ട എല്ലാ ഘടകങ്ങളിലും സാങ്കേതികമായ അംശങ്ങളെക്കൂടി ഉൾച്ചേർക്കാൻ ഇടവന്നു. അച്ചടിയുമായി ബന്ധപ്പെട്ട സാഹിത്യഘടകങ്ങളെ ചുവടെ ചേർക്കുന്നു.

1) പാഠം
2) മാധ്യമം
3) എഴുത്ത്
4) എഴുത്തുകാരൻ
5) വായന
6) വായനക്കാരൻ

അച്ചടിസാഹിത്യവുമായി ബന്ധപ്പെട്ട് വളർന്നുവന്ന ഈ സാഹിത്യ ഘടകങ്ങളിലെല്ലാം കൂട്ടിച്ചേർക്കലുകളും അധികമായ സാധ്യതകളും പ്രദാനം ചെയ്യുന്നതിന് കമ്പ്യൂട്ടർസാങ്കേതികതയ്ക്ക് കഴിഞ്ഞു. കമ്പ്യൂട്ടർ സാങ്കേതികത സാഹിത്യഘടകങ്ങളിൽ വരുത്തിയ പരിണാമത്തെ തുടർന്നു നിരീക്ഷിക്കുന്നു.

1. സൈബർപാഠം

സാഹിത്യ പാഠമെന്നാൽ പൊതുഅർത്ഥത്തിൽ 'അക്ഷരങ്ങളുടെ നിർമ്മിതി' എന്നാണ് ആദ്യകാലങ്ങളിൽ അർത്ഥമാക്കിയിരുന്നത്. അതിനാൽ ആരംഭകാലങ്ങളിൽ പാഠത്തെ സംബന്ധിച്ച പ്രിയകരമായ മാധ്യമം എഴുത്തായിരുന്നു (Alan Liu, 2013:18). എന്നാൽ എഴുത്ത് എന്ന മാധ്യമം മറ്റെല്ലാ മാധ്യമങ്ങളെയുംപോലെ ആധുനികസാങ്കേതികവിദ്യകളും ആശയ വിനിമയമാർഗ്ഗങ്ങളുമായി കൂടിച്ചേർന്നതോടുകൂടി എല്ലാ മാധ്യമങ്ങളിലും സംഭവിച്ച ആധുനികരണവും സാങ്കേതികവത്ക്കരണവും എഴുത്തിലും എഴുത്തിന്റെ ഭാഗമായി സാഹിത്യപാഠത്തിലും കടന്നുകൂടി. അച്ചടിസാഹിത്യത്തിൽ പാഠമെന്നത് സുസ്ഥിരവും മൂർത്തവും നമുക്കു തൊട്ടുപെരുമാറാവുന്നതുമാണ്. അച്ചടിത്താൾ എന്നത് പണിതീർന്ന ഉല്പന്നമാണ്. അതു മായ്ക്കാനോ മാറ്റിയെഴുതാനോ സാധ്യമല്ല. അതിന്റെ നിലനില്പ് സുസ്ഥിരമാണ്, രൂപത്തിലും സ്വഭാവത്തിലും അവ അടഞ്ഞുനില്ക്കുന്നവയാണ്. പാഠത്തിൽ ഉൾപ്പെടുത്തിയിരിക്കുന്ന സാധ്യതകൾ വളരെ പരിമിതമാണ് (രാമചന്ദ്രൻ, 2013:31).

നവമാധ്യമലോകത്തെ സൃഷ്ടിയായ സൈബർ പാഠം വിശാലമായ മേഖലയുമായി ബന്ധപ്പെട്ടു നില്ക്കുന്നവയാണ്. സമഗ്രമായ ഒരു ലോകത്തെയാണ് അവ സൃഷ്ടിച്ചുകൊണ്ടിരിക്കുന്നത്. എല്ലാ മാധ്യമ വിഭാഗങ്ങളെയും സംയോജിപ്പിക്കുന്നതിനുള്ള സാങ്കേതികപശ്ചാത്തല ത്തിലാണ് ഓരോ പാഠവും അവതരിപ്പിക്കപ്പെടുന്നത്. അച്ചടിസംസ്കാര ത്തിൽനിന്ന് സ്ക്രീൻ സംസ്കാരത്തിലേക്കുള്ള മാറ്റം പാഠത്തിന്റെ സ്വഭാവ ത്തെയും രീതികളെയും മാറ്റിമറിച്ചു. അവിടെ കീബോർഡുകൊണ്ട് അക്ഷരങ്ങളെ നിർമ്മിക്കാം, ശേഖരിച്ചുവച്ചവയിൽനിന്ന് ചിഹ്നങ്ങളും ചിത്ര ങ്ങളും ആവശ്യാനുസരണം ഉപയോഗിക്കാം, ചിത്രങ്ങളും വീഡിയോകളും ആനിമേഷനും ആവശ്യാനുസരണം പ്രയോജനപ്പെടുത്താം, സാങ്കേതിക വിദ്യയുടെ സഹായത്താൽ ഏതു പാഠത്തെയും സമന്വയിപ്പിച്ച് എത്ര വലിയ പാഠത്തെയും രൂപപ്പെടുത്താം. സൈബർ പാഠത്തിലേക്കുള്ള മനുഷ്യ സമൂഹത്തിന്റെ പ്രയാണം പുതിയ മാനവസംസ്കാരത്തെത്തന്നെ രൂപ പ്പെടുത്തിക്കഴിഞ്ഞു. മാധ്യമലോകത്തിൽ നാളിതുവരെ ഉപയോഗിച്ചിരുന്ന പദാവലികളും അവയുടെ ആശയലോകവും അപ്രസക്തമാവുകയും സൈബർപാഠങ്ങൾ പുത്തൻ വ്യവഹാരലോകത്തെ സൃഷ്ടിക്കുകയും ചെയ്യുന്നു. അച്ചടിക്കപ്പെട്ട സാഹിത്യപാഠങ്ങളോടു ചേർന്നു വളർന്നുവന്ന സാംസ്കാരികവിനിമയലോകം പുതിയ അർത്ഥതലങ്ങളെ പ്രാപിക്കുന്ന താണ് സൈബർ സാഹിത്യപാഠങ്ങളിൽ കാണാൻ കഴിയുക. സാഹിത്യ പാഠവുമായി ബന്ധപ്പെട്ട സാംസ്കാരികവ്യവഹാരങ്ങളിൽ വന്ന ഈ മാറ്റത്തെ അലൻ ലിയു (Alan Liu) താരതമ്യം ചെയ്തു വിലയിരുത്തുന്നു.

റൈറ്റിങ്ങ്/ എഴുത്ത്	→	എൻകോഡിങ്ങ് /(encoding) കോഡു രൂപത്തിലാക്കൽ
റീഡിംഗ്/വായന	→	ബ്രൗസിങ്ങ്/ സൈറ്റിലെ അന്വേഷണം
പബ്ലിഷിങ്ങ്/ പ്രസാധനം	→	ട്രാൻസ്മിറ്റിങ്ങ്/അയയ്ക്കൽ
പ്രിസർവേഷൻ/സൂക്ഷിക്കൽ	→	മൈഗ്രേഷൻ/പ്രവാസം
അബ്സോർപ്ഷൻ/ മുഴുകൽ	→	ഇമ്മേർഷൻ/മുങ്ങൽ
മിമെസിസ് / അനുകരിക്കൽ	→	മോഡലിങ്ങ്/രൂപപ്പെടുത്തിയെടുക്കൽ
ഇമാജിനേഷൻ/ഭാവന	→	സിമുലേഷൻ/കൃത്രിമത്വം (2013:20)

പാഠവുമായി ചേർന്ന് രൂപപ്പെട്ട പുതിയ മാധ്യമവ്യവഹാരത്തെ അലൻ ലിയു അവതരിപ്പിക്കുകയാണ്. എഴുതുന്ന കാലത്തിൽനിന്ന് എൻകോഡി ങ്ങിന്റെ പുതിയകാലത്തിലേക്ക് സാഹിത്യപാഠം മാറിയിരിക്കുന്നു. ഇവിടെ എഴുത്തെന്നാൽ എൻകോഡിങ്ങാണ്. അത് ഡേറ്റായെ അതിന്റെ യഥാർത്ഥ രൂപത്തിൽനിന്ന് കോഡുപയോഗിച്ച് മറ്റൊരു രൂപത്തിലാക്കുന്ന പ്രക്രിയ യാണ്. പാഠത്തിന്റെ വായനയെന്ന പ്രക്രിയ സൈബർപാഠത്തിൽ ബ്രൗസിങ്ങ് അഥവാ വെബിലെ തിരയലാണ്. അച്ചടി പാഠത്തിന്റെ വായന യിൽ പെട്ടെന്നുള്ള ബന്ധം സ്ഥാപിക്കലുണ്ടായിരുന്നു. എന്നാൽ സൈബർ

പാഠത്തിൽ വായന നീണ്ട പ്രക്രിയയാണ്, അത് ബ്രൗസിങ്ങ് ആണ്. സൈബർ പാഠത്തിലെ ബ്രൗസിങ്ങിന്റെ ഉള്ളിൽ അന്വേഷണമുണ്ട്, ഡാറ്റകളുടെ കണ്ടെത്തലുണ്ട്, ഡാറ്റകളുടെ ദൃശ്യമാക്കലുണ്ട്. വായനയിലുള്ള മുഴുകലെന്നാൽ സൈബർ പാഠത്തിൽ അത് വിവരങ്ങളുടെ സഞ്ചയത്തിലേക്കുള്ള മുങ്ങലായി മാറിയിരിക്കുന്നു. ഇവിടെ പാഠങ്ങൾ വലിയ കടൽപോലെ പരന്നുകിടക്കുന്നു. വായനയുടെ ഏകാഗ്രതയ്ക്കു പകരം പാഠത്തിന്റെ കൂടുതൽ ആഴത്തിലേക്കുള്ള മുങ്ങൽ അതാവശ്യപ്പെടുന്നു. അച്ചടി പാഠത്തിൽ പ്രസാധനം ചെയ്യപ്പെട്ട പാഠങ്ങൾ സൈബർ യുഗത്തിൽ ട്രാൻസ്മിറ്റ് ചെയ്യപ്പെടുന്നു. അവ ഇ-മെയിലുകളായി അയയ്ക്കപ്പെടുകയും പോസ്റ്റുകളായി ട്രാൻസ്മിറ്റ് ചെയ്യപ്പെടുകയും ചെയ്യുന്നു. അച്ചടി പാഠങ്ങൾ അലമാരകളിൽ സൂക്ഷിക്കപ്പെട്ടുവെങ്കിൽ സൈബർപാഠങ്ങൾ വെർച്വൽ ലോകത്തിലേക്കു കുടിയേറ്റപ്പെടുകയാണ്. അവയുടെ സംരക്ഷണം ഈ ലോകത്തിലല്ല, അവ നിലനില്ക്കുന്നത് പ്രവാസലോകത്തിലാണ്. ഭാവനയുടെ ലോകമാണ് അച്ചടി പാഠങ്ങളെ രൂപപ്പെടുത്തിയതെങ്കിൽ സൈബർ പാഠത്തിൽ സാങ്കേതികതയുടെ കൃത്രിമത്വങ്ങൾകൂടി ഉൾച്ചേർക്കപ്പെടുന്നു. മാധ്യമലോകത്തെപ്പറ്റിയുള്ള ചിന്തകളാണ് പുതിയ പദപ്രയോഗങ്ങളിലൂടെ സൃഷ്ടിക്കപ്പെട്ടുവരുന്നത്.

2. സൈബർ മാധ്യമം

ആധുനികമാധ്യമങ്ങളെക്കുറിച്ച് പഠനം നടത്തിയ റിയാൻ മേരി ലൗറ (Ryan Marie Laure) മാധ്യമങ്ങളെ അഞ്ചായി തിരിക്കുന്നു.

1) ബഹുജന മാധ്യമങ്ങൾ- ടി.വി, റേഡിയോ, ഇന്റർനെറ്റ്
2) കലാമാധ്യമങ്ങൾ- സംഗീതം, പെയ്ന്റിംഗ്, ഫിലിം, സാഹിത്യം
3) ആശയ പ്രകാശനമാധ്യമങ്ങൾ - ഭാഷ, ശബ്ദം
4) ഭാഷാപരമായ മാധ്യമം - എഴുത്തും വാമൊഴിയും
5) എഴുത്തുമാധ്യമം - കൈയെഴുത്ത്, പ്രിന്റിംഗ്, പുസ്തകം, കമ്പ്യൂട്ടർ (2010:18).

ഇന്റർനെറ്റിനെയും കമ്പ്യൂട്ടറിനെയും പ്രത്യേകം വിഭാഗങ്ങളിൽ റിയാൻ ഉൾപ്പെടുത്തുന്നുണ്ട് എങ്കിലും സൈബർ സാഹിത്യത്തിന്റെ പശ്ചാത്തലമായ സൈബർ മാധ്യമം എല്ലാ വിഭാഗങ്ങളുമായി ചേർന്നുനില്ക്കുന്നു. കലയും ഭാഷയും എഴുത്തും ബഹുവിധമാധ്യമങ്ങളും ആശയപ്രകാശനാവിഷ്കാരങ്ങളും സൈബർമാധ്യമത്തിന്റെ ഭാഗമാണ്.

സൈബർ സാഹിത്യപാഠങ്ങൾ അമൂർത്തതയിലാണ് സ്ഥിതി ചെയ്യുന്നത്. ഇന്റർനെറ്റുമായി കണ്ണി ചേർക്കപ്പെട്ട ഏതെങ്കിലും മാധ്യമ ഉപകരണങ്ങൾവഴി അവ മൂർത്തരൂപത്തിലെത്തുന്നു. കമ്പ്യൂട്ടർ, മൊബൈൽ ഫോൺ, ടാബ് ഇങ്ങനെ ഉപകരണങ്ങളുടെ സ്ക്രീനുകൾ അവയുടെ മൂർത്തരൂപത്തെ സൃഷ്ടിക്കുന്നു. പരസ്പരബന്ധിതമായ കമ്പ്യൂട്ടർ

ശൃംഖലയും അവയുടെ സാങ്കേതികവിദ്യയും അവയെ ദൃശ്യവത്ക്കരിക്കുന്ന ഉപകരണങ്ങളും അവയെ നിർമ്മിക്കുന്ന സാംസ്കാരികലോകവും അടങ്ങുന്ന ശൃംഖല ചേർക്കപ്പെട്ട മാധ്യമലോകത്തിലാണ് ഓരോ സൈബർ സാഹിത്യകൃതിയും ജന്മം കൊള്ളുന്നത്. ഈ പശ്ചാത്തലത്തെ 'ലിങ്ക്ഡ് കമ്പ്യൂട്ടർ കൾച്ചർ' എന്നു വിളിക്കുന്നു. പരസ്പരബന്ധിതമായ കമ്പ്യൂട്ടർശൃംഖല മുന്നോട്ടുവയ്ക്കുന്ന സാംസ്കാരികതയാണ് അവ പ്രതിനിധാനം ചെയ്യുന്നത്. സാങ്കേതികതയും സാംസ്കാരികതയും സംഗമിക്കുന്ന മാധ്യമപശ്ചാത്തലം സൈബർപാഠങ്ങളുടെ സൗന്ദര്യത്തെ നിർണ്ണയിക്കുന്ന പ്രധാനഘടകമായിത്തീരുന്നു.

അച്ചടി സാഹിത്യത്തിൽ മാധ്യമത്തിന്റെ സ്വാധീനം പരിമിതമായേ പ്രത്യക്ഷീഭവിക്കുന്നുള്ളൂ. അക്ഷരവിന്യാസങ്ങളും നിശ്ചലചിത്രങ്ങളും നിറങ്ങളും സംവേദനത്തെ ഊർജ്ജസ്വലമാക്കുന്നു. സൈബർപാഠങ്ങളുടെ നിർമ്മിതിയിൽ മാധ്യമ സാംസ്കാരികത ചെലുത്തുന്ന സ്വാധീനങ്ങളെപ്പറ്റിയും സൈബർസാഹിത്യരംഗത്തെ പ്രസിദ്ധ ദാർശനികനായ സേർജ് ബോക്കാഡൻ (Serge Bouchardon) അഭിപ്രായപ്പെടുന്നു. സേർജ് ബൊക്കാർഡന്റെ അഭിപ്രായത്തിൽ രണ്ടു തരത്തിലുള്ള സ്വാധീനങ്ങൾ സൈബർ സാഹിത്യത്തെ സ്വാധീനിക്കുന്നുണ്ട്.

1) **യന്ത്രവുമായി ബന്ധപ്പെട്ട തലം** - യന്ത്രത്തിന്റെ സംവിധാനപരമായ സങ്കേതങ്ങൾ ഡിജിറ്റൽ ടെക്സ്റ്റിന്റെ നിർമ്മിതിയുടെ ഭാഗമായി മാറുന്നു.

2) **ഉപയോക്താവിന്റെ പരസ്പരവ്യവഹാരത്തിന്റെ തലം** - പ്രതീകാത്മകവും പ്രവർത്തനപരവുമായ കൊടുക്കൽ വാങ്ങലുകളിലൂടെ കമ്പ്യൂട്ടർ സംവിധാനം ഉപയോക്താവിൽ പ്രവർത്തിക്കുന്ന പരസ്പര വ്യവഹാരത്തിന്റെ തലം (2006:1).

ഒന്നാമത്തെ തലം സാങ്കേതികതയുമായി ബന്ധപ്പെട്ടതാണ്. രണ്ടാമത്തേതാകട്ടെ എഴുത്തുകാരനും വായനക്കാരനും ഉൾപ്പെടെ യന്ത്രവുമായി ബന്ധപ്പെട്ട് പരസ്പര കൊടുക്കൽ വാങ്ങലുകളിലൂടെ മുന്നോട്ടുപോകുന്ന പരസ്പരവ്യവഹാരത്തിന്റെ തലമാണ്. എഴുത്തുകാരന്റെയും വായനക്കാരന്റെയും സാംസ്കാരിക പശ്ചാത്തലം ഇതിൽ ഉൾക്കൊള്ളുന്നു.

കാതറീൻ ഹൈൽസ് 'റൈറ്റിങ്ങ് മെഷീൻ' എന്ന പുസ്തകത്തിൽ ഇപ്രകാരം എഴുതുന്നു.

"ഡിജിറ്റൽ കൃതിയുടെ അസ്തിത്വമെന്നത് കലാപരമായ പൂർണ്ണതയ്ക്കുവേണ്ടി കമ്പ്യൂട്ടർവിഭവങ്ങളെ എപ്രകാരം വിന്യസിപ്പിച്ചിരിക്കുന്നു, ആ സൃഷ്ടിയുമായുള്ള ഉപയോക്താവിന്റെ പരസ്പരബന്ധം, വ്യാഖ്യാനപരമായ അംശങ്ങളെ വികസിപ്പിക്കാൻ പ്രയോഗിക്കുന്ന ഉപായങ്ങൾ എന്നിവയെ ആശ്രയിച്ചാണിരിക്കുന്നത്. ആ സൃഷ്ടിയുടെ ഭൗതികരൂപത്തെ നിർമ്മിക്കാനുപയോഗിച്ച യന്ത്രനിർമ്മിതികളേയും ഭാവനാപരമായ ചട്ടക്കൂടിനെയുമാണ് ഉപായങ്ങൾ എന്നതുകൊണ്ട് ഉദ്ദേശിക്കുന്നത്. വിശാലമായ

അർത്ഥത്തിൽ യന്ത്രലോകത്തിന്റെ സമ്പന്നതയുടെയും അതിന്റെ മൂല തന്തുവായി വർത്തിക്കുന്ന മാനുഷികബുദ്ധിവൈഭവത്തിന്റെയും സജീവ മായ പരസ്പരപ്രവർത്തനത്തിൽനിന്നാണ് ഒരു ഡിജിറ്റൽ പാഠം നിർമ്മി ക്കപ്പെടുന്നത് (2002:33).

സാങ്കേതികതയും അനുബന്ധമായ സാംസ്കാരിക പ്രവർത്തനങ്ങളും സമന്വയിച്ച് പ്രവർത്തിക്കുമ്പോഴാണ് കമ്പ്യൂട്ടർശൃംഖലാസംസ്കാരം രൂപപ്പെടുന്നതെന്ന് കാതറീൻ വിശദീകരിക്കുന്നു. അതിൽ യന്ത്രത്തിന്റെ സാങ്കേതികതയും കമ്പ്യൂട്ടർ സൃഷ്ടിയുടെ ഉപയോക്താക്കളായ എഴുത്തു കാരനും വായനക്കാരനും പരസ്പര ഇടപെടലുകളിലൂടെ നടത്തുന്ന സാംസ്കാരിക വിനിമയപ്രവർത്തനങ്ങളും തുല്യമായ രീതിയിൽ സംഗമി ക്കുന്നു.

സൈബർസൃഷ്ടികളുടെ സൗന്ദര്യശാസ്ത്രത്തെപ്പറ്റിയുള്ള പഠന ത്തിൽ ഏറെ ശ്രദ്ധയർഹിക്കുന്നതാണ് അവയുടെ മാധ്യമപശ്ചാത്തലം. ഒരു സൈബർ സൃഷ്ടി അതു പ്രദർശിപ്പിക്കുന്ന മാധ്യമപശ്ചാത്തലത്തിലെ സാങ്കേതികസംവിധാനങ്ങളെയാണ് അവയുടെ സ്വത്വത്തിൽ പ്രദർശിപ്പി ക്കുന്നത്. മാധ്യമങ്ങൾ എപ്രകാരം കലാപരമായ സൗന്ദര്യത്തിന് ഉപയോഗ പ്പെടുത്തുന്നുവെന്ന് നിരീക്ഷിച്ചുകൊണ്ട് സെർജ് ബൊക്കാർഡൻ (Serge Bouchardon) എഴുതുന്നു.

"ഇലക്ട്രോണിക് സാഹിത്യത്തിൽ അതിന്റെ സാങ്കേതികപശ്ചാത്തലം ഉപയോഗിക്കപ്പെടുന്നത് കലാസൗന്ദര്യപരമായ ലക്ഷ്യത്തിനുവേണ്ടിയാണ്. എഴുതപ്പെട്ട ഭാഷയുടെ കലാസൗന്ദര്യത്തിൽ നിന്ന് ഭൗതികഘടനയുടെ കലാസൗന്ദര്യത്തിലേക്കുള്ള വളർച്ചയെയാണ് അത് വെളിപ്പെടുത്തുന്നത്. പാഠത്തിന്റെ ഭൗതികഇടത്തിലേക്ക് കമ്പ്യൂട്ടർ ഉപകരണങ്ങളുടെയും മാധ്യമങ്ങളുടെയും കടന്നുവരവെന്ന് അതിനെ വിശേഷിപ്പിക്കാം. ഇലക്ട്രോ ണിക് സാഹിത്യകൃതിയുടെ ശരീരമെന്നത് കലാപരമായുള്ള അതിന്റെ ഈ കൂട്ടിച്ചേർക്കലാണ്" (2006:2).

ഇലക്ട്രോണിക് സാഹിത്യത്തിലെ ഒരു സാഹിത്യസൃഷ്ടി ഒരു പുസ്ത കത്തിലെ സാഹിത്യസൃഷ്ടിയേക്കാൾ കൂടുതലായി മാധ്യമഇടങ്ങളെ ആശ്രയിച്ചിരിക്കുന്നു. കടലാസിൽ എഴുതപ്പെട്ട ഒരു സൃഷ്ടി നമ്മുടെ മുന്നിൽ അവതരിപ്പിക്കപ്പെടുമ്പോൾ കടലാസിന്റെ ഭൗതികഇടത്തെ മാത്രമേ അത് ആശ്രയിക്കുന്നുള്ളൂ. എന്നാൽ സൈബർ ഇടത്തിൽ മാധ്യ മമെന്നത് എഴുതപ്പെട്ട ഭാഷയോടുള്ള കൂട്ടിച്ചേർക്കലാണ്. നിരവധി ടെക്നി ക്കുകൾ അവയോട് കൂട്ടിച്ചേർക്കപ്പെടുന്നു. സെർജ് ബൊക്കാർഡൻ അതിനെ കലാസൗന്ദര്യപരമായ കൂട്ടിച്ചേർക്കലായി അവതരിപ്പിക്കുന്നു. ഇല ക്ട്രോണിക് സാഹിത്യത്തിന്റെ കലാപരമായ ഈ കൂട്ടിച്ചേർക്കലിനെ അതിന്റെ ശരീരമായി അദ്ദേഹം അവതരിപ്പിക്കുന്നു.

നവമാധ്യമങ്ങളുടെ പ്രാധാന്യത്തെപ്പറ്റി ഏറെ ചിന്തകൾ പ്രദാനം ചെയ്ത ദാർശനികനാണ് ലെവ് മനോവിച്ച് (Lev Manovich) അദ്ദേഹം

'ദ ലാംഗ്വേജ് ഓഫ് ന്യൂ മീഡിയ' എന്ന ഗ്രന്ഥത്തിൽ നവമാധ്യമങ്ങൾ പാഠസൃഷ്ടിയിൽ ചെലുത്തുന്ന സ്വാധീനത്തെപ്പറ്റി വിവരിക്കുന്നു. അദ്ദേഹത്തിന്റെ അഭിപ്രായത്തിൽ ഇലക്ട്രോണിക് സാഹിത്യകൃതിയുടെ ഭൗതിക ഘടനയെ നിർമ്മിക്കുന്നത് അവയോടു ചേർന്നുനില്ക്കുന്ന കമ്പ്യൂട്ടർ ഉപകരണങ്ങളുടെ സാന്നിദ്ധ്യമാണ്. അവ പരസ്പരബന്ധത്തിലും പ്രയോഗത്തിലും അവയുടെ രൂപകല്പനയിലും നിർമ്മാണത്തിലും വിതരണത്തിലും സ്വീകരണത്തിലും കമ്പ്യൂട്ടറുകളെ ആശ്രയിക്കുന്നു. സാഹിത്യത്തിന്റെ പാഠത്തിൽ നവമാധ്യമങ്ങളുടെ സാങ്കേതികത വരുത്തുന്ന സ്വാധീനങ്ങളെ അന്വേഷിക്കുന്ന മനോവിച്ച് (Manovich)അഞ്ചു തരത്തിലുള്ള പ്രവണതകളെ ചൂണ്ടിക്കാട്ടുന്നു.

1) സാഹിത്യപാഠങ്ങളെ സംഖ്യാപരമായ ചിഹ്നങ്ങളായിട്ടാണ് അവയിൽ അവതരിപ്പിക്കുന്നത്. ഏതൊരു സൃഷ്ടിയേയും ഡിജിറ്റൽ ന്യൂമെറുകളായിട്ടാണ് കമ്പ്യൂട്ടറിൽ സൂക്ഷിക്കുക.

2) സോഫ്റ്റ്‌വെയറുകളുമായി ബന്ധപ്പെട്ട വിവിധ ഘടകങ്ങളിലൂടെ പൂർണ്ണമാക്കപ്പെടുന്നതാണ് അവയുടെ രൂപഘടന.

3) നവമാധ്യമങ്ങളിൽ ഓരോ പാഠവും അതിയന്ത്രവത്ക്കരണത്തിന് വിധേയമാകുന്നു.

4) ഓരോ പാഠവും പരിവർത്തനസ്വഭാവത്തോടെയാണ് സൃഷ്ടിക്കപ്പെടുക. അവയിൽ എപ്പോഴും കൂട്ടിച്ചേർക്കലുകൾക്കും മാറ്റപ്പെടലുകൾക്കും സാധ്യതയുണ്ട്.

5) ഒരു കോഡിൽനിന്ന് മറ്റൊരു കോഡിലേക്കും അവിടെനിന്ന് മറ്റൊന്നിലേക്കും തിരിച്ചും മാറാനുള്ള സാങ്കേതികത അവയ്ക്കു സ്വന്തമാകുന്നു (2001:8-20).

പഴയകാല മാധ്യമങ്ങളെയും പുതിയ മാധ്യമങ്ങളെയും താരതമ്യപ്പെടുത്തുന്ന മനോവിച്ച് (Manovich) അവയുടെ മാധ്യമഭൗതികതയെ നിർമ്മിച്ചിരിക്കുന്നത് അക്കങ്ങളും സാങ്കേതികത്വങ്ങളുമാണെന്നു നിരീക്ഷിക്കുന്നു. പഴയ മാധ്യമങ്ങളിൽനിന്ന് അവയെ വ്യത്യാസപ്പെടുത്തുന്ന പ്രധാന സവിശേഷത നവമാധ്യമങ്ങളെ പ്രോഗ്രാമുകളായി മാറ്റാൻ കഴിയുന്നു എന്നതാണെന്ന് അദ്ദേഹം അഭിപ്രായപ്പെടുന്നു. ഇവിടെ മാധ്യമത്തിന്റെ സവിശേഷതകളായി ലഭിക്കുന്ന സാങ്കേതികതകളാണ് പാഠത്തെ രൂപപ്പെടുത്തുന്നതിൽ പ്രധാന പങ്കുവഹിക്കുന്നത്. യന്ത്രത്തിന്റെയും സാങ്കേതികവിദ്യയുടെയും സാന്നിധ്യം അവയെ കൂടുതൽ പ്രവർത്തനസജ്ജമാക്കുകയും പരിവർത്തനത്തിനും വിതരണത്തിനും സഹായിക്കുകയും ചെയ്യുന്നു. നവമാധ്യമങ്ങളുടെ സാങ്കേതികത ഒന്നിച്ചുചേർക്കുമ്പോഴാണ് ഒരു സൈബർ പാഠം ജന്മംകൊള്ളുന്നത്.

സർഗ്ഗസൃഷ്ടിപരമായ സാധ്യതയെ മുൻനിർത്തി കാതറിൻ ഹെയ്ൽസ് (Katherine Hayles) നവമാധ്യമങ്ങളെ വിലയിരുത്തുന്നു. അച്ചടിക്കപ്പെട്ട എല്ലാ പുസ്തകങ്ങളും ഒരു മാധ്യമമെന്ന നിലയിൽ

എഴുത്തുകാരന്റെ അഭിപ്രായത്തെ പൂർണ്ണമായും ആവിഷ്കരിക്കുവാൻ പര്യാപ്തമല്ല. എന്നാൽ നവമാധ്യമത്തിന്റെ ഭൗതികഘടന എഴുതുന്നതിനു മാത്രമല്ല നമ്മെ സഹായിക്കുന്നത് മറിച്ച് എല്ലാവിധ സാധ്യതകളോടുംകൂടെ ചിന്തയ്ക്കും എഴുത്തിനും രൂപം നല്കുന്നതിന് അവ സഹായിക്കുന്നു (2002: 4-6). നവമാധ്യമങ്ങൾ സാഹിത്യസൃഷ്ടിയിൽ വിവിധതരത്തിലുള്ള സൗന്ദര്യവത്ക്കരണമാണ് നിർവ്വഹിക്കുകയെന്ന് ദാർശനികരുടെ ചിന്തകളിലൂടെ വ്യക്തമാകുന്നു. സൃഷ്ടികളുടെ ഭൗതികഇടത്തിലുള്ള ഈ കൂട്ടിച്ചേർക്കൽ കലാപരമായ സൗന്ദര്യത്തിന്റെയും സർഗ്ഗപരമായ സാധ്യതയുടെയും നിർമ്മാണപരവും വിതരണപരവുമായ സാങ്കേതികതയുടെയും അവസ്ഥകളെ പ്രദാനം ചെയ്തുകൊണ്ട് കാലത്തിന് യോജിച്ച സൃഷ്ടികളെ വാർത്തെടുക്കാൻ പ്രാപ്തി നല്കുന്നു.

എഴുതപ്പെട്ട ഭാഷയുടെ സൗന്ദര്യാത്മകതയ്ക്ക് ഉപരിയായി സൈബർ സാഹിത്യത്തിന്റെ കലാപരമായ സൗന്ദര്യമെന്നത് അവയോടു ചേർത്തു വച്ചിട്ടുള്ള മാധ്യമങ്ങളുടെ സാങ്കേതികമായ മികവാണ്. ഓരോ പാഠത്തിന്റെയും നിർമ്മിതിയിൽ അവ വ്യത്യാസപ്പെട്ട് നില്ക്കുന്നതിനാൽ പൊതുമാനദണ്ഡമായി അവയെ പരിഗണിക്കുന്നതിന് സാധിക്കുകയില്ല. അവ സാഹിത്യത്തിന്റെ ഉള്ളിൽ വ്യാപരിച്ച് ഭൗതികമായ കലാമേന്മകളെ പ്രദാനം ചെയ്യുന്നതിന് മാത്രമേ പ്രയോജനപ്പെടുകയുള്ളൂ.

3. സൈബറെഴുത്ത്

സൈബർസാങ്കേതികതയുമായിട്ടുള്ള സമ്പർക്കത്തിൽ ഏറെ മാറ്റത്തിനു വിധേയമായ രംഗം എഴുത്തുമായി ബന്ധപ്പെട്ട മേഖലയാണ്. എഴുതുന്നതിന് പല രീതികൾ നിലവിൽവന്നു. മഷി മാഞ്ഞുപോയ നവമാധ്യമകാലത്ത് അക്ഷരങ്ങളെ സൃഷ്ടിക്കാൻ ടച്ച് സ്ക്രീനിലുള്ള വെറും വിരലെഴുത്തുമാത്രം മതിയെന്നായി. മനുഷ്യന്റെ കരങ്ങളിലൂടെ വളരെ സാവധാനം നടത്തപ്പെട്ട ഒരു പ്രവൃത്തി യന്ത്രത്തിന്റെ സഹായത്തോടെ വളരെ വേഗത്തിലുള്ള ഒരു പ്രവൃത്തിയായി മാറ്റപ്പെട്ടു (Rosario, 2012:13). സൈബർകാലത്തിൽ എഴുത്ത് സാങ്കേതികതയുമായി ചേർന്ന് പരമ്പരാഗതമായ എല്ലാ സങ്കല്പങ്ങളെയും മാറ്റിമറിച്ചിരിക്കുന്നു. മുമ്പ് എഴുത്ത് ഒരു വ്യക്തിയുടെ മാത്രം പ്രക്രിയയായിരുന്നുവെങ്കിൽ എഴുത്തിന്റെ വളർച്ചയിൽ വ്യക്തിനിഷ്ഠമായ അടയാളപ്പെടുത്തലുകൾക്ക് കുറവ് സംഭവിക്കുകയും സാങ്കേതികത അതിന്റെ മുൻനിരയിൽ സ്ഥാനം പിടിക്കുകയും ചെയ്തു. ജിയോവാനാ റൊസാരിയോ (Giovanna Rosario) എഴുതുന്നു, "അക്ഷരരൂപങ്ങളുടെ നിലവാരപ്പെടുത്തലിലും അവയുടെ ക്രമീകരണത്തിലും സംഭവിച്ച പുരോഗതി ഹസ്തപരമായ നിർമ്മിതികളെ നീക്കം ചെയ്യുകയും വ്യക്തിനിഷ്ഠമായ അടയാളപ്പെടുത്തലുകൾ ഇല്ലാതാക്കുകയും ചെയ്തു" (2012:13).

നവമാധ്യമസാങ്കേതികതയുമായി ചേർന്ന് സൈബർ എഴുത്ത് പരസ്പരവ്യവഹാരത്തിന്റെ പ്രവർത്തിയായി മാറി. ഹസ്തവിഷയമായ ഒരു

പ്രവൃത്തി എന്നതിൽ നിന്ന് വൈദഗ്ദ്ധ്യമുള്ള സാങ്കേതികയത്നമായി മാറ്റപ്പെട്ടു.

സൈബർ എഴുത്തുകൾ പരസ്പരസമ്പർക്കത്തിന്റെ പാഠങ്ങളെയാണ് നിർമ്മിക്കുന്നത്. കരങ്ങളാൽ നിർമ്മിക്കപ്പെടുന്ന ചലനമില്ലാത്ത അക്ഷരങ്ങൾ എന്നതിൽ നിന്ന് അവ പ്രവൃത്തിയുടെയും സജീവതയുടെയും നിർമ്മിതികളായി മാറ്റപ്പെട്ടു. ഇലക്ട്രോണിക്പാഠങ്ങളിലെയും അച്ചടിപാഠങ്ങളിലെയും എഴുത്തുകളെ നിരീക്ഷിച്ച അലസാൻഡ്രോ സിന്ന (Alessandro Zianna) ഇലക്ട്രോണിക് എഴുത്തിന്റെ പ്രധാന സവിശേഷതയായി പരിഗണിക്കുന്നത് അതിന്റെ ചലനാത്മകതയെയാണ്. നാലു തരത്തിലുള്ള ചലനാത്മകതയെ എഴുത്തിൽ നിർമ്മിക്കാൻ സാധിക്കുമെന്ന് സിന്ന സാക്ഷ്യപ്പെടുത്തുന്നു.

1) ആന്തരികമായ ചലനാത്മകത്വം: സാഹിത്യസൃഷ്ടിയുടെ സവിശേഷതകളുമായി ബന്ധപ്പെട്ട് പാഠത്തിന്റെ ആന്തരികഘടനയിൽ ചില ഉൾച്ചേർക്കലുകൾ നടത്താറുണ്ട്. പാഠത്തിന്റെ അക്ഷരങ്ങളിലും വാക്യങ്ങളിലും ഭാഗികമായോ പൂർണ്ണമായോ നടത്തപ്പെടുന്ന ഉൾച്ചേരലുകളാണവ. ഇത്തരത്തിൽ ചിത്രങ്ങളും പദഖണ്ഡങ്ങളും ഗ്രാഫിക്സുകളും പാഠത്തിൽ ഉൾച്ചേർക്കുന്നതുവഴി പാഠംതന്നെ ചലനാത്മകമാകുന്നു.

2) ലിങ്കുകളിലൂടെ പാഠത്തിന്റെ ഉള്ളിലേക്ക് ഫയലുകളെ അയച്ചുനല്കുന്ന ചലനാത്മകതയാണ് രണ്ടാമത്തേത്. സൃഷ്ടികളോടു ചേർത്തുവയ്ക്കുന്ന ഈ അധിക എഴുത്ത് സൈബർഇടത്തിലെ പ്രധാന സവിശേഷതയാണ്.

3) രേഖകളുടെ പരസ്പരമുള്ള കൈമാറ്റംവഴിയുള്ള ചിഹ്നശാസ്ത്രപരമായ മാറ്റങ്ങളും ഇതിൽ ഉൾപ്പെടുന്നു.

4) പാഠങ്ങളെ മൊത്തത്തിൽ മാറ്റിയെഴുതുന്നതിനുള്ള സാധ്യത (2004:180).

ഇവയെല്ലാം എഴുത്തിന്റെ ഭാഗമായി വന്നിട്ടുള്ള കൂട്ടിച്ചേർക്കലുകളാണ്. അച്ചടിയിൽ നിശ്ചലമായിനിന്ന പാഠങ്ങൾക്കുപകരം ആന്തരികമായും ബാഹ്യമായും ചലനാത്മകമായ സജീവ പാഠങ്ങളെയാണ് സൈബർഎഴുത്തുകൾ നിർമ്മിക്കുന്നത്. എഴുത്തിന്റെ ഭാഗമായി എപ്പോഴും ഇടപെടാനും കൂട്ടിച്ചേർക്കലോ കുറയ്ക്കലോ നടത്താനുള്ള സാധ്യത ഇലക്ട്രോണിക് സൃഷ്ടികളിൽ മാത്രമേ സാധ്യമാവുകയുള്ളൂ.

4. സൈബറെഴുത്തുകാരൻ

ഒരു ആഖ്യാനത്തെപ്പറ്റി പ്രതിപാദിക്കുമ്പോൾ അതിന്റെ ഒരു വശത്ത് ഭാഷകൻ, എഴുത്തുകാരൻ, ഗ്രന്ഥകാരൻ എന്നെല്ലാം വിളിക്കപ്പെടുന്ന ആഖ്യാതാവ് നില്ക്കുന്നുണ്ട്. എഴുതപ്പെട്ട മാധ്യമത്തിന്റെ കർത്താവിനെ എഴുത്തുകാരൻ എന്നു വിളിക്കുമ്പോൾ സൈബറിടത്തിൽ എഴുത്തുകാരന് ആഖ്യാനപരമായ പുതിയ അതിരുകൾ നിർമ്മിക്കപ്പെടുന്നു.

പേനകൊണ്ടോ, എഴുത്തുപകരണങ്ങൾകൊണ്ടോ സൃഷ്ടി നടത്തിയിരുന്ന എഴുത്തുകാരൻ സൈബർ യുഗത്തിൽ വെറും എഴുത്തുകാരനല്ല. അയാൾ സാങ്കേതിക ഉപകരണങ്ങൾ കൈകാര്യം ചെയ്യാൻ അറിയുന്ന വിദഗ്ധനായി മാറിയിരിക്കുന്നു. പേനയ്ക്കും എഴുത്തുപകരണങ്ങൾക്കും പകരം നവമാധ്യമ സാങ്കേതികവിദ്യകളെ പ്രയോഗിക്കാനറിയുന്ന സാങ്കേതികവിദഗ്ധനാണ് പുതുയുഗത്തിലെ എഴുത്തുകാരൻ. എഴുത്തുകൊണ്ടു മാത്രം ഭാവനയെ പ്രദർശിപ്പിച്ചിരുന്ന കാലത്തിൽനിന്ന് സാങ്കേതിക ഉപകരണങ്ങൾകൊണ്ട് ഭാവനാലോകത്തെ നിർമ്മിക്കുന്ന കാലത്തിലേക്ക് സാഹിത്യം മാറിയിരിക്കുന്നു. എഴുത്തുകാരന്റെ കാര്യക്ഷമത ഉപകരണ വൈദഗ്ധ്യത്തിന്റെ തലത്തിലേക്ക് ഉയർന്നുനില്ക്കുന്നു.

സാങ്കേതികതയുടെ ലോകത്തെ എഴുത്തുകാരൻ സൈബർ പൗരനാണ്. അവൻ സൈബർ ലോകത്ത് ചിന്തിക്കുകയും ജീവിക്കുകയും ചെയ്യുന്നവനാണ്. സാങ്കേതികതയുടെ ലോകത്തെ പൗരന്മാരെ രണ്ടായി തിരിക്കാറുണ്ട്. ഇന്നത്തെ എഴുത്തുകാരും ഈ രണ്ട് വിഭാഗത്തിൽ ഉൾപ്പെട്ടവരാണ്. ഒന്നാമത്തെ കൂട്ടർ സൈബർ സാങ്കേതികതയുടെ ഉദയത്തിനു ശേഷം ജനിച്ചവരാണ്. അവർ സാങ്കേതികതയുടെ ലോകത്ത് ജനിക്കുകയും അതിനെ സ്വാഭാവികജീവിതത്തിന്റെ ഭാഗമായി സ്വീകരിക്കുകയും ചെയ്തവരാണ്. രണ്ടാമത്തെ കൂട്ടരാകട്ടെ സാങ്കേതികവിദ്യയുടെ സ്വാധീന ലോകത്തിന് പുറത്ത് ജനിച്ചവരാണെങ്കിലും വെർച്വൽലോകത്തിന്റെ അസ്തിത്വത്തിലേക്കു കുടിയേറിയവരാണ് (Mullar, 2012:3-4). സൈബറിടത്തിലെ എഴുത്തുകാരൻ ഈ രണ്ട് വിഭാഗത്തിലും പെടുന്നവനാണ്. സാങ്കേതികവിദ്യയുടെ വെർച്വൽലോകമാണ് എഴുത്തുകാരനെ രൂപപ്പെടുത്തുന്നത്. അതിലേക്ക് ജനിച്ചു വീണവരും അതിലെ സാങ്കേതികലോകത്തേക്കു കുടിയേറിയവരും എഴുത്തുകാരുടെ ലോകത്തുണ്ട്.

വെർച്വൽലോകത്തെ പൗരന്മാരെപ്പറ്റി വി.കെ. ആദർശ് രേഖപ്പെടുത്തുന്നു. “പേഴ്സണൽ കമ്പ്യൂട്ടറും അതിലേക്കു ബന്ധപ്പെടുത്തിയ ടെലഫോൺ കമ്പിയുടെയും ഇന്റർനെറ്റ് മണ്ണിലല്ല ഇന്ന് സോഷ്യൽ നെറ്റ്‌വർക്കിംങ് സൈറ്റുകൾ വേരൂന്നി നില്ക്കുന്നത്. കൈയിൽ കൊണ്ടു നടക്കാവുന്ന ഉപകരണങ്ങളിൽനിന്ന് അപ്പപ്പോൾ തങ്ങൾക്ക് തോന്നിയത് വിളിച്ചുപറയുന്ന നെറ്റിസൺ (ഇന്റർനെറ്റിൽ സക്രിയരായ സിറ്റിസൺ) മാരുടെ ലോകത്തിലാണ് നാം ജീവിച്ചിരിക്കുന്നത് (2011:13).

രണ്ടു വിധത്തിലുള്ള സ്വാധീനങ്ങൾ സൈബറെഴുത്തുകാരൻ അഭിമുഖീകരിക്കുന്നുണ്ട്. ഒന്നാമതായി ഭാവനയുടെയും ചിന്തയുടെയും ലോകത്തു നടക്കുന്ന സ്വാധീനം. രണ്ടാമതായി വെർച്വൽ ഉപകരണങ്ങളെ എഴുത്തിന്റെ ഭാഗമായി സ്വീകരിക്കുന്നതുവഴി ഉണ്ടാകുന്ന സ്വാധീനം. ഈ രണ്ട് സ്വാധീനങ്ങളും ഏറിയും കുറഞ്ഞും സൈബർ എഴുത്തുകാരന്റെ രചനകളിൽ പ്രത്യക്ഷപ്പെടുന്നു. സൈബർ സാങ്കേതികതയെ സമഗ്രതയിൽ പ്രയോജനപ്പെടുത്തുന്ന എഴുത്തുകാരൻ അതിന്റെ ഉപകരണപരമായ എല്ലാ സാധ്യതകളെയും കൃതിയിൽ പ്രയോജനപ്പെടുത്തുന്നവനാണ്.

ഒരു പറ്റം എഴുത്തുകാരാകട്ടെ ഈ സാങ്കേതികതയെ സാഹിത്യസൃഷ്ടിയുടെ പശ്ചാത്തലമായി മാത്രം പ്രയോജനപ്പെടുത്തുന്നവരാണ്.

സൈബർലോകത്തെ എഴുത്തുകാരന്റെ സവിശേഷതയെപ്പറ്റിയുള്ള അലൻ കിർബിയുടെ അഭിപ്രായത്തെ എം.കെ. ഹരികുമാർ രേഖപ്പെടുത്തുന്നു. "ഒരു ഏകാന്ത എഴുത്തുവ്യക്തിത്വത്തിനുപകരം അനേകം പേരുടെ സംഭാവന പ്രസക്തമാകുന്നു. അവർ എവിടെയിരുന്നാണ് അവരുടെ ഓഥർഷിപ്പ് (Authurship) വിനിയോഗിക്കുന്നതെന്ന കാര്യം ആർക്കും പ്രവചിക്കാനാവില്ല. ഈച്ചക്കൂട്ടം ഇളകിയതുപോലെ ഒരിടത്തും ഒതുക്കാനാവാത്ത സർഗ്ഗാത്മകതയും ഊർജ്ജവും പ്രവഹിക്കുകയാണ്. അത് എല്ലായിടത്തുമുണ്ട്, തീവ്രമായി ചലനാത്മകമാണ്, സൂക്ഷ്മമാണ്" (2012:60). എഴുത്തുകാരുടെ ബാഹുല്യം സൈബർ ലോകത്തെ ചലനാത്മകമായ വേദിയാക്കുന്നു. സൈബർ ഇടത്തിൽ വ്യാപരിക്കുന്ന എഴുത്തുകാരന്റെ അസ്തിത്വം എപ്പോഴും അജ്ഞാതമാണ്. മുമ്പ് എഴുത്തുകാരനെന്നത് ഏകവ്യക്തിയായിരുന്നുവെങ്കിൽ ഇന്ന് എഴുത്തുവ്യക്തിത്വത്തിനുപകരം അനേകം വ്യക്തികളുടെ സംഭാവനകൾ അവിടെ പ്രവർത്തനക്ഷമമാകുന്നു.

5. സൈബർ വായന

അച്ചടിസംസ്കാരത്തിൽനിന്നും സൈബർ സംസ്കാരത്തിലേക്കുള്ള പരിവർത്തനം വായനയുടെ എല്ലാ രീതികളെയും മാറ്റിമറിച്ചു. പാഠത്തിന്റെ നിർമ്മിതിയെയും അതിന്റെ വായനയെയും സംബന്ധിച്ച പരമ്പരാഗതമായ രീതികൾക്കും സങ്കല്പങ്ങൾക്കും ശൈലീപരമായ വിപ്ലവം വരുത്തിക്കൊണ്ടാണ് ആശയവിനിമയത്തിന്റെ പുതിയ ലോകം സമാഗതമായിരിക്കുന്നത്. വർത്തമാനകാലത്ത് സൃഷ്ടിക്കപ്പെടുന്ന ഡിജിറ്റൽ സൃഷ്ടികൾ അവയുടെ വിനിമയത്തിന് പുതിയ സാംസ്കാരിക പശ്ചാത്തലങ്ങളെയും പ്രയോഗങ്ങളെയും ശൈലികളെയും സൃഷ്ടിച്ചു കൊണ്ടിരിക്കുന്നു. ആശയവിനിമയലോകത്ത് പരസ്പരം ആശയവിനിമയം ചെയ്യുന്നവർ ഇന്ന് 'ചാറ്റ്' ചെയ്യുന്നവരാണ്. മുൻകാലങ്ങളിലെ വർത്തമാനവും സംഭാഷണവും ഇന്ന് ചാറ്റുകളായി രൂപപ്പെട്ടു കഴിഞ്ഞു. അതിയാഥാർത്ഥ്യത്തിന്റെയും ആശയബാഹുല്യത്തിന്റെയും സവിശേഷമായ പശ്ചാത്തലത്തിൽ വായനയും അതിനോടു ചേർന്ന സാംസ്കാരികപശ്ചാത്തലവും ഇന്നു മാറിക്കഴിഞ്ഞു.

പുതിയ കാലത്തിലെ സ്ക്രീൻ വായനകളെപ്പറ്റി നിരീക്ഷണം നടത്തിയ ക്രിസ്റ്റ്യൻ വാണ്ടൻഡോർപ്പ് (Christian Vandendorpe) പുസ്തകവും വായനയുമായി ബന്ധപ്പെട്ട് നിലവിൽ വന്ന പുതിയ പദാവലികളെ ചൂണ്ടിക്കാട്ടുന്നു. അദ്ദേഹം എഴുതുന്നു. "ബുക്കും വായനയുമായി ബന്ധപ്പെട്ട പദസഞ്ചയങ്ങൾക്ക് അധികകാലം കഴിയാതെ ആവശ്യമില്ലാതെവരും. ഇന്റർനെറ്റുമായി ബന്ധപ്പെട്ട അനുഭവങ്ങളെ മുൻനിർത്തി ഗുളിക രൂപത്തിലുള്ള പുതിയ പദങ്ങളിന്ന് ധാരാളമായി നിർമ്മിക്കപ്പെട്ടുകൊണ്ടിരിക്കുന്നു.

ഉദാഹരണമായി ബ്രൗസിങ്ങ് (browsing), സർഫിങ്ങ് (surfing), നാവി ഗേറ്റിങ്ങ് (navigating) എന്നിവ (2013:205-206)." സൈബർലോകത്തെ വായനയെന്നാൽ ഈ പറയപ്പെട്ടവയെന്നു വന്നിരിക്കുന്നു.

ആ പദങ്ങളുടെ മൂലാർത്ഥത്തെ പരിഗണിച്ചുകൊണ്ട് ബെർട്രാൻഡ് ഗെർവെയ്സ് (Bertrand Gervais) ചില നിരീക്ഷണങ്ങൾ നടത്തുന്നു. "കടലു മായി ബന്ധപ്പെട്ട ഈ രൂപകങ്ങൾ ചിലപ്പോഴെങ്കിലും സൈബർ സ്പെയ്സിലെ വായനയ്ക്ക് ഉചിതമായ പദമായിത്തീർന്നിരിക്കുന്നു. ഒരു പക്ഷേ, സ്ഥലസംബന്ധമായ മാനങ്ങൾ പൂർണ്ണമായി ഇതിൽ പ്രത്യക്ഷ പ്പെടുന്നുണ്ട്. ഇത് പുതിയതല്ല പഴയരൂപകം തന്നെയാണ് (2013:186).

അച്ചടിപുസ്തകങ്ങളിൽ വായനയുടെ ലോകമാണ് ഉണ്ടായിരുന്ന തെങ്കിൽ സൈബർ ലോകത്ത് അത് കാലഹരണപ്പെട്ട ഒന്നാണ്. നാവി ഗേറ്റിങ്ങ്, ബ്രൗസിങ്ങ്, സെർഫിങ്ങ് എന്നിവ ആശയവിനിമയത്തിന്റെ മൊത്തത്തിലുള്ള ഭാവങ്ങളെ പ്രതിപാദിക്കാൻ ഉപയോഗിക്കുന്നു. ആശയ ങ്ങളുടെ സമ്മേളനഇടമായ സൈബർ സ്പെയ്സ് ഒരു സാഗരംപോലെ യാണ്. പരിപൂർണ്ണമായ വിവരങ്ങളുടെ ലോകം ഒരു കടൽപോലെ നിറഞ്ഞു കിടക്കുന്നു. രേഖപ്പെടുത്താത്ത, അതിരുകളില്ലാത്ത, നിർവചിക്കപ്പെടാത്ത, വിശാലമായ ഇടമാണ് സൈബർ സ്പെയ്സ്. അതിനെ സമഗ്രതയിൽ മനസ്സിലാക്കാൻ കഴിയുന്നതല്ല. ഇത് എല്ലാ മനുഷ്യാവസ്ഥകൾക്കും അപ്പുറ മാണ്. അവിടേക്കു പ്രവേശിക്കുന്ന വ്യക്തി, വിവരങ്ങളെ നിരന്തരം തെരഞ്ഞുകൊണ്ടിരിക്കുന്നു. ബെർട്രാൻഡ് ഗെർവെയ്സിന്റെ അഭിപ്രായ ത്തിൽ ബ്രൗസ്, സെർഫ്, നാവിഗേറ്റ് എന്ന് പറയുമ്പോഴും അവിടെ വായനതന്നെയാണ് വിവക്ഷിക്കുക. സൈബർ സ്പെയ്സിൽ അന്വേഷി ക്കുക, തെരയുക എന്നത് ഒരു പ്രവൃത്തി തന്നെയാണ് (2013:186). സൈബർവായനയെന്നാൽ സൈബർസ്പെയ്സിന്റെ വിശാലമായ വിവര സാഗരത്തിനു മുകളിലൂടെയുള്ള യാത്രയും അതിന്റെ ആഴങ്ങൾക്കുള്ളി ലേക്കുള്ള മുങ്ങലും അതിലൂടെയുള്ള അന്വേഷണവുമാണ്. മുമ്പ് വായ നയെ സങ്കുചിതാർത്ഥത്തിൽ പരിഗണിച്ചതാണ് പുതിയ പദാവലികൾ ആശയക്കുഴപ്പം സൃഷ്ടിക്കാൻ ഇടവരുത്തിയത്. വായനയെന്നാൽ വിശാല അർത്ഥത്തിൽ ഇതെല്ലാം ഉൾക്കൊള്ളുന്നതാണ് എന്നതാണ് ഗെർവെ യ്സിന്റെ അഭിപ്രായം (2013:186).

6. സൈബർ വായനക്കാരൻ

കഴിഞ്ഞ ദശാബ്ദത്തിൽതന്നെ സാഹിത്യനിരൂപകരുടെ സവിശേഷ മായ ശ്രദ്ധയ്ക്കു വന്ന ചിന്തയാണ് ഗ്രന്ഥകർത്താവും വായനക്കാരനും തമ്മിലുള്ള ബന്ധം. വായനക്കാരന്റെ പ്രവൃത്തിയെ പാഠത്തിന്റെ സഹ നിർമ്മിതിയെന്നു വിശേഷിപ്പിക്കപ്പെട്ടു. വായനക്കാരനെപ്പറ്റിയുള്ള ഈ ദർശനം യാഥാർത്ഥ്യമായത് സൈബർ പാഠത്തിലാണ്. സൈബർ സാങ്കേ തികതയുടെ അധികസാധ്യതയായി വിശേഷിപ്പിക്കപ്പെടുന്ന ഹൈപ്പർ ടെക്സ്റ്റിന്റെ ഉദയത്തിനുമുമ്പുതന്നെ വായനക്കാരുമായി ഇടപെട്ടുനില്ക്കുന്ന

പാഠത്തെപ്പറ്റി ചിന്തിച്ചുകഴിഞ്ഞിരുന്നു. റോളാങ് ബാർത്ത് (Roland Barthes) വായനക്കാരനെ 'പാഠത്തിന്റെ നിർമ്മാതാവ്' എന്ന് വിളിക്കുന്നു. ഹൈപ്പർ ടെക്സ്റ്റ് സിദ്ധാന്തത്തെപ്പറ്റി പഠനം നടത്തിയ ജോർജ് പി ലാൻഡോ (George P Lando) തന്റെ ഹൈപ്പർടെക്സ്റ്റ് സിദ്ധാന്തത്തിന്റെ ആരംഭം കുറിക്കാൻ ഈ നിർവചനത്തെ ഉപയോഗിച്ചു (Rosario, 2012:28). സൈബർ സാഹിത്യസിദ്ധാന്തങ്ങളുടെ ആരംഭഘട്ടത്തിൽ ഹൈപ്പർടെക്സ്റ്റ് സിദ്ധാന്ത ങ്ങളാണ് ഏറ്റവും പ്രാമുഖ്യം നേടിയത്. പാഠത്തിന്റെ അധികസാധ്യത യെന്ന ബാർത്തിന്റെ ദർശനത്തെ ഹൈപ്പർടെക്സ്റ്റുമായി ചേർത്തുവച്ച് ലാൻഡോ വ്യാഖ്യാനിച്ചു.

അച്ചടിമാധ്യമങ്ങളിൽ വെറുതെ വായിച്ചുപോകുന്ന വായനക്കാരൻ എന്ന അവസ്ഥയിൽനിന്ന് പാഠവുമായി ബന്ധപ്പെടുന്ന, സജീവമായി ഇടപെടുന്ന അവസ്ഥയിലേക്ക് സൈബർ വായനക്കാരൻ മാറി. ഇലക്ട്രോ ണിക് എഴുത്തിന്റെ സവിശേഷത അതിൽ അന്യോന്യം പുലർത്തുന്ന സമ്പർക്കമാണ്.

ഇതര പാഠങ്ങളുമായി താരതമ്യപ്പെടുത്തി സൈബർ എഴുത്തുകളെ പഠിക്കുമ്പോൾ ഡിജിറ്റൽ ലോകത്ത് വായനക്കാരൻ വളരെയധികം സ്വാതന്ത്ര്യം അനുഭവിക്കുന്നുണ്ട്. വായനക്കാരൻ ഡിജിറ്റൽലോകത്ത് വെറും വായന മാത്രമല്ല നടത്തുക. സൃഷ്ടിയുടെ സജീവഭാഗമായി മാറു കയും സൃഷ്ടിയിൽ പങ്കാളിയായി മാറുകയും ചെയ്യുന്നു. ലാൻഡോയുടെ അഭിപ്രായത്തിൽ പുസ്തകത്തിന്റെ സാധ്യതകളോട് താരതമ്യപ്പെടുത്തി യാൽ ഹൈപ്പർടെക്സ്റ്റ്, അതിന്റെ വായനക്കാർക്ക് കൂടുതൽ സജീവമായ പങ്കാളിത്തം നല്കുന്നു.

വായനയുമായി ബന്ധപ്പെടുത്തി സൈബർ ടെക്സ്റ്റിനെപ്പറ്റി പഠനം നടത്തിയ വ്യക്തിയാണ് എസ്പെൻ അർസെത്ത്. അർസെത്തിന്റെ വീക്ഷണത്തിൽ ഒരു സൈബർ പാഠത്തിന്റെ വായനയിൽ എർഗോഡിക് പ്രവർത്തനം (Ergodic Activity) അഥവാ അത്ര നിസ്സാരമല്ലാത്ത പ്രയത്നമുണ്ടെങ്കിലേ ടെക്സ്റ്റുകളിലൂടെ കടന്നുപോകാൻ കഴിയൂ (1997:1-2). എർഗോഡിക് പ്രവർത്തനം എന്നാൽ ഹൈപ്പർ ടെക്സ്റ്റുകളുടെ തെരഞ്ഞെടുപ്പ്, സൈബർ ഫിക്ഷൻ ലോകത്ത് സജീവവ്യക്തിയായി വർത്തിക്കുക എന്നെല്ലാമാണ് അർത്ഥമാക്കുക. ഇവിടെ എഴുത്തുകാര നൊപ്പം വായനക്കാരനും സജീവമായ പങ്കാളിത്തം ലഭിക്കുന്നു.

അർസെത്തിന്റെ വീക്ഷണത്തിൽ സൈബർ പാഠത്തിന്റെ വായനയിൽ വായനക്കാരന് നാലുതരത്തിലുള്ള സ്വാതന്ത്ര്യമാണ് ലഭിക്കുന്നത്.

1) മറ്റു പാഠങ്ങളിലെപ്പോലെ പാഠത്തിന്റെ വ്യാഖ്യാനത്തിന് അവസരം ലഭിക്കുന്നു.

2) നാവിഗേഷനുള്ള അവസരം-പാഠത്തിന്റെ ഉള്ളിലൂടെ ഏതുവിധത്തിൽ സഞ്ചരിക്കണമെന്ന് തീരുമാനിക്കുന്നത് വായനക്കാരനാണ്.

3) പാഠത്തെ സംബന്ധിച്ച രൂപരേഖ സൃഷ്ടിക്കാനുള്ള സ്വാതന്ത്ര്യം വായനക്കാരനു ലഭിക്കുന്നു.

4) എഴുത്തിൽ സജീവമായി ഇടപെടുന്നു. പാഠത്തിന്റെ വായനയിൽ എഴുത്തുകാരനൊപ്പം ഇടപെടാൻ സ്വാതന്ത്ര്യം ലഭിക്കുന്നു (1997:64).

സൈബർ ടെക്സ്റ്റിന്റെ പാരായണത്തിന്റെ അടിസ്ഥാനത്തിൽ സൈബർ ടെക്സ്റ്റിനെ പഠിച്ച മറ്റൊരു പണ്ഡിതൻ മറാക്കു എസ്കലിൻ ആണ്. അദ്ദേഹം സൈബർപാഠത്തെ ആഖ്യാനസംബന്ധിയായി മനസ്സിലാക്കാൻ ശ്രമിക്കുന്നു.

സൈബർ പാഠത്തിന്റെ വായനയുമായി ബന്ധപ്പെട്ട് വായനക്കാരന്റെ സ്ഥാനത്തെ നിർണ്ണയിച്ചുകൊണ്ട് മറാക്കു എസ്കലിൻ (Marakku Eskeline) ചില നിരീക്ഷണങ്ങൾ നടത്തുന്നുണ്ട്. അദ്ദേഹത്തിന്റെ അഭിപ്രായത്തിൽ നാലുതരത്തിലുള്ള പ്രവൃത്തികൾ വായനയുമായി ബന്ധപ്പെട്ട് വായനക്കാരനെ സ്വാധീനിക്കുന്നുണ്ട്. അല്ലെങ്കിൽ സൈബർ പാഠങ്ങളിലൂടെ കടന്നുപോകാൻ നാലുതരത്തിലുള്ള പ്രയത്നം വായനക്കാരൻ നടത്തേണ്ടിവരുന്നു.

1) സ്വയം അധികാരം – ഇതര വായനക്കാരിൽനിന്നു വ്യത്യസ്തമായ സാധ്യതകളാണ് സൈബർ ടെക്സ്റ്റിന്റെ വായനയിലും സാക്ഷാത്ക്കാരത്തിലും വായനക്കാരനുള്ളത്. വായനക്കാരന് സ്വതന്ത്രമായ ചില അവകാശങ്ങളുണ്ട്. വായനക്കാരന് പാഠവുമായുള്ള പരസ്പരബന്ധത്തിലാണ് പാഠത്തിന്റെ വായന മുന്നോട്ടുപോകുന്നത്. ഒരു വായനയെ മറ്റൊരു വായനയുമായി താരതമ്യം ചെയ്താൽ അവ പല രീതിയിലും വ്യത്യസ്തമായിരിക്കും. വായനക്കാരന്റെ ഇച്ഛകളെ അവ പ്രധാനസ്ഥാനത്ത് പ്രതിഷ്ഠിക്കുന്നു.

2: ചലനാത്മകത: ചില പാഠത്തിന്റെ വായനയിൽ ശരീരത്തിന്റെ ചലനം ഉണ്ടെങ്കിലേ സാധ്യമാവുകയുള്ളൂ.

3. വീക്ഷണകോണുകളിലുള്ള വൈവിധ്യം: വായനക്കാരനു മുമ്പിൽ സൈബർ പാഠം മുന്നിൽ വയ്ക്കുന്ന വൈവിധ്യത്തെ മറാക്കു അവതരിപ്പിക്കുന്നു. ചില പാഠങ്ങളുടെ വായനയിൽ വായനക്കാരൻ തന്റെ വീക്ഷണകോണുകളെ പല തവണ ചലിപ്പിച്ചാലേ സാധിക്കുകയുള്ളൂ. ചില സൈബർ ടെക്സ്റ്റുകൾ അതിന്റെ വായനയ്ക്കായി വായനക്കാരോട് സൂം ചെയ്യാനും മറ്റു ചിലത് ഭ്രമണം ചെയ്യാനും മറ്റു ചിലതാകട്ടെ തിരയാനും ആവശ്യപ്പെടുന്നു. ഇത്തരം വായനയിൽ തൻെറ കണ്ണുകളുടെ വീക്ഷണത്തെ പല തവണ മാറ്റി പ്രതിഷ്ഠിക്കാൻ വായനക്കാരൻ നിർബന്ധിതനാകും.

4. സ്ഥലബദ്ധമായ അവസ്ഥ: ചില സൈബർ പാഠങ്ങളുടെ വായനയിൽ വായനക്കാരൻ സ്ഥലസംബന്ധമായി ശാരീരികനിലകളെ പാലിച്ചാലേ വായിക്കുവാൻ സാധിക്കുകയുള്ളൂ. നിർമ്മിക്കപ്പെട്ട പാഠങ്ങളെ വായിക്കാൻ ചിലപ്പോൾ ചില സാഹചര്യങ്ങളിലേക്ക് വായനക്കാരൻ മാറേണ്ടിവരുമെന്ന്

മറാക്കു ഉദാഹരണങ്ങളിലൂടെ നിരീക്ഷിക്കുന്നു. ഉദാ: ചെരിഞ്ഞ സ്ഥലങ്ങൾ, ഗുഹകൾ, ഇടുങ്ങിയ മുറികൾ എന്നിവ ചില പാഠങ്ങളുടെ വായനയിൽ വായനക്കാരൻ തെരഞ്ഞെടുക്കേണ്ടിവരുന്നു (2009:4042).

അച്ചടിക്കപ്പെട്ട ഒരു പാഠം വായിച്ചുപോകുന്ന വായനക്കാരിൽനിന്ന് വ്യത്യസ്ത മായി സൈബർ ടെക്സ്റ്റിന്റെ വായനക്കാരൻ പാഠത്തിന്റെ വായനയിൽ നിർജ്ജീവ പങ്കാളിയല്ല. വിവിധ ചേഷ്ടകളിലൂടെ സജീവ പങ്കാളിത്തം നേടുന്ന വ്യക്തിയാണ്.

സൈബർ പാഠങ്ങൾ കുറെക്കൂടി വിശാലമായ മാധ്യമപശ്ചാത്തലത്തി ലാണ് ഇന്ന് നിർമ്മിക്കപ്പെടുന്നത്. നവമാധ്യമങ്ങളിലൂടെ വൈവിധ്യമാർന്ന രീതിയിൽ അവ അതിവേഗം വളർന്നുകൊണ്ടിരിക്കുന്നു. ലിങ്കുകളിലൂടെ കടന്നുപോകുന്ന വായനക്കാരനു പകരം ഇന്ന് സൈബർലോകത്തെ വായനക്കാരൻ സൈബർ ലോകവുമായി നിരന്തരം സംവദിച്ചുകൊണ്ടിരി ക്കുന്ന സഹൃദയനാണ്. ഓൺ ലൈൻ യുഗത്തിലെ വായനക്കാരനാണ് സോഷ്യൽ നെറ്റ്‌വർക്കിങ്ങ് സൈറ്റുകളിലെ രാജാവ് (ആദർശ്, 2011:8). ലോകത്ത് വായനക്കാർ പാഠത്തിന്റെ സജീവ ഇടപാടുകാർ മാത്രമല്ല പാഠം വായിച്ച് സാമൂഹികവും സാംസ്കാരികവുമായ മേഖലകളിൽ അഭി പ്രായരൂപീകരണം നടത്തുന്ന സമൂഹവ്യവസ്ഥകളുടെ നിർമ്മാതാക്കളായി മാറുന്നു.

ആറ്

സൈബറിടവും മലയാളഭാഷയും

ഇരുപതാംനൂറ്റാണ്ടിന്റെ അവസാനദശകങ്ങളിലെ സാമൂഹികമാറ്റം ആഗോളീകരണത്തിന്റെ സ്വാധീനമായി കടന്നുവന്നതായിരുന്നു. വിപ്ലവകരമായ വേഗത്തോടെ ആഗോളീകരണം സമസ്തമേഖലകളിലും കടന്നുചെന്നു. അതിന്റെ ഫലമായി ലോകത്തിലെ മിക്ക സമൂഹങ്ങളും ആധുനികമെന്നു വിശേഷിപ്പിക്കാവുന്ന അവസ്ഥകളെ ജീവിതത്തിലേക്കു കൊണ്ടുവന്നു. മലയാളിസമൂഹമാകട്ടെ ഈ ഗതിവേഗങ്ങൾക്കൊപ്പമോ അതിന്റെ മുൻപിലോ ആയി മാറ്റങ്ങൾക്കു വിധേയമായി. ഏറ്റവും അധികം പുരോഗതി നടന്നത് ഇലക്ട്രോണിക് മാധ്യമരംഗത്താണ്. "നവോത്ഥാന സമരങ്ങളുടെ ജാതീയപരീക്ഷണയത്നങ്ങളോ സ്വാതന്ത്ര്യസമരത്തിന്റെ പരോക്ഷ ഉണർവ്വുകളോ നിവർത്തന പ്രക്ഷോഭങ്ങളുടെ സാമൂഹ്യ വിചാരണകളോ അടിയന്തിരാവസ്ഥയുടെ ഭരണഭീകരതയോ ഉണ്ടാക്കിയ സാംസ്കാരികചലനങ്ങളെക്കാൾ പതിന്മടങ്ങ് വ്യാപ്തിയുള്ളതായിരുന്നു ഇലക്ട്രോണിക് സാങ്കേതികവിദ്യ കേരളത്തിൽ സൃഷ്ടിച്ച പരിവർത്തനം" (ബഷീർ, 2008: 220).

ഇന്റർനെറ്റിന്റെ അദ്ഭുതകരമായ വളർച്ച മലയാളിസമൂഹത്തിന്റെ വിജ്ഞാനവിപ്ലവം സാധ്യമാക്കി. ആയിരത്തിതൊള്ളായിരത്തി എൺപതുകൾ മുതൽ വളർന്നുവന്ന വ്യാവസായികോൽപാദനത്തെ നിഷ്പ്രഭമാക്കിക്കൊണ്ട് വിവരങ്ങളുടെ ഉത്പാദനത്തിലും വിനിമയത്തിലും അധിഷ്ഠിതമായ സമൂഹം മലയാള ഭാഷയ്ക്കും സ്വന്തമായി. പുതിയ സമൂഹം വിനിമയം ചെയ്തത് വിവരങ്ങളും അവ കൈകാര്യം ചെയ്ത സാങ്കേതിക വിദ്യകളുമായിരുന്നു. മാർഷൽ മാക്ലൂഹൻ സ്വപ്നംകണ്ട ആഗോളഗ്രാമമെന്ന സങ്കല്പം ഏറ്റവും കൂടുതൽ യാഥാർത്ഥ്യമായ സമൂഹങ്ങളിലൊന്നാണ് കേരളത്തിലേത്. ഇലക്ട്രോണിക് മാധ്യമരംഗവും അതിന്റെ ഭൗതിക ചുറ്റുപാടുകളും സ്വപ്നതുല്യമായ അവസ്ഥയിൽ മലയാളി സമൂഹത്തെ ആകർഷിച്ചു (പോൾ, 2008:173). വികസിതരാഷ്ട്രങ്ങളിലെ സമൂഹങ്ങളോട് തുലനം ചെയ്യാവുന്ന വിധത്തിലുള്ള പുരോഗതിയാണ് സാങ്കേതിക

വിദ്യയുടെ കാര്യത്തിൽ കേരളീയസമൂഹത്തിലുണ്ടായത്. മികച്ച സാങ്കേതികവിദ്യകൾ മലയാളിയുടെ നിത്യജീവിതത്തിന്റെ ഭാഗമായി.

ശാസ്ത്രസാങ്കേതികമേഖലകളിലെ വളർച്ച, നവമാധ്യമങ്ങളുടെ വികാസവും പ്രചാരവും ലോകവ്യവഹാരങ്ങളുമായുള്ള വിനിമയബന്ധം എന്നിവ ഏതൊരു മലയാളിയേയും നിയന്ത്രിക്കുകയും നിർമ്മിച്ചുകൊണ്ടിരിക്കുകയും ചെയ്യുന്ന സ്ഥിതിവിശേഷമാണ് വർത്തമാനകാലത്തുള്ളത്. വേൾഡ്‌വൈഡ് വെബ്ബുമായുള്ള മലയാളഭാഷയുടെ കണ്ണിചേർക്കൽ, അറിവിന്റെയും സാഹിത്യത്തിന്റെയും ആശയവിനിമയത്തിന്റെയും മേഖലകൾ വിശാലമാക്കി. ഇലക്ട്രോണിക് മാധ്യമങ്ങളുടെ കേവലമായ ആശയവിനിമയത്തിന്റെ ഉപയോഗത്തിൽ മാത്രമല്ല സാഹിത്യപരമായ രംഗങ്ങളിലും ശ്രദ്ധകൊടുക്കാൻ ഇടയായതുവഴി സമ്പന്നമായ സാഹിത്യലോകത്തെ സൈബർ ഇടത്തിൽ സൃഷ്ടിക്കാൻ മലയാളഭാഷയ്ക്ക് സാധിച്ചു.

മലയാളസാഹിത്യവും സൈബർ ഭാവനയും

കമ്പ്യൂട്ടറിന്റെയും ഇലക്ട്രോണിക് സാങ്കേതികവിദ്യയുടെയും വളർച്ചയും അവയെ മലയാളസാഹിത്യവുമായി ബന്ധപ്പെടുത്തിയുള്ള ചർച്ചകളും ആയിരത്തിതൊള്ളായിരത്തി തൊണ്ണൂറുകളിൽതന്നെ ആരംഭിച്ചിരുന്നു. സാങ്കേതികവിദ്യയുടെ ഇടപെടലിനെ വിശദീകരിച്ചുകൊണ്ട് ആയിരത്തിതൊള്ളായിരത്തി തൊണ്ണൂറ്റിരണ്ടിൽ കെ.പി. അപ്പൻ ഇപ്രകാരം എഴുതി. "യന്ത്രയുഗത്തിൽനിന്നോ ഇലക്ട്രോണിക്‌യുഗത്തിൽ നിന്നോ കമ്പ്യൂട്ടറിന്റെ ലോകത്തുനിന്നോ നമ്മുടെ സാഹിത്യഭാവനയ്ക്ക് മാറി നില്ക്കാൻ സാധ്യമല്ല" (1992:47). സാഹിത്യഭാവനയിലേക്കു കടന്നുവരുന്ന യന്ത്രലോകത്തിന്റെ വിഭ്രമിപ്പിക്കുന്ന ബോധമണ്ഡലത്തെയാണ് കെ.പി. അപ്പൻ ഇവിടെ വിവക്ഷിച്ചത്. സാഹിത്യഭാവനയുടെ മേഖലയിൽ വ്യാപരിക്കുന്ന സൈബർ സാന്നിദ്ധ്യമാണ് സൈബർ സാഹിത്യത്തിന്റെ ലക്ഷണങ്ങളായി ആദ്യം വിശദീകരിക്കപ്പെട്ടത്. മലയാളത്തിലെ ആദ്യത്തെ സൈബർ നോവലായി 'നൃത്ത'ത്തെ കരുതുന്നതിന്റെയും സൈബർ കഥകളായി 'ഭാവനാതീത'ത്തെപരിഗണിക്കുന്നതിന്റെയും കാരണം വിഷയപരമായ അവയുടെ സൈബർ ബന്ധമാണ്. കമ്പ്യൂട്ടറിന്റെയും ഇന്റർനെറ്റിന്റെയും സ്വാധീനം ജീവിതരീതിയിൽ കൊണ്ടുവന്ന പരിണാമങ്ങളാണ് സൈബർസാഹിത്യമെന്ന് വിളിക്കപ്പെടുന്ന ഈ രചനകളുടെ അടിസ്ഥാനം (ആത്മൻ, 2014: 33). "ഇൻബോക്സിലേക്കു പോകുന്നതിനുപകരം അയാൾ ഫോൾഡറിലേക്കു പോയി ക്ലിക്കുചെയ്തു. അവിടെനിന്ന് അയാൾ പുറകോട്ടുപോയി. യാഹുവിലെത്തുകയും അവിടെനിന്ന് സേർച്ച് എഞ്ചിനിലൂടെ കടന്ന് എന്തോ തിരയുന്ന വാൽനക്ഷത്രത്തെപ്പോലെ സൈബർ സ്പേസിലൂടെ അലഞ്ഞുതിരിയുകയും ചെയ്തു" (മുകുന്ദൻ, 2000:11). 'നൃത്തം' എന്ന നോവലിൽ സൈബറിടം ഭാവനയെ പ്രചോദിപ്പിക്കുന്നത് ഇങ്ങനെയാണ്. ടി.വി. കൊച്ചുവാവ 1992 ൽ എഴുതിയ 'കൊക്കരണി' എന്ന കഥയാണ്

സൈബർ ഭാവനയുടെ ആദ്യസംഭാവന. ചന്ദ്രമതിയുടെ 'ഇവിടെ ഒരു ടെക്കി', 'വെബ്സൈറ്റ്', സേതുവിന്റെ 'അടയാളവാക്യങ്ങൾ', 'മറ്റൊരു ഡോട്ട് കോം സന്ധ്യയിൽ', സന്തോഷ്കുമാറിന്റെ 'ബാഘ് ബഹദൂർ', എം. നന്ദകുമാറിന്റെ 'വാർത്താളി', കെ.പി. സുധീരയുടെ 'വിദൂരം', ഐസക് ഈപ്പന്റെ 'ക്രിസ്റ്റീന റെസേറ്റി' എന്നിവ മലയാള ചെറുകഥയിൽ സൈബറിടം അവതരിച്ചതിന്റെ ഉദാഹരണങ്ങളാണ്.

മലയാളനോവലിൽ സൈബർസാന്നിദ്ധ്യത്തെ അറിയിക്കുന്ന നോവലുകളാണ് സേതുവിന്റെ 'അടയാളങ്ങൾ', സി.വി. ബാലകൃഷ്ണന്റെ 'ദിശ', പനച്ചിപ്പുറത്തിന്റെ 'ഇ-രൗദ്രം', ഇ. ഹരികുമാറിന്റെ 'പ്രണയത്തിനൊരു സോഫ്റ്റ്‌വെയർ', സുരേഷ് പി.തോമസിന്റെ '2048 കി.മി', ടി.ഡി. രാമകൃഷ്ണന്റെ 'ഫ്രാൻസിസ് ഇട്ടിക്കോര', ജോസ് കെ. മാനുവലിന്റെ 'യഹൂര', 'ഒരു കമ്മ്യൂണിസ്റ്റിന്റെ കഥ' എന്നിവ.

"ക അതിലോ ഇല്ല/നല്ല തീയാളി/ പടർന്നപരിച
യാണ്ടൊരുവൻ/ കോമാളി/ അല്ല-കോം
ആളാത്തോൻ/സർഫുന്നുണ്ട്/പാസാഞ്ഞ വേഡോടെ/
ഗൂഗിളെ ശരണംതാൻ/ (തോമസുകുട്ടി, 2006: 19)

പുതിയ സൈബർ സാങ്കേതികവിദ്യയുടെ സാങ്കേതികപദാവലികൾ കോർത്തുകെട്ടി കേരളീയ ചന്തമോടെ മലയാളകവിതകൾ രചിക്കുന്ന പുതുതലമുറ കവികൾ മലയാള കവിതയിലും സൈബർ വസന്തം വിരിയിക്കുന്നു. വീരാൻ കുട്ടിയുടെ 'തൊട്ടുതൊട്ടുനടക്കുമ്പോൾ' എസ്.എം.എസ് ആയി പ്രചരിക്കുന്ന ചെറുകവിതകളുടെ സമാഹാരമാണ്. ചിത്രാ ശ്രീകുമാറിന്റെ 'തുഞ്ചൻ ഡോട്ട്കോം', മനോജ് കുറൂറിന്റെ 'കോമ', ബി.ആർ. സന്തോഷിന്റെ 'ഇമേജ് ക്രിയേറ്ററുടെ ഛായകൾ', ദിവാകരൻ വിഷ്ണുമംഗലത്തിന്റെ 'റെയ്ബ്', ശാന്താതുളസീധരന്റെ 'പോത്തുകൾഡോട്ട്കോം', മോഹനകൃഷ്ണൻ 'കാലടിയുടെ ഫേസ്ബുക്ക്', ശാന്തന്റെ 'മഴയുടെ ഇ. മെയിൽ', ക്രിസ്പിൻ ജോസഫിന്റെ 'ഇന്റർവ്യൂ', എൽ. തോമസുകുട്ടിയുടെ 'കോം ആളി' എന്നിവ സൈബർ പദാവലികൾ കൊരുത്തു നിർമ്മിച്ച മലയാളകാവ്യഹാരങ്ങളാണ്.

സൈബർ, മലയാളിയുടെ നിത്യജീവിതത്തിന്റെ ഭാഗമായതോടുകൂടി അതുമായി ബന്ധപ്പെട്ട പദാവലികളും ശൈലികളും അവസ്ഥകളും മലയാളസാഹിത്യത്തിലും വ്യാപിച്ചുകൊണ്ടിരിക്കുന്നു. ഐ.ടി. മേഖലയിൽ തൊഴിൽ ചെയ്യുന്ന വ്യക്തികളുടെ ജീവിതസംഘർഷങ്ങൾ മലയാളസാഹിത്യത്തിന്റെ ഭാഗമായിക്കഴിഞ്ഞു. വിവരസാങ്കേതികവിദ്യയും സൈബർ സംസ്കാരവും സൈബർ സ്ഥലവും മനുഷ്യജീവിതത്തിലുണ്ടാകുന്ന ഉത്തരാധുനികമായ സംഘർഷങ്ങളാണ് നവമെന്ന തലത്തിൽ മലയാളത്തിൽ ഉദയംചെയ്ത ഈ സാഹിത്യശാഖയുടെ പ്രമേയം (മധുസൂദനൻ, 2011:64-65).

കമ്പ്യൂട്ടറിന്റെയും ഇന്റർനെറ്റിന്റെയും സ്വാധീനം കേരളീയ ജീവിത രീതിയിൽ കൊണ്ടുവന്ന പരിണാമങ്ങളാണ് ഈ സാഹിത്യരചനകളിൽ തെളിഞ്ഞുവരുന്നത്. നെറ്റ്‌വർക്ക് എന്നത് ഭൂഗോളത്തെ തമ്മിൽ ബന്ധിപ്പിച്ചുകൊണ്ട് സൈബർ സ്പെയിസിൽ നില്ക്കുന്ന ഒരു അതീന്ദ്രിയ ലോകമല്ല. അത് ജീവിക്കുന്ന ചുറ്റുപാടിലും ഭാഷയിലും ബോധമണ്ഡലത്തിലും സ്വാധീനം ചെലുത്താൻ കഴിയുന്ന ജീവിതബന്ധിയായ യാഥാർത്ഥ്യമാണ്. ശരീരം, സ്വത്വം, കർത്തൃത്വം എന്നിവയെക്കുറിച്ചുള്ള സാമ്പ്രദായികസങ്കല്പങ്ങളെ അട്ടിമറിക്കുന്നതാണ് സൈബർ സംസ്കാരത്തിന്റെ പുതിയ ലോകം (മധുസൂദനൻ, 2011:64). സൈബർ സംസ്കാരത്തിന്റെ ഭാഷയും പദാവലികളും ചിന്തകളും പെരുമാറ്റങ്ങളും ജീവിതരീതിയുമൊക്കെയാണ് ഈ രചനകളിൽ ആവിഷ്കരിക്കപ്പെട്ടിരിക്കുന്നത്. മനുഷ്യന്റെ ബോധമണ്ഡലങ്ങളിലെ സൈബർ സ്പർശനങ്ങളാണ് സാഹിത്യസൃഷ്ടികൾക്കു പിന്നിലെ സർഗ്ഗാത്മക പ്രചോദനം.

മലയാളഭാഷയുടെയും സാഹിത്യത്തിന്റെയും ഉള്ളിൽ കമ്പ്യൂട്ടർ സാങ്കേതികതയും വിവരവിജ്ഞാനവിപ്ലവവും നവമാധ്യമസാക്ഷരതയും ചെലുത്തിയ സ്വാധീനങ്ങളാണ് മുകളിൽ വിവരിച്ചത്. എന്നാൽ സൈബർ സാഹിത്യത്തെപ്പറ്റിയുള്ള പഠനം കേന്ദ്രീകരിക്കപ്പെട്ടിരിക്കുന്നത് പുതിയ ഘട്ടത്തിലാണ്. കമ്പ്യൂട്ടർ സാങ്കേതികത സംഭാവന ചെയ്ത സൈബർഇടങ്ങളെയും മാധ്യമസാധ്യതകളെയും പ്രയോജനപ്പെടുത്തിക്കൊണ്ട് സാഹിത്യരൂപങ്ങളും കലാവിഷ്കാരങ്ങളും സൈബർമാധ്യമങ്ങളിൽ അവതരിക്കുന്നതാണ് ഈ ഘട്ടം. ഇവിടെ സൈബർ മാധ്യമങ്ങൾ സാഹിത്യത്തിന്റെ ജന്മ ഇടങ്ങളാകുന്നു. സൈബർ സാധ്യതയ്ക്കുള്ളിൽ സാഹിത്യം രൂപപ്പെടുകയും പ്രസാധനം ചെയ്യുകയും വിതരണം ചെയ്യപ്പെടുകയും ചെയ്യുന്നു.

സൈബർലോകത്തെ മലയാളഭാഷ

സൈബർ ലോകം തെളിച്ചുതന്ന ആഗോളവഴികളിലൂടെ കരുത്തോടെ മുന്നേറാനാവുമെന്നു മലയാളഭാഷ തെളിയിച്ചുകഴിഞ്ഞിരിക്കുന്നു. സാങ്കേതികവിദ്യയുടെ ഫലമായി വികസിച്ചുവന്ന നവമാധ്യമങ്ങളുടെ സാധ്യതകൾ മലയാളം ഉൾപ്പെടെയുള്ള പ്രാദേശികഭാഷകൾ തിരിച്ചറിഞ്ഞതിന്റെ ഫലമാണ് ഇന്റർനെറ്റിന്റെ വിശാലയിടത്തിൽ പ്രതിഷ്ഠനേടുവാൻ ഇടവരുത്തിയത്. "മാധ്യമം തന്നെയാണ് സന്ദേശം" എന്ന മാർഷൽ മാക്‌ലൂഹന്റെ സന്ദേശം ആധുനികകാലത്ത് ഏറെ പ്രസക്തമാണ്. കമ്പ്യൂട്ടർ സാങ്കേതികവിപ്ലവത്തിന്റെ ഫലമായി അവതരിച്ച നവമാധ്യമങ്ങളെ മുൻനിർത്തി മലയാളം നേടിയെടുത്ത മുന്നേറ്റത്തെ പി.എം. ഗിരീഷ് ഇപ്രകാരം നിരീക്ഷിക്കുന്നു. "കമ്പ്യൂട്ടർ മാധ്യമഭാഷ എന്ന നിലയിൽ മലയാളം മുന്നേറുകയാണ്. യൂണിക്കോഡ് വന്നതോടെ മലയാളം ഏതാണ്ടു കമ്പ്യൂട്ടർഭാഷയായി. ഇന്ന് മലയാളത്തിന്റെ സമാന്തരമായ ഭാവാവിഷ്കാരങ്ങൾ സൈബർലോകത്ത് നടന്നുകൊണ്ടിരിക്കുന്നു. ബഹുമുഖമായ

വ്യവഹാരങ്ങളോട് താത്പര്യം കാണിക്കുന്നതാണ് മലയാളിയുടെ ഗുണം. അത് മലയാളഭാഷയെ വളർത്തുന്നു. ഒരു കാലത്ത് സാഹിത്യത്തിലും പത്രത്തിലും ശാസ്ത്രലേഖനങ്ങളിലും ഒതുങ്ങിനിന്നിരുന്ന ഭാഷ ഇന്ന് സൈബർ ലോകത്തിന്റെ ചലനാത്മകതയെ ഉൾക്കൊള്ളാൻ പര്യാപ്ത മായിരിക്കുന്നു. വിവരസാങ്കേതികവിദ്യയും അതിന്റെ ഉപവ്യവസ്ഥകളും ചേർന്ന് പുതിയൊരു ആശയവിനിമയത്തിന്റെ ലോകം മലയാളികൾക്ക് മുമ്പിൽ തുറന്നിട്ടിരിക്കുകയാണ്" (2012:7).

സൈബറിടത്തിലെ ആശയവിനിമയ ലോകം മലയാളിയുടെ സ്വത്വത്തെ തന്നെയാണ് പ്രകാശിപ്പിക്കുന്നത്. സൈബറിടത്തിൽ സാഹിത്യവും ശാസ്ത്രവും പത്രവുമെല്ലാം പുത്തൻ ആവിഷ്കാരവഴികളിലൂടെ പ്രകാശിതമാക്കപ്പെടുന്നു. സൈബറിടത്തിലെ മലയാളഭാഷയുടെ ആശയാവിഷ്കാരങ്ങളെ തുടർന്നു നിരീക്ഷിക്കുന്നു.

സൈബർ ലോകത്തിലിന്ന് പ്രധാനമായി അഞ്ചുവിധത്തിലാണ് മലയാളഭാഷ നിലവിലുള്ളത്.

1. വെബ് സൈറ്റുകൾ
2. ഓൺലൈൻ വിജ്ഞാനകോശങ്ങൾ
3. ഓൺലൈൻ മാഗസിനുകൾ
4. സാമൂഹ്യശൃംഖല സൈറ്റുകൾ
5. ബ്ലോഗുകൾ

ഈ സൈബറിടങ്ങളെല്ലാം സവിശേഷമായ വിധത്തിൽ മലയാളസാഹിത്യത്തിന്റെ സമൃദ്ധമായ വിളഭൂമികളാണ്.

മലയാള വെബ്സൈറ്റുകൾ

നവമാധ്യമ സാങ്കേതികതയുടെ സാധ്യതകൾ മലയാളത്തിൽ ആദ്യം തിരിച്ചറിഞ്ഞത് ദിനപ്പത്രങ്ങളാണ്. 1997 സെപ്തംബർ മാസത്തിൽ ദീപിക ദിനപ്പത്രത്തിന്റെ വെബ് എഡിഷനായ www.deepika. com. നിലവിൽ വന്നു. മലയാളപത്രങ്ങളുടെ സൈബർ പ്രവേശനത്തിന്റെ ആരംഭമായിരുന്നു ഇത്. ഏതാനും ആഴ്ചകൾക്കുള്ളിൽ മലയാളമനോരമ w.w.w. malayalamanorama.com. എന്ന പേരിൽ വെബ്ബിൽ ഇടംനേടി. മലയാളത്തിലെ എല്ലാ പ്രമുഖപത്രങ്ങൾക്കും ഇന്ന് വെബ്സൈറ്റുണ്ട്. ഒപ്പം തന്നെ പത്രങ്ങളുടെ ഇ-പതിപ്പുകളും ഇന്ന് നെറ്റിൽ ലഭ്യമാണ്.

മലയാളസാഹിത്യം വെബ്ലോകത്ത് പ്രസിദ്ധീകരിക്കപ്പെടുന്നത് പ്രധാനമായും മാസികകളുടെയും ആഴ്ചപ്പതിപ്പുകളുടെയും ഇന്റർനെറ്റ് പതിപ്പുകൾ, പ്രാദേശിക പത്രങ്ങളുടെ സൈബർ പ്രസിദ്ധീകരണങ്ങൾ, സൈബർസാഹിത്യമാഗസിനുകൾ, സൈബർ സാഹിത്യസൈറ്റുകൾ എന്നിവ വഴിയാണ്. മലയാളത്തിലിറങ്ങുന്ന ഭൂരിഭാഗം മാസികകളും

ആഴ്ചപ്പതിപ്പുകളും അവയുടെ ഇന്റർനെറ്റ് പതിപ്പുകൾ അച്ചടിപ്പതിപ്പുകൾക്കൊപ്പം പ്രസദ്ധീകരിക്കുന്നുണ്ട്.

അപ്നാദേശ്	www. apnades. in
മലയാളവാരിക	www.malayalavarika.com
പച്ചക്കുതിര	www.Pachakkutira.com
ദീപനാളം	www.deepanalam.com
കലാകൗമുദി	www.kalakaumudi.com
ധനം	www.dhanammagazine.com
നാനാ	www.nanafilmweekly.com
സത്യദീപം	www.Satyadeepam.org
സൺഡേ ശാലോം	www.Sundayshalom.com
വെള്ളിനക്ഷത്രം	www.vellinakshatram.com

മലയാളസാഹിത്യത്തിന് വിലപ്പെട്ട സംഭാവന നല്കുന്നവരാണ് വിദേശമലയാളികൾ. വിദേശനാടുകളിൽനിന്നും പത്രവാർത്തകളോടെ ഇറങ്ങുന്ന മിക്കവാറും ഓൺലൈൻ പത്രങ്ങളും മാസികകളും അവയുടെ നല്ലൊരു ഭാഗവും സാഹിത്യസൃഷ്ടികളുടെ പ്രകാശനത്തിന് പ്രയോജനപ്പെടുത്തുന്നുണ്ട്. കഥ, കവിത, യാത്രാവിവരണം, ലേഖനങ്ങൾ എന്നിവ പ്രസിദ്ധീകരിച്ച് അവ സാഹിത്യമേഖലയെ സമ്പന്നമാക്കുന്നു.

പ്രവാസിഓൺലൈൻ	www.pravasionline.com
പ്രവാസി വാർത്ത	www.pravasivaartha.com
ബ്രിട്ടീഷ് മലയാളി	www.britishmalayali.com.uk
ഇ-മലയാളി	www.emalayalee.com
കേരള ടൈംസ്	www.keralatimes.com
ഇ-പത്രം	www.epathram.com
അശ്വമേധം	www.aswamedham.com
ഓസ്ട്രേലിയമലയാളം	www.ausmalayalam.com
കേരള റ്റുഡേ	www.keralatoday.net.blogs
കേരളന്യൂസ് ലൈവ്	www.keralanewslive.com
ഗൾഫ് മലയാളി	www.gulfmalayaly.com
മലയാൾ ഡോട്ട്.എഎം.	www.malayal.am/
യു.കെ മലയാളം പത്രം	www.ukmalayalampathram.com

മലയാളസാഹിത്യത്തിനുവേണ്ടി മാത്രം ഒരുപറ്റം വെബ്സൈറ്റുകൾ നിലനിൽക്കുന്നുണ്ട്. അവയിൽ ചിലത് ബ്ലോഗുകളായി ആരംഭിച്ചവയാണെങ്കിലും പിന്നീട് വെബ്സൈറ്റുകളായി മാറ്റുകയായിരുന്നു. ഇവയിൽ

പ്രസിദ്ധീകരിക്കപ്പെട്ട സാഹിത്യകൃതികൾ നൂറുകണക്കിനാണ്. ശ്രദ്ധേയമായ സംഭാവന നല്കുന്ന വെബ്സൈറ്റാണ് പി.പി. രാമചന്ദ്രന്റെ 'ഹരിതകം' (www.harithakam.com). മലയാളത്തിലെ ആദ്യത്തെ ഇ-കവിതാജാലികയായ 'ഹരിതക'ത്തിൽ കഥ, കവിത, ലേഖനങ്ങൾ, നിരൂപണം, കവിതാചൊല്ലരങ്ങ് എന്നിവ ലഭ്യമാണ്. 'ചിന്ത' (www.chintha) മലയാളബ്ലോഗുകളെയും സാഹിത്യത്തെയും വളർത്തുന്നതിൽ മുൻപന്തിയിൽ നില്ക്കുന്ന വെബ്സൈറ്റാണ്. 2005 മുതൽ പ്രസിദ്ധീകരിക്കുന്ന 'തർജ്ജനി' ഓൺലൈൻ മാസിക, ഇന്റർനെറ്റ് വായനയുടെ വളർച്ച ലക്ഷ്യമാക്കിയുള്ള മലയാളം കമ്പ്യൂട്ടറിംഗിനെപ്പറ്റിയുള്ള ലേഖനങ്ങൾ, ബ്ലോഗു പരിചയപ്പെടൽ എന്നിവ ചിന്ത വെബ്സൈറ്റിന്റെ സംരംഭങ്ങളാണ്. ബ്ലോഗിൽ ആരംഭിച്ച് ഇപ്പോൾ വെബ്സൈറ്റായി നിലനില്ക്കുന്ന നിരക്ഷരന്റെ 'യാത്രകൾ' (www.yathrakal.com) സഞ്ചാരസാഹിത്യരംഗത്ത് അമൂല്യസംഭാവനകൾ നല്കുന്നു. ബ്ലോഗുകൾ,കമ്പ്യൂട്ടർ മലയാളം ഇവയെപ്പറ്റി അറിവു നല്കുന്ന സൈറ്റാണ് 'ജാലകം'. (www.cyberJalakam.com). കഥകളിയെപ്പറ്റി വിലപ്പെട്ട അറിവുകൾ നല്കുന്ന വെബ് സൈറ്റാണ് 'കഥകളി' (www.kathakali.com). കാമ്പസ് ലേഖനങ്ങളും സൃഷ്ടികളും പ്രസിദ്ധീകരിക്കുന്ന വെബ്സൈറ്റാണ് 'കാമ്പസ്കേരള' (www.campuskerala. com). കേരളത്തിലെ പഴയ മലയാളഗാനങ്ങളുടെ ശേഖരമാണ് 'കേരളം' (www.keralam.org). ഗാനങ്ങളുടെയും ഗാനസാഹിത്യത്തിന്റെയും സംഗീത ആൽബങ്ങളുടെയും ഇടമാണ് ഈണം (www.eenam.com). സൈബർലോകത്ത് മലയാളസാഹിത്യത്തെ വളർത്തുന്നതിൽ പ്രധാനപങ്കുവഹിക്കുന്ന ഏതാനും വെബ്സൈറ്റുകൾ ചുവടെ ചേർക്കുന്നു.

മലയാളനാട്	www.malayalanadu.com
അയനം	www.ayanam.com
ഔർകേരള	www.ourkerala.com
ഇ-വാരിക	www.evarika.com
ഉത്തരദേശം	www.utharadesamonline.com
അലക്കുകമ്പനി	www.alakkucompany.com
നമ്മുടെ ബൂലോകം	www.nammudeboolokam.com
ചിത്രവിശേഷം	www.chithravishesham
അക്ഷരംമാസിക	www.aksharam.com
നമ്മുടെ മലയാളം	www.nammudemalayalam.com
സൈകതം	www.saikatham.com

ഇതോടൊപ്പം വ്യക്തികൾ ആരംഭിച്ച വെബ്സൈറ്റുകളും സാഹിത്യരംഗത്ത് സജീവമായ സംഭാവനകൾ നല്കുന്നു. പ്രാദേശികമായ വിശേഷങ്ങളും വാർത്തകളും നല്കുന്നതിന് ജില്ലകളുടെയും ഗ്രാമങ്ങളുടെയും

നഗരങ്ങളുടെയും പേരിൽ വെബ് സൈറ്റുകളുണ്ട്. അവ അതത് ദേശങ്ങളിലെ സാഹിത്യസൃഷ്ടികളെ പ്രസിദ്ധീകരിക്കാൻ ശ്രദ്ധിക്കുന്നുണ്ട്. ആത്മീയപ്രസ്ഥാനങ്ങളും കലാസാംസ്കാരിക വേദികളും ആരംഭിച്ചിരിക്കുന്ന വെബ്സൈറ്റുകളും സാഹിത്യപ്രകാശനത്തിന് പ്രാധാന്യം നല്കുന്നു.

ഓൺലൈൻ വിജ്ഞാനകോശങ്ങൾ

മലയാളസാഹിത്യത്തിൽ ഏറ്റവും അധികം സംഭാവനകൾ നല്കുന്ന വെബ് സൈറ്റുകളിലൊന്നാണ് വിക്കിപീഡിയ. അനേകം എഴുത്തുകാരുടെയും വായനക്കാരുടെയും സഹകരണത്തോടെ സൃഷ്ടിക്കപ്പെട്ടിരിക്കുന്ന സ്വതന്ത്രവും സൗജന്യവുമായ ഓൺലൈൻ വിജ്ഞാനകോശമാണ് ഇത്. 'വിക്കി' എന്നത് കൂട്ടായ്മയിലൂടെ രചന നിർവ്വഹിക്കാൻ സഹായിക്കുന്ന ഒരു സോഫ്റ്റ്വെയറാണ്. ആർക്കും വിവരങ്ങൾ കൂട്ടിച്ചേർക്കാനും നീക്കം ചെയ്യാനും മാറ്റം വരുത്താനുമുള്ള സ്വാതന്ത്ര്യവും സൗകര്യവും നല്കുന്ന സോഫ്ട്വെയർ സൗകര്യമാണ് വിക്കി ഒരുക്കുന്നത്. വിക്കി സോഫ്ട്വെയർ ഉപയോഗിക്കുന്ന അനേകം വെബ്സൈറ്റുകളിൽ ഉള്ളടക്കത്തിന്റെ മികവുകൊണ്ട് മുൻപന്തിയിൽ നില്ക്കുന്ന സർവ്വവിജ്ഞാനകോശമാണ് വിക്കിപീഡിയ. ആർക്കും എഴുതാവുന്ന സ്വതന്ത്രഓൺലൈൻ വിജ്ഞാനകോശം എന്ന ആശയം 1989 ൽ റിച്ചാർഡ് സ്റ്റാൾമാനാണ് അവതരിപ്പിച്ചത്. ഈ ആശയം പ്രാവർത്തികമാക്കാനുള്ള പ്രഥമശ്രമം റിക്ക് ഗേറ്റ്സിന്റെ ഇന്റർപീഡിയ ആയിരുന്നു. എന്നാൽ നിർമ്മാണഘട്ടം കഴിഞ്ഞ് അതു മുന്നോട്ടുപോയില്ല. പിന്നീട് ഓരോ മേഖലയിലെ വിദഗ്ധരെ ഉൾപ്പെടുത്തിക്കൊണ്ട് ജിമ്മി വെയിൽസും ലാറി സാങ്ങറും ചേർന്ന് ആരംഭിച്ചതാണ് നുപീഡിയ (nupedia). ലേഖനത്തിന്റെ ഗുണമേന്മയ്ക്ക് നല്കിയ പ്രാധാന്യം അതിന്റെ വളർച്ച മന്ദഗതിയിലാക്കി. അതുകൊണ്ട് നുപീഡിയായെ സഹായിക്കാൻ ആർക്കും എഡിറ്റു ചെയ്യാവുന്ന വിക്കിപീഡിയ എന്ന ജനകീയ സംരംഭം 2001 ജനുവരി 15 ന് അവർ രണ്ടുപേരും ചേർന്ന് ആരംഭിച്ചു. അതിശയകരമായ രീതിയിൽ ജനപങ്കാളിത്തം നേടിയ വിക്കിപീഡിയ എന്ന സ്വതന്ത്ര ഓൺലൈൻ വിജ്ഞാനകോശം മലയാളമടക്കം ധാരാളം പ്രാദേശികഭാഷകളിൽ വിജ്ഞാനത്തിന്റെ ഉറവിടമായി.

വിനോദ് മേനോൻ എം.പി. എന്ന ഗവേഷക വിദ്യാർത്ഥി 2002 ഡിസംബർ 21 ന് മലയാളം വിക്കിപീഡിയയ്ക്ക് തുടക്കം കുറിച്ചു. 2006 വരെ ഏതാണ്ട് നിശ്ചലാവസ്ഥയിലായിരുന്ന മലയാളം വിക്കിപീഡിയയിൽ അന്നുവരെ 500 ലേഖനങ്ങളെ പ്രസിദ്ധീകരിക്കപ്പെട്ടിരുന്നുള്ളൂ. 2007 ൽ 5000, 2014 ൽ 36000 എന്ന നിലയിൽ വളർന്ന് 2015 സെപ്തംബർ മാസമായപ്പോഴേക്കും 40000 ലേഖനങ്ങൾവഴി മലയാളഭാഷയ്ക്ക് ഇന്റർനെറ്റിൽ വിശാലമായ വിജ്ഞാനലോകം തീർക്കാൻ വിക്കിപീഡിയയ്ക്കു കഴിഞ്ഞു. മലയാളഭാഷയെയും സാഹിത്യത്തെയും പറ്റി ഇന്ന് ഏറ്റവും എളുപ്പത്തിൽ അറിവുതരുന്ന ഉറവിടമാണ് സൈബറിടത്തിലെ ഈ വിജ്ഞാനകോശം.

വിക്കിപീഡിയായുടെ സഹസംരംഭങ്ങളായി പുസ്തകങ്ങളെപ്പറ്റി അറിവു നല്കാൻ വിക്കി ഗ്രന്ഥശാല (http://ml.wikisource.org) വിക്കിപാഠശാല (http://ml.wikibook.org), സ്വതന്ത്ര ബഹുഭാഷ നിഘണ്ടുവായ വിക്ഷ്നറി വിക്കിനിഘണ്ടു (http://ml.wikitionary.org). പഴംചൊല്ലുകൾ ശേഖരിച്ചു വയ്ക്കാൻ വിക്കിക്വോട്സ്/വിക്കിച്ചൊല്ലുകൾ (http://ml.wikiquotes.org) എന്നിവ മലയാളഭാഷയ്ക്ക് സൈബർലോകത്ത് ഊർജ്ജം പകരുന്നു.

മലയാളഭാഷയിലെയും സാഹിത്യത്തിലെയും അമൂല്യഗ്രന്ഥങ്ങളുടെ ശേഖരമാണ് വിക്കിഗ്രന്ഥശാല. പകർപ്പവകാശ കാലാവധി കഴിഞ്ഞതും പകർപ്പവകാശമില്ലാത്തതും ഗ്രന്ഥകർത്താവ് അനുമതി നല്കിയതുമായ കൃതികളാണ് വിക്കിഗ്രന്ഥശാലയിലുള്ളത്. പ്രവാസിമലയാളിയായ നിഷാദ് കൈപ്പള്ളി തയ്യാറാക്കിയ ആദ്യയൂണിക്കോഡ് ഗ്രന്ഥമായ സത്യവേദ പുസ്തകമാണ് മലയാളവിക്കിഗ്രന്ഥശാലയിൽ ആദ്യമായി ചേർക്കപ്പെട്ട ഗ്രന്ഥം. തുടർന്ന് ആദ്ധ്യാത്മരാമായണം, ശ്രീമദ് ഭാഗവതം, സൗന്ദര്യല ഹരി, ഖുറാൻ, കുമാരനാശാന്റെ കൃതികൾ, കേരളപാണിനീയം എന്നി ങ്ങനെ നിരവധി ഗ്രന്ഥങ്ങൾ മലയാളിയുടെ പൊതുവായനയ്ക്ക് സമർ പ്പിച്ചുകൊണ്ട് വിക്കിഗ്രന്ഥശാല മുന്നേറിക്കൊണ്ടിരിക്കുന്നു. വിക്കി പാഠ ശാല പാഠപുസ്തകങ്ങൾക്കുവേണ്ടിയുള്ള ഇടമാണ്. അമ്പതിൽ താഴെ പുസ്തകങ്ങളേ ഇതുവരെ ഇവിടെ ഉൾപ്പെടുത്തിയിട്ടുള്ളൂ.

മലയാളത്തിലെ പഴഞ്ചൊല്ലുകൾ, കടങ്കഥകൾ, നാടൻപാട്ടുകൾ, ശ്രദ്ധേയമായ ഉദ്ധരണികൾ എന്നിവയുടെ ശേഖരമാണ് വിക്കിച്ചൊല്ലുകൾ. 2004 ൽ ആരംഭിച്ച വിക്കിചൊല്ലുകൾ മലയാളഭാഷയുടെ തനിമയെ വെളി പ്പെടുത്തുന്ന ഇടമാണ്. ഏകദേശം 8000 പഴഞ്ചൊല്ലുകളും 200 ൽപരം കടങ്കഥകളും കുറെയധികം നാടൻപാട്ടുകളും ശേഖരിക്കപ്പെട്ടിട്ടുണ്ട്. വിക്ഷണറി എന്ന് വിളിക്കപ്പെടുന്ന വിക്കിനിഘണ്ടു ഓൺലൈൻ സമൂഹം നിർമ്മിക്കുന്ന ഓൺലൈൻ നിഘണ്ടുവാണ്. നിർവ്വചനങ്ങൾ, ശബ്ദോത്പ ത്തികൾ, ഉച്ചാരണങ്ങൾ, മാതൃകോദ്ധരണികൾ, പര്യായങ്ങൾ, വിപരീത പദങ്ങൾ, തർജ്ജമകൾ എന്നിവയടങ്ങുന്ന ഒരു സ്വതന്ത്രബഹുഭാഷാ നിഘണ്ടു നിർമ്മിക്കാനുള്ള പദ്ധതിയാണ് ഇതെന്ന് വിക്കിനിഘണ്ടുവിന്റെ ആമുഖം സൂചിപ്പിക്കുന്നു (http://ml.wikiquotes.org). ലോകത്തിന്റെ വിവിധ ഭാഗങ്ങളിലിരുന്ന് മലയാളി ഈ സംരംഭങ്ങളിലേക്ക് സാഹിത്യസംഭാവ നകൾ നൽകിക്കൊണ്ടിരിക്കുന്നു.

ഓൺലൈൻ മാഗസിനുകൾ

മലയാളസാഹിത്യം സൈബർലോകത്ത് പ്രസിദ്ധീകരിക്കപ്പെടുന്ന മറ്റൊരിടം ഓൺലൈൻ മാഗസിനുകളുടേതാണ്. അച്ചടിമാഗസിനു കളുടെ ഇന്റർനെറ്റുപ്രതിരൂപങ്ങളാണ് വെബ്മാഗസിനുകൾ. ഇന്ന് നിരവധി മലയാളം ഓൺലൈൻ മാഗസിനുകൾ വെബ്ബുലോകത്തുണ്ട്. സാധാരണ അച്ചടിമാഗസിനുകളുടെ സവിശേഷതകൾ പൊതുവേ പുലർത്തുന്നവയാണ്

വെബ്മാഗസിനുകൾ. വിവിധസാഹിത്യസൃഷ്ടികൾ വെബ്മാഗസിനുകളിലും പ്രസിദ്ധീകരിക്കപ്പെടുന്നുണ്ട്. വെബ്മാഗസിനുകളെ അണിയിച്ചൊരുക്കുന്നതിന് അവിടെ ഒരു പത്രാധിപസമിതിയുണ്ടായിരിക്കും. എഡിറ്ററുടെ മേൽനോട്ടത്തിലായി രിക്കും അവയുടെ രൂപകല്പന നിർവ്വഹിക്കപ്പെടുന്നത്. അച്ചടിയും വിതരണവും സൃഷ്ടിക്കുന്ന ബാധ്യതകളെ ഒഴിവാക്കി കുറഞ്ഞ ചിലവിൽ ലോകം മുഴുവൻ പ്രസിദ്ധീകരണ സാധ്യത നൽകുന്ന വെബ്മാഗസിനുകൾ കുറഞ്ഞകാലംകൊണ്ട് അസ്ഥിത്വം സ്ഥാപിക്കുവാൻ ഇടവന്നു. എഡിറ്ററുടെ സാന്നിധ്യവും പ്രസിദ്ധീകരണത്തിനുശേഷം തിരുത്തലുകൾക്കുള്ള സാധ്യതയില്ലായ്മയും വെബ്മാഗസിനുകളുടെ ചെറിയ പരിമിതിയാണ്.

പുഴ.കോം മാഗസിൻ	www.puzha.com
മലയാളനാട്	www.malayalanadu.com
ഗൾഫ് മലയാളി.കോം	www.gulfmalayali.com
തണൽ ഓൺലൈൻ.കോം	www.thanalonline.com
നാട്ടുപച്ച	www.nattupacha.com
തർജ്ജനി	www.chintha.com
എഴുത്ത് ഓൺലൈൻ	ezhuthumagazine blogspot.in
e-മഷി ഓൺലൈൻ	emashiblogspot.in
കേളികൊട്ട്	kelikottumagazine-blog spot.in

അച്ചടിമേഖലയിൽ - മാഗസിനുകളുടെ എണ്ണം പരിമിതമാകുമ്പോൾ സൈബർ സ്പെയ്സിൽ അവയുടെ സാന്നിധ്യം വർധിച്ചുവരുന്നു. കഥയും കവിതയും യാത്രാവിവരണങ്ങളും അഭിമുഖങ്ങളും കാർട്ടൂണുകളും ചിത്രങ്ങളും ചേർന്നു നിർമ്മിക്കുന്ന ഓൺലൈൻ മാഗസിനുകളുടെ പ്രചാരം മലയാളഭാഷയേയും സാഹിത്യത്തെയും സംബന്ധിച്ച് ശുഭകരമായ സൂചനയാണ്.

സാമൂഹ്യശൃംഖലാമാധ്യമങ്ങൾ

വർത്തമാനസമൂഹം ആശയവിനിമയത്തിന് കൂടുതൽ പ്രയോജനപ്പെടുത്തുന്ന ഇടമെന്ന നിലയിൽ മലയാളഭാഷ പ്രയോഗക്ഷമമാകുന്ന പ്രധാന ഇടം സാമൂഹ്യശൃംഖലാമാധ്യമങ്ങളിലെ സൈബർഇടങ്ങളാണ്. ആളുകൾക്കിടയിലെ വർധിച്ച സ്വീകാര്യതയും മൊബൈൽ ഫോണുകളോടു ചേർന്നുള്ള അവയുടെ ഉപയോഗരീതിയും മലയാളയെഴുത്തിന് സഹായിക്കുന്ന പുതിയ ആപ്ലിക്കേഷനുകളും ഒന്നുചേർന്ന് സാമൂഹ്യശൃംഖലാമേഖലകളിലെ മലയാളഭാഷാസാന്നിധ്യം പതിന്മടങ്ങ് വർദ്ധിക്കാൻ ഇടവരുത്തി. ഓർക്കൂട്ട്, ടിറ്റർ, ഫേസ്ബുക്ക്, യൂട്യൂബ്, വാട്സ്ആപ്പ് എന്നിങ്ങനെ ജനസമൂഹത്തിൽ ശ്രദ്ധേയമായ സാമൂഹ്യസമ്പർക്കമാധ്യമങ്ങൾ കേവലം ആശയപ്രകാശനമാധ്യമം എന്നതിലുപരി മലയാളഭാഷയുടെ

പ്രയോഗരീതിയിൽ കൊണ്ടുവന്ന നൂതനത്വം പ്രത്യേകം ശ്രദ്ധിക്കപ്പെട്ടു കഴിഞ്ഞു. വർത്തമാന അവസ്ഥകളോടുള്ള ശക്തമായ പ്രതികരണമെന്ന നിലയിൽ രൂപപ്പെടുന്ന നർമ്മം പലവിധ സാഹിത്യാഖ്യാനങ്ങളായി രൂപംപ്രാപിക്കുന്നു. കവിത, നാടൻപാട്ട്, സംഭാഷണങ്ങൾ, അടിക്കുറിപ്പുകൾ, മിനിക്കഥകൾ എന്നിങ്ങനെ സാഹചര്യങ്ങൾക്കനുയോജ്യമായി നിർമ്മിക്കപ്പെടുന്ന രൂപങ്ങൾ ഭാഷാപ്രയോഗത്തിന്റെ പുതിയ മാനങ്ങളെയാണ് നിർമ്മിച്ചുകൊണ്ടിരിക്കുന്നത്.

ഓർക്കൂട്ട്

ടർക്കിഷ് സോഫ്റ്റ്വെയർ എൻജിനിയറായ ഓർക്കൂട്ട് ബുയുകോക്ടെൻ (Orkut Buyukkokten) ആണ് ഓർക്കൂട്ടിന്റെ സ്ഥാപകൻ, നെക്സസ് ക്ലബ് (Nexus Club) എന്ന പേരിൽ അദ്ദേഹം ആരംഭിച്ച നെറ്റ്വർക്കിംങ് സർവ്വീസിനെ ഗൂഗിൾ ഏറ്റെടുത്ത് Orkut.com എന്ന പേരുനല്കി. 2004 ജനുവരി 24ന് ആരംഭിച്ച ഓർക്കൂട്ട് വളരെവേഗം സാമൂഹ്യസൗഹൃദങ്ങളുടെ വേദിയായി. 2008 ൽ ഇന്ത്യയിൽ ഏറ്റവും കൂടുതൽ ആളുകൾ സന്ദർശിച്ച വെബ്സൈറ്റ് ഓർക്കൂട്ടായിരുന്നു. ഗ്രൂപ്പുസൗഹൃദങ്ങളായിരുന്നു ഓർക്കൂട്ടിന്റെ ഏറ്റവും വലിയ സവിശേഷത. ആഗോളതലത്തിൽ വിവിധ സൗഹൃദ കൂട്ടായ്മകളെ വളർത്തുന്നതിൽ ഓർക്കൂട്ട് വലിയ പങ്കുവഹിച്ചു. അതുവരെ ചെറിയ സന്ദേശങ്ങൾ അയയ്ക്കുവാനുള്ള സൗകര്യങ്ങളേ മിക്കവാറും സോഷ്യൽ ശൃംഖല സൈറ്റുകളിലുണ്ടായിരുന്നുള്ളൂ. എന്നാൽ ഓർക്കൂട്ടിലാകട്ടെ സൗഹാർദ്ദ അഭ്യർത്ഥനകളും പ്രതികരണങ്ങളും ഇ-മെയിൽ ഇൻബോക്സിൽ വായിക്കുന്നതിനുള്ള സൗകര്യമുണ്ടായിരുന്നു. ഓർക്കൂട്ടിലെ സ്ക്രാപ്പുകൾ പ്രധാനമായും സുഹൃത്തുക്കളെ ലക്ഷ്യമാക്കിയുള്ളവയായിരുന്നു. സ്ക്രാപ്പുകളിലൂടെ മലയാളഭാഷയും സജീവമായി. വിവാഹം, ജന്മദിനം, ഓർമ്മദിനങ്ങൾ എന്നിങ്ങനെ പ്രധാനപ്പെട്ട അവസരങ്ങളിലെല്ലാം ആശംസാസന്ദേശങ്ങൾ മലയാളത്തിൽ ലഭിക്കുന്നതിന് ഓർക്കൂട്ട് കാരണമായി. കടങ്കഥകളും പഴഞ്ചൊല്ലുകളും വിരഹവാക്യങ്ങളും ഫലിത വർത്തമാനവും പ്രണയവാക്കുകളുമായി ഓർക്കൂട്ടെന്ന സോഷ്യൽ മാധ്യമത്തിൽ മലയാളം സജീവമായി (www.mallugreetings. com). 2014 സെപ്തംബർ 30-ാം തീയതി സോഷ്യൽ നെറ്റുരംഗത്തെ സേവനം ഓർക്കൂട്ട് അവസാനിപ്പിച്ചു.

ട്വിറ്റർ

2006 ഒക്ടോബറിൽ ജാക്ക്ഡോസേ എന്ന അമേരിക്കൻ കമ്പ്യൂട്ടർ വിദഗ്ധൻ തുടക്കം കുറിച്ച സാമൂഹ്യസമ്പർക്കസംരംഭമാണ് ട്വിറ്റർ. മൈക്രോ ബ്ലോഗുകൾ എന്നും അതിനെ വിളിക്കുന്നു. കുഞ്ഞൻബ്ലോഗ് എന്നാണതിന്റെ ചെല്ലപ്പേര്. കിളികളുണ്ടാക്കുന്ന കുറുകലിനെ അർത്ഥമാക്കുന്ന ട്വിറ്റർ കേവലം 140 അക്ഷരങ്ങളിലൊതുങ്ങുന്ന ചെറുസന്ദേശങ്ങളുടെ അയയ്ക്കലിനാണ് സാധ്യത ഒരുക്കുന്നത്. ആഗോളതലത്തിൽ ചുരുങ്ങിയ കാലം

കൊണ്ട് ശ്രദ്ധാകേന്ദ്രമാകുന്നതിനും ജനപ്രീതി ആർജ്ജിക്കുന്നതിനും ടിറ്ററിന് സാധിച്ചു. നിങ്ങളിപ്പോൾ ചെയ്യുന്നതെന്താണെന്ന് സുഹൃത്തുക്കളെ അറിയിക്കുകയെന്ന ശൈലിയാണ് ടിറ്ററിനുള്ളത്. സന്ദേശങ്ങളെ സന്ദർഭീകരിക്കുന്ന പ്രവണത ടിറ്ററിന്റെ പ്രധാന സവിശേഷതയാണ്. അനൗദ്യോഗികഭാഷയുപയോഗിച്ചുകൊണ്ട് സാധാരണ ജീവിതത്തെയും സൗഹാർദ്ദങ്ങളെയും അപ്പോഴപ്പോൾ ഉണ്ടാകുന്ന പ്രത്യേക താത്പര്യങ്ങളെയും ചെയ്യാനിരിക്കുന്ന പദ്ധതികളെയും അവതരിപ്പിക്കുന്നരീതിയാണ് ടിറ്ററിലുള്ളത്. സമൂഹത്തിന്റെ ഉന്നതശ്രേണിയിലുള്ളവരുടെ സാന്നിധ്യമാണ് ടിറ്ററിനെ കൂടുതൽ ജനശ്രദ്ധയിൽ കൊണ്ടുവന്നത്. സമൂഹത്തിൽ പ്രധാന വ്യക്തികളുടെ സുഹൃത്താകാൻ കഴിയുന്നുവെന്നതാണ് ടിറ്ററിന്റെ പ്രത്യേകത. സൗഹൃദകൂട്ടായ്മ എന്നതിലുപരി അടിയന്തിര വാർത്താവിനിമയോപാധിയായും അഭിപ്രായപ്രകടന മാധ്യമമായും ആവശ്യാവസരങ്ങളിൽ ആശയപ്രചരണായുധമായും ടിറ്ററിനെ പ്രയോജനപ്പെടുത്തുന്നതിന് ലോകം സാക്ഷിയായി. മലയാളികൾക്കിടയിൽ ടിറ്ററിനെ പ്രയോജനപ്പെടുത്തുന്ന പ്രമുഖരിലൊരാൾ ഡോ. ശശി തരൂരാണ്. അദ്ദേഹത്തിന്റെ ടിറ്റുകൾ പലപ്പോഴും മുഖ്യധാരാമാധ്യമങ്ങളുടെ വിചാരണയ്ക്ക് കാരണമായി മാറി.

രാഷ്ട്രീയവേദികളിലെ അഭിപ്രായങ്ങൾ തുറന്നുപറയുന്നതിന് നേതാക്കൾ ടിറ്ററിനെ പ്രയോജനപ്പെടുത്തുന്നുണ്ട്. ആനുകാലികസംഭവത്തെപ്പറ്റി പ്രതികരണങ്ങളറിയിക്കാൻ ടിറ്ററിന്റെ പ്രയോജനം പലപ്പോഴും മുഖ്യധാരാമാധ്യമങ്ങൾക്ക് സഹായകമായിത്തീരുന്നു. അഭിപ്രായരൂപീകരണങ്ങൾക്കും ആശയപ്രകടനങ്ങൾക്കും നർമ്മഭാഷണങ്ങൾക്കും വേദിയായതുവഴി ടിറ്റർ എന്ന കുറുകിയ സന്ദേശങ്ങളുടെ മാധ്യമസേവനദാതാവ് സൈബറിടത്തിൽ മലയാളത്തിന്റെ സാന്നിധ്യത്തെ നിലനിർത്തുന്നു.

ഫേസ്ബുക്ക്

21-ാം നൂറ്റാണ്ടിൽ സോഷ്യൽനെറ്റ്‌വർക്കിംഗ് മേഖലയിൽ ഏറ്റവും കൂടുതൽ ആളുകളെ ആകർഷിക്കാൻ സാധിച്ച സാമൂഹ്യസമ്പർക്കമാധ്യമമാണ് ഫേസ്ബുക്ക്. മാനുഷികബന്ധങ്ങളുടെ കണ്ണിചേർക്കലിന് സാങ്കേതികവിദ്യയുടെ പുത്തൻസങ്കേതത്തെ സൃഷ്ടിച്ച ഫേസ്ബുക്കിൽ 120 കോടിയിലധികം ആളുകൾ പരസ്പരം ബന്ധപ്പെട്ടു കിടക്കുന്നു. മാധ്യമസങ്കല്പങ്ങളിൽ മാനുഷികബന്ധങ്ങളെ പ്രതിഷ്ഠിക്കാൻ കഴിഞ്ഞുവെന്നതാണ് ഇതിന്റെ വിജയത്തിന്റെ പിന്നിലെ വിപണനതന്ത്രം.

2004 ഫെബ്രുവരി 4ന് മാർക്ക് സുക്കർബർഗാണ് ഈ സാമൂഹ്യശൃംഖല വെബ്സൈറ്റിന് രൂപംനല്കിയത്. സുഹൃദ്ബന്ധങ്ങളിലെ സുതാര്യതയാണ് ഇതിനുപ്രചാരം നേടിക്കൊടുത്തത്. സോഷ്യൽനെറ്റ്‌വർക്കു മാധ്യമങ്ങളിൽ വ്യക്തിപരവും അനൗപചാരികവുമായ ആശയവിനിമയത്തിന് ഏറ്റവുമധികം പ്രയോജനപ്പെടുത്തുന്നത് ഫേസ്ബുക്കിനെയാണ്.

ആശയസംവേദനവും അറിവുകളുടെ പങ്കുവയ്ക്കലും വിനോദവുമെല്ലാം ഈ മാധ്യമത്തിന്റെ ഭാഗമാണ്. രാഷ്ട്രീയം, സിനിമ, അനുദിന വാർത്ത ഇങ്ങനെ കണ്ടതും കേട്ടതുമായ സംഭവങ്ങളെ സമൂഹക്കാഴ്ചയിലേക്കു കൊണ്ടുവരുന്ന ഇടമായി ഇതിനെ പ്രയോജനപ്പെടുത്തുന്നു.

ഫേസ്ബുക്കിന്റെ സംഭാവന സൗഹൃദങ്ങളുടെയും കാഴ്ചകളുടെയും ലോകത്തുമാത്രം ഒതുങ്ങിനില്ക്കുന്നതല്ല. സാഹിത്യലോകത്ത് നിസ്തുലമായ സംഭാവനകൾ നല്കാൻ ഈ മാധ്യമത്തിന് സാധിച്ചു. പോസ്റ്റുകളെ വളരെവേഗം ആളുകളിൽ എത്തിക്കാൻ ലഭിച്ച സൗകര്യം പ്രയോജനപ്പെടുത്തി ബ്ലോഗെഴുത്തുകാരിൽ പലരും ഇവിടേക്കു കുടിയേറി. ആകർഷകമായ ഒരു സാഹിത്യസൃഷ്ടിയെ വളരെവേഗം പോപ്പുലറാക്കുവാൻ ഈ സോഷ്യൽനെറ്റ്‌വർക്കിന് കഴിയും. സുഹൃത്തുക്കളും കുടുംബാംഗങ്ങളും സഹപ്രവർത്തകരുമടങ്ങുന്ന വലിയ സമൂഹത്തിന്റെ സാന്നിധ്യം സാഹിത്യസൃഷ്ടികളുടെ പ്രസാധനത്തിനുള്ള പ്രിയപ്പെട്ട ഇടമായി അതിനെ മാറ്റി (Walker, 2014:76). മലയാളത്തിൽ ധാരാളം ഫേസ്ബുക്ക് കവികളും എഴുത്തുകാരുമുണ്ട്. ഫേസ്ബുക്ക് മലയാളം സജീവമായൊരു സാഹിത്യസംഗമയിടമാണ്. ഹരിശങ്കർ, സുജീഷ് എൻ.എം., സുബൽ, പത്മബാബു, പി.പി. രാമചന്ദ്രൻ, കെ. അജിത, ഏറനാടൻ, മണികണ്ഠൻ, ബി.ആർ.പി. ഭാസ്കരൻ, അൻവർ അലി, കുരിപ്പുഴ ശ്രീകുമാർ എന്നിങ്ങനെ മലയാളത്തിലെ കവികളും ചിന്തകരും മാധ്യമപ്രവർത്തകരുമടങ്ങുന്ന വലിയൊരു വിഭാഗം ഫേസ്ബുക്കിൽ സജീവമാണ്. മലയാളകവിത, പുഴയാളം, ട്രീ തുടങ്ങിയ ഫേസ്ബുക്ക് കൂട്ടായ്മകളും നിലവിലുണ്ട്. കമന്റുകളിലൂടെയും അടിക്കുറിപ്പുകളിലൂടെയും നർമ്മകുറിപ്പുകളിലൂടെയും ലക്ഷക്കണക്കിന് മലയാളികൾ ഈ സൈബറിടത്തിൽ മലയാളഭാഷയുടെ വൻശേഖരം സൃഷ്ടിക്കുന്നു.

ബന്ധങ്ങളുടെ വിശാലതയാണ് ഇതിന്റെ സവിശേഷത. ബ്ലോഗുകളിൽ മാത്രമുള്ള ബന്ധങ്ങൾ ഇടുങ്ങിയ ലോകത്തെ സൃഷ്ടിക്കുമെന്ന കാഴ്ചപ്പാട് മിക്കവാറും ബ്ലോഗെഴുത്തുകാർക്കുണ്ട്. അതിനാൽ ഫേസ്ബുക്കിലേക്ക് ലിങ്ക് നല്കി ബ്ലോഗിനൊപ്പം ഇതിനെയും സാഹിത്യപ്രസാധന ഇടമായി പ്രയോജനപ്പെടുത്തുന്നു. മലയാളത്തിലെ ഭൂരിഭാഗം ബ്ലോഗർമാരും ഫേസ്ബുക്കുമായി ലിങ്ക് സ്ഥാപിച്ച് ഒരേസമയം ഈ ഇടങ്ങളുടെയെല്ലാം സാധ്യതയെ സാഹിത്യപ്രകാശനത്തിന് ഉപയോഗിക്കുന്നവരാണ്. ആനുകാലിക സംഭവങ്ങളെപ്പറ്റി ഫെയ്സ്ബുക്കിലുണ്ടാകുന്ന കുറിക്കുകൊള്ളുന്ന പ്രതികരണങ്ങൾ സാഹിത്യഭംഗികൊണ്ടും അവതരണ വൈദഗ്ധ്യം കൊണ്ടും മുഖ്യധാരാമാധ്യമങ്ങളിൽപോലും വാർത്തസൃഷ്ടിക്കുന്ന ഉദാഹരണങ്ങൾ നിരവധിയുണ്ട്.

വാട്ട്സ്ആപ്പ്

വർത്തമാനകാലമലയാളി സമൂഹം ഏറ്റവും കൂടുതൽ പ്രയോജനപ്പെടുത്തുന്ന സാമൂഹ്യസമ്പർക്കമാധ്യമഇടമാണ് വാട്ട്സ്ആപ്പ്. സമകാലിക

സാമൂഹ്യവ്യവഹാരങ്ങളെ സമർത്ഥമായി വിനിമയം ചെയ്യാൻ ഈ നവ മാധ്യമത്തിനു കഴിയുന്നുവെന്നതാണ് അതിന്റെ വിജയരഹസ്യം. 2009 ൽ ബ്രയാൻ ആക്ടൺ, ജാൻക്രോം എന്നിവർ ചേർന്നാണ് വാട്ട്സ്ആപ്പ് സ്ഥാപിച്ചത്. 2010 മുതൽ വാട്ട്സ്ആപ്പ് ജനപ്രിയമാകാൻ തുടങ്ങി. വാട്ട്സ് ആപ്പിന്റെ വളർച്ച ഭീഷണിയായി മാറുമെന്നു തിരിച്ചറിഞ്ഞ ഫേസ്ബുക്ക് 2014 ഫെബ്രുവരി 19 ന് അതിനെ ഏറ്റെടുത്തു. ഇന്നുനിലവിലിരിക്കുന്ന സമ്പർക്കമാധ്യമങ്ങളുടെ ആശയവിനിമയമാർഗ്ഗങ്ങളിൽനിന്ന് വ്യത്യസ്ത മായ അവതരണസാങ്കേതികതയാണ് വാട്ട്സ്ആപ്പിനുള്ളത്. വിവിധ പ്ലാറ്റ്ഫോമുകളിൽ പ്രവർത്തിക്കുന്ന സ്മാർട്ട്ഫോണുകളിൽ ഉപയോഗി ക്കാവുന്ന ആശയസംവേദനസംവിധാനമാണ് അതിൽ ഉപയോഗിച്ചിരിക്കു ന്നത്. വളരെവേഗം വിനിമയം ചെയ്യാവുന്ന ഇൻസ്റ്റെന്റ് മെസേജുകളുടെ ഉപയോഗസാധ്യത, മൾട്ടിലിംഗൽ ഭാഷയുടെ സാധ്യത, ഫോൺനമ്പർ കേന്ദ്രീകൃതമായ യൂസർ അക്കൗണ്ടിന്റെ ലഭ്യത എന്നിവ വാട്ട്സ്ആപ്പിനെ ജനപ്രിയമാക്കുന്നു. ടെക്സ്റ്റുകളും, ഫോട്ടോകളും വീഡിയോയും, ഓഡി യോയും വെബ്ലിങ്കുകളും ഉൾക്കൊള്ളിക്കാൻ കഴിയുന്ന സാങ്കേതികത യാണ് ഇൻസ്റ്റന്റ് മെസേജുകൾ. ടെക്സ്റ്റ് മെസേജ് എന്ന തലത്തിൽനിന്ന് ബഹുമാധ്യമാനുഭവം പ്രദാനം ചെയ്യുന്ന തലത്തിലേക്ക് സന്ദേശങ്ങളുടെ ഘടന മാറിക്കഴിഞ്ഞു. ഈ അനുഭവം സൃഷ്ടിക്കാൻ കഴിയുന്നതാണ് വാട്ട്സ് ആപ്പിലെ ആപ്ലിക്കേഷൻ. വ്യക്തിപരമായ ആശയവിനിമയത്തിന് ഓരോരുത്തരുടെയും ജീവിതത്തിലുള്ള പ്രസക്തിയും പ്രാധാന്യവും ഉയർത്തിപ്പിടിക്കുന്നതോടൊപ്പം, ഇരുന്നൂറ്റമ്പത് വ്യക്തികളുടെ കൂട്ടായ്മ കൾക്കുള്ള സാധ്യതയും വാട്ട്സ്ആപ്പിന്റെ സവിശേഷതയാണ്.

വാട്ട്സ്ആപ്പിന്റെ ഉദയം സാമൂഹ്യസമ്പർക്കമാധ്യമഇടത്തെ കൂടുതൽ ഉഷാറാക്കിയിട്ടുണ്ട്. എതിരഭിപ്രായങ്ങളെ കടുത്ത വാക്കുകൾകൊണ്ട് എതിർക്കുന്ന ശൈലി മാറി, ശുദ്ധവും മുനകൂർപ്പിക്കപ്പെട്ടതുമായ ആക്ഷേപ ഹാസ്യം സാംസ്കാരിക വിശകലനത്തിന്റെ ഭാഗമായി മാറി. വർത്തമാന കാലസംഭവങ്ങളുടെ അവലോകങ്ങളിലേക്ക് പഴയ സിനിമ സംഭാഷണ ങ്ങളും മിനിക്കഥകളും പഴഞ്ചൊല്ലുകളും നാടൻപാട്ടുകളും പരിചിതമായ കഥാസന്ദർഭങ്ങളും കടന്നുവരുന്നു. ഇവ തമ്മിലുള്ള ലയനം ശുദ്ധഹാസ്യ ത്തിന്റെ ശരശയ്യ തീർക്കുന്നു. മലയാളഭാഷയെയും സാഹിത്യത്തെയും വളർത്തുന്നതിൽ നിർണ്ണായക സ്വാധീനം ചെലുത്താൻ വാട്ട്സ്ആപ്പിനു കഴിയുന്നുണ്ട്. കവിതയുടെ ആലാപനങ്ങൾ, കവിതകൾ, മിനിക്കഥകൾ, സംഭവവിവരങ്ങൾ, നർമ്മം ചാലിച്ച വിവിധ ഗദ്യരൂപങ്ങൾ എന്നിങ്ങനെ പലരൂപങ്ങളായി അവതരിക്കുന്ന മെസേജുകൾ മലയാളഭാഷയെ കൂടുതൽ ചടുലമാക്കുന്നു.

ഗൂഗിൾബസ്, ഗൂഗിൾ പ്ലസ്

മലയാളസാഹിത്യവും ആശയപ്രകാശനമേഖലയുമായി ബന്ധപ്പെട്ട് ഏറെ സ്വാധീനം ചെലുത്തിയ സാമൂഹ്യസമ്പർക്കഇടമാണ് ഗൂഗിൾ ബസും

ഗൂഗിൾ പ്ലസും. ഇതിൽ 2010 ഫെബ്രുവരി 9 ന് ഗൂഗിൾ കമ്പനി ആരംഭിച്ച ഗൂഗിൾബസ് സാമൂഹ്യസമ്പർക്കമാധ്യമരംഗത്തേക്കു കടന്നുവന്നപ്പോൾ ഏറെ ആവേശകരമായ സ്വീകരണമാണു ലഭിച്ചത്. ജിമെയിൽ പ്രോഗ്രാമുമായി ബന്ധപ്പെടുത്തി സോഷ്യൽനെറ്റുവർക്കിങ്, മൈക്രോ ബ്ലോഗിംഗ്, മെസേജിങ് തുടങ്ങിയ സൗകര്യങ്ങൾ ഗൂഗിൾ ബസിൽ ഉണ്ടായിരുന്നു. ലിങ്കുകൾ, ഫോട്ടോകൾ, വീഡിയോകൾ, മെസേജുകൾ എന്നിവ ജിമെയിൽ ഇൻബോക്സിൽ വായിക്കുവാൻ കഴിയുമെന്ന സാധ്യത അതിനെ വേഗം ജനപ്രിയമാക്കിമാറ്റി. ഗൂഗിൾബസിന്റെ മൈക്രോബ്ലോഗിംഗ് പ്ലാറ്റ്ഫോം ബ്ലോഗുകൾക്ക് ബദലാണെന്ന ചിന്തയുണ്ടാക്കി. അതിനാൽ ഗൂഗിൾ ബസിന്റെ വരവ് ബ്ലോഗിംഗ് രംഗത്തെ അല്പം ക്ഷീണിപ്പിക്കുന്നതിന് ഇട വന്നു. ഗൂഗിൾ ബസിന്റെ സ്വാധീനത്തെപ്പറ്റി പ്രമുഖ ബ്ലോഗറായ നിരക്ഷരൻ എഴുതുന്നു. "ഗൂഗിൾ ബസിന്റെ ആഗമനം ബ്ലോഗുകളെ തളർത്തിക്കളഞ്ഞു എന്ന കാഴ്ചപ്പാടിനോട് യോജിക്കാതിരിക്കാനാവില്ല... അവയുടെ സ്വാധീനം പലവിധത്തിൽ ഉണ്ടായി... ചിലർ ബ്ലോഗുപോസ്റ്റിന്റെ ലിങ്കുകൾ ബസ്സിലും ഫേസ്ബുക്കിലും പബ്ലിഷ് ചെയ്യുന്നു. ചിലർ ബ്ലോഗിനൊപ്പം ബസിലും സമ്പൂർണ്ണമായി ലേഖനങ്ങൾ പബ്ലിഷ് ചെയ്യുന്നു. ഗുണകരമായ പല ചർച്ചകളും ബ്ലോഗിനേക്കാൾ അധികമായ അതിന്റെ ലിങ്ക് ഇട്ടിരിക്കുന്ന ബസിൽ നടക്കാറുണ്ടെന്ന് ശ്രദ്ധിച്ചുകാണുമല്ലോ" (പോസ്റ്റു ചെയ്തത്, 05/01/2011). 2011 ഡിസംബർ 15 ന് ഗൂഗിൾബസ് മാധ്യമരംഗത്തു നിന്ന് വിടവാങ്ങി. എന്നാൽ ഈ കാലംകൊണ്ട് വർധിച്ച അളവിൽ മലയാളഭാഷയെയും സാഹിത്യത്തെയും സൈബർലോകത്ത് അവതരിപ്പിക്കാൻ ഗൂഗിൾ ബസിനു സാധിച്ചു. കഥയും കവിതയും വാർത്താവിശകലനവും ചാറ്റുകളുമായി സൈബർലോകത്തെ സജീവസാന്നിധ്യമായി മലയാളത്തെ മാറ്റാൻ ഈ സോഷ്യൽനെറ്റ്വർക്കിന് സാധിച്ചു.

2011 ജൂൺ 28 ന് ഗൂഗിൾസർവ്വീസിന്റെ സാമൂഹ്യവിഭാഗമായ ഗൂഗിൾ പ്ലസ് സാമൂഹ്യസമ്പർക്കമേഖലയിൽ പ്രവർത്തനം ആരംഭിച്ചു. ഫോട്ടോകൾ അയയ്ക്കുന്നതിനും സൗഹൃദഗ്രൂപ്പുകൾക്ക് ഉപരിയായി താത്പര്യങ്ങളുടെ അടിസ്ഥാനത്തിൽ ഗ്രൂപ്പുകൾ സൃഷ്ടിക്കാനും ആ സർക്കിളിൽ മാത്രമുള്ള ആളുകളുമായി ആശയസംവേദനം നടത്തുന്നതിനുമുള്ള സാധ്യതയാണ് ഗൂഗിൾ പ്ലസ് ഒരുക്കിയത്. ഒരാൾക്ക് ഒരേസമയം കൂടുതൽ ആളുകളുമായി സന്ദേശങ്ങളും വീഡിയോകളും പങ്കുവയ്ക്കാനുള്ള സാധ്യത ഗൂഗിൾ പ്ലസിന്റെ സവിശേഷതയാണ്. സ്റ്റാറ്റസ് അപ്ഡേഷനും ഫോട്ടോകൾ എഡിറ്റു ചെയ്യുന്നതിനും അപ്ലോഡ് ചെയ്ത ഫോട്ടോകൾ ക്ലൗഡ്ബേസ്ഡ് ആൽബങ്ങളിൽ സൂക്ഷിക്കുന്നതിനുള്ള അവസരങ്ങളും ഗൂഗിൾ പ്ലസിനെ ജനപ്രിയമാക്കി.

മലയാള മാധ്യമലോകത്ത് ഗൂഗിൾ പ്ലസ് സജീവസാന്നിധ്യമായി നിലനിൽക്കുന്നു. ഇതര സോഷ്യൽനെറ്റുവർക്കുകളുമായി ലിങ്ക് ചേർക്കാൻ സാധിക്കുന്ന ഗൂഗിൾ പ്ലസ് മലയാളഭാഷയുടെ എഴുത്തുകളെ സൈബർ ഇടത്തിൽ വർധിച്ച അളവിൽ പ്രസാധനം ചെയ്യുന്നു. സാഹിത്യപ്രസാധനങ്ങൾക്കായി

വിവിധ സാമൂഹ്യസമ്പർക്കമാധ്യമങ്ങളെ ഒരേസമയം പ്രയോജനപ്പെടുത്തുന്ന പുതിയ തലമുറയ്ക്കുമുമ്പിൽ ഗൂഗിൾ പ്ലസ് അടക്കമുള്ള മാധ്യമലോകം നൂതനസാങ്കേതികതയുമായി കടന്നുവരുന്നു.

ബ്ലോഗ്

ഇന്ന് മലയാളഭാഷയും സാഹിത്യവും ഏറ്റവുമധികം ദൃശ്യമാവുന്നത് ബ്ലോഗുകളിലാണ്. മലയാളഭാഷയുടെ പുതിയ ചരിത്രം ഇന്ന് എഴുതപ്പെടുന്നത് സൈബർ ലോകത്താണ്. ലോകത്തിലെ പ്രമുഖഭാഷകൾക്കൊപ്പം സൈബർ ലോകത്ത് സജീവസാന്നിധ്യമാകാൻ മലയാളത്തിനു കഴിഞ്ഞു. കമ്പ്യൂട്ടർസാങ്കേതികവിദ്യയോടു ചേർന്ന് വളർന്നുവരുന്ന എല്ലാ മാധ്യമസങ്കേതങ്ങളിലും കടന്നുചെല്ലാനുള്ള പ്രാപ്തി മലയാളഭാഷ നേടിക്കഴിഞ്ഞിരിക്കുന്നു.

ഭാഗം രണ്ട്

ബ്ലോഗുകൾ
മാധ്യമം, പ്രസക്തി

ഏഴ്

ബ്ലോഗുകൾ

സാഹിത്യഭാവുകത്വത്തിലും പ്രസിദ്ധീകരണപ്രവണതയിലും പുതുമ സൃഷ്ടിച്ച മാധ്യമമാണ് ബ്ലോഗ്. തൊണ്ണൂറുകളിൽ വികാസം പ്രാപിച്ചു മുന്നേറിയ വിവരവിനിമയസാങ്കേതികവിദ്യയുടെ ഒരമൂല്യസംഭാവനയാണിത്. ഡിജിറ്റൽ മാധ്യമരംഗത്ത് ആശയപ്രകാശനത്തിന്റെ പുതിയ ഇടമെന്ന നിലയിൽ ബ്ലോഗുകൾക്കു വലിയ പ്രസക്തിയുണ്ട്. ഇന്റർനെറ്റിൽ സൗജന്യമായി ലഭ്യമാകുന്ന വെബ്പേജിൽ ലോകത്തോടു സംവദിക്കാനുള്ള ഒരിടമാണ് ബ്ലോഗ്. ഒരാളുടെ താത്പര്യാനുസരണം ആശയപ്രചരണത്തിനുള്ള അനന്തസാധ്യതയാണ് ബ്ലോഗുകൾ തുറന്നുതന്നത്. മനസ്സിലുള്ള ആശയങ്ങളെയും ചിന്തകളെയും ഇന്റർനെറ്റിന്റെ ശൃംഖലകൾവഴി ലോകത്തിന്റെ മുമ്പിൽ ആർക്കും വായിക്കാവുന്നരീതിയിൽ പ്രസിദ്ധീകരിക്കാനുള്ള അവസരമെന്ന നിലയിൽ ബ്ലോഗുകൾ അതിവേഗം പ്രസിദ്ധമായി. വ്യക്തിപരമായ ഡിജിറ്റൽ ഡയറിയായും ജേർണലിസത്തിന്റെ ഡിജിറ്റൽ ഇടമായും സാഹിത്യത്തിന്റെ ഡിജിറ്റൽ രൂപമായും സൗഹാർദ്ദത്തിന്റെ ഡിജിറ്റൽ ലോകമായും വർത്തിക്കുന്ന ബ്ലോഗുകൾ ആശയപ്രസാധനരംഗത്തെ ഒരു വിപ്ലവമാണ്. സാഹിത്യം, പത്രപ്രവർത്തനം, സംഗീതം, ഫോട്ടോഗ്രഫി, പാചകം, അനുഭവക്കുറിപ്പുകൾ ഇങ്ങനെ മനുഷ്യജീവിതവുമായി ബന്ധപ്പെട്ട എല്ലാ മേഖലകളുടെയും സൈബർപതിപ്പുകളെയാണ് ഇവ സൃഷ്ടിക്കുന്നത്.

എഴുത്തിലും വായനയിലും രൂപകല്പനയിലും നാളിതുവരെ സാമ്പ്രദായികമാധ്യമലോകം നിർമ്മിച്ചുവച്ച ചട്ടക്കൂടുകളെ തകർത്തുകൊണ്ടാണ് ബ്ലോഗുകൾ മാധ്യമലോകത്തേക്കു കടന്നുവന്നത്. അച്ചടിലോകം അവതരിപ്പിച്ച പ്രസാധകസ്വഭാവങ്ങളിൽ നിന്ന് ഭിന്നമായ സാധ്യതകളെ അവതരിപ്പിക്കുകവഴി മാധ്യമലോകത്തു സ്വന്തമായ വ്യക്തിത്വവും അസ്തിത്വവും സൃഷ്ടിക്കാൻ ഈ നവമാധ്യമത്തിനു സാധിച്ചു.

ബഹുജനമാധ്യമസംസ്കാരത്തിനു മുമ്പിൽ പങ്കാളിത്താധിഷ്ഠിത മാധ്യമസംസ്കാരത്തെ ആദ്യം കാണിച്ചുതന്നത് ബ്ലോഗുകളാണ്. വായനക്കാരും കാഴ്ചക്കാരും പാഠത്തിന്റെ കൂട്ടിച്ചേർക്കലുകൾവഴി സ്രഷ്ടാക്കളായി

ത്തീരുന്ന വായനയുടെ അധികസാധ്യതയെ ബ്ലോഗുകൾ വെളിപ്പെടുത്തി. എഴുതാനും വായിക്കാനുമുള്ള വെബ്ബിന്റെ വാഗ്ദാനത്തെ ഒരു യാഥാർത്ഥ്യ മാക്കി സംഭവിപ്പിച്ചത് ബ്ലോഗുകളാണ്. സൈബർ ലോകത്ത് എഴുത്തിനെ എളുപ്പമാക്കിയ ഉപകരണമാണിത്. ബ്ലോഗിന്റെ കടന്നുവരവുവഴി ഏറ്റവും കുറഞ്ഞത് വെബ്ബിന്റെ ലോകത്തെങ്കിലും പ്രസാധനം ഏറ്റവും എളുപ്പ മുള്ളതായി മാറ്റപ്പെട്ടു (Gillmor, 2004:28).

വിവരവിജ്ഞാനത്തിന്റെയും ആശയവിനിമയത്തിന്റെയും വേദിയെന്ന നിലയിൽ ഇന്റർനെറ്റ് മനുഷ്യജീവിതത്തിന്റെ അവിഭാജ്യഘടകമാണ്. ഇന്ന് വിവരസാങ്കേതികതയുടെ ലോകം ഭാഷയ്ക്കുള്ളിലും ഭാഷയുടെ ലോകം വിവരസാങ്കേതികതയ്ക്കുള്ളിലും വളർന്നുപന്തലിച്ചു കഴിഞ്ഞു (Nazaryan, 2006:23). ഈ വിവരസാങ്കേതികവിദ്യയുടെ ഉല്പന്നമാണ് ബ്ലോഗുകൾ. സാങ്കേതികതയുടെ വികാസത്തെ ഭാഷയോടും സാഹിത്യ ത്തോടും കൂടുതൽ അടുപ്പിച്ച ഡിജിറ്റൽഇടമാണ് ബ്ലോഗുകൾ. ഡിജിറ്റൽ ലോകത്തെ ഭാഷയെയും സാഹിത്യത്തെയുംപറ്റി പ്രതിപാദിക്കുമ്പോൾ ഒന്നാംസ്ഥാനത്തു നില്ക്കുക ബ്ലോഗുകളാണ്. ഭാഷയെ സാങ്കേതിക വിദ്യയോടും സാങ്കേതികവിദ്യയെ ഭാഷയോടും ബന്ധിപ്പിച്ച ബ്ലോഗുകൾ ഇന്റർനെറ്റിന്റെ വിശാലലോകത്തേക്കു തുറക്കപ്പെട്ട സാഹിത്യത്തിന്റെ പ്രവേശനകവാടമാണ്.

ബ്ലോഗുകൾക്കു വിശാലമായൊരു ലോകമുണ്ട്. വിശാലമായ ലോക ത്തിന്റെ പരിച്ഛേദമാണ് ബ്ലോഗുകൾ. കമ്പ്യൂട്ടർ വിദഗ്ധരും സാങ്കേതിക പരിജ്ഞാനികളും സാഹിത്യകുതുകികളും രാഷ്ട്രീയക്കാരും പത്രപ്രവർത്ത കരും ഗവേഷകരും വിദ്യാർത്ഥികളും പാചകവിദഗ്ധരും ഫാഷൻഡിസൈ നർമാരും സംഘടനകളും സാമ്പത്തികവിദഗ്ധരും കോർപ്പറേറ്റ് സ്ഥാപന ങ്ങളും വ്യവസായികളും ഇങ്ങനെ ലോകത്തിലെ എല്ലാ വിഭാഗങ്ങളും ആശയസംവേദനത്തിനായി സമ്മേളിക്കപ്പെടുന്ന സൈബർ മാധ്യമമാണ് ബ്ലോഗ്.

ബ്ലോഗിംഗ് എന്നത് പ്രവൃത്തികളുടെ ഒരു കൂട്ടമാണ്. അതിനാൽ ബ്ലോഗിനെ മനസ്സിലാക്കണമെങ്കിൽ അതൊരു വ്യക്തിയെ അറിയാൻ ശ്രമി ക്കുന്നതുപോലെയോ ടെലിവിഷൻ സീരിയൽ കാണുന്നതുപോലെയോ ആണ് (Walker, 2014:5). നിരവധി പോസ്റ്റുകളിലൂടെ ഒരു ബ്ലോഗിന്റെ ചരിത്രം രചിക്കപ്പെടുന്നു. ഈ പോസ്റ്റുകളാകട്ടെ സേർച്ച് എൻജിനുകളും മറ്റു വെബ്സൈറ്റ് ശൃംഖലകളുമായി കണ്ണിചേർക്കപ്പെട്ട് ഇന്റർനെറ്റിലെ വലിയൊരു ശൃംഖലയുടെ ഭാഗമായി നിലനില്ക്കുന്നവയാണ്. വ്യക്തിപര മായ ബ്ലോഗുകളും ഗ്രൂപ്പുബ്ലോഗുകളും അടങ്ങുന്ന ബ്ലോഗുലോകം മാധ്യമ ചരിത്രത്തിന്റെയും സാഹിത്യചരിത്രത്തിന്റെയും ഭാഗമായിനിന്നുകൊണ്ട് അവയുടെ പോസ്റ്റുകളിലൂടെ ഈ രണ്ടു ലോകത്തെയും വിപുലപ്പെടുത്തു കയും സമ്പന്നമാക്കുകയും ചെയ്യുന്നു. ബ്ലോഗുകൾ വ്യക്തിപരമായ മാധ്യമ മായിട്ടാണ് ഉദയം ചെയ്തതെങ്കിലും അവ പ്രയോഗത്തിൽ ബഹുജന പ്രതിഭാസമായി മാറുകയായിരുന്നു (Dean, 2010:63).

ബ്ലോഗ് - നിർവ്വചനങ്ങൾ

ബ്ലോഗിന് പല നിർവ്വചനങ്ങളും ഇന്ന് നിലവിലുണ്ട്. അതിന്റെ വിഷയപരവും സാങ്കേതികപരവും മാധ്യമപരവും അവതരണപരവുമായ എല്ലാ അംശങ്ങളെയും പൂർണ്ണമായി ഉൾക്കൊള്ളുന്ന രീതിയിൽ ബ്ലോഗുകളെ നിർവ്വചിക്കാനാവില്ല. എങ്കിലും വിവിധ നിർവ്വചനങ്ങളിൽനിന്നും വിശകലനങ്ങളിൽനിന്നും ബ്ലോഗിനെ അതിന്റെ സമഗ്രതയിൽ വായിച്ചെടുക്കാൻ സാധിക്കും.

ഓക്സ്ഫോർഡ് ഡിക്ഷണറി ബ്ലോഗിനെ നിർവ്വചിക്കുന്നത്. "തുടർച്ചയായി അപ്ഡേറ്റ് ചെയ്യപ്പെടുന്ന വെബ്സൈറ്റ് എന്നാണ്. അതിൽ വ്യക്തിപരമായ നിരീക്ഷണങ്ങളും മറ്റുസ്രോതസ്സുകളിൽനിന്നുള്ള ഉദ്ധരണികളും ഉൾച്ചേർത്തിരിക്കുന്നു. ഒരു വ്യക്തിയാൽ കൈകാര്യം ചെയ്യപ്പെടുന്നതും സാധാരണയായി ഹൈപ്പർ ലിങ്കുകൾകൊണ്ട് മറ്റുസൈറ്റുകളുമായി ബന്ധിപ്പിക്കപ്പെട്ടതുമായ ഓൺലൈൻ പ്രസിദ്ധീകരണങ്ങളെയും ഡയറിക്കുറിപ്പുകളെയുമാണ് ബ്ലോഗുകൾ എന്നു വിളിക്കുന്നത്."

അനന്തമായ ആഗോളവലയിൽ സ്വന്തമായൊരിടം. അവിടെ ഏതു ഭാഷയിൽ എന്തും എഴുതിയിടാം വരച്ചിടാം, പാട്ടുപാടി മറ്റുള്ളവരെ കേൾപ്പിക്കാം, ചിത്രീകരിച്ചു കാണാനായി തുറന്നിടാം. വാർത്തയോ, കവിതയോ, കഥയോ, ലേഖനമോ ചിത്രമോ, കാർട്ടൂണോ, പാട്ടോ, പ്രസംഗമോ, പഠനമോ, ഡോക്യുമെന്ററിയോ, വീഡിയോയോ, പരസ്യമോ അങ്ങനെ സൃഷ്ടികൾ എന്തുമാകട്ടെ പ്രത്യേകിച്ചൊരു ചെലവുമില്ലാതെ സൗജന്യമായി ഇന്റർനെറ്റിലൂടെ ലഭ്യമാക്കുന്ന വെബ്പേജാണ് ബ്ലോഗ് (ബാബുരാജ്, 2011:13). 'റോട്ട്ലെഡ്ജ് എൻസൈക്ലോപീഡിയ ഓഫ് നരേറ്റീവ് തിയറി' (Routledge Encyclopedia of Narrative Theory) എന്നതിൽ ജിൽ വാക്കർ റെറ്റൻബർഗ് ബ്ലോഗിനെ നിർവചിച്ചിരിക്കുന്നത് അവയിലെ പോസ്റ്റുകളുടെ പ്രസിദ്ധീകരണസവിശേഷതയെ അടിസ്ഥാനപ്പെടുത്തിയാണ്. "നിരന്തരം അപ്ഡേറ്റ് ചെയ്യപ്പെടുന്ന വെബ്സൈറ്റ്, അതിൽ ദിവസക്രമത്തിൽ എത്തുന്ന കുറിപ്പുകളെ വിപരീതക്രമത്തിൽ, അതായത് ഏറ്റം പുതിയ പോസ്റ്റുകൾ ഒന്നാമതായി വരുന്ന ക്രമത്തിൽ ചിട്ടപ്പെടുത്തിയിരിക്കുന്നു" (Walker, 2014:32).

വളരെ ചെറിയ രൂപത്തിലുള്ള വെബ്സൈറ്റുകളാണ് ബ്ലോഗുകൾ. വെബ്ലോഗ് എന്നതിന്റെ ചുരുക്കെഴുത്താണിത്. വായനക്കാരുടെ കുറിപ്പുകൾ (പോസ്റ്റുകൾ)വഴി നിരന്തരം നവീകരിച്ചുകൊണ്ടിരിക്കുന്ന ഇവയിൽ ഏറ്റവും പുതിയ പോസ്റ്റ്, പേജിന്റെ മുകളിലും പഴയപോസ്റ്റ് അതിന്റെ താഴെയുമായി ക്രമീകരിക്കപ്പെട്ടിരിക്കും. അതിവേഗം വളരുന്ന അമേച്വർ പ്രസിദ്ധീകരണമേഖലയാണിത് (സുനീത, 2014:224). വിക്കിപീഡിയ ബ്ലോഗിനെപ്പറ്റിയുള്ള ആദ്യകുറിപ്പ് നല്കുന്നത് 2012 സെപ്തംബർ 18നാണ്. റോട്ട്ലെഡ്ജ് എൻസൈക്ലോപീഡിയാ നല്കിയ നിർവചനത്തിന് സമാനമായ രീതിയിലാണ് മലയാളവിക്കിപീഡിയ ബ്ലോഗിനെ

നിർവചിച്ചിരിക്കുന്നത്. "ബ്ലോഗ് എന്നാൽ ദിനസരി (ജേർണ്ണൽ) പോലെ കുറിപ്പുകളോ ചെറുലേഖനങ്ങളോ ഉൾക്കൊള്ളുന്ന, മുഖ്യമായും വ്യക്തിഗതമായ വെബ്പേജുകളാണ്. ഒരു ബ്ലോഗിലെ കുറിപ്പുകൾ വിപരീതക്രമത്തിൽ (അതായത് പുതിയ കുറിപ്പുകൾ പേജിന്റെ മുകൾ ഭാഗത്തും പഴയവ പേജിന്റെ താഴത്തുഭാഗത്തും വരാൻ പാകത്തിൽ) സാധാരണയായി ചിട്ടപ്പെടുത്തുന്നു" (http://ml.wikipedia.org/wiki 1/10/2015, 10.30 am).

പ്രമുഖ ഇംഗ്ലീഷ് ബ്ലോഗറായ ആഷ്‌ലെ ക്വാൽസ് (Ashley Qualls) തന്റെ ബ്ലോഗ്സൈറ്റിൽ നല്കിയിരിക്കുന്ന അടിക്കുറിപ്പ് "നിങ്ങളെത്തന്നെ ആവിഷ്കരിക്കാനുള്ള ഒരിടം" എന്നാണ്. അതിൽ ബ്ലോഗിനെപ്പറ്റി ഇപ്രകാരം രേഖപ്പെടുത്തുന്നു. "സാങ്കേതികതയുടെ പ്രവർത്തനത്താലുള്ള ജനപ്രിയമായ ഉള്ളടക്കത്തിന്റെ നിർമ്മാണത്തിനുള്ള മാധ്യമം" (http://www.whateverlife.com 1/04/2015, 1.30 pm). വ്യക്തിഗതമായ ലേഖന സൃഷ്ടികൾ ഹൈപ്പർലിങ്കുകളുടെയും വായനക്കാരുടെ പ്രതികരണങ്ങളുടെയും അടിസ്ഥാനത്തിൽ കാലത്തിനു വിപരീതക്രമത്തിൽ പ്രസിദ്ധീകരിക്കുന്ന ഇടം (Bruns & Jacobs, 2006:2).

"ഇന്റർനെറ്റിൽ സൗജന്യമായി ലഭ്യമാകുന്ന വെബ്പേജിലൂടെ നിങ്ങൾക്ക് ഏറെ താത്പര്യമുള്ള വിഷയത്തിൽ മൗലികവും സ്വതന്ത്രവുമായ ആശയപ്രകടനങ്ങൾ നടത്തുവാനുള്ള ഒരിടം" (ആദർശ്, 2007 b:17). ഇത് തികച്ചും വ്യക്തിപരമായ ഒരിടമാണ്. ഒരു വ്യക്തിയുടെ ആശയ പ്രകാശനത്തിനുള്ള സ്വകാര്യ ഇടം. അവന്റെ/അവളുടെ ഇഷ്ടാനിഷ്ടങ്ങളെ ആശയതലത്തിൽ കൊണ്ടുവന്ന് പ്രകാശിതമാക്കാനുള്ള പ്രതലം. ബ്ലോഗിന് പ്രത്യേക ഘടനയില്ല. തികച്ചും സ്വകാര്യഡയറിയിൽ കുറിക്കുന്നതുപോലെ കുറിച്ചശേഷം തനിക്കുചുറ്റുമുള്ള ലോകത്തിനുമുമ്പിൽ തുറന്നുവയ്ക്കുന്ന പ്രകാശനരീതിയാണിത്. പഞ്ചേന്ദ്രിയങ്ങൾക്ക് വിഷയമായ എന്തിനെക്കുറിച്ചും തികച്ചും വ്യക്തിപരമായ രീതിയിൽ ആശയങ്ങൾ പങ്കുവയ്ക്കാം. യാത്രയുടെ അനുഭവങ്ങളാകാം, നാട്ടുവിശേഷങ്ങളാകാം, പാചകക്കുറിപ്പുകളാകാം, സാഹിത്യസൃഷ്ടികളാകാം. പത്രം, പത്രാധിപർ തുടങ്ങിയ സ്ഥാപനങ്ങളുടെ ഇഷ്ടാനിഷ്ടങ്ങൾക്ക് അതീതമായി സ്വന്തം താല്പര്യപ്രകാരം എന്തും എഴുതാനുള്ള ഇന്റർനെറ്റിലെ ഒരിടം. "അവിടെ ഒരേസമയം കവിയും കഥാകൃത്തും നോവലിസ്റ്റും കാർട്ടൂണിസ്റ്റും പത്രപ്രവർത്തകനും സാമൂഹ്യപ്രവർത്തകനും ഭാഷാസ്നേഹിയും രാഷ്ട്രീയ നിരീക്ഷകനും പാചകക്കുറിപ്പുകാരനും ശാസ്ത്രജ്ഞനും ചരിത്രകാരനും നിരീക്ഷകനും ഒപ്പംതന്നെ ഗവേഷണത്തിലൂടെ കണ്ടെത്തുന്ന പുത്തൻ മേഖലയുടെ സൈദ്ധാന്തികനുമായി മാറുവാൻ ഒരു ബ്ലോഗർക്കു കഴിയുന്നു" (സുധീർ, 2008:2).

പോസ്റ്റുകളോട് ബന്ധപ്പെടുത്തി അവയുടെ ലിങ്കുകളുടെ സവിശേഷതയെ സവിസ്തരം പ്രതിപാദിച്ച് ബ്ലോഗിനെ നിർവചിക്കുന്നതിപ്രകാരമാണ്.

"ബ്ലോഗ് എന്നാൽ ഒരു വെബ്പേജാണ്. അവയിൽ ഒറ്റയായ പോസ്റ്റുകൾ ഉൾക്കൊള്ളിക്കപ്പെട്ടിരിക്കുന്നു. പോസ്റ്റുകൾ വിവിധ ലേഖനങ്ങളും ഡയറിക്കുറിപ്പുകളുമായും കണ്ണിചേർക്കപ്പെട്ടിരിക്കുന്നു. നോട്ടുബുക്കുകളിലെന്നപോലെ കുറെ കുത്തിക്കുറിക്കലുകൾ നടത്തിയിരിക്കുന്നു. അവയെ മറ്റു സൈറ്റുകളുമായി ലിങ്കുകളിലൂടെ ബന്ധിപ്പിച്ചിരിക്കുന്നു. ആഖ്യാനങ്ങളും റിപ്പോർട്ടുകളും ഫോട്ടോഗ്രാഫ്, വീഡിയോ, ഓഡിയോ ഫയൽ എന്നിവപോലെയുള്ള മാധ്യമങ്ങളുമായി ലിങ്കു ചേർക്കുകയോ അവയെ ഉൾപ്പെടുത്തുകയോ ചെയ്യുന്നു. പോസ്റ്റുകൾക്ക് വ്യത്യസ്തമായ വലിപ്പമായിരിക്കും. വാക്യങ്ങളുടെ ഭാഗങ്ങൾക്ക് ഒറ്റയായ ലിങ്കുകൾ മുതൽ പല സ്ക്രീനുകളിലായി നിറഞ്ഞുനില്ക്കുന്ന ഉപന്യാസങ്ങൾവരെ ലിങ്കുകളായി നല്കാൻ കഴിയും. പോസ്റ്റുകൾ താരതമ്യേന ഹ്രസ്വങ്ങളായിരിക്കും (Herring, 2005:142-143). ജോഡി ഡിയാൻ (Jodi Dean) ബ്ലോഗിനെപ്പറ്റി പറയുന്നത് "ബ്ലോഗുകൾ സോഫ്റ്റ്‌വെയറിന്റെ സവിശേഷമായ പ്രഭാവം" എന്നാണ് (2010:41).

ബ്ലോഗുകളെപ്പറ്റി അറിവു നല്കുന്ന 'ആദ്യാക്ഷരി' എന്ന ബ്ലോഗിൽ ബ്ലോഗിനു നല്കുന്ന ലഘുവിവരണം ഇപ്രകാരമാണ്. "മനസ്സിലുള്ള ആശയങ്ങളെയും ഭാവനകളെയും ചിന്തകളെയും ലോകം മുഴുവൻ പരന്നുകിടക്കുന്ന ഇന്റർനെറ്റ് എന്ന മാധ്യമത്തിൽകൂടി ആർക്കും വായിക്കാവുന്ന രീതിയിൽ ഒരു വെബ്പേജായി പ്രസിദ്ധീകരിക്കാനുള്ള സൗകര്യമാണ് ബ്ലോഗ് ഒരുക്കുന്നത്. ഒരു വ്യക്തിയുടെ മാത്രം സ്വന്തമായ എന്നാൽ എല്ലാവർക്കും വായിക്കാവുന്ന ഒരു ഡയറിപോലെ ലിപികളിൽക്കൂടി മാത്രമല്ല "പോഡ്കാസ്റ്റ്" എന്ന സങ്കേതംവഴി ആശയങ്ങൾ ശബ്ദരൂപത്തിൽ പ്രസിദ്ധീകരിക്കുവാനും ബ്ലോഗുവഴി സാധിക്കും. ഗൂഗിൾ, വേഡ്പ്രസ് തുടങ്ങിയ കമ്പനികൾ ബ്ലോഗിംഗിന് സൗജന്യസേവനം നല്കുന്നു. ഇവിടെ നിങ്ങൾതന്നെയാണ് നിങ്ങളുടെ ബ്ലോഗിന്റെ പ്രസാധകനും എഴുത്തുകാരനും എഡിറ്ററും"(പോസ്റ്റുചെയ്തത്: അപ്പു, 13/04/2008).

ഗീർട്ട് ലൊവിങ്ക് (Geert Lovink) ബ്ലോഗിനെ വിശേഷിപ്പിക്കുന്നത് "ഒരു പ്രസ്ഥാനം അല്ലെങ്കിൽ ഒരു സംഭവം" എന്നാണ് (2008:5). ജനാധിപത്യത്തിന്റെ നിർവചനങ്ങളെ പത്രപ്രവർത്തനവുമായി ചേർത്തുവച്ചാണ് ഡാൻ ജിൽമോർ (Dan Gillmor) ബ്ലോഗിനെ നിർവചിക്കുന്നത്. തന്റെ പുസ്തകത്തിന് അവർ നല്കിയ തലക്കെട്ട് "നമ്മളാണ് മാധ്യമം; ജനങ്ങളാൽ ജനങ്ങൾക്കുവേണ്ടി മൗലിക ഉറവിടത്തിലുള്ള പത്രപ്രവർത്തനം" എന്നാണ് (2004).

ലോകത്തോടു സംവദിക്കാനുള്ള അവനിലെ/അവളിലെ ത്വരയെ കുടിയിരുത്തുവാനുള്ള ഒരിടമാണ് ബ്ലോഗ്. അവിടെ നിങ്ങൾക്ക് സ്വന്തം ഇടം സൂക്ഷിക്കാനും അവിടെ നിങ്ങൾക്കിഷ്ടമുള്ളത് എഴുതാനും കാണിക്കാനും കേൾപ്പിക്കാനും കഴിയും. സ്വകാര്യതയുടെ ലോകത്തിരുന്നുകൊണ്ട് തികച്ചും വ്യക്ത്യാംശത്തിന്റെ രഹസ്യാത്മകതയിൽ ചൂഴ്ന്നുനിന്ന്

നിർവ്വഹിക്കാൻ കഴിയുന്നുവെന്നതാണ് ഇതിന്റെ സവിശേഷത. ഒരുപക്ഷേ, ലോകചരിത്രത്തിലാദ്യമായി കൈവന്ന അവസ്ഥാവിശേഷമാവാമിത്. സ്വകാര്യതയിലുള്ള സൃഷ്ടികൾ പരസ്യമായ ചുവരെഴുത്തുപോലെ വായിക്കപ്പെടുന്നുവെന്നതും ഇതിന്റെ മാത്രം സവിശേഷതയാണ് (രാമചന്ദ്രൻ, 2008:27).

'തോന്ന്യാക്ഷരങ്ങൾ' എന്ന പേരിൽ സൃഷ്ടി നടത്തുന്ന കുമാർ എൻ.എം. ബ്ലോഗിനെ നിർവചിക്കുന്നതിപ്രകാരമാണ്: "വെറുതെ മനസ്സിൽ വരുന്നതൊക്കെ കുറിച്ചുവയ്ക്കുന്നതിലുള്ള ഒരു രസം, അതു മറ്റുള്ളവർക്കു കാട്ടിക്കൊടുക്കാനുള്ള ഒരിടം" (2008:40).

നിങ്ങൾക്കു മനസ്സിൽ തോന്നുന്നത് പുറംലോകത്തോടു വിളിച്ചുപറയാനുള്ള ഇന്റർനെറ്റ് സംവിധാനമാണ് ബ്ലോഗുകൾ (ആദർശ്, 2011:20).

'മലയാളിയുടെ ബ്ലൂജീവിതം' എന്ന ലേഖനത്തിൽ സി.എസ്. വെങ്കിടേശ്വരന്റെ ബ്ലോഗിനെപ്പറ്റിയുള്ള നിരീക്ഷണം ശ്രദ്ധിക്കുക:

"ഏറ്റവും സ്വകാര്യമായ എഴുത്തുപോലും ഒരു വായനക്കാരനോ/വായനക്കാരിക്കോ ആയി ദാഹിക്കുന്നു. അവനവനെ വെളിപ്പെടുത്തുന്നതിനുള്ള മടിയോ ഭയമോ ജാള്യതയോ അല്ലെങ്കിൽ അനർഹതാബോധമോ ആണ് ലക്ഷോപലക്ഷം സ്വകാര്യക്കുറിപ്പുകളെ പ്രകാശനമില്ലാത്ത ഒന്നാക്കി അവശേഷിപ്പിച്ചത്. സ്വകാര്യതയിൽ തോന്നുന്നതെല്ലാം പറയാനുള്ള പൊതുസ്ഥലത്തുള്ള ഒരു സ്വകാര്യചുവരെഴുത്തുപോലെയാണ് ബ്ലോഗുകൾ" (2008:29). ഇനിമുതൽ സ്വകാര്യമായിരുന്നുകൊണ്ട് പരസ്യമായൊരിടത്തിൽ ലോകവുമായി സംവദിക്കാൻ ഇന്റർനെറ്റ് സൗകര്യം മാത്രം മതി. എഴുത്തുലോകത്തു ബ്ലോഗു തുറന്നുതന്ന വലിയ സ്വാതന്ത്ര്യത്തെ വെളിപ്പെടുത്തിക്കൊണ്ട് ആദർശ് ഇപ്രകാരം രേഖപ്പെടുത്തുന്നു. "അല്പസ്വല്പം എഴുതാൻ കഴിവുള്ള ആർക്കും സൗജന്യമായി ലഭിക്കുന്ന വെബ് പേജിലേക്കെഴുതാം. എഴുത്തുകാരനും എഡിറ്ററും പ്രസാധകനും എല്ലാം നിങ്ങൾതന്നെയാണ്. അതും ഒട്ടും പണച്ചെലവില്ലാതെ" (2011:20).

'മണ്ടത്തരങ്ങൾ' എന്ന ബ്ലോഗിൽ ബ്ലോഗിനെ അടയാളപ്പെടുത്തുന്നത് വളരെ കൗതുകം ജനിപ്പിക്കത്തക്കവിധത്തിലാണ്. "ബ്ലോഗറിന് തലകറങ്ങുന്നതുവരെ എന്നെപ്പറ്റി എനിക്കു സംസാരിച്ചുകൊണ്ടിരിക്കാൻ ഒരിടം" (Mandatharangal.blogspot.com). മറ്റൊരു ബ്ലോഗർ അല്പംകൂടി സ്വകാര്യമായി പറയുന്നത് "ഞാൻ എന്നെക്കുറിച്ച് എനിക്കു തോന്നുന്നത് എഴുതുന്ന ഒരിടം" (kutyedathi.blogspot.com). തികച്ചും സ്വകാര്യതയുടെ പങ്കുവയ്ക്കൽനടത്തുന്ന ഒരിടം എന്നതാണ് ബ്ലോഗിന്റെ ശക്തിയും ദൗർബല്യവും. ബ്ലോഗ് ഇത്രമാത്രം സ്വകാര്യമായിരിക്കുന്നതിനാൽ യാതൊരുവിധ ഭാരങ്ങളോ കടപ്പാടുകളോ ഇല്ലാതെ ബ്ലോഗർക്ക് രചന നടത്താം.

ബ്ലോഗുകൾ അവ എഴുതപ്പെടുന്ന കാലത്തിന്റെ മറുപുറമാണ് - മറ്റാരാലും ഏറ്റുപറയാത്തത്, കാണാതിരുന്നത്, രേഖപ്പെടുത്താത്തത്.

വൈവിധ്യമേറിയ അനവധി വിഷയങ്ങളിൽ രചന നടത്തുന്ന ഒരുപാട് ആളുകളുടെ ഒരു അപ്രഖ്യാപിത സാമൂഹികമേഖലയാണു ബ്ലോഗുകൾ (നീട്ടിയത്ത്, 2013:86). ഡയറിയെഴുത്തിന്റെ ഇലക്ട്രോണിക് രൂപാന്തരമാണ് ബ്ലോഗെഴുത്ത്. സാമൂഹികവും സാമ്പത്തികവുമായ കാരണത്താൽ എഴുതാൻ സാധിക്കാത്ത പലർക്കും ആത്മപ്രകാശനത്തിന്റെ നവമാധ്യമമാണ് ബ്ലോഗ്. ഇവിടെ പരസ്യമായ ചുവരെഴുത്തുപോലെ ബ്ലോഗിനെ കാണുന്നു. എഴുതുന്നവനെ ലോകം അറിയുന്നില്ല. എന്നാൽ എഴുതപ്പെട്ടവ ലോകം മുഴുവൻ വായിക്കുന്നു. സ്വകാര്യതകളെ നിഷേധിക്കാതെ തന്നെ പരസ്യമായി സൃഷ്ടിനടത്തുന്ന ഇന്റർനെറ്റിലെ ഒരിടമായി അതിനെ വ്യാഖ്യാനിക്കാം. ഇതിനാകട്ടെ പൊതുചുവരുകളുടെ എല്ലാ സവിശേഷതകളും ലഭിക്കുന്നു.

ബ്ലോഗെന്നത് വാക്കുകൾക്കും ചിത്രങ്ങൾക്കും ഉപരിയാണ്. അവയെ കേവലം എഴുത്തിന്റെ ഇടമായി മാത്രം വായിക്കാനാവില്ല. ബ്ലോഗെന്നാൽ എഴുത്തും ലേഔട്ടും പരസ്പരം ബന്ധിപ്പിക്കപ്പെട്ട ലിങ്കുകളും എല്ലാം കൂടിച്ചേർന്ന ചലനാത്മകമായ പ്രസാധനമാണ് (Walker, 2014:5). ബ്ലോഗുകളുടെ നിരവധി ഗുണങ്ങളെ ഉൾക്കൊള്ളിച്ചുകൊണ്ടാണ് ബോണി എനാർഡ് (Bonnie A Nard), ഡാനെ ജെ.എസ്. (Diane J.S.), മിഖാലെ ജി. (Michelle G.) എന്നിവർ ബ്ലോഗിനെ വിവരിക്കുന്നത്.

"വെബ് ലോഗ് അഥവാ ബ്ലോഗ് എന്നാൽ ആർക്കൈവു ചെയ്ത പോസ്റ്റുകളുടെ അനുക്രമമുള്ളതും സ്വഭാവികമായിത്തന്നെ കാലത്തിന് വിപരീതക്രമത്തിൽ പ്രസിദ്ധീകരിക്കപ്പെട്ടതുമായ വെബ്താളുകളാണ്. ബ്ലോഗു പോസ്റ്റുകൾ പ്രാഥമികമായി പാഠകേന്ദ്രീകൃതമായിരിക്കും. എന്നാൽ അവ ഫോട്ടോകളും മറ്റു മാധ്യമ ഉള്ളടക്കങ്ങളും ഉൾക്കൊണ്ടിരിക്കും. മിക്കവാറും എല്ലാ ബ്ലോഗുകളും മറ്റു സൈറ്റുകളിലേക്ക് ഹൈപ്പർ ടെക്സ്റ്റ് ലിങ്കുകൾ നല്കുകയും വായനക്കാർക്കു കമന്റുകൾ രേഖപ്പെടുത്താൻ അവസരമൊരുക്കുകയും ചെയ്യുന്നു (Nard, 2004:222).

പരമ്പരാഗത മാധ്യമങ്ങളായ അച്ചടി, റേഡിയോ, ടെലിവിഷൻ തുടങ്ങിയവക്കൊന്നും ഇല്ലാത്ത ചില പ്രത്യേകതകൾ ബ്ലോഗെന്ന മാധ്യമത്തിനുണ്ട്. ലോകം മുഴുവൻ പരന്നുകിടക്കുന്ന ഇന്റർനെറ്റ് എന്ന ആധുനിക വിവരസാങ്കേതികവിദ്യയിലൂന്നിയ ഒരു ചാലകസംവിധാനമാണ് ബ്ലോഗിന്റെ നട്ടെല്ല്. കമ്പ്യൂട്ടറിൽ പ്രസിദ്ധീകരിച്ച ഒരു ബ്ലോഗ്പേജ് ലോകത്തെവിടെയിരുന്നും അടുത്തനിമിഷത്തിൽതന്നെ തുറന്നു നോക്കാമെന്നത് ബ്ലോഗിന്റെ മാത്രം പ്രത്യേകതയാണ്. പത്രങ്ങൾക്കോ ദൃശ്യമാധ്യമങ്ങൾക്കോ ഇത്ര വിശാലമായ അതിവേഗത്തിലുള്ള സഞ്ചാര സ്വാതന്ത്ര്യം ഇല്ല. സ്വന്തം ആശയങ്ങൾ സ്വതന്ത്രമായി പറയുവാൻ ഒരു മൗസും കീബോർഡും ഉപയോഗിച്ചുകൊണ്ട് മറ്റാരുടെയും നിയന്ത്രണങ്ങളില്ലാതെ സാധിക്കും. ഇതര മാധ്യമങ്ങളെ അപേക്ഷിച്ച് ബ്ലോഗിൽ വായനക്കാരന്റെ പ്രതികരണം അപ്പോളപ്പോൾ രേഖപ്പെടുത്താനുള്ള സംവിധാനം

ഉണ്ടെന്നുള്ളതാണ് അതിന്റെ മറ്റൊരു സവിശേഷത (പോസ്റ്റുചെയ്തത്: അപ്പു, 13/4/2008).

വൈവിധ്യങ്ങളുടെ കലവറയായി ബ്ലോഗിനെ വിശേഷിപ്പിക്കാം. വായനക്കാരനും എഴുത്തുകാരനും പരസ്പരം കൊടുക്കൽ വാങ്ങലിലൂടെ ആശയസംവാദത്തിന്റെ വലിയൊരു മേഖല തുറന്നുകിട്ടുകയാണ് ഇവിടെ. വായനക്കാരന്റെ അഭിപ്രായങ്ങൾ ഉടൻതന്നെ രേഖപ്പെടുത്തുന്നതിനാൽ എഴുത്തുകാരനും വായനക്കാരനും ഒത്തുചേർന്ന് പുതിയ സാധ്യതകളെ തുറക്കുന്നു. ഈ തുറവികൾ വൈവിധ്യങ്ങളിലേക്കു കടന്നുപോയി അറിവിന്റെ പുതുപുത്തൻ പാഠങ്ങൾ സൃഷ്ടിക്കുന്നു. കേവലം എഴുത്തിന്റെ മാധ്യമമായി ബ്ലോഗിനെ ഒതുക്കുവാനാവില്ല. എല്ലാ മാധ്യമങ്ങളുടെയും സംഗമകേന്ദ്രമാണ് ബ്ലോഗ്. ആർക്കും തനിക്കു തോന്നുന്നതു തുറന്നു പറയാനാകുമെന്നതും വായനക്കാരുടെ കമന്റ് ഉടൻതന്നെ ലഭിക്കുമെന്നതും ബ്ലോഗ് പടർന്ന് പന്തലിക്കാൻ കാരണമായി.

പത്രത്തിലെന്നപോലെ എഴുതാനും വായിക്കാനും ക്യാമറയിലെന്നപോലെ കാണാനും റേഡിയോയിലെന്നപോലെ പറയാനും പാടാനും കേൾക്കാനും ടെലിവിഷനിലെന്നപോലെ ദൃശ്യശ്രാവ്യഭംഗി നുകരാനും മൊബൈൽഫോണിലെന്നപോലെ വിവരസ്വീകരണദാനങ്ങൾ നടത്താനും കഴിയുന്ന ആശയസംവേദനത്തിന്റെ അത്യന്താധുനിക മാധ്യമമാണ് ബ്ലോഗ് (സുധീർ, 2008:3). ആശയവിനിമയത്തിന്റെ ഉപാധിയായ ഭാഷ ഇവിടെ വിവിധ സംവേദനമാർഗ്ഗങ്ങളിലൂടെ കൈമാറ്റം ചെയ്യപ്പെടുന്നു.

ഇന്റർനെറ്റിന്റെ ലോകത്തു വ്യക്തിപരമായ ആവിഷ്കരണത്തിനുള്ള ആദ്യഇടം എന്നതാണ് ബ്ലോഗുകൾ ഇത്രമാത്രം ജനകീയമാകാൻ കാരണം. വെറും ആശയാവിഷ്കരണം എന്നതിലുപരി സാഹിത്യവാസനകളെ കുടിയിരുത്തുവാൻ ലഭിച്ച അവസരം എന്ന നിലയിലാണ് ബ്ലോഗുകൾ ഏറെ ശ്രദ്ധിക്കപ്പെട്ടത്. സാഹിത്യസൃഷ്ടികളെ സൗജന്യമായി പ്രസാധനം ചെയ്യാൻ സാധ്യമായതോടുകൂടി ബ്ലോഗുകൾ സാഹിത്യരംഗത്തും ഒഴിവാക്കാൻ സാധിക്കാത്ത മാധ്യമമായി മാറി. വർത്തമാനകാലത്ത് ഏറ്റവുമധികം സാഹിത്യസൃഷ്ടികൾ പ്രത്യക്ഷപ്പെടുന്ന സൈബറിടം എന്ന് ബ്ലോഗുകളെ വിശേഷിപ്പിക്കാം.

ബ്ലോഗിന്റെ ചരിത്രം

വിവരവിനിമയ സാങ്കേതികവിദ്യയുടെ ഉല്പന്നമാണ് ബ്ലോഗ്. ബ്ലോഗിന്റെ ചരിത്രത്തിന് അധികം ദൈർഘ്യമില്ലെങ്കിലും ബ്ലോഗുൾപ്പെടുന്ന വിവരസാങ്കേതികവിദ്യയുടെ രൂപീകരണത്തിന് ചരിത്രപരമായ മുന്നൊരുക്കങ്ങൾ കാണാൻ കഴിയും. ഇരുപതാം നൂറ്റാണ്ടിന്റെ രണ്ടാം പകുതിയിൽ ആഗോളതലത്തിലുണ്ടായ രാഷ്ട്രീയവും സാമ്പത്തികവുമായ അഴിച്ചുപണികൾ, ശാസ്ത്രസാങ്കേതികരംഗത്തുണ്ടായ വിസ്മയാവഹമായ വളർച്ച, ആഗോളസാമ്പത്തിക കരാറുകൾ, മൂലധനത്തിന്റെയും

ചരക്കുകളുടെയും നിയന്ത്രണരഹിതമായ വ്യാപനം, അതിർത്തികൾ മായ്ച്ചുകൊണ്ടുള്ള സംസ്ക്കാരസങ്കലനവും ഉപഭോഗസംസ്കൃതിയും ഇതിനെയെല്ലാം സാധ്യമാക്കിയ വാർത്താവിനിമയമാധ്യമങ്ങളുടെ പ്രചാരം എന്നിങ്ങനെ ചടുലവും സംഭവബഹുലവുമായ ചരിത്രസാഹചര്യം ബ്ലോഗുകളുടെ ഉത്ഭവത്തിന് വിദൂരസാഹചര്യം ഒരുക്കുന്നുണ്ട് (രാമചന്ദ്രൻ, 2013:30).

പലരുടെയും ആശയങ്ങൾ ഒരിടത്തു ലഭ്യമാക്കുന്ന ഇലക്ട്രോണിക് ശേഖരം എന്ന ആശയം ലോകത്തിൽ ആദ്യം അവതരിപ്പിച്ചത് ഡോക്ടർ വാനെവർബുഷ് ആണ്. രണ്ടാം ലോകമഹായുദ്ധകാലത്ത് അമേരിക്കൻ ശാസ്ത്രഗവേഷണകേന്ദ്രത്തിന്റെ ഡയറക്ടറായിരുന്നു അദ്ദേഹം. 'വിവിധ ഇടങ്ങളിൽ കണ്ണികളാൽ പരസ്പരം ബന്ധിക്കപ്പെട്ട വിവരങ്ങളുടെ ലോകം' എന്നതായിരുന്നു അദ്ദേഹത്തിന്റെ ആശയം. ബുഷിന്റെ ആശയലോകം യന്ത്രങ്ങളാൽ പ്രവർത്തനനിരതമായ ഒന്നായിരുന്നു. 1945 ൽ അദ്ദേഹമെഴുതിയ 'As we may think' എന്ന ലേഖനത്തിലൂടെ 'മെക്സ്' എന്ന ആശയത്തെ ലോകസമക്ഷം കൊണ്ടുവന്നു. 'പരസ്പര ബന്ധിതമായ വിവരശേഖരം' എന്ന അർത്ഥത്തിലാണ് അദ്ദേഹം അതിനെ അവതരിപ്പിച്ചത്. 1965 ൽ ടെഡ് നെൽസന്റെ 'സാനഡു' എന്ന പ്രോജക്ടിലാണ് ഹൈപ്പർടെക്സ്റ്റ് എന്ന പദം ആദ്യം ഉപയോഗിക്കുന്നത്. അദ്ദേഹം അതിന് നല്കിയ നിർവചനം "ചെറുവിവരസമാഹാരങ്ങളെ സൂചനാപദങ്ങളിലൂടെ ബന്ധിപ്പിക്കുന്ന വിദ്യ" എന്നാണ് (രാമചന്ദ്രൻ, 2013:29).

1990കളിലാണ് വെബ്ബിന്റെ ഉദയം. വെബ്ബിന്റെ ഉല്പന്നമെന്ന നിലയിൽ ബ്ലോഗിന്റെ ചരിത്രവും അതിനോടു ചേർന്നു നീങ്ങുന്നതാണ്. സ്വിറ്റ്സർലണ്ടിലെ ഊർജ്ജതന്ത്രശാസ്ത്രജ്ഞനായ റ്റിം ബെർണേഴ്സ് ലീ (Tim Berners Lee) ആണ് ദ വേൾഡ് വൈഡ് വെബ്ബിന്റെ കണ്ടുപിടുത്തം നടത്തിയത്.

1994 ലാണ് ഓൺലൈൻ ഡയറികളുടെ സ്ഥാപനം. ഓൺലൈൻ ഡയറിയുടെ സ്ഥാപകനായ ജസ്റ്റിൻ ഹാളിനെ (Justin Hall) തന്നെയാണ് ബ്ലോഗുകളുടെയും ആരംഭകനായി കരുതുന്നത്. ജസ്റ്റിൻ ഹാൾ തന്റെ ജീവചരിത്രം പറയുന്നതിന് 'വൈറ്റാ' (Vita) എന്ന സൈറ്റാണ് ഉപയോഗിച്ചിരുന്നത് (Links. net/Vita). അതിൽ ഏതാനും ലിങ്കുകൾ ഉപയോഗിച്ചുകൊണ്ട് ബാല്യം മുതൽ അന്നുവരെയുള്ള ചരിത്രം കാലക്രമമനുസരിച്ച് ക്രമീകരിച്ചു. മറ്റുള്ള കാര്യങ്ങളെ വിഷയക്രമമനുസരിച്ച് കുടുംബം, സ്കൂൾ, യാത്രകൾ എന്നിങ്ങനെ ക്രമീകരിച്ചു. ഒരു ലിങ്കിൽ ക്ലിക്കു ചെയ്താൽ ഒന്നിൽനിന്ന് മറ്റൊന്നിലേക്കു കടന്ന് ജസ്റ്റിന്റെ ജീവിതകഥകളിലൂടെ മുഴുവൻ പ്രയാണം ചെയ്യാവുന്ന രീതിയിൽ സംഭവചക്രങ്ങളായിട്ടാണ് അതിനെ അവതരിപ്പിച്ചത്. 1996ലാണ് ജസ്റ്റിൻ ഡയറിക്കുറിപ്പുകൾ പ്രസിദ്ധീകരിക്കാൻ ആരംഭിച്ചത് (Walker, 2014:7). സാർത്മോർ കോളേജിലെ വിദ്യാർത്ഥിയായിരുന്ന ജസ്റ്റിൻ സഹപാഠികളെ ലക്ഷ്യമാക്കിയാണ് ഓൺലൈൻ ഡയറി നിർമ്മിച്ചത്. അദ്ദേഹം തന്റെ ഉദ്ദേശ്യത്തെ ഇ-മെയിൽ വഴി വിശദീകരിച്ചത് ഇപ്രകാരമാണ്. "എന്റെ ചിന്തകളെയും അനുഭവങ്ങളെയും

ചിത്രീകരിക്കാൻ ഒരു ഉപകരണമുണ്ടായതിലും ഇംഗ്ലീഷ് ഭാഷ സംസാരിക്കുന്ന ഇതരലോകവുമായി ഈ ചിന്തകളെയും അനുഭവങ്ങളെയും പങ്കുവയ്ക്കാൻ അവസരം ലഭിച്ചതിലും ഞാൻ സന്തോഷിക്കുന്നു" (Gillmor, 2004:12-13). ജസ്റ്റിൻഹാളിന്റെ ഈ ഓൺലൈൻ ഉപകരണമാണ് ഇന്നത്തെ ബ്ലോഗുകളുടെ ആദ്യരൂപം. ബ്ലോഗ് എന്ന പദം ആവിർഭവിച്ചത് വെബ്ലോഗ് എന്ന പദത്തിൽനിന്നാണ്. ഈ പദം ആദ്യം ഉപയോഗിച്ചത് വ്യത്യസ്തമായ അർത്ഥത്തിലായിരുന്നു. വെബ്സൈറ്റ് സന്ദർശിക്കുന്ന ആളുകളുടെ എണ്ണം അടയാളപ്പെടുത്തി കൊടുക്കുന്ന ക്രമപട്ടികയെ സൂചിപ്പിക്കാനാണ് വെബ്ലോഗ് എന്ന പദം ഉപയോഗിച്ചു തുടങ്ങിയത്. സന്ദർശിച്ച ആളുകളുടെ എണ്ണം കൃത്യമായി അറിയാൻ അവ പ്രയോജനപ്പെട്ടിരുന്നു.

വെബ്ലോഗ് എന്ന പദം ഇന്നത്തെ അർത്ഥത്തിൽ ആദ്യം ഉപയോഗിച്ചത് ജോൺ ബർഗർ (John Berger) ആണ്. 1997 ഡിസംബറിൽ അദ്ദേഹം നിർമ്മിച്ച വെബ്സൈറ്റിന് Robert Wisdom: A Weblog by John Berger എന്ന് നാമകരണം ചെയ്തു. ബർഗർ സന്ദർശിച്ചതും ശുപാർശ ചെയ്യുന്നതുമായ എല്ലാ വെബ്സൈറ്റുകളുടെയും ലിങ്ക് അതിൽ നല്കി. ഈ ലിങ്കുവഴി മറ്റു സൈറ്റുകളും സന്ദർശിക്കാൻ അവസരമൊരുക്കി. ഇപ്രകാരം 'വെബ്ലോഗ്' എന്ന പദം സൈറ്റിന്റെ പേരിന്റെ ഭാഗമായി ആദ്യം ഉപയോഗിച്ചത് ബർഗറാണ്. മറ്റു സൈറ്റുകളുമായി ബന്ധിപ്പിച്ച് നല്കിയ ലിങ്കുകളും ബർഗറുടെ സൈറ്റിന്റെ സവിശേഷതയായിരുന്നു (Walker, 2014:8).

1999ൽ പീറ്റർ മെർഹോൾസ് (Peter Merholz) വെബ് ലോഗ് (Weblog) എന്ന വാക്കിനെ സമർത്ഥമായി പിരിച്ച് We blog (വി ബ്ലോഗ്) എന്നു മാറ്റി. പിന്നീട് വീണ്ടും ചുരുക്കി Blog/ബ്ലോഗ് എന്ന പദം സൃഷ്ടിച്ചു. 1999 ആഗസ്റ്റു മാസത്തിൽ കാലിഫോർണിയായിലെ പൈറലാബ് (www.pyra.com) ആണ് ഇന്ന് ഏറ്റവും കൂടുതലായി ഉപയോഗിക്കപ്പെടുന്ന www.blogger.com നിർമ്മിച്ചത്. വളരെ ചെറിയ കമ്പനിയായിരുന്ന പൈറലാബ് ഈ സേവനം സൗജന്യമായിട്ടാണ് നല്കിയിരുന്നത്. എന്നാൽ ബ്ലോഗ് ജനപ്രിയമായതോടുകൂടി കമ്പനി സാമ്പത്തികപ്രതിസന്ധിയിലായി. 2002 ൽ ബ്ലോഗിനെ ഗൂഗിൾ (www.google.com) സ്വന്തമാക്കി. 2001 വേർഡ് പ്രസ് (www.wordpress.com) ബ്ലോഗിംഗിന് സൗകര്യമൊരുക്കി. 2005നുശേഷം യാഹു, റെഡീഫ് തുടങ്ങി നിരവധി കമ്പനികൾ ഈ രംഗത്തേക്കു കടന്നുവന്നു (ബാബുരാജ്, 2011:17). തുടർന്ന് ബ്ലോഗ് മാധ്യമപ്രവർത്തനത്തിന്റെ അവിഭാജ്യഘടകമായി മാറി. 2001ൽ തന്നെ ബ്ലോഗ് തിരിച്ചറിയാതെ പോകുന്ന വാർത്തയുടെ ശക്തമായ ഉറവിടമായി മാറുകയും സാമ്പ്രദായിക മാധ്യമങ്ങൾ അതീവ പ്രാധാന്യത്തോടെ അവ പ്രസിദ്ധീകരിക്കുകയും ചെയ്തിരുന്നു. ബ്ലോഗ് സേർച്ച് എൻജിനായ Technorati.com ആരംഭിക്കുന്നത് 2002 ലാണ്. അതേവർഷം ഓക്സ്ഫോർഡ് ഡിക്ഷ്ണറി 'ബ്ലോഗ്' എന്ന വാക്കിനെ പദാവലിയിൽ ഉൾപ്പെടുത്തി. ആരംഭംമുതലെ ബ്ലോഗുകളുടെ എണ്ണത്തിൽ വളർച്ച രേഖപ്പെടുത്തിയിരുന്നു. 2003ൽ ബ്ലോഗുകളുടെ എണ്ണം ഒരു ലക്ഷം ആയിരുന്നു. അത് 2004 ജൂലൈ

ആയപ്പോഴേക്കും 30 ലക്ഷത്തിലെത്തി. തുടർന്ന് എണ്ണത്തിൽ വൻ കുതിച്ചു ചാട്ടമാണ് ബ്ലോഗുകൾ നടത്തിയത്. 2004 ൽ ഓൺലൈൻ ഡിക്ഷ്ണറിയിൽ ഏറ്റവും അധികം തെരഞ്ഞ വാക്ക് 'blog' എന്നതായിരുന്നു (Walker, 2014: 12–13). മറ്റു മാധ്യമങ്ങൾ ഇക്കാലഘട്ടത്തിൽ ബ്ലോഗുകളെപ്പറ്റി ലേഖനങ്ങൾ എഴുതിയത് ബ്ലോഗുകളുടെ പ്രചാരം കൂടുതൽ വർദ്ധിപ്പിച്ചു.

2005 ജനുവരി 10 ന് ഇറങ്ങിയ ഫോർച്യൂൺ മാസിക ബിസിനസ് സംരംഭകർക്ക് ഒഴിവാക്കാനാവാത്ത എട്ട് ബ്ലോഗെഴുത്തുകാരെ ലിസ്റ്റു ചെയ്തു. ടൈംമാഗസിൻ 2006 വർഷത്തെ ശ്രദ്ധേയമായ വ്യക്തിയെ തെരഞ്ഞെടുത്തത് 'You' എന്നായിരുന്നു. വിക്കിപീഡിയയും ബ്ലോഗുമൊക്കെ തുറന്നുതരുന്ന സ്വാതന്ത്ര്യം ഗുണപ്രദമായി ഉപയോഗിക്കുന്ന നിങ്ങളെന്ന വായനക്കാരൻ തന്നെയാണ് ആ വർഷത്തെ ശ്രദ്ധേയ വ്യക്തിത്വമെന്ന് മാഗസിൻ പ്രഖ്യാപിക്കുകയായിരുന്നു. 2007ൽ Tim O Reilly ബ്ലോഗർമാർക്കായി പെരുമാറ്റസംഹിത മുന്നോട്ടുവച്ചു (ആദർശ്, 2007:20). Technorati പോലെയുള്ള സേർച്ച് എൻജിനുകൾ ബ്ലോഗുകൾക്ക് പരസ്പരവും പുറംലോകവുമായി ബന്ധപ്പെടുവാനും സംവദിക്കുവാനും അവസരം ഒരുക്കിയതോടുകൂടി ബ്ലോഗുകൾക്കൊപ്പം ബ്ലോഗോസ്ഫിയറും (ബുലോഗം) വിസ്തൃതമായി. 2008 ൽ Technorati 10 കോടി ബ്ലോഗുകളുടെ പട്ടിക ക്രമീകരിച്ചു. തുടർന്ന് പട്ടികയുടെ ക്രമീകരണം അവസാനിപ്പിക്കുകയും 10 ലക്ഷം ബ്ലോഗുകളെ മാത്രം പട്ടികയിൽ ഉൾപ്പെടുത്തുകയും ചെയ്തു. ഇപ്പോൾ പോപ്പുലറായിട്ടുള്ള നൂറ് ബ്ലോഗുകളെ മാത്രമേ Technorati പട്ടികയിൽ ഉൾപ്പെടുത്തുന്നുള്ളൂ (Walker, 2014:13).

2004 മുതലുള്ള കണക്ക് സൂചിപ്പിക്കുന്നത് എല്ലാ മാസവും ബ്ലോഗുകൾ ഇരട്ടിയായി വർദ്ധിക്കുന്നുവെന്നതായിരുന്നു. 2007 ഓടുകൂടി ബ്ലോഗുകൾ ലോകം മുഴുവൻ സാന്നിധ്യമറിയിച്ചു. വ്യക്തികൾ മാത്രമല്ല നിരവധി സ്ഥാപനങ്ങളും വ്യവസായ സംരംഭകരും തങ്ങളുടെ ആശയങ്ങളും ഉല്പന്നങ്ങളും പ്രചരിപ്പിക്കുന്നതിന് വ്യാപകമായി ബ്ലോഗുകളെ ഉപയോഗപ്പെടുത്തി. ബ്ലോഗുകളിലെ പുതിയ ആപ്ലിക്കേഷനുകൾ അവയുടെ പ്രചാരം വർദ്ധിപ്പിച്ചു. മാധ്യമമെന്ന നിലയിൽ ബ്ലോഗുകൾ കൂടുതൽ ശക്തവും പ്രചാരവുമുള്ളതായി (Dean, 2010: 37–38). 2008 മുതൽ ഇതര സാമൂഹിക ശൃംഖലാമാധ്യമങ്ങൾ ബ്ലോഗുകൾക്കൊപ്പം സാമൂഹികമാധ്യമരംഗത്ത് തരംഗമായി. 2006 ന്റെ കണ്ടുപിടുത്തമായ ട്വിറ്ററും 2004ൽ സ്ഥാപിതമായ ഫേസ്ബുക്കും ഇക്കാലയളവിൽ കൂടുതൽ ശക്തിയാർജ്ജിച്ചു. ഗൂഗിൾപ്ലസും മൈസ്പെയ്സും പിന്ററെസ്റ്റും യൂട്യൂബും ബ്ലോഗുകളെപ്പോലെ സോഷ്യൽ നെറ്റ്വർക്ക് മേഖലയിൽ സജീവസാന്നിധ്യമായി. ട്വിറ്ററിന്റെയും ഫേസ്ബുക്കിന്റെയും ഇതര സാമൂഹികമാധ്യമങ്ങളുടെയും ആവിർഭാവത്തോടെ ബ്ലോഗിംഗിൽ സജീവമായിരുന്ന പലരും ആ ഇടങ്ങളിലേക്കു കുടിയേറി. എങ്കിലും പ്രതിഭാധനരായ എഴുത്തുകാരുടെ സാന്നിധ്യംകൊണ്ട് മാധ്യമശക്തിയാകുന്ന ബ്ലോഗിനെയാണ് മലയാളത്തിലും ഇതര ഭാഷകളിലും കാണാൻ സാധിക്കുക.

എട്ട്

ബ്ലോഗുകൾ മലയാളഭാഷയിൽ

രണ്ടായിരാമാണ്ടിന്റെ ആരംഭത്തിൽതന്നെ ലോകശ്രദ്ധ ആകർഷിച്ച ബ്ലോഗുകൾ അധികം താമസിയാതെ മലയാളത്തിലും സാന്നിധ്യം അറിയിച്ചു. മലയാളസാഹിത്യചരിത്രം പല ഏടുകളിലും വിദേശമിഷണറിമാരോടാണ് ചേർന്നുനില്ക്കുന്നതെങ്കിൽ മലയാളബ്ലോഗുചരിത്രം കൂടുതലും ചേർന്നുനില്ക്കുന്നത് വിദേശമലയാളികളോടാണ്. പാശ്ചാത്യനാടുകളിൽ ആരംഭിച്ച ബ്ലോഗിംഗ് മലയാളികളിൽ പ്രചരിച്ചത് വിദേശത്തുജോലിചെയ്യുന്ന സോഫ്റ്റ്‌വെയർ എൻജിനീയർമാരിലൂടെയാണ്. മനോജ് എന്ന വിദേശമലയാളിയുടേതാണ് ഇതിൽ ആദ്യത്തെ സംരംഭം. മലയാളികളുടെ ബ്ലോഗുകളും കേരളത്തെക്കുറിച്ചുള്ള ബ്ലോഗുകളും കണ്ടെത്താൻ സഹായിക്കുന്ന 'മേളം' എന്ന ബ്ലോഗ് അഗ്രഗേറ്ററിന്റെ ചിട്ടപ്പെടുത്തലായിരുന്നു അത്. 2002 ൽ അദ്ദേഹം അഗ്രഗേറ്റർ ചിട്ടപ്പെടുത്തുമ്പോൾ ഒറ്റ ബ്ലോഗും മലയാളത്തിൽ ഉണ്ടായിരുന്നില്ല. മലയാളഭാഷയിലെ ആദ്യത്തെ ബ്ലോഗ് എം.കെ. പോൾ 2002 ഡിസംബറിൽ ആരംഭിച്ച 'ജാലകം' ആണ്. ഫ്രീഷെൽ ഡോട്ട് ഓർഗ് എന്ന സെർവ്വറിൽ mkpaul.freshell.org എന്ന വിലാസത്തിലാണ് ജാലകം എന്നബ്ലോഗ് ആരംഭിക്കുന്നത് (മംഗലാട്ട്, 2009:1). ഫ്രീഷെൽ ഇപ്പോൾ നിലവിലില്ല. എങ്കിലും ജാലകത്തിന്റെ ആ പഴയ പോസ്റ്റ് പഴയ ആർക്കൈവുകളിൽ ഇന്നും ദൃശ്യമാണ്.

മലയാളത്തിൽ ബ്ലോഗുകൾ തുടങ്ങാവുന്നവിധത്തിലുള്ള സാങ്കേതികവിദ്യ നിലവിലില്ലാത്ത കാലത്താണ് എം.കെ.പോൾ 'ജാലകം' ആരംഭിക്കുന്നത്. ആസ്കി എൻകോഡിംഗിലുള്ള കേരളൈറ്റ് എന്ന ട്രൂടൈപ്പ് ഫോണ്ട് ഉപയോഗിച്ചാണ് അത് തയ്യാറാക്കിയത്. അതിനാൽ, കേരളൈറ്റ് ഫോണ്ട് കമ്പ്യൂട്ടറിൽ ഉണ്ടെങ്കിൽ മാത്രമേ ഇത്തരം ബ്ലോഗുകൾ വായിക്കാൻ കഴിയുകയുള്ളൂ (2009:1-2). മലയാളത്തിലെ ആദ്യ ബ്ലോഗ്പോസ്റ്റ് പിറന്നുവീണത് കവിതാരൂപത്തിലാണ്. മലയാളത്തിലെ ആദ്യത്തെ ബ്ലോഗുപോസ്റ്റ് ചുവടെ കുറിക്കുന്നു.

"അനന്തമായ കാലം
നിരന്തരം സംഭവിക്കുന്ന ജനനമരണങ്ങൾ
കാഴ്ചയുടെ പരിമിതി കൊണ്ടായിരിക്കണം
ജീവിതമാണ് ഏറ്റവും വലുതെന്ന്
ചിലപ്പോൾ തോന്നുന്നത്.

ജനനത്തിനുമുമ്പും
മരണത്തിനു ശേഷവും
എന്തായിരുന്നിരിക്കണം?"

നിർവ്വചനങ്ങൾ തെറ്റിക്കൂടായ്കയില്ല.

എം.കെ. പോളിനുശേഷം ബ്ലോഗുരംഗത്തേക്കു കടന്നുവന്നവരാണ് വിശ്വപ്രഭ (viswamblogspot.com) സിബു (cibu.blogspot.in) എന്നിവർ. 2003 മെയ് മാസത്തിൽ എഴുതി തുടങ്ങിയ വിശ്വപ്രഭയുടെ ബ്ലോഗിൽ പഴഞ്ചൊല്ലുകൾ, കടംകഥകൾ, മലയാളത്തിലെ പദോല്പത്തി, മലയാള പദ്യങ്ങൾ എന്നിവയായിരുന്നു പോസ്റ്റ് ചെയ്തിരുന്നത്. ഇറാക്ക് – കുവൈറ്റ് യുദ്ധത്തോടനുബന്ധിച്ച നിയമസമ്മർദ്ദം മൂലം 2003 ജൂലൈയിൽ വിശ്വ പ്രഭയുടെ ബ്ലോഗ് ഡിലീറ്റു ചെയ്യേണ്ടിവന്നു. 2003 ഏപ്രിലാണ് സിബു വിന്റെ ബ്ലോഗ് ആരംഭിക്കുന്നത്. ഒരേ URL നിലനില്ക്കുന്ന ബ്ലോഗു കളിൽ ഏറ്റവും പഴക്കമുള്ളത് സിബുവിന്റെ ബ്ലോഗാണ്. 2004 ജനുവരി യിൽ 'മൈലാഞ്ചി' എന്ന ബ്ലോഗ് ആരംഭിച്ച രേഷ്മ ആണ് മലയാളബ്ലോഗു ലോകത്തെ ആദ്യവനിത. 2004 മലയാള ബ്ലോഗുകളുടെ ഗർഭദശയായി രുന്നു. യൂണിക്കോഡ് ഫോണ്ടുകളെപ്പറ്റി ചർച്ച ആരംഭിക്കുന്നതും ബ്ലോഗു ലോകത്ത് ഒരു ആശയവിനിമയലോകം ഉടലെടുക്കുന്നതും ആ വർഷ മാണ് (വിശ്വപ്രഭ, 2006:3–5). 2004 ന്റെ ആരംഭത്തിൽ ഏഴോളം ബ്ലോഗു കളാണ് മലയാളത്തിൽ സ്ഥിരതയോടെ നിലനിന്നത്. പോൾ, സിബു, രേഷ്മ, കൈപ്പള്ളി, കെവിൻ, പെരിങ്ങോടൻ, സൂര്യഗായത്രി എന്നിവ രുടേതാണ് ആ ബ്ലോഗുകൾ (2006:5). ആരംഭകാലത്ത് കൂടുതൽ മലയാ ളികൾ ഈ മേഖലയിൽ കടന്നുവരുവാൻ വൈമുഖ്യം കാട്ടിയതിന്റെ പ്രധാന കാരണം മലയാളഅക്ഷരരൂപങ്ങളെ കാട്ടിത്തരുന്ന ഫോണ്ടു കളുടെ ഏകീകൃതമല്ലാത്ത സ്വഭാവവും ഓപ്പറേറ്റിംങ് സിസ്റ്റങ്ങളും ബ്രൗസറുകളും പിന്തുണയ്ക്കാത്തതുമായിരുന്നു. അതിനാൽ ഓരോ വെബ്സൈറ്റും കാണുന്നതിനായി അതതിന്റെ ഫോണ്ടുകൾ ഡൗൺ ലോഡ് ചെയ്ത് ഇൻസ്റ്റാൾ ചെയ്യേണ്ടിയിരുന്നു. അല്പം വൈദഗ്ധ്യം ആവശ്യമുള്ള ഈ ശ്രമകരമായ കാര്യം സാധാരണ ഉപഭോക്താക്കളെ ആകർഷിച്ചില്ല (രാമചന്ദ്രൻ, 2013:28). ഈ അവസ്ഥയിൽനിന്ന് മലയാളം മോചനം പ്രാപിക്കുന്നത് 2004 ൽ യൂണിക്കോഡ് എൻകോഡിംഗ് ഫോണ്ടു കൾ നിലവിൽ വന്നതോടെയാണ്. മലയാളത്തിലെ ആദ്യയൂണിക്കോഡ് ഫോണ്ട് അജയ് ലാൽ നിർമ്മിച്ച 'തൂലിക'യാണ്. കെവിൻ നിർമ്മിച്ച 'അഞ്ജലി ഓൾഡ് ലിപി', കെ.എച്ച്. ഹുസൈന്റെ 'രചന', 'സ്വതന്ത്ര

മലയാളം', കമ്പ്യൂട്ടിംഗ് സംഘവും ഹുസൈനും ചേർന്ന് നിർമ്മിച്ച 'മീര' എന്നിങ്ങനെ നിരവധി യൂണിക്കോഡു ഫോണ്ടുകൾ തുടർന്ന് നിലവിൽ വന്നു. രാജ് നാരായണിന്റെ 'മൊഴി കീമാൻ', സിബു ജോണിയുടെ 'വരമൊഴി' എന്നിങ്ങനെ കീബോർഡുകളും മലയാളത്തെ കമ്പ്യൂട്ടറിലേക്ക് അടുപ്പിച്ചു. മലയാളം യൂണിക്കോഡുഫോണ്ട് ഉപയോഗിച്ച് മലയാളത്തിൽ ആദ്യമായി ബ്ലോഗുപോസ്റ്റ് നടത്തിയത് നിഷാദ് ഹുസൈൻ കൈപ്പള്ളിയാണ്. മലയാളം യൂണിക്കോഡിൽ ബൈബിളിന്റെ എൻകോഡിങ്ങ് പൂർത്തിയായി എന്നറിയിച്ചുകൊണ്ട് 2004 ആഗസ്റ്റ് 14 ന് ഇട്ട പോസ്റ്റായിരുന്നു അത് (വിശ്വപ്രഭ, 2006:4–5).

മാറ്റങ്ങളെ അതിവേഗം സ്വാംശീകരിക്കുന്ന മലയാളി ബ്ലോഗിനെ ഇരുകൈയും നീട്ടി സ്വീകരിച്ചു. മലയാളത്തിൽ കാര്യമായി ബ്ലോഗിംഗ് ആരംഭിക്കുന്നത് 2004 ന്റെ അവസാനത്തിലാണെങ്കിലും തുടർന്നുവന്ന വർഷങ്ങളിൽ മലയാള ബൂലോഗം (ബ്ലോഗോസ്ഫിയർ) അതിവേഗം വളർന്നു. വളരെ പെട്ടെന്നുതന്നെ ബ്ലോഗുകൾ പ്രത്യക്ഷപ്പെടാൻ തുടങ്ങി.

കേരളത്തിൽ കമ്പ്യൂട്ടറുകൾക്കു ലഭിച്ച പ്രചാരം അതിന്റെ ഉപഭോക്താക്കളെ വർദ്ധിപ്പിച്ചു. യൂണിക്കോഡു ഫോണ്ടിലേക്കു മാറി മലയാളത്തിൽ മെയിൽ ചെയ്യാനും ചാറ്റുചെയ്യാനും തുടങ്ങിയവരുടെ എണ്ണം പെരുകി. സ്കൂൾ പാഠ്യപദ്ധതിയിൽ കമ്പ്യൂട്ടറിനെ ഉൾപ്പെടുത്തിയതോടുകൂടി പ്രയോഗശേഷിയുള്ള ഒരു തലമുറ ബ്ലോഗിംഗിലും ശ്രദ്ധവച്ചു. ബ്രോഡ്ബാൻഡ് കണക്ടിവിറ്റിയുടെ വ്യാപനം ഇന്റർനെറ്റ് ഉപഭോക്താക്കളുടെ എണ്ണം വർദ്ധിക്കുന്നതിന് ഇടയാക്കി. ഐ.ടി. അനുബന്ധതൊഴിലായി സ്വീകരിച്ചുകൊണ്ട് ഗൾഫിലേക്കും ലോകത്തിന്റെ വിവിധ പ്രദേശങ്ങളിലേക്കും കുടിയേറിയ മലയാളി വിവരസാങ്കേതികവിദ്യയുടെ ഈ ബ്ലോഗിടത്തെ ഗൃഹാതുര സ്മരണകളുടെ പങ്കുവയ്ക്കലിന് വേദിയാക്കി. പ്രവാസികളുടെ ലോകത്താണ് ബ്ലോഗുകൾ ആദ്യം സജീവമായത്. തുടർന്നുള്ള കാലഘട്ടത്തിൽ വീട്ടമ്മമാരും വിദ്യാർത്ഥികളും വിവിധ തൊഴിലുകളിൽ വ്യാപരിക്കുന്നവരും വിശ്രമജീവിതം നയിക്കുന്നവരുമടക്കം വിശാലമായ ഒരു ലോകം ബ്ലോഗിലേക്ക് ആകർഷിക്കപ്പെട്ടു.

2007–2008 വർഷങ്ങളിൽ മലയാളബ്ലോഗുലോകം അതിവേഗത്തിലുള്ള വളർച്ച രേഖപ്പെടുത്തിയെങ്കിലും 2009 – 2010 ൽ അതിന്റെ വളർച്ച മന്ദഗതിയിലായി. ഗൂഗിൾബസിന്റെയും ഫേസ്ബുക്കിന്റെയും ആഗമനമായിരുന്നു അതിനുകാരണം (നിരക്ഷരൻ 2011:1). 2012 കാലമായപ്പോഴേക്കും പഴയ എഴുത്തുകാർ പലരും ബ്ലോഗെഴുത്തിൽനിന്ന് പിൻവാങ്ങുകയും ബ്ലോഗിലേക്കുള്ള ബ്ലോഗുപോസ്റ്റുകളുടെ കുത്തൊഴുക്ക് മന്ദഗതിയിൽ ആവുകയും ചെയ്തു. 2012 സെപ്തംബർ 1-ാം തീയതി "ഇവരൊക്കെ എവിടെ? ഇവർക്കൊക്കെ എന്തുപറ്റി?" എന്ന തലക്കെട്ടിൽ ബ്ലോഗർ ഗോപകുമാർ മണിയന്ത്ര 'നമ്മുടെ ബൂലോകം' ബ്ലോഗിൽ (http://www.nammudeboolokam) എഴുതിയ ലേഖനം എഴുത്തിൽനിന്ന് അകന്നു

നില്ക്കുന്ന ബ്ലോഗർമാരെപ്പറ്റിയുള്ള അന്വേഷണമാണ്. സജീവമായി നിന്ന 200 ഓളം എഴുത്തുകാരെ അതിൽ പേരെടുത്തു നിരീക്ഷിക്കുന്നു.

വിനോദത്തിനും പ്രശസ്തിക്കുംവേണ്ടി മാത്രം ബ്ലോഗിനെ സമീപിച്ച വരും എഴുത്തിൽ പ്രതിഭ ഇല്ലാത്തവരുമായ ബ്ലോഗർമാർ കൂട്ടത്തോടെ ആദ്യനാളുകൾക്കുശേഷം ബ്ലോഗുകളെ ഉപേക്ഷിച്ചു. ബ്ലോഗുകൾ ഗൗരവമുള്ള എഴുത്തിലേക്കു സാവധാനം തിരിയുന്നതാണ് തുടർന്നുള്ള കാലത്തെ ബ്ലോഗുസൃഷ്ടികളിലൂടെ വെളിപ്പെടുന്നത്. ബ്ലോഗുകൾക്കൊപ്പം ഇതര സോഷ്യൽമീഡിയകളെ ഉപയോഗപ്പെടുത്തുന്ന ബ്ലോഗെഴുത്തുകാരെയും ഇക്കാലയളവിൽ കാണാൻ കഴിയും. ബ്ലോഗുകളിൽ പോസ്റ്റു ചെയ്ത സൃഷ്ടികളുടെ അധികപ്രകാശനഇടമെന്ന നിലയിൽ ഫേസ്ബുക്കടക്കം മറ്റു സാമൂഹികമാധ്യമങ്ങളെ ബ്ലോഗെഴുത്തുകാർ പ്രയോജനപ്പെടുത്തുവാൻ തുടങ്ങി. വായനക്കാർക്ക് താല്പര്യമുള്ള വിഷയങ്ങളെ ഗൗരവപൂർവ്വം സമീപിക്കുന്നതിലും ബ്ലോഗർമാർ ശ്രദ്ധ വച്ചുതുടങ്ങി. 2002ൽ ജന്മംകൊണ്ട മലയാളബ്ലോഗുകൾ ബാല്യത്തിന്റെ വിക്രിയകളും കൗമാരത്തിന്റെ ചാപല്യങ്ങളും ഉപേക്ഷിച്ച് ഇന്ന് കൂടുതൽ പക്വത പ്രാപിച്ചിരിക്കുന്നു. ഏത് വ്യക്തിയും സ്ഥാപനവും മാധ്യമവും പക്വതയിലേക്കു വളരേണ്ട കാലത്തോളം മലയാളബ്ലോഗുകൾ ഇനിയും കടന്നുപോയിട്ടില്ല. മാധ്യമലോകത്ത് മലയാളബ്ലോഗുകൾ നല്കുന്ന ശുഭസൂചനയും ഇതുതന്നെ.

മലയാള ബൂലോഗം

ഇതര മാധ്യമങ്ങളെന്നപോലെ ബ്ലോഗുകളും അവയുടെ മാധ്യമലോകത്തെ മലയാളഭാഷാലോകത്ത് നിർമ്മിച്ചുകഴിഞ്ഞു. പരസ്പരം ബന്ധിക്കപ്പെട്ട ബ്ലോഗിന്റെ വ്യൂഹത്തെ ബ്ലോഗോസ്ഫിയർ (Blogosphere) എന്നാണ് വിളിക്കുന്നത്. ഇതിനെ മലയാളത്തിൽ 'ബൂലോഗം' എന്ന് വിവർത്തനം ചെയ്യുന്നു. ബ്ലോഗിംഗ് നടത്തുന്നവരെ 'ബ്ലോഗർ' എന്നാണ് വിളിക്കുക. ബ്ലോഗിൽ എഴുതുന്ന സ്ത്രീയെ, 'ബ്ലോഗിണി', 'ബ്ലോഗന' എന്നു വിളിക്കുന്നു. ബ്ലോഗർമാർ വ്യാപരിക്കുന്ന ഇടമാണ് 'ബൂലോഗം'. ബ്ലോഗർ അയയ്ക്കുന്ന സൃഷ്ടികളെ 'പോസ്റ്റ്' എന്നാണ് വിളിക്കുക. ബ്ലോഗുകളിൽ ആശയപ്രകടനങ്ങൾ നടത്തുന്ന മാധ്യമരീതിയെ ബ്ലോഗിംഗ് എന്നു വിശേഷിപ്പിക്കുന്നു.

ബ്ലോഗർമാർ ഒന്നിച്ചുകൂടുന്ന സമ്മേളനങ്ങളെ 'ബൂലോഗമീറ്റുകൾ' എന്നു വിളിക്കുന്നു. ബൂലോകത്ത് നടത്തപ്പെടുന്ന സഹായപദ്ധതികൾ കേന്ദ്രീകരിച്ചിരിക്കുന്നത് 'ബൂലോഗകാരുണ്യം' എന്ന പേരിലാണ്. ബ്ലോഗുകളുടെ പ്രചരണം സാധ്യമാക്കുന്നതിനായി 'ബ്ലോഗ് അക്കാദമികൾ' പ്രവർത്തിക്കുകയും വേണ്ടനിർദ്ദേശങ്ങളും സഹായങ്ങളും നല്കുകയും ചെയ്യുന്നു. ബ്ലോഗർമാരെ പ്രോത്സാഹിപ്പിക്കുന്നതിന്റെ ഭാഗമായി അവർ നല്കുന്ന സാഹിത്യസംഭാവനകളുടെ മാനദണ്ഡത്തിൽ 'ബൂലോഗ

അവാർഡു'കൾ ബ്ലോഗുമാധ്യമലോകത്ത് വിതരണം ചെയ്യുന്നു. ബ്ലോഗിലെ മികച്ച രചനകൾ പുസ്തകരൂപത്തിൽ പ്രസിദ്ധീകരിക്കുന്നതിനായി ബ്ലോഗർമാർ ചേർന്ന് രൂപീകരിച്ചിരിക്കുന്ന പുസ്തകപ്രസാധകരംഗത്തെ സ്വതന്ത്രസ്ഥാപനമാണ് 'ബുക്ക് റിപ്പബ്ലക്ക്.' ബ്ലോഗുരചനകൾ പിന്നീട് പുസ്തകമായി പ്രസിദ്ധീകരിക്കപ്പെടുമ്പോൾ അവയെ 'ബ്ലുക്ക്' (blook) എന്നു വിളിക്കുന്നു.

പഠനത്തിനുവേണ്ടി മലയാളത്തിലെ നാലായിരത്തിൽപരം ബ്ലോഗുകളെ നിരീക്ഷിച്ചപ്പോൾ അതിൽ ആയിരത്തോളം ബ്ലോഗുകൾ സജീവമായി നിലനില്ക്കുന്നതായി കണ്ടെത്തി. ആരംഭത്തിൽ ബ്ലോഗുകളോടു കാണിച്ച അമിതമായ ആവേശം കെട്ടടങ്ങുകയും പക്വമായ അവസ്ഥയിലേക്കു മലയാളബ്ലോഗുകൾ നീങ്ങുകയും ചെയ്തിരിക്കുന്നു. ആയിരത്തോളം സജീവബ്ലോഗുകൾ മലയാളത്തിൽ ഉണ്ടെങ്കിലും സജീവ ബ്ലോഗർമാരുടെ എണ്ണം അതിലും കുറവാണ്. ഒരു ബ്ലോഗർക്ക് എത്ര ബ്ലോഗുകൾ വേണമെങ്കിലും തുടങ്ങാമെന്നതിനാൽ ബ്ലോഗർമാരുടെ എണ്ണം ബ്ലോഗിന്റെ എണ്ണത്തിലും കുറവായിരിക്കും. ഒരിക്കൽ സൃഷ്ടിച്ചുവച്ചശേഷം ഒരിക്കൽപോലും പോസ്റ്റു ചെയ്യാത്ത നിരവധി ബ്ലോഗുകൾ മലയാളത്തിലുണ്ട്. സജീവമായിട്ടുള്ളതും ഏതാനും പോസ്റ്റുകൾക്കുശേഷം അവസാനിപ്പിച്ചതുമായ ബ്ലോഗുകളിലേതുമടക്കം ലക്ഷക്കണക്കിന് പോസ്റ്റുകൾ മലയാളബ്ലോഗുകൾ പ്രസിദ്ധീകരിച്ചിട്ടുണ്ട്. ദിനംപ്രതി പോസ്റ്റുകൾ പ്രസിദ്ധീകരിക്കുന്നതിനാൽ അവയുടെ കൃത്യമായ കണക്കുകൾ ലഭ്യമാക്കാൻ കഴിയുകയില്ല.

മലയാളത്തിലെ ബ്ലോഗുസാഹിത്യത്തിന്റെ പ്രധാനസവിശേഷത ആത്മാംശവും തമാശയും കലർന്ന കുറിപ്പുകളുടെ സജീവസാന്നിധ്യം തന്നെയാണ്. ബ്ലോഗുകളുടെ പേരുകളിൽതന്നെ ഹാസ്യം രുചിക്കാനാകും. വളരെ ഹാസ്യാത്മകമായ പേരുകൾ നല്കുവാൻ പലരും ശ്രദ്ധിക്കുന്നു. ചില പേരുകൾ താഴെ കുറിക്കുന്നു. തോന്നിവാസിപ്പെണ്ണ്, നമ്മണ്ടൻ, നട്ടപ്പിരാന്ത്, തരികിട, പുറക്കാടൻ, കഷ്ടകാലൻനായർ, ആചാരവെടി, ഒരു കപ്പ് ചായ, എതിരവൻ കതിരവൻ, കുടുംബംകലക്കി, നിഷ്കളങ്കൻ, മുന്നൂരാൻ, ആനമയിലൊട്ടകം, തുഞ്ചാണി, കുട്ടൻസ്, പൊങ്ങുംമ്മൂടൻ, നിഷേധി, ദൃഷ്ടിദോഷം, അദ്വൈതം അപ്പൂപ്പൻ, പലചരക്കുകട, ചായക്കട, വെള്ളത്തിലാശാൻ, ചാത്തുണ്ണിസുവിശേഷം... ഇങ്ങനെ ബ്ലോഗുകളുടെ പേരിന്റെ ആകർഷണത്തിലൂടെ പോസ്റ്റുകളെ അവതരിപ്പിക്കുകയാണ് ഇവരുടെ ലക്ഷ്യം.

നാമങ്ങളുടെ സ്വീകരണത്തിലും എഴുത്തിലും ആദ്യകാലബ്ലോഗർമാരുടെ സ്വാധീനം പിന്നാലെ വന്നവരെ കാര്യമായി സ്വാധീനിക്കുകയുണ്ടായി. ആദ്യകാലബ്ലോഗെഴുത്തിന് മാതൃകകളായി പരിഗണിക്കപ്പെട്ടിരുന്ന കൊടകരപുരാണം, ബെർളിത്തരങ്ങൾ, പെരിങ്ങോടൻ, ഒപ്പരം, ലാപുട, വിഢിവായത്തം, നിരക്ഷരൻ, ഏറനാടൻചരിതം, പരാജിതൻ

തുടങ്ങിയ ബ്ലോഗുകൾ കൗതുകം ജനിപ്പിക്കുന്ന പേരുകളും രസം പിടിപ്പിക്കുന്ന എഴുത്തുകളുമായി ബൂലോഗത്ത് സജീവമായപ്പോൾ അവരുടെ പിന്നാലെ വന്നവരും കുറെയെങ്കിലും അനുകരണത്തിന്റെ വഴിയെപോയി. മലയാളബ്ലോഗുകളുടെ പേരിടിലിൽ ഈ ഹാസ്യപാരമ്പര്യം കുറെക്കാലത്തേക്കെങ്കിലും നിലനിന്നതിന്റെ തെളിവാണ് പേരുകളിലും എഴുത്തുകളിലും വന്ന ഹാസ്യവത്ക്കരണം.

നാമൂസിന്റെ തൗദാരം (thaudharam.blogspot.in) എന്ന ബ്ലോഗുപേരിലെ തൗദാരം എന്നത് 'വെറുതെ വർത്തമാനത്തിനുപയോഗിക്കുന്ന പഴയ മലയാളപദമാണ്. പായാരം, ഇല, നന്മണ്ടൻ, പാദസരം, വട്ടക്കണ്ണട, എരകപ്പുല്ല്, മുഖക്കണ്ണട, കാക്കക്കൂട്, കിളിത്തട്ട്, അത്താണി, തരികിട, നാക്കില, തണൽ, വെടിവട്ടം ഇങ്ങനെ ബ്ലോഗുപേരുകളിലുള്ള ശുദ്ധമായ മലയാളനാമങ്ങളുടെ തെരഞ്ഞെടുപ്പ് തികച്ചും ആംഗലേയമായ ഒരു മാധ്യമത്തെ മലയാള പശ്ചാത്തലത്തിൽ ചുവടുറപ്പിക്കുന്നതിന് ഇടവരുത്തി. ശുദ്ധമായ മലയാളപദങ്ങളെ ബ്ലോഗുപേരുകളായും തത്ഭവങ്ങളായ പദങ്ങളെ മാധ്യമനാമങ്ങളായും (ബൂലോഗം, ബ്ലോഗന, ബ്ലോഗർമാർ, ബ്ലുക്ക്) സൃഷ്ടിച്ച് ബ്ലോഗുകൾ മലയാളത്തിന്റെ തനിമയും സവിശേഷതകളും നവമാധ്യമലോകത്ത് അവതരിപ്പിച്ചു.

മലയാളബ്ലോഗുകളിൽ വ്യക്തിപരമായ പേരുകൾ പൊതുവേ നിരുത്സാഹപ്പെടുത്തുകയായിരുന്നു ആദ്യകാലപതിവ്. സ്വന്തം പേര് ബ്ലോഗിന്റെ പ്രചാരത്തെ ബാധിക്കുമെന്നതിനാൽ മൗലികതയും നൂതനത്വവും പേരുകളിൽ കൊണ്ടുവരാൻ ആദ്യകാലബ്ലോഗർമാർ ശ്രദ്ധിച്ചിരുന്നു. വിശാലമനസ്കൻ, പരാജിതൻ, പെരിങ്ങോടൻ, കാന്താരിക്കുട്ടി, നിരക്ഷരൻ, അഗ്രജൻ, എതിരൻ, കുറുമാൻ, വക്കാരിമഷ്ടാ, നിഷ്കളങ്കൻ, തമനു, മലബാറി, ഏറനാടൻ, നമത് ഇങ്ങനെ കൗതുകം ജനിപ്പിക്കുന്ന പേരുകളിലാണ് പൊതുവെ ബ്ലോഗർമാർ അറിയപ്പെടുന്നത്. ബ്ലോഗ് വിലാസമെന്നത് നല്കേണ്ടതിനാൽ അവിടെ ഇന്റർനെറ്റ് അഡ്രസാണ് നല്കുക. പേരുകൊണ്ട് മറഞ്ഞിരിക്കാൻ സഹായിക്കുന്ന ബ്ലോഗുകളിലെ മാധ്യമാന്തരീക്ഷം പ്രയോജനപ്പെടുത്തി നർമ്മത്തിന്റെ ലേബലൊട്ടിച്ച് രസഗുളകൾ തങ്ങളുടെ ബ്ലോഗുകളിൽ അവർ നിറയ്ക്കുന്നു. ആത്മാംശമുള്ള മണ്ടത്തരങ്ങളോ സംഭവങ്ങളോ കുറിപ്പുകളോ ഭയപ്പാടുകളില്ലാതെ പ്രസിദ്ധീകരിക്കാനാവുന്നു. ഓരോ ദിവസവും നൂറുകണക്കിന് പോസ്റ്റുകൾ ബ്ലോഗുകളിൽ പ്രത്യക്ഷപ്പെട്ടുകൊണ്ടിരിക്കുന്നു.

ബ്ലോഗുകളിലെ വൈവിധ്യം

സാഹിത്യസൃഷ്ടികളിലെ വൈവിധ്യമാണ് മലയാളബ്ലോഗുകളെ ആകർഷകമാക്കുന്നത്. ഏതെങ്കിലും പ്രത്യേക വിഭാഗത്തിൽപെടുത്താനാവാത്തവിധം അവ വൈവിധ്യം നിറഞ്ഞവയാണ്. കഥകളും കവിതകളും കാർട്ടൂണുകളും ആത്മകഥകളും യാത്രാവിവരണങ്ങളും കുടുംബ

വിശേഷങ്ങളും സ്വകാര്യഡയറിക്കുറിപ്പുകളും രാഷ്ട്രീയനിരീക്ഷണങ്ങളും സൊറപറച്ചിലുകളും ചിത്രങ്ങളും സിനിമാവർത്തമാനവും പാചകക്കുറിപ്പുകളും... ഇങ്ങനെ ബ്ലോഗുകളുടെ പേരുനോക്കി സാമാന്യമായ സ്വഭാവം നിരീക്ഷിച്ചെടുക്കാം.

മൈക്രോസോഫ്റ്റിന്റെ കീഴിലുള്ള 'ഭാഷ ഇന്ത്യ' ഏർപ്പെടുത്തിയ, 2006ലെ ഏറ്റവും നല്ല ബ്ലോഗർ അവാർഡ് ലഭിച്ചത് വിശാലമനസ്കനായിരുന്നു. സജീവ് എടത്താടൻ എന്ന വിശാലമനസ്കൻ തന്റെ ഗ്രാമത്തിന്റെ പുരാണങ്ങളാണ് 'കൊടകരപുരാണം' എന്ന ബ്ലോഗിൽ പ്രസിദ്ധീകരിക്കുന്നത്.

സൂരജ് രാജന്റെ 'മെഡിസിൻ@ബൂലോഗം' മെഡിക്കൽരംഗത്തെ ഈടുറ്റ ലേഖനങ്ങൾ വായിക്കാൻ തരുന്ന മികച്ച ബ്ലോഗുകളിൽ ഒന്നാണ്.

'മലയാളവാർത്ത' മലയാളം ടെലിവിഷൻ വാർത്താവലോകന ബ്ലോഗാണ്. 'വർക്കേഴ്സ് ഫോറം' എന്ന ബ്ലോഗ് ഇടതുരാഷ്ട്രീയസംഘടനയുടേതാണ്. 'എന്റെ ഇഷ്ടഗാനങ്ങൾ' എന്ന ബ്ലോഗിൽ ക്യാമ്പസ് പാട്ടുകൾ, നാടൻ പാട്ടുകൾ, ക്രിസ്തീയഗീതങ്ങൾ ഇങ്ങനെ ഇഷ്ടപ്പെട്ട ഗാനവിഭാഗങ്ങളിൽ ഏതും നമുക്കാസ്വദിക്കാം.

'ഫോട്ടോടൈംസ്', 'സ്മൃതിജാലകം', 'മിഴിച്ചെപ്പ്', 'ചിത്രപ്പെട്ടി', 'നിശ്ചലം', 'ഫോട്ടോസ്', 'നമസ്കാരം' എന്നിവ മികച്ച ഫോട്ടോ ബ്ലോഗുകളാണ്. ഹരി എൻ. ബ്ലോഗറായ 'കളിയരങ്ങ്', അംബുജാക്ഷൻ നായരുടെ 'ഇളകിയാട്ടം', മോഹൻ ദാസ് കെ.പിയുടെ 'കഥകളി യോഗം' തുടങ്ങി നിരവധി ബ്ലോഗുകൾ കഥകളിയേയും അതിന്റെ ശാസ്ത്രീയവശങ്ങളെയും ചരിത്രത്തെയുംപറ്റി അറിവുതരുന്നവയാണ്. മലയാളസാഹിത്യചിന്തകൾ പങ്കുവയ്ക്കുന്ന ബ്ലോഗാണ് 'വായനാമുറി' 'പുസ്തകപരിചയം' എന്നിവ. 'അൻവരികൾ' ബ്ലോഗുകളെപ്പറ്റി വിചിന്തനങ്ങളും വിശകലനങ്ങളും നല്കുന്നു.

വർഷിണി വിനോദിനിയുടെ 'ഇച്ചിരികുട്ടിത്തരങ്ങൾ', ഉഷശ്രീയുടെ 'കഥപ്പെട്ടി', 'കിലുക്കാംപെട്ടി', 'പുരാണപെട്ടി' എന്നിവ കുട്ടികൾക്കായുള്ള അനവധി കഥകൾ പറയുന്നു. നായകളെപ്പറ്റിയും നായ് വളർത്തലിനെപ്പറ്റിയും അറിയാൻ ദീപക്‌രാജിന്റെ 'പട്ടികൾ' എന്ന ബ്ലോഗുണ്ട്.

'തിരുവനന്തപുരം ക്രോണിക്കിൾ' തിരുവനന്തപുരത്തിന്റെ ദേശക്കുറിപ്പുകളാണ്. 'പുസ്തകവിചാരം' വളരുന്ന പുസ്തകലോകത്തെ പരിചയപ്പെടുത്തുന്നു. സിനിമാ താരങ്ങളുടെ ബ്ലോഗുകളിൽ ഏറ്റവും ജനപ്രീതിയുള്ള ബ്ലോഗാണ് മോഹൻലാലിന്റെ 'ദ കംപ്ലീറ്റ് ആക്ടർ'.

ബിസിനസ്സ് വാർത്തകളുടേതാണ് 'ബിസിനസ് ലോകം.' തിരുവനന്തപുരത്തുനിന്നുള്ള ചന്ദ്രശേഖരൻനായരുടെ 'കർഷകമലയാളം', 'എന്റെ ഗ്രാമം', 'കേരളഫാർമർ ഓൺലൈൻ', 'കാർഷികം' എന്നിവ കർഷകവൃത്തിയുടെ പാഠങ്ങളെ പറഞ്ഞുതരുന്നവയാണ്. സർക്കാർ

സംബന്ധമായ വിഷയങ്ങളെപ്പറ്റി അറിയാൻ ചന്ദ്രകുമാറിന്റെ 'സർക്കാർ കാര്യം' എന്ന ബ്ലോഗു നിരീക്ഷിക്കുക.

ശാസ്ത്രലോകത്തിന്റെ കൗതുകങ്ങൾ പങ്കുവയ്ക്കുന്ന 'ശാസ്ത്ര കൗതുകവും' 'ശാസ്ത്രവർഷവും' തുടങ്ങി ശാസ്ത്രസാങ്കേതിക വിജ്ഞാനം പകരുന്ന ബ്ലോഗുകളും മലയാള ബ്ലോഗുലോകത്തിലുണ്ട്. ഇടിവാൾ, കുറുമാന്റെ കഥകൾ, വാഴക്കോടന്റെ പോഴത്തരങ്ങൾ, ഫായസം, പൊങ്ങുംമൂടൻ, കായംകുളം സൂപ്പർഫാസ്റ്റ് എന്നിവ നർമ്മബ്ലോഗുകൾക്ക് ചില ഉദാഹരണങ്ങളാണ്.

നസ്രാണി, മാർഗ്ഗം, ദൈവികം, എന്റെ ആത്മീയചിന്തകൾ എന്നിവ ആദ്ധ്യാത്മികതയുടെ മൊഴിമുത്തുകളാണ്. 'സന്നിധാനം' അയ്യപ്പഗീതങ്ങൾ കേൾക്കാനുള്ള ഓഡിയോ ബ്ലോഗാണ്.

'വള്ളിക്കുന്ന് ഡോട്ട് കോം' സമകാലികവാർത്താ അവലോകനവും ചാനൽ ചർച്ചകളും അവതരിപ്പിക്കുന്ന മികച്ച ബ്ലോഗുകളിലൊന്നാണ്.

വഴക്കുപക്ഷി, ഇഷ്ടപ്രിയയുടെ പാചകം, അത്തിക്കുർശി, പ്രമാദം, അല്ല പിന്നെ, ഉറുമ്പിൻകൂട്, ബഷീറിയൻ നുറുങ്ങുകൾ, പ്രവാസി, മധുരം മലയാളം, മോളിബുഡ് ജാലകം, ഹരിന്ദ്രം, മുറിവുകൾ, ചായക്കട, അപാരത യിലെ ഒരിലകൾ, എന്നാടൻ ചരിതങ്ങൾ, കീചക പുരാണം, പ്രിയംവദ, കണ്ണനുണ്ണിമാർ, പനച്ചി, ബിജി എൻ.ന്റെ ലോകം, വിഢിവായത്തം, നാമതു വാഴ്വുംകാലം, കൊച്ചുത്രേസ്യായുടെ ലോകം, മുഖകണ്ണട, മണലെഴുത്ത്, ഉപഭോക്താവ്, വെള്ളെഴുത്ത്, കുറുപ്പിന്റെ ഓർമ്മക്കുറിപ്പുകൾ, ചിന്താ ക്രാന്തൻ, എന്റെ കൊച്ചുമലയാളം കഥകൾ, കൂട്ടുകാരൻ, നചികേതസ്സ്, നിഹാരബിന്ദുക്കൾ, കൈപ്പള്ളി, അപ്പൂന്റെ ലോകം, വർഷതീരം, ഇങ്ങനെ വായനക്കാരെ ചിരിപ്പിക്കുകയും ചിന്തിപ്പിക്കുകയും ചെയ്യുന്ന നിരവധി ബ്ലോഗുകൾ അനേകം പോസ്റ്റുകളിലൂടെ തങ്ങളുടെ സജീവത അറിയി ക്കുന്നുണ്ട്. ഇവയുടെ വൈവിധ്യമാണ് ഏറ്റവും ശ്രദ്ധിക്കപ്പെടുക.

മലയാളസാഹിത്യവുമായി ബന്ധപ്പെട്ട നിരവധി ബ്ലോഗുകൾ ഇപ്പോൾ സജീവമാണ്. കഥയും കവിതയും സിനിമ അവലോകനവും ആത്മകഥാ ഖ്യാനവും യാത്രാവിവരണവും നോവലും വാർത്താക്കുറിപ്പുമാണ് ഏറ്റവുമധികം പോസ്റ്റ് ചെയ്യപ്പെടുന്നത്. നോവൽ പ്രസിദ്ധീകരണത്തിൽ ബ്ലോഗുകൾ അല്പം പിന്നിലെങ്കിലും ഇരുപതോളം നോവലുകൾ ഇതു വരെ പ്രസിദ്ധീകരിച്ചുകഴിഞ്ഞു. പാലക്കാട്ടേട്ടന്റെ രണ്ടു നോവലുകൾ, അരുൺ ആർഷയുടെ നാലു നോവലുകൾ, വിനുവേട്ടന്റെ മൂന്ന് നോവൽ തർജ്ജമകൾ, തൊമ്മൻ, സിമിനസ്രത്ത്, അരുൺ കായാകുളം, മുരളി നായർ എന്നിവരുടെയടക്കം നോവലുകൾ ബ്ലോഗുകളിൽ സാന്നിധ്യമറി യിച്ചുകഴിഞ്ഞു.

കവിത ബ്ലോഗുകളുടെ നീണ്ടനിരതന്നെ കാണുവാൻ കഴിയും. ഒപ്പരം, വെള്ളിനക്ഷത്രം, സമകാലിക കവിത, ഉറുമ്പിൻകൂട്, ഈക്കവിത, ലാപുട,

സഹയാത്രികർ, സമീപകവിത, സമീരം, കണ്ണാടി എന്റെ തോന്ന്യക്ഷരങ്ങൾ, സ്വർണ്ണലിപി, കാവ്യചെപ്പ്, ഇതൾ, ഹരിതകം, നാക്കില, പ്രമാദം, കവിതക്കൊടി, വെളിപാടുകൾ, മുറിവുകൾ, കണ്ണാടി കാണുമ്പോൾ, രാത്രി മഴ, ശ്രുതിലയം, സന്തോഷ് പല്ലശ്ശന, അപാരതയിലെ ഒരില, ഇല, നവാഗതൻ, എഴുത്തുകൊട്ടക, എരകപ്പുല്ല്, അടയാളം ഇങ്ങനെ നിരവധി കവിതാബ്ലോഗുകൾ കവിതയുടെ പുത്തൻവസന്തം വിരിയിക്കുന്നു.

കഥാബ്ലോഗുകളിൽ കൂടുതലും മിനിക്കഥകളും ചെറുകഥകളുമാണ് പോസ്റ്റ് ചെയ്യപ്പെടുന്നത്. നിശാശലഭങ്ങൾ, ഹരിന്ദ്രം, വേറിട്ട വീഥിയിൽ, കഥയോരത്ത്, പുകയുന്ന കഥകൾ, മാലപ്പടക്കം, നിശാശലഭങ്ങൾ, ലസി, നെല്ലിക്ക, നിഹാരബിന്ദുക്കൾ, സാഹിത്യസദസ്, അയിലാശ്ശേരിക്കാർ, എച്ച്മുവോട്ഉലകം, ഉൾപ്രേരകങ്ങൾ, ഏപ്രിൽലില്ലി, വെള്ളനാടൻഡയറി, വില്ലേജ്മാൻ, വൈഖരി, താളുകൾ, ചിത്രശലഭം, എന്റെവീതം, വരിയുംവരയും, നീഹാരം, കഥകൾ, മഴനിലാവ്, ഇരിങ്ങാട്ടിരി ഗ്രോപ്സ്, എന്ന്സ്വന്തം, പവിഴമഴ, വിശ്വമാനവികം എന്നിങ്ങനെ നിരവധി കഥാബ്ലോഗുകൾ മൗസിന്റെ വിരൽക്ലിക്കുകൾക്കായി കാത്തുകിടക്കുന്നു.

ബ്ലോഗിംഗും മലയാളിയും

ബ്ലോഗുകളുടെ ഉദയം മലയാളസമൂഹത്തിൽ ഒരു നവസാമൂഹികതയുടെ സൃഷ്ടിക്ക് കാരണമായി മാറി. (പെരിങ്ങോടൻ, 2007:5) മലയാളിയും ബ്ലോഗും തമ്മിലുള്ള ഒത്തുചേരലിന്റെ ഫലമായി രൂപമെടുത്താണ് ഈ നവസമൂഹം. മലയാളത്തിലെ മാധ്യമലോകത്തിന്റെ വിനിമയവ്യവഹാരങ്ങളിലേക്കു പുതിയ പദങ്ങളെയും ബന്ധങ്ങളെയും ഇടപെടലുകളെയും പ്രദാനം ചെയ്യുവാൻ ഈ സംഗമത്തിനു സാധിച്ചു.

വായനയുടെയും എഴുത്തിന്റെയും പരമ്പരാഗത ശീലങ്ങൾ ഇവിടെ മാറിമറിയുകയാണ്. മലയാളിയുടെ നവീനത തേടിയുള്ള പുറപ്പാടാണ് ഈ പുതിയ ലോകത്തിന്റെ സഹയാത്രക്കാരനായി അവനെ/അവളെ രൂപാന്തരപ്പെടുത്തിയത്. മലയാള ബ്ലോഗിംഗ് പ്രസ്ഥാനം ഇന്ന് ഏറെ കരുത്താർജിച്ചു കഴിഞ്ഞിരിക്കുന്നു. ബ്ലോഗിംഗ് മലയാളിയെ സംബന്ധിച്ച് എന്താണ്? സ്വകാര്യഡയറിയാണോ? ആശയപ്രകാശനത്തിനുള്ള ഉപാധിയാണോ? ചൂടൻ വാർത്തകൾ ആരെയും ഭയക്കാതെ ലോകത്തെ അറിയിക്കാനുള്ള മാധ്യമമാണോ? നവസാമൂഹികതയെ രൂപപ്പെടുത്തുന്ന സൈബർ പശ്ചാത്തലമാണോ? എല്ലാ മേഖലകളും സംഗമിക്കുന്ന മലയാളിയുടെ പൊതുഇടമാണ് ബ്ലോഗുകൾ. ആഗോളതലത്തിൽ വിനിമയം നടത്താൻ മലയാളിക്കും മലയാളഭാഷയ്ക്കും ലഭ്യമായ സൈബറിടമാണിത്.

'ബിലാത്തിപട്ടണ'മെന്ന ബ്ലോഗിൽ ബ്ലോഗർ രേഖപ്പെടുത്തിയിരിക്കുന്ന അനുഭവക്കുറിപ്പ് ഇപ്രകാരമാണ്.

"ഒരുപക്ഷേ, ഈ ബൂലോഗമൊന്നും ഈ ഭൂലോകത്തിൽ പൊട്ടിമുളച്ചില്ലെങ്കിൽ ഈ ബിലാത്തിപട്ടണമെന്ന ലണ്ടനിലെ ഒരു കൊച്ചുസർക്കിളിൽ

ഒതുങ്ങിപ്പോകേണ്ട ഒരുവനായിരുന്നു ഞാൻ... അന്തർദ്ദേശീയമായി അടിവച്ചടിവച്ച് മാധ്യമരംഗം കീഴടക്കിക്കൊണ്ടിരിക്കുന്ന ആഗോളബ്ലോഗ രംഗത്ത് ഒരു കുഞ്ഞ് തട്ടകം എനിക്കുമുണ്ടല്ലോ എന്നത് ഒരു പത്രാസ് അല്ലേ" (മുരളി മുകുന്ദൻ, 2013:1).

സാഹിത്യം, വിജ്ഞാനം, ആത്മാവിഷ്കാരം തുടങ്ങിയവ സംബന്ധിച്ച് പത്രമാസികാദികൾ, പുസ്തകപ്രസിദ്ധീകരണം എന്നീ സ്ഥാപനങ്ങൾ വഴി രൂപപ്പെട്ട മൂല്യ-കമ്പോളവ്യവസ്ഥകളെ വ്യക്തിപരതയുടെ - വ്യക്തിസ്വാതന്ത്ര്യത്തിന്റെ - തന്നെ ആഘോഷംകൊണ്ട് അവഗണിച്ച് വേറൊരു പ്രകാശനവേദിയുണ്ടാക്കാനുള്ള, വിജയിച്ചുകൊണ്ടിരിക്കുന്ന പ്രവർത്തനമാണ് ബ്ലോഗിംഗ് (രാജഗോപാലൻ, ഇ.പി, 2008:38). ബ്ലോഗിംഗിനെ കത്തെഴുത്തിനോടാണ് സാമ്യപ്പെടുത്തുക; ഒരു താളിൽ എഴുതുക, തുടർന്ന് അതിനെ ലോകത്തിന്റെ മുമ്പിൽ തുറന്നുവയ്ക്കുക. ബ്ലോഗിംഗിന്റെ ഉല്പന്നം നിമിഷംകൊണ്ട് അനേകരുടെ മുമ്പിലെത്തുന്നുവെന്ന മാന്ത്രികതയുടെ സ്പർശം അവിടെ നിറയുന്നു. ആരും ആരെയും നിയന്ത്രിക്കുന്നില്ല എന്നതാണ് ബ്ലോഗിംഗിന്റെ സവിശേഷത. നിയന്ത്രണങ്ങൾക്കപ്പുറം ബന്ധങ്ങളുടെ പുതിയ തലങ്ങളിലേക്കാണ് ഓരോ സൃഷ്ടിയും പോസ്റ്റ് ചെയ്യപ്പെടുന്നത്.

പൊതുവിടങ്ങളുടെ നഷ്ടം

നഷ്ടമായ പൊതുവിടങ്ങളെ സൈബർലോകത്ത് ബ്ലോഗുകളിലൂടെ കണ്ടെത്തുകയാണ് മലയാളത്തിന്റെ പുതുതലമുറ. മലയാളബ്ലോഗിംഗിന്റെ പ്രത്യേകത അത് സ്ഥലബദ്ധമല്ലായെന്നതാണ്. ലോകത്തെവിടെയെല്ലാം മലയാളികളുണ്ടോ അവിടെയെല്ലാം ബ്ലോഗർമാരും ബ്ലോഗിംഗുമുണ്ട്. ലോകത്തിന്റെ പലകോണുകളിലിരിക്കുന്നവർ ഇപ്പോൾ ബ്ലോഗുസാഹിത്യത്തിന്റെ വക്താക്കളാണ്. എന്താണ് അവരെ പരസ്പരം കൂട്ടിച്ചേർക്കുന്ന കണ്ണി എന്ന് ആലോചിച്ചാൽ ഉത്തരം ഒന്നുമാത്രം; മലയാളമെന്ന മാതൃഭാഷ. അമേരിക്കയിലും ഗൾഫ് നാടുകളിലുമുള്ള പ്രവാസികൾ മാത്രമല്ല കേരളത്തിലെ പത്രപ്രവർത്തകരും ഗവേഷകരും കർഷകരും വിദ്യാർത്ഥികളുമെല്ലാം എഴുത്തിന്റെ സമാന്തരലോകം ബ്ലോഗിംഗിലൂടെ സൃഷ്ടിച്ചെടുത്തിരിക്കുന്നവരാണ്. മലയാളിക്ക് പരിചിതമായ ഈലോകം അദൃശ്യമായ കണ്ണികളാൽ ബന്ധിതമായതാണ്. ദൈനംദിനം സംഭവിക്കുന്ന ബ്ലോഗിംഗിലൂടെ ഈ കണ്ണി കൂട്ടിച്ചേർക്കപ്പെടുകയും ദൃഢതരമാവുകയും ചെയ്യുന്നു. മലയാളം പോലെയുള്ള ചെറിയ ജനസമൂഹത്തിന്റെ ഭാഷയിൽ ബ്ലോഗിംഗ് നടത്തുന്നതിന്റെ പ്രധാനനേട്ടം സാഹിത്യത്തിലുപരി ലോകത്തിന്റെ പലഭാഗങ്ങളിലേക്ക് ചേക്കേറിയ മലയാളികളെ ഭാഷയുടെ നൂലിലൂടെ ബന്ധിപ്പിച്ചുനിർത്താം എന്നതാണ് (ആദർശ്, 2007 b:22).

ആൽത്തറ (aaltharablogs.blogspot.in) എന്ന ബ്ലോഗിന്റെ ആമുഖത്തിൽ കൊടുത്തിരിക്കുന്ന കുറിപ്പ് ഇപ്രകാരമാണ്. "ലോകത്തിന്റെ

ഏതെല്ലാമോ കോണിൽനിന്നും സ്നേഹത്തിന്റെയും സൗഹാർദ്ദത്തിന്റെയും ഒരു പിൻവിളി ഉയരുന്ന ആൽത്തറ. സമൂഹത്തിന്റെ ഒരു പരിച്ഛേദംതന്നെ ഇവിടെ ഒത്തുചേരുന്നു. എല്ലാവരെയും കൂട്ടിയിണക്കുന്നത് ഒന്നുമാത്രം - മലയാളം."

ലോകത്തിന്റെ വിവിധ ദേശങ്ങളിലേക്കു കുടിയേറി ആ ദേശത്തിന്റെ സാംസ്കാരിക പശ്ചാത്തലങ്ങളിൽ ജീവിക്കുന്ന മലയാളിയെ കേരളീയ സ്വത്വത്തിന്റെ അതിരുകൾക്കുള്ളിലേക്കു ചേർത്തുനിർത്തുന്നതിൽ ബ്ലോഗുകൾ വലിയ പങ്കുവഹിക്കുന്നു. ബ്ലോഗിന്റെ മാധ്യമ പശ്ചാത്തലത്തിൽ നടത്തപ്പെടുന്ന ഭാഷാചർച്ചകളിലും സാഹിത്യഅവതരണങ്ങളിലും ആവിഷ്കരിക്കപ്പെടുന്നത് ദേശത്തിന്റെ അതിർത്തികൾ മായിച്ചുകൊണ്ടുള്ള സാംസ്കാരികതയാണ്. രാജ്യത്തിന്റെ വ്യവസ്ഥാപിത അതിർത്തികൾ അപ്രസക്തമാവുകയും പ്രത്യേക താല്പര്യങ്ങളും ലക്ഷ്യങ്ങളുമുള്ള പുതിയ സമൂഹങ്ങൾ ബ്ലോഗിംഗിലൂടെ രൂപപ്പെടുകയും ചെയ്യുന്നുണ്ട്. ഈ സമൂഹങ്ങളെ രൂപപ്പെടുത്തുന്ന പ്രഥമവും പ്രധാനവുമായ മാനദണ്ഡം ഭാഷയെന്ന അദൃശ്യമായ കണ്ണിയാണ്. മലയാളമെന്ന ഒറ്റക്കണ്ണിയിൽ ബ്ലോഗുലോകത്ത് വലിയ ഭാഷാസമൂഹം രൂപപ്പെടുന്നു. ഈ വലിയ സമൂഹത്തിനുള്ളിൽ രൂപപ്പെടുന്ന ചെറുബ്ലോഗുസമൂഹങ്ങൾ മലയാളഭാഷയുടെ വളർച്ചയ്ക്കും പുരോഗതിക്കും സംഭാവനകൾ നല്കിക്കൊണ്ടിരിക്കുന്നു.

ചർച്ചാവേദികളായും സാഹിത്യസദസ്സുകളായും സൗഹൃദകൂട്ടായ്മകളായും ഒന്നിച്ചുചേർക്കപ്പെടുന്ന ഈ സമൂഹങ്ങൾ സൈബർലോകത്തേക്കു പ്രവേശിച്ച മലയാളഭാഷയുടെ വളർച്ചയ്ക്ക് നിസ്തുലമായ സംഭാവനകൾ നല്കിക്കൊണ്ടിരിക്കുന്നു.

ആഗോളവത്ക്കരണവും സാങ്കേതികവിദ്യാഭ്യാസസമൂഹവും

ഇരുപതാം നൂറ്റാണ്ടിന്റെ അവസാനദശകങ്ങളിലെ സാമൂഹികമാറ്റം ആഗോളീകരണത്തിന്റെ പ്രേരകസ്വാധീനമായി കടന്നുവന്നതായിരുന്നു. വിപ്ലവകരമായ വേഗത്തോടെ ആഗോളീകരണം സമസ്തമേഖലകളിലും കടന്നുചെന്നു. അതിന്റെ ഫലമായി ലോകത്തിലെ മിക്ക സമൂഹങ്ങളും ആധുനികമെന്നു വിശേഷിപ്പിക്കാവുന്ന അവസ്ഥകളെ ജീവിതത്തിലേക്കു കൊണ്ടുവന്നു. മലയാളിസമൂഹമാകട്ടെ ഈ ഗതിവേഗങ്ങൾക്ക് ഒപ്പമോ അതിന്റെ മുൻപിലോ ആയി മാറ്റങ്ങൾക്കു വിധേയമായി. ഏറ്റവും അധികം പുരോഗതി നടന്നത് ഇലക്ട്രോണിക് മാധ്യമരംഗത്താണ്. ഇലക്ട്രോണിക് മാധ്യമരംഗവും അതിന്റെ ഭൗതിക ചുറ്റുപാടുകളും സ്വപ്നതുല്യമായ അവസ്ഥയിൽ മലയാളിസമൂഹത്തെ ആകർഷിച്ചു (പോൾ, 2008:173). ഇലക്ട്രോണിക് മാധ്യമങ്ങളുടെ ഉപയോഗത്തിൽ മാത്രമല്ല അവയുടെ പഠനപരമായ രംഗങ്ങളിലും ഒരു കുതിച്ചുകയറ്റമുണ്ടായി. ഈ സാമൂഹികമാറ്റമാണ് വിവരസാങ്കേതികരംഗത്ത് പ്രത്യേകിച്ച് ഇലക്ട്രോണിക് മാധ്യമരംഗത്ത് ഒരു സമൂഹത്തെ സൃഷ്ടിക്കുവാൻ ഇടവന്നത്.

ഇലക്ട്രോണിക് മാധ്യമങ്ങളുടെ പ്രസരം സൃഷ്ടിച്ച യാഥാർത്ഥ്യവും അത് രൂപപ്പെടുത്തിയ ഭൗതിക ചുറ്റുപാടുകളും ഏറെ സ്വാധീനിച്ചത് സാങ്കേതിക പ്രൊഫഷണൽ വിദ്യാഭ്യാസം നേടിയ പുതിയ തലമുറയെയായിരുന്നു. കേരളത്തിനുള്ളിൽതന്നെ മറ്റൊരു കേരളീയസമൂഹം രൂപപ്പെട്ടുവന്നു. ഇത് കേരളത്തിനുപുറത്ത് അടുത്തകാലത്ത് രൂപപ്പെട്ട ആധുനിക മലയാളിസമൂഹത്തോട് പലതരത്തിലും സാമ്യമുള്ളതായിരുന്നു (പോൾ, 2008:174). തികച്ചും കേരളീയശൈലികളോടും മലയാളഭാഷയോടുംതന്നെയും അകൽച്ച ഉള്ളതായിരുന്നു അവരുടെ വിദ്യാഭ്യാസ രീതികൾ. ഇതിന് വഴിതെളിച്ചത് സാങ്കേതിക പ്രൊഫഷണൽ രംഗത്തുള്ള ഇംഗ്ലീഷിന്റെ കടന്നുകയറ്റമായിരുന്നു. മലയാളഭാഷയിൽ സാങ്കേതിക വിദ്യാഭ്യാസം നല്കുന്നതിൽ നാം തീർത്തും പരാജയപ്പെട്ടു. ശാസ്ത്രപഠന രംഗങ്ങളിൽ മലയാളഭാഷയിലുള്ള ഗ്രന്ഥങ്ങളുടെ അപര്യാപ്തത, സാങ്കേതിക പദങ്ങളുടെ തർജ്ജമയിൽ വന്ന വികലതകൾ, ഭാഷാപ്രയോഗത്തിൽ തന്നെയും വന്ന ഇകഴ്ത്തലുകൾ ഇങ്ങനെ നിരവധി കാരണങ്ങൾ അതിന്റെ പിന്നിലുണ്ട്.

ആധുനികഘട്ടത്തിന്റെ ആദ്യദശകങ്ങളിൽ പാശ്ചാത്യസാഹിത്യ പ്രവണതകളാണ് സ്വാധീനിച്ചതെങ്കിൽ ഈ സമൂഹത്തെ ഏറ്റവുമധികം സ്വാധീനിച്ചത് ഇംഗ്ലീഷ് ഭാഷ തന്നെയായിരുന്നു. ഇന്റർനെറ്റ് സാങ്കേതികവിദ്യയുടെ ഉപയോഗം ആദ്യകാലത്ത് പലപ്പോഴും ഭാഷാപരമായ പ്രതിസന്ധി സൃഷ്ടിച്ചിരുന്നു. കമ്പ്യൂട്ടറുകൾ പ്രചാരത്തിൽ വന്നതോടുകൂടി പ്രാദേശിക ഭാഷയുടെ നില അപകടത്തിലാകുമെന്ന് ചിലരെങ്കിലും ധരിച്ചിരുന്നു. മലയാളം പോലുള്ള പ്രാദേശികഭാഷകൾക്ക് ഇത്തരം സാങ്കേതിക പരിസരത്ത് എത്തിപ്പെടുവാൻ കഴിഞ്ഞിരുന്നില്ല. മാത്രമല്ല ഭാഷയുടെ ഭാവിയെപ്പറ്റി ഉത്കണ്ഠപ്പെട്ടിരുന്ന എഴുത്തുകാരും കുറവായിരുന്നില്ല. പല സാങ്കേതികപദങ്ങൾക്കും സമാനപദങ്ങൾ ഉണ്ടാകാതിരുന്നതും അന്യഭാഷാപദങ്ങളുടെ ധാരാളിത്തവും മലയാളത്തിന്റെ തനിമ നഷ്ടപ്പെടാൻ കാരണമാകുന്നുവെന്ന ധാരണ പലരിലുമുണ്ടാക്കി. ഈ മേഖലയിൽ ഉപജീവനം നേടിത്തുടങ്ങിയ പുത്തൻ തലമുറയുടെ പ്രത്യേക ജീവിതശൈലിയും ഒരു കാരണമായിരുന്നു. എന്നാൽ മലയാളം ടൈപ്പ്റൈറ്റിംങിന് ഉപയുക്ത സോഫ്റ്റ്‌വെയറുകളുടെ ആവിർഭാവത്തോടെ മലയാളം അച്ചടിക്ക് അവശ്യഘടകമായി മാറി. ഇതുവഴി പുതിയ മാധ്യമവുമായി മലയാളഭാഷ പരിചയിക്കാനും തുടങ്ങി (വെങ്കിടേശ്വരൻ, 2008:36).

മലയാളം ഇ-മാധ്യമരംഗത്തേക്കു കടന്നുവന്നുവെങ്കിലും ബ്ലോഗ് സൃഷ്ടികളിലൂടെ സജീവമായത് സാങ്കേതികവിദ്യാഭ്യാസം നേടിയ സമൂഹമായിരുന്നു. അവരുടെ ഭാഷാവബോധമാണ് പ്രധാനമായും ബ്ലോഗ് രചനകളിലൂടെ പ്രകാശിതമായത്. അതാകട്ടെ ഇംഗ്ലീഷ് പദസമ്പന്നമായ ഒരു സങ്കരഭാഷയായിരുന്നു. തങ്ങളുടെ തൊഴിലിനോട് ബന്ധപ്പെട്ട ഭാഷാസ്വരൂപം അവർക്കു സ്വന്തമായിരുന്നു. അവരുടെ സാഹിത്യഭാഷയും അതിന്റെ തുടർച്ചയായിരുന്നു.

പ്രവാസിസ്വത്വം - ബ്ലോഗുസൃഷ്ടികളിൽ

മലയാളബ്ലോഗിൽ സൃഷ്ടി നടത്തുന്നവരുടെ എണ്ണമെടുത്താൽ നല്ലൊരു ശതമാനവും പ്രവാസി മലയാളികളാണെന്ന് കണക്കുകൾ സൂചിപ്പിക്കുന്നു. സാങ്കേതികപ്രഫഷണൽ വിദ്യാഭ്യാസം നേടിയവർക്ക് കേരളത്തിൽ തൊഴിൽ ലഭിക്കാതെവന്നപ്പോൾ കൂട്ടത്തോടെ വിവിധ രാജ്യങ്ങളിലേക്കു കുടിയേറി. വിവിധരാജ്യങ്ങളിൽ പ്രവാസികളായി കഴിഞ്ഞവരെ ബന്ധിപ്പിക്കുന്ന ശക്തമായ മാധ്യമമായി ബ്ലോഗ് കടന്നു വന്നു.

ലോകത്തിൽ വിവിധ ഇടങ്ങളിലിരിക്കുന്ന മലയാളികളെ തമ്മിൽ ബന്ധിപ്പിക്കുന്ന ഏതെങ്കിലും കണ്ണി ഉണ്ടെങ്കിൽ അത് അദൃശ്യമായ ഭാഷ യുടെ കണ്ണികൾ തന്നെയായിരിക്കും.

ഒരു ബ്ലോഗറുടെ അനുഭവം പങ്കുവയ്ക്കുന്നതു ശ്രദ്ധിക്കുക:

"എന്റെ കാര്യം തന്നെയെടുത്താൽ ഞാനൊരു പ്രവാസി ആയില്ലായി രുന്നുവെങ്കിൽ ഒരിക്കലും ഈ മേഖലയിലേക്ക് ആകർഷിക്കപ്പെടാനിട യുണ്ടായിരുന്നില്ല. ഈ പ്രവാസി എഫക്ട് തന്നെയാണ് ബ്ലോഗിന്റെ ഈ അദ്ഭുതപൂർവ്വമായ വളർച്ചയ്ക്കു കാരണം. മലയാളം ബ്ലോഗിംഗ് എന്ന ആശയം ഉണ്ടാക്കിയതും മലയാളമെഴുതാനുള്ള സോഫ്റ്റ് വെയറുകളും യൂണികോഡ് ഫോർമാറ്റിലുള്ള മലയാളം ഫോണ്ടുകളും നിർമ്മിച്ചതും പ്രവാസികൾ തന്നെയാണ്. മലയാളം എന്ന് പറഞ്ഞാലും കേരളം എന്ന് പറഞ്ഞാലും ഒരു യഥാർത്ഥ മലയാളിക്ക് അമ്മ, അച്ഛൻ, കുടുംബം എന്നിവ പോലെ അറ്റാച്ചുമെന്റുള്ള സംഗതിയാണല്ലോ. ജീവിക്കാൻവേണ്ടി കേരള ത്തിന് പുറത്തുവന്ന് ജീവിക്കുമ്പോൾ നമ്മുടെ മനസ്സിലുള്ള ചില കാര്യ ങ്ങൾ നമ്മുടെ സ്വന്തം മലയാളത്തിൽ എഴുതാനും സംവദിക്കാനും പറ്റുന്ന ഒരു സാഹചര്യം കിട്ടുക എന്നുവച്ചാൽ ചില്ലറകാര്യമാണോ?" (സജീവ് എടത്താടൻ, 2007 a:16)

മറന്നുവച്ചുപോയ അല്ലെങ്കിൽ പോകേണ്ടിവന്ന നാടിനെ കണ്ടെത്താ നുള്ള ശ്രമം, പ്രവാസി ജീവിതത്തിൽ നഷ്ടമാകുന്ന പരിസരബന്ധം, സാമൂഹികത, കുടുംബബന്ധങ്ങളുടെ നൂലാമാലകൾ അവയുണ്ടാക്കുന്ന ശൂന്യതകൾ ഇവയെല്ലാം ഭൂതകാലത്തിന്റെ ചില സ്മരണകളെ ഖനനം ചെയ്യാൻ പ്രേരിപ്പിക്കുന്നു. അതുകൊണ്ടാകാം തൊഴിൽപരമായ ഇന്നിന്റെ സന്ദിഗ്ധതകൾ, സാംസ്കാരിക അന്യഥാത്വം, പ്രവാസജീവിതത്തിന്റെ ക്ലേശങ്ങൾ ഇങ്ങനെയുള്ള കാര്യങ്ങളെ അവഗണിച്ചുകൊണ്ട് ബാല്യ കൗമാര ജീവിതാനുഭവങ്ങളെ അവതരിപ്പിക്കുന്നതിന് കൂടുതൽ ശ്രദ്ധ കൊടുക്കാൻ ഇടവരുന്നത്.

ഇരുസംസ്കാരങ്ങൾക്കിടയിൽപ്പെട്ട; ജന്മനാ മലയാളിയും തൊഴിൽ കൊണ്ട് വിദേശിയനുമായ ഒരു വ്യക്തിയുടെ, ചുറ്റുപാടുകളിൽ തെളിയുന്ന സാമൂഹികാന്തരീക്ഷം ബ്ലോഗ് രചനകളിൽ കാണാം.

ബ്ലോഗുകൂട്ടായ്മകൾ

മലയാളിയെ സംബന്ധിച്ചിടത്തോളം ബ്ലോഗുകൾക്കുള്ളിലുള്ള ആശയ പ്രകാശനലോകം വളരെ വിശാലമാണ്. ലോകത്തിന്റെ വിവിധ കോണുകളിലിരുന്നുകൊണ്ട് അവർ ആശയസംവേദനത്തിന്റെ ഈ വെർച്വൽലോകത്തേക്ക് നിർബാധം കടന്നുവരുന്നു. അറിവുകളും വിവരങ്ങളും പരസ്പര സൗഹൃദങ്ങളും കൈമാറുന്ന അതിയാഥാർത്ഥ്യത്തിന്റെ തലങ്ങളിൽനിന്ന് പുതിയ ഗ്രൂപ്പുസൗഹാർദ്ദകൂട്ടായ്മകൾ ഉയർന്നുവരുന്നുണ്ട്. ബ്ലോഗുകളുടെ ലോകത്ത് പരസ്പരം കണ്ടുമുട്ടിയവരുടെ കൂട്ടായ്മയായി വളർന്നുവന്ന ഈ ബ്ലോഗുകൂട്ടായ്മകൾ സാഹിത്യലോകത്ത് വളരെയധികം സംഭാവനകൾ നല്കുന്നുണ്ട്.

'പ്രവാസകവിതകൾ' (uaepoets.blogspot.in) എന്ന ബ്ലോഗ് ഗൾഫ് മേഖലയിലുള്ള എഴുത്തുകാരുടെ ബ്ലോഗാണ്. പ്രവാസികളായ മലയാളികളുടെ ധാരാളം കവിതകളും കഥകളും ഈ കൂട്ടായ്മ ഇടത്തിൽ പ്രസിദ്ധീകരിക്കപ്പെടുന്നു.

'ചൊൽകവിതകൾ' (cholkavitha.blogspot.in) എന്ന ഓഡിയോ ബ്ലോഗ് ശബ്ദരൂപത്തിലുള്ള കവിതകൾ സംപ്രേക്ഷണം ചെയ്യുന്നതിനായി പല കവികൾ ചേർന്ന് സൃഷ്ടിച്ചിരിക്കുന്ന കൂട്ടായ്മബ്ലോഗാണ്. 'കാക്കക്കൂട്' - kakkakkoodu.blogspot.in ബൂലോഗത്തിലെ മലയാളി വിദ്യാർത്ഥികൾക്കായുള്ള ഒരു കൂട്ടായ്മയാണ്.

'ബി.സ്റ്റുഡിയോ' (bstudioblog.blogspot.in) റിലീസാകുന്ന ചലച്ചിത്രങ്ങളുടെ വിശകലനങ്ങൾ പ്രസിദ്ധീകരിക്കുന്നതിന് ഒരുപറ്റം യുവാക്കൾ അണിചേർന്നിരിക്കുന്ന ബൂലോഗയിടമാണ്.

മലയാളഐക്യവേദിയുടെ നേതൃത്വത്തിൽ നിർമ്മിച്ചിരിക്കുന്ന 'മലയാളഐക്യവേദി' (malayalaaikyavedi.blogspot.in)എന്ന ബ്ലോഗുസംരംഭത്തിൽ വിദ്യാഭ്യാസം, ഭാഷ, ഗവേഷണം തുടങ്ങിയ വിഷയങ്ങളിൽ ധാരാളം ആളുകളുടെ സൃഷ്ടികൾ പ്രസിദ്ധീകരിക്കുന്നു. 'ബഹറിൻ ബൂലോകം' (baharinboolo-kam.blogspot.in), 'സാഹിത്യസംഗമം' (sahityasamgamam. blogspot.in), 'ബൂലോകകഥ' (boolakakatha. blogspot.in), 'ബൂലോക കവിത' (boolokakavitha. blogspot.in), 'വനിതാലോകം' (vanitha lokam.blogspot.com) എന്നിവ ഇത്തരത്തിൽ ധാരാളമായി സാഹിത്യ സംഭാവനകൾ നല്കുന്ന ബ്ലോഗിലെ സജീവമായ കൂട്ടായ്മകളാണ്.

ബ്ലോഗിൽ പ്രസിദ്ധീകരിക്കപ്പെട്ട രചനകൾ പുസ്തകരൂപത്തിൽ പ്രസിദ്ധീകരിക്കുന്നതിനായി ബ്ലോഗർമാർ ചേർന്ന് രൂപീകരിച്ചിരിക്കുന്ന 'ബുക്ക് റിപ്പബ്ലിക്ക്' എന്ന പുസ്തകപ്രസാധനവിതരണസംരംഭം ബൂലോഗത്തെ ശ്രദ്ധേയമായ കൂട്ടായ്മയാണ്.

ബ്ലോഗോസ്ഫിയറിൽ വളർന്നുവരുന്ന ഗ്രൂപ്പ് സൗഹാർദ്ദങ്ങളെ ഡിയാൻ ജോഡി ഇപ്രകാരം നിരീക്ഷിക്കുന്നു. 'ബ്ലോഗുകളിൽ സ്വഭാവികമായി ചില ഗ്രൂപ്പുകൾ സൃഷ്ടിക്കപ്പെടുന്നുണ്ട്. അവർ ഒരു സംഘമെന്ന

നിലയിൽ പരസ്പരം മനസ്സിലാക്കുകയും പൊതുസ്ഥലങ്ങളിൽ പരസ്പരം ബന്ധങ്ങൾ സ്ഥാപിക്കുകയും ചെയ്തിരുന്നു. ഈ ഗ്രൂപ്പുകൾ ഏതെങ്കിലും ദേശത്തിന്റെയോ, സംസ്കാരത്തിന്റെയോ പ്രത്യേക താത്പര്യത്തിന്റെയോ പേരിൽ സംഘടിപ്പിക്കപ്പെട്ടതായിരുന്നില്ല. ബ്ലോഗ്സ്ഫിയറിന്റെ/ബൂലോഗത്തിന്റെ ഉള്ളിൽ ഒത്തുചേർക്കപ്പെട്ട സമൂഹമായിരുന്നു ഇത് (Dean, 2010:38).

ബൂലോഗത്ത് എല്ലാവർക്കും പങ്കാളിത്തമുണ്ടായിരുന്നു. എന്നാൽ ഇത്തരം ബ്ലോഗുകൂട്ടായ്മകളാകട്ടെ പരസ്പരമുള്ള ബന്ധങ്ങളിൽ ഉരുത്തിരിഞ്ഞ ഗ്രൂപ്പുകളായിരുന്നു. പരസ്പര ആശയവിനിമയങ്ങളിലൂടെയും സംഭാഷണങ്ങളിലൂടെയും രൂപപ്പെട്ടതായിരുന്നു ആ ബന്ധം. ബ്ലോഗെഴുത്തിന് ഉപരിയായി സംഭാഷണപരമായ ബന്ധങ്ങളാൽ ഒന്നുചേർന്ന ഇത്തരം ഗ്രൂപ്പുകളെ ഡിയാൻ ജോഡി വിശേഷിപ്പിക്കുന്നത് കോൺവെർസേഷണൽ യൂണിറ്റി/സംഭാഷണ കൂട്ടായ്മകൾ എന്നാണ് (Dean, 2010:38). ഇത്തരം ഗ്രൂപ്പുകളെ ഒന്നിപ്പിക്കുന്ന ചില പൊതുഘടകങ്ങൾ ഉണ്ടായിരുന്നു. ഭാഷ, സംസ്കാരം, തൊഴിൽ, പ്രാദേശികത എന്നിവ ഇത്തരം ഗ്രൂപ്പു സൗഹാർദ്ദങ്ങൾക്ക് അടിസ്ഥാന കാരണങ്ങളാണ്. മലയാളബ്ലോഗുകളുടെ വളർച്ചയ്ക്കുവേണ്ടി നിരവധി കൂട്ടായ്മകൾ മലയാളബൂലോഗത്ത് ഉദയം ചെയ്തിട്ടുണ്ട്. മലയാളമെന്ന ഭാഷയെയും ബ്ലോഗെന്ന മാധ്യമത്തെയും സംബന്ധിച്ച് ഗൗരവമുള്ള പഠനമേഖലയായി ഇത്തരം ഗ്രൂപ്പുകൾ മാറുന്നു. മലയാളഭാഷയെയും സാഹിത്യത്തെയും വളർത്തുന്ന ഇത്തരം കൂട്ടായ്മകളിലാണ് സൈബർസ്പേയ്സിലെ മലയാളഭാഷയെപ്പറ്റി കൂടുതൽ വിചിന്തനങ്ങൾ നടക്കുന്നത്.

ബൂലോഗമീറ്റുകൾ

മലയാളത്തിൽ ബ്ലോഗെഴുതുന്നവരുടെ പ്രാദേശിക കൂട്ടായ്മകളാണ് ബൂലോഗമീറ്റുകൾ. ബ്ലോഗെഴുത്തുകാർ പോസ്റ്റുകളിലൂടെയും കമന്റുകളിലൂടെയും കണ്ടെത്തിയ തങ്ങളുടെ സൗഹാർദ്ദങ്ങളെ ബ്ലോഗുലോകത്തിന്റെ പുറത്തേക്ക് വളർത്തുകയും അവ പ്രാദേശിക കൂടിച്ചേരലുകളിലേക്ക് നയിക്കുകയും ചെയ്യുന്നു. മലയാളത്തിലെ ബ്ലോഗെഴുത്തുകാരുടെ കൂട്ടായ്മകൾ വിദേശത്തും സ്വദേശത്തുമായി പല തവണ സംഘടിപ്പിക്കപ്പെട്ടിട്ടുണ്ട്. ബ്ലോഗെന്ന മാധ്യമത്തിന്റെ പ്രാധാന്യം, അതിന്റെ വളർച്ച തുടങ്ങിയ വിഷയങ്ങളിൽ ചർച്ചകളും ബ്ലോഗുസൃഷ്ടികളുടെ അവതരണവും പരസ്പരമുള്ള പരിചയപ്പെടലും ഇത്തരം സൗഹാർദ്ദസദസ്സുകളുടെ പ്രധാന ലക്ഷ്യമാണ്. അഞ്ചൽ എന്ന ബ്ലോഗിൽ ബൂലോഗമീറ്റുകളെപ്പറ്റി എഴുതുന്നു.

> “ഐഡികളിലൂടെ മാത്രം തിരിച്ചറിയപ്പെടുന്ന ഒരു സമൂഹം. വ്യക്തികളെ ഐഡികൾ പരിചയപ്പെടുത്തുന്ന സുന്ദര നിമിഷങ്ങൾ. പേരു പറഞ്ഞാൽ മിഴിച്ചു നില്ക്കാനേ കഴിയുള്ളൂ. ഐഡിയില്ലേൽ വ്യക്തിയില്ലാത്ത അവസ്ഥ. നെറ്റിലെ ചങ്ങാത്തത്തിന്റെ മുറിച്ച മുറി തന്നെയാണ് നെറ്റുമീറ്റുകളും.

വ്യക്തി അപരിചിതനും ഐഡി ചിരപരിചിതനും ആകുന്ന ബൂലോഗ മീറ്റ് മുന്നോട്ട് വയ്ക്കുന്നതും ഊഷ്മളമായ സൗഹാർദ്ദത്തിന്റെ മഹനീയഭാവങ്ങളെയാണ്" (പോസ്റ്റു ചെയ്തത്: അഞ്ചൽക്കാരൻ, 20/2/2009).

ബ്ലോഗെഴുതുന്നവർ തമ്മിലുള്ള സൗഹാർദ്ദ സമ്മേളനങ്ങൾ ബ്ലോഗെന്ന മാധ്യമത്തിന്റെ പ്രാധാന്യത്തെയും ശക്തിയെയും കൂടുതൽ പ്രചരിക്കുന്നതിന് ഇടവരുത്തി. യു.എ.ഇ., ദുബായ്, അബുദാബി തുടങ്ങി വിവിധ വിദേശരാജ്യങ്ങളിലും ഇൻഡ്യയിലെ മെട്രോപോളിറ്റൻ സിറ്റികളിലും കേരളത്തിൽ തുഞ്ചൻപറമ്പ് അടക്കമുള്ള സ്ഥലങ്ങളിലും ബ്ലോഗർമാരുടെ പല സമ്മേളനങ്ങൾ നടത്തിയിട്ടുണ്ട്. ഇവയൊക്കെ ബ്ലോഗുസാഹിത്യത്തെയും അതുവഴി മലയാള ഭാഷയെയും വളർത്തുന്നതിൽ പ്രധാന പങ്കു വഹിച്ചിട്ടുണ്ട്.

ബ്ലോഗക്കാദമിയും പ്രചാരണബ്ലോഗുകളും

മലയാളത്തിലെ ബ്ലോഗുകളുടെ പ്രചരണാർത്ഥം ആരംഭിച്ചിരിക്കുന്നതാണ് ബ്ലോഗക്കാദമിയും പ്രചാരണബ്ലോഗുകളും. ബ്ലോഗുകളുടെ ആരംഭകാലത്ത് അവയ്ക്ക് ജനസമൂഹത്തിൽ കൂടുതൽ പ്രചാരം നല്കുന്നതിനും ബ്ലോഗെഴുത്തിന് പരിശീലനം നല്കുന്നതിനുമായിരുന്നു ഇവ ആരംഭിച്ചത്. ബ്ലോഗെഴുത്തിൽ കൃതഹസ്തരായ ബ്ലോഗർമാർ ആരംഭിച്ച ഈ ബ്ലോഗു പഠനസംരംഭം ഇപ്പോഴും ആളുകളുടെ സംശയങ്ങൾ ദുരീകരിക്കുകയും മെച്ചമായ രീതിയിൽ ബ്ലോഗു രൂപപ്പെടുത്തുന്നതിന് സാങ്കേതികപരിജ്ഞാനം നല്കുകയും ചെയ്യുന്നു.

ആദ്യാക്ഷരി - bloghelpline.cyberjalakam.com
ഇന്ദ്രധനുസ്സ് - indradhanus.blogspot.in
ബ്ലോഗുലോകം - bloglokam.blogspot.com
ബ്ലോഗ് സഹായി - blogsahayi.blogspot.com
ബ്ലോഗ് വാരഫലം - blogvaraphalam.blogspot.com
How To Start Malayalam Blog - howtostartmalayalam.blogspot.in

എന്നിവ മലയാളം ബ്ലോഗിംഗിനെക്കുറിച്ച് അറിവു നല്കുന്ന ബ്ലോഗുകളാണ്.

ബ്ലോഗുകളുടെ വളർച്ച ആരംഭിച്ച കാലത്ത് ബ്ലോഗുകളെ പരിചയപ്പെടുത്തുക എന്ന ലക്ഷ്യത്തോടെ നിർമ്മിക്കപ്പെട്ട ബ്ലോഗു പ്രചരണ കൂട്ടായ്മയാണ് കേരളാ ബ്ലോഗ് അക്കാദമി. ഇതിന്റെ നേതൃത്വത്തിൽ കേരള ബ്ലോഗ് അക്കാദമി - keralablogacademy. blogspot.in എന്ന ബ്ലോഗും നിർമ്മിക്കപ്പെട്ടിട്ടുണ്ട്.

ബ്ലോഗിന്റെ ഉദ്ദേശ്യത്തെപ്പറ്റി ഹോം പേജിൽതന്നെ വിവരണം നല്കുന്നു.

"ബ്ലോഗുകൾ ജനകീയ മാധ്യമമാകുന്നതിനുവേണ്ടി ജനങ്ങൾക്ക് സാങ്കേതികവിവരങ്ങൾ ശില്പശാലകളിലൂടെ പറഞ്ഞുകൊടുക്കുക എന്ന താണ് കേരള ബ്ലോഗ് അക്കാദമിയുടെ ലക്ഷ്യം. അത്തരം പ്രചരണ പ്രവർത്തനത്തിനുവേണ്ടി, മുന്നോട്ടുവരുന്ന ബ്ലോഗർമാരുടെ പ്രോത്സാ ഹനത്തിനും അറിവിലേക്കും സൗകര്യത്തിനുംവേണ്ടിയുമുള്ള നോട്ടീസ് ബോർഡ് മാത്രമാണ് ഈ ബ്ലോഗ്. ഇക്കാരണത്താൽ ഇവിടെ അന്യ വിഷയങ്ങളുടെ ചർച്ച പ്രോത്സാഹിപ്പിക്കുന്നില്ല." ബ്ലോഗുകൾ കൂടുതൽ പ്രചാരത്തിലായതോടുകൂടി ബ്ലോഗ് അക്കാദമിയുടെ പ്രവർത്തനം നിർജ്ജീ വാവസ്ഥയിലായി. എങ്കിലും ബ്ലോഗ് എന്ന മാധ്യമത്തിന്റെ പ്രചരണത്തിനു വേണ്ടി പ്രഗത്ഭരായവരുടെ മുന്നേറ്റം എന്ന നിലയിൽ ഇതിനെ വിലമതി ക്കേണ്ടതായിട്ടുണ്ട്. ധാരാളം ആളുകൾക്ക് ബ്ലോഗുകളെപ്പറ്റി സാങ്കേതിക പരിജ്ഞാനം പകർന്നുനല്കുന്നതിൽ ഇത്തരം കൂട്ടായ്മകൾ ഏറെ സഹായിച്ചിട്ടുണ്ട്.

മനുഷ്യാവകാശപ്രവർത്തനങ്ങളും ജീവകാരുണ്യപ്രവർത്തനങ്ങളും ബ്ലോഗുകളുടെ മറ്റൊരു ആവിഷ്കാരമേഖലയാണ്. ഇതിനായി ബൂലോക ത്തിനുള്ളിൽ ആരംഭിച്ചിരിക്കുന്ന കൂട്ടായ്മയാണ് ബൂലോകകാരുണ്യം (boolokakarunyam.blogspot.in). സാമൂഹ്യവിഷയങ്ങളെപ്പറ്റിയുള്ള ചർച്ചാ വേദിയായും ജീവകാരുണ്യപ്രവർത്തനഇടമായും ഈ ബ്ലോഗ് പ്രവർത്തി ക്കുന്നു. ബ്ലോഗർമാർ ചേർന്നു നിർമ്മിച്ച 'പരോൾ' എന്ന ഷോർട്ട് ഫിലിം ബ്ലോഗുകൂട്ടായ്മയുടെ ശ്രദ്ധേയമായ മുന്നേറ്റമാണ്.

ഒമ്പത്

വളർച്ചയും സ്വാധീനവും

ബ്ലോഗുകളുടെ വളർച്ച പ്രാദേശിക ഭാഷയിൽ

21-ാം നൂറ്റാണ്ടിന്റെ ആരംഭത്തിൽ ബ്ലോഗുകൾ കടന്നു വന്നപ്പോൾ അവതരിപ്പിച്ച പുതുമ മലയാളമെന്നതുപോലെ ലോകത്തിലെ എല്ലാ ഭാഷകളെയും അതിലേക്ക് ആകർഷിച്ചു. ഇന്റർനെറ്റും അതിന്റെ സാങ്കേതിക വിദ്യയും രൂപപ്പെട്ടത് ഇംഗ്ലീഷ് ഭാഷയുടെ പശ്ചാത്തലത്തിലായതിനാൽ ആ ഭാഷാലോകത്താണ് ഇന്റർനെറ്റിനും അതിന്റെ ഉത്പന്നമായ ബ്ലോഗിനും ആദ്യം പ്രചാരം ലഭിച്ചത്. ലോകത്തിലെ വിവിധ ദേശങ്ങളിൽ ഇംഗ്ലീഷ് ഭാഷ ഉപയോഗിക്കുന്ന അനേക മില്ല്യൺ ആളുകളെ ആശയ സംവേദനത്തിലെ ഈ നവീനത ആകർഷിച്ചു (Russell, 2009:14-16). ബ്ലോഗിന്റെ ലോകത്ത് വളരെവേഗം ഇംഗ്ലീഷ് ഭാഷാസമൂഹം സൃഷ്ടിക്കപ്പെട്ടു. ഇംഗ്ലീഷ് ഭാഷയുടെ ഈ പ്രചാരം മലയാളമുൾപ്പെടെയുള്ള പ്രാദേശികഭാഷകളുടെ നില അപകടത്തിലാക്കുമെന്ന ശക്തമായ പ്രചാരം എല്ലാ മേഖലകളിലുമുണ്ടായി. എന്നാൽ ഓരോ രാജ്യത്തെയും പ്രധാന ഭാഷകളെയും പ്രാദേശികഭാഷകളെയും ഉൾക്കൊള്ളുന്ന രീതിയിൽ സോഫ്റ്റ്‌വെയറുകൾ ആവിർഭവിച്ചു. അമേരിക്കയിലെ കാലിഫോർണിയ കേന്ദ്രമായി പ്രവർത്തിക്കുന്ന യൂനിക്കോഡ് കൺസോർഷ്യം എന്ന സംഘടനയാണ് ഇതിനു പിന്നിൽ പ്രവർത്തിച്ചത്. മലയാളമടക്കമുള്ള പ്രാദേശികഭാഷകളിലെ സോഫ്റ്റുവെയറുകളുടെ ആവിർഭാവത്തോടെ പ്രതിസന്ധി നീങ്ങുകയും മിക്കവാറും എല്ലാ ഭാഷകളിലും ബ്ലോഗുകൾ പ്രചരിക്കുകയും ചെയ്തു.

കമ്പ്യൂട്ടറുകളുടെ കടന്നുവരവ് ഭാഷയിന്മേലുള്ള ആധിപത്യമായിരുന്നില്ല, മറിച്ച് മലയാളംപോലെയുള്ള പ്രാദേശികഭാഷകളുടെ സാധ്യതകളെ പരമാവധി കൈവരിക്കാൻ ആഗോളതലത്തിൽ അവസരമൊരുക്കുകയായിരുന്നു. ഇന്റർനെറ്റിൽ പ്രാദേശിക ഭാഷയുടെ പ്രചാരണം ഏറ്റവും ശക്തമായത് ബ്ലോഗുകളുടെ ലോകത്താണ്. ലോകമെങ്ങുമുള്ള വൈവിധ്യങ്ങളെ അംഗീകരിക്കുക എന്ന വിശാലമായ ജ്ഞാനബോധമാണ് ബ്ലോഗുകളിലുള്ള പ്രാദേശിക വൈവിധ്യങ്ങളുടെ ഉദയം.

ഇന്റർനെറ്റിൽ ഇംഗ്ലീഷ് ഭാഷയോടൊപ്പം മലയാളമടക്കമുള്ള ഇതര ഭാഷകൾ അതിവേഗം പ്രചരിക്കുകയും ശക്തമായ സാന്നിധ്യത്തിലൂടെ ഡിജിറ്റൽ ഭാഷാലോകത്തിന്റെ നിർമ്മിതിയിൽ പങ്കാളികളാവുകയും ചെയ്തു. 2006 ലെ കണക്കുപ്രകാരം ഇംഗ്ലീഷ് ഭാഷയിൽ ഉണ്ടായതിനേക്കാൾ ബ്ലോഗുപോസ്റ്റുകൾ ഉണ്ടായത് ജപ്പാൻ ഭാഷയിലാണ് (David, 2007:2). മലയാളഭാഷയും ഇന്ന് ഇന്റർനെറ്റിലെ അതിശക്തമായ സാന്നിധ്യമായി മാറിക്കഴിഞ്ഞു. ഇന്റർനെറ്റ് ബ്ലോഗുകളുടെ ആരംഭഘട്ടത്തിൽ അവ ഏറ്റവുമധികം പ്രചാരം നേടിയത് ഏഷ്യൻ രാജ്യങ്ങളിലാണെന്ന് പഠനങ്ങൾ തെളിയിക്കുന്നു. യൂറോപ്യൻ നാടുകളേക്കാൾ ബ്ലോഗുകളുടെ വളർച്ച രേഖപ്പെടുത്തിയത് അതിന്റെ ആരംഭകാലങ്ങളിൽ ഏഷ്യൻ രാജ്യങ്ങളായ ചൈന, ജപ്പാൻ, ദക്ഷിണകൊറിയ, മലേഷ്യ എന്നീ രാജ്യങ്ങളിലായിരുന്നു. 2006 ലെ കണക്കുപ്രകാരം ചൈനയിലെ ഇന്റർനെറ്റ് ഉപയോക്താക്കളിൽ 61 ശതമാനം ആളുകൾ ബ്ലോഗു നിർമ്മിക്കുകയുണ്ടായി. അതേസമയം അമേരിക്കയിൽ അത് 21 ശതമാനവും ബ്രിട്ടനിൽ 18 ശതമാനവും മാത്രമായിരുന്നു (David, 2007:2-4). ആഗോളഭാഷയെന്ന നിലയിൽ ഇംഗ്ലീഷ് ഭാഷയേക്കാൾ പ്രാദേശികഭാഷകളുടെ വളർച്ചയ്ക്കും മുന്നേറ്റത്തിനുമാണ് ബ്ലോഗുകൾ കാരണമായത്. ഒരു ഭാഷയുടെ കടന്നുവരവുവഴി അവിടുത്തെ സാഹിത്യവും സംസ്ക്കാരവും അതിന്റെ എല്ലാ സവിശേഷതകളുമാണ് ഡിജിറ്റൽ ലോകത്ത് ചുവടുറപ്പിക്കപ്പെട്ടത്.

മലയാളം പോലെയുള്ള ന്യൂനപക്ഷ ഭാഷകളെയും അപകടാവസ്ഥയിലായ ഇതര ഭാഷകളെയും സംബന്ധിച്ച് ബ്ലോഗുകൾ വലിയ വിപ്ലവം തന്നെയാണ് കൊണ്ടുവന്നത്. ആരംഭകാലത്ത് ഇംഗ്ലീഷുമായി ബന്ധപ്പെട്ടു നീങ്ങിയ കമ്പ്യൂട്ടർലോകത്തെ അവിടെനിന്നു വിമോചിപ്പിച്ച് ലോകഭാഷാവൈവിധ്യങ്ങളിലേക്കു പുനഃപ്രതിഷ്ഠിക്കാൻ ബ്ലോഗുകൾക്കു കഴിഞ്ഞു. മലയാളികളെപ്പോലെ ഭാഷാപരമായി ന്യൂനപക്ഷമായ സമൂഹങ്ങൾ ഇന്റർനെറ്റിലും സോഷ്യൽനെറ്റുശൃംഖലകളിലും ബ്ലോഗുകളിലും തങ്ങളുടെ ഭാഷാപരമായ സമ്പന്നതകളെ നിക്ഷേപിച്ചു. ബ്ലോഗുകളിൽ എത്തപ്പെട്ട പ്രാദേശികഭാഷകൾ ആ സമൂഹത്തിന്റെ സംസ്കാരത്തെയും ചിന്തകളെയുമാണ് ഡിജിറ്റലീകരിച്ചത്.

ബ്ലോഗുകൾ അസ്വതന്ത്ര രാജ്യങ്ങളിൽ

ബ്ലോഗുകൾ അധികം പ്രചാരവും വളർച്ചയും നേടിയ പ്രധാനപ്പെട്ട മറ്റൊരിടം മതപരവും രാഷ്ട്രീയവുമായി അടിച്ചമർത്തപ്പെട്ട രാജ്യങ്ങളിലായിരുന്നു. സാഹിത്യവും സ്വതന്ത്രചിന്തകളും നിഷേധിക്കപ്പെട്ട ഏകാധിപത്യരാജ്യങ്ങളിലും മതപരമായ കാർക്കശ്യങ്ങൾ നിലവിലിരിക്കുന്ന രാജ്യങ്ങളിലും ബ്ലോഗുകൾക്ക് വൻ പ്രചാരമാണ് ഉണ്ടായത്. ചൈന പോലെ മാധ്യമങ്ങൾക്കു സെൻസെർഷിപ്പ് ഏർപ്പെടുത്തിയ രാജ്യങ്ങളിലും അറബ്‌രാജ്യങ്ങളിലും ബ്ലോഗിന്റെ പ്രചാരം ഇത്തരത്തിലുള്ളതായിരുന്നു. 2011 ലെ കണക്കുപ്രകാരം ചൈനയിൽ ഏകദേശം 300 മില്ല്യൺ

ആളുകൾ ബ്ലോഗുകളും ഇതര സോഷ്യൽ നെറ്റ്‌വർക്ക് മീഡിയകളും ഉപയോഗിക്കുന്നവരായി ഇന്റർനെറ്റ് ലോകത്തുണ്ടായിരുന്നു (Walker, 2014:17). രാഷ്ട്രീയവും മതപരവും ആശയപരവുമായ സ്വാതന്ത്ര്യം നിഷേധിക്കപ്പെട്ട രാജ്യങ്ങളിലും ഇടങ്ങളിലും തങ്ങളുടെ സാഹിത്യപ്രകാശനത്തിന്റെ ഉത്തമ ഉപാധി എന്ന നിലയിൽ അവർ ബ്ലോഗുകളെ കണ്ടു. രാഷ്ട്രീയ അടിച്ചമർത്തലുകളെ ഏറ്റവും ശക്തമായി എതിർക്കപ്പെട്ടിട്ടുള്ളത് ആ ഇടങ്ങളിലെ സാഹിത്യസൃഷ്ടികളിലൂടെയാണ്.

കൃത്രിമമായ അഡ്രസിന്റെ കീഴിൽ എഴുതുവാൻ കഴിയുന്നതിനാൽ തികച്ചും സുരക്ഷിതമായ താവളമാണ് ബ്ലോഗുകൾ ഒരുക്കുന്നത്. സുരക്ഷിതമായ ഒരിടത്തിരുന്നുകൊണ്ട് ഒരു പകരക്കാരനെപ്പോലെ ബ്ലോഗുകൾ സംസാരിക്കുന്നു. എഴുത്തുകാർക്കുണ്ടാകുന്ന രാഷ്ട്രീയവും മതപരവുമായ എല്ലാ ഭീഷണികളെ അതിജീവിക്കാൻ അവർക്കു കഴിയുന്നു. ഏകാധിപത്യരാജ്യങ്ങളിൽ രഹസ്യപോലീസിന്റെ വിചാരണകളിൽനിന്ന് രക്ഷപ്പെടാൻ ബ്ലോഗു നല്കുന്ന പകരക്കാരന്റെ മറ ഏറെ പ്രയോജനപ്പെടും. ജനാധിപത്യവിരുദ്ധ രാജ്യങ്ങളിൽ ആളുകൾ തങ്ങളുടെ ആശയങ്ങൾ പങ്കുവയ്ക്കാനുള്ള ഇടമായി ബ്ലോഗുകളെ തിരഞ്ഞെടുത്തു.

ഇറാനിയൻ ഭാഷയിലെ ബ്ലോഗുകളെപ്പറ്റി എഴുതിയ ലേഖനത്തിൽ മാർഷൽ (Marshall) ഇപ്രകാരം രേഖപ്പെടുത്തുന്നു. "മതപരവും രാഷ്ട്രീയവുമായി സങ്കുചിതവും പീഡിതവുമായ ഇറാനിയൻ സമൂഹത്തിൽ തങ്ങളുടെ ആശയപ്രകാശനത്തിനുള്ള ഉത്തമ ഉപാധിയായി ബ്ലോഗുകൾക്ക് വലിയ സ്വീകാര്യത ലഭിച്ചു" (2012:29-30). സമൂഹത്തിന്റ സാംസ്കാരികതയും സാഹിത്യവും എപ്പോഴും പങ്കുവയ്ക്കപ്പെടേണ്ടതാണ്. സാമൂഹിക സംസ്കാരം പങ്കുവയ്ക്കുന്ന വേദികളാണ് പൊതുസ്ഥലങ്ങൾ. പൊതുസ്ഥലങ്ങളിൽ സാംസ്കാരിക പങ്കുവയ്ക്കലുകൾക്കുണ്ടായ നിരോധനങ്ങളാണ് ബ്ലോഗുപോലുള്ള സോഷ്യൽ സാമൂഹിക മാധ്യമങ്ങളുടെ പ്രചാരത്തിന് വഴിതെളിച്ചത്. രാഷ്ട്രീയപരവും മതപരവുമായി സ്വാതന്ത്ര്യമില്ലാത്ത രാജ്യങ്ങളിൽ ആ സമൂഹത്തിന്റെ സാംസ്കാരികതയെ സ്വാംശീകരിക്കുവാൻ ബ്ലോഗുകൾക്കു സാധിച്ചു (Marshall,2012:31). ഇറാനിയൻ ഭരണകൂടം ബ്ലോഗിനെ അമർച്ചചെയ്യാൻ ശ്രമിച്ചപ്പോൾ ഇറാനിയൻജനത സവിശേഷമായ ശക്തിയോടെ അതിനെ എതിർത്തുനിന്നു. 2007ൽ ലോകത്താകമാനമുള്ള ബ്ലോഗുകളുടെ കണക്കെടുത്തപ്പോൾ ബ്ലോഗിലെ പ്രധാന പത്ത് ഭാഷകളിൽ ഒന്നായിരുന്നു ഇറാനിലെ പാർസിഭാഷ (David Sifry, 2007:3). ഭരണകൂടത്തിന്റെ അടിച്ചമർത്തലുകൾ ആശയപ്രകാശനത്വരയെ ഇല്ലാതാക്കുകയല്ല കൂടുതൽ വർദ്ധിപ്പിക്കുകയാണ് ചെയ്തത്. ഭാഷയും സാഹിത്യവും ബ്ലോഗുകൾവഴി കൂടുതൽ ശക്തിയോടെ പ്രചരിപ്പിക്കപ്പെട്ടു.

രാജ്യത്തിരുന്ന് മാത്രമല്ല പ്രവാസികളായി കഴിയുന്നിടത്തിരുന്നുകൊണ്ടും നാടിന്റെ രാഷ്ട്രീയസ്പന്ദനങ്ങളെ അവതരിപ്പിക്കാൻ ബ്ലോഗുകൾക്കു സാധിച്ചിട്ടുണ്ട്. 1979 മുതൽ പ്രവാസിയായി പാരിസിൽ കഴിയുന്ന

ഇറാൻ സാഹിത്യകാരൻ മഹ്ഷിദ് അമിർഷാഹി (Mahshid Amirshahi) തന്റെ ആശയങ്ങൾ ബ്ലോഗുവഴി പങ്കുവയ്ക്കുന്നു. റെസാ ഖസേമി (Reza Ghassemi)എന്ന ഇറാൻ ബ്ലോഗെഴുത്തുകാരൻ തന്റെ വെബ്സൈറ്റായ www.rezaghassemi.orge ലൂടെ രാഷ്ട്രീയ കാരണങ്ങളാൽ പ്രവാസികളായി കഴിയേണ്ടിവന്ന നിരവധി എഴുത്തുകാരുടെ രചനകളെ ഇലക്ട്രോണിക് ഫോർമാറ്റിൽ പുനഃപ്രസിദ്ധീകരിച്ചു. ഇറാനിയൻ ഭാഷ ലോകത്തുനിന്ന് അകറ്റപ്പെട്ടുപോയ സാഹിത്യകാരന്മാരെ ആ ഭാഷാസ്വത്വത്തിൽ പുനഃപ്രവേശിപ്പിക്കുന്നതിനും അവരുടെ കൃതികൾക്ക് പ്രചാരം നേടിക്കൊടുക്കുന്നതിനും ബ്ലോഗുവഴി സാധിച്ചു (Marshall, 2012:31-32).

ബ്ലോഗുകളും യുവജനങ്ങളും

ബ്ലോഗുകൾക്ക് വളർച്ചയും സ്വാധീനവും ഉണ്ടായ പ്രധാനപ്പെട്ട ഒരിടം യുവജനങ്ങൾക്കിടയിലാണ്. കൂട്ടുകാരുമായി ആശയവിനിമയം നടത്താനും വ്യക്തിബന്ധങ്ങൾ ബലപ്പെടുത്താനും സമൂഹത്തെ കെട്ടിപ്പടുക്കാനും സാഹിത്യസൃഷ്ടികൾ പ്രകാശിപ്പിക്കാനും സാധിക്കുന്നതുകൊണ്ട് ബ്ലോഗുകൾ യുവജനങ്ങൾക്കു പ്രിയങ്കരമായിത്തീർന്നു (Bell, 2007:103). ഇന്റർനെറ്റും അതിലെ സോഷ്യൽ ഉപാധികളും പങ്കാളിത്താധിഷ്ഠിത സമൂഹത്തെ വളർത്തിയെടുക്കുന്നതിൽ വഹിച്ച പങ്ക് നിർണ്ണായകമാണ്. അതുവരെ പങ്കാളിത്തമില്ലാതിരുന്ന യുവാക്കൾക്ക് ആഗോളസമൂഹത്തിൽ ഇടം നേടിക്കൊടുക്കുക മാത്രമല്ല സമൂഹസൃഷ്ടിയിൽ നിർണ്ണായക സ്വാധീനമുണ്ടാക്കാനും ബ്ലോഗടക്കമുള്ള സോഷ്യൽമീഡിയാകൾ ഉപകരിച്ചു. രാഷ്ട്രീയവും സാമൂഹികവുമായ തീരുമാനങ്ങളിലേക്കു സമൂഹത്തെ നയിക്കാൻ ബ്ലോഗുകൾക്കു കഴിഞ്ഞു. ഈ സാമൂഹികതീരുമാനങ്ങൾക്കു പിന്നിലെ പ്രധാന ചാലകശക്തി യുവജനങ്ങളും അവരുടെ കൈകളിലെ സോഷ്യൽ മീഡിയാകളുമായിരുന്നു. ഭാവിസമൂഹത്തിന്റെ നിർമ്മിതിയിലുള്ള ബ്ലോഗുപങ്കാളിത്തത്തെപ്പറ്റി ജിൽ വാക്കർ രേഖപ്പെടുത്തുന്നു. "ജനങ്ങൾ സമൂഹനിർമ്മിതിയിൽ പങ്കാളികളായിത്തീരാൻ ആഗ്രഹിക്കുന്നു. അതിനായി ആശയങ്ങൾ എന്നും പങ്കുവയ്ക്കപ്പെടണമെന്നും അവർ ആഗ്രഹിക്കുന്നു. പങ്കാളിത്ത സ്വഭാവമുള്ള മാധ്യമത്തിന്റെ കടന്നുവരവ് പ്രസിദ്ധീകരണത്തിനുള്ള സാധ്യത ഓരോ വ്യക്തിക്കും നല്കി (Walker 2014:169). മലയാളഭാഷയിലടക്കം ഓൺലൈൻ സാഹിത്യരംഗത്തേക്കു യുവജനങ്ങളെ ആകർഷിച്ചത് പ്രധാനമായും ബ്ലോഗെന്ന മാധ്യമമാണ്. ഇന്ന് ബ്ലോഗുലോകത്ത് എഴുതുന്നവരിൽ ഭൂരിഭാഗവും യുവജനങ്ങളാണ്. ബ്ലോഗെന്ന മാധ്യമമില്ലായിരുന്നെങ്കിൽ അവർ ഒരിക്കലും സാഹിത്യരംഗത്ത് എത്തുമായിരുന്നില്ല.

സൈബർയുഗത്തിൽ മുൻ കാലത്തേക്കാൾ വേഗത്തിൽ രാഷ്ട്രീയ ധാരണകൾ രൂപപ്പെടുന്നു. ഇതിന്റെ പിന്നിൽ പ്രവർത്തിക്കുന്നത് പ്രധാനമായും യുവജനങ്ങളായിരിക്കും. പൊതു ഇടമെന്നു വിശേഷിപ്പിക്കുന്ന സോഷ്യൽ മീഡിയകളിൽ യുവജനങ്ങൾ നടത്തുന്ന ഇടപെടലുകളാണ്

ഇതിനുകാരണം. ഡൽഹിയിൽ നടന്ന അണ്ണാഹസാരെ സമരത്തിലും തുടർന്നുവന്ന ആം ആദ്മി പാർട്ടി (AAP) മുന്നേറ്റത്തിലും സോഷ്യൽ മീഡിയകളുടെ സ്വാധീനം വളരെ വലുതായിരുന്നു. വെബ്ബിലൂടെ നടക്കുന്ന രാഷ്ട്രീയവത്ക്കരണം തെരുവുകളിലേക്കും വ്യാപിക്കുന്നു. ഭരണകൂടങ്ങൾ അതുവഴി നിലംപൊത്തുകയും ചെയ്യുന്ന നിരവധി ഉദാഹരണങ്ങൾ നമ്മുടെ മുന്നിലുണ്ട് (ആദർശ്, 2011:9). ഇന്നത്തെ യുവജനങ്ങൾ അവരുടെ സർക്കാരുകളുടെ പ്രവർത്തനങ്ങളെ വിലയിരുത്തുകയും വിമർശിക്കുകയും ചെയ്യുന്നത് സാമൂഹിക മാധ്യമങ്ങളുടെ ലോകത്തിരുന്നു കൊണ്ടാണ്. സരിതപ്രശ്നത്തിലും ബാർകോഴകേസിലും ബീഫ് വിഷയത്തിലും ചന്ദ്രശേഖരൻ കൊലപാതകത്തിലും സോഷ്യൽനെറ്റുവർക്കു മീഡിയാകളുടെ വിചാരണകളെ കേരളത്തിലെ മുഖ്യരാഷ്ട്രീയപാർട്ടികൾക്ക് നേരിടേണ്ടിവന്നു.

മാധ്യമ സെൻസർഷിപ്പുകളും മതതീവ്രവാദവും നിലനില്ക്കുന്ന രാജ്യങ്ങളിലാണ് യുവജനങ്ങൾ കൂടുതലായി ബ്ലോഗുകളിലേക്കു കടന്നുവന്നിട്ടുള്ളത്. ഇറാനിലെ യുവജനങ്ങളുടെ രാഷ്ട്രീയബോധ്യങ്ങളിലുള്ള നവോത്ഥാനത്തെപ്പറ്റി മാർഷൽ (Marshall) ഇപ്രകാരം കുറിക്കുന്നു. "രാഷ്ട്രീയമായി അടിച്ചേല്പ്പിക്കപ്പെട്ട സാമൂഹിക അടിമത്തത്തിനെതിരെ പ്രവർത്തിക്കാൻ ബ്ലോഗുകൾക്കു കഴിയും. ഇറാനിലെ നീണ്ടുനില്ക്കുന്ന രാഷ്ട്രീയ അനിശ്ചിതത്വം ബഹുഭൂരിപക്ഷം വരുന്ന യുവജനത്തെ നിർജീവമാക്കി. എന്നാൽ, ബ്ലോഗുകൾ അതിന്റെതന്നെ നിർമ്മാതാക്കളുടെ നിയന്ത്രണത്തിലായതുകൊണ്ട് നിർജീവമായതും അപ്രത്യക്ഷമായതുമായ സാമൂഹ്യസ്ഥാപനങ്ങളെ പഴയ പ്രഭാവത്തിലേക്ക് തിരികെ കൊണ്ടുവരുവാൻ കഴിഞ്ഞു" (2012:33-34). സമൂഹത്തിന്റെയും വ്യക്തികളുടേയും വിമോചനത്തിന്റെ അടയാളമായി മാറുവാൻ യുവബ്ലോഗർമാർക്കു കഴിഞ്ഞു. അധികാരവ്യവസ്ഥയ്ക്കെതിരെ നിരന്തരമുള്ള പോരാട്ടത്തിന്റെ വ്യക്തിഗത ഇടങ്ങളായി അവർ ബ്ലോഗുകളെ പ്രയോജനപ്പെടുത്തി. ബാഗ്ദാദിലേക്ക് ഇറാഖ് സൈന്യം കടന്നുകയറിയപ്പോൾ അവിടെയുള്ള വാർത്തകൾ പുറം ലോകത്തെ അറിയിച്ചത് അവിടെയുള്ള യുവബ്ലോഗർമാരാണ്. കിഴക്കൻ നാടുകളിലെ അധിനിവേശത്തിന്റെ രക്തം പുരണ്ട കഥകൾ കുറെയെങ്കിലും പുറലോകമറിഞ്ഞത് ബ്ലോഗിന്റെ വെർചൽ താളുകളിലൂടെയാണ്. മതത്തിന്റെ തീവ്രപരമായ നിലപാടുകൾ കൊണ്ട് യുവതീയുവാക്കൾക്ക് പരസ്പരം കണ്ടുമുട്ടാൻ കഴിയാത്ത രാജ്യങ്ങളിൽ ബ്ലോഗുകൾ വെർചൽ സൗഹൃദത്തിന്റെ വേദികളായി മാറി (Marshall, 2012:34).

സെൻസർഷിപ്പ് നിലവിലിരിക്കുന്ന രാജ്യങ്ങളിൽ ഗവൺമെന്റിന്റെ നിയന്ത്രണത്തിൽ മാത്രം വാർത്ത പ്രസിദ്ധീകരിക്കുന്ന മാധ്യമങ്ങളെ തിരസ്കരിച്ച് ബ്ലോഗടക്കമുള്ള നവ മാധ്യമങ്ങളെ അവർ പ്രയോജനപ്പെടുത്തി. ജനാധിപത്യ വ്യവസ്ഥിതികളിലെ പൊതുവേയുള്ള പ്രവണത മറ്റൊരു തരത്തിലാണ്. ആ നാടുകളിലെ പരമ്പരാഗത രീതിയിലുള്ള

രാഷ്ട്രീയവാർത്തകളോടും വിശകലനങ്ങളോടും ചെറുപ്പക്കാർ പൊതുവെ പ്രതികരിക്കാറില്ല. എന്നാൽ തങ്ങളുടെ ഭരണകൂടങ്ങളെക്കുറിച്ചുള്ള വിലയിരുത്തലുകളും ചിന്തകളും സോഷ്യൽമീഡിയ സെറ്റുകളിലൂടെ പങ്കിടാൻ അവർ തയ്യാറാകുന്നു. രാഷ്ട്രനിർമ്മിതിയിലും സാഹിത്യപ്രകാശനത്തിലും ബ്ലോഗുകളുടെ പ്രാധാന്യവും ഉപയോഗവും എത്രമാത്രമെന്നു തെളിയിച്ചത് യുവജനങ്ങളാണ്.

ബ്ലോഗുകളും സാമ്പ്രദായികമാധ്യമ പക്ഷപാതിത്വവും

സാമ്പ്രദായിക മാധ്യമങ്ങളുടെ അർദ്ധസത്യപരമായ പക്ഷപാതിത്വമാണ് ബ്ലോഗിന്റെ വളർച്ചയ്ക്കും സ്വാധീനതയ്ക്കും വഴിതെളിച്ച നാലാമത്തെ കാര്യം. മാധ്യമലോകം ചെറിയ ഒരു പക്ഷത്തിന്റെ അധീനതയിലായിമാറി. ന്യൂനപക്ഷത്തിന്റെ ആശയവഴികളിലൂടെ മഹാഭൂരിപക്ഷമായ ജനസദസ്സ് സഞ്ചരിക്കേണ്ട അവസ്ഥയുണ്ടായി. അതിന്റെ ഫലമായി മഹാഭൂരിപക്ഷം വരുന്ന ജനവിഭാഗം നിഷ്ക്രിയരായിത്തീർന്നു. മാധ്യമത്തിന്റെ പക്ഷപാതിത്വമെന്ന ബലഹീനതയാണ് ബ്ലോഗിന്റെ ശക്തി. സാധാരണക്കാർക്ക് മാധ്യമം സൃഷ്ടിക്കാനും അവയിലൂടെ സൃഷ്ടികളെ സൗജന്യമായി പൊതുസമൂഹത്തിൽ പ്രസിദ്ധീകരിക്കാനും സാധിക്കുമെന്ന അവസ്ഥ ബ്ലോഗുകൾ നല്കിയപ്പോൾ, അത് മാധ്യമലോകത്ത് ഒരു തരംഗമായി മാറി. ബ്ലോഗുകളുടെ ആവിർഭാവത്തെപ്പറ്റി ക്ലെ ഷിർക്കി (Clay Shirkey) അഭിപ്രായപ്പെടുന്നു. "ആശയവിനിമയരംഗത്തിന് വലിയ മാറ്റം സംഭവിച്ചു. മുദ്രണശാലയും പ്രക്ഷേപണപ്രക്രിയയും (Broadcasting) ഒരാളിൽനിന്ന് അനേകരിലേക്ക് മാറ്റപ്പെട്ടു. ഇപ്പോൾ നമുക്കൊരു മാധ്യമമുണ്ട് നമുക്കു വേണ്ടിയിരുന്നതെല്ലാം ഇതിലുണ്ട്. ഒരാളിൽനിന്ന് ഒരാളിലേക്ക്, ഒരാളിൽ നിന്ന് അനേകരിലേക്ക്, അനേകരിൽനിന്ന് അനേകരിലേക്ക്, ഇത് ഒരാൾ ഒരു അച്ചടിമുദ്രാലയം സ്വന്തമാക്കിയതുപോലെ ലോകം മുഴുവൻ വിതരണം ചെയ്യാം." (Shirkey, 2003:49-54). മാധ്യമ മുതലാളിത്ത മനഃസ്ഥിതിയോടും രാഷ്ട്രീയ നിലപാടുകളോടും പ്രതികരിക്കാനുള്ള അവസരമെന്ന നിലയിലാണ് മിക്കവാറും എല്ലാ ഭാഷകളിലും ബ്ലോഗുകൾ ആദ്യം കടന്നു ചെന്നത്. അച്ചടിയുടെയും പ്രസിദ്ധീകരണത്തിന്റെയും സാധ്യതകൾ സമ്മേളിച്ചിരുന്നതിനാൽ ബ്ലോഗുകളുടെ വരവോടുകൂടി പത്രങ്ങളുടെ മരണം സംഭവിക്കും എന്ന ശക്തമായ പ്രചരണംപോലും അക്കാലത്തുണ്ടായി. പത്രങ്ങളുടെ മരണം സംഭവിച്ചില്ലെങ്കിലും പത്രങ്ങൾക്ക് ബദലാണ് ബ്ലോഗുകൾ എന്നതോന്നൽ ഉളവാക്കാൻ കുറച്ചുകാലത്തേക്കെങ്കിലും അവയ്ക്കു കഴിഞ്ഞു. സമൂഹത്തെ പിടിച്ചുലച്ച രാഷ്ട്രീയസാമൂഹ്യസംഭവങ്ങൾക്കുശേഷം അതിശക്തമായ സ്വാധീനത്തോടെ സമൂഹമധ്യത്തിൽ അസ്തിത്വം തെളിയിച്ച ചരിത്രം പാശ്ചാത്യലോകത്ത് ബ്ലോഗുകൾക്കുണ്ട്. നിർണ്ണായകസംഭവവികാസങ്ങൾക്കുശേഷം വാർത്താമാധ്യമങ്ങളിൽ

വരുന്ന എക്സ്ക്ലൂസീവുകളും ചർച്ചകളും അണിയറയിൽ തയ്യാറാക്കപ്പെട്ട നാടകത്തിന്റെ അരങ്ങേറ്റങ്ങളാണ്. വാർത്താചാനലുകളുടെ അർദ്ധസത്യ പരമായ ഈ ആശയപക്ഷപാതിത്വമാണ് ബ്ലോഗുകളുടെ വളർച്ചയ്ക്കും ജനപ്രിയതയ്ക്കും വഴി തെളിച്ചത്. ടെലിവിഷൻ, സംഭവസ്ഥലത്തുനിന്ന് ലൈവ്ടെലികാസ്റ്റു നടത്തുന്ന ശൈലി പ്രയോഗിച്ചപ്പോൾ ഇതിനു സമാന്തരമായി വയർലെസ് ഇന്റർനെറ്റുകണക്ഷനോടു കൂടി ലാപ്ടോപ്പു മായി സംഭവസ്ഥലത്തുനിന്ന് തൽസമയബ്ലോഗിംഗ് നടത്തുന്നതിലേക്ക് ആ രംഗം മാറി (ആദർശ്, 2007 b:19). ഇലക്ട്രോണിക് വാർത്താചാനലു കൾക്കും മാധ്യമപ്രവർത്തകർക്കും പുതിയ ബോധ്യങ്ങൾ നല്കാൻ ബ്ലോഗുകൾ കാരണമായി. വാർത്താമാധ്യമലോകത്തുനിന്നാണ് ബ്ലോഗ് ഇതരരംഗങ്ങളിലേക്കു നടന്നുകയറിയത്.

ബ്ലോഗിംഗിന്റെ ചരിത്രത്തിലെ നിർണ്ണായകമാറ്റവും കരുത്തും കാട്ടി യത് ഇറാഖ്-അമേരിക്ക യുദ്ധകാലത്തായിരുന്നു. അമേരിക്കയുടെ താത്പര്യങ്ങളെ ഹനിക്കാത്ത രീതിയിൽ പുറത്തുവിട്ടുകൊണ്ടിരുന്ന വിവരങ്ങളാണ് പത്ര, ദൃശ്യമാധ്യമങ്ങൾ പ്രസിദ്ധീകരിച്ചിരുന്നത്. ഇറാഖിൽനിന്ന് സലാം പാക്സ് എന്ന ആർക്കിടെക്ട് പുറത്തുവിട്ട വിവര ങ്ങൾ യഥാർത്ഥ ചിത്രമായിരുന്നു. സലാം പാക്സ് എന്നയാളുടെ ബ്ലോഗ് കുറിപ്പുകൾ അമേരിക്കൻസേനയുടെ യഥാർത്ഥമുഖം ലോകത്തിനു കാട്ടി ക്കൊടുത്തു. റിപ്പോർട്ടുചെയ്ത മാധ്യമങ്ങൾ പുറത്തുവിട്ട വിവരങ്ങൾ പരി മിതമോ നിർമ്മിച്ചതോ ആയ വാർത്താഉത്പന്നങ്ങളാണെന്ന് സലാം പാക്സിന്റെ Where is Read (http://dear - raed blogspot.com) എന്ന ബ്ലോഗി ലൂടെ ലോകം തിരിച്ചറിഞ്ഞു. വൻകിട മാധ്യമങ്ങൾപോലും പിന്നീട് സലാം പാക്സിന്റെ ബ്ലോഗിനെ ആശ്രയിക്കാൻ തുടങ്ങി. ബാഗ്ദാദിന്റെ ഉൾപ്രദേ ശങ്ങളിൽനിന്ന് സലാം പാക്സ് കൊരുത്ത ബ്ലോഗിന്റെ വിവരങ്ങൾ 'ദി ഗാർഡിയൻ' അടക്കമുള്ള മാധ്യമങ്ങൾ നല്കാൻ തുടങ്ങിയതോടെ മാധ്യമ ലോകത്ത് ബ്ലോഗിന്റെ സ്ഥാനം ശ്രദ്ധിക്കപ്പെട്ടു (2007 b:19).

ലോകമറിഞ്ഞ കാഴ്ചകളുടെ തനിവൃത്താന്തങ്ങൾ നല്കുന്നതിലും ഗോപ്യമായിരുന്ന കാര്യങ്ങളെ ലോകകാഴ്ചയിൽ കൊണ്ടുവരുന്നതിലും ബ്ലോഗുകൾ സവിശേഷശ്രദ്ധ കാട്ടി. വ്യക്തിപരമായ ന്യൂനതകൾ വസ്തുതാവിവരങ്ങളുടെ ധാരാളിത്തംകൊണ്ട് മറികടക്കാമെന്നതിനാൽ ബ്ലോഗുകൾക്ക് മാധ്യമശക്തിയാവാൻ കഴിഞ്ഞുവെന്നതാണ് സമകാലീന ചിത്രം. വേൾഡ് ട്രേഡ് സെന്ററിന്റെ ആക്രമണത്തിലും സുനാമി ദുരന്ത ത്തിലും ദുരിതാശ്വാസപ്രവർത്തനങ്ങളെ ഏകോപിപ്പിക്കുന്ന ഹെൽപ്പ് ഡെസ്കുകളായി പ്രവർത്തിക്കാൻ ബ്ലോഗുകൾക്ക് കഴിഞ്ഞു. ലണ്ടൻ, മാഡ്രിഡ് എന്നിവിടങ്ങളിൽ നടന്ന ആക്രമണം, വിവിധ പേരുകളിലെ ചുഴലി ക്കാറ്റ്, അറബ്വസന്തം, അങ്ങനെ ഭൂഗോളത്തിൽ നടക്കുന്ന സംഭവങ്ങളുടെ വ്യക്തിപരമായ അനുഭവവിവരണം ബ്ലോഗിൽ ലഭിക്കുന്നു. ഇറാഖിന്റെ ഏകാധിപതി സദ്ദാം ഹുസൈന്റെയും ലിബിയൻ ഏകാധിപതി കേണൽ

ഗദ്ദാഫിയുടെയും അന്ത്യരംഗങ്ങളുടെ രക്തം പുരണ്ട ചിത്രങ്ങൾ ബ്ലോഗുസെറ്റുകളിൽ മിന്നിത്തെളിഞ്ഞപ്പോൾ അതിന്റെ കാഴ്ചകൾ ടെലിവിഷൻ പോലുള്ള മാധ്യമങ്ങളെപ്പോലെയോ അതിനെക്കാൾ മുമ്പിലോ വാർത്താക്കുറിപ്പുകളോടെ പ്രസിദ്ധീകരിക്കാൻ ബ്ലോഗുകൾക്കു കഴിഞ്ഞു. മൊബൈൽ എസ്.എം.എസ് ആയി ശേഖരിക്കുന്ന വിവരങ്ങൾ ബ്ലോഗിലെത്തി അനേകരിലേക്ക് വാർത്താചിത്രങ്ങളായി എത്തിക്കാൻ ബ്ലോഗിന് എളുപ്പം സാധിക്കുന്നതിനാലാണ് ഇതിനു കഴിയുന്നത്.

പ്രാദേശികഭാഷകളുടെയും അവിടുത്തെ സാഹിത്യത്തിന്റെയും ഉണർന്നെണീപ്പിനും പ്രചാരണത്തിനും വലിയ പ്രചോദനമാണ് ബ്ലോഗുകൾ നല്കിയത്. ഇംഗ്ലീഷ് ഭാഷയ്ക്കൊപ്പം പ്രാദേശികഭാഷകൾക്കും അവയിലെ സാഹിത്യവിഭവങ്ങൾക്കും ലോകത്തിന്റെ അതിർത്തികളോളം പ്രചരിക്കാനാവുമെന്ന് ബ്ലോഗുകൾ തെളിയിച്ചു. അടിച്ചമർത്തപ്പെട്ട ജനവിഭാഗങ്ങളുടെ പ്രതിഷേധവും ആത്മരോദനവുമായി ബ്ലോഗുകൾ മാധ്യമലോകത്ത് പുതിയ കാഴ്ചകളെ കാണിച്ചുതന്നു. സാമ്പ്രദായികമാധ്യമങ്ങളുടെ ഏകാധിപത്യപ്രവണതകളെ പങ്കാളിത്തവ്യവസ്ഥിതികളുടെ നൂതനത്വംകൊണ്ട് അമ്പരിപ്പിച്ചു. സാമൂഹികമാറ്റങ്ങൾക്കും സാംസ്കാരിക വിപ്ലവങ്ങൾക്കുംവേണ്ടി ആഗ്രഹിക്കുകയും എന്നാൽ പൊതുധാരയിൽനിന്ന് അകറ്റിനിർത്തപ്പെടുകയും ചെയ്ത യുവസമൂഹത്തിന് സമൂഹസൃഷ്ടിയുടെ നിർമ്മാതാക്കളാകുവാൻ അവസരം നല്കി. ബ്ലോഗുകളുടെ വളർച്ചയേയും പ്രചാരണത്തേയും സ്വാധീനിച്ചത് ഈ ഘടകങ്ങളാണ്.

പത്ത്

ബ്ലോഗ് വിഭാഗങ്ങൾ

ഉള്ളടക്കത്തിന്റെ സ്വഭാവമനുസരിച്ചും പ്രദർശനത്തിന്റെ രീതികളനുസരിച്ചും മലയാളബ്ലോഗുകളെ പല വിഭാഗങ്ങളായി തിരിക്കുന്നു. ഇന്റർനെറ്റിന്റെ അനന്ത സാധ്യതകൾ സംഗമിക്കുന്ന ഇടമെന്നനിലയിലാണ് ഇത്തരം വ്യത്യസ്തതകളിലേക്കു ബ്ലോഗുകൾ വളരുവാൻ ഇടവന്നത്. പത്രത്തിന്റെയും ക്യാമറായുടെയും ടെലിവിഷന്റെയും റേഡിയോയുടെയും ദൃശ്യവും ശ്രാവ്യവും രേഖീയവും പാരായണപരവുമായ സാധ്യതകൾ ഉപയോഗപ്പെടുത്താൻ സാധിച്ചതാണ് വ്യത്യസ്ത വിഭാഗങ്ങളിലേക്കു ചുവടുവയ്ക്കാൻ ബ്ലോഗുകളെ സഹായിച്ചത്. ചർച്ചകളുടെയും ആശയപ്രകാശനത്തിന്റെയും സജീവവേദികളാണ് ബ്ലോഗുകൾ. തത്സമയ വിവരങ്ങളും ഗൗരവമുള്ള ആത്മചിന്തകളും രാഷ്ടീയവിശേഷങ്ങളും സിനിമാവാർത്തകളും ഇങ്ങനെ പലവിധ വിഷയങ്ങൾ ബ്ലോഗിടത്തിന്റെ വൈവിധ്യങ്ങളെ വിളിച്ചറിയിക്കുന്നു. ചില ബ്ലോഗുകൾ ഭാവനാസൃഷ്ടിയായ സാഹിത്യത്തെപ്പറ്റിയാണെങ്കിൽ മറ്റു ചിലത് യന്ത്രസൃഷ്ടിയായ ഉത്പന്നങ്ങളെപ്പറ്റിയാവും വിവരം നല്കുന്നത്. ബ്ലോഗുകളെല്ലാം ഉള്ളടക്കത്തിലും വിഷയത്തിലും അവതരണരീതിയിലും പ്രയോഗത്തിലും ജനപ്രിയതയിലും വ്യത്യാസപ്പെട്ടിരിക്കുന്നു. വിവിധ വിഭാഗത്തിലുള്ള ബ്ലോഗുകളെപ്പറ്റി തുടർന്നു വിശദീകരിക്കുന്നു.

1. വ്യക്തിഗത ബ്ലോഗുകൾ (Personal Blogs)

ആത്മഭാഷണത്തിന്റെ ഇടങ്ങളായിട്ടാണ് ആദ്യകാലത്ത് ബ്ലോഗുകൾ ഏറെ ജനപ്രിയമായത്. ഡയറി എഴുത്തിന്റെ ഡിജിറ്റൽ രൂപമായി ബ്ലോഗുകളെ കരുതിയിരുന്നതിനാൽ ജീവിതനേർക്കാഴ്ചകളുടെ കുത്തിക്കുറിക്കലുകൾക്കുള്ള ഇടമായി ബ്ലോഗുകളെ പ്രയോജനപ്പെടുത്തി. വെടിക്കഥകളും അമളികളും നേരംപോക്കുകളും സല്ലാപങ്ങളും രേഖപ്പെടുത്താനുള്ള ഡിജിറ്റൽ ഇടമായി ബ്ലോഗുകൾ മാറി. വ്യക്തിപരമായ ഡയറി എഴുത്തുപോലെ ഉപയോഗിക്കുന്ന ബ്ലോഗുകളെയും ഒരു വ്യക്തി ഒറ്റക്കെഴുതുന്ന ബ്ലോഗുകളെയും വ്യക്തിഗതബ്ലോഗുകൾ എന്നു വിളിക്കുന്നു. ബ്ലോഗിൽ

ഒരു വിഷയത്തെപ്പറ്റിമാത്രം എഴുതുന്നവരും ഒരേസമയം വിവിധവിഷയങ്ങളെ കൈകാര്യം ചെയ്യുന്നവരുമുണ്ട്. തൊണ്ണൂറുശതമാനം ബ്ലോഗുകളും വ്യക്തിഗതബ്ലോഗുകളാണ്.

2. വിഷയാധിഷ്ഠിത ബ്ലോഗുകൾ (Topic Blogs)

ചില പ്രത്യേക വിഷയങ്ങളെക്കുറിച്ചാണ് ചില ബ്ലോഗുകൾ സംസാരിക്കുന്നത്. ഡോക്ടർമാരും എൻജിനീയർമാരും കർഷകരും വിദ്യാർത്ഥികളും വീട്ടമ്മമാരുമടക്കം വിവിധ വിഭാഗങ്ങളിൽനിന്നുള്ള ആളുകൾ ബ്ലോഗുകളിലേക്കു ആകർഷിക്കപ്പെട്ടതിന്റെ ഫലമായി മലയാളഭാഷയിലെയും സാഹിത്യത്തിലെയും എല്ലാ വിഷയങ്ങൾക്കും ബ്ലോഗുകളിൽ സ്ഥാനം ലഭിച്ചു. വിഷയാടിസ്ഥാനത്തിൽ ബ്ലോഗുകളെ രാഷ്ട്രീയബ്ലോഗ്, പാചകബ്ലോഗ്, കവിതാബ്ലോഗ്, ഷാഷൻബ്ലോഗ്,സംഗീതബ്ലോഗ്, സിനിമാബ്ലോഗ്, സ്പോർട്സ്ബ്ലോഗ്, കഥാബ്ലോഗ്, വാർത്താബ്ലോഗ്, വിദ്യാഭ്യാസബ്ലോഗ്...etc എന്നിങ്ങനെ തരംതിരിക്കുന്നു.

3. ഗ്രൂപ്പു ബ്ലോഗുകൾ/സഹകരണബ്ലോഗുകൾ (Group Blogs and collaborative Blogs)

സഹകരണാടിസ്ഥാനത്തിൽ ഉള്ളടക്കം നിർണയിക്കുകയും ഒരേ സമയം പലരുടെയും വീക്ഷണങ്ങൾ പ്രസിദ്ധീകരിക്കുകയും ചെയ്യുന്ന ബ്ലോഗുകളാണിവ. ഒരു വിഷയത്തെ കേന്ദ്രീകരിച്ചു നിർമ്മിച്ചിട്ടുള്ളവയും പല വിഷയങ്ങൾ കൈകാര്യം ചെയ്യുന്നവയുമുണ്ട്. പല വ്യക്തികൾ ഒരേ സമയം വീക്ഷണങ്ങൾ പങ്കുവയ്ക്കുന്ന ഇടം എന്നനിലയിൽ ഇത്തരം ബ്ലോഗുകൾ ആശയപരമായി കൂടുതൽ സമ്പന്നമാകാൻ സാധ്യതയുണ്ട്. ഒരേവിഷയത്തിൽ പ്രഗത്ഭരായവരും കുടുംബങ്ങളും വിദ്യഭ്യാസസ്ഥാപനങ്ങളും കമ്മ്യൂണിറ്റികളും ഇത്തരത്തിൽ ബ്ലോഗ് നിർമ്മിച്ചിട്ടുണ്ട്. ഹർത്താലിനെപ്പറ്റി പ്രതികരിക്കുന്നതിനുള്ള 'ഹർത്താൽ' (harthaal.blogspot.in) എന്ന ബ്ലോഗ് ഇത്തരത്തിൽപ്പെട്ടവയാണ്. വഴക്കുപക്ഷി (vazhakkupakshi. blogspot.in), വായനാമുറി (vayanamuri.blogspot.in), ആൽത്തറ (aalthara.blogspot.in) എന്നിവ ചില ഉദാഹരണങ്ങളാണ്.

4. മാധ്യമരീതി ബ്ലോഗുകൾ (Media Type Blogs)

ബ്ലോഗെഴുതാൻ ഉപയോഗിക്കുന്ന ഉപകരണങ്ങളനുസരിച്ചും ബ്ലോഗുകളെ വിവിധവിഭാഗങ്ങളായി തരംതിരിക്കാറുണ്ട്.

വീഡിയോയുമായി ബന്ധപ്പെട്ട ബ്ലോഗുകളെ വ്ളോഗ് - video Log - vlog എന്നു വിളിക്കുന്നു. ഇതിൽ വീഡിയോയ്ക്കൊപ്പം വിവരണ പാഠവും നല്കാറുണ്ട്. ബ്ലോഗിലേക്കു വീഡിയോ എത്തിക്കുന്ന രീതിയെ വ്ളോഗിങ്ങ് എന്നു വിളിക്കുന്നു. കാവ്യം സുഗേയം (kavyamsugeyam.blogspot.in) കവിതകളുടെ ആലാപന വീഡിയോ ഉൾപ്പെടുത്തിയിരിക്കുന്നു.

ഫോട്ടോകളുമായി ബന്ധപ്പെട്ടു നില്ക്കുന്ന ബ്ലോഗുകളെ ഫോട്ടോ

ബ്ലോഗുകൾ എന്നു വിളിക്കുന്നു. ലിങ്കുകളെ കൂടുതൽ ഉൾപ്പെടുത്തി നിർമ്മിച്ചിരിക്കുന്ന ബ്ലോഗുകളെ ലിങ്ക്ബ്ലോഗ് എന്നു വിളിക്കുന്നു.

മൊബൈൽഫോൺ മുഖാന്തിരം എഴുതുന്ന ബ്ലോഗുകളെ മോബ്ലോഗ് എന്നു വിളിക്കുന്നു (http/ml.wikipedia.org, 14/02/15).

5. കോർപ്പറേറ്റ് ബ്ലോഗുകൾ

വ്യവസായവാണിജ്യമേഖലകളിലെ ബ്ലോഗുകളെ കോർപ്പറേറ്റ് ബ്ലോഗുകൾ എന്നു വിളിക്കുന്നു. ഏതെങ്കിലും തരത്തിലുള്ള സാഹിത്യാഭിരുചിയോ ആശയങ്ങളോ പ്രചരിപ്പിക്കുന്നതിലുപരി ഉപഭോക്താക്കളുടെ പ്രതികരണങ്ങളെ എളുപ്പം ശേഖരിക്കാനുള്ള മാർഗ്ഗം എന്ന നിലയിലാണ് ഇവ നിർമ്മിക്കപ്പെട്ടിരിക്കുന്നത്. ഉല്പന്നങ്ങളുടെ വിവരങ്ങൾ ഉപഭോക്താക്കളെ അറിയിക്കുന്നതിനും അവരുടെ പ്രതികരണങ്ങൾ അറിയുന്നതിനും വ്യവസായ വാണിജ്യമേഖല ബ്ലോഗുകളെ പ്രയോജനപ്പെടുത്തി. 2007 ഓടുകൂടിയാണ് വൻകിട കോർപ്പറേറ്റുകൾ ബ്ലോഗുകളിലേക്കു വരുകയും അവയെ ഉപയോഗപ്പെടുത്തി ഉല്പന്ന പ്രചരണം കൂടുതലായി ആരംഭിക്കുകയും ചെയ്തത്. കോർപ്പറേറ്റുകളുടെ ബ്ലോഗു രംഗത്തേക്കുള്ള വരവിനെപ്പറ്റിയുള്ള ജോഡി ഡിയാൻ അഭിപ്രായപ്പെടുന്നത് ഇപ്രകാരമാണ്. "മുമ്പ് ആളുകളുടെ പ്രവണതകളെയും താല്പര്യങ്ങളെയുും അറിയാൻ കഴിഞ്ഞിരുന്നത് പെട്ടെന്ന് നല്കപ്പെടുന്ന സർവ്വേപോളുകളിലായിരുന്നു. കോർപ്പറേറ്റുകൾ സ്വന്തമായി ബ്ലോഗു നിർമ്മിക്കുന്നതുവഴി ഉപഭോക്താക്കൾ ബ്ലോഗർമാരെ കേൾക്കുന്നു. അവരുമായി പങ്കുചേർന്ന് തങ്ങളുടെ ഉല്പന്നത്തെപ്പറ്റി ചർച്ച ചെയ്യുന്നു. കമ്പനികൾക്ക് സാധനം ചന്തയിലെത്തിക്കുന്നതിനുള്ള പുതിയ രീതിയാണത് (2010:34). ആശയപ്രകാശനത്തിനും സംവാദങ്ങൾക്കും വിപണന സാധ്യതയുണ്ട് എന്ന് അറിയിച്ചവയാണ് കോർപ്പറേറ്റ് ബ്ലോഗുകൾ. മലയാളത്തിലെ പ്രമുഖ കമ്പനികളുടെയെല്ലാം പേരുകളിലുള്ള ബ്ലോഗുകൾ ഇതിന് ഉദാഹരണമാണ്.

6. ഉള്ളടക്ക ബ്ലോഗുകൾ (Content Blogs)

ഉള്ളടക്കത്തിന്റെ സവിശേഷതകളാൽ അറിയപ്പെടുന്ന ബ്ലോഗുകളുണ്ട്. വിദ്യാഭ്യാസം ഉള്ളടക്കമായുള്ള ബ്ലോഗുകളെ എഡ്യുബ്ലോഗ് (Edublog) എന്നു വിളിക്കുന്നു ഉദാ: ശാസ്ത്രവർഷം 2009 (scienceyear2009.blogspot.in). ലൈബ്രറി ബ്ലോഗുകളെ ലൈബ്ലോഗുകൾ (Liblog) എന്നു വിളിക്കുന്നു. ഉദാ: വായനയും നിരീക്ഷണവും (vayana-nireekshanam blogspot.in). യുദ്ധത്തിന്റെ കെടുതികളെ അറിയിക്കാൻ നിർമ്മിക്കപ്പെട്ട ബ്ലോഗുകളെ യുദ്ധബ്ലോഗുകൾ (Warblog) എന്നു വിളിക്കുന്നു.

വായനക്കാരുടെയും പോസ്റ്റുകളുടെയും അടിസ്ഥാനത്തിൽ ബ്ലോഗുകളെ വിഭജിക്കാറുണ്ട്. ആയിരക്കണക്കിന് വായനക്കാരുള്ള ബ്ലോഗുകളെ

പോപ്പുലർ (ജനപ്രിയ) ബ്ലോഗുകൾ എന്നു വിളിക്കുന്നു. കൊടകരപുരാണം, ബെർളിത്തരങ്ങൾ ഇവ ആദ്യകാലത്ത് ഏറ്റം ജനപ്രിയ ബ്ലോഗുകളായിരുന്നു. പോസ്റ്റുകൾ ഒന്നും സൃഷ്ടിക്കപ്പെടാതെ കിടക്കുന്ന ബ്ലോഗുകളെ Dead blog (മൃതബ്ലോഗുകൾ) എന്ന വിഭാഗത്തിൽപ്പെടുത്തുന്നു. മലയാളത്തിൽ ആയിരക്കണക്കിന് ബ്ലോഗുകൾ ഇത്തരത്തിൽ പെട്ടവയാണ്. വല്ലപ്പോഴുമൊരിക്കൽ മാത്രം തുറക്കപ്പെടുകയും കൂടുതൽ സമയവും നിദ്രാവസ്ഥയിൽ മാത്രം നിലകൊള്ളുകയും ചെയ്യുന്ന ബ്ലോഗുകളുണ്ട്. ഇതിലെ എഴുത്തുകാർ ഏതെങ്കിലും കാരണത്താൽ അല്പകാലത്തേക്കോ, ദീർഘകാലത്തേക്കോ അകന്നു നില്ക്കുന്നവരായിരിക്കും. എന്നാൽ ചില ബ്ലോഗുകൾ പോസ്റ്റുകളിലൂടെയും പ്രതികരണങ്ങളിലൂടെയും നിരന്തരം സജീവമായിരിക്കും. വിഷയങ്ങളെ സമീപിക്കുന്ന രീതികളിലും വ്യത്യസ്തതകളുണ്ട്. ഗൗരവമുള്ള വിഷയങ്ങളെപ്പറ്റി സമഗ്രമായി പഠനം നടത്തി ബ്ലോഗെഴുതുന്നവരും വെറും നേരം പോക്കുകൾകൊണ്ടു മാത്രം സൃഷ്ടി നടത്തുന്നവരുമുണ്ട്. എല്ലാ വിഭാഗങ്ങളിലും ഇത്തരം ബ്ലോഗുകൾ കണ്ടെത്താൻ കഴിയും.

7. വ്യാജബ്ലോഗുകൾ/ സ്പ്ലോഗുകൾ

വ്യാജബ്ലോഗുകൾ എന്നത് മറ്റു വെബ്സൈറ്റുകളുമായി അനിയന്ത്രിതമായി ബന്ധിപ്പിക്കുന്നതിനു മാത്രമായി നിർമ്മിക്കപ്പെടുന്ന ബ്ലോഗുകളാണ്. അവയുടെ ലക്ഷ്യമാകട്ടെ ഇതര വെബ്സൈറ്റുകളുമായി അധികമായ ലിങ്കുകളിലൂടെ അവയുടെ പേജ് റാങ്ക് വർദ്ധിപ്പിക്കുക എന്നതാണ്. ഇതര സൈറ്റുകളിലേക്കു നല്കപ്പെടുന്ന ലിങ്കുകൾവഴി വിവരങ്ങളെ മോഷ്ടിക്കുകയും അവരുടെ അനുബന്ധപട്ടികയിൽ വ്യാജമായി ജനപ്രിയത രേഖപ്പെടുത്തുകയും ചെയ്യുന്നു. അനാവശ്യമായ ലിങ്കുകളിലൂടെ നിർമ്മിക്കപ്പെട്ടിരിക്കുന്ന ഇത്തരം വ്യാജബ്ലോഗുകൾ അവയിൽ എത്തുന്ന വായനക്കാരെ കബളിപ്പിക്കുകയും വ്യാജമായ ജനപ്രിയത സൃഷ്ടിക്കുകയും ചെയ്യുന്നു (wikipedia). വ്യാജബ്ലോഗുകളെ സ്പാം ബ്ലോഗുകൾ (spam blog) അഥവാ സ്പ്ലോഗുകൾ (splog) എന്നാണ് ബ്ലോഗോസ്ഫിയറിൽ അറിയപ്പെടുന്നത്. സ്പ്ലോഗുകൾ എന്ന പദം ഏറ്റവും പ്രചാരത്തിലായത് 2005 ൽ ആണ്.

വെറും കമ്പ്യൂട്ടർ സൃഷ്ടികളായ ഇത്തരത്തിലുള്ള വ്യാജബ്ലോഗുകളും ബ്ലോഗുലോകത്ത് നേട്ടം കൊയ്തിട്ടുണ്ട് എന്ന് ജോഡി ഡിയാൻ വെളിപ്പെടുത്തുന്നു. ഇന്റർനെറ്റിന്റെ വിവിധ ഇടങ്ങളിൽനിന്ന് പല വിഷയങ്ങളും മോഷ്ടിച്ചെടുത്ത് അവർ തങ്ങളുടെ ബ്ലോഗുകളിൽ സംഭരിക്കും. ഈ ഉള്ളടക്കങ്ങൾ സേർച്ച് എൻജിനുകളെ കബളിപ്പിക്കുന്നതുവഴി അവയിൽ വർദ്ധിച്ച ജനപ്രീതി പ്രദർശിപ്പിക്കുന്നതിന് ഇടവരുത്തും. അതിന്റെ ഫലമായി കൂടുതൽ ആളുകൾ ഉള്ളടക്കങ്ങളെ അന്വേഷിച്ച് ഇത്തരം ബ്ലോഗുകളിലേക്ക് എത്തിച്ചേരും. ഓരോ വായനക്കാരനും ലിങ്കുകളിൽ ക്ലിക്കു

ചെയ്യുന്നതനുസരിച്ച് ബ്ലോഗിന്റെ ഉടമസ്ഥന് വരുമാനം വർദ്ധിക്കുകയും ചെയ്യും (2010: 34-35).

8. ബുക്ക് ബ്ലോഗുകൾ

പുസ്തകങ്ങളുടെ വ്യാപാരത്തിലും അവയുടെ പ്രസിദ്ധീകരണത്തിലും വിപണനത്തിലും വിതരണത്തിലും ബ്ലോഗിങ്ങ് സംസ്കാരം കടന്നുചെന്നു (Steiner, 2010:494). അതിന്റെ ഫലമായി ഉദയം ചെയ്ത ബ്ലോഗുകളെയാണ് ബുക്ക് ബ്ലോഗുകൾ എന്നു വിളിക്കുക. വൈവിധ്യമാർന്ന രീതിയിൽ ബുക്കു ബ്ലോഗുകൾ പുസ്തകപ്രസാധനമേഖലയെ വളർത്തിക്കൊണ്ടിരിക്കുന്നു. ബുക്ക്ബ്ലോഗുകൾ പലതരമുണ്ട്. ഒന്നാമതായി പുസ്തകപ്രസാധകർ ആരംഭിച്ചിരിക്കുന്ന ബ്ലോഗുകളാണ്. പുതിയ പുസ്തകങ്ങളെപ്പറ്റിയുള്ള വിവരങ്ങൾ ഈ ബ്ലോഗുകളിൽ ലഭ്യമാകുന്നു. പുസ്തകങ്ങളുടെ വിതരണ ഏജന്റുമാർ വിപണനവുമായി ബന്ധപ്പെട്ട് ആരംഭിച്ചിരിക്കുന്നവയാണ് രണ്ടാമത്തെ വിഭാഗം. ലഭ്യമായ പുസ്തകങ്ങളെപ്പറ്റിയുള്ള വിവരങ്ങൾ ഇത്തരം ബ്ലോഗുകൾ പ്രദാനം ചെയ്യുന്നു. സാഹിത്യകാരന്മാരും പുസ്തക എഴുത്തുകാരും ആരംഭിച്ചിരിക്കുന്നവയാണ് മൂന്നാമത്തെ വിഭാഗത്തിലുള്ളവ. എഴുതുവാൻ പോകുന്ന പുസ്തകത്തിന്റെ ചിന്തകൾ, എഴുതുന്നതും പൂർത്തിയാക്കപ്പെട്ടതുമായ പുസ്തകത്തിന്റെ ഭാഗങ്ങൾ എന്നിവ ഗ്രന്ഥരചനയുടെ വിവിധഘട്ടങ്ങളിൽ വായനക്കാർക്കു നല്കിക്കൊണ്ടിരിക്കും. പുസ്തകങ്ങളുടെ പ്രചാരത്തിനും ജനപ്രിയതയ്ക്കും ഇത്തരം വിവരങ്ങൾ സഹായിക്കും. പ്രസിദ്ധീകരിക്കപ്പെട്ട പുസ്തകങ്ങളെപ്പറ്റി വിവിധ മേഖലകളിലുള്ളവർ നടത്തുന്ന റിവ്യൂകൾ പ്രസിദ്ധീകരിക്കുന്നവയാണ് നാലാമത്തെ വിഭാഗത്തിലുള്ളത്. ചില ബ്ലോഗുകൾ പൂർണ്ണമായും പുസ്തക അവലോകനങ്ങൾക്കുവേണ്ടിയുള്ളവയായിരിക്കും. മറ്റു ചിലത് അനേക പോസ്റ്റുകളിൽ ചിലതുമാത്രം പുസ്തക അവലോകനങ്ങൾ ഉൾക്കൊള്ളുന്നവയായിരിക്കും. ഇവയെ പൂർണ്ണമായും ബുക്കുബ്ലോഗുകൾ എന്ന് വിളിക്കുവാൻ കഴിയില്ലെങ്കിലും പുസ്തകനിരൂപണങ്ങൾ വളരെ ശ്രദ്ധയോടെ നല്കുന്ന ഇത്തരം ധാരാളം ബ്ലോഗുകളുണ്ട്. മലയാള പുസ്തകപ്രസാധകരുടെയും, പുസ്തകസ്റ്റാളുകളുടെയും പേരിലുള്ള ബ്ലോഗുകൾ ഇത്തരത്തിൽപെട്ടവയാണ്.

9. സാഹിത്യബ്ലോഗുകൾ (Literature Blogs)

ഈ പഠനത്തിൽ പ്രത്യേകം പാഠ്യവിഷയമാകുന്ന ബ്ലോഗുകൾ എന്ന അടിസ്ഥാനത്തിൽ സാഹിത്യബ്ലോഗുകളെ ഇവിടെ വിവരിക്കുന്നു. ഡയറി എഴുത്തിനും വാർത്താക്കുറിപ്പുകൾക്കുമൊപ്പമോ അതിലധികമോ പ്രാധാന്യത്തോടെ സാഹിത്യത്തിന്റെ വിവിധ മേഖലകൾ ബ്ലോഗുകളിലേക്കു കടന്നുചെല്ലുന്നു. മുമ്പ് സൂചിപ്പിച്ച മിക്കവാറും എല്ലാ ബ്ലോഗുവിഭാഗങ്ങളിലും സാഹിത്യബ്ലോഗുകളെ കണ്ടെത്താൻ കഴിയും. വ്യക്തിഗത ബ്ലോഗുകളായും ഗ്രൂപ്പുബ്ലോഗുകളായും വിഷയാധിഷ്ഠിത ബ്ലോഗുകളായും

മീഡിയാധിഷ്ഠിത വിഭാഗത്തിലും ഉള്ളടക്കാധിഷ്ഠിത വിഭാഗത്തിലും ഇവയെ കണ്ടെത്താൻ കഴിയും. സാമ്പ്രദായിക മാധ്യമങ്ങൾ കൈകാര്യം ചെയ്യുന്ന എല്ലാ സാഹിത്യരൂപങ്ങളും ഈ പുതിയ പ്രതലത്തിന്റെ സവിശേഷതകളെ ആശ്ലേഷിച്ചു. അവ സാഹിത്യത്തിന്റെ വിവിധ മേഖലകളായി ബ്ലോഗുകളിൽ വർത്തിക്കുന്നു. ചില ബ്ലോഗുകൾ ഒരു സാഹിത്യമേഖല മാത്രം കൈകാര്യം ചെയ്യുമ്പോൾ പല സാഹിത്യമേഖലകളെ ഒരു ബ്ലോഗിൽതന്നെ കൈകാര്യം ചെയ്യുന്നവരുമുണ്ട്. എഴുതുന്ന സാഹിത്യരൂപത്തിന്റെ സ്വഭാവമനുസരിച്ച് കഥാബ്ലോഗ്, കവിതാബ്ലോഗ്, ആത്മകഥാ ബ്ലോഗ്, ബാലസാഹിത്യബ്ലോഗ്, നിരൂപണ ബ്ലോഗ്, കഥകളിബ്ലോഗ്, നോവൽ ബ്ലോഗ്, സഞ്ചാരസാഹിത്യബ്ലോഗ് etc. എന്നിങ്ങനെ ബ്ലോഗുകളെ തിരിക്കുന്നു. മലയാളത്തിൽ ഏറ്റവുമധികം പോസ്റ്റുകൾ വന്നുകൊണ്ടിരിക്കുന്നത് കവിതാബ്ലോഗുകളിലാണ്. കഥാബ്ലോഗുകളും വളരെ സജീവമാണ്. സാഹിത്യനിരൂപണങ്ങളും വിമർശനങ്ങളും ധാരാളമായി വരുന്നതിനാൽ നിരൂപണ ബ്ലോഗുകളും ശക്തമായ സാന്നിദ്ധ്യമറിയിക്കുന്നുണ്ട്.

ബ്ലോഗുകളുടെ മനോഹാരിത എന്നത് അവയിലെ ബഹുവിധമായ വൈവിധ്യമാണ് (Morrison, 2014:6). വിവിധ വിഭാഗങ്ങളിലായി പരിഗണിക്കാമെങ്കിലും ഇവയ്ക്കെല്ലാം പൊതുവായ സ്വഭാവമാണുള്ളത്. ചർച്ചകൾക്കും ആശയപ്രകാശനങ്ങൾക്കുമുള്ള വേദിയായി ബ്ലോഗിനെ ഉപയോഗിക്കുന്നു. തത്സമയ വിവരണങ്ങളും തുടർവിവരണങ്ങളും ബ്ലോഗിന്റെ ഭാഗമാണ്. ഗൗരവമുള്ള ആത്മചിന്തകൾ, രാഷ്ട്രീയ വിശേഷങ്ങൾ, വാർത്താസംപ്രേക്ഷണം തുടങ്ങി സാമ്പ്രദായിക മാധ്യമങ്ങൾ കൈകാര്യം ചെയ്യുന്ന എല്ലാ മേഖലകളിലേക്കും വ്യത്യസ്തമായ അവതരണരീതികളോടെ ബ്ലോഗുകൾ കടന്നുചെന്നു. വിവിധ വിഭാഗങ്ങളിലായി ധാരാളം ബ്ലോഗുകൾ ഉണ്ടായിട്ടുണ്ടെങ്കിലും ഈ ബൂലോഗത്തിന്റെ (blogosphere) ചെറിയ അളവുമാത്രമേ അവയ്ക്കെല്ലാംകൂടി സ്വന്തമാക്കാൻ കഴിഞ്ഞിട്ടുള്ളൂ (Morrison, 2014:67). ബ്ലോഗുകളിലെ വിവിധ വിഭാഗങ്ങളെപ്പറ്റി പ്രതിപാദിക്കുകയായിരുന്നു മുകളിൽ. പൊതുവിലുള്ള രീതികളനുസരിച്ചുള്ള വിഭജനമേ ഇവിടെ നല്കിയിട്ടുള്ളൂ. ബ്ലോഗുകളുടെ വൈവിധ്യമനുസരിച്ചും അതിന്റെ കാലത്തോടു ചേർന്ന വളർച്ചയനുസരിച്ചും കൂടുതൽ വിഭാഗങ്ങളായി ഇവയെ പരിഗണിക്കാവുന്നതാണ്. ബ്ലോഗുകളുടെ വൈവിധ്യം വായനയുടെ പുതിയ മേഖലകൾ തുറന്നുതരുന്നു. വൈവിധ്യങ്ങളുടെ ഈ കലവറയിലേക്ക് ഇനിയും കൂടുതൽ ബ്ലോഗുകൾ സ്ഥാനം പിടിക്കും. പുതിയ മേഖലയിലേക്ക് ബ്ലോഗിന്റെ ഒരു സൈറ്റ് തുറക്കപ്പെട്ടു കഴിഞ്ഞാൽ അതിന്റെ പിന്നാലെ അനേക ബ്ലോഗർമാരുടെ പ്രവേശനം ഉണ്ടാകും. ബ്ലോഗുകളുടെ അന്വേഷണപരമായ മുന്നേറ്റമാണ് അതിന്റെ വൈവിധ്യപൂർണ്ണമായ പ്രചാരത്തിന് കാരണമാകുന്നത്.

പതിനൊന്ന്

ബ്ലോഗുകളുടെ മാധ്യമഘടന

എഴുതുന്നതിനും വായിക്കുന്നതിനും ആശയങ്ങൾ പങ്കിടുന്നതിനും ഇന്റർനെറ്റിന്റെ ലോകത്ത് ലഭിച്ച ഇടം എന്ന നിലയിലാണ് ബ്ലോഗുകൾ ശ്രദ്ധിക്കപ്പെട്ടത്. ഇന്റർനെറ്റ്ലോകത്തെ വെബ്ബ്പേജ് എന്നതിലുപരി ബ്ലോഗുകൾ മുന്നോട്ടുവച്ച ചില സവിശേഷതകളാണ് ബ്ലോഗുകളെ ജനപ്രിയമാക്കാൻ ഇടവന്നത്. ബ്ലോഗുകളുടെ നിർമ്മാണസംരംഭങ്ങളുമായി ചേർന്ന് പ്രവർത്തിച്ച മെഗ് ഹൗറിഹാൻ (Meg Hourihan) ബ്ലോഗുകളുടെ ജനപ്രിയതയ്ക്കു കാരണമായി കണ്ടെത്തുന്നത് അവയുടെ ഘടനാപരമായ സവിശേഷതകളാണ്. അദ്ദേഹം എഴുതുന്നു "ബ്ലോഗുകളിലേക്ക് ആളുകളെ അടുപ്പിക്കുന്നതിനുള്ള പ്രധാനകാരണം രൂപഘടനയാണ്. ബ്ലോഗുകളെയും അതിന്റെ ഇടപാടുകളെയും പരസ്പരം ബന്ധിപ്പി ച്ചുകൊണ്ട് ബ്ലോഗുകൾ നല്കുന്ന സേവനം വായനക്കാരോട് ബ്ലോഗിനെ ചേർത്തുനിർത്തുന്നു" (2002:1).

ബ്ലോഗുകളുടെ നിർമ്മിതിയുടെ സവിശേഷതയെപ്പറ്റി പ്രസിദ്ധ ബ്ലോഗറും മലയാളബ്ലോഗുകളിലെ കീമാപ്പ് എന്ന സോഫ്റ്റ്‌വെയറിന്റെ നിർമ്മാതാവുമായ രാജ് നീട്ടിയത്ത് അഭിപ്രായപ്പെടുന്നു, "പ്രസിദ്ധീകരിക്കപ്പെടുന്ന ഉള്ളടക്കത്തിന്റെ റീച്ചബിലിറ്റി, സേർച്ചബിലിറ്റി എന്നീ ഘടകങ്ങൾ, ഉള്ളടക്കം ജനശ്രദ്ധയിൽപ്പെടുന്നതോടെ ബ്ലോഗ്സർവീസുകളും സേർച്ച് എൻജിനുകളും മനുഷ്യഇടപെടലുകൾ ഇല്ലാതെ സാങ്കേതികമായി അനലൈസ് ചെയ്ത് ഉള്ളടക്കത്തിന് നൽകുന്ന പ്രസക്തി (content relevance), ഉള്ളടക്കം കൈകാര്യം ചെയ്യുന്ന വിഷയങ്ങളിൽ സഹ-മാധ്യമങ്ങൾ, മറ്റുബ്ലോഗുകൾ എന്നിവയിൽ പ്രസിദ്ധീകരിച്ചിരിക്കുന്ന വിഭവങ്ങളിലേക്കുള്ള ഹൈപ്പർ ലിങ്കുകൾ, ഉള്ളടക്കം ഇത്തരത്തിൽ പരസ്പരം ബന്ധിപ്പിക്കപ്പെട്ടിരിക്കുന്ന വിഷയസ്രോതസ്സുമൂലം (hyperlinked content and resources) ലഭ്യമാവുന്ന ക്രോഡീകരണം എന്നിവ ബ്ലോഗുൾപ്പെടുന്ന ഇന്റർനെറ്റ് മാധ്യമങ്ങൾക്കു പരമ്പരാഗതമാധ്യമങ്ങളേക്കാൾ മെച്ചപ്പെട്ട ആർജ്ജവവും സംവേദനക്ഷമതയും ലഭ്യമാക്കുന്നുണ്ട്" (2013:88). ബ്ലോഗുകളെ സംബന്ധിച്ച സാമ്പ്രദായികമാധ്യമങ്ങൾക്കു ഉപരിയായി ലഭ്യമായ

സവിശേഷഗുണങ്ങൾ എപ്രകാരം ബ്ലോഗിന്റെ സ്വീകാര്യതയ്ക്ക് കാരണമായി എന്ന് നീട്ടിയത്ത് വിശദമാക്കുകയാണ്. ഇന്റർനെറ്റിന്റെ സഹായത്തോടെ ഇവിടെ ഏതു വിവരങ്ങളിലും എത്തിച്ചേരാനും എവിടെയും തിരയാനും അവയിൽ ഉൾക്കൊള്ളിച്ചിരിക്കുന്ന ഘടകങ്ങൾ സഹായകമാകുന്നു. ഉള്ളടക്കങ്ങളിലുള്ള അന്വേഷണങ്ങളെപ്പറ്റി ആളുകളുടെ ഇടപെടലുകളില്ലാതെതന്നെ ബ്ലോഗ് സേർച്ച് എൻജിനുകളിൽ വിശദാംശങ്ങൾ, നല്കുന്നു. ഉള്ളടക്കത്തിലെ വിഷയത്തിന്റെ വിശദീകരണത്തിനുവേണ്ടി അവയിൽനിന്ന് മറ്റിടങ്ങളിലേക്കു കൊളുത്തുകൾ (Link) നല്കപ്പെട്ടിരിക്കുന്നു. വിഷയസംബന്ധിയായി ഹൈപ്പർലിങ്കുകളുടെ ക്രോഡീകരണം സാധ്യമാകുന്നു എന്നിങ്ങനെയുള്ള ബ്ലോഗിന്റെ ഘടനാവിശേഷങ്ങളെയാണ് അദ്ദേഹം പ്രതിപാദിക്കുന്നത്. അതുവരെ മാധ്യമങ്ങൾക്ക് ലഭ്യമല്ലാതിരുന്ന അധികമായ ഈ സാധ്യതകളാണ് ബ്ലോഗുകളെ ആളുകളിലേക്ക് കൂടുതൽ അടുപ്പിച്ചത്. സാമ്പ്രദായിക മാധ്യമങ്ങളുമായി താരതമ്യം ചെയ്ത് അദ്ദേഹം നിരീക്ഷിക്കുന്നു "ബ്ലോഗുകളുടെ നിർമ്മിതി ബദൽ മാധ്യമങ്ങൾ എന്ന നിലയിലാണ്. അവ പലപ്പോഴും അവയ്ക്കുതന്നെ ബദലാണെന്നതാണു വസ്തുത" (2013:88). പരമ്പരാഗതമായ മാധ്യമങ്ങളുടെ സവിശേഷതകൾ വലിയ അളവിൽ ബ്ലോഗുകൾ ഉൾകൊള്ളുന്നുണ്ടെങ്കിലും ബ്ലോഗുകളുടെ മാധ്യമപരമായ സാധ്യതകൾ ഒരിക്കലും സാമ്പ്രദായിക മാധ്യമങ്ങൾക്ക് ബദലായി നിൽക്കുന്നതല്ല. അവ രണ്ടും രണ്ട് വ്യത്യസ്ത ലോകങ്ങളുടെ സൃഷ്ടികളാണ്. ഇന്റർനെറ്റിന്റെ വിസ്തൃതിയും വിശാലതയുമാണ് ബ്ലോഗുകളുടെ ലോകം. അതിനാൽ ഇന്റർനെറ്റിന്റെ സങ്കീർണ്ണതകൾക്കുള്ളിൽ പിറന്ന ബ്ലോഗിന്റെ മാധ്യമപരമായ സാധ്യതകൾ ആ ലോകത്തിന്റെ അതിരുകളോളം വിശാലവുമാണ്.

ഇന്റർനെറ്റിന്റെ ലോകത്തെ ഒരു വെബ്പേജിന്റെ ഘടനാവിശേഷങ്ങളായി ബ്ലോഗിന്റെ ഘടനയെ പഠിക്കുമ്പോഴാണ് അതിന്റെ വ്യത്യസ്തതകളെ മനസ്സിലാക്കാൻ കഴിയുക. ബ്ലോഗിന്റെ നിർവചനങ്ങളിൽ നല്കപ്പെട്ട വിശദാംശങ്ങൾ മിക്കവയും അവയുടെ ഘടനാപരമായ സവിശേഷതകളുമായി ബന്ധപ്പെട്ടതാണ്.

ബ്ലോഗുകൾക്കുള്ളിലെ ബന്ധങ്ങളെയും സൃഷ്ടികളെയുംപറ്റി പഠിക്കണമെങ്കിൽ ബ്ലോഗിന്റെ ഘടനാപരമായ സവിശേഷതകളെയും അറിഞ്ഞിരിക്കണം. ഒരു മാധ്യമത്തിന്റെ ഘടനാപരമായ സവിശേഷതകളാണ് അതിന്റെ മാധ്യമ പരിസരത്തെ നിർണ്ണയിക്കുക. ബ്ലോഗുകൾ ജനപ്രിയമാകുന്നതിന്റെ പ്രധാന കാരണവും അതുതന്നെയാണ്. ബ്ലോഗിന്റെ ഘടനാപരമായ സവിശേഷതകളെ തുടർന്ന് വിശദീകരിക്കുന്നു.

വ്യക്തിഗത വെബ്പേജുകൾ

വിവരങ്ങൾ മാത്രം നല്കുന്ന വെബിന്റെ ഒന്നാം തലമുറയ്ക്കുശേഷം രൂപംകൊണ്ട വെബ് 2.0 യുടെ സൃഷ്ടിയാണ് ബ്ലോഗുകൾ. എഴുതാനും

വായിക്കാനുമുള്ള വെബ്ബിന്റെ വാഗ്ദാനത്തെ യാഥാർത്ഥ്യമാക്കി സംഭവിപ്പിച്ചത് ബ്ലോഗുകളാണ്. (Gillmor, 2004:28) വെബ്. 2.0. സൃഷ്ടിയായ സാമൂഹ്യമാധ്യമങ്ങളിൽ സ്വയംപ്രസാധനസ്വഭാവത്തോടെയുള്ള പ്രധാന സംരംഭം ബ്ലോഗുകളാണ്. വിക്കിപീഡിയ, യൂട്യൂബ്, ഫേസ്ബുക്ക്, ഓൺലൈൻ ഗെയിംസ് തുടങ്ങിയ മാധ്യമങ്ങളിൽനിന്ന് വ്യത്യസ്തമായി വ്യക്തിഗതമായ ആശയപ്രകാശനത്തിനുള്ള അനന്തസാധ്യതകളാണ് ബ്ലോഗുകൾ ഒരുക്കിയത്. "എഴുത്തിനെ എളുപ്പമാക്കിമാറ്റിയ വെബ് ലോകത്തെ ആദ്യ ഉപകരണം" എന്ന് (2004:28) ഗിൽമോർ ബ്ലോഗിനെ വിശേഷിപ്പിക്കുന്നു.

ബ്ലോഗിനെപ്പറ്റിയുള്ള മിക്കവാറും എല്ലാ നിർവചനങ്ങളും ഇന്റർനെറ്റ് ലോകവും വെബ്ബുമായി അതിനെ ബന്ധിപ്പിച്ചു കൊണ്ടാണ് അവതരിപ്പിച്ചിരിക്കുക. തുടർച്ചയായി അപ്ഡേറ്റ് ചെയ്യപ്പെട്ട വെബ്സൈറ്റ് (ഓക്സ്ഫോർഡ് ഡിക്ഷ്നറി) നിരന്തരം അപ്ഡേറ്റ് ചെയ്യപ്പെടുന്ന വെബ്സൈറ്റ് (റോട്ട്ലെഡ്ജ് എൻസൈക്ക്ളോപീഡിയ) വ്യക്തിഗതമായ വെബ്പേജ് (വിക്കിപീഡിയ) വളരെ ചെറിയ രൂപത്തിലുള്ള വെബ്സൈറ്റുകൾ (സുനീത, 2014:224) സൗജന്യമായി ഇന്റർനെറ്റിൽ ലഭ്യമാകുന്ന വെബ്പേജ് (ബാബുരാജ്, 2011:13). സോഫ്റ്റ് വെയറിന്റെ സവിശേഷപ്രഭാവം (Dean, 2010:41) വെബ്പേജ് (Hering, 2005:142) സൗജന്യമായി ലഭ്യമാകുന്ന വെബ് പേജ് (ആദർശ്, 2007:17). ഇന്റർനെറ്റ് എന്ന മാധ്യമത്തിൽക്കൂടി ആർക്കും വായിക്കാവുന്ന രീതിയിലുള്ള വെബ്പേജ് (adyakshari.blogspot.in). ഇങ്ങനെ ബ്ലോഗിനെപ്പറ്റിയുള്ള എല്ലാ വിശകലനങ്ങളിലും ബ്ലോഗിനെ വെബിന്റെ ഡിജിറ്റൽ ലോകവുമായി ബന്ധിപ്പിച്ചിരിക്കുന്നു.

ഡിജിറ്റൽ ലോകവുമായുള്ള ബന്ധമാണ് ബ്ലോഗിന്റെ സാധ്യതകളെ ഇത്രമാത്രം വിശാലമാക്കിയത്. ബ്ലോഗുകളുടെ സേവനം സൗജന്യമായി നല്കപ്പെട്ടതിനാൽ യാതൊരു പണച്ചെലവുമില്ലാതെ ബ്ലോഗിൽ അംഗങ്ങളാകാമെന്നത് അതിനെ ജനസാന്ദ്രമാക്കി. www.blogger.com, www.wordpress.com, www.blogsome.com, www.bigadda.com, www.rediffland.com തുടങ്ങിയ സൈറ്റുകളാണ് വെബ്താളുകളെ ബ്ലോഗിനായി തുറന്നിട്ടിരിക്കുന്നത്. സൗജന്യമായല്ലാതെ പണംകൊടുത്തും ബ്ലോഗുലോകത്തിൽ അംഗങ്ങളാകാൻ കഴിയും. അവ വെബ് ലോകത്തെ സൈറ്റുകൾതന്നെയായി നിലനില്ക്കുന്നവയാണ്. വെബ്ബിന്റെ ലോകത്ത് സൗജന്യമായ ലഭിച്ച ഇടങ്ങളിലാണ് ബ്ലോഗുകൾ അധികവും നിർമ്മിക്കപ്പെട്ടിരിക്കുന്നത്.

ഇന്റർനെറ്റിൽ സൗജന്യമായി ലഭ്യമായ ബ്ലോഗിടങ്ങൾ വലിയൊരു കുടിയേറ്റത്തിനാണ് വഴിതെളിച്ചത്. സാധാരണക്കാരെ വെബ്ബുലോകവുമായി ബന്ധിപ്പിച്ചതിൽ ഈ വെബ്താളിന്റെ പ്രാധാന്യം തീരെ ചെറുതല്ല. ജന്മനാ ഡിജിറ്റലായ ബ്ലോഗുകളിൽ അതിന്റെ ഡിജിറ്റൽ ചുറ്റുപാടുകൾതന്നെയാണ് പ്രഥമഗണനീയമായി തീരുന്നത്.

ബ്ലോഗുകളും പോസ്റ്റും

ബ്ലോഗുകളുടെ ഘടനയിൽ പ്രഥമസ്ഥാനത്തുവരുന്നത് അതിലെ പോസ്റ്റുകളാണ്. ബ്ലോഗുകളിൽ രചിക്കപ്പെട്ട സൃഷ്ടികളെയാണ് പോസ്റ്റുകൾ എന്നു വിളിക്കുന്നത്. ബ്ലോഗുകളുടെ സാരാംശം എന്നത് പോസ്റ്റുകളാണ് (Dean, 2010:47). ബ്ലോഗുകളിൽ എപ്രകാരമാണ് പുതുമ ചേർത്തുവച്ചിരിക്കുന്നത് എന്ന് മെഗ് ഹൗറിഹാൻ (Meg Haurihan) നിരീക്ഷിക്കുന്നു. "ഏറ്റവും പുതിയ പോസ്റ്റ് ആദ്യം പ്രത്യക്ഷപ്പെടുന്നു. അവർ ഒരിക്കലും ഏറ്റവും പുതിയ പോസ്റ്റിനുവേണ്ടി സൈറ്റുകളിൽ തിരയേണ്ടതില്ല. അവ വായനക്കാരുടെ മുമ്പിൽത്തന്നെയുണ്ട്. ഈ സാമീപ്യം വായനക്കാരെ സൈറ്റിനോട് കൂടുതൽ അടുപ്പിക്കുകയും ധാരാളം സമയം ലാഭിക്കാൻ സഹായിക്കുകയും ചെയ്യും" (2002:2). ബ്ലോഗുകളിൽ ഏറ്റവും പുതിയ പോസ്റ്റ് ഏറ്റവും മുകളിലായി കാണപ്പെടുന്നു. പോസ്റ്റുകൾ കാലത്തിനു വിപരീതക്രമത്തിലാണ് അടുക്കപ്പെട്ടിരിക്കുന്നത്. ഏറ്റവും അവസാനത്തെ പോസ്റ്റ് ഏറ്റവും മുകളിലായി ക്രമീകരിക്കപ്പെട്ടിരിക്കുന്നതിനാൽ ബ്ലോഗുകളിലെത്തിച്ചേരുന്ന ഏതൊരു വായനക്കാരനും പുതിയ പോസ്റ്റുകളെ തിരഞ്ഞു നടക്കേണ്ടതില്ല. ബ്ലോഗുകളെപ്പറ്റിയുള്ള മിക്കവാറും നിർവചനങ്ങളിലും കാലക്രമത്തിന് വിപരീതമായിട്ടുള്ള പോസ്റ്റുകളുടെ അടുക്കലിനെപ്പറ്റി പ്രതിപാദിക്കുന്നുണ്ട്.

ഈ വിന്യാസക്രമത്തിന്റെ പ്രാധാന്യത്തെ ജിൽവാക്കർ (Jill Walker) വിശദീകരിക്കുന്നത് കാലസവിശേഷതകളുമായി ബന്ധപ്പെടുത്തിക്കൊണ്ടാണ്. "വർത്തമാനകാലത്തിന് ബ്ലോഗുകളിൽ വളരെയധികം പ്രാധാന്യമുണ്ട്. ബ്ലോഗുകളിൽ ഏറ്റവും ആദ്യം കാണപ്പെടുന്നത് ഇന്നിന്റെ ലോകമാണ്. ബ്ലോഗിലേക്ക് നോക്കുന്ന ഒരു വ്യക്തി കാണുക ഇന്ന് എന്ത് ബ്ലോഗിൽ എഴുതപ്പെട്ടു എന്നാണ് (2014:73). വർത്തമാനലോകത്തിന്റെ അവതരണത്തിന് ബ്ലോഗു നല്കുന്ന പ്രാധാന്യമാണ് അതിന്റെ പോസ്റ്റുകളുടെ വിന്യാസക്രമത്തിലൂടെ വ്യക്തമാകുന്നത്. പോസ്റ്റുകൾ വർത്തമാന സമൂഹവുമായി ബന്ധിപ്പിക്കപ്പെട്ട് ആശയ സംവാദത്തിലേക്ക് വളരുവാൻ പ്രയോജനപ്പെടുന്നു. കാലക്രമമനുസരിച്ച് ആദ്യംവരുന്ന പോസ്റ്റിനെ സംബന്ധിച്ച് ചില ദോഷങ്ങളും ചൂണ്ടിക്കാണിക്കാറുണ്ട്. വായനയ്ക്കു തയ്യാറായി ആദ്യം നില്ക്കുന്ന ഈ പോസ്റ്റ് നല്ല പോസ്റ്റോ ജനപ്രിയമായതോ, ആ ബ്ലോഗിന്റെ നിലവാരത്തിന് ചേർന്നതോ ആകണമെന്ന് നിർബന്ധമില്ല. അവസാനം വന്നു എന്ന കാരണത്താൽ അവ ആദ്യം പ്രത്യക്ഷപ്പെടുന്നതുകൊണ്ട് ബ്ലോഗിന്റെ പൊതുനിലവാരത്തിനുള്ള ഉദാഹരണമായി ചിലപ്പോൾ അവ പരിഗണിക്കപ്പെടാം.

പോസ്റ്റുകളുടെ അനന്തമായ സാധ്യതയെപ്പറ്റി ജോഡി ഡിയാൻ (Jodi Dean) അഭിപ്രായപ്പെടുന്നതു നോക്കുക. "പോസ്റ്റുകൾ ബ്ലോഗുകളുടെ മരിക്കാത്ത അവശേഷിപ്പുകളാണ്. പോസ്റ്റുകൾ ഉള്ളപ്പോഴാണ് ബ്ലോഗുകൾ നിലനില്ക്കുന്നത്. പോസ്റ്റുകൾ നിലയ്ക്കുമ്പോൾ ബ്ലോഗു മരിക്കുന്നു.

ബ്ലോഗിന്റെ ഉടമസ്ഥൻ ബ്ലോഗിനെ മുഴുവനായി ഡിലീറ്റ് ചെയ്യുന്നില്ലായെങ്കിൽ പോസ്റ്റുകൾക്ക് സേർച്ച് എൻജിനിൽ തുടർജീവിതം ലഭിക്കും (2010: 47). അവസാനമില്ലാതെ നിത്യകാലത്തോളം പ്രചരിക്കുവാനുള്ള സാധ്യതയാണ് ബ്ലോഗു പോസ്റ്റുകൾക്കുള്ളത്. അവ ഒരിക്കൽ പോസ്റ്റു ചെയ്താൽ നിത്യമായി ബ്ലോഗുകളിൽ സംരക്ഷിക്കപ്പെടുന്നുവെന്നതാണ് അതിന്റെ മെച്ചം. പരമ്പരാഗത മാധ്യമങ്ങളിൽ വന്ന സൃഷ്ടികൾ കാലത്തിന്റെ കുത്തൊഴുക്കിൽ നാശത്തിന് വിധേയമാകുമ്പോൾ ബ്ലോഗുകൾക്കുള്ളിൽ അവയുടെ സൃഷ്ടികളായ പോസ്റ്റുകൾ മരിക്കാത്ത അവശേഷിപ്പുകളായി ഡിജിറ്റൽ ലോകത്ത് വിശ്രമം കൊള്ളും. ബ്ലോഗുകളുടെ പോസ്റ്റുകൾക്ക് സ്ഥിരഭാവമാണുള്ളത്. ഒരിക്കൽ പ്രസിദ്ധീകരിക്കപ്പെട്ട പോസ്റ്റ് മാസങ്ങളോ വർഷങ്ങളോ വായനക്കാർക്കായി സംരക്ഷിക്കപ്പെടുന്നു. അതിന്റെ അർത്ഥം ബ്ലോഗുകളിലെ പോസ്റ്റുകൾക്കും അതിലെ സംവാദങ്ങൾക്കും നൈമിഷികഭാവമല്ല ഉള്ളത് എന്നാണ് (Walker, 2014:74).

പോസ്റ്റിനെ ലെവ് മാനോവിച്ച് (Lev Manovich)വിശേഷിപ്പിക്കുന്നത് 'ആത്മാംശങ്ങളുടെ ആഖ്യാനം' എന്നാണ് (2001:225). പോസ്റ്റുകൾ ഒരു കഥപോലെ പറയപ്പെടുകയല്ല, മറിച്ച് ഒരു നിമിഷത്തിന്റെ ചിത്രം, ഒരു പ്രതികരണം, ഒരു വികാരം, ഒരു ചെറു സംഭവം എന്നിങ്ങനെ അത് അവതരിപ്പിക്കപ്പെടുകയാണ് എന്ന് അദ്ദേഹം അഭിപ്രായപ്പെടുന്നു.

ബ്ലോഗിന്റെ അവിഭാജ്യഘടകമാണ് പോസ്റ്റുകൾ. ബ്ലോഗുകളുടെ സിദ്ധികളെയും ഗുണവിശേഷങ്ങളെയും അറിയിച്ചുതരുന്നത് പോസ്റ്റുകളാണ്. ബ്ലോഗിന്റെ സവിശേഷതകളെ അതിന്റെ പൂർണ്ണതയിൽ പോസ്റ്റുകൾ ഉൾക്കൊള്ളുന്നു. ബ്ലോഗും പോസ്റ്റുകളും തമ്മിലുള്ള ബന്ധം അതിന്റെ നിർമ്മാണവുമായി ബന്ധപ്പെട്ട പണ്ഡിതരുടെ അഭിപ്രായത്തിൽ വ്യക്തമാണ്. "ബ്ലോഗുകൾ ജന്മനാതന്നെ ഡിജിറ്റൽ ആണ്. അവ ഡിജിറ്റലായുള്ള സന്താനങ്ങൾക്ക് ജന്മം നല്കുന്നു" (Dean, 2010:41). പ്രാഥമിക ഘടകമെന്ന നിലയിൽ പോസ്റ്റുകൾ അവയുടെ സന്താനങ്ങളായി നിശ്ചയിക്കപ്പെട്ടിരിക്കുന്നു. ഓരോ പോസ്റ്റിലൂടെയും ബ്ലോഗിന്റെ പ്രതലം വിസ്തൃതമാക്കപ്പെടുകയും അതുവഴി അതിന്റെ സാമ്രാജ്യം വിശാലമാവുകയും ചെയ്യുന്നു.

ഓൺലൈൻ ഡയറികളായിട്ടാണ് ഡിജിറ്റൽ ലോകത്ത് ബ്ലോഗുകൾ ജനിച്ചത്. ഡയറിയുടെ നിർമ്മിതിയിൽ അവയുടെ ഘടനപ്രകാരം പേജുകൾക്കാണ് മുൻഗണന ലഭിക്കുന്നത്. എന്നാൽ ബ്ലോഗിന്റെ സൃഷ്ടിയിൽ അവയെ പേജ് കേന്ദ്രീകൃതം (page centric) എന്നതിനേക്കാൾ പോസ്റ്റ് കേന്ദ്രീകൃതം (post centric) ആയിട്ടാണ് നിർമ്മിച്ചത് (Dean, 2004:20). ഓൺലൈൻ ഡയറികളാണ്, ബ്ലോഗുകൾ എന്നുവിശേഷിപ്പിക്കുമ്പോൾ അടിസ്ഥാനപരമായി അവയുടെ ഘടന ഡയറികളുടേതല്ലായെന്ന് ഇതിൽ നിന്ന് വ്യക്തമാകുന്നു. ഓൺലൈൻ ഡയറികളിലെ കുറിപ്പെഴുതാനുള്ള

താളുകൾ എന്നതിലുപരി സർഗ്ഗസൃഷ്ടികളേയും ഏതുവിധത്തിലുള്ള സാഹിത്യരൂപങ്ങളേയും ഉൾക്കൊള്ളുന്ന ഘടനാരീതിയാണ് പോസ്റ്റു കൾക്കുള്ളത്. ബ്ലോഗുകൾ സാഹിത്യപ്രകാശനത്തിന്റെ ഉത്തമവേദികളായി തിരഞ്ഞെടുക്കപ്പെടുവാനുണ്ടായ കാരണം ഇവയുടെ ഘടനാപരമായ ഈ സവിശേഷതയാണ്. നോവൽ, കഥ, കവിത, വിമർശനം, ആത്മകഥ എന്നി ങ്ങനെ സാഹിത്യബന്ധിയായ ഏതു മേഖലയേയും ഉൾക്കൊള്ളാൻ ബ്ലോഗുകൾക്കു കഴിഞ്ഞത് പോസ്റ്റിന്റെ ഘടനയിൽ ആവിഷ്കരിക്കപ്പെട്ട നൂതനത്വമാണ്.

ലിങ്കുകൾ/കൊളുത്തുകൾ

നെറ്റുവർക്കിന്റെ അടിസ്ഥാനമെന്നതുതന്നെ ലിങ്കുകളാണ്. നെറ്റുവർക്കിന്റെ ഭാഗമെന്ന നിലയിൽ ബ്ലോഗെന്ന മാധ്യമം നല്കുന്ന മറ്റൊരു പ്രധാന സൗകര്യമാണ് ലിങ്ക്/കൊളുത്തുകളുടെ സംവിധാനം (Walker, 2014:75). ബ്ലോഗുകളെ പരസ്പരവും അതിന്റെ സൃഷ്ടികളെയും ക്രിയകളെയും പരസ്പരവും ബന്ധിപ്പിച്ചുകൊണ്ട് ബ്ലോഗുകൾ നല്കുന്ന സേവനം വായനാസമൂഹത്തോട് ബ്ലോഗിനെ ചേർത്തു നിർത്തുന്നു. ബ്ലോഗിൽ ഉൾപ്പെടുത്തിയിരിക്കുന്ന ലിങ്കുകളുടെ സവിശേഷതയെപ്പറ്റി മെഗ് ഹൗറിഹാന്റെ (Meg Hourihan) നിരീക്ഷണം ഇപ്രകാരമാണ്. "ലിങ്കുകൾ അവ വിവരണങ്ങളുമായി ഉൾച്ചേർന്നിരിക്കുന്നവയാണ്. അവ വെബ്ലോഗു കളെ വ്യത്യസ്തമാക്കുന്ന പ്രധാന സവിശേഷതയാണ്. ബ്ലോഗിംഗിലൂടെ പരസ്പരം ബന്ധിപ്പിക്കപ്പെട്ട കണ്ണികൾ ബന്ധങ്ങൾ സൃഷ്ടിക്കുകയും അതു വഴി നമ്മെ ചേർത്തുനിർത്തുകയും ചെയ്യുന്നു. ജേർണലുകൾക്കും ഡയറി കൾക്കും എഡിറ്റോറിയൽ ലേഖനങ്ങൾക്കും വിവരണങ്ങൾ മാത്രമേ അവയുടെ ഭാഗമായി നല്കാൻ കഴിയൂ (2002:2-3). ജേർണലുകളിൽനിന്നും വ്യത്യസ്തമായി ബ്ലോഗുകളുടെ പ്രധാന സവിശേഷതയെന്നത് അതിലെ വിവരങ്ങളോട് ചേർത്തുവച്ചിരിക്കുന്ന ലിങ്കുകളാണ്. പുസ്തകങ്ങളിലും പത്രങ്ങളിലും ഡയറികളിലും എഴുതപ്പെട്ട വാക്കുകൾക്ക് അവയിൽ അധികമായ പാരായണസാധ്യതകളിലേക്കു വായനക്കാരെ കൊണ്ടു പോകുവാൻ സാധിക്കുകയില്ല. എന്നാൽ ബ്ലോഗുകളുടെ വിവരണങ്ങളോടു ചേർന്ന് നല്കപ്പെട്ട ലിങ്കുകൾ അവയുടെ സവിശേഷതയാണ്. ഈ ലിങ്കു കൾ ബ്ലോഗുകളെ പരസ്പരം ബന്ധിപ്പിക്കുകയും വിവിധ മേഖലകളു മായി ബന്ധം സ്ഥാപിക്കുകയും ചെയ്യുന്നു.

ഏതെങ്കിലും ഒരുവിഷയത്തെപ്പറ്റി പ്രതിപാദിക്കുമ്പോൾ അതിൽ പറ ഞ്ഞിട്ടുള്ള വാക്കുകളെ, അക്ഷരങ്ങളെ, ചിത്രങ്ങളെ, ചിഹ്നങ്ങളെ എല്ലാം ലിങ്കുകളാക്കി മാറ്റി അതിലൂടെ അതിനെക്കുറിച്ചുള്ള വിവരങ്ങൾ ലഭ്യ മാകുന്ന പേജുകളിലേക്കു നയിക്കുകയാണ് ബ്ലോഗുകൾ ചെയ്യുന്നത് (ആത്മൻ, 2014:39). പരമ്പരാഗത മാധ്യമങ്ങളിലെ അവതരണസാധ്യത കൾക്കൊപ്പം ബ്ലോഗു നല്കുന്ന അധികമായ വിവരണ സാധ്യതയാ ണിത്. വിവരണവുമായി നേരിട്ടു ബന്ധമില്ലാത്തതും എന്നാൽ കൂടുതൽ

വിവരങ്ങൾ അറിയാൻ താത്പര്യമുള്ള വായനക്കാരൻ അറിയേണ്ടതുമായ കാര്യങ്ങൾ ഇങ്ങനെ ഉൾക്കൊള്ളിക്കുവാൻ മറ്റു മാധ്യമങ്ങളിലൂടെ സാധ്യമല്ല (2014: 39–40).

ലിങ്കുകളുടെ സവിശേഷതയെപ്പറ്റി ലൂറൻ ഗോയ്ഥോ (Lauren Guicheteau) അഭിപ്രായപ്പെടുന്നത് മറ്റു വെബ്സൈറ്റുകളുമായി ബന്ധപ്പെടുത്തിയാണ്. പോസ്റ്റുകൾ ഹൈപ്പർലിങ്കുകളിലൂടെ മറ്റ് വെബ്സൈറ്റുകളുമായി ബന്ധപ്പെടുത്തുന്നു. അവ പോസ്റ്റിന്റെ ഉള്ളടക്കത്തെ ഉറപ്പിക്കുന്നതിനും ആ വിഷയത്തെക്കുറിച്ച് കൂടുതൽ അറിവു നല്കുന്നതിനും പ്രയോജനപ്പെടുത്തുന്നു (2013:575).

ഇന്റർനെറ്റിന്റെ വിശാലലോകത്തിലേക്കു പടർന്നിറങ്ങിയ വേരുകളാണ് ബ്ലോഗിലെ ലിങ്കുകൾ. കോടിക്കണക്കിന് ബ്ലോഗുകളിൽനിന്നും അതിലെ പോസ്റ്റുകളിൽനിന്നും അവയിലെ വാക്യങ്ങളിൽനിന്നും കണ്ണി ചേർക്കപ്പെട്ട ലിങ്കുകൾ ബ്ലോഗുകളുടെ ശൃംഖലാശക്തിയെയാണ് കാണിക്കുന്നത്. ഈ ലിങ്കുകൾ ഇതര സോഷ്യൽ മീഡിയകളുമായി ബന്ധിക്കപ്പെട്ട് വലിയ ഒരു ലോകത്തെ സൃഷ്ടിക്കുന്നു. കേവലം ഒരു വാക്കിൽനിന്ന് വിവരങ്ങളുടെ സഞ്ചയത്തിലേക്കു കടന്നുചെല്ലുവാനുള്ള അവസരമാണ് ലിങ്കുകൾ ഒരുക്കുന്നത്. ഒരോ വാക്കിനോടു ചേർന്നും വിവരങ്ങളുടെ ലോകത്തെ ഒളിപ്പിച്ചു വയ്ക്കുന്നതിനുള്ള സാധ്യതയാണ് ലിങ്കുകൾ ഒരുക്കുന്നത്.

ലിങ്കുകളിലൂടെ ബന്ധിപ്പിക്കപ്പെട്ടു കിടക്കുന്ന വിവരലോകത്തിന്റെ വ്യത്യസ്തമാനങ്ങളെപ്പറ്റി ഹെറിങ് എസ്.സി. (Herring S.C), എൽ.എ. ഷ്രീറ്റ് (L.A.Schreit), ബോനസ്. എസ് (Bonus. S), ഇ. റൈറ്റ് (E.Wright) എന്നിവർ നിരീക്ഷിക്കുന്നു. ബ്ലോഗിൽ ഒറ്റയായ പോസ്റ്റുകൾ ഉൾക്കൊള്ളിക്കപ്പെട്ടിരിക്കുന്നു. ഈ പോസ്റ്റുകൾ വിവിധ പത്രങ്ങളിലെ ലേഖനങ്ങളും ഡയറിക്കുറിപ്പുകളുമായി ലിങ്കു ചേർക്കപ്പെട്ടിരിക്കുന്നു. അല്ലെങ്കിൽ ഒരു നോട്ടുബുക്കുകളിലെന്നപോലെ അവയെ രേഖപ്പെടുത്തുന്നു. അവയ്ക്ക് മറ്റു സൈറ്റുകളുമായി ലിങ്ക് നല്കുന്നു. ആഖ്യാനങ്ങളും തത്സമയ വിവരങ്ങളും ഫോട്ടോഗ്രാഫ്, വീഡിയോ, ഓഡിയോ ഫയൽ എന്നിവപോലെയുള്ള മാധ്യമ ഉപകരണങ്ങളുമായി ലിങ്കു ചേർക്കുകയോ അവയെ ഉൾപ്പെടുത്തുകയോ ചെയ്യുന്നു. പോസ്റ്റുകൾക്ക് വ്യത്യസ്തമായ വലിപ്പമായിരിക്കും. വാക്യങ്ങളുടെ ഭാഗങ്ങൾക്ക് ഒറ്റയായ ലിങ്കുകൾ മുതൽ നിറയെ റഫറൻസുള്ള പല സ്ക്രീനുകളിലായി നിറഞ്ഞുകിടക്കുന്ന ഉപന്യാസങ്ങൾവരെ ലിങ്കുകളായി നല്കാൻ കഴിയും (2005:143–144). ഒരു ചെറിയ ലേഖനത്തിനുപോലും അതിവിശാലമായ പ്രതലമൊരുക്കാൻ സാധിക്കുന്ന സവിശേഷതയാണ് ലിങ്കുകളിൽ ഉൾക്കൊള്ളിച്ചിരിക്കുന്നത്. ഒരു പേജു മാത്രം ദൈർഘ്യമുള്ള ലേഖനത്തെ നിരവധി പേജുകളിലേക്കും ആ വിഷയവുമായി ബന്ധപ്പെട്ട ഇതര ലേഖനങ്ങളിലേക്കും കൊണ്ടുപോകുവാൻ ലിങ്കുകൾ വഴിയൊരുക്കുന്നു.

ലിങ്കുകളുമായി ബന്ധപ്പെട്ട പാഠം ഒരേസമയം ഹ്രസ്വവും അതിദീർഘവുമായി മാറുന്നു. ഒരു പാഠം പ്രഥമദൃഷ്ട്യാ കാണപ്പെടുന്ന ഭാഗങ്ങളിൽ മാത്രം ഒതുങ്ങിനില്ക്കുന്നതല്ല. അതിന്റെ പിന്നിൽ കണ്ണികളാൽ ബന്ധിക്കപ്പെട്ട ഇതര ഭാഗങ്ങളിലേക്കും അതു വിശാലമായി കിടക്കുന്നു. ദൃശ്യവും ശ്രാവ്യവുമായ അനുഭവതലങ്ങളെ ഒരേ പാഠത്തിൽ ബന്ധിപ്പിച്ചു നിർത്തുവാനുള്ള ബ്ലോഗിന്റെ സവിശേഷത ലിങ്കുകളിലൂടെ സാധ്യമായതാണ്. പുസ്തകങ്ങളിലെ വാക്കുകൾ ഏകതാനമായി അടഞ്ഞുകിടക്കുമ്പോൾ ദൃശ്യവും ശ്രാവ്യവുമായ മാനങ്ങളിലേക്ക് അവയെ പരിവർത്തിപ്പിക്കാൻ ബ്ലോഗുകളിലെ ലിങ്കുകൾക്കു കഴിയുന്നു.

ആർക്കൈവ്

ബ്ലോഗുകളിലെ മറ്റൊരു ഘടനാസവിശേഷതയാണ് ആർക്കൈവുകൾ. ബ്ലോഗിൽ പ്രസിദ്ധീകരിക്കപ്പെട്ട ബ്ലോഗുപോസ്റ്റുകൾ സൂക്ഷിക്കപ്പെടുന്ന ഇടമാണ് ആർക്കൈവ്. ദിവസക്രമത്തിൽ എത്തുന്ന പോസ്റ്റുകൾ വിപരീതക്രമത്തിൽ അതായത് ഏറ്റവും പുതിയ പോസ്റ്റ് ഒന്നാമതായി വരുന്ന രീതിയിൽ ആർക്കൈവിൽ സൂക്ഷിക്കപ്പെടുന്നു. ആർക്കൈവുകൾ കടന്നുപോയ കാലത്തിന്റെ വിശിഷ്ടമായ നിക്ഷേപാലയമാണ്. ഒരു ബ്ലോഗിൽ എഴുതപ്പെട്ട പോസ്റ്റുകൾ പുതിയവ പ്രസിദ്ധീകരിക്കപ്പെടുന്നതിനനുസരിച്ച് അതിന്റെ ആർക്കൈവുകളിലേക്ക് മാറ്റപ്പെടുന്നു. ബ്ലോഗുകളുടെ സവിശേഷതയെപ്പറ്റിപ്പറയുന്ന ജോഡി ഡിയാൻ (Jodi Dean) അവയെ വിശേഷിപ്പിക്കുന്നത് ഇപ്രകാരമാണ്. "ബ്ലോഗുകൾ അവ ആർക്കൈവുകളാണ്. കാലത്തിന്റെ മാറ്റത്തിൽ വിസ്ഫോടനം നടത്തപ്പെടാവുന്നവ, തിരികെ വരുന്നവ, എപ്പോൾ വേണമെങ്കിലും ഉപയോഗിക്കപ്പെടാവുന്നവ, അവ അവിടെ നിക്ഷേപിക്കപ്പെട്ടിരിക്കുന്നു" (2006:4). ബ്ലോഗുകൾ പോസ്റ്റുകളുടെ നിക്ഷേപ ഇടങ്ങളാണെങ്കിൽ അവ ഉൾക്കൊള്ളിക്കപ്പെട്ടിരിക്കുന്നത് ബ്ലോഗുകളിലെ ആർക്കൈവുകളിലാണ്. നല്ലതുംചീത്തയുമായ എല്ലാ പോസ്റ്റുകളും കാലത്തിന്റെ മാറ്റങ്ങൾക്ക് വിധേയമാകാതെ ബ്ലോഗുകളുടെ ആർക്കൈവുകളിൽ സുരക്ഷിതമായിരിക്കുന്നു. വിജ്ഞാനത്തിന്റെ വൈവിധ്യമാണ് ആർക്കൈവുകളുടെ ശേഖരത്തിലുള്ളത്. അവ ഒരു കാലത്ത് വിവരവിസ്ഫോടനത്തിന് സാധ്യതയുള്ളവയായിരിക്കാം. ചിലത് അറിവുകളിലെ മാലിന്യമായി എന്നേക്കുമായി സംസ്കരിക്കപ്പെട്ടതാകാം. അവിടെ നിക്ഷേപിക്കപ്പെട്ടവയെ ഏതു സമയത്തും തിരികെ എടുക്കുവാൻ സാധിക്കും എന്നുള്ളതാണ് അവയുടെ സവിശേഷത. അഞ്ചോ, പത്തോ അതിലധികമോ വർഷങ്ങൾക്കുശേഷം അവ തിരികെ എടുക്കുന്നതിനുള്ള സാധ്യതകളോടെയാണ് അവ ഓരോന്നും നിക്ഷേപിക്കപ്പെട്ടിരിക്കുന്നത്.

ബ്ലോഗുകളുടെ പോസ്റ്റുകളുടെ നിത്യമായ സംഭരണകേന്ദ്രങ്ങളാണ് ആർക്കൈവുകൾ. ഒരിക്കൽ പോസ്റ്റുചെയ്ത സൃഷ്ടി ഒരിക്കലും നഷ്ടപ്പെട്ടു പോകാതെ ആർക്കൈവിൽ സംരക്ഷിക്കപ്പെടുന്നു. ഏതെങ്കിലും

പത്രത്തിലോ മാസികയിലോ എഴുതിയ കുറിപ്പുകൾ ഏതാനും വർഷങ്ങൾക്കുശേഷം വീണ്ടും അന്വേഷിച്ചാൽ അവയുടെ കോപ്പികൾ ലഭ്യമാകണമെന്നില്ല. അവയെ വീണ്ടും അന്വേഷിച്ചാൽ കണ്ടെത്തുക എന്നത് പ്രയാസമേറിയ വസ്തുതയാണ്. ബ്ലോഗുൾപ്പെടുന്ന ഓൺലൈൻ ജേർണലുകളും അച്ചടിമേഖലകളും തമ്മിലുള്ള വ്യത്യാസം ഇവിടെയാണ്. അച്ചടി മാസികയിലോ പത്രത്തിലോ പ്രസിദ്ധീകരിക്കപ്പെട്ട സൃഷ്ടി വളരെ നാളുകൾക്കുശേഷം കണ്ടെത്തുവാൻ ക്ലേശിക്കുമ്പോൾ ബ്ലോഗുൾപ്പെടുന്ന സൈബറിടങ്ങളിൽ അവ ഒരു വിരൽ ക്ലിക്കിനപ്പുറത്ത് ആർക്കൈവുകളിൽ സുരക്ഷിതമായി സംരക്ഷിക്കപ്പെട്ടിരിക്കും.

ഒരു ബ്ലോഗറുടെ ജീവിതം അതിന്റെ സമഗ്രതയിൽ വായിക്കപ്പെടുന്നതിന് ആർക്കൈവുകൾ പ്രയോജനപ്പെടുന്നു. ഒരു എഴുത്തുകാരന്റെ നീണ്ട വർഷങ്ങളിലെഴുതിയ കുറിപ്പുകൾ ആർക്കൈവുകളിൽ ഒറ്റ സൃഷ്ടിയായി കാണപ്പെടുന്നു. ജീവിതത്തിന്റെ വിവിധ സംഭവങ്ങളെയും അനുഭവങ്ങളെയുംപറ്റി എഴുതിയ ആ കുറിപ്പുകളെല്ലാം ഒരൊറ്റ ജീവിതചിത്രമായി അവതരിപ്പിക്കാൻ ആർക്കൈവുകൾക്കു കഴിയുന്നു (ണമഹസല്യ, 2014:122). വർഷങ്ങളുടെ അടുക്കുകൾക്കുള്ളിൽ ഓരോ മാസങ്ങളുടെയും ദിവസങ്ങളുടെയും ക്രമത്തിൽ ക്രമബദ്ധമായ ഒരു ഫയൽപോലെ ആർക്കൈവുകളിൽ പോസ്റ്റുകൾ ക്രമീകരിക്കപ്പെട്ടിരിക്കുന്നു. നോവലിന്റെയും ആത്മചിത്രീകരണങ്ങളുടെയും വായനയിൽ സമഗ്രമായ ഒരു കാഴ്ചപ്പാട് ലഭ്യമാക്കുവാൻ ആർക്കൈവുകളുടെ ഈ ഘടന വളരെയധികം സഹായിക്കും.

കമന്റുകൾ/പ്രതികരണങ്ങൾ

കമന്റുകൾ വായനക്കാരുടെ പ്രതികരണങ്ങളാണ്, ഈ പ്രതികരണങ്ങളാണ് ബ്ലോഗുകളുടെ ശക്തി (Galily, 2012:73). പോസ്റ്റുകളോടു ചേർന്ന് അതിന്റെ അടിയിൽ കമന്റു ചെയ്യുന്നതിനുള്ള സാധ്യത ബ്ലോഗുകളുടെ ഘടനാപരമായ വലിയ സവിശേഷതയാണ്. ഒരോ പോസ്റ്റിന്റേയും അടിയിൽ രേഖപ്പെടുത്തുന്ന കമന്റുകൾ സംവാദത്തിന്റെ അവസ്ഥയെ സൃഷ്ടിക്കുന്നു. വായനക്കാർക്കു മുമ്പിൽ ഒരിക്കൽ തുറന്നുവച്ച പോസ്റ്റുകൾക്ക് ലോകത്തെവിടെയിരുന്നും ആർക്കും കമന്റ് ചെയ്യാമെന്നത് ബ്ലോഗുകൾ തുറന്നുതന്ന മാധ്യമപരമായ പുതുമയാണ്. റേഡിയോയിലും ടി.വി. പ്രോഗ്രാമിലും രേഖപ്പെടുത്തുന്ന മറുപടികളിൽനിന്ന് വ്യത്യസ്തമായി പോസ്റ്റുകളോട് ഘടനാപരമായി പങ്കുചേരുന്നതിനുള്ള അവസരമാണ് ബ്ലോഗുകൾ സൃഷ്ടിച്ചത്. കമന്റുകളെപ്പറ്റി 'ഏരിയലിന്റെ കുറിപ്പുകൾ' എന്ന ബ്ലോഗിൽ വന്ന ഒരു പോസ്റ്റ് ഇപ്രകാരമാണ്. "ബ്ലോഗു പേജുകളിൽ നാം കൊടുക്കുന്ന കമന്റുകൾ നമ്മുടെ ഓൺലൈൻ ജീവിതത്തിലും ഓഫ്ലൈൻ ജീവിതത്തിലും വിവിധങ്ങളായ ചലനങ്ങൾ സൃഷ്ടിക്കാൻ കഴിയുന്നവയത്രേ. ഒരു പ്രത്യേക വിഷയത്തിലോ വ്യക്തിപരമായ വിഷയത്തിലോ തുടർന്ന് ചർച്ചകൾ നടത്തുന്നതിന് നമ്മുടെ കമന്റുകൾ

വഴിയൊരുക്കും. അനേകായിരം മൈലുകൾ അകലെയുള്ള ഒരു വ്യക്തിയുമായി നല്ലൊരു ബന്ധം തുടങ്ങുന്നതിനും അത് അരക്കിട്ടുറപ്പിക്കുന്നതിനും നമ്മുടെ കമന്റുകൾ വഴിവയ്ക്കുന്നു" (ഏരിയൽ, 2012:1).

കമന്റുകളുടെ പ്രസിദ്ധീകരണം ബ്ലോഗറുടെ ആഗ്രഹങ്ങൾക്ക് അധിഷ്ഠിതമായിട്ടാണ് ക്രമീകരിച്ചിരിക്കുന്നത്. ബ്ലോഗുപ്രതികരണങ്ങളിൽ ഇടപെടാൻ ഘടനാപരമായി ചില അനുകൂലസാഹചര്യം ബ്ലോഗർക്ക് നല്കുന്നുണ്ട്. അസഭ്യപരവും വിരുദ്ധവുമായ കമന്റുകൾ ബ്ലോഗു പോസ്റ്റിനടിയിൽ പ്രസിദ്ധീകരിക്കാതെ തടയാൻ ബ്ലോഗർക്കു കഴിയുന്നു.

ബ്ലോഗുകളുടെ എഴുത്തുലോകം അതിന്റെ പോസ്റ്റുകളിലൂടെയും കമന്റുകളിലൂടെയും രൂപപ്പെടുന്ന ഒന്നാണ്. തുടർച്ചയായി ലഭിക്കുന്ന പ്രതികരണം ബ്ലോഗുസൃഷ്ടികളുടെ തിരുത്തലുകൾക്കും ബ്ലോഗറുടെ സർഗ്ഗാത്മകമായ വളർച്ചയ്ക്കും സഹായിക്കും. ബ്ലോഗ് എന്ന മാധ്യമം എഴുത്തുകാർക്കു മാത്രമല്ല സാഹചര്യമൊരുക്കിയത്, അതിലെ വായനക്കാർക്കു കൂടിയാണ്. യായ്ർ ഗാലിലി (Yair Galily) ഇലാൻ റ്റമീർ (Ilan Tamir) മുക്താർ ഓഫ്ർ (Muchtar Ofer) എന്നിവർ ഇപ്രകാരം കുറിക്കുന്നു. "ഇന്റർനെറ്റിലെ സ്വാതന്ത്ര്യത്തെപ്പറ്റിയുള്ള കാഴ്ചപ്പാട് ബ്ലോഗിലെ എഴുത്തുകാർക്കു മാത്രം സംലഭ്യമായതല്ല, മറിച്ച് അതിലെ വായനക്കാർക്കും തങ്ങളുടെ പരിപ്രേക്ഷ്യത്തെ അവതരിപ്പിക്കാനുള്ള വേദിയായിരുന്നു" (2012:73). പോസ്റ്റുകളിലൂടെയും അതിലെ കമന്റുകളിലൂടെയും വളർന്നു വിശാലമാക്കപ്പെട്ടവയാണ് ബ്ലോഗിലെ ആശയസംവേദനലോകം.

പന്ത്രണ്ട്

ബ്ലോഗുകളിലെ മാധ്യമസവിശേഷതകൾ

ബ്ലോഗുകൾ മാധ്യമചരിത്രത്തിന്റെ വ്യതിയാനത്തെ രേഖപ്പെടുത്തിയ മാധ്യമമാണ്. സാധാരണക്കാർക്ക് വെർച്വൽലോകത്ത് എപ്രകാരം വ്യാപരിക്കാൻ കഴിയും എന്ന പരീക്ഷണത്തിന്റെ ആദ്യകാലരൂപമാണ് ബ്ലോഗുകൾ. ബ്ലോഗുകളിലെ രൂപഘടന ആളുകളെ ആകർഷിച്ചപ്പോൾ ദിനംപ്രതി ആയിരക്കണക്കിന് ആളുകൾ ആ മാധ്യമലോകത്തേക്കു കടന്നുവന്നു. ഇതര മാധ്യമത്തിൽ വ്യത്യസ്തമായ നിരവധി സവിശേഷതകൾ ബ്ലോഗിനുണ്ട്. അവയിൽ ഏറ്റവും പ്രധാനമായിട്ടുള്ളത് മാധ്യമ ലോകത്ത് ആത്മാംശത്തെ സൃഷ്ടിക്കാനും പ്രസിദ്ധീകരിക്കാനും ബ്ലോഗുകൾ വലിയ സാധ്യത ഒരുക്കി എന്നതാണ്. മധ്യവർത്തിയുടെ ഇടപെടലുകളില്ലാതെ ആത്മാംശത്തെ പ്രസിദ്ധീകരിക്കാൻ കഴിയുക അതും യാതൊരു സാമ്പത്തിക ബാധ്യതയുമില്ലാതെ സാധിക്കുകയെന്നത് ബ്ലോഗുകളിൽ മാത്രം സാധ്യമായിത്തീർന്ന അവസ്ഥാവിശേഷമായിരുന്നു. ഈ നവീനതയാണ് വെർച്വൽലോകത്തെ സഹയാത്രികനായി അവനെ/അവളെ രൂപപ്പെടുത്താൻ ഇടവരുത്തിയത്. ബ്ലോഗുകൾ മാധ്യമലോകത്ത് തുറന്നുപറച്ചിലിന്റെയും ആശയാവിഷ്കാരത്തിന്റെയും പുതുരംഗമായി മാറി.

എമി മോറിസൺ (Aimme Morrison) ബ്ലോഗുകളുടെ മാധ്യമപരമായ ജനപ്രിയതയെപ്പറ്റി പറയുന്നു: "ബ്ലോഗ് എന്ന ഡിജിറ്റൽ മാധ്യമത്തെ അതിന്റെ ആരംഭംമുതൽ കമ്പ്യൂട്ടർരംഗത്തെ വിദഗ്ധരും ഇന്റർനെറ്റിൽ താല്പര്യമുള്ളവരുമായ ഒരുപറ്റം വ്യക്തികൾ വ്യക്തിപരമായ ഡിജിറ്റൽ ഡയറിയായും സിറ്റിസൺ ജേർണലിസത്തിന്റെ മേഖലയായും പ്രത്യേകതാല്പര്യത്തോടെ വർത്തിക്കുന്ന ഒരുപറ്റം ആളുകളുടെ സൗഹാർദ്ദത്തിന്റെ ഇടമായും നിഷ്ക്രിയമായ വിനോദത്തിന്റെ ഉപകരണമായും പ്രയോജനപ്പെടുത്തി (2013:369). പതിനാലുവർഷത്തെ വളർച്ച ബ്ലോഗെന്ന മാധ്യമത്തെക്കുറിച്ചുള്ള ധാരണയിൽ വളരെയധികം മാറ്റങ്ങൾ സൃഷ്ടിക്കാൻ ഇടവരുത്തിയിട്ടുണ്ട്. ബ്ലോഗിനെ ആരംഭകാലത്ത്

സ്വീകരിച്ചത് ആത്മപ്രകാശനത്തിന്റെയും പ്രതികരണത്തിന്റെയും ഇടങ്ങളായിട്ടാണ്. ആത്മപ്രകാശനവും പ്രതികരണവുമായി ബന്ധപ്പെട്ട് ബ്ലോഗിനെ ഓൺലൈൻ ഡയറിയും സിറ്റിസൺ ജേർണലിസവുമായി പരിഗണിച്ചുകൊണ്ടുള്ള ചർച്ചകൾക്കാണ് കൂടുതൽ പ്രാമുഖ്യം ലഭിച്ചത്. എമി മോറിസന്റെ അഭിപ്രായത്തിൽ ആദ്യകാലങ്ങളിൽ ബ്ലോഗുകളിലേക്ക് ആകൃഷ്ടരായവർ നാലുതരത്തിലാണ് അതിനെ പ്രയോജനപ്പെടുത്തിയത്; ഓൺലൈൻ ഡിജിറ്റൽഡയറി, സിറ്റിസൺജേർണലിസം, പരസ്പര സൗഹാർദ്ദഇടം, നിഷ്ക്രിയമായവിനോദത്തിന്റെ ഉപകരണം. ആത്മപ്രകാശനത്തിന്റെ സാധ്യതയോടു ചേർന്നാണ് ബ്ലോഗുകൾ സാഹിത്യരംഗത്തും ചുവടുറപ്പിക്കപ്പെട്ടത്. ബ്ലോഗെന്ന മാധ്യമത്തിന്റെ രൂപപരമായ സാധ്യതകൾ വിവിധ മേഖലകളുമായി ചേർന്ന് വളരുന്നതിന് ഇടവരുത്തി. ബ്ലോഗ് എന്ന ഡിജിറ്റൽ ഉപകരണം രൂപപ്പെടുത്തിയ വെർച്വൽ ലോകത്തിന്റെ മാധ്യമ സവിശേഷതകളെ തുടർന്ന് പഠനവിധേയമാക്കുന്നു.

1. ഓൺലൈൻ ഡയറി

ബ്ലോഗുകൾ വ്യക്തിപരമായ ഡയറികളുടെ ഇലക്ട്രോണിക് രൂപങ്ങളാണ്. എന്താണ് ബ്ലോഗുകൾ എന്ന ചോദ്യത്തിന് ആദ്യകാലത്ത് ഏറ്റവും കൂടുതൽ തെളിഞ്ഞു കേൾക്കപ്പെട്ട നിർവ്വചനം ഓൺലൈൻ ഡയറി എന്നുള്ളതായിരുന്നു. ഓൺലൈൻ ഡയറികളുടെ സ്ഥാപകനായ ജസ്റ്റിൻ ഹാൾ തന്നെയാണ് ബ്ലോഗുകളുടെ സ്ഥാപകൻ എന്നതിനാൽ മിക്കവാറും എല്ലാ നിർവചനങ്ങളിലും ബ്ലോഗിനെ ഓൺലൈൻ ഡയറിയായി ചിത്രീകരിക്കുവാൻ ഇടവന്നു. 'ഒരു വ്യക്തിയാൽ കൈകാര്യം ചെയ്യപ്പെടുന്നതും സാധാരണയായി ഹൈപ്പർ ലിങ്കുകൾകൊണ്ട് മറ്റു സൈറ്റുകളുമായി ബന്ധിപ്പിക്കപ്പെട്ടതുമായ ഓൺലൈൻ പ്രസിദ്ധീകരണങ്ങളെയും ഡയറിക്കുറിപ്പുകളെയുമാണ് ബ്ലോഗുകൾ എന്ന് വിളിക്കുന്നത് എന്നാണ്' ഓക്സ്ഫോർഡ് ഡിക്ഷ്ണറി ബ്ലോഗിനെ നിർവ്വചിച്ചത്. ഒരു വ്യക്തി എഴുതുന്ന ഓൺലൈൻ പ്രസിദ്ധീകരണങ്ങളും ഡയറിക്കുറിപ്പുകളുമാണ് ഇവിടെ ബ്ലോഗിന്റെ പ്രസിദ്ധീകരണമേഖലയിൽ ഉൾപ്പെടുന്നത്. വിക്കീപീഡിയ ബ്ലോഗുകളെപ്പറ്റി നല്കുന്ന വിശദീകരണം 'ദിനസരി (ജേർണൽ) പോലെ കുറിപ്പുകളോ ചെറുലേഖനങ്ങളോ ഉൾക്കൊള്ളുന്ന മുഖ്യമായും വ്യക്തിഗതമായ വെബ്പേജുകൾ' എന്നാണ്. സ്വയം പ്രകാശനത്തിനുള്ള ആളുകളുടെ താല്പര്യത്തെ പൂർത്തീകരിച്ച മാധ്യമമാണ് ബ്ലോഗുകൾ. ബ്ലോഗ് എന്ന പദം 'ഓൺലൈൻ ജേർണൽ' രൂപത്തോട് സമാനാർത്ഥത്തിലാണ് കാണപ്പെടുന്നത് എന്ന് മാക് നെയ്ൽ (MC Neil) അഭിപ്രായപ്പെടുന്നു (2005:120).

വ്യക്തിപരമായ വെബ്ലോഗുകൾ അഥവാ ബ്ലോഗുകൾ മറ്റേതൊരു മാധ്യമത്തെക്കാളുമുപരി സാധാരണക്കാരായ ആളുകൾക്ക് എഴുതുന്നതിനും അവരുടെ സത്തയെ പ്രദർശിപ്പിക്കുന്നതിനുമുള്ള താല്പര്യത്തെ

പൂർത്തീകരിച്ച ഇടമാണ് (Gill, 2009:18). സാധാരണക്കാരായ വ്യക്തികൾക്ക് ജീവിതാനുഭവങ്ങളെ എഴുതുന്നതിനുള്ള അവസരം ബ്ലോഗുകൾ തുറന്നു നല്കി. ജീവിതത്തിന്റെ സ്വകാര്യഅനുഭവങ്ങളെ രേഖപ്പെടുത്തുന്ന കുറെയധികം ആളുകൾ ഈ ലോകത്തിലുണ്ട്. സ്വജീവിതത്തിലെ ഏറ്റവും പ്രധാനപ്പെട്ട അനുഭവങ്ങളേയും ചിന്തകളേയും രേഖപ്പെടുത്തിവയ്ക്കാൻ അവർ സമയം കണ്ടെത്തുന്നു. മനസ്സിന്റെ പ്രകാശനത്തിന്റെ ഭാഗമായിട്ടാണ് ഡയറികൾ എഴുതപ്പെടുന്നത്. എന്നാൽ അവ ഒരിക്കലും പ്രകാശം കാണാറില്ല. കലാസാംസ്കാരികരംഗത്തും രാഷ്ട്രീയ മതരംഗങ്ങളിലുമുള്ള ചിലരെങ്കിലും അപൂർവ്വമായി തങ്ങളുടെ അനുഭവങ്ങൾ പ്രസിദ്ധീകരിക്കാറുണ്ട്. എഴുതപ്പെടുന്ന ലക്ഷോപലക്ഷം അനുഭവക്കുറിപ്പുകളിൽ എണ്ണം പറഞ്ഞവ മാത്രമേ ഇപ്രകാരം പ്രസിദ്ധീകരിക്കപ്പെടുന്നുള്ളൂ. വെങ്കിടേശ്വരൻ ഇപ്രകാരം കുറിക്കുന്നു. "ഏറ്റവും സ്വകാര്യമായ എഴുത്തുപോലും ഒരു വായനക്കാരനോ/വായനക്കാരിക്കോ ആയി ദാഹിക്കുന്നു. അവനവനെ വെളിപ്പെടുത്തുന്നതിനുള്ള മടിയോ, ഭയമോ, ജാള്യമോ അല്ലെങ്കിൽ അനർഹതാബോധമോ ആണ് ലക്ഷോപലക്ഷം സ്വകാര്യക്കുറിപ്പുകളെ പ്രകാശനമില്ലാത്ത ഒന്നാക്കി അവശേഷിപ്പിച്ചത്" (2008:29).

ബ്ലോഗുകൾ വ്യക്തികൾക്ക് എഴുതുന്നതിനുള്ള അവസരം തുറന്നു നല്കി. സ്വതന്ത്രമായി എഴുതുന്നതിനും മറ്റുള്ളവരുടെ സാന്നിദ്ധ്യം നിറഞ്ഞുനില്ക്കുന്ന ഓൺലൈനിൽ തങ്ങളെത്തന്നെ പ്രതിഷ്ഠിക്കുന്നതിനും ഇടവരുത്തി (Walker, 2008:18). വെർചൽ ലോകത്തു ആത്മകഥാപ്രകാശനത്തിന്റെ ആദ്യവേദിയായിരുന്നു ബ്ലോഗുകൾ. അനേകം ആളുകൾ തിങ്ങിനിറഞ്ഞ വെർചൽ ലോകത്തിന്റെ ചുമരുകളിൽ പതിച്ച പോസ്റ്റർപോലെ അവ വായിക്കപ്പെട്ടു. ബ്ലോഗ് എഴുതുക എന്നത് ഡയറി എഴുതുന്നതുപോലെയാണ്. എന്തെഴുതണം, എന്തിനെപ്പറ്റി എഴുതണം, എങ്ങനെയെഴുതണം എന്നിങ്ങനെ വ്യക്തിപരമായ പ്രകാശനത്തിന് അതിന്റെ എഴുത്തുകാരന് വലിയ സ്വാതന്ത്ര്യമാണ് ബ്ലോഗ് പ്രദാനം ചെയ്യുന്നത്. അവരുടെ വ്യക്തിപരതയോട് ബന്ധപ്പെട്ട് എഴുത്തുകാരന്റെ മൗലികമായ കാഴ്ചപ്പാടുകൾ പ്രദാനം ചെയ്യുന്നു എന്ന അർത്ഥത്തിൽ ബ്ലോഗുകൾ ഉത്തമമായ മാധ്യമമാണ് (2008:18).

തൽക്ഷണമായ പ്രസാധനത്തിനുള്ള അവസരമാണ് വെബ്ലോഗുകൾ തുറന്നുതന്നത് (Sorapure, 2003:3). വെബ്ബിലെ ഡയറികളെപ്പറ്റി എഴുതിയ ലേഖനത്തിന്റെ തലവാചകം സോറാപ്പൂർ (Sorapure) നല്കിയത് "Screening moments, Scrolling Lives" എന്നാണ്. കടലാസ് ഡയറിയുടെ അകങ്ങളിൽ ആരാലും തുറക്കപ്പെടാതെ കിടന്ന ജീവിതത്തിന്റെ സ്വകാര്യനിമിഷങ്ങൾ കമ്പ്യൂട്ടർസ്ക്രീനിന്റെ മിന്നുന്ന വെളിച്ചത്തിൽ വർണ്ണാഭകാഴ്ചകളോടെ ലോകത്തിന്റെ വിവിധഭാഗങ്ങളിലുള്ള ആളുകളുടെ മൗസിന്റെ സ്ക്രോളിങ്ങിലൂടെ ചുരുളഴിയുന്ന ഒന്നാക്കി മാറ്റാൻ ബ്ലോഗുകൾക്കു കഴിഞ്ഞു.

"സ്വകാര്യതയുടെ ലോകത്തിരുന്നുകൊണ്ട് തികച്ചും വ്യക്ത്യാംശത്തിന്റെ രഹസ്യാത്മകതയിൽ ചൂഴ്ന്നുനിന്ന് നിർവ്വഹിക്കാൻ കഴിയുന്നുവെന്നതാണ് ഇതിന്റെ സവിശേഷത" (രാമചന്ദ്രൻ, 2008:27).

സ്വകാര്യതയുടെ വെളിപ്പെടുത്തലിന് ബ്ലോഗുകൾ തുറന്നുകൊടുത്ത സ്വാതന്ത്ര്യം ആദ്യകാലത്ത് ബ്ലോഗുകളെ ഓൺലൈൻ ഡയറികളായി പരിമിതപ്പെടുത്തുവാൻ ഇടവന്നു. കോടിക്കണക്കിന് ആളുകൾ ബ്ലോഗുകളെ സമീപിച്ചത് ഓൺലൈൻ ഡയറി എന്ന സാധ്യതയുടെ പൂർത്തീകരണത്തിനായിരുന്നു. ഇന്ന് ഓൺലൈൻ ഡയറികളായും ഇതര വിജ്ഞാനമേഖലകളുടെ പ്രദർശനത്തിനും ബ്ലോഗുകൾ പ്രയോജനപ്പെടുത്തുന്നു.

2. വെർച്വൽ സാഹിത്യരൂപം

വർത്തമാനകാലസാഹിത്യം വെർച്വൽലോകത്തെ അനുയോജ്യ ഇടമായി ബ്ലോഗുകളെ തിരഞ്ഞെടുത്തു. അതിനാൽ സാഹിത്യപരമായ ആശയവിനിമയത്തിനുള്ള ഉത്തമവേദിയായി സാധാരണക്കാർക്കും പണ്ഡിതർക്കുമിടയിൽ ബ്ലോഗ് ജനപ്രിയമായി മാറി.

ബ്ലോഗുകൾ അതിൽത്തന്നെ ഒരു സാഹിത്യരൂപമാണ് (Galily, 2012:71). വെർച്വൽലോകത്തെ സാഹിത്യരൂപമാണ് ബ്ലോഗുസാഹിത്യം. ഇന്ന് ബ്ലോഗുകളിൽവിരിയുന്ന സാഹിത്യരൂപങ്ങളെ വ്യത്യസ്ത അസ്തിത്വവും വ്യക്തിത്വവുമുള്ള ഒരു സാഹിത്യരൂപമായി പരിഗണിച്ചുകൊണ്ടാണ് അവയെ പഠിക്കുന്നത്. അവ പുതിയ തരത്തിലുള്ള ഒരു പാഠം (ടെക്സ്റ്റ്) ആണ്; വ്യതിരിക്തമായ ഭാഷകളും ശൈലികളും സവിശേഷതകളുമുള്ള ഒരു പാഠപുസ്തകം. നെറ്റ്വർക്ക് സംസ്കാരത്തിലെ ഒരു പരീക്ഷണസംഗതിയായി ബ്ലോഗിനെ അവർ പരിഗണിക്കുന്നു. അതിൽ ശബ്ദവും ദൃശ്യവുമടങ്ങുന്ന മൾട്ടീമീഡിയയുടെ വിവിധ മാനങ്ങളുണ്ട്, ഹൈപ്പർ ടെക്സ്റ്റ് ഉണ്ട്, വ്യക്തിപരമായ എഴുത്തിന്റെ അനന്യമായ കോഡുഭാഷയുണ്ട് (2012:71). ഇവയുടെയെല്ലാം സമഗ്രതയോടെ സാഹിത്യരംഗത്ത് ചുവടുറപ്പിച്ച ബ്ലോഗുകൾ സാഹിത്യത്തിന്റെ വിവിധ മേഖലകളെ ആകർഷിച്ചു. കഥ, കവിത, ഉപന്യാസം, ജീവചരിത്രം, നോവൽ, സഞ്ചാരസാഹിത്യം, സിനിമഡയറി, നർമ്മം എന്നിങ്ങനെ സാഹിത്യത്തിന്റെ എല്ലാ രൂപങ്ങളെയും ഉൾക്കൊള്ളുന്നതാണ് ബ്ലോഗിന്റെ സാഹിത്യലോകം. വെർച്വൽ ലോകത്ത് ഏറ്റവുമധികം സാഹിത്യം ഇന്നു വായിക്കപ്പെടുന്നത് ബ്ലോഗുകളിലൂടെയാണ്.

പുതിയ സാഹിത്യരൂപമായ വെബ്ലോഗ് അഥവാ ബ്ലോഗ് സാഹിത്യപഠനരംഗത്തെ ഒന്നാമത്തെ ജനപ്രിയ മാധ്യമം എന്ന പ്രാമുഖ്യം നേടിയെടുത്തു (Morrison, 2013:369). വെർച്വൽലോകത്തെ സാഹിത്യത്തിന്റെ ഏറ്റവും പ്രധാന എഴുത്തുകളരിയാണ് ബ്ലോഗുകൾ. ഡയറിക്കുറിപ്പുകളോടൊപ്പം പ്രകാശനസാധ്യതയില്ലാതെ അടച്ചുവയ്ക്കപ്പെട്ട നിരവധി

കവിതകളും കഥകളും ലേഖനങ്ങളും ബ്ലോഗിന്റെ താളുകളിലൂടെ വെർച്വൽ ലോകത്തിലേക്കു പ്രവഹിച്ചു. ഇന്ന് സാഹിത്യത്തിന്റെ ഏറ്റം പ്രധാന പ്രകാശനവേദിയാണ് ബ്ലോഗുകൾ. സാഹിത്യത്തിന്റെ വെർച്വൽ ലോകത്തെ പ്രവേശനത്തെപ്പറ്റി മലയാളത്തിലെ പ്രമുഖ ബ്ലോഗറായ വിശാലമനസ്കൻ എന്ന സജീവ് എടത്താടൻ മാതൃഭൂമി ആഴ്ചപ്പതിപ്പിൽ നല്കിയ അഭിമുഖത്തിൽ ഇപ്രകാരം പറയുന്നു: "ബ്ലോഗ് എന്ന മീഡിയ മാണ് എല്ലാ അർത്ഥത്തിലും ലിറ്ററേച്ചറുമായി എന്നെ അടുപ്പിക്കുന്നത്. വായനക്കാരെ പിടിച്ചിരുത്തി വായിപ്പിക്കുന്നതരം അനുഭവങ്ങളും ചിന്ത കളും ഭാവനകളുമുള്ള ലക്ഷക്കണക്കിന് മനുഷ്യർ ലോകത്തവിടെയു മിവിടെയുമായി ജീവിക്കുന്നുണ്ട്. ഹൃദയസ്പർശിയായ ഒരു കഥ പറയാ നില്ലാത്തവരാരാണുള്ളത്? സംവേദനക്ഷമമായ ഭാഷയോ വേദിയോ ഇല്ല എന്നതുതന്നെയാണ് മുഖ്യപ്രശ്നം... ബ്ലോഗുപോലുള്ള ഒരു മീഡിയ വലിയൊരളവിൽ അറ്റ്ലീസ്റ്റ് ഇന്റർനെറ്റ് സൗകര്യം ഉള്ളവർക്കെങ്കിലും വേദിയില്ലായ്മ പ്രശ്നം പരിഹരിക്കാനുതകും." (സജീവ് എടത്താടൻ, 2007 a; 10,13). കഥപറയാനും കവിത ചൊല്ലാനും എഴുതിയ സൃഷ്ടികളെ പ്രദർശിപ്പിക്കാനും ഇടമില്ലാതിരുന്ന ലക്ഷക്കണക്കിന് അവിദഗ്ധ സാഹിത്യകാരന്മാരെ വെർച്വൽലോകത്ത് കുടിയിരുത്തിയ മാധ്യമമാണ് ബ്ലോഗുകൾ. ഇന്ന് ഏതൊരു ഭാഷ പരിശോധിച്ചാലും എണ്ണത്തിൽ ഏറ്റവും അധികം സാഹിത്യസൃഷ്ടികൾ രൂപപ്പെടുന്ന മാധ്യമാ ബ്ലോഗിന്റെ വെർച്വൽ താളുകളായിരിക്കും.

സാധാരണക്കാരെ മാത്രമല്ല സാഹിത്യത്തിലെ പണ്ഡിതസദസ്സി നെയും ആകർഷിക്കാൻ ബ്ലോഗുകൾക്കു കഴിഞ്ഞു. എഴുതുന്നതിനും പഠി പ്പിക്കുന്നതിനും ഒന്നാം തരമോ രണ്ടാംതരമോ ആയ ഗവേഷണം നടത്തു വാനുള്ള വേദിയെന്നനിലയിൽ പണ്ഡിതരെയും ബ്ലോഗുകൾ ആകർഷിച്ചു (Morrison, 2013:383). ബ്ലോഗുകളെപ്പറ്റിയുള്ള പഠനങ്ങൾ ഇന്ന് പ്രസക്തമാകുന്നത് സാഹിത്യലോകത്ത് അവ സൃഷ്ടിച്ച പുതുത രംഗങ്ങളെ പരിശോധിക്കുന്നതുവഴിയാണ്. ഇന്നത്തെ 'സാഹിത്യപ്രിയ മാധ്യമം' എന്ന വിശേഷണം ഏറ്റവും ഇണങ്ങുന്നത് ബ്ലോഗുകൾക്കായി രിക്കും.

3. ആത്മപ്രകാശനയിടം

ബ്ലോഗുകളുടെ ഏറ്റവും പ്രധാന സവിശേഷതയായി പരിഗണിക്ക പ്പെടുന്നത് എഴുത്തുകാർ തങ്ങളുടെ ആത്മപ്രകാശനത്തിന്റെ വേദിയായി അതിനെ പ്രയോജനപ്പെടുത്തുന്നു എന്നതാണ്. വ്യക്തിപരമായ കയ്യൊ പ്പോടെ വൈവിധ്യമുള്ള വിഷയങ്ങളെപ്പറ്റി വ്യക്തിപരവും സമൂഹപരവു മായ മാനത്തിൽ ധനകാര്യം രാഷ്ട്രീയം, ആരോഗ്യം, വിനോദം, കായികം, എന്നിങ്ങനെയുള്ള വിഷയങ്ങളെപ്പറ്റി അഭിപ്രായങ്ങൾ പ്രദർശിപ്പിക്കാനുള്ള ഇടമായി ബ്ലോഗുകൾ മാറ്റപ്പെട്ടു (Galily, 2012:72). ബ്ലോഗുകളെപ്പറ്റിയുള്ള

മിക്കവാറും നിർവ്വചനങ്ങൾ ആത്മപ്രകാശനത്തിന്റെ ഈ സാധ്യതകളെ വെളിപ്പെടുത്തുന്നവയാണ്. "തുടർച്ചയായി അപ്ഡേറ്റ് ചെയ്യുന്ന വെബ്സൈറ്റ്. അതിൽ വ്യക്തിപരമായ നിരീക്ഷണങ്ങളും ഉൾച്ചേർന്നിരിക്കുന്നു" (ഓക്സ്ഫോർഡ് ഡിക്ഷ്ണറി). അനന്തമായ ആഗോളവലയിൽ സ്വന്തമായൊരിടം. അവിടെ എന്തും എഴുതിയിടാം. വരച്ചിടാം. പാട്ടുപാടി മറ്റുള്ളവരെ കേൾപ്പിക്കാം (ബാബുരാജ്, 2011:13); വ്യക്തിഗതമായ ലേഖന സൃഷ്ടികൾ പ്രസിദ്ധീകരിക്കുന്ന ഇടം (Bruns & Jacob, 2006:2). വെറുതെ മനസ്സിൽ വരുന്നതൊക്കെ മറ്റുള്ളവർക്ക് കാട്ടിക്കൊടുക്കാനുള്ള ഒരിടം (കുമാർ, 2008:40). ഇങ്ങനെ ആത്മപ്രകാശനവുമായി ബന്ധപ്പെടുത്തിയാണ് ബ്ലോഗുകളെപ്പറ്റിയുള്ള നിരീക്ഷണങ്ങൾ ആരംഭം മുതലേ പുറത്തു വന്നത്. ആളുകളുടെ ആത്മപ്രകാശനത്തിന്റെ താല്പര്യത്തെ പൂർത്തീകരിച്ച ഇടമാണ് ബ്ലോഗുകൾ. വ്യക്തിഗതമായ അഭിപ്രായത്തിനുള്ള ചാനലുകളായി ബ്ലോഗുകൾ പരിഗണിക്കപ്പെട്ടു (Galily, 2012:72).

ആധുനിക സമൂഹത്തിന്റെ പ്രധാന സവിശേഷതകളിൽ ഒന്നാണ് ആത്മ പ്രദർശന പ്രവണത. കഴിഞ്ഞ കാലങ്ങളിൽനിന്ന് വ്യത്യസ്തമായി വ്യക്തിസങ്കല്പങ്ങൾ ശക്തമാകുന്നതാണ് ആധുനികതയിൽ കാണാൻ കഴിയുക. ആധുനികസമൂഹത്തിന്റെ ഇന്റർനെറ്റ് ലോകത്ത് ആത്മപ്രകാശനത്തിനും ഭാവാവിഷ്കരണത്തിനും ഏറ്റവുമധികം അവസരം ഒരുക്കിയത് ബ്ലോഗുകളാണ് (2002:72). ലോകവുമായി സംവദിക്കാനുള്ള മനുഷ്യന്റെ ത്വരയെ പൂർത്തീകരിക്കാൻ സാധിച്ചുവെന്നതാണ് ബ്ലോഗുകളെ ഇതര സോഷ്യൽ മീഡീയാകളിൽനിന്ന് വ്യത്യസ്തമാക്കുന്ന ഘടകം. വ്യക്ത്യാംശത്തിന്റെ രഹസ്യാത്മകതയെ ഭേദിക്കാതെ തന്നെ ലോകത്തോട് സംവദിക്കുവാൻ സാധിക്കുന്നുവെന്നതാണ് ബ്ലോഗിന്റെ സവിശേഷത. മനുഷ്യന്റെ ആലോചനാപരമായ സൃഷ്ടികളെ പ്രോത്സാഹിപ്പിക്കാനും ലോകത്തോടുള്ള അവന്റെ/അവളുടെ നിലപാടുകളെ പൊതുജനമദ്ധ്യേ തുറന്നുവയ്ക്കാനും ബ്ലോഗുകൾ ഒരുക്കിയ ഇന്റർനെറ്റ് ലോകം അവനെ സഹായിച്ചു.

സ്വീഡിഷ് ബ്ലോഗർമാരെപ്പറ്റി പഠനം നടത്തിയ മിയ ലോവ്ഹിം (Mia lovheim)ഇപ്രകാരം അഭിപ്രായപ്പെടുന്നു. കൂടുതൽ ബ്ലോഗുകളും വ്യക്തിപരവും ജോലി സംബന്ധവുമായ കാര്യങ്ങൾ ഇടകലർത്തിയാണ് പ്രസിദ്ധീകരിക്കുന്നത്. ചിത്രങ്ങളുടെയും വസ്ത്രങ്ങളുടെയും ഷൂവിന്റെയും സൗന്ദര്യവർദ്ധക വസ്തുക്കളുടെയും വിവരങ്ങൾ കുറിക്കാൻ അവ ഉപയോഗിക്കുന്നു. അവർ ബ്ലോഗുകളെ സ്വതന്ത്രവും സുരക്ഷിതവുമായ ആത്മപ്രകാശന ഇടമായി തെരഞ്ഞെടുത്തിരിക്കുന്നു. അവരുടെ വ്യക്തിജീവിതത്തിന് പ്രാധാന്യം നൽകുമ്പോൾതന്നെ തെരഞ്ഞെടുപ്പിന്റെ സ്വതന്ത്ര്യമുപയോഗിച്ച് താത്പര്യങ്ങളെയുംപറ്റി അഭിപ്രായം പറയുകയും ചെയ്യുന്നു (2011:89).

ആത്മപ്രകാശനത്തിനുള്ള താൽപര്യമാണ് ലോകത്തിലുള്ള എല്ലാ വിഷയങ്ങൾക്കും ബൂലോഗത്തിൽ പ്രവേശിക്കാൻ അവസരമൊരുക്കിയത്.

സംഗീതം, സാഹിത്യം രാഷ്ട്രീയം പത്രപ്രവർത്തനം, പാചകം, യാത്ര, വിദ്യാഭ്യാസം, ഭാഷാശാസ്ത്രം, വാഹനം, പുസ്തകം, ഫാഷൻ, സ്പോർട്സ്, സാങ്കേതികവിദ്യ എന്നിങ്ങനെ വേഗത്തിലും ചുരുങ്ങിയ ചെലവിലും ഏതൊരാൾക്കും തന്റെ ആശയങ്ങളെ പൊതുജനസമക്ഷം എത്തിക്കുവാൻ ബ്ലോഗുകൾ അവസരമൊരുക്കി. ബ്ലോഗുകളുടെ ഈ പ്രത്യേകതയാണ് അതിന്റെ ശക്തി. ഏതൊരവസരത്തിലും ഇഷ്ടമുള്ള വിഷയത്തെപ്പറ്റി എന്തഭിപ്രായവും രേഖപ്പെടുത്താൻ സാധിക്കും എന്നതാണ് ബ്ലോഗുകൾ തുറന്നുതന്ന മാധ്യമസ്വാതന്ത്ര്യം. ഒരു വിഷയവും ബ്ലോഗിന് പുറത്തല്ല ഒരു വിഷയവും ബ്ലോഗിന് അതീതവുമല്ല. സ്വന്തം ആശയങ്ങൾ പ്രകാശിപ്പിക്കാൻ ഒരു മൗസും കീബോർഡും മാത്രം മതി. സ്വതന്ത്രമായ ആശയ പ്രകാശനത്തിന് ബ്ലോഗിനോളം മികച്ച വേദികളെ മാധ്യമലോകത്ത് വേറെ കണ്ടെത്താൻ കഴിയുകയില്ല.

ബ്ലോഗുകളുടെ ആത്മപ്രകാശനപരമായ സവിശേഷതകളെ സവിശേഷമായി വെളിപ്പെടുത്തുന്ന വിവിയൻ സെർഫാറ്റി (Viviane Serfaty)യുടെ അഭിപ്രായത്തെ ജിൽ വാക്കർ (Jill Walker) ഉദ്ധരിക്കുന്നു. “ബ്ലോഗുകൾ ഒരേ സമയം മുഖക്കണ്ണാടിയും മൂടുപടവും (Mirrors and Veil) ആണ്” (2014:127). വ്യക്തിക്ക് അയാളെത്തന്നെ വെളിപ്പെട്ടു കിട്ടുന്ന ഇടമാണ് മുഖക്കണ്ണാടി. അവൻ/അവൾ സ്വയം പഠനത്തിനും സ്വയം പ്രകാശനത്തിനുമുള്ള ഇടമായി മുഖക്കണ്ണാടിയെ കാണുന്നു. ഒരുവൻ തന്റെ മുഖഭാവത്തെ കണ്ണാടിയുടെ കാഴ്ചയിൽ സ്വയം രൂപപ്പെടുത്തുന്നു. ആ പ്രതിച്ഛായ അവനെ സന്തോഷിപ്പിക്കുന്നു. അതുപോലെതന്നെ ആത്മ പ്രകാശന ഇടമെന്ന നിലയിൽ വ്യക്തിത്വത്തിന്റെ പ്രതിച്ഛായയെ ബ്ലോഗുകൾ സൃഷ്ടിക്കുന്നു. ആത്മകഥാഖ്യാനത്തിലൂടെ ബ്ലോഗിന്റെ താളുകളിൽ ഒരാൾ സൃഷ്ടിച്ചുവയ്ക്കുന്നത് അയാളുടെ മുഖച്ഛായയെയാണ്. സ്വന്തം ജീവിതത്തെ മുഖക്കണ്ണാടിയിലൂടെ എന്നവണ്ണം ബ്ലോഗുകളിൽ കാണുന്നു. അതേസമയംതന്നെ ബ്ലോഗുകൾ മൂടുപടങ്ങ(Veil)ളായി ഉപയോഗിക്കപ്പെടുന്നു.

ആത്മപരമായ ആഖ്യാനങ്ങളിൽ എല്ലാം പറയാതെ തെരഞ്ഞെടുക്കപ്പെട്ട കാര്യങ്ങൾ ശ്രദ്ധയോടെ മാത്രമേ വായനക്കാരെ അറിയിക്കുകയുള്ളൂ. ആഖ്യാനങ്ങളിൽ പറയുന്നത് ഭാഗികമായ സത്യങ്ങൾ മാത്രമാവാം (2014:127). ജീവിതത്തിലെ പ്രധാനപ്പെട്ട മേഖലകളെ പൂർണ്ണമായും മറച്ചുവച്ചുകൊണ്ട് ആഖ്യാനങ്ങൾ നടത്തുന്ന വ്യാജ ബ്ലോഗുകളുമുണ്ട്. എഴുത്തുകാരന്റെ വ്യക്തിത്വത്തെ പൂർണ്ണമായി മറച്ചുവയ്ക്കാൻ സാധിക്കുന്ന ഘടന ബ്ലോഗുകളിൽ ഗുണത്തെക്കാളേറെ ദോഷങ്ങളും സൃഷ്ടിക്കാറുണ്ട്. അതുകൊണ്ടാണ് വിവിയൻ സർഫാറ്റി അവയെ മൂടുപടങ്ങൾ എന്ന് വിശേഷിപ്പിക്കുന്നത്. വ്യാജമായ മേൽവിലാസത്തിനു കീഴിലിരുന്നുകൊണ്ട് പ്രേമലോലമായ സല്ലാപങ്ങളും രൂക്ഷമായ പ്രതികരണങ്ങളും നടത്തുന്ന ബ്ലോഗർമാരുണ്ട്. ഐഡന്റിറ്റി വെളിപ്പെടുത്താത്ത ചിത്രങ്ങളും ഫോട്ടോകളുമായിരിക്കും ഇത്തരം ബ്ലോഗുകളിൽ പ്രത്യക്ഷപ്പെടുക.

വ്യാജബ്ലോഗർമാർ മൂടുപടം അണിഞ്ഞിരിക്കും. പരസ്യമാക്കേണ്ട പലതിനെയും ഒളിച്ചുകൊണ്ടായിരിക്കും പോസ്റ്റുകൾ പ്രത്യക്ഷപ്പെടുക. ബ്ലോഗിൽ തങ്ങളെത്തന്നെ പ്രകാശിപ്പിക്കുന്നു, തങ്ങളെത്തന്നെ മറച്ചുസൂക്ഷിക്കുന്നു, ബ്ലോഗാകുന്ന മൂടുപടത്തിലൂടെ നോക്കി വായനക്കാരോട് ആശയവിനിമയം നടത്തുന്നു (2014:127).

ആത്മപ്രകാശനവുമായി ബന്ധപ്പെട്ട് ഇന്നത്തെ അവസ്ഥയെപ്പറ്റി ജോഡി ഡിയാൻ (Jodi Dean) നിരീക്ഷിക്കുന്നു. "ബ്ലോഗുകളെ ആത്മപ്രകാശനത്തിനുവേണ്ടി മാത്രം ഉപയോഗിക്കുന്നവരുടെ അമിതമായ താല്പര്യം ഇന്നു കുറഞ്ഞിട്ടുണ്ട്" (2010:38). അതിനുള്ള കാരണങ്ങളെയും അദ്ദേഹം വെളിപ്പെടുത്തുന്നു. "സാങ്കേതികതയുടെ പുതിയ രൂപങ്ങളും അവയുടെ പ്രയോഗരീതികളും ചുറ്റുമുള്ള ലോകത്തും ബ്ലോഗിനുള്ളിലും ആത്മാംശക്കുറിപ്പുകളെ ബന്ധിപ്പിക്കാനും അവയെ പ്രസിദ്ധമാക്കാനും സഹായിച്ചിരിക്കുന്നു." (2010:38). ബ്ലോഗുകളെക്കുറിച്ചുള്ള കാഴ്ചപ്പാടിൽ വന്ന മാറ്റവും പുതിയ സാമൂഹികശൃംഖലാമാധ്യമങ്ങളുടെ കടന്നുവരവും ആത്മപ്രകാശനത്വരയെ ഇതര ഇടങ്ങളിലേക്ക് തിരിച്ചുവിടാൻ ഇട വന്നു. ഫേസ്ബുക്കും ടിറ്ററും വാട്സ്ആപ്പും ഉദയംചെയ്തതോടുകൂടി ആളുകൾ കുറെയെങ്കിലും ബ്ലോഗുകളെ ഉപേക്ഷിച്ച് അവയുടെ പിന്നാലെ പോയി. ബ്ലോഗുകളുടെ പരാജയമെന്നതിനേക്കാൾ മാധ്യമലോകം കൂടുതൽ പക്വതയിലേക്കു ചുവടുവയ്ക്കുന്നതിന്റെ സൂചനയായി ഇതിനെ കാണാം.

4. പത്രപ്രവർത്തന മാധ്യമം/സിറ്റിസൺസ് ജേർണലിസ്റ്റ് മീഡിയ

ആശയ പ്രസിദ്ധീകരണരംഗത്തേക്ക് കടന്നുവന്ന ബ്ലോഗുകളുമായി കൂട്ടിച്ചേർത്ത് ചർച്ചചെയ്യപ്പെട്ട മറ്റൊരു ചിന്ത പൗരന്മാരുടെ പത്രപ്രവർത്തനം/സിറ്റിസൺ ജേർണലിസം എന്നതായിരുന്നു. മുഖ്യധാരാമാധ്യമങ്ങളോടുചേർന്ന് ബ്ലോഗുകളെ പൗരന്മാരുടെ പത്രപ്രവർത്തനത്തിന്റെ/സിറ്റിസൺ ജേർണലിസത്തിന്റെ പുതിയ രൂപം എന്നു ചിത്രീകരിക്കുന്നു (Gillmor, 2004:137-138). ഇന്റർനെറ്റിന്റെ ആവിർഭാവത്തോടെ മാധ്യമലോകത്തിന് പ്രത്യേകിച്ച് പത്രലോകത്തിന് ലഭിച്ച അധിക സാധ്യതയായിരുന്നു ബ്ലോഗുകൾ. വാർത്തകളുടെ നിർമ്മാണത്തിലും വിതരണത്തിലും സ്വതന്ത്രമായി പ്രവർത്തിക്കാൻ അവസരം സൃഷ്ടിച്ചുവെന്നതായിരുന്നു ബ്ലോഗിന്റെ സവിശേഷത. കുറഞ്ഞ ചെലവിലും സൗകര്യത്തിലും ആർക്കും പ്രസാധകനായി മാറാമെന്നു ബ്ലോഗുകൾ തെളിയിച്ചു. ഇന്റർനെറ്റ് കണക്ഷനുള്ള ആർക്കും സ്വന്തമാക്കാവുന്ന ആധുനികമായ വാർത്താപ്രസാധകയിടം അതായിരുന്നു ബ്ലോഗുകൾ തുറന്നുവച്ച മാധ്യമലോകം. ആർക്കും എവിടെയിരുന്നും വാർത്തകൾ സൃഷ്ടിക്കാം എന്നതായിരുന്നു ബ്ലോഗുകൾ ഒരുക്കിയ സ്വാതന്ത്ര്യം (Walker, 2014:91). ആരംഭ

കാലം മുതൽ ബ്ലോഗുകളുടെ സാധ്യതകളുമായി ബന്ധപ്പെടുത്തി നടത്തപ്പെട്ട എല്ലാ പഠനങ്ങളിലും ഏറ്റവും ഉയർന്നുനിന്ന വസ്തുത സിറ്റിസൺ ജേർണലിസത്തിന്റെ പ്രാധാന്യവുമായി ബന്ധപ്പെട്ടായിരുന്നു. ആദ്യകാലത്തെ ഗവേഷകർ ബ്ലോഗിനെ വിശദീകരിക്കുന്നതിന് അതിനോടു ചേർത്തുപയോഗിച്ച രൂപകങ്ങൾ ജേർണലും ജേർണലിസവുമായിരുന്നു (Dean, 2010:44).

പത്രപ്രവർത്തനരംഗത്ത് ബ്ലോഗുകൾ ശക്തമാകുന്നതിനുള്ള പ്രധാന കാരണം മാധ്യമലോകത്തെ രാഷ്ട്രീയമായ ചില പക്ഷപാതിത്വങ്ങളാണ്. 20-ാം നൂറ്റാണ്ടിന്റെ അവസാനം മാധ്യമലോകത്തോടുള്ള പ്രതിഷേധം ഉയർന്നുവരുവാൻ തുടങ്ങി. ജനാധിപത്യരാജ്യസമൂഹങ്ങളിൽ മാധ്യമസമൂഹം പ്രസിദ്ധീകരിക്കുകയോ, പ്രക്ഷേപണം ചെയ്യുകയോ ചെയ്തിരുന്നത് വൻകിട കോർപ്പറേറ്റുകളുടെ തത്വസംഹിതകളായിരുന്നു. അവ പൊതുജനത്തിന്റെ താല്പര്യത്തിന് വിരുദ്ധവുമായിരുന്നു. ജനാധിപത്യവിരുദ്ധ സമൂഹങ്ങളിൽ സെൻസർഷിപ്പുകളും രാഷ്ട്രത്തിന്റെ ആശയപരമായ അടിച്ചമർത്തലുകളും യഥാർത്ഥവാർത്ത അറിയുന്നതിൽനിന്ന് ജനങ്ങളെ വിലക്കി. ഈ രണ്ടു സമൂഹങ്ങളിലും മാധ്യമങ്ങൾക്ക് അതിന്റെ ആശയങ്ങളുടെ പ്രചാരണം സാധിക്കാതെ വന്നു (Walker, 2014:90-91).

മാധ്യമങ്ങളുടെ വാർത്താനിർമ്മിതിക്കു പിന്നിലെ അജണ്ടകളും സിറ്റിസൺ ജേർണലിസത്തെ പ്രോത്സാഹിപ്പിച്ച വസ്തുതകളാണ്. മാധ്യമങ്ങളിൽ രണ്ടു തരത്തിലുള്ള അജണ്ടകളാണ് നിലവിലിരിക്കുന്നത്. (1) പത്രങ്ങളും ഇതരമാധ്യമങ്ങളും യാഥാർത്ഥ്യത്തെ പ്രതിഫലിപ്പിക്കുന്നില്ല. അവ യാഥാർത്ഥ്യങ്ങളെ രൂപമാറ്റം നടത്തുകയും അതിൽ കൂട്ടിച്ചേർക്കലുകൾ നടത്തുകയും ചെയ്യുന്നു.

2) മാധ്യമങ്ങളെ സംബന്ധിച്ച് ചില വിഷയങ്ങൾ ഗൗരവവും ചിലത് നിസ്സാരവുമായി പരിഗണിക്കുന്നു. പ്രത്യേകിച്ച് പൊതുജനപ്രശ്നവുമായി ബന്ധപ്പെട്ടവയ്ക്ക് മറ്റുള്ളവയെക്കാൾ കുറഞ്ഞ പ്രാധാന്യമാണ് ലഭിക്കുന്നത്. ബഹുജനമാധ്യമങ്ങളുടെ വാർത്താ അജണ്ടകളുടെ രൂപീകരണം ആളുകളുടെ ബോധതലത്തെ വിദഗ്ധമായി രൂപപ്പെടുത്തുന്നതായിരിക്കും. ഓരോ ദിവസവും പൊതുതലത്തിൽ വ്യാജമായ ഒരു വാർത്ത ചുറ്റുപാടിനെ നിർമ്മിക്കുകയും പൊതുമനോഭാവത്തെ അതിൽ തളച്ചിടുകയും ചെയ്യുന്നു. ഓരോ ദിവസവും ഒരു പൊതുമനോഭാവത്തെ സൃഷ്ടിച്ചെടുക്കുക എന്ന പ്രധാന ദൗത്യമാണ് മാധ്യമങ്ങൾ ചെയ്യുന്നത് (Galily, 2012:70).

മാധ്യമലോകത്തെ ഈ പൊതുമനോഭാവം ജനപങ്കാളിത്തമാധ്യമമായ ബ്ലോഗുകൾ വളരെവേഗം വളർന്നുവരുവാൻ ഇടവരുത്തി. നവമാധ്യമങ്ങളുടെ ആവിർഭാവത്തോടുകൂടി വാർത്തകളുടെ ഉറവിടത്തിലേക്ക് ഇറങ്ങിച്ചെല്ലാനും അവയെ കലർപ്പില്ലാതെ ജനസമക്ഷം അവതരിപ്പിക്കാനും ഇടവന്നു. മുമ്പ് വാർത്താലോകത്ത് വിവരങ്ങൾ വായിച്ചു പോകുന്ന

ഉപഭോക്താവ് എന്ന നിലയിൽനിന്ന് വിവരങ്ങൾ കൂട്ടിച്ചേർക്കുന്ന, മാറ്റം വരുത്തുന്ന, നീക്കം ചെയ്യുന്ന ഒരാൾ എന്ന അവസ്ഥയിലേക്കു വാർത്താലോകം വളർന്നു (ആദർശ്, 2011:13). ബ്ലോഗുൾപ്പെടുന്ന നവമാധ്യമങ്ങളുടെ പ്രധാന ആകർഷണമായി മാറിയത് അതിലെ പൊതുജനപങ്കാളിത്തമാണ്.

ഏതൊരു വാർത്തയെയും വ്യക്തിപരവും സാമൂഹികവുമായ വീക്ഷണത്തിൽ കണ്ടെത്തി അവയെ വിലയിരുത്തുന്നതിനുള്ള അധിക സാധ്യതയിലാണ് ബ്ലോഗുകൾ നിലയുറപ്പിക്കപ്പെട്ടത്. സിറ്റിസൺ ജേർണലിസത്തിന്റെ പരമാവധി സാധ്യതകൾ പ്രയോഗിക്കപ്പെട്ടതും ഈ മേഖലയിലാണ്.

സിറ്റിസൺ ജേർണലിസവുമായി ബന്ധപ്പെട്ട് പ്രസാധകരംഗത്ത് ലഭിച്ച പുതിയ സ്വാതന്ത്ര്യം മുഖ്യധാരാ മാധ്യമങ്ങളുടെ പങ്കിനെപ്പറ്റി ചർച്ചകളും വിചിന്തനങ്ങളും രൂപപ്പെടുത്തുവാൻ കാരണമായി. നിത്യേനയുള്ള ആയിരക്കണക്കിന് വാർത്തകളിൽ ചില വാർത്തകൾ വഴിയെങ്കിലും പൊതുസമൂഹത്തിൽ സ്ഥാനം നേടുവാൻ ബ്ലോഗുകൾക്കു കഴിഞ്ഞു. യുദ്ധം, ഭൂകമ്പം, പ്രകൃതിക്ഷോഭങ്ങൾ തുടങ്ങിയവയുടെ നേർകാഴ്ചകളും അനുഭവങ്ങളും ബ്ലോഗർമാരിലൂടെ പുറംലോകം അറിഞ്ഞു. പരമ്പരാഗത വാർത്താമാധ്യമങ്ങൾ കൈകാര്യം ചെയ്തിരുന്ന എല്ലാ ചർച്ചാവിഷയങ്ങളിലും ബ്ലോഗുകൾ കടന്നുകയറി. രാഷ്ട്രീയ വിശകലനങ്ങൾ, വാർത്താ സംപ്രേഷണം തുടങ്ങിയവ ബ്ലോഗിംഗിന്റെ ഭാഗമായിമാറി.

ബ്ലോഗർമാർ സിറ്റിസൺജേർണലിസ്റ്റ് എന്നരീതിയിൽ സമൂഹമധ്യത്തിൽ സ്വാധീനം സൃഷ്ടിച്ച പ്രധാനപ്പെട്ട കാര്യങ്ങൾ ആൻസ്ഗാർഡ് ഹെന്റിച്ച് (Ansgard Heinrich) ചൂണ്ടിക്കാട്ടുന്നു. ബ്ലോഗർമാരുടെ വിമർശനപരമായ അവലോകനങ്ങൾ മറ്റു വാർത്താമാധ്യമങ്ങളെക്കാൾ പ്രാധാന്യം നേടി. ചിലരാകട്ടെ വാർത്തകളെപ്പറ്റിയുള്ള പക്ഷപാതിത്വനിലപാടിനെ ബ്ലോഗിലൂടെ തുറന്നു വിമർശിച്ചു. യാഥാർത്ഥ്യത്തെ കണ്ടെത്തുന്നതിലും മുഖ്യധാരാമാധ്യമങ്ങൾ മൂടിവച്ച അപകീർത്തിപരമായ പല വാർത്തകളും പുറത്തുകൊണ്ടുവരുന്നതിലും കാണിച്ച പ്രവർത്തനപരമായ ആത്മാർത്ഥത ചില ബ്ലോഗുകൾക്കെങ്കിലും പൊതുസമൂഹത്തിന്റെ വിശ്വാസ്യത നേടിയെടുക്കാൻ ഇടവരുത്തി (2011:148–149).

ഹെന്റിച്ച് തുടർന്ന് നിരീക്ഷിക്കുന്നു. പല പരമ്പരാഗത പത്രങ്ങളും വലിയ സദസ്സിലേക്ക് എത്തിച്ചേരുവാൻ ബ്ലോഗിന്റെ ഘടനയെ ആശ്രയിച്ചു. ധാരാളം പത്രങ്ങളും മാഗസിനുകളും തങ്ങളുടെ ഓൺലൈൻ കുറിപ്പുകളെ പ്രസിദ്ധീകരിക്കുവാൻ ബ്ലോഗുകളെ ഉപയോഗിച്ചു. ചില സംഭവങ്ങളിൽ ബ്ലോഗുകൾ വാർത്തകളുടെ സ്വതന്ത്ര ഉറവിടമായി മാറി. പല ബ്രേക്കിംഗ് ന്യൂസുകളും പരമ്പരാഗത മാധ്യമങ്ങളെക്കാൾ വേഗത്തിൽ ബ്ലോഗുകളിൽ പ്രത്യക്ഷപ്പെട്ടു (2011:152).

ലക്ഷക്കണക്കിന് ബ്ലോഗുകൾ പൗരന്മാരുടെ പത്രപ്രവർത്തനമേഖലയിൽ സജീവസാന്നിദ്ധ്യമായെങ്കിലും അതിൽ വാർത്താപരമായ അവലോകനങ്ങളിലൂടെ പൊതുജനശ്രദ്ധയെ ആകർഷിക്കാൻ സാധിച്ചത് വളരെ കുറച്ച് ബ്ലോഗുകൾക്കു മാത്രമായിരുന്നു. കൂടുതൽ ബ്ലോഗുകളും വാർത്താവലോകനരംഗത്ത് വലിയ പരാജയമായി മാറി. ബ്ലോഗുകളിലെ അവലോകനങ്ങൾ പൊതുവേ മൂന്നാം കക്ഷിയുടെ അവതരണങ്ങളായിരുന്നു. മറ്റു പത്രങ്ങളിൽ വായിച്ചുപോയതിന്റെ പുനരവതരണങ്ങളായിരുന്നു ഭൂരിഭാഗം ബ്ലോഗുകളിലും പ്രത്യക്ഷപ്പെട്ടത്. ബ്ലോഗുകളിലെ വാർത്തകളിലെ ആധികാരികത ചില അവസരങ്ങളിലെങ്കിലും ചോദ്യം ചെയ്യപ്പെട്ടതായി ഗീർട്ട് ലോവിങ് (Geert Lovink) അഭിപ്രായപ്പെടുന്നു. 'ബ്ലോഗിംഗിൽ സത്യത്തിനുവേണ്ടി യുള്ള ഒരു അന്വേഷണമുണ്ട്. എന്നാൽ ഈ സത്യമെന്നത് ചോദ്യചിഹ്നത്തോടുകൂടിയതാണ്. സത്യമെന്നത് ഇവിടെ തൊഴിലിനുവേണ്ടിയുള്ള തന്ത്രമായി മാറുന്നു. അത് ഉന്നതാധികാരികളാൽ അനുവദിക്കപ്പെട്ട സമ്പൂർണ്ണമായ ഒരു സത്യമല്ല (2008:13).

പരമ്പരാഗതമാധ്യമങ്ങളിലെ വാർത്താവലോകനങ്ങളുമായി ബന്ധപ്പെടുത്തി ലോറൻ ഗോയ്ഥേ (Lauren Guicheteau) ബ്ലോഗിംഗിന്റെ ന്യൂനതയെ വിലയിരുത്തുന്നത് ഇപ്രകാരമാണ്.

1. പരമ്പരാഗത മാധ്യമങ്ങൾക്ക് നീണ്ടകാലത്തേക്കു തങ്ങളെത്തന്നെ നിലനിർത്തേണ്ടത് ആവശ്യമാണ്. അതിനാൽ അവ നിലപാടുകളിൽ ചില സത്യങ്ങളെ കാത്തുസൂക്ഷിക്കും. എന്നാൽ ബ്ലോഗുകൾ വ്യക്തിപരമായ കാഴ്ചപ്പാടിലാണ് എഴുതുക. അതിനാൽ അവർക്ക് ആരോടും യാതൊരു ബാധ്യതയുമില്ല.

2) പത്രസ്ഥാപനങ്ങൾക്ക് വാർത്താ റിപ്പോർട്ടിങ്ങിന്റെ ഭാഗമായി യഥാർത്ഥ അവലോകനത്തിന് പരമ്പരാഗത രീതികളുണ്ട്. എന്നാൽ ബ്ലോഗുകൾക്ക് ഈ നിലവാരം കൊണ്ടുവരുന്നതിന് കൃത്യമായ ഒരു മാർഗ്ഗവുമില്ല (2013:576). ഭൂരിഭാഗം ബ്ലോഗുകളും വാർത്താവലോകനത്തിൽ നിലവാരം കാത്തുസൂക്ഷിക്കുന്നില്ലായെങ്കിലും ചിലത് ശ്രദ്ധേയമായി തീരുവാൻ ഇടവന്നു.

ബദൽ പത്രപ്രവർത്തനം എന്ന ചിന്ത ബ്ലോഗുകളുടെമേൽ അടിച്ചേല്പ്പിക്കപ്പെട്ട അതിരുകവിഞ്ഞ പ്രശംസയാണ്. ബ്ലോഗുകൾ പത്രപ്രവർത്തനത്തിന് പകരമെന്നതിനെക്കാൾ പൗരന്മാരുടെ പത്രപ്രവർത്തന അവകാശം എന്ന് വിലയിരുത്തപ്പെടുന്നതാണ് കൂടുതൽ അഭികാമ്യം. ചരിത്രത്തിലാദ്യമായി ജനങ്ങൾക്ക് വാർത്താനിർമ്മിതിയിൽ പങ്കാളിയാവാൻ ലഭിച്ച ഇടമാണ് ബ്ലോഗുകൾ. സമകാലിക ബ്ലോഗിംഗിനെ വിശകലനം ചെയ്തുകൊണ്ടുള്ള ജിൽ വാക്കറിന്റെ വാക്കുകൾ ശ്രദ്ധേയമാണ്. "ബ്ലോഗുകൾ കൂടുതൽ ജനകീയമാവുന്നതോടുകൂടി ബ്ലോഗിംഗ് പത്രപ്രവർത്തനത്തിന് വലിയ ഭീഷണിയായി മാറുമെന്നും ഇരുപതാം നൂറ്റാണ്ടിന്റെ മാധ്യമമെന്ന നിലയിൽ ബ്ലോഗുകളിലൂടെ അറിയപ്പെടുമെന്നുള്ള അഭിപ്രായപ്രകടനങ്ങൾ

മുഖ്യധാരാ മാധ്യമങ്ങളിൽനിന്നുണ്ടായി... എന്നാൽ ഈ അഭിപ്രായപ്രകടനങ്ങളിൽ കഴമ്പില്ലായെന്നു കാലം തെളിയിച്ചിരിക്കുന്നു... ഭൂരിഭാഗം ബ്ലോഗുകളും പത്രപ്രവർത്തനത്തിന് പകരമാവില്ല, ബ്ലോഗെഴുത്തുകാർക്ക് ജേർണലിസ്റ്റുകളായിത്തീരാൻ ആഗ്രഹിക്കാനാകില്ല, വ്യക്തിബ്ലോഗിംഗിനെ പത്രപ്രവർത്തനമായി കരുതാനാകില്ല. ബ്ലോഗുകൾക്കോ മറ്റു പങ്കാളിത്ത മാധ്യമങ്ങൾക്കോ പത്രപ്രവർത്തനത്തിന്റെ വഴികളെ മാറ്റാനുമാകില്ല" (Walker, 2014:91-92).

5. സാമ്പത്തികവിപണനമാധ്യമം

ബ്ലോഗുകളുടെ ആരംഭകാലംമുതൽ ഏറ്റവുമധികം ചർച്ചചെയ്യപ്പെട്ട വിഷയം ബ്ലോഗുകളെ എപ്രകാരം ധനസമ്പാദനത്തിനുവേണ്ടി പ്രയോജനപ്പെടുത്താം എന്നുള്ളതാണ് (Walker, 2014:135). ആശയപ്രകാശനം, സാഹിത്യമാധ്യമം എന്നിങ്ങനെയുള്ള മേഖലകളുമായി ബന്ധപ്പെടുത്തി ബ്ലോഗുകളുടെ സാധ്യതകളെപ്പറ്റി വളരെക്കുറച്ച് പഠനങ്ങളെ കഴിഞ്ഞ നാളുകളിൽ പുറത്തുവന്നിട്ടുള്ളൂ. എന്നാൽ ബ്ലോഗുകളുമായി ബന്ധപ്പെട്ട് പ്രസിദ്ധീകരിക്കപ്പെട്ട അച്ചടിഗ്രന്ഥങ്ങളിൽ പ്രഥമ ഗണനീയ വിഷയം സാമ്പത്തികമേഖലകളുമായി ബന്ധപ്പെട്ടുകൊണ്ടുള്ളതാണ്. മലയാള ഭാഷയിൽ അത്തരം പുസ്തകങ്ങൾ പ്രത്യക്ഷമായിട്ടില്ലെങ്കിലും ഇംഗ്ലീഷ് ബ്ലോഗുകളുമായി ബന്ധപ്പെട്ട് പ്രസിദ്ധീകരിക്കപ്പെട്ട പുസ്തകങ്ങൾ ഏറെയും പണസമ്പാദനലക്ഷ്യത്തെ മുൻനിർത്തിക്കൊണ്ട് എഴുതപ്പെട്ടവയാണ്.

രണ്ടായിരത്തി ഏഴോടുകൂടി ബ്ലോഗുകൾ ഏറെ ജനപ്രിയമായതിനു ശേഷമാണ് കോർപ്പറേറ്റുകൾ ബ്ലോഗുകളെ ഉപയോഗപ്പെടുത്തുവാൻ തുടങ്ങിയത് (Dean, 2010:34). ബ്രാൻഡ് റിപ്പബ്ളിക്കിന്റെ ബ്ലോഗിൽ വന്ന പോസ്റ്റിനെ ജോഡി ഡിയാൻ (Jodi Dean) എടുത്തുദ്ധരിച്ചുകൊണ്ട് എപ്രകാരം ബ്ലോഗുകളെ വമ്പൻ വ്യവസായ സംരംഭകർ പ്രയോജനപ്പെടുത്തുന്നുവെന്ന് ഉദാഹരിക്കുന്നു. "ഉപഭോക്താക്കൾ നിർമ്മിച്ച ബ്ലോഗുകളുടെ ഉള്ളടക്കത്തിൽ പങ്കാളികളാകുന്നതുവഴി കൂടുതൽ ആളുകളെ നിങ്ങളുടെ ബ്രാൻഡിൽ പങ്കാളികളാക്കിത്തീർക്കാൻ കഴിയും. അവർ മുമ്പൊരിക്കലും നിങ്ങളുടെ ബ്രാൻഡ് ഉപയോഗിച്ചവരല്ല. അവരുടെ വിശ്വാസം ആർജിച്ചാൽ അവരെ നിങ്ങളുടെ ബ്രാൻഡിന്റെ വക്താക്കളാക്കി മാറ്റാൻ കഴിയും. അതുപോലെ അവർ നിങ്ങളുടെ ഉല്പന്നത്തെപ്പറ്റി എന്താണ് ചിന്തിക്കുന്നതെന്ന് കാണുവാനും കഴിയും" (2010 :34).

ബ്ലോഗുകളുടെ ജനപ്രിയത വ്യവസായസംരംഭകർ പ്രയോജനപ്പെടുത്തുകയും അവയെ ഉത്പന്നങ്ങളുടെ പ്രചാരണത്തിന് ഉപയോഗിക്കുകയും ചെയ്തു. പൊതുസമൂഹത്തിൽ ബ്ലോഗുകൾക്കു ലഭിച്ച വൻപ്രചാരം ആളുകളിലേക്ക് കടന്നു കയറുന്നതിനുള്ള മാർഗ്ഗമായി വ്യവസായലോകം ഉപയോഗിച്ചു. മുൻകാലങ്ങളിൽ ആളുകളുടെ പ്രവണതകളെയും അടക്കം

പറച്ചിലുകളെയും അറിയാൻ കഴിഞ്ഞിരുന്നത് പെട്ടെന്ന് നല്കപ്പെടുന്ന സർവ്വേപോളുകളിലായിരുന്നു. എന്നാൽ സ്വന്തമായി ബ്ലോഗുനിർമ്മിക്കുന്നതുവഴി ബ്ലോഗർമാരെ കേൾക്കുന്നു. അവരുമായി പങ്കുചേർന്ന് തങ്ങളുടെ ഉത്പന്നത്തെപ്പറ്റി ചർച്ചചെയ്യുന്നു. കമ്പനികൾക്കു സാധനം വിപണനം ചെയ്യുന്നതിനുള്ള പുതിയരീതിയാണത് (2010:34). കമ്പനികൾ ബ്ലോഗുകളിലേക്ക് എത്തിച്ചേർന്നതിന് ചില കാരണങ്ങളുണ്ട്. ഉപഭോക്താക്കളുമായി നേരിട്ട് സംവദിക്കുന്നതിനുള്ള അവസരമാണ് ബ്ലോഗുകൾ പ്രദാനം ചെയ്തത്. മധ്യസ്ഥന്റെ സഹായമില്ലാതെ ആളുകളിലേക്ക് ആശയ പ്രചരണം നടത്താൻ അവ കൂടുതൽ പ്രയോജനപ്പെട്ടു (Walker, 2014:157). ബ്ലോഗിംഗ് എന്നത് സ്വകാര്യവും വ്യക്തിപരവുമായ പ്രസാധനമാർഗ്ഗമാണ്. വ്യവസായസംരംഭകർ ബ്ലോഗുകളുടെ ഈ വ്യക്തിപരതയുടെ മാനങ്ങൾക്ക് കൂടുതൽ പ്രാധാന്യം നല്കിക്കൊണ്ട് ആളുകളുമായി അടുത്തിടപഴകുന്നതിന് അവയെ ഉപയോഗപ്പെടുത്തുകയായിരുന്നു.

ജനപ്രിയ ബ്ലോഗുകളിൽ ചിലതെങ്കിലും നടത്തുന്നത് ചെറുകിട വ്യവസായസ്ഥാപനങ്ങളാണ്. അവയെ സ്വകാര്യ ഇടപെടലുകളിലൂടെ സജീവമാക്കുന്നത് അവയുടെ ഉടമസ്ഥരാണ്. ഉത്പന്നങ്ങളെപ്പറ്റിയുള്ള അറിവുകൾ അവർ പോസ്റ്റുകളിലൂടെ അവതരിപ്പിച്ചുകൊണ്ടിരിക്കും. ബാഗുകൾ, ചെരിപ്പുകൾ, ഫാഷൻ വസ്ത്രങ്ങൾ, ഫാഷൻ ഉത്പന്നങ്ങൾ എന്നിങ്ങനെ ഏതു മേഖലയിലുമുള്ള ആളുകളുടെ അഭിരുചികളെ അറിയാനും അവയെപ്പറ്റിയുള്ള പ്രതികരണങ്ങളിലൂടെ നിർമ്മിതവസ്തുവിന്റെ സവിശേഷതകൾ ജനസമക്ഷം അവതരിപ്പിക്കാനും അവർ ശ്രമിക്കുന്നു. വലിയ കമ്പനികൾ ഒരുപറ്റം ബ്ലോഗുകളിലൂടെയാവും ആശയപ്രചരണം നടത്തുന്നത്. വിവിധ വിഷയങ്ങളെപ്പറ്റി ആരംഭിച്ചിരിക്കുന്ന ബ്ലോഗുകളിൽ എഴുതുന്നത് നിശ്ചയിക്കപ്പെട്ട എഴുത്തുകാരായിരിക്കും. ചിലപ്പോൾ ആ സ്ഥാപനത്തിലെ ജീവനക്കാർതന്നെയാവും ബ്ലോഗുകളിൽ എഴുതുന്നത് (2014: 156). വ്യവസായലോകത്തിന് ബ്ലോഗുകൾ നല്കിയ സംഭാവനയെപ്പറ്റി ജോഡി ഡിയാൻ (Jodi Dean) നിരീക്ഷിക്കുന്നു. "ബ്രാൻഡുകളെപ്പറ്റിയുള്ള മെച്ചമായ അവബോധം നേരിട്ടുള്ള പരിചയപ്പെടലുകൾവഴി നല്കുന്നതിന് ഉപഭോക്താക്കൾക്ക് ബ്ലോഗുകൾ വഴിഒരുക്കി" (2010: 34). ബ്ലോഗുകളിലൂടെ കമ്പനിബ്രാൻഡുകളിലേക്ക് അന്വേഷണം നടത്തുന്നവർ അധികവും ഏതെങ്കിലും വിധത്തിൽ ഇടപെടലുകൾ നടത്തിയ ഉപഭോക്താക്കളായിരുന്നു. ഇത്തരം ഇടപാടുകാർ വിപണരംഗത്തെ കൂടുതൽ സജീവമാക്കുകയും അവരുടെ നേരിട്ടുള്ള അഭിപ്രായപ്രകടനങ്ങൾ സംരംഭകരെ സംബന്ധിച്ച് വിലപ്പെട്ടതായിത്തീരുകയും ചെയ്തു.

വസ്തുതാപരവും ഗൗരവവുമായ ബ്ലോഗുകൾ സാമ്പത്തിക ഉന്നമനത്തിന് ഉപകരിക്കും. സാമ്പത്തികലാഭത്തിന് ബ്ലോഗുകളെ പ്രയോജനപ്പെടുത്തുന്നതിന് പ്രധാനമാർഗ്ഗം അവയെ നിലവാരമുള്ള ഒന്നാക്കി മാറ്റുകയെന്നതാണ്. വിജ്ഞാനത്തിന്റെ വിവിധ മേഖലകളിലെ ആശയങ്ങളെ സാമ്പത്തിക ഉത്പന്നമാക്കി പരിവർത്തിപ്പിക്കാൻ കഴിയുമെന്ന് ബ്ലോഗുകൾ

തെളിയിച്ചു. അറിവുകൾ പ്രദാനം ചെയ്യുന്ന പല ബ്ലോഗുപോസ്റ്റും വായിക്കുന്നതിന് പ്രത്യേകം പണം അടച്ചാൽ മാത്രമേ സാധിക്കുകയുള്ളൂ. ഫോട്ടോഗ്രാഫി, മാജിക്, വ്യക്തിത്വപരിശീലനം, ഫാഷൻ ഡിസൈനിംഗ്, മാനേജ്മെന്റ് വൈദഗ്ധ്യങ്ങൾ ഇങ്ങനെ ഓരോ മേഖലയുമായി ബന്ധപ്പെട്ട ആധികാരികവും തൊഴിൽപരവുമായ നിർദ്ദേശങ്ങൾ നല്കുന്ന ബ്ലോഗുകൾ പണം അടയ്ക്കുന്ന വായനക്കാരന്റെ മുന്നിൽ മാത്രമേ തുറക്കപ്പെടുകയുള്ളൂ. വിജ്ഞാനവിസ്ഫോടനത്തിന്റെ സൈബറിടങ്ങൾ അറിവിന്റെയും ആശയത്തിന്റെയും വിപണനകേന്ദ്രങ്ങളാണെന്ന് ബ്ലോഗുകൾ തെളിയിക്കുന്നു.

6. സ്വതന്ത്രചർച്ചാവേദി

ചർച്ചകൾക്കും സംവാദങ്ങൾക്കും ആശയക്കൈമാറ്റത്തിനുമായി ലഭിച്ച മാധ്യമമാണ് ബ്ലോഗ്. കമ്പ്യൂട്ടർകേന്ദ്രീകൃത ആശയവിനിമയരംഗത്ത് വലിയൊരു മാറ്റം കൊണ്ടുവരുവാൻ ബ്ലോഗുകൾക്കു കഴിഞ്ഞു. വ്യക്തിപരമായ ബന്ധങ്ങളിൽ ആഴപ്പെടുന്നതിന് കമ്പ്യൂട്ടർലോകം പരാജയപ്പെട്ടപ്പോൾ ആ ലക്ഷ്യത്തെ നേടിയെടുക്കാൻ ബ്ലോഗുകൾക്കു സാധിച്ചു. ഹോം സൈറ്റുകളെയും ചർച്ചാഗ്രൂപ്പുകളെയും സാമൂഹികപ്രൊഫഷണൽ നെറ്റ് വർക്കുകളെയും ഉൾപ്പെടുത്തി ബ്ലോഗുകൾ വെബ് ലോകത്തെ വിസ്തൃതമാക്കി. ജേർണലിസ്റ്റുകളുടെ ബ്ലോഗുകൾ പരമ്പരാഗത മാധ്യമങ്ങളിലെ ചർച്ചകൾ കൂടുതൽ വിശദാംശങ്ങളിലൂടെ പൊതുജനസമക്ഷം എത്തിച്ചു. പ്രത്യേകിച്ച് പൊളിറ്റിക്കൽ മേഖലകളിൽ വ്യാപരിക്കുന്ന ബ്ലോഗുകൾ രാഷ്ട്രീയമായ കാര്യങ്ങളിൽ പൊതുജനാഭിപ്രായത്തെ രൂപീകരിക്കുന്നതിൽ വലിയ പങ്കുവഹിച്ചു.

അഭിപ്രായസ്വാതന്ത്ര്യത്തെപ്പറ്റി ഏറെ ചർച്ചകൾ നടന്നിട്ടുള്ള നൂറ്റാണ്ടാണ് കഴിഞ്ഞുപോയത്. ഒരുവന്റെ ഉള്ളിൽ രൂപപ്പെടുന്ന അഭിപ്രായങ്ങളെ പുറംലോകവുമായി സംവദിക്കുവാനുള്ള സാധ്യതകൾ വളരെ പരിമിതമായേ അക്കാലത്ത് ലഭ്യമായിരുന്നുള്ളൂ. നവമാധ്യമസാങ്കേതികവിദ്യയുടെ പുരോഗതി സാധ്യമാകുന്നതിനുമുമ്പുള്ള കാലഘട്ടത്തെപ്പറ്റി ജിൽ വാക്കർ (Jill Walker) നല്കുന്ന വിവരണം ഇപ്രകാരമാണ്. "അഭിപ്രായസ്വാതന്ത്ര്യം മനുഷ്യന്റെ അടിസ്ഥാനപരമായ സ്വാതന്ത്ര്യമാണെന്ന് വിവേചിച്ചറിഞ്ഞിട്ടും ഈ ഇരുപതാം നൂറ്റാണ്ടിലും ആ സ്വാതന്ത്ര്യം ഭയമില്ലാതെ പ്രയോഗിക്കാൻ കഴിയുന്നത് തീരെ ചെറിയ ഒരു ശതമാനത്തിനു മാത്രമാണ്" (2014:90). ഏതൊരു മാധ്യമത്തിലും അതിൽ പ്രവർത്തിക്കുന്നവരുടെ വലിയ ഒരു ലോകമുണ്ടെങ്കിലും അവിടെ രേഖപ്പെടുത്തപ്പെടുന്നത് ചെറിയ ന്യൂനപക്ഷത്തിന്റെ അഭിപ്രായങ്ങൾ മാത്രമായിരിക്കും. പത്രം, ടെലിവിഷൻ, റേഡിയോ ഏതൊരു മാധ്യമമെടുത്താലും അവിടെ പ്രസാധനം ചെയ്യപ്പെടുന്നത് അവയുടെ അധികാരത്തെ കൈയ്യാളുന്ന ഏതാനും വ്യക്തികളുടെ അഭിപ്രായം മാത്രമാണ്.

ഏതൊരു മാധ്യമത്തിന്റെ പ്രവർത്തനത്തിന് പിന്നിലും വ്യക്തമായ രാഷ്ട്രീയ അജണ്ടകൾ നിലകൊള്ളുന്നുണ്ട്. കേൾവിക്കാരും വായനക്കാരും അടങ്ങുന്ന വലിയ ഒരു സദസ്സ് മുഖ്യധാരാ മാധ്യമങ്ങളായ ടെലിവിഷൻ, റേഡിയോ, പത്രം ഇവയുടെ മുന്നിൽ സജീവരാണ്. കേൾവിക്കാരെയും കാഴ്ചക്കാരെയും വായനക്കാരെയും മാധ്യമലോകത്തിന്റെ അഭിപ്രായ രൂപീകരണതലത്തിലേക്കു കൊണ്ടുവരുന്നുവെന്ന് ബോധ്യപ്പെടുത്തുന്ന രീതിയിൽ നൂതനമായ ആവിഷ്കരണതന്ത്രങ്ങൾ മുഖ്യധാരാ മാധ്യമങ്ങൾ പ്രയോഗിക്കാറുണ്ട്. മാധ്യമചർച്ചകളും, സംവാദങ്ങളും ഫോൺ ഇൻ പ്രോഗ്രാമുകളും ഇത്തരത്തിൽ സംഘടിപ്പിക്കപ്പെട്ട മാധ്യമവിപണന തന്ത്രങ്ങളാണ്. മുഖ്യധാരാമാധ്യമങ്ങൾ പിന്തുടരുന്ന അഭിപ്രായപ്രകടന ങ്ങളുടെ വിദഗ്ധമായ അടിച്ചമർത്തലുകൾ എപ്രകാരമെന്ന് ജിൽ വാക്കർ വിലയിരുത്തുന്നു.

“കേൾവിക്കാരും വായനക്കാരും വലിയ പങ്കുവഹിക്കുന്ന മുഖ്യധാരാ മാധ്യമങ്ങളായ റേഡിയോ, ടെലിവിഷൻ, പത്രം എന്നിവ കൃത്യമായ അജണ്ടകൾക്കുള്ളിലാണ്. കേഴ്വിക്കാരുമായി സംവദിക്കുന്ന ഫോൺഇൻ പ്രോഗ്രാമുകൾവരെ വ്യക്തമായ രാഷ്ട്രീയമാനത്തോടെയാണ് ക്രമീകരി ച്ചിരിക്കുന്നത്. താല്പര്യത്തിനുനിരക്കാത്തതും വിവാദവുമായ മറുപടികൾ കൃത്യമായി നീക്കംചെയ്യപ്പെട്ടശേഷമേ പ്രക്ഷേപണം ചെയ്യുകയുള്ളൂ. പത്ര ത്തിലുള്ള എഡിറ്ററുടെ കത്തുകളാകട്ടെ എഡിറ്റോറിയൽ ബോർഡിന് അനുകൂലമായി ഭവിക്കുന്നതേ പത്രങ്ങളിൽ പ്രസിദ്ധീകരിക്കുകയുള്ളൂ” (2014:90). ഏതൊരു മാധ്യമത്തിലും അത് ആനുകാലികങ്ങളോ, ദിനപത്ര ങ്ങളോ ആകട്ടെ ഒരു ലേഖനം അച്ചടിമഷി പുരളണമെങ്കിൽ ഒട്ടേറെ കടമ്പ കൾ കടക്കേണ്ടതായിട്ടുണ്ട്. ഏതൊരു മാധ്യമവും നിലനില്ക്കുന്ന രാഷ്ട്രീയ മായ മാനങ്ങൾക്കുള്ളിൽ നിന്നുകൊണ്ടാണ് വായനക്കാരുമായി സംവദി ക്കുന്നത്. അവിടെ ഉടമസ്ഥലോകത്തിന്റെ രാഷ്ട്രീയമാനങ്ങളോടു ചേർന്നു പോകുന്ന അഭിപ്രായങ്ങൾക്കേ മാധ്യമലോകത്തിന്റെ ആവിഷ്കരണലോ കത്ത് സ്ഥാനം കിട്ടുകയുള്ളൂ.

ലോകത്തിന്റെ ഏതു കോണിൽ പ്രവർത്തിക്കുന്ന മാധ്യമസ്ഥാപന ത്തിനും സാമൂഹ്യരാഷ്ട്രീയവീക്ഷണം ഉണ്ടായിരിക്കും. അവ ചിലപ്പോൾ ജനത്തിന്റെ പൊതു താല്പര്യത്തിന് വിരുദ്ധമായി ത്തീരാം. പ്രിന്റ്, ടെലി വിഷൻ, പത്രം തുടങ്ങിയ മാധ്യമങ്ങളിൽ അതത് രാഷ്ട്രത്തെ ഭരണകൂട ങ്ങളോടും രാഷ്ട്രീയകാലാവസ്ഥയോടുമുള്ള ചായ്വ് പൊതുവേ വ്യക്ത മാണ്. പൊതുസദസ്സിന്റെ അഭിപ്രായരൂപീകരണത്തിന് അവ പര്യാപ്ത മാകുന്നില്ല എന്നു മാത്രമല്ല ചിലപ്പോൾ അവ എതിരായെന്നും വരാം.

വിട്ടു പോയി ട്ടുണ്ടോ?

ഇൻറർനെറ്റിന്റെ ആവിർഭാവം മാധ്യമമേഖലയിൽ വൻവിപ്ലവം സൃഷ്ടിച്ചു. അഭിപ്രായരൂപീകരണത്തെ സ്വകാര്യസ്വത്തായി കരുതിവച്ചി രുന്ന മാധ്യമലോകത്തേക്കു പെരുവെള്ളത്തിന്റെ കുത്തൊഴുക്കുപോലെ എല്ലാ കോണുകളിൽനിന്നും ആളുകൾ പ്രവഹിച്ചു. “ആവിഷ്ക്കാര

സ്വാതന്ത്ര്യവും അഭിപ്രായരൂപീകരണവും തനത് ശൈലികൾവിട്ട് പുതിയ പാതകളിലൂടെ ബ്ലോഗുകൾ പരമ്പരാഗതമാധ്യമത്തിന് വെല്ലുവിളിയായി" (ആദർശ്, 2007 b:18). നിർമ്മാണത്തിലും വിതരണത്തിലുംവന്ന ചിലവിന്റെ കുറവ് ആ മേഖലയിൽ സ്വതന്ത്രമായി പ്രവർത്തിക്കുന്നതിന് അവസരം സൃഷ്ടിച്ചുവെന്നതായിരുന്നു അതിൽ പ്രധാനം. പൊതുമാധ്യമങ്ങൾ സൃഷ്ടിക്കുന്ന വാർത്താലോകത്തിന് പുറത്ത് മറ്റൊരു ചർച്ചാലോകത്തെ സൃഷ്ടിക്കുന്ന തരത്തിൽ നവമാധ്യമങ്ങളുടെ കടന്നുവരവ് വിപ്ലവം സൃഷ്ടിച്ചു.

കഴിഞ്ഞ നൂറ്റാണ്ടിന്റെ അവസാനത്തോടുകൂടി മാധ്യമലോകത്തേക്ക് കടന്നുവന്ന ബ്ലോഗുകളാണ് നവമാധ്യമസംസ്കാരത്തിന്റെ വിപ്ലവങ്ങളെ ആദ്യം അറിയിച്ചുതന്നത്. ഫേസ്ബുക്ക്, വാട്സ്ആപ്പ് തുടങ്ങിയ പുത്തൻ മാധ്യമങ്ങൾ ബ്ലോഗു തുറന്നുതന്ന വഴികളിലൂടെ ഏറെ ദൂരം മുന്നോട്ടു നീങ്ങി. സ്വകാര്യതയും സ്വാതന്ത്ര്യവും മാധ്യമലോകത്ത് അവതരിപ്പിക്കപ്പെട്ടത് പ്രധാനമായും ബ്ലോഗുകളുടെ ആവിർഭാവത്തിലൂടെയാണ്. ബ്ലോഗിംഗ് സവിശേഷരീതിയിൽ മാറ്റിയത് ഇലക്ട്രോണിക് മാധ്യമരംഗത്തെയാണ്. ബ്ലോഗുകളുടെ പിന്നാലെ അനേകം നവമാധ്യമങ്ങൾ വാർത്താവതരണലോകത്തും ആശയപ്രകാശനരംഗത്തും ആവേശമുണർത്തി കടന്നുവന്നുകൊണ്ടിരിക്കുന്നു. വാർത്താവിശകലനം, സിനിമാനിരൂപണം, പുസ്തകപരിചയം ഇങ്ങനെ വർത്തമാനകാലത്തിന്റെ ചിന്തകളെ സ്വതന്ത്രമായി ചർച്ച ചെയ്യുന്നതിന് സ്ഥിരതയുള്ള മാധ്യമം എന്ന സ്ഥാനം ഇന്നും ബ്ലോഗുകൾക്കു നഷ്ടപ്പെട്ടിട്ടില്ല. രാഷ്ട്രീയ ബ്ലോഗുകൾ, സിനിമാബ്ലോഗുകൾ, പത്രബ്ലോഗുകൾ എന്നിവ പരമ്പരാഗത മാധ്യമലോകത്തിന് സമാന്തരമായി സഞ്ചരിക്കുന്ന സ്വകാര്യവ്യക്തികളുടെ രേഖപ്പെടുത്തലുകളാണ്.

പതിമ്മൂന്ന്

ബൂലോഗം – എഴുത്തുകാരനും വായനക്കാരനും

ബ്ലോഗുകളെ സംബന്ധിച്ച് അത് അടിസ്ഥാനപരമായി സ്വകാര്യവ്യക്തിയുടെ ഇടമാണ്. അതിന്റെ സാധ്യതകളെയും ബാധ്യതകളെയും നിരീക്ഷിക്കുമ്പോൾ വ്യക്തിപരമായ അനുഭവതലത്തിൽനിന്നുള്ള പ്രകാശനമായിട്ടാണ് ഇതിനെ പഠിക്കേണ്ടത്. മറ്റേതൊരു മാധ്യമവും സ്ഥാപനവത്ക്കരിക്കപ്പെട്ട വ്യവസ്ഥിതികളിലാണ് പ്രവർത്തനനിരതമാവുക. പത്രമാസികകൾ, പുസ്തകപ്രസിദ്ധീകരണം, ടെലിവിഷൻ, റേഡിയോ ഇങ്ങനെ ഏതൊരു മാധ്യമമെടുത്താലും അതിനെ നിയന്ത്രിക്കുന്നതും അതിനോടു ചേർന്നുനില്ക്കുന്നതുമായ വലിയ ഒരു സമൂഹമുണ്ട്. ഈ സ്ഥാപനങ്ങളിൽ രൂപപ്പെട്ട കമ്പോളവ്യവസ്ഥിതികളാണ് ആ മാധ്യമത്തെ നിയന്ത്രിക്കുന്നത്. എന്നാൽ ബ്ലോഗിനെ സംബന്ധിച്ച് ഇത് മാധ്യമലോകത്തെ വ്യക്തിസ്വാതന്ത്ര്യത്തിന്റെ ഇടമാണ്. അവളുടെ/അവന്റെ താല്പര്യങ്ങളാണ് ഇവിടെ നിർബാധം പുലരുന്നത്. വ്യക്തിപ്രകാശനത്തിന്റെ ഏറ്റവും ശക്തമായ മാധ്യമമെന്ന നിലയിലാണ് ബ്ലോഗിന്റെ സാധ്യതകളെയും ബാധ്യതകളെയും പഠിക്കേണ്ടത്. മാധ്യമലോകത്തെ ഈ സ്വാതന്ത്ര്യം ബ്ലോഗിന്റെ ഏറ്റം വലിയ ശക്തിയാണ്. ബ്ലോഗിന്റെ ഭാഷയെയും സ്വത്വത്തെയും നിർണ്ണയിക്കുന്നതിൽ ഈ സ്വാതന്ത്ര്യം മുഖ്യപങ്കു വഹിക്കുന്നു. മറ്റ് ഏതൊരു മാധ്യമത്തിൽനിന്ന് വ്യത്യസ്തമായ ബന്ധം എഴുത്തുകാരനും വായനക്കാരനും തമ്മിൽ ബൂലോഗത്തിലുണ്ട്. ബൂലോഗത്തിന്റെ സാധ്യതകളെ നിരീക്ഷിക്കുമ്പോൾ എഴുത്തുകാരനും വായനക്കാരനുമടങ്ങുന്ന ഈ സമൂഹത്തിന്റെ പാരസ്പര്യങ്ങളെ ഒഴിവാക്കുവാൻ കഴിയുകയില്ല. എഴുത്തുകാരനുമായി ഘടനാപരമായ ഒരു ബന്ധം നിലനിർത്തിക്കൊണ്ട് മുന്നേറുവാൻ കഴിയുന്നുവെന്നത് ബ്ലോഗിന്റെ മാത്രം സവിശേഷതയാണ്. മാധ്യമലോകത്തിൽ വ്യത്യസ്തമായ ചില സ്വാതന്ത്ര്യങ്ങളെ അനുഭവിക്കുമ്പോൾതന്നെ അതിന്റെ പരിമിതികളും ബൂലോഗം അഭിമുഖീകരിക്കുന്നുണ്ട്.

എഴുത്തിലെ ചില സ്വാതന്ത്ര്യങ്ങൾ

ബ്ലോഗുകളെ സംബന്ധിച്ച് ഏറ്റവും വലിയ ഗുണങ്ങളിൽ പ്രഥമ സ്ഥാനത്തു നില്ക്കുന്നത് എഡിറ്ററുടെ അഭാവമാണ്. എഡിറ്റർമാരാണിന്ന് മാധ്യമലോകത്തെ നിയന്ത്രിക്കുന്നത്. അവർ ഓരോ ലക്കത്തിനും വിഷയത്തെ തീരുമാനിക്കുന്നു. അതിനു ലേഖനങ്ങൾ നല്കാൻ പ്രാപ്തരായ വ്യക്തികളെ തീരുമാനിക്കുന്നു. അവരോട് വിശദമായി സംസാരിക്കുന്നു. അവരിൽനിന്ന് രചനകൾ സ്വീകരിച്ച് ആ ലക്കം ആസൂത്രണം ചെയ്യുന്നു. എഡിറ്റേഴ്സ് ചോയ്സ് വാഴ്ച നടത്തുന്നുവെന്നും ക്ഷണിക്കാതെ കിട്ടുന്ന വിഭവങ്ങൾക്ക് പരിഗണന കിട്ടാറില്ല എന്നുമുള്ള വാദങ്ങൾ പ്രബലമാണ്. എഴുത്തുകാർ പത്രാധിപസമിതിയുടെ താൽപര്യങ്ങൾ നിറവേറ്റിക്കൊടുക്കുന്നവർ മാത്രമാകുന്നു എന്നതാണ് എഡിറ്റേഴ്സ് ചോയ്സിനെ എതിർക്കുന്നവരുടെ മുഖ്യവാദം. എഡിറ്ററുടെ വ്യക്തിഗത അഭിരുചികളാൽ രചനകൾ സ്വീകരിക്കപ്പെടുകയോ നിരാകരിക്കപ്പെടുകയോ ചെയ്യും. ചാനലുകളിൽ നടത്തപ്പെടുന്ന സംവാദങ്ങളെപ്പറ്റിയും ഇത്തരം പരാതി ഉന്നയിക്കാറുണ്ട്. എഡിറ്റോറിയൽബോർഡ് തയ്യാറാക്കി വച്ചിരിക്കുന്ന തിരക്കഥയുടെ അവതരണങ്ങളാണ് പലപ്പോഴും വേദികളിൽ പ്രത്യക്ഷപ്പെടുക. തങ്ങൾക്കു ലഭിക്കേണ്ട ഉത്തരങ്ങളുടെ ചോദ്യങ്ങൾ മാത്രം ചോദിക്കുകയും അതിന് വിരുദ്ധമായി വരുന്ന അഭിപ്രായങ്ങളെ സമർത്ഥമായി തടയുകയും ചെയ്യുന്നു. ടെലിവിഷൻ മേഖലയിലെ ചാനൽ ചർച്ചകൾ വ്യക്തമായ അജണ്ടകളുടെ വെളിച്ചത്തിൽ അവതരിപ്പിക്കപ്പെടുന്ന ചില പ്രകടനങ്ങൾ മാത്രമാണ്. സംവാദങ്ങൾ മാത്രമല്ല വിവാദങ്ങൾപോലും സമർത്ഥമായി സൃഷ്ടിക്കപ്പെടുന്നു. എഴുത്തുകാരുടെയും അവതാരകരുടെയും താല്പര്യങ്ങൾ പൂർണ്ണമായി വിസ്മരിക്കപ്പെടുകയും എഡിറ്റോറിയൽ ചോയ്സ് പൂർണ്ണാധിപത്യം നേടുകയും ചെയ്യുന്നു. മുതലാളിത്തത്തിന്റെ ആസൂത്രണമായി പലരും ഇതിനെ വിലയിരുത്തുന്നു (രാജഗോപാലൻ, 2008:35). ഇത്തരം മാധ്യമങ്ങളിൽ എഴുത്തുകാർ തങ്ങളായിരിക്കുന്ന സ്ഥാപനത്തിന്റെ പൊതുതാല്പര്യത്തിനനുസരിച്ച് നീങ്ങുന്ന ചട്ടുകങ്ങൾ മാത്രമായിമാറുന്നു.

എഴുത്തുകാരുടെ പരമാധികാരം

എഴുത്തുകാരന്റെ സ്വാതന്ത്ര്യം പൂർണ്ണമായി അധികാരപ്പെടുത്തുന്ന ഇടമാണ് ബ്ലോഗ്. എഴുത്തുകാരനും വായനക്കാരനും ഇടയാൾ (Mediator) ആവശ്യമില്ലാത്ത മാധ്യമസാധ്യതയാണ് ബ്ലോഗുതുറന്നുതരുന്നത്. ബ്ലോഗ് എല്ലാവർക്കുമായാണ് തുറന്നിരിക്കുന്നത്. ഇ–എഴുത്തും ഈയെഴുത്തും എന്ന ലേഖനത്തിൽ രാജഗോപാലൻ എഴുതുന്നു. "കയ്യെഴുത്തുമാസികയുടെ പണിയേയുള്ളൂ ബ്ലോഗെഴുത്തിന്. ഒരു താളിൽ എഴുതുക, തീർന്നു. എന്നാൽ അത് ആരുടെയൊക്കെ മുന്നിലാണെത്താനിരിക്കുന്നത്. മാന്ത്രികപ്പരവതാനിയെന്നതു കഥ മാത്രം. മാന്ത്രികകടലാസെന്നതു ബ്ലോഗിംഗിലൂടെ യാഥാർത്ഥ്യമായിരിക്കുന്നു" (രാജഗോപാലൻ, 2008:40).

ഇന്റർനെറ്റിൽ സ്ഥലംതരുന്ന കമ്പനിക്ക് ബ്ലോഗറുടെ എഴുത്തിൽ ഒരു നിയന്ത്രണവും ഇല്ല. വെബ്പേജുകൾ അതത് ബ്ലോഗർക്ക് സ്വന്തം. പത്രാധിപർ പ്രസിദ്ധീകരിക്കുമോ, വില കൊടുത്തു വാങ്ങുന്ന വായനക്കാർക്കെന്തു തോന്നും എന്നീ ആശങ്കകളില്ലാതെ എഴുതാനുള്ള ഇടമാണ് ബ്ലോഗ്.

സാധാരണക്കാരനെ സംബന്ധിച്ചിടത്തോളം ലോകത്തോട് സംവദിക്കാൻ അവന് ലഭിക്കുന്ന പ്രധാനമാധ്യമം ബ്ലോഗുതന്നെയാണ്. തന്റെ ആത്മപ്രകാശനത്തിൽനിന്ന് അവനെ വിലക്കുന്ന ഒന്നും അവിടെയില്ല. ലോകത്തിന്റെ ചുമരിൽ ഒരെഴുത്ത് പതിപ്പിക്കുകയാണ് ബ്ലോഗർ. ആർക്കുമത് വായിക്കാം. ആർക്കും ശല്യമില്ലാത്ത, ആരെയും അകറ്റാത്ത ചുമർ. ബ്ലോഗിനെ ഏറ്റവും ആകർഷകമാക്കുക എഡിറ്ററുടെ അഭാവം തന്നെയാണ്.

എഴുത്തിന്റെ ലോകത്തേക്കു പുതിയതായി കടന്നുവരുന്ന ഒരു വ്യക്തിക്ക് ബ്ലോഗുകൾ വലിയ സൗകര്യമാണ് ചെയ്യുന്നത്. സാധാരണയായി എഴുത്തുകാരൻ തന്റെ സൃഷ്ടി ഏതെങ്കിലും മാസികയ്ക്ക് അയച്ചുകൊടുക്കുന്നു. അവർ പലപ്പോഴും അതിനെ നിരാകരിക്കുകയും ചെയ്യുന്നു. എഴുതുന്ന കൃതികൾ അതേരൂപത്തിൽ പ്രസിദ്ധീകരിക്കപ്പെടണമെന്നു നിർബന്ധമില്ല. ഈ അവസരത്തിലാണ് ഇടനിലക്കാരന്റെ കൈ കടത്തലുകളില്ലാതെ തികച്ചും സൗജന്യമായി സൃഷ്ടികളെ പ്രകാശനം ചെയ്യാൻ ബ്ലോഗുകൾ വേദിയൊരുക്കുക. എഴുതുന്ന കാര്യങ്ങൾ പ്രസിദ്ധീകരിക്കുമോ എന്ന സംശയമില്ല. എഡിറ്റോറിയൽ ബോർഡിനെ പ്രീതിപ്പെടുത്തണം എന്ന ആകുലതകളില്ല. സമകാലിക സംഭവങ്ങളാകട്ടെ പ്രതികരണം ആവശ്യമുള്ള പ്രതിസന്ധികളാകട്ടെ തന്റെ ഉള്ളിലുള്ള ആശയത്തെ തുറന്നു പ്രകടിപ്പിക്കുന്നതിന് ആരെയും കാത്തുനിൽക്കേണ്ടതില്ല. ആരെയും അന്വേഷിക്കേണ്ടതില്ല. അത്ര വിപുലമായ സാധ്യതകളാണ് ബ്ലോഗുകൾ തുറന്നുതരുന്നത്. എഴുത്തുകാരന് പരമാധികാരം കല്പിക്കപ്പെട്ട മറ്റൊരു ഇടം കണ്ടെത്താൻ കഴിയുകയില്ല. ഒരു ബ്ലോഗറുടെ അഭിപ്രായം ശ്രദ്ധിക്കുക:

> "അഭിപ്രായസ്വാതന്ത്ര്യത്തോടുള്ള ബഹുമാനം, വിയോജിക്കാനുള്ള യോജിപ്പ്, വ്യക്തിഹത്യാപരമല്ലാത്ത പെരുമാറ്റങ്ങൾ, വികാരങ്ങളെ വ്രണപ്പെടുത്താതിരിക്കൽ, പറയുന്നതൊക്കെ സത്യവും നിയമാനുസൃതവുമായിരിക്കണം തുടങ്ങിയ ചുരുക്കം ചില നിബന്ധനകൾ ഞാനും പാലിക്കണം എന്നതൊഴിച്ചാൽ സർവ്വസ്വതന്ത്ര വിഹാരഭൂമിയാണ് എനിക്ക് ബ്ലോഗ്. അതിങ്ങനെതന്നെയങ്ങു പോയാലുള്ള ഗുണം ബ്ലോഗ് ഒരിക്കലും നമ്മെ ഭരിക്കില്ല. നമ്മുടെ ബ്ലോഗിന്റെ സർവ്വാധികാരിയും സർവ്വേക്കല്ലും രാജാവും, പ്രജയും സീയിയോയും പ്യൂണും എല്ലാം നമ്മൾതന്നെ" (പോസ്റ്റുചെയ്തത്: വക്കാരിമഷ്ടാ, 5/8/2007 b).

എഴുത്തിന്റെ സർവ്വാധിപത്യം പുലർത്തുന്ന ബ്ലോഗുകൾ ആരെയും ഭയപ്പെടുന്നില്ല. എഴുത്തുകാരന്റെ ആത്മപ്രകാശനത്തിനുള്ള ഉത്തമവേദിയായിരിക്കുമ്പോൾ തന്നെ അത് അവരെ ബന്ധിപ്പിക്കുന്ന എല്ലാ ചങ്ങലകളെയും ഒഴിവാക്കുകയും ചെയ്യുന്നു.

എഡിറ്റേഴ്സ് ചോയ്സ് – അഭാവത്തിലെ പരിമിതികൾ

ബ്ലോഗുകൾ എഡിറ്ററുടെ സർവ്വാധികാരത്തിന് അല്പംപോലും ഇടം കൊടുക്കുന്നില്ല എന്നത് യാഥാർത്ഥ്യമാണെങ്കിലും അതുമൂലം സംജാതമാകുന്ന അപാകതകൾ ഏറെയാണ്. എഡിറ്റർ എപ്പോഴും ഒരു കണ്ണാടിയാണ് (വെങ്കിടേശ്വരൻ, 2008:35). എഴുത്തുകാരന്റെ തെറ്റുകൾ മനസ്സിലാക്കാനും തിരുത്താനും സഹായിക്കുന്ന കണ്ണാടി. ഏതൊരെഴുത്തുകാരനും എഴുതി തെളിയുന്ന കാലഘട്ടമുണ്ട്. അവനെ/അവളെ സംബന്ധിച്ച് എഴുത്തിന്റെ ന്യൂനതകളെ തിരുത്തി ശരിയായ ദിശ കാണിച്ചുകൊടുക്കേണ്ടതുണ്ട്. സ്വയം തിരുത്തലുകൾക്കു പാകമാകുന്നതിനുമുമ്പ് ഈ കൃത്യം നിർവ്വഹിക്കുക എഡിറ്റർമാരാണ്.

എഡിറ്റർമാരുടെ നിയന്ത്രണങ്ങൾക്ക് പല ദൂഷ്യവശങ്ങളുണ്ട്. എങ്കിലുമത് നിരവധി പോരായ്മകളെ തിരുത്തുന്നതാണ്. എഴുത്തിന്റെ സാംസ്കാരിക മൂല്യത്തെ നിർണ്ണയിക്കുന്നത് എഡിറ്റർമാരാണ്. സാഹിത്യാഭിരുചികളില്ലാത്ത സൃഷ്ടികളെ മാറ്റിനിർത്തി സാഹിത്യത്തിൽതന്നെ തരംതിരിക്കലുകൾ നടത്തുമ്പോൾ ആ പ്രക്രിയയിലൂടെ സാഹിത്യഗുണങ്ങളെ ഉയർത്തുന്നതിന് ഇടവരുന്നു. നല്ല നിലവാരം പുലർത്തുന്ന മാസികകളിൽ ചപ്പുചവറുകൾ എന്ന് തരംതിരിക്കപ്പെട്ട രചനകൾ പ്രത്യക്ഷപ്പെടാത്തത് എഡിറ്റർ എന്ന മെഷീനിൽ കയറിയിറങ്ങുന്നതിനാലാണ്. തഴയപ്പെട്ട കൃതിയുടെ സ്രഷ്ടാക്കൾ പ്രതിഭയുള്ളവരെങ്കിൽ അവർ കൂടുതൽ മെച്ചമായവ സൃഷ്ടിക്കുവാൻ ശ്രമിച്ചുകൊണ്ട് തങ്ങളുടെ കഴിവുകളെ വളർത്തുന്നു. ഇത് വിദഗ്ദ്ധനായ ഒരു എഡിറ്ററിലൂടെ മാത്രം ലഭ്യമാകുന്ന സാഹിത്യപോഷണമാണ്. കൃതികളുടെയും സാഹിത്യകാരന്മാരുടെയും എണ്ണമല്ല ഗുണമാണ് ഇവിടെ പരിശോധനാവിഷയമായി ഭവിക്കുന്നത്. അതിന്റെ മാറ്റ് വർദ്ധിപ്പിക്കുന്നതിന് നല്ലൊരു എഡിറ്റർക്ക് കഴിയുന്നു. കൃതഹസ്തരായ എഴുത്തുകാരെസംബന്ധിച്ച് എഡിറ്റർചോയ്സ് സ്വാതന്ത്ര്യത്തിലുള്ള കടന്നുകയറ്റമാവാം. എങ്കിലും എഴുതിത്തുടങ്ങുന്നവരെ സംബന്ധിച്ച് എഡിറ്ററുടെ അഭാവം ഒരു പോരായ്മ തന്നെയാണ്. 2009 ഫെബ്രുവരി 2-ാം തീയതി വന്ന ഒരു പോസ്റ്റ്.

> "കൃതഹസ്തരായ എഴുത്തുകാർക്ക് ബ്ലോഗ് അനുയോജ്യമായ മാധ്യമമാകുമ്പോൾ എഴുതിത്തുടങ്ങുന്നവർക്ക് പലപ്പോഴും വൈതരണികൾ നേരിടുന്നു. എഡിറ്റിങ്ങിന്റെ ആവശ്യകത നിരസിക്കാൻ സാധിക്കുമെന്നു തോന്നിയേക്കാമെങ്കിലും പ്രൂഫ് റീഡിങ്ങ് പലപ്പോഴും പ്രശ്നങ്ങൾ

> സൃഷ്ടി ക്കുന്നു. സ്വന്തം തെറ്റുകൾ മനസ്സിലാക്കാനും തിരുത്താനും സാധിക്കുന്ന ഒരു കണ്ണാടി ചിലപ്പോഴെങ്കിലും എഡിറ്ററുടെ അഭാവത്തിലൂടെ നഷ്ടപ്പെടുന്നു. വിഷയങ്ങളുടെ തിരഞ്ഞെടുപ്പും അവയുടെ അവതരണവും അടക്കമുള്ള കാര്യങ്ങളെ അതു ബാധിച്ചേക്കാമെങ്കിലും എഴുത്ത് എന്ന സൂക്ഷ്മജൈവരസത്തെ, സർഗ്ഗപ്രക്രിയയെ ഇത് ബാധിക്കുന്നില്ല ബ്ലോഗെഴുത്തുകാരന് ശ്രദ്ധാലുവാകേണ്ട വിഷയങ്ങളിലൊന്നാണിത്" (http://blogbhoomi.blogspot.com).

ഇന്ന് ബ്ലോഗുകളിൽ കാണുന്ന സാഹിത്യസൃഷ്ടികളിൽ എഡിറ്ററുടെ അഭാവം പ്രകടമാണ്. ഭാഷാപരമായ തെറ്റുകളും അക്ഷരത്തെറ്റുകളും ഇത്രയും പെരുകുന്നതിന്റെ പ്രധാനകാരണം ഇതുതന്നെയാണ്. ബ്ലോഗുകളിൽ എഴുതുന്നവരിൽ ഭൂരിഭാഗവും എഴുത്തിന്റെ രംഗത്ത് ആരംഭകരാണ്. അവരിലെ സാഹിത്യപ്രതിഭയെ ഊതിക്കാച്ചി എടുക്കുന്നതിന് പ്രഗത്ഭരുടെ സാന്നിധ്യം അത്യന്താപേക്ഷിതമാണ്. എഡിറ്റർ സങ്കല്പത്തിന് വ്യത്യസ്തമായി നില്ക്കുന്ന ഒരു സ്ഥാപനമാണ് ബ്ലോഗിൽ ഇന്ന് ആവശ്യം.

ബ്ലോഗിന്റെ അകം - വായനക്കാരുടെ കാഴ്ചപ്പാടുകൾ

വായന - പ്രതികരണം

ഏതൊരു സാഹിത്യശാഖയുടെയും അവിഭാജ്യഘടകമാണ് വായനക്കാരൻ. ഒരു കൃതിയുടെ നിലനില്പിന്റെ അടിസ്ഥാനം വായനക്കാരനാണ്. വായനയുടെ അനന്തസാധ്യതകളെ ഇതിനുമുമ്പുതന്നെ വെളിപ്പെടുത്തപ്പെട്ടിട്ടുണ്ട്. സൈദ്ധാന്തികനായ ബാർത്ത് എഴുത്തുകാരന്റെ മരണം പ്രവചിച്ചുകഴിഞ്ഞു: "എഴുത്തിന്റെ പാഠങ്ങളെ വായനക്കാരൻ മനസ്സിൽ പുനർജനിപ്പിക്കുന്നു: ഒരു പാഠം അനേകപാഠങ്ങളെ ജനിപ്പിക്കുന്നു." ഇങ്ങനെ എഴുത്തിനപ്പുറം വിരിയുന്ന ഭാവനയുടെ വലിയ ഒരു ലോകം, ഗ്രന്ഥകാരന്റെ മരണം പ്രവചിച്ചവർ കണ്ടെത്തുന്നു. വായനക്കാരൻ/വായനക്കാരി പൂരിപ്പിക്കുന്ന പാഠം എഴുത്തിന്റെ ആന്തരികലോകമാണ്. ഒരുപക്ഷേ, ഈ ആന്തരികലോകം കാഴ്ചക്കപ്പുറമുള്ള ഒരു ലോകമാണ്. വായനക്കാരന്റെ കാഴ്ചപ്പാടുകളിൽമാത്രം വിരിയുന്ന ഈ ചിന്തയുടെ കൂട്ടിച്ചേർക്കലുകൾ അരേഖിയ പാഠമാണ് (രാമചന്ദ്രൻ, 2008:27).

ബാർത്തിനെപ്പോലെയുള്ള സൈദ്ധാന്തികരുടെ സ്വപ്നമായിരിക്കണം ഗ്രന്ഥകാരനോട് കൂട്ടിച്ചേർക്കപ്പെട്ട വായനക്കാരന്റെ രേഖീയപഠനങ്ങൾ. അങ്ങനെയെങ്കിൽ അതിന്റെ സാക്ഷാത്കാരമാണ് ബ്ലോഗുകളിൽ സാധ്യമായിരിക്കുന്നത്. ഓരോ ബ്ലോഗും സജീവമാകുക അതിന്റെ പ്രതികരണങ്ങളിലൂടെയാണ്. ഓരോ വായനക്കാരനും തന്റെ ഇഷ്ടാനിഷ്ടങ്ങൾക്ക്

അനുസ്യൂതമായി ആവശ്യമുള്ള ഹൈപ്പർടെക്സ്റ്റുകളിലൂടെ കടന്നുപോയി അറിവിന്റെ പുതുപാഠങ്ങൾ സൃഷ്ടിക്കാനുള്ള ശേഷി ബ്ലോഗിന്റെ എടുത്തു പറയേണ്ട സവിശേഷതയാണ്. അതുകൊണ്ടുതന്നെ ബ്ലോഗിൽ വായനക്കാരന് (കാരി)/കാണി/കേൾവിക്കാർ കേന്ദ്രസ്ഥാനത്താവുകയും അയാൾക്കിഷ്ടമുള്ളത് / ആവശ്യമുള്ളത് സ്വയം സൃഷ്ടിച്ച് അതിൽ ഇടപെടുകയും ചെയ്യുന്നു. മറ്റു മാധ്യമങ്ങളിൽ വായനക്കാരന്റെ പാഠങ്ങൾ രേഖപ്പെടുത്തപ്പെടുന്നില്ല. എന്നാൽ ബ്ലോഗിലാകട്ടെ വായനക്കാരന്(രി)ക്ക് സാർത്ഥകമായി ഇടപെടുവാനും അതിന്റെ വെളിച്ചത്തിൽ പ്രതികരണങ്ങൾ രേഖപ്പെടുത്തുവാനും കഴിയുന്നു (സുധീർ, 2008). ഏതൊരു പ്രതികരണവും കൂട്ടിച്ചേർക്കപ്പെട്ട പാഠങ്ങളാണ്. അവയിലൂടെ പാഠത്തിന്റെ വ്യത്യസ്തമാനങ്ങൾ ചർച്ച ചെയ്യപ്പെടുന്നു. ഗൗരവപൂർവ്വം നിർവ്വഹിക്കപ്പെടുന്ന ഈ പ്രക്രിയ വായനയുടെ അനന്തസാധ്യതകളെയാണ് തുറന്നു തരുന്നത്.

ബ്ലോഗിൽ പ്രതികരണങ്ങൾക്കു വേഗതയേറുന്നുവെന്നതാണ് ഒരു സവിശേഷത. സജീവ് എടത്താടൻ തന്റെ അഭിപ്രായം ഇപ്രകാരം രേഖപ്പെടുത്തുന്നുണ്ട്.

> “നമ്മളെഴുതുന്നത് അയച്ചുകൊടുത്ത് കാത്തിരുന്ന് ഒരു മാഗസിനിൽ അച്ചടിച്ചുവരികയും ഒരു മനുഷ്യകുഞ്ഞിന്റെവരെ റെസ്പോ ൺസും അറിയാതിരിക്കുന്നതും ബ്ലോഗിൽ നമ്മൾ സ്വയം പബ്ലിഷ് ചെയ്ത് ദിവസങ്ങൾക്കുള്ളിൽ നൂറോളം അഭിപ്രായങ്ങൾ കിട്ടുന്നതും തമ്മിൽ അജഗജാന്തരമുണ്ട്” (2007:13).

ബ്ലോഗിലെ മിക്ക എഴുത്തുകളും പ്രതികരണങ്ങളിലൂടെ പുതിയ മാനങ്ങളെ സ്വീകരിച്ചിരിക്കുന്നതു കാണാം. ശാസ്ത്രീയചർച്ചകളും ഭാഷാചർച്ചകളും പുതിയ അറിവുകളിലേക്ക് നീങ്ങുന്നത് പ്രതികരണങ്ങളിൽ വ്യക്തമാണ്. ബ്ലോഗുകളിലെ പ്രതികരണങ്ങളെപ്പറ്റി ബ്ലോഗിൽതന്നെ വന്ന അഭിപ്രായം ഇതു വ്യക്തമാക്കുന്നു.

> “ക്രിയാത്മകമായ കമന്റുകൾ പോസ്റ്റിന്റെ ചട്ടക്കൂടിനെ ഭേദിച്ച് പുതിയ ഉയരങ്ങളിലേക്ക് കടക്കുന്നു. എഴുത്തുകാരൻ കാണാതിരുന്ന പലതും കമന്റുകൾ കാണുന്നു. കടക്കാതിരുന്ന പലതിലേക്കും കമന്റുകൾ കടക്കുന്നു. എഴുത്തിന്റെ മറ്റൊരു രൂപത്തിനുമില്ലാത്ത അനുഗ്രഹമാണ് സമഗ്രതയിലേക്ക് ചുവടുവയ്ക്കുന്ന ഈ കമന്റുകൾ. നല്ല വാക്കുകൾ നിറഞ്ഞ അഭിനന്ദനങ്ങൾ നിങ്ങളുടെ എഴുത്തിന് പ്രതിഫലം നല്കുമ്പോൾ ക്രിയാത്മകമായ കമന്റുകൾ നിങ്ങളുടെ എഴുത്തുകാരന് വെല്ലുവിളി ഉയർത്തുന്നു. നിങ്ങളെ കൂടുതൽ മികച്ച എഴുത്തുകാരനാക്കുന്നു. എഴുത്തിന്റെ രസതന്ത്രത്തെ സ്വാധീനിക്കുന്നു” (http://cibublogspot.com).

വായനക്കാരന്റെ ചിന്തകൾ എഴുത്തിന്റെ പാഠങ്ങളോട് ചേർക്കപ്പെടുകയും അത് കൂടുതൽ വിപുലമാവുകയും ചെയ്യുന്നു. ബാർത്തിന്റെ ദാർശനികതയുടെ വലിയ കാഴ്ചപ്പാടുകളാണ് ബ്ലോഗിന്റെ ലോകം സാക്ഷാത്കരിക്കുന്നത് . ഇവിടെ വായനക്കാരൻ എഴുത്തുകാരൻ കൂടിയാവുന്നു.

വായനക്കാരുടെ സ്വാതന്ത്ര്യം

എഴുത്തുകാരന്റെ സ്വാതന്ത്ര്യത്തിനൊപ്പംതന്നെ വായനക്കാരന്റെ സ്വാതന്ത്ര്യവും ബ്ലോഗുകൾ പ്രദാനം ചെയ്യുന്നുണ്ട്. ഒരു പുസ്തകത്തെ സംബന്ധിച്ച് അവിടെ ഗ്രന്ഥകർത്താവിന്റെ അഭിരുചികൾ അടിച്ചേല്പിക്കപ്പെടുന്നു. പണം കൊടുത്തു വാങ്ങുന്നവന്റെ അഭിരുചിക്ക് നിരക്കുന്നതാണെങ്കിലും അല്ലെങ്കിലും ഉള്ളടക്കം ബലപ്രയോഗത്തിലൂടെ അടിച്ചേല്പിക്കപ്പെടുകയാണ് ചെയ്യുന്നത്. അഭിരുചികളുടെ നിരന്തരമായ ലംഘനം വായനക്കാരുടെ എണ്ണത്തെ ബാധിക്കുന്നു. ഇതിന്റെ പരിഹാരം ബ്ലോഗുകളിൽ കണ്ടെത്താൻ കഴിയും.

എഴുതപ്പെട്ട ഗ്രന്ഥത്തിന്റെ പരിമിതികളെ ബ്ലോഗുകൾ അതിജീവിക്കുന്നുണ്ട്. ഒന്നാമതായി പുസ്തകത്തിന്റെ ഘടനയെത്തന്നെ അത് മാറ്റിക്കളയുന്നു. പുസ്തകത്തിന്റെ ആമുഖം മുതൽ ഉപസംഹാരം വരെ ഗ്രന്ഥകർത്താവിന്റെ ക്രമീകരണം ദൃശ്യമാണ്. കമ്പ്യൂട്ടറിൽ സ്ക്രീനിൽ പ്രത്യക്ഷപ്പെടുന്ന രചനകളെ അതിന്റെ സങ്കേതത്താൽ ക്രമപ്പെടുത്താൻ വായനക്കാരന് കഴിയുന്നു. ബ്ലോഗിൽ സംഭവിക്കുക ഈ സ്വാതന്ത്ര്യമാണ്. വായനക്കാരന്റെ അഭിരുചികൾക്കനുസരിച്ചാണ് പാഠം ക്രമീകരിക്കപ്പെടുക. അത് വിഷയസംബന്ധമോ, കർതൃസംബന്ധമോ, കാലസംബന്ധമോ ആയി ലഭ്യമാക്കുവാൻ വായനക്കാരന് കഴിയുന്നു. ഗ്രന്ഥകർത്താവിന്റെ അഭിരുചികൾ തീർത്തും പരിഗണിക്കപ്പെടുന്നില്ല. വായനക്കാരന്റെ താല്പര്യപ്രകാരം ആ ക്രമത്തിൽ അറിവുകൾ സ്ക്രീനിൽ അടുക്കപ്പെടുന്നു. വായനയുടെ ദിശ അയാൾതന്നെയാണ് നിയന്ത്രിക്കുക. ഉദാഹരണമായി, ബ്ലോഗിൽ പ്രവേശിക്കുന്ന വായനക്കാരൻ വായനയുടെ ക്രമം കാലഗണനയ്ക്കനുസരിച്ച് തീരുമാനിച്ചാൽ അയാളുടെ മുമ്പിൽ ആശയം അടുക്കപ്പെടുക കാലത്തിന്റെ ക്രമത്തിലാവും. അല്ലെങ്കിൽ അയാൾ നിശ്ചയിക്കുന്ന മറ്റൊരു ക്രമത്തിൽ. പുസ്തകത്തിൽ ഈ സ്വാതന്ത്ര്യം ലഭിക്കുന്നില്ല.

അച്ചടിത്താൾ ഗ്രന്ഥകാരന്റെ ഏകസ്വരമായ കാഴ്ചപ്പാട് അവതരിപ്പിക്കുന്നതിനാൽ അത് അടഞ്ഞതാണ്. എന്നാൽ ബ്ലോഗുകളുടെ ലോകം ബഹുസ്വരമാണ്. ഓരോ വായനയും ഓരോ രചന. രൂപത്തിലും സ്വഭാവത്തിലും അതു തുറന്നതാണ്. ഓരോ വായനയിലും അതു പുതിയ തേടലുകളിലേക്ക് നയിക്കുന്നു. അതിനെ കൂട്ടിച്ചേർക്കുകവഴി വായനക്കാരൻ ഫലപ്രദമായി എഴുത്തിന്റെ ഭാഗമായി മാറ്റപ്പെടുന്നു (രാമചന്ദ്രൻ, 2008:28).

ആനുകാലികങ്ങളിൽ വരുന്ന രചനകളുടെ വായനക്കാരിൽനിന്നും ചില വ്യത്യസ്തതകൾ ബ്ലോഗുവായനക്കാരനുണ്ട്. ഇവിടുത്തെ വായനക്കാരൻ കൂടുതൽ സദൃശ്യനാവുക സിനിമാപ്രേക്ഷകനോടാണ്. ആനുകാലികങ്ങളിലെ രചന അതിന്റെ പ്രസിദ്ധീകരണത്തിനുശേഷം സ്ഥിരം വാങ്ങുന്ന വായനക്കാരിലൊതുങ്ങുന്നു. അവർ രചന വായിക്കുകയോ വായിക്കാതിരിക്കുകയോ ചെയ്യും. പക്ഷേ, ബ്ലോഗെഴുത്ത് അത്തരം നിർബന്ധിത വായന അടിച്ചേൽപ്പിക്കുന്നില്ല. വായിച്ചും അറിഞ്ഞും പറഞ്ഞുമാണ് പോസ്റ്റ് ഫലപ്രാപ്തിയിലെത്തുന്നത്. അനേകം പോസ്റ്റുകൾ സൃഷ്ടിക്കപ്പെടുമ്പോൾ അവയിൽ ഹിറ്റുകൾ മാത്രമാണ് വായിക്കപ്പെടുക. അതിനെപ്പറ്റി ചർച്ച ചെയ്യുന്ന സഹൃദയസദസ്സ് അതിനെ വായിക്കുകയും അവരിലൂടെ മറ്റുള്ളവർ അറിഞ്ഞ് വായിക്കപ്പെടുകയും ചെയ്യുന്നു.

എഴുത്തിന്റെ പരമ്പരാഗതശൈലിയും ബ്ലോഗെഴുത്തും തമ്മിലുള്ള പ്രധാന വ്യത്യാസം ബ്ലോഗുകളുടെ മുഖ്യമേന്മയായ ഇന്ററാക്ടീവ് സ്വഭാവമാണ്. വായനക്കാരന്റെ സജീവമായ ഇടപെടലുകൾ നിരന്തരം ഉണ്ടാകുന്നു. അതിലൂടെ ബ്ലോഗെഴുത്തുകാരന് കിട്ടുന്ന സംതൃപ്തിയോ അല്ലെങ്കിൽ സാധ്യമാകുന്ന ഒരു സ്വയം പോളീഷിങ്ങോ പരമ്പരാഗതശൈലിയിലെ എഴുത്തുകാരനുണ്ടാകുന്നില്ല. "ഒരു ഇന്ററാക്ടീവ് എസ്ക്പോഷർ (പരസ്പര ബന്ധങ്ങളിൽ അടുക്കലുകളിലൂടെ വികസിതം) ബൂലോഗത്തിന്റെ മാത്രം പ്രത്യേകതയാണ്. ബ്ലോഗെഴുത്തുകാരന് എന്തും എഴുതാം. വായനക്കാരന് ഇഷ്ടമുള്ളത് വായിക്കാം - അതിനെ അഭിനന്ദിക്കുകയോ വിമർശിക്കുകയോ ചെയ്യാം. ഇവിടെ പ്രസാധകൻ, വാഴിക്കുന്നവൻ നിലനില്ക്കില്ല. കഴിവുള്ളവരേ നിലനില്ക്കൂ. വായനക്കാരന്റെ സാമ്രാജ്യത്തിൽ വാഴിക്കപ്പെടുന്നവർ മാത്രമേ ഇവിടെ ചക്രവർത്തി ആകുകയുള്ളൂ" (കലേഷ് കുമാർ, 2008:42).

വായനയുടെ ധ്യാനസദസ്സ്

ബ്ലോഗിന്റെ പ്രതികരണങ്ങൾക്കു പല ന്യൂനതകളുമുണ്ട്. ആദ്യംതന്നെ ബ്ലോഗിന്റെ വായനക്കാരെ ശ്രദ്ധിക്കാം. ബ്ലോഗെഴുത്തുകാരനും വായനക്കാരനും കമ്പ്യൂട്ടറും ഇന്റർനെറ്റുമായി ബന്ധമുള്ളവർ മാത്രമാണ്. മഹാഭൂരിഭാഗം വരുന്ന മലയാളിക്ക് ഇത് അന്യമാണ്. കമ്പ്യൂട്ടറും ഇന്റർനെറ്റും സർവ്വസാധാരണമായാൽതന്നെ ഇത്തരത്തിലുള്ള മാധ്യമത്തിലേക്ക് ആകർഷിക്കപ്പെടുന്നവരുടെ എണ്ണം പരിമിതമാകാനേ തരമുള്ളൂ. എന്നും ഇതിന്റെ സ്ഥാനം ഒരു ന്യൂനപക്ഷത്തിന്റെ ഇടയിൽ മാത്രമായിരിക്കും. സാധാരണക്കാരനെ സംബന്ധിച്ച് വായിക്കാനാവാത്ത ഒരു മാധ്യമമായി ബ്ലോഗുകൾ ഉയർന്നുനില്ക്കും.

വായനക്കാരുടെ സ്വത്വപ്രശ്നങ്ങൾ

വായനക്കാരന്റെ സ്വത്വം വളരെ പ്രധാനപ്പെട്ടതാണ്. ഇന്നത്തെ സാഹചര്യത്തിൽ ബ്ലോഗുകളുടെ സന്ദർശകരായി എത്തുന്നത് ഈ രംഗത്തെ

സാങ്കേതികവിദഗ്ധരും പ്രവാസികളുമാണ്. ഈ രണ്ടുകൂട്ടരും ഭാഷാജ്ഞാനത്തിൽ മുൻപന്തിയിൽ നില്ക്കുന്നവരെന്നു പറയുവാനും സാധിക്കില്ല. വരമൊഴിയുടെ ഗാംഭീര്യമോ സാഹിത്യഭാഷയുടെ കെട്ടുപാടുകളോ അവർ പരിഗണിക്കാറില്ല. ബ്ലോഗെഴുത്തുകാർ നടത്തുന്ന സൃഷ്ടികളിൽ പ്രതികരണങ്ങൾ നടത്തുന്നവരും സാങ്കേതികരംഗത്തെ വിദഗ്ധരാണ്. തങ്ങളുടെ രംഗങ്ങളിൽ പ്രഗത്ഭരായ അവരിൽ പലരും ഭാഷാപഗ്രഥനങ്ങളിൽ അത്രതന്നെ പ്രഗത്ഭരല്ല. ഇക്കൂട്ടരുടെ പ്രതികരണങ്ങളിലും ഈ പാളിച്ചകൾ കണ്ടെത്താൻ കഴിയും. മിക്കവാറും പ്രതികരണങ്ങളിലും ശ്രദ്ധിക്കപ്പെടേണ്ട വസ്തുത സാഹിത്യമൂല്യങ്ങൾ വച്ചല്ല കൃതികളെ വിലയിരുത്തുക എന്നതാണ്. വായനയുടെ സുഖത്തിൽ അഭിരമിക്കുന്ന വായനക്കാരൻ അതിന്റെ ലാഘവത്തിലാണ് പ്രതികരണങ്ങൾ നടത്തുക. പ്രബുദ്ധമായ പ്രതികരണങ്ങൾ മാത്രമേ എഴുത്തുകാരനെ വളർത്തുന്നുള്ളൂ. ബ്ലോഗുകളിലെ പ്രതികരണങ്ങൾ പലപ്പോഴും നർമ്മരസം കലർന്ന സംഭാഷണശകലങ്ങളാണ്. ഇത് എഴുത്തുകാരെ എത്രകണ്ട് സഹായിക്കുമെന്നു കണ്ടറിയണം.

വായനക്കാരന്റെ കമന്റുകളോ അവയുടെ എണ്ണമോ അല്ല ഒരു ബ്ലോഗു പോസ്റ്റിന്റെ ഗുണനിലവാരം നിശ്ചയിക്കുന്നത്. അത് പ്രസിദ്ധീകരിക്കുന്ന ബ്ലോഗ് ഉടമതന്നെയാണ് അതിന്റെ ഗുണനിലവാരം നിശ്ചയിക്കുന്നത്. വിഷയങ്ങളുടെ ഗഹനതയിൽ വായനക്കാരൻ ചിലപ്പോൾ കമന്റായി എന്തെഴുതണം എന്നറിയാൻ പാടില്ലാതെവരും. അങ്ങനെവരുന്ന സന്ദർഭത്തിൽ വായനക്കാരന്റെ സ്വത്വം ഒരിക്കലും ബ്ലോഗുപോസ്റ്റിന്റെ നിലവാരത്തെ അളക്കുന്നില്ല. വിഷയങ്ങളുടെ സമഗ്രത എത്തിച്ചുതരുന്ന പോസ്റ്റുകളിൽ കമന്റുകളുടെ പ്രസക്തിതന്നെയും ഇല്ലാതായെന്നുവരും. ഈ സന്ദർഭത്തിൽ വായനക്കാരന്റെ സ്വത്വം പ്രകാശിപ്പിക്കാതെതന്നെ ബ്ലോഗുപോസ്റ്റുകളെ പൂർണ്ണമായി വായിച്ചറിഞ്ഞു എന്നുവരാം. വായനക്കാരന്റെ കമന്റുകളെപ്പറ്റി ബ്ലോഗിൽ തന്നെവന്ന മറുപടി ശ്രദ്ധിക്കാം.

ഒരു ബ്ലോഗ്പോസ്റ്റിന്റെ ഗുണനിലവാരം തീരുമാനിക്കുന്നത് കമന്റുകളുടെ എണ്ണമല്ല. അത് പ്രസിദ്ധീകരിക്കുന്ന ബ്ലോഗ് ഉടമതന്നെയാണ്. കമന്റുകൾ ഇല്ലാതാവുന്നതിന് കാരണങ്ങൾ പലതുണ്ട്. ഗഹനമായ വിഷയമാണെങ്കിൽ ചിലപ്പോൾ വായനക്കാരന് കമന്റായി എന്തെഴുതണം എന്നറിയാൻ പാടില്ലായിരിക്കാം. അല്ലെങ്കിൽ കമന്റടിക്കാൻ തക്കവിധമുള്ള കാര്യങ്ങൾ അതിൽ ഇല്ലായിരിക്കാം. പൊതുവേ നോക്കിയാൽ 'ഗംഭീരം', 'കിടിലൻ' തുടങ്ങിയ ഒറ്റവാക്കു കമന്റുകൾ ക്കൊന്നും പിന്നിൽ പ്രത്യേക അർത്ഥമൊന്നുമില്ല എന്നു കാണാം. കമന്റിനായി എഴുതാതിരിക്കുക അതു തന്നെയാണ് നല്ലവഴി(www.adhyakshari.blogspot.com).

ഒരേ പോസ്റ്റുകൾക്കുതന്നെ വിവിധ പ്രതികരണങ്ങൾ ഉണ്ടാകും. ബ്ലോഗറുടെ വ്യക്ത്യാംശം അറിയപ്പെടുന്നില്ല. അതുപോലെതന്നെ പ്രതികരണ കർത്താവും പലപ്പോഴും അജ്ഞാതനാണ്. അതിനാൽ പ്രതികരണത്തിലെ സത്യസന്ധത ചോദ്യം ചെയ്യപ്പെടാവുന്നതാണ്. ജ്ഞാനികളായ

വായനക്കാർ പലപ്പോഴും നിശ്ശബ്ദരാണ്. അവരുടെ പ്രതികരണങ്ങൾ സൂക്ഷ്മാംശം നിറഞ്ഞതാണെങ്കിലും അവ രേഖപ്പെടുത്തണമെന്ന് നിർബന്ധമില്ല. അപ്പോൾ പ്രതികരണങ്ങളിലെ വാചാടോപങ്ങളും പൊള്ളയായ പുകഴ്ത്തലുകളും സർഗ്ഗാത്മകശേഷിയെ നശിപ്പിക്കുവാനേ ഉപകരിക്കുകയുള്ളൂ.

ഹ്രസ്വകാലംകൊണ്ട് മലയാളഭാഷയിൽ സവിശേഷശ്രദ്ധ നേടുവാൻ ബ്ലോഗുകൾക്കു സാധിച്ചു. വിവരസാങ്കേതികവിദ്യയുടെ ഉല്പന്നമായി പിറക്കുകയും വിവരസാങ്കേതികവിജ്ഞാനത്തിന്റെ ഉറവിടമായി തീരുകയും ചെയ്ത ബ്ലോഗുകൾ മലയാളഭാഷയെ സമ്പന്നമാക്കിക്കൊണ്ടിരിക്കുന്നു. ഇന്റർനെറ്റിന്റെ അനന്തസാധ്യതകൾ ഇനിയും കണ്ടെത്താനിരിക്കുന്നതേയുള്ളുവെങ്കിലും കണ്ടെത്തിയ സാധ്യതകളിലെ ഒരു വിപ്ലവപ്രസ്ഥാനം തന്നെയാണ് ഈ ബ്ലോഗുകൾ. ആത്മാവിഷ്കാരത്തിന്റെ സ്വാതന്ത്ര്യം ഏറ്റവും കൂടുതൽ അനുഭവിക്കുന്ന മാധ്യമഇടം തന്നെയാണ് ബ്ലോഗുകൾ. ലോകത്തിന്റെ വിവിധ സ്ഥലങ്ങളിൽ ചിതറിക്കഴിയുന്ന മലയാള ബ്ലോഗർമാരിലൂടെ ഒരു സമാന്തരമാധ്യമലോകം സൃഷ്ടിക്കപ്പെട്ടുകഴിഞ്ഞു. മലയാള ബ്ലോഗേഴ്സിനെ ബന്ധിപ്പിച്ചുനിർത്തുന്ന ശക്തി മലയാളമാണ്. ഏതു വിഭാഗത്തിൽപ്പെട്ടവരാകട്ടെ അവരെയെല്ലാം ഭാഷയെന്ന നൂലിൽ ബന്ധിപ്പിക്കുന്ന ഈ മാധ്യമം ഭാഷാവ്യവസ്ഥയ്ക്കു നല്കുന്ന സംഭാവനകളെ സത്വരശ്രദ്ധയോടെ നിരീക്ഷിക്കേണ്ടിയിരിക്കുന്നു. മറ്റേതൊരു ഭാഷയിലുമെന്നതുപോലെ വിജ്ഞാനത്തിന്റെ എല്ലാ മേഖലകളിലും വേരുപടർത്തി വളർന്നുവരുന്ന ഇതിന്റെ വൈവിധ്യം കൂടുതൽ ഫലങ്ങൾ പുറപ്പെടുവിക്കുമെന്നതിൽ സംശയമില്ല.

ഭാഗം മൂന്ന്

ബ്ലോഗിലെ കവിതാലോകം

പതിന്നാല്

കവിതാബ്ലോഗുകൾ

വർത്തമാനകാലസമൂഹം ഭാഷയുടെ പ്രയോഗത്തിന് ഏറ്റവുമധികം പ്രയോജനപ്പെടുത്തുന്നത് സൈബർമേഖലയെയാണ്. സൈബർ എന്നത് ഇന്ന് മനുഷ്യനെ ചുറ്റിനില്ക്കുന്ന ഒരു പ്രതിഭാസമായി മാറിക്കഴിഞ്ഞു. ഭാഷയെയും സാഹിത്യത്തെയും രൂപപ്പെടുത്തുന്നതിൽ അവയുടെ പങ്ക് നിർണ്ണായകമായി തീർന്നിരിക്കുന്നു. അത് ഉപയോഗിക്കുന്ന വ്യക്തി, സമൂഹം, സമൂഹത്തിന്റെ സാമ്പത്തികക്രമങ്ങൾ, ഉത്പാദനവ്യവസ്ഥ, വർണ്ണബോധം, അധികാരം ഇങ്ങനെ പലതിന്റെയും പ്രേരണയാൽ ഭാഷ പരിണാമങ്ങൾക്കു വിധേയമാകാറുണ്ട്. അതുപോലെ ഓരോ മാധ്യമത്തിലൂടെയും കടന്നുപോകുമ്പോൾ ആ മാധ്യമത്തിന്റെ പ്രത്യേക വ്യവസ്ഥിതിക്ക് അനുസൃതമായി ഭാഷയും സാഹിത്യവും പരുവപ്പെടുകയും അതനുസരിച്ച് ചില പരിവർത്തനങ്ങൾ വന്നുചേരുകയും ചെയ്യും. ഏതൊരു മാധ്യമത്തിലും ഭാഷയുടെ വ്യത്യസ്തത വ്യക്തമാണ്. പത്രമാസികകൾ, ടെലിവിഷൻ, ചലച്ചിത്രം, റേഡിയോ ഇങ്ങനെ ഏതു മാധ്യമത്തെയും പ്രത്യേകം പരിശോധിച്ചാലും അവ പിന്തുടരുന്ന സവിശേഷഭാഷ ഇതര മാധ്യമങ്ങളിൽനിന്ന് വ്യത്യാസപ്പെട്ടു നില്ക്കുന്നതു കാണാം. പത്രമാസികകൾ പിന്തുടരുന്ന ഭാഷാരീതിയല്ല ടെലിവിഷൻ അവതാരകർ പിന്തുടരുക. അവയിൽ നിന്ന് വ്യത്യസ്തമായ ഭാഷാരീതിയാണ് റേഡിയോയിൽ കേൾക്കാൻ സാധിക്കുന്നത്. ഇങ്ങനെ ദൃശ്യശ്രാവ്യമാധ്യമങ്ങൾ അവയുടെ മാത്രമായ ചില ഭാഷാവിശേഷങ്ങൾ പിന്തുടരുന്നതു കാണാം. ചിലപ്പോഴെങ്കിലും ഈ ദൃശ്യശ്രാവ്യമാധ്യമങ്ങൾ ഭാഷയുടെ പ്രാദേശികഭേദങ്ങളെ മാനവീകരിക്കുകയും ചില തനിമകളെ നിലനിർത്തുകയും ചെയ്തു. അതുപോലെ ഭാഷയുടെ വ്യവസ്ഥാപിത ചട്ടക്കൂടുകളെ ഭേദിച്ചുകൊണ്ട് അവയുടെ ഭാഷാവ്യവഹാരങ്ങൾ മുഖ്യധാരയിലേക്ക് സംക്രമിപ്പിക്കപ്പെട്ടു.

ഭാഷയുടെയും സാഹിത്യത്തിന്റെയും മേഖലയിൽ സൈബർ സ്വാധീനത്തിന്റെ ഫലമായി അവതരിച്ച നവമാധ്യമങ്ങളിൽ പ്രധാനപ്പെട്ടതാണ് ബ്ലോഗുകൾ. നവമാധ്യമീകരണം എന്നു വിളിക്കപ്പെടുന്ന സാഹിത്യത്തിന്റെ

സാങ്കേതികവത്ക്കരണം ബ്ലോഗുകളിലൂടെ മലയാളഭാഷയെയും സാഹിത്യത്തെയും സ്വാധീനിച്ചിട്ടുണ്ട്.

ബ്ലോഗുകളിൽ പ്രത്യക്ഷപ്പെടുന്ന സാഹിത്യത്തെ ബ്ലോഗുസാഹിത്യമെന്നോ ബൂലോഗസാഹിത്യമെന്നോ വിളിക്കുന്നു. ബൂലോഗത്തിലേക്കുള്ള സാഹിത്യത്തിന്റെയും ഭാഷയുടെയും കടന്നുവരവിന്റെ ഭാഗമായിട്ടാണ് ഈ നവസാഹിത്യശാഖ ജന്മംകൊണ്ടത്. സൈബറിടത്തിൽ സവിശേഷ സ്ഥാനം ബ്ലോഗുകൾക്കു ലഭ്യമായതിനു പ്രധാനകാരണം സാഹിത്യവുമായി കണ്ണിചേർക്കപ്പെടുന്നതിന് ലഭിച്ച സാങ്കേതികമായ സാധ്യതകളാണ്. മലയാളത്തിന്റെ പരമ്പരാഗത ഭാഷാസങ്കല്പങ്ങളുടെയും സമൂഹത്തിന്റെ ഭാഷാപ്രയോഗങ്ങളുടെയും സ്വാധീനതയിലേക്കാണ് ബ്ലോഗുകൾ അവതരിച്ചത്.

ഇന്ന് മലയാളഭാഷയെയും സാഹിത്യത്തെയും സംബന്ധിച്ച് ശ്രദ്ധേയമായ സ്ഥാനം മലയാളബ്ലോഗുകൾക്കുണ്ട്. എണ്ണംവച്ച് നോക്കിയാൽ ഏറ്റവുമധികം സാഹിത്യസൃഷ്ടികൾ രൂപപ്പെടുന്നത് ബ്ലോഗിന്റെ ഈ വെബ്താളുകളിലാവും. സാഹിത്യത്തിന്റെ ചക്രവാളങ്ങളെ വികസിപ്പിക്കാൻ ബ്ലോഗെന്ന മാധ്യമത്തിന് സാധിച്ചുവെന്നതാണ് കഴിഞ്ഞകാലചരിത്രം തെളിയിക്കുന്നത്. സാഹിത്യത്തിന്റെ നിലവിലുള്ള അളവുകോൽവച്ച് പരിശോധിക്കുമ്പോൾ ഒരുപക്ഷേ, മേന്മ അവകാശപ്പെടാൻ സാധിക്കുന്ന സൃഷ്ടികൾ വളരെ അധികം ഉണ്ടായെന്നു വരുകയില്ല. എങ്കിലും അവയ്ക്ക് ചില സ്വാധീനങ്ങൾ ഭാഷയിലും സാഹിത്യത്തിലും ചെലുത്തുവാൻ കഴിഞ്ഞു. ബ്ലോഗുകൾ ഭാഷയിലും സാഹിത്യത്തിലും എന്തു സ്ഥാനമാണ് അടയാളപ്പെടുത്തുന്നത് എന്നു പരിശോധിക്കുമ്പോൾ ഈടുറ്റ സാഹിത്യസൃഷ്ടികളുടെ സംഭാവന എന്നതിനേക്കാൾ ഈ മാധ്യമം മുന്നോട്ടുവച്ച സമീപനങ്ങളെ സാഹിത്യലോകത്ത് കണ്ടെത്താൻ കഴിയും. മലയാള ബ്ലോഗുകളിലെ സാഹിത്യസവിശേഷതകളെ പഠിക്കുമ്പോൾ ഏതാനും കാര്യങ്ങൾ ശ്രദ്ധയോടെ പരിഗണിക്കേണ്ടതുണ്ട്.

1. അച്ചടികേന്ദ്രീകൃതമായ സാഹിത്യലോകത്തിലേക്കാണ് നവമാധ്യമമെന്ന നിലയിൽ ബ്ലോഗുകൾ പ്രവേശിച്ചത്. അച്ചടിയെ കേന്ദ്രീകരിച്ച് വളർന്നുവന്ന സാഹിത്യമണ്ഡലങ്ങളിലെ ചിന്തകളെയും ക്രമങ്ങളെയും അത് വെല്ലുവിളിക്കുന്നു. അതുകൊണ്ട് നിലവിലുള്ള സാഹിത്യസിദ്ധാന്തങ്ങളുടെ മാനദണ്ഡമുപയോഗിച്ച് ബ്ലോഗുസാഹിത്യത്തെ അളക്കുവാൻ സാധിക്കുകയില്ല. "അച്ചടിയെ കേന്ദ്രീകരിക്കുന്ന ഒരു വ്യവഹാരമണ്ഡലം ചരിത്രപരമായി ഇവിടെ രൂപപ്പെട്ടിട്ടുണ്ട്. ഈ വ്യവഹാരമണ്ഡലം നവമാധ്യമീകരണത്തോടെ അപ്രസക്തമായിരിക്കുന്നു. മാധ്യമങ്ങളുടെ മണ്ഡലത്തിൽ ഒരു വികേന്ദ്രീകരണം സംഭവിച്ചിരിക്കുന്നു (മാനിച്ചേരി, 2014:127)." അച്ചടിസാഹിത്യത്തിലെ മാനദണ്ഡങ്ങൾ ബ്ലോഗിലെ സാഹിത്യലോകത്തു പ്രയോഗിച്ചാൽ അവ പലപ്പോഴും പരസ്പരം പ്രതിരോധം സൃഷ്ടിക്കുന്നതിന് ഇടവരുത്തും.

2. സാഹിത്യലോകത്ത് ബ്ലോഗുകൾ സൃഷ്ടിച്ച വിപ്ലവം എഡിറ്ററുടെ അഭാവമാണ്. ബ്ലോഗെഴുത്തിന്റെ സ്വഭാവത്തിലും ശൈലിയിലും രീതിയിലും ഈ അഭാവത്തിന്റെ സവിശേഷതകൾ തന്നെയാണ് മുഖ്യസ്ഥാനത്തു വരിക. അവ ആശയാധികാരക്രമത്തിലും എഴുത്തധികാരത്തിന്റെ സ്വഭാവത്തിലും മാറ്റമുണ്ടാക്കിയിരിക്കുന്നു (മാനിച്ചേരി, 2014:127). പരമ്പരാഗതമായി സാഹിത്യലോകം പരിഗണിക്കുന്നതിനെയും വിലമതിക്കുന്നതിനെയും നീക്കിക്കളയാനുള്ള ത്വര പൊതുവേ ബ്ലോഗുലോകത്തു ദൃശ്യമാണ്.

3. വായനക്കാരുമായി സംവാദത്തിനുള്ള അധികമായ സാധ്യത ബ്ലോഗുസൃഷ്ടികളെ കൂടുതലായി സ്വാധീനിക്കുന്നു. വായനക്കാർ നേരിട്ടിടപെടുന്നതിനാൽ വായനക്കാരുടെ താല്പര്യങ്ങളെ പിന്തുടരുന്ന പ്രവണത ബ്ലോഗുസൃഷ്ടികളിൽ കൂടുതലായി കാണുന്നു.

4. മലയാളം ബ്ലോഗുകളെ സംബന്ധിച്ചിടത്തോളം പലരും അതിനെ പരിഗണിച്ചിരിക്കുന്നത് എഴുത്തിന്റെ പരിശീലന കളരിയായിട്ടാണ്. ആർക്കും എന്തും എങ്ങനെയും എഴുതാമെന്നതിനാൽ സാഹിത്യത്തിന്റെ ബാലപാഠങ്ങൾ എഴുതി പരിശീലിക്കുന്ന എഴുത്തുസ്ലേറ്റുപോലെ അതിനെ ഉപയോഗപ്പെടുത്തുന്നു. സാഹിത്യത്തിനുവേണ്ടി എഴുത്തുകാരെ വാർത്തെടുക്കുന്ന കളരിപോലെ ബ്ലോഗിലെ പരിശീലനം പ്രയോജനപ്പെടുത്തുന്നു.

5. സാഹിത്യലോകത്തിലേക്കുള്ള മാനദണ്ഡമായി ബ്ലോഗുകൾ പരിഗണിക്കുന്നത് സാങ്കേതികതയെ പ്രയോഗിക്കാനുള്ള വൈദഗ്ധ്യവും എഴുതാനുള്ള താല്പര്യവുമാണ്. ഈ മാനദണ്ഡങ്ങൾ ബ്ലോഗുസാഹിത്യത്തെയും ഭാഷയെയും രൂപപ്പെടുത്തുന്നതിൽ നിർണ്ണായക ഘടകമായിത്തീരുന്നു. അക്ഷരജ്ഞാനം പോലെതന്നെ അടിസ്ഥാനപരമായ മാധ്യമസാക്ഷരത ഈ മാധ്യമം ആവശ്യപ്പെടുന്നു (കുറൂർ, 2012:2).

6. എഴുത്തിനെ ഗൗരവബുദ്ധിയോടെ കാണുന്നവരും നേരംപോക്കിനുവേണ്ടി എന്തെങ്കിലും പടച്ചുവിടുന്നവരും ഒന്നുചേർന്ന ഒരു സമൂഹമാണ് ഈ ബൂലോഗം. ഒരു ബ്ലോഗിൽതന്നെയുള്ള പോസ്റ്റുകളിലും ഈ വ്യത്യാസം തിരിച്ചറിയാം. ചില പോസ്റ്റുകൾ ഗൗരവമായി എഴുതുമ്പോൾ മറ്റുചിലത് നേരംപോക്കുകൾ മാത്രം. ചില ബ്ലോഗുകളാകട്ടെ നേരം പോക്കിനുവേണ്ടി മാത്രം സൃഷ്ടിക്കപ്പെട്ടവയാണ്. അവ കൈകാര്യം ചെയ്യുന്ന വിഷയങ്ങളും അത്തരത്തിലുള്ളവയായിരിക്കും.

7. രചനയ്ക്കുള്ളിൽ അനേകസാധ്യതകളെ ഉൾക്കൊള്ളിച്ചുകൊണ്ട് ഒരു മൗസ്ക്ലിക്കുകൊണ്ട് അവയിലേക്കെല്ലാം എത്തിച്ചേരാനുള്ള സാങ്കേതികതയിലാണ് ബ്ലോഗുസാഹിത്യം നിലനില്ക്കുന്നത്. ചിത്രങ്ങൾ, വീഡിയോ, ഓഡിയോ, ആനിമേഷൻ തുടങ്ങി നിരവധി മാധ്യമസാധ്യതകൾ അതിന്റെ പരിധിയിൽ ഉൾപ്പെടുത്തപ്പെട്ടിരിക്കുന്നു. ഇന്റർനെറ്റ് എഴുത്തിന്റെ സാങ്കേതികസാധ്യതകളെ പൂർണ്ണമായി

ഉൾക്കൊള്ളാൻ സാധിച്ചിട്ടില്ലാഞ്ഞതിനാൽ മലയാളഭാഷാലോകത്ത് മികച്ച ഉദാഹരണങ്ങളെ ചൂണ്ടിക്കാട്ടുവാൻ സാധിക്കുകയില്ല.

8. സൈബർ എഴുത്തിന്റെ പ്രധാന സവിശേഷത അതിന്റെ വേഗതയാണ്. വളരെ എളുപ്പത്തിൽ പ്രതികരണത്തിനുള്ള അവസരമാണ് സൈബർ ലോകം ഒരുക്കുന്നത്. ഈ വേഗത അവയുടെ പ്രധാന സവിശേഷത യായതിനാൽ മലയാളബ്ലോഗുകളിലും അവ ഉടനെഴുത്തുകളായി കടന്നുവരുന്നു. അപ്പോളപ്പോൾ നടക്കുന്ന സംഭവങ്ങളോടുള്ള പ്രതി കരണത്തിന്റെ ശൈലികൾ എല്ലാ സാഹിത്യരൂപങ്ങളുടെയും ഭാഗമായി മാറുന്നു. ഉടനെഴുത്തുകൾക്കുള്ള ആഴമില്ലായ്മയും ഗൗരവക്കുറവും പൊതുസവിശേഷതയായി തീരുന്നുണ്ട്.

9. ബ്ലോഗിൽ ഓരോ ദിവസവും നൂറുകണക്കിന് പോസ്റ്റുകൾ പ്രത്യക്ഷ പ്പെടുന്നുണ്ട്. നിലവിലുള്ള ബ്ലോഗർമാർക്കൊപ്പം പുതിയ ബ്ലോഗർമാർ കടന്നുവരുന്നതുവഴി അതിന്റെ മേഖല അനുദിനം വിപുലമാക്ക പ്പെടുന്നു. അതുപോലെ പലരും ബ്ലോഗെഴുത്തിൽനിന്ന് പിന്തിരി യുന്നുമുണ്ട്. ബ്ലോഗിലെ ഭാഷാവിശേഷങ്ങളെ പഠിക്കുമ്പോൾ എല്ലാ സൃഷ്ടികളെയും വിശദമായി നിരീക്ഷിക്കുവാൻ കഴിയുകയില്ല. കാരണം അതിന്റെ മേഖല അത്ര വിപുലമാണ്. ആർക്കും എന്തും എഴുതാം എന്നതിനാൽ പോസ്റ്റുകളുടെ എണ്ണത്തിൽ വൻവർദ്ധനവാണ് രേഖ പ്പെടുത്തിയിരിക്കുന്നത്.

10. ബ്ലോഗുകൾ പലവിഷയങ്ങൾ കൈകാര്യം ചെയ്യുന്നുണ്ട്. കവിത, ഉപ ന്യാസം, ആത്മാംശംകലർന്നകുറിപ്പുകൾ, സാരോപദേശകഥകൾ, വിജ്ഞാനമേഖലകൾ, ആത്മീയചിന്തകൾ, പാചകക്കുറിപ്പുകൾ ഇങ്ങനെ വിവിധ വിഷയങ്ങൾ ബ്ലോഗിൽ വിചിന്തനം ചെയ്യുന്നു. വിഷയ ത്തിനനുസരിച്ച് ഭാഷയിലും അവതരണത്തിലും ചെറിയ വ്യത്യാസ ങ്ങളുണ്ട്. ആത്മീയചിന്തകളുടെ ശൈലിയിലല്ല വിജ്ഞാനലേഖന ങ്ങളുടെ അവതരണം, അവയിൽനിന്ന് വ്യത്യസ്തമാണ് കഥകളും അനുഭവക്കുറിപ്പുകളും. ബ്ലോഗിലെ വിഷയത്തിനനുസരിച്ച് ചെറിയ വ്യത്യാസമുണ്ടെങ്കിലും പൊതുവിൽ ഭാഷാപരമായ ചില സമാനത കൾ അവ പുലർത്തുന്നുണ്ട്. ഭാഷ കൈകാര്യം ചെയ്യുന്നവരുടെ വ്യക്തിത്വത്തെ വളരെ പ്രകടമായിത്തന്നെ വ്യക്തമാക്കുന്ന തര ത്തിലുള്ള പ്രയോഗങ്ങളാണ് ഇവിടെ കാണുന്നത്.

സൈബറിടത്തിലെ കവിതാലോകം

സൈബർ സാങ്കേതികത സൃഷ്ടിച്ച നവമാധ്യമയിടത്തെ പശ്ചാത്തല മാക്കിക്കൊണ്ടുള്ള സാഹിത്യം മലയാളത്തിലും സജീവമായി. മലയാള സാഹിത്യലോകത്ത് ഇന്റർനെറ്റിന്റെ സ്വാധീനം ഏറ്റവുമധികം കടന്നു ചെന്നത് കവിതയുടെ ലോകത്താണ്. കവിതയിൽ വലിയ മുന്നേറ്റങ്ങൾക്ക് ഇന്റർനെറ്റ് മലയാളം സാക്ഷ്യംവഹിച്ചു (വിഷ്ണുപ്രസാദ്, 2012 a:76). ഇന്ന്

സൈബർലോകത്ത് കവിതാപ്രകാശനം ഏറ്റവുമധികം നടത്തപ്പെടുന്നത് ബ്ലോഗുകളിലാണ്. ബ്ലോഗിംഗ് ആരംഭിച്ചതുമുതൽ വളർന്നുകൊണ്ടിരിക്കുന്ന സാഹിത്യപ്രസ്ഥാനമാണ് ബ്ലോഗുകവിത. നാടോടി പാരമ്പര്യത്തിൽ ആരംഭിച്ച മലയാളകാവ്യലോകം അതിന്റെ പുതിയരൂപങ്ങളെ ബ്ലോഗുൾപ്പെടുന്ന ഡിജിറ്റൽ ഇടങ്ങളിൽ എണ്ണമില്ലാതെ നിർമ്മിച്ചുകൊണ്ടിരിക്കുന്നു. ഇന്റർനെറ്റ് ലോകത്ത് മലയാളകവിതയ്ക്കുണ്ടായ വളർച്ചയെപ്പറ്റിയുള്ള കുഴൂർ വിത്സൺ എന്ന ബ്ലോഗുകവിയുടെ അന്വേഷണം സൈബറിടത്തിലെ മലയാള കവിതയുടെ വിശാലതയെ അറിയിക്കുന്നു.

> "ഗൂഗിൾ ഇപ്പോൾ ജീവിതത്തിന്റെ ഭാഗമാണ്. മലയാളിയുടെ മോളെ കാണാതായാലും ഗൂഗിൾ സേർച്ചുചെയ്തുനോക്കുന്ന ഒരു ജനത പിറന്നിരിക്കുന്നു എന്ന കാര്യം മറന്നുകൂടാ. ഈ കുറിപ്പെഴുതിയ 2014 ജനുവരി 14 ന് സന്ധ്യയ്ക്ക് യൂണിക്കോഡ് മലയാളത്തിൽ കവിതയെന്ന് ടൈപ്പ് ചെയ്ത് ഗൂഗിളിൽ സേർച്ചുചെയ്തപ്പോൾ ഒരു നിമിഷത്തിന്റെ പകുതിക്കുള്ളിൽ കിട്ടിയത് പതിനാറു ലക്ഷത്തിഒമ്പത് ഫലങ്ങളാണ്. കമ്പ്യൂട്ടറും ഐഫോണും സാധാരണമായപ്പോൾ മലയാളവും കവിതയുമൊക്കെ ഇല്ലാതാവുമെന്നു ഭയപ്പെട്ടിരുന്നവർക്കുകൂടി കിട്ടിയ ഫലങ്ങളാണ് ഈ പതിനാറു ലക്ഷത്തിഒമ്പത് ലിങ്കുകളിലുള്ളത്. അത് സമഗ്രമെന്നോ കറ തീർന്നവയെന്നോ അർത്ഥമില്ല. ഇതൊരു തുടക്കം മാത്രമാണ്. കോടിക്കണക്കിന് ഫലങ്ങൾ വരാനിരിക്കുന്നു. ഒരായുസുകൊണ്ട് വായിച്ചു തീർക്കാൻ പറ്റാത്ത മലയാളവും കവിതയും" (2014 a:3).

സൈബർലോകം കവിതകൾകൊണ്ട് സമ്പന്നമാണ്. കേവലം ഒറ്റ ദശകംകൊണ്ട് മലയാളകവിത ഇന്റർനെറ്റ് ലോകത്ത് നേടിയെടുത്ത സ്വാധീനം നിസ്സാരമല്ലെന്നു തെളിയിക്കുന്നതാണ് ഈ സൈബർ കവിതാഫലങ്ങൾ. ഇന്റർനെറ്റിന്റെ ആവിർഭാവം ഭാഷയെയും സാഹിത്യത്തെയും നശിപ്പിച്ചുകളയും എന്നുള്ള പരിദേവനങ്ങൾ ഉയരുമ്പോഴാണ് ഇന്റർനെറ്റ് ലോകത്ത് മലയാളകവിതയ്ക്കുവേണ്ടിമാത്രം അടയാളപ്പെടുത്തപ്പെട്ട പതിനാറു ലക്ഷത്തിൽപരം ലിങ്കുകൾ. കവിതകൾ ഇന്റർനെറ്റ് ഇടത്തിന് അത്രമാത്രം അനുകൂല ഇടമായിരുന്നുവെന്ന് ഇതു തെളിയിക്കുന്നു.

സൈബർ എഴുത്തുകാരനായ ഹരിശങ്കരൻ അശോകന്റെ നിരീക്ഷണങ്ങളെ കുഴൂർ വിത്സൺ എടുത്തുദ്ധരിക്കുന്നു. "വെബ്ബന്നൂരിലെ മലയാളിയുടെ ഇടപെടൽ നിരീക്ഷിച്ച ഒരാളെന്നനിലയിൽ പറയുകയാണ് സെക്സ് എന്ന വാക്കിനുശേഷം മലയാളത്തിൽ ഏറ്റവുമധികം ഉപയോഗിക്കപ്പെടുന്നത് കവിതയാണ്. ഗൂഗിളിലും ബ്ലോഗിലും ഫേസ്ബുക്കിലും അത് നിറഞ്ഞു നില്ക്കുന്നു" (2014 a:5). വെബ്ബന്നൂർ എന്ന പദം മലയാളത്തിന് ലഭ്യമായ പുതിയ പദമാണ്. വെബ്ബന്നൂർ എന്ന വെബ്ബ് നാട്ടിൽ മലയാളകവിതയ്ക്കു ലഭിക്കുന്ന സ്വീകാര്യതയെയാണ് ഇവിടെ നിരീക്ഷിച്ചത്.

മലയാളഭാഷയുടെ ചരിത്രം അന്വേഷിക്കുമ്പോൾ അതിന്റെ അവസാന പതിപ്പുകളാണ് സൈബറിടത്തിൽ പ്രത്യക്ഷപ്പെടുന്നത് എന്ന് കാണാൻ കഴിയും. ഭാഷയുടെ വളർച്ചയെ വാമൊഴിയിൽനിന്ന് വരമൊഴിയിലേക്കും അവിടെനിന്ന് തിരമൊഴിയിലേക്കും അടയാളപ്പെടുത്താറുണ്ട് (രാമചന്ദ്രൻ, 2013:28). ഭാഷയിൽ നടത്തപ്പെടുന്ന ഈ അടയാളപ്പെടുത്തൽ ഏറ്റവും കൂടുതൽ തിരിച്ചറിയാൻ സാധിക്കുന്ന ഭാഷാരൂപം കവിതയാണ്. വാമൊഴിക്കാലത്ത് കവിത താളബദ്ധമായ ഈണങ്ങളോടുചേർന്ന് അതിന്റെ രൂപങ്ങളെ സൃഷ്ടിച്ചു. രാമചരിതത്തിലും നാടൻപാട്ടുകളിലും കാണപ്പെടുന്ന കവിത അതിന്റെ താളബദ്ധമായ ഈണംകൊണ്ടാണ് അനുവാചകരിൽ അനുഭൂതി സൃഷ്ടിക്കുന്നത്. എഴുത്തിന്റെയും അച്ചടിയുടെയും ഭാഗമായി വരമൊഴിയിലേക്കു കവിത കടന്നുവന്നപ്പോൾ അതിന്റെ താളബദ്ധമായ അവസ്ഥകൾ കുറെയെങ്കിലും നിശ്ശബ്ദമാവുകയും അച്ചടിക്കപ്പെട്ടതും എഴുതപ്പെട്ടതുമായ അക്ഷരങ്ങളുടെ നിശ്ചലത കാവ്യത്തിന്റെ ആത്മാവിൽ പ്രതിഷ്ഠിക്കപ്പെടുകയും ചെയ്തു. അച്ചടിക്കാലത്തു വളർന്നുനില്ക്കുന്ന കവിതയുടെ പാഠങ്ങൾ കേൾവിയെക്കാൾ കൂടുതലായി വായനാതലത്തിലാണ് അതിന്റെ അനുഭൂതികൾ പങ്കുവയ്ക്കുന്നത്. വാമൊഴിക്കാലത്ത് കവിതയ്ക്കുണ്ടായിരുന്ന ഛന്ദോബദ്ധമായ കാവ്യസവിശേഷതകൾ ഉപേക്ഷിച്ച് വരമൊഴിക്കാലമായപ്പോഴേക്കും അവ അക്ഷരങ്ങളിൽ ഒളിപ്പിച്ചു വച്ച ആന്തരികതയിലേക്ക് വഴിമാറിക്കൊടുത്തു. ഈ ആന്തരികതയെ അന്വേഷിച്ചുള്ള യാത്രയാണ് ഉത്തരാധുനിക കവിതയുടെ വായനാനുഭവം കൂടുതലായി പകർന്നു തരുന്നത്. കവിതയുടെ ലോകത്ത് സംഭവിച്ച ഈ പരിണാമത്തെ അബ്ദുൾ ലത്തീഫ് ഇപ്രകാരം നിരീക്ഷിക്കുന്നു. "ശബ്ദരൂപത്തിലുള്ള ആവിഷ്കാരത്തിന് അനിവാര്യമായ താളവും പ്രാസാദികാര്യങ്ങളും അക്ഷരവിന്യാസം കലയായി സ്വീകരിച്ച അച്ചടിക്കവിത ഉപേക്ഷിച്ചു" (2012:2). വരമൊഴിക്കാലത്തുനിന്നുള്ള കവിതയുടെ പ്രയാണം ഇന്ന് എത്തിനില്ക്കുന്നത് ബ്ലോഗുൾപ്പെടുന്ന നവമാധ്യമങ്ങളുടെ വെർചൽ താളുകളിൽ എഴുതപ്പെടുന്ന തിരമൊഴിക്കവിതകളിലാണ്.

കമ്പ്യൂട്ടറിന്റെയും മറ്റ് ഡിജിറ്റൽ ഇടങ്ങളുടെയും അയഥാർത്ഥ യാഥാർത്ഥ്യത്തിൽ (virtual reality) ഇന്റർനെറ്റിനാൽ പല ലോകങ്ങളിലേക്കു കണ്ണിചേർക്കപ്പെട്ടുകിടക്കുന്ന കവിതയുടെ പുതുരൂപമാണിത് (അബ്ദുൾ ലത്തീഫ്, 2012:1). ശബ്ദരൂപത്തിൽ സഹസ്രാബ്ദങ്ങൾ സഞ്ചരിച്ച കവിത കുറെ നൂറ്റാണ്ടുകളിൽ എഴുതപ്പെട്ട അക്ഷരങ്ങളെ ഒപ്പം കൂട്ടി സഞ്ചരിച്ചു. പുതിയ നൂറ്റാണ്ടിലേക്കു പ്രവേശിച്ചപ്പോൾ അവ മഷി മാഞ്ഞുപോകുന്ന നവമാധ്യമത്തിന്റെ പുതിയ രൂപങ്ങളെക്കൂടി സൃഷ്ടിച്ചു. പഴയ കവിതാരൂപങ്ങൾ അപ്രസക്തമാകാതെതന്നെ കവിതയ്ക്കു ലഭിച്ച അധിക സാധ്യതയാണ് ബ്ലോഗുകവിതകൾ ഉൾപ്പെടുന്ന സൈബർ കവിതകളുടെ നവമാധ്യമകാലഘട്ടം സൃഷ്ടിച്ചുകൊണ്ടിരിക്കുന്നത്. സൈബറിടത്തിൽ കവിത പുതിയ ആശയാവിഷ്കാര സാധ്യതകളെ നേടിയെടുക്കുന്നു. ശബ്ദവും അക്ഷരവും ചിത്രവും ചലനചിത്രവും ഉൾപ്പെടെ സാങ്കേതികതയുടെ

നിരവധി സാധ്യതകളെ ഒറ്റ ഇടത്തിൽ അവതരിപ്പിക്കുന്നതിനുള്ള സാങ്കേതികതയിലാണ് സൈബർ കവിത നിലകൊള്ളുന്നത്.

ബ്ലോഗിടത്തിലെ മലയാളകവിത

ആരംഭം മുതൽതന്നെ കവിതാലോകവുമായി സവിശേഷമായ ബന്ധം മലയാള ബ്ലോഗുകൾക്കുണ്ടായിരുന്നു. മലയാളത്തിലെ ആദ്യബ്ലോഗു പോസ്റ്റുതന്നെ കവിതയായിരുന്നുവെന്നത് ഈ ബന്ധത്തിന്റെ സുപ്രധാന തെളിവാണ്. എം.കെ. പോൾ പോസ്റ്റുചെയ്ത കവിത ബ്ലോഗുലോകത്തിൽ കണ്ണിചേർക്കപ്പെട്ട പതിനായിരക്കണക്കിന് കവിതകളുടെ ആദ്യ ബ്ലോഗു പതിപ്പായി നിലകൊള്ളുന്നു. ഇന്ന് അച്ചടിമാധ്യമങ്ങളിൽ പ്രസിദ്ധീകരിക്കപ്പെടുന്നതിൽ അധികമായ എണ്ണം കവിതകൾ മലയാളബ്ലോഗുകളിൽ പ്രത്യക്ഷപ്പെടുന്നുണ്ട്. ബ്ലോഗുകളുടെ സർവ്വസ്വതന്ത്രമായ അവസ്ഥകളാവാം കൂടുതൽ ആളുകളെ ഇവിടെ കവിത എഴുതാൻ പ്രേരിപ്പിക്കുന്നത്. മനോജ് കുറൂർ ഇപ്രകാരം നിരീക്ഷിക്കുന്നു, "കവിതയുടെ വിനിമയഘട്ടത്തിൽതന്നെ വായനക്കാർക്ക് സക്രിയരായി ഇടപെടാനാകുന്നു എന്നത് ഇവിടെ പ്രധാനമാകുന്നു. മാത്രമല്ല, ഈ മാധ്യമം സമകാലിക ജീവിതവുമായി അത്രമേൽ ഇഴചേർന്നിരിക്കുന്നു. വിനിമയത്തിന്റെ ഈ പാരസ്പര്യവും ജീവിതബന്ധവും കവിതയെ അതു പ്രസിദ്ധീകരിക്കുന്ന സ്ഥലവുമായി ചേർത്തുനിർത്തുന്നു (കുറൂർ, 2012:2). അച്ചടിയും ടെലിവിഷനും റേഡിയോയും അവതരിച്ചെങ്കിലും അവയിൽനിന്നെല്ലാം വ്യത്യസ്തമായ രീതിയിൽ വിവരസാങ്കേതികതയുടെ ഉല്പന്നമായ ഈ മാധ്യമത്തോട് കൂടുതൽ ചേർന്നുനില്ക്കുന്നതിന് കവിതാലോകം ശ്രദ്ധ ചെലുത്തി.

ബ്ലോഗുസാഹിത്യത്തിൽ കവിതകളുടെ ആധിക്യത്തിന് പ്രധാനപ്പെട്ട കാരണം അവതരണത്തിലും വിനിമയത്തിലും ഇവ രണ്ടും പുലർത്തുന്ന പാരസ്പര്യവും ജീവിതവുമായിട്ടുള്ള ഇവയുടെ ഗാഢമായ ബന്ധവുമാണ്. എക്കാലത്തെയും ചരിത്രമെടുത്താൽ മനുഷ്യജീവിതത്തെ ഏറ്റവുമധികം സ്വാധീനിച്ച സാഹിത്യരൂപം കവിതയാണ്. എല്ലാക്കാലത്തും കവിത മനുഷ്യജീവിതത്തോടു ചേർന്ന് അതിനെ പ്രചോദിപ്പിക്കുന്നുണ്ട്. അതുപോലെ മനുഷ്യജീവിതത്തിന്റെ വികാരവിചാരങ്ങളെയും ജീവിതരീതികളെയും നിയന്ത്രിക്കുന്ന രീതിയിൽ ഇന്റർനെറ്റ്പോലെ മറ്റൊരു മാധ്യമവും ഇതുവരെ ഇത്രമാത്രം സ്വാധീനം ചൊലുത്തിയിട്ടുമില്ല. ഇന്റർനെറ്റിന്റെ ആരംഭകാലത്ത് സാങ്കേതികലോകത്ത് കവിതയ്ക്ക് കുടിയേറാൻ കൂടുതൽ അവസരമൊരുക്കിയത് ബ്ലോഗുകളാണെന്നതിനാൽ ഇവ തമ്മിലുള്ള ബന്ധം ദൃഢതരമായി. ബ്ലോഗുകവിതകളുടെ ആദ്യ പുസ്തകസമാഹാരമായ 'നാലാമിടത്തിന്റെ' ആമുഖപഠനത്തിൽ കവി കെ. സച്ചിദാനന്ദൻ നിരീക്ഷിക്കുന്നത് ശ്രദ്ധേയമാണ്. "കവിത ഏറ്റവും ഹൃദയാഭിമുഖമായ- ഇന്റിമേറ്റ് ആയ - ആവിഷ്കാരരൂപമാണെന്നും അതിന്റെ രൂപം പുതിയ സ്പെയ്സിനും പുതിയ ജീവിതത്തിന്റെ വേഗത്തിനും നന്നായി

ഇണങ്ങുന്നതാണെന്നതും ആയതുകൊണ്ടാണ് മറ്റേതൊരു സാഹിത്യരൂപത്തെക്കാൾ എഴുത്തിന്റെ പുതിയ ഇടം കവിതകൾക്കു പ്രിയപ്പെട്ടതായി മാറിയത് (2010:5-6). ഇന്റർനെറ്റിലൂടെ സംഭവിച്ച കവിതാവിപ്ലവത്തെ 'കവിതയുടെ വിസ്ഫോടനം" (2010:6) എന്ന് സച്ചിദാനന്ദൻ വിശേഷിപ്പിക്കുന്നു.

അച്ചടിമാധ്യമം സ്വീകരിക്കാൻ വൈമുഖ്യം പ്രകടിപ്പിക്കുന്ന കവിതകളെ യാതൊരു സാമ്പത്തിക ഭാരങ്ങളുമില്ലാതെ വായനക്കാരിലെത്തിക്കാൻ ബ്ലോഗുകൾക്കു കഴിയുന്നു. പുസ്തകരൂപത്തിൽ കവിതകൾ പ്രസിദ്ധീകരിക്കണമെങ്കിൽ ഒരു ഗണം കവിതകളെങ്കിലും രചിക്കണം. മാസികകളിലും ആഴ്ചപ്പതിപ്പുകളിലുമാണ് പ്രസിദ്ധീകരിക്കുന്നതെങ്കിൽ എഡിറ്റർമാരുടെ ദയാദാക്ഷിണ്യങ്ങൾക്ക് കീഴ്പ്പെടണം. കവിതയുടെ ബാലപാഠങ്ങൾ ശീലിക്കുന്നവരെ സംബന്ധിച്ച് എഴുതിതെളിയാൻബ്ലോഗുപോലെ മറ്റൊരു മാധ്യമമില്ല. സ്വകാര്യഡയറിയിൽ എഴുതി അടച്ചുവയ്ക്കാൻ വിധിക്കപ്പെട്ട പല കവിതകൾക്കും പ്രകാശിതമാകുവാൻ ബ്ലോഗുകൾ അവസരമൊരുക്കി. മാഗസിനുകളിലും സ്വകാര്യഡയറിയിലും കുറിക്കപ്പെട്ട നിരവധി കവിതകൾ ഇന്ന് ബ്ലോഗിലൂടെ വായനക്കാരിലെത്തുന്നു. പ്രസിദ്ധകവി കുഴൂർ വിത്സന്റെ ബ്ലോഗിന്റെ തലവാചകം 'അച്ചടിമലയാളം നാടുകടത്തിയ കവിതകൾ' എന്നാണ്. അച്ചടിമലയാളം പുറംതള്ളിയ കവിതകളെ കുടിയിരുത്തുന്ന പ്രധാന ഇടമായിട്ടാണ് പ്രസാധകലോകത്തേക്ക് ബ്ലോഗുകൾ കടന്നുവന്നത്. അച്ചടിയിൽനിന്ന് വ്യത്യസ്തമായ അവകാശങ്ങളും സ്വാതന്ത്ര്യവും ലഭിക്കുന്നതിനാൽ ബ്ലോഗിനെ തങ്ങളുടെ പ്രസിദ്ധീകരണ മാധ്യമമായി കവികൾ സ്വീകരിക്കുന്നു.

ബ്ലോഗുകൾ തുറന്നുതന്ന ആശയപ്രകാശനവേദിയുടെ സാധ്യതകളെപ്പറ്റി സ്വാനുഭവത്തിന്റെ വെളിച്ചത്തിൽ സച്ചിദാനന്ദൻ നടത്തുന്ന അഭിപ്രായം 'നാലാമിട'ത്തിന്റെ ആമുഖത്തിൽ രേഖപ്പെടുത്തിയിട്ടുണ്ട്.

"ഞങ്ങളുടെ തലമുറ മലയാളകവിതയിൽ സ്ഥാനമുറപ്പിക്കാൻ ശ്രമിക്കുന്ന കാലത്ത് പ്രസിദ്ധീകരണം തികച്ചും ദുഷ്കരമായിരുന്നു. വിശേഷിച്ചും ഞങ്ങൾ എഴുതിയിരുന്നത് സാമ്പ്രദായിക വായനക്കാർ ആദ്യമാദ്യം അന്യമോ അരോചകമോ പോലുമോ ആയി കരുതിയ രീതികളിലായിരുന്നതുകൊണ്ട് മുഖ്യധാരാ പ്രസിദ്ധീകരണങ്ങൾ അവയുടെ കതകുകൾ ഞങ്ങൾക്കായി തുറന്നുതരുന്ന പ്രശ്നമേയില്ലായിരുന്നു. അയ്യപ്പപ്പണിക്കരുടെ 'കുരുക്ഷേത്രവും' കടമ്മനിട്ട രാമകൃഷ്ണന്റെ 'കാട്ടാള'നും മാതൃഭൂമി ആഴ്ചപ്പതിപ്പ് തിരസ്കരിച്ച കഥ ഇന്ന് ഏവർക്കും അറിയാമല്ലോ. പുതിയ ഭാവുകത്വത്തിനുള്ള ഏക ആശ്രയം ലിറ്റിൽ മാഗസിനുകളായിരുന്നു... ഇന്ന് ലിറ്റിൽ മാഗസിൻ സംസ്കാരം മലയാളത്തിൽ പ്രക്ഷീണമാണെങ്കിൽ അതിനൊരു കാരണം പുതുതായുണ്ടായ ഈ ബദൽ സ്പെയ്സുകളാണ്. ഇന്നത്തെ കവിക്ക് പത്രാധിപരുടെയോ പ്രസാധകരുടെയോ കാരുണ്യം കാക്കേണ്ടതില്ല. സ്വന്തമായി ഒന്നോ അതിലേറെയോ

ബ്ലോഗുകൾ ആരംഭിക്കുക, അതിലൂടെ വായനക്കാരുടെ ഒരു ചെറുകൂട്ടായ്മ രൂപീകരിക്കുക. ഈ സ്ഥലം വായനക്കാരുടെ കമന്റുകളിലൂടെ ഒരു നിരൂപണസ്ഥലം കൂടിയായിരിക്കും (2010:4-5)."

മലയാളകവിതാസാഹിത്യത്തിന്റെ നവീനമുഖമെന്ന നിലയിൽ നവമാധ്യമകവിതകളെ അവതരിപ്പിക്കുമ്പോൾ അവ കവിതയുടെ പരമ്പരാഗത ധാരണകളോട് കുറെയെല്ലാം കലഹിക്കുന്നതു കാണാം.

ഇത് മുൻകാലങ്ങളിലുണ്ടായിരുന്ന അവസ്ഥയാണെന്ന് സച്ചിദാനന്ദന്റെ വാക്കുകൾ സൂചന തരുന്നു. ഓരോ കാവ്യധാരകളും കാവ്യപാരമ്പര്യങ്ങളുടെ മുൻപ്രവണതകളോട് കലഹിച്ചുകൊണ്ടാണ് സാഹിത്യലോകത്ത് ചിരപ്രതിഷ്ഠനേടിയത്. ഇതിൽനിന്ന് വ്യത്യാസപ്പെട്ട ഒരു പശ്ചാത്തലം ബ്ലോഗുകവിതകളുടെ ലോകത്തുണ്ട്. ഭാവുകത്വത്തിൽ മാത്രമല്ല മാധ്യമവ്യവഹാരത്തിലും പുത്തൻപ്രവണതകളെയാണ് ബ്ലോഗുകവിത അവതരിപ്പിച്ചത്. ആധുനികകവിതയും അതിന്റെ തുടർച്ചയായി ഉത്തരാധുനിക കവിതയും കാല്പനിക കാവ്യരീതികൾക്ക് പ്രതിരോധം തീർത്തത് അച്ചടിയുടെ പശ്ചാത്തലത്തിൽനിന്നുകൊണ്ടാണ്. എന്നാൽ ബ്ലോഗുകളെ സംബന്ധിച്ച് കവിതയുടെ മാധ്യമലോകത്തിൽ സമ്പൂർണ്ണമായ മാറ്റം സംഭവിക്കുന്നുണ്ട്. പരസ്പരം പ്രതിരോധിക്കാനില്ലാത്ത പുതിയ മാധ്യമലോകത്തെയാണ് ബ്ലോഗുകവിത ആശ്രയിച്ചുനില്ക്കുന്നത്. പുതുമാധ്യമത്തിലൂടെ സ്വതന്ത്രമായി വിനിമയം ചെയ്യപ്പെടാനുള്ള സാധ്യത ബ്ലോഗുകവിതയുടെ സ്വത്വത്തെ നിർമ്മിക്കുന്നതിൽ പ്രധാന പങ്കുവഹിച്ചിട്ടുണ്ട്. മുൻകാലത്തെ കാവ്യപാരമ്പര്യങ്ങളിൽനിന്ന് വ്യത്യസ്തമായ നവമാധ്യമസവിശേഷതകളും സാങ്കേതികതയിൽ സമ്പന്നമായ സാംസ്കാരികാന്തരീക്ഷവും സൃഷ്ടിച്ച ഒരനുഭവ ലോകമാണ് ബ്ലോഗുകവിതകളുടെ സൃഷ്ടിക്ക് പശ്ചാത്തലമൊരുക്കുന്നത്. മാധ്യമവ്യവഹാരങ്ങൾ സൃഷ്ടിച്ച പ്രതീതിയുടെയും യാഥാർത്ഥ്യത്തിന്റെയും ദൃശ്യലോകത്തിരുന്നാണ് ഇവർ കവിതയുടെ പണിയാല തീർക്കുന്നത് (സുനീത, 2014:237).

ആരെയും ഭയപ്പെടാനില്ലാത്ത സ്വതന്ത്രമായ മാധ്യമ ചുറ്റുപാടും ആരോടും കടപ്പാടുകളില്ലാത്ത വിനിമയാന്തരീക്ഷവും എപ്പോഴും സമീപസ്ഥമാക്കാവുന്ന പ്രസാധകസാധ്യതയും ബ്ലോഗുകവിതകളുടെ സ്വത്വത്തെ രൂപപ്പെടുത്തുന്ന ഘടകങ്ങളാണ്. അച്ചടിയുടെ തുടർച്ചയായി വളർന്നുനില്ക്കുന്ന മാധ്യമലോകമായതിനാൽ അച്ചടിയുടെ രൂപവിതാനങ്ങളിൽനിന്ന് വ്യത്യസ്തമായ രീതിയിൽ വ്യക്തിത്വം നേടിയെടുക്കാൻ ബ്ലോഗുകവിതകൾ പരിശ്രമിച്ചുകൊണ്ടിരിക്കുന്നു. അച്ചടിക്കപ്പെട്ട കവിതയെ രൂപപ്പെടുത്തിയ കാവ്യഘടനയിലും സങ്കല്പത്തിലുമാണ് ബഹുഭൂരിഭാഗം കവിതകളും ബ്ലോഗിൽ പിറന്നുവീഴുന്നത്. എങ്കിലും നവമാധ്യമങ്ങളിൽ രൂപപ്പെടുന്ന സൃഷ്ടി എന്ന നിലയിൽ ഇ-ലോകത്തിന്റെ ഘടനയും ഭാവുകത്വങ്ങളും വ്യതിരിക്തമായി തീരാനുള്ള പ്രവണതയും ബ്ലോഗുകവിതകളിൽ സ്പഷ്ടമായി കാണാൻ കഴിയും.

കമ്പ്യൂട്ടറിന്റെ സാങ്കേതികത നിർമ്മിക്കുന്ന ബ്ലോഗുകളുടെ പ്രതീതി യാഥാർത്ഥ്യങ്ങളിലേക്ക് ലോകത്തിന്റെ വിവിധ ദേശങ്ങളിലുള്ള മലയാളി സമൂഹം ഇന്റർനെറ്റിനാൽ കണ്ണിചേർക്കപ്പെട്ടിരിക്കുന്നു. വർത്തമാനകാല കേരളീയസമൂഹത്തിന്റെ വിഹ്വലതയും പ്രതീക്ഷയും പ്രതിരോധങ്ങളും പ്രതിഷേധങ്ങളും നഷ്ടവസന്തങ്ങളും മുന്നിൽ മിന്നിമറയുന്ന കാഴ്ചകളും കവിതയുടെ രൂപത്തിൽ നിർമ്മിക്കപ്പെട്ടുകൊണ്ടിരിക്കുന്നു. ഘടനയിലും ഭാവുകത്വത്തിലും പുതിയ കവിതാരൂപങ്ങളെ മലയാളത്തിന് നല്കാൻ ബ്ലോഗുകൾക്കു സാധിച്ചിട്ടുണ്ട്.

മലയാളത്തിലെ പ്രധാന കവിതാബ്ലോഗുകൾ

ബ്ലോഗ്	ബ്ലോഗ് വിലാസം	ബ്ലോഗർ
സമീപകവിത	http://prathibhasha.blogspot.com	വിഷ്ണുപ്രസാദ്
ഋതുഭേദങ്ങൾ	http://rithubhedangal.blogspot.in	ഡോണ മയൂര
ഉറുമ്പിൻകൂട്	http://urumbinkoodu.blogspot.com	അൻവർ അലി
നാക്കില	www.naakila.blogspot.in	അനീഷ് എളനാട്
പ്രമാദം	www.pramaadam.blogspot.in	പ്രമോദ് കെ.എം.
ഇല	http://tvsuneetha.blogspot.in	സുനീത റ്റി.വി.
സനാതനം	http://sanathanam.blogspot.in	ശശികുമാർ ശശിധരൻ
ലാപുട	http://lapuda.blogspot.in	ടി.പി. വിനോദ്
ഉഭയജീവിതം	http://sudeeshkottambram.blogspot.in	സുധീഷ് കൊട്ടേമ്പ്രം
ഒപ്പരം	http://umbachy.blogspot.in	ഉമ്പാച്ചി റഫീക്ക്
ബിജി എൻ.ന്റെ ലോകം	http://bgnvarkala.blogspot.in	ബിജു ജി നാഥ്
അച്ചടിമലയാളം നാടു കടത്തിയ കവിതകൾ	http://vishakham.blogspot.in	കുഴൂർ വിൽസൺ
ആലിപ്പഴങ്ങൾ	http://allipazhangal.blogspot.in	റീമ അജോയ്
സമീരം	http://deeputtandekavithakal.blogspot.in	പ്രവീൺ കരോത്ത്
കനൽക്കൂട്	http://kanalkoodu.blogspot.in	ഷാലിർ അലി
എരകപ്പുല്ല്	http://sasiayyappan.blogspot.in	റ്റി.എ. ശശി
മുറിവുകൾ	http://murivukalkavitha.blogspot.in	ഹൻല്ലലത്ത്
എഴുത്തുകൊട്ടക	http://krishnapriya89.blogspot.in	കൃഷ്ണപ്രിയ
കണ്ണാടി എന്റെ തോന്ന്യാക്ഷരങ്ങൾ	http://sughandhi.blogspot.in	സുഗന്ധി
കാകപക്ഷം	http://kaakapaksham.blogspot.in	വി. മോഹനകൃഷ്ണൻ
കാലമാപിനി	http://kaalamaapini.blogspot.in	മുകിൽ

മോണോലിസ സ്മൈൽസ്	http://sonyschinthakal.blogspot.in	സോണിഡിത്ത്
മറുനാഥൻ പ്രയാൻ	http://marunadanprayan.blogspot.in	പ്രസന്ന ആര്യൻ
പള്ളപ്രം കവിതകൾ	http://harishpallapram.blogspot.in	ഹരീഷ് പള്ളപ്രം
ആത്മാവിഷ്കാരങ്ങൾ	http://grkaviyoor.blogspot.in	ജി.ആർ. കവിയൂർ
മനുസ്മൃതികൾ	http://manusmrithikal.blogspot.in	മനു നെല്ലായ
ചന്ദ്രകാന്തം	http://chandrakaantham.blogspot.in	ചന്ദ്രകാന്തം
ജ്യോതീസ്	http://jyothis.blogspot.in	ജ്യോതിബായ് പരിയാടത്ത്
ജയകൃഷ്ണന്റെ കവിതകൾ	http://jayakrishnankavalam.blogspot.in	ജയകൃഷ്ണൻ
അനുരണനങ്ങൾ	http://poemsanuranangal.blogspot.in	വിശാഖ് ശങ്കർ
കവിതയുടെ മഴക്കാലം	http://devamazha.blogspot.in	ദേവസേന
ഗൃഹാതുരം	http://grihaathuram.blogspot.in	പ്രദീപ് പുരുഷോത്തമൻ
പർവാണം	http://parvanam.blogspot.in	പർവാണം
മോഹപക്ഷി	http://santhatv.blogspot.in	ശാന്ത കാവുമ്പായി
രാപ്പനി	http://raappani.blogspot.in	ടി.പി. അനിൽകുമാർ
വാഗ്ജ്യോതി	http://vakjyothi.blogspot.in	ജ്യോതിർമയി
ശ്രീരാഗം	http://sreeeragam.blogspot.in	ശ്രീദേവി നായർ
പൈമ	http://pradeeppaima.blogspot.in	പ്രദീപ്
മറക്കാതിരിക്കാനായി മാത്രം	http://swanthamsyama.blogspot.in	ആർഷാ
ആകാശത്തേക്കുള്ള ഗോവണി	http://akasathekkullagovani.blogspot.in	ആർ.അനിലൻ
നിശാശലഭങ്ങൾ	http://nishashalabhangal.blogspot.in	റെയ്നി
ഒറ്റമഴ	http://ottamazha.blogspot.in	സെറീന
നിഹാരബിന്ദുക്കൾ	http://neehaarabindhukkal.blogspot.in	സാബു ഹരിഹരൻ
അപാരതയിലെ ഒരില	http://sasiyudelokam.blogspot.in	ശശികുമാർ
മൺചിരാതുകൾ	http://mannchirathukal.blogspot.in	ആഷ ചന്ദ്രൻ
കുരീപ്പുഴ	http://kureeppuzha-kureeppuzha sreekumar.blogspot.in	കുരീപ്പുഴ ശ്രീകുമാർ
അലക്കി വിരിച്ചത്	http://prabha-zacharias.blogspot.in	പ്രഭാ സക്കറിയാസ്
ജലത്തെക്കാൾ സാധ്യത കൂടിയ ഓർമ്മകൾ	http://junkiegypsy.blogspot.com	ലതീഷ് മോഹൻ

ഇവയെല്ലാംതന്നെ കവിതകൾക്കുവേണ്ടി മാത്രം നിർമ്മിക്കപ്പെട്ട വ്യക്തി ബ്ലോഗുകളാണ്. ഇവയോടൊപ്പം ചില കൂട്ടായ്മാബ്ലോഗുകളും മലയാള കവിതയെ ബ്ലോഗുലോകത്ത് സജീവമാക്കുന്നു.

ബൂലോകകവിത	http://boolokakavitha.blogspot.in
ബഹറിൻ ബൂലോഗം	http://behrainboolokam.blogspot.in
പ്രവാസം കവിതകൾ	http://uaepoets.blogspot.in
പീലി	http://facebook/group/malayalam.blogwriters

കവിതകൾക്കൊപ്പം കവിതാലേഖനങ്ങളും ചർച്ചകളും സംഘടിപ്പിക്കുന്ന ബ്ലോഗാണ് വർക്കേഴ്സ് ഫോറം - workersforum.blogspot.in നിരവധി കവിതകൾ ഇവിടെ പ്രസിദ്ധീകരിക്കുന്നു. മലയാളത്തിൽ പ്രശസ്തരായ കവികളുടെ സൃഷ്ടികൾ പ്രത്യേകിച്ച് വിദ്യാഭ്യാസപദ്ധതിയിൽ ഉൾപ്പെടുത്തിയിരിക്കുന്ന കവിതകൾ വായിക്കുന്നതിന് സഹായിക്കുന്നവയാണ് കവിതപ്പുര - http://kadhaakavithakkoodu. blogspot.in, കാവ്യം - http://kavyam.blogspot.in എന്നിവ.

മലയാളകവിതയെ സൃഷ്ടിപരമായി വളർത്തുന്നതിൽ ഈ ബ്ലോഗുകൾ സവിശേഷമായ രീതിയിൽ സംഭാവന നല്കിക്കൊണ്ടിരിക്കുന്നു. ഇപ്പോഴും സജീവമായിരിക്കുന്നതും നിരീക്ഷണപരിധിയിൽ എത്തിയതുമായ ബ്ലോഗുകളെയാണ് ഇവിടെ ഉൾപ്പെടുത്തിയത്. നിരീക്ഷണത്തിൽ ഉൾപ്പെടാത്തതും ഇവയെക്കാൾ മേന്മയുള്ളതുമായ ബ്ലോഗുകൾ മലയാളഭാഷയിൽ ഉണ്ടാകാം. അഗ്രഗേറ്ററിൽ ലിങ്ക് ചെയ്യാത്ത ബ്ലോഗുകൾ കണ്ടെത്തുക അത്ര എളുപ്പമല്ല എന്നതിനാൽ അവയെ ഉൾപ്പെടുത്താൻ കഴിഞ്ഞിട്ടില്ല. മുമ്പ് സജീവമായിരുന്നതും ഇപ്പോൾ നിർജീവാവസ്ഥയിലുള്ളതുമായ ബ്ലോഗുകളുടെ ആർക്കൈവുകളിൽ ആയിരക്കണക്കിന് കവിതകൾ വിശ്രമംകൊള്ളുന്നുണ്ട്. പലവിധ വിഷയങ്ങൾ ഒരേസമയം കൈകാര്യം ചെയ്യുന്ന നൂറുകണക്കിന് ബ്ലോഗുകളിൽ ആയിരക്കണക്കിന് കവിതകൾ വിനിമയം ചെയ്യപ്പെടുന്നു. ഇങ്ങനെ മലയാളകവിതകളുടെ ബ്ലോഗുലോകം ഏറെ വിശാലമാണ്. പുതിയ സോഷ്യൽ നെറ്റുവർക്ക് മാധ്യമങ്ങൾ നൂതനാവിഷ്കാരപ്രതീക്ഷകൾ നല്കി സാമൂഹ്യസമ്പർക്കരംഗത്തെ കീഴടക്കുന്ന അവസ്ഥയിലും ബ്ലോഗുകൾ കാലഹരണപ്പെടാതിരിക്കുന്നതിൽ കവിതകൾ മുഖ്യപങ്കുവഹിക്കുന്നു. ഭാഷാമരണങ്ങളെപ്പറ്റി വിലപിക്കുന്ന ഘട്ടത്തിൽ കവിതകൊണ്ട് പ്രതിരോധം സൃഷ്ടിക്കാൻ കഴിയുന്ന രീതിയിൽ വർത്തമാനഭാഷയെ രൂപപ്പെടുത്തിയെടുക്കുന്നതിൽ ബ്ലോഗുകൾ വഹിച്ച പങ്ക് സമാനതകളില്ലാത്തതാണ്. ഇപ്രകാരം മലയാളകവിതയും ബ്ലോഗുകളും അവയുടെ പരസ്പരാശ്രയത്വത്തിലൂടെ വളരുകയും വളർത്തുകയും ചെയ്യുന്ന പ്രവണത മലയാള ഭാഷയ്ക്ക് ശുഭചിന്തകൾ പ്രദാനം ചെയ്യുന്നു.

പതിനഞ്ച്

ബ്ലോഗുകവിതാരൂപങ്ങൾ

സോഷ്യൽ നെറ്റുവർക്കുകൾ ഉദയം ചെയ്തപ്പോൾതന്നെ അവയുടെ പശ്ചാത്തലങ്ങളെ കവിതയെഴുത്തിന് പ്രയോജനപ്പെടുത്തിയവർ സാങ്കേതികതയുടെ സന്നിവേശത്തിലൂടെ രൂപപ്പെട്ട ബ്ലോഗുകവിതാവ്യക്തിത്വത്തെ നിലനിർത്തുന്നതിനുള്ള ശ്രമമാരംഭിച്ചിരുന്നു. മലയാളകവിത പ്രസാധനത്തിന്റെ പുതിയ ഭൂമിക തേടുന്നതിന്റെ ഭാഗമായിട്ടാണ് ബ്ലോഗുകൾ മാധ്യമലോകത്ത് സജീവമായിത്തീരുന്നത്. അച്ചടിയിൽ അധിഷ്ഠിതമായ ഒരു മാധ്യമസംസ്കാരത്തെ മാറ്റിനിർത്തിക്കൊണ്ട് വിവരസാങ്കേതികവിദ്യയിലൂന്നിയ പുതുരൂപങ്ങളെ കവിതാലോകത്ത് സൃഷ്ടിക്കുവാൻ ബ്ലോഗുകൾക്കു കഴിഞ്ഞു. അച്ചടിമാധ്യമം സൃഷ്ടിച്ച പരമ്പരാഗത രീതികളെ ത്യജിക്കാനും പുതുലോകത്തിന്റെ കാവ്യസാമ്രാജ്യത്തെ പ്രതിഷ്ഠിക്കുന്നതിനുള്ള ബോധപൂർവ്വമായ ശ്രമം ഉമാ രാജീവിന്റെ വളപ്പൊട്ടുകൾ എന്ന ബ്ലോഗിൽ വായിച്ചെടുക്കാൻ കഴിയും.

> "ഞാൻ,
> പത്രക്കടലാസിന്റെ പൂണൂലണിഞ്ഞിട്ടില്ല
> വിഗ്രഹങ്ങൾക്ക് മാലകൊരുത്ത് കഴകം ചെയ്തിട്ടില്ല
> ബ്ലോഗനയിൽ ഓച്ചാനിച്ച് നിന്ന് മേനവനായിട്ടില്ല
> തിരുശേഷിപ്പുകൾ മുത്തുവാനായി വരിനിന്നിട്ടില്ല
> വാക്കുകളുടെ മുഴപ്പുകളെ പർദ്ദയിട്ട് മൂടിയിട്ടില്ല
> ഞാൻ,
> വിശപ്പാറ്റാൻ വലയെറിഞ്ഞും
> ചെളിക്കുണ്ടിൽ വീണുപരതിയും
> ബ്ലോഗ് പാട്ടത്തിനെടുത്ത്
> കവിത കൃഷി ചെയ്യുന്ന ദളിതൻ
> ജന്മിവരുമെന്ന പ്രതീക്ഷയിൽതന്നെയാണ്
> വാഴക്കു തടം കോരുന്നത്
> വന്നില്ലെങ്കിൽ വെറുമൊരു കുലയാവില്ലേ
> കാവ്യമാവില്ലല്ലോ..."

(പോസ്റ്റു ചെയ്തത്: 26-10-2011 a)

സൈബറിടത്തിലെ കവികളുടെ സ്വത്വാന്വേഷണം ഈ വരികളിൽ വ്യക്തമാണ്. അവനവൻ പ്രസാധനത്തിന്റെയും, പുതിയ വായനാലോകത്തിന്റെയും പ്രസാധന സാധ്യതകളുടെയും മുമ്പിൽ നിന്നുകൊണ്ടാണ് നവമാധ്യമങ്ങളുടെ ഈ ബ്ലോഗുകവി തന്റെ സ്വത്വത്തെ വിശദമാക്കുന്നത്. മുഖ്യധാരാകവിതകളിൽനിന്ന് വ്യത്യസ്തമായ ഭാവുകത്വപരിസരത്തെ ബ്ലോഗുകവിത അന്വഷിക്കുന്നുണ്ട്. സർഗ്ഗാത്മകതയെ പൂർണ്ണമായി സാങ്കേതികതയിലേക്ക് ഉൾച്ചേർക്കുമ്പോഴാണ് ഒരു സമ്പൂർണ്ണബ്ലോഗുകവിത രൂപപ്പെടുന്നത്. മലയാളബ്ലോഗുലോകത്ത് സാങ്കേതികതയെ പൂർണ്ണമായി പ്രയോജനപ്പെടുത്തിക്കൊണ്ടുള്ള കവിതകളധികം രൂപപ്പെട്ടിട്ടില്ല. സൈബർ സാഹിത്യം എന്ന നിലയിൽ ബ്ലോഗുകവിതകളെപ്പറ്റി പഠിക്കുമ്പോൾ സൈബറിടത്തിന്റെ പ്രസാധന സാധ്യതകൾ പ്രയോജനപ്പെടുത്തുന്നു എന്ന തലത്തിൽ നില്ക്കുന്നവയാണ് ബഹുഭൂരിപക്ഷം കവിതകളും. സൈബർസാങ്കേതികതയെ വേണ്ടവിധം പ്രയോജനപ്പെടുത്തുന്ന തലത്തിലേക്കു പുതിയ തലമുറ കടന്നുവരാനിരിക്കുന്നതേയുള്ളു. കമ്പ്യൂട്ടറിന്റെ സാങ്കേതികതയെ അറിഞ്ഞുവളർന്നുവരുന്ന പുതുതലമുറ വിരിയിക്കാനിരിക്കുന്ന വസന്തമാണ് മലയാള കവിതയുടെ സൈബർകാലം. കടലാസും പേനയും അച്ചടിമഷിയുമില്ലാത്ത ബ്ലോഗുലോകത്തിൽ രൂപപരമായ ചില പരിണാമത്തിലൂടെ മലയാളകവിത കടന്നുപോയിട്ടുണ്ട്. ദൃശ്യശ്രാവ്യ സാധ്യതകൾ രൂപഘടനയിൽ സന്നിവേശിപ്പിച്ച ഏതാനും മാതൃകകൾ മലയാളത്തിൽ സൃഷ്ടിക്കപ്പെട്ടിട്ടുണ്ട്.

1. ഹൈപ്പർലിങ്ക് കവിതകൾ

ഹൈപ്പർലിങ്ക് സങ്കേതമുപയോഗിച്ച് അക്ഷരവിന്യാസത്തോടൊപ്പം വൈവിധ്യമാർന്ന ദൃശ്യശ്രാവ്യാനുഭവങ്ങളെക്കൂടി കവിതയിൽ കണ്ണിചേർക്കാൻ കഴിയും. മലയാളബ്ലോഗുലോകത്ത് വളരെ അപൂർവമായി മാത്രമേ ഹൈപ്പർലിങ്കു കവിതകൾ സൃഷ്ടിക്കപ്പെട്ടിട്ടുള്ളു. ബ്ലോഗുകവികളിൽ ഏറ്റവും പ്രശസ്തനായ വിഷ്ണു പ്രസാദിന്റെ 'സമീപകവിത' എന്ന ബ്ലോഗിലാണ് ഇത്തരത്തിലുള്ള പരീക്ഷണം കണ്ടെത്തുവാൻ കഴിയുന്നത്. സാങ്കേതികജ്ഞാനത്തിന്റെ വിപുലമായ സാധ്യതകളിലേക്ക് വളർന്നുകൊണ്ടിരിക്കുന്ന ഈ ഘട്ടത്തിൽ അത്തരം ഒരു സൃഷ്ടിയുടെ നിർമ്മിതിയെപ്പറ്റി കവിതന്നെ അഭിപ്രായപ്പെടുന്നു. "ബ്ലോഗെന്ന മീഡിയത്തോട് അങ്ങനെ നീതി പുലർത്തിയിട്ടൊന്നുമില്ല. വളരെ കുറച്ചുമാത്രമാണ് മീഡിയത്തോട് നീതി പുലർത്തിയത്. ഒട്ടൽ, ഗെയിം എന്നീ കവിതകൾക്കേ ആ പരീക്ഷണം നടത്തിയിട്ടുള്ളൂ. ....സാങ്കേതികജ്ഞാനവും സർഗ്ഗാത്മകതയും ഉള്ളയാൾക്കോ - അല്ലെങ്കിൽ അത്തരം അറിവ് മറ്റാരിൽനിന്നെങ്കിലും തേടുന്നയാൾക്കോ മാത്രമേ നല്ലൊരു സൈബർ കവിത സൃഷ്ടിക്കാനാവൂ (സുനീത, 2012:128). 2011 സെപ്തംബർമാസത്തിൽ പോസ്റ്റു ചെയ്ത വിഷ്ണുപ്രസാദിന്റെ ഗെയിം എന്ന കവിത കൊളുത്തുകളിലൂടെ (Hyperlink) കാവ്യപ്രപഞ്ചത്തെ സാങ്കേതികമായി സൃഷ്ടിച്ചെടുക്കുന്നു.

ഗെയിം കവിത.

ഈ കവിതയിൽ കാവ്യഭാവനകളെ നിർണ്ണയിക്കുന്നവിധത്തിൽ ചിത്രങ്ങളെ കവിതയുടെ ഉള്ളിൽ നിക്ഷേപിച്ചിരിക്കുന്നു. കവിതയുടെ വായനയിൽ വാക്കുകളിൽ വിവരിക്കുന്ന ലോകത്തിന്റെ ദൃശ്യകാഴ്ചകൾ ഹൈപ്പർ ലിങ്കുകളിലൂടെ വായനക്കാരന്റെ മുമ്പിലേക്കു കടന്നുവരുന്നു.

2012 ഒക്ടോബർ മാസത്തിൽ പോസ്റ്റ് ചെയ്തിരിക്കുന്ന 'നമ്മൾ നമ്മുടെ തന്നെ പട്ടങ്ങൾ' എന്ന കവിതയിൽ (വിഷ്ണുപ്രസാദ്, http://prathibhasha.blogspot.com) വീഡിയോയിലേക്കും കളർചിത്രങ്ങളിലേക്കും നല്കിയിരിക്കുന്ന ലിങ്കുകൾ ബ്ലോഗുകവിതയുടെ സാധ്യതകളെ കാവ്യത്തിൽ പ്രയോജനപ്പെടുത്തിയിരിക്കുന്നതിന്റെ ഉദാഹരണമാണ്.

2. ശബ്ദസന്നിവേശ കവിതകൾ

ഇ-കവിതയുടെ ശ്രാവ്യസാധ്യതകൾ രൂപഘടനയിൽ ചേർത്തിരിക്കുന്നതാണ് മലയാള കവിതാബ്ലോഗിൽ നടത്തിയിരിക്കുന്ന രൂപപരമായ മറ്റൊരു പരീക്ഷണം അക്ഷരങ്ങൾക്കൊപ്പം കവിതയുടെ ആലാപനങ്ങളെ ഉൾപ്പെടുത്തിക്കൊണ്ട് കവിതയ്ക്ക് പശ്ചാത്തലമൊരുക്കിയിരിക്കുന്നു. ഇത്തരത്തിൽ കവിതകളെ അവതരിപ്പിക്കുന്നതിനുള്ള ശ്രമങ്ങൾ ഏതാനും ബ്ലോഗുകളിൽ കാണാം. ബഹുവ്രീഹി http://bahuvreehi.blogspot.in എന്ന ബ്ലോഗിൽ ലിഖിതപാഠത്തിനൊപ്പം കവിതയുടെ ആലാപനവും ഉപകരണ സംഗീതവും നല്കിയിരിക്കുന്നു. ബ്ലോഗുകളിൽ എഴുതപ്പെട്ട കവിതയുടെയും പ്രശസ്ത കാവ്യങ്ങളുടെയും ആലാപനങ്ങൾ ഇവിടെ കേൾക്കാം.

മൂന്നാംക്ലാസ് മുതൽ പന്ത്രണ്ടാംക്ലാസ് വരെയുള്ള മലയാളപാഠാവലിയിലെ എല്ലാ കവിതകളും 'കാവ്യംസുഗേയം' kavyamsugeyam.blogspot.in എന്ന ബ്ലോഗിൽ ആസ്വദിക്കാം. ജ്യോതിബായ് പരിയാടത്തിന്റെ ഈ ബ്ലോഗിൽ കാവ്യാലാപനം നിർവ്വഹിച്ചിരിക്കുന്നതും അവർ തന്നെയാണ്. പാഠപുസ്തകത്തിലെ കവിതാഭാഗത്തിന്റെ ചിത്രവും ഓരോ കവിതയ്ക്കൊപ്പവും ചേർത്തിട്ടുണ്ട്. 'ചൊൽ കവിതകൾ' cholkavitha.blogspot.in എന്ന ബ്ലോഗിൽ ബ്ലോഗുകവികളുടെ ആലാപനങ്ങളോടുകൂടിയ ഏതാനും കവിതകൾ പ്രസിദ്ധീകരിച്ചിരിക്കുന്നു. മാണിക്യം എന്ന ബ്ലോഗറാണ് ഇതിൽ കാവ്യങ്ങൾ പ്രസിദ്ധീകരിക്കുന്നത്. കെ.റ്റി.എ. ഷുക്കൂർ ബ്ലോഗറായിട്ടുള്ള 'കുങ്കുമസന്ധ്യകൾ' abdul-shukkoor-kt.blogspot.in കാവ്യത്തിന്റെ ശബ്ദരൂപങ്ങളെക്കൂടി പ്രസിദ്ധീകരിക്കുന്ന ബ്ലോഗാണ്.

3. ദൃശ്യചിത്ര സന്നിവേശ കവിതകൾ

മഴ ഇരുണ്ട തണുപ്പിനുള്ളിൽ പതുങ്ങിയിരിക്കുന്നു,
സ്നേഹം പോലെ അരുമയായി....
(പോസ്റ്റു ചെയ്തത്: സുനീത, ടി.വി. 07072013 b)

ഓരോ തുള്ളിയിലും തുളുമ്പുന്ന ഒരു പ്രഭാതം, നീ മറന്നുവച്ചതാണോ
ഇലത്തുമ്പുകളിൽ, വെയിൽ തെളിഞ്ഞിട്ടും തോരാത്ത ഈ മഴയെ?
(പോസ്റ്റു ചെയ്തത്: സെറീന, 4/5/2012)

ഇ-കവിതയുടെ ദൃശ്യശ്രാവ്യസാധ്യതകൾ കവിതയുടെ രൂപഘടനയിൽ സ്വീകരിക്കുന്നതിനെക്കാൾ പശ്ചാത്തലത്തിൽ നിക്ഷേപിക്കാനാണ് മലയാളത്തിലെ ഇ-ലോകം താല്പര്യം കാണിക്കുന്നത് (അബ്ദുൾ ലത്തീഫ്, 2012:5). ഇവിടെ ചേർത്തിരിക്കുന്ന കവിതകൾ രണ്ടും മഴയെപ്പറ്റിയുള്ളതാണ്. അവയുടെ അർത്ഥം വിശദമാക്കപ്പെടുന്നത് ഒപ്പം ചേർത്തിരിക്കുന്ന ചിത്രങ്ങളിലാണ്. ഇത്തരം സൃഷ്ടികളിൽനിന്ന് ചിത്രം നീക്കം ചെയ്യപ്പെട്ടാൽ അതിന്റെ സംവേദനക്ഷമത നിശ്ചലമാകുകയും അർത്ഥത്തിന്റെ വിശദീകരണം പോരാതെ വരികയും ചെയ്യും. ബ്ലോഗുകവിതകളിൽ മിക്കവാറും പ്രയോജനപ്പെടുത്തിയിരുന്ന സൈബർ സവിശേഷത അവയുടെ പശ്ചാത്തലത്തിൽ ചേർത്തിരിക്കുന്ന ദൃശ്യങ്ങളുടെ ചേരുവയാണ്. ബ്ലോഗിലെ മിക്കവാറും കവിതകളോടു ചേർന്ന് നിശ്ചലമായ ചിത്രങ്ങളും ചലിക്കുന്ന ചിത്രങ്ങളും നല്കിയിരിക്കുന്നു. കാവ്യഭാവനയെ ആന്തരികമായി നിർണ്ണയിക്കുന്നതിൽ വർണ്ണമനോഹരചിത്രങ്ങൾ ഒരളവുവരെ സഹായിക്കും. ബ്ലോഗുൾപ്പെടുന്ന സൈബറിടത്തിൽ സാധിക്കുന്ന സാങ്കേതികമായ

സവിശേഷതകളിൽ ഒന്നാണിത്. കവിതയെപ്പറ്റിയുള്ള വിശദീകരണങ്ങൾ ചിത്രങ്ങളിലൂടെ നല്കുകയും ലിങ്കുകളിലൂടെ അവതരിപ്പിക്കുകയും ചെയ്യുന്നതിനുള്ള സാധ്യതകളും ബ്ലോഗുകൾ നല്കുന്നു. മലയാളകവിതയിൽ രൂപപരമായ വ്യതിയാനം കൊണ്ടുവരുന്നതിന് ഇത്തരത്തിൽ ബ്ലോഗുകൾക്കു സാധിച്ചു.

4. വാക്കുകളുടെ വിന്യാസം ബ്ലോഗുകവിതയിൽ

ബ്ലോഗുകവിതകളിൽ വന്നിരിക്കുന്ന പരീക്ഷണങ്ങൾ കൂടുതലും വാക്കുകളുടെ ഘടനയിലും അവയുടെ പ്രയോഗശൈലിയിലുമാണ്. കമ്പ്യൂട്ടറിന്റെയും ഇന്റർനെറ്റിന്റെയും വ്യാപനത്തോടെ എഴുത്തും കാഴ്ചയുമെല്ലാം പ്രതീതിയാഥാർത്ഥ്യത്തിന്റെ ഭ്രമാത്മകലോകത്തിലേക്കു പറിച്ചുനടപ്പെട്ടുവെങ്കിലും മലയാളബ്ലോഗുകളിൽ ഈ യാഥാർത്ഥ്യത്തെ അക്ഷരങ്ങളുടെ തലത്തിൽ മാത്രമേ കൂടുതലായി ഉൾക്കൊള്ളാൻ സാധിച്ചിട്ടുള്ളൂ. അതാകട്ടെ അച്ചടിത്താളുകളിൽ പ്രസിദ്ധീകരിക്കുന്ന കവിതകൾക്കുപകരം ലഭ്യമായ വെബ്താളുകളിലേക്ക് അവയെ മാറ്റി പ്രതിഷ്ഠിച്ചു എന്നതിനപ്പുറം സാങ്കേതികമായ വലിയ സാധ്യത ബ്ലോഗ് കവിതയടക്കം ഇ-സാഹിത്യലോകം ഇതുവരെ നേടിയെടുത്തിട്ടില്ല. ചലിക്കുന്ന അക്ഷരങ്ങളും ഹൈപ്പർ ലിങ്ക് സാധ്യതകളും ദൃശ്യശ്രാവ്യമാധ്യമസാധ്യതകളുമടക്കം കമ്പ്യൂട്ടർ സാങ്കേതികതയുടെ സാധ്യതകളിലേക്ക് ബ്ലോഗുകവിത വളരുന്നതിനുള്ള കാലപരമായ ഹ്രസ്വത ഇതിന് ഒരു കാരണമാണ്.

കവിതയുടെ വൃത്തത്തിൽനിന്നുള്ള വിടുതൽ വ്യത്യസ്തമായ കാവ്യഘടനകളുടെ കണ്ടെത്തലിനും വാക്കുകളുടെ സ്ഥാനപ്പെടലിനും ഇടവരുത്തി. വൃത്തപരമായി എഴുതിയ കവിതകളിൽ ഘടനാപരമായ വ്യതിയാനങ്ങൾക്ക് പരിമിതികളുണ്ടായിരുന്നു. ഗദ്യത്തിന്റെ സ്വാതന്ത്ര്യം ബ്ലോഗുകവികൾ കൂടുതലായി പ്രയോജനപ്പെടുത്തിയതിനാൽ വ്യത്യസ്തമായ ശൈലികളെ കവിതകളിൽ പ്രയോഗിക്കുന്നതിന് അവർക്കു സാധിച്ചു. സാധാരണ വാക്കുകളും പ്രയോഗങ്ങളും സ്വീകരിച്ചുകൊണ്ട് ലോകതത്വങ്ങളെ കൂടുതൽ അവതരിപ്പിക്കുന്നതിനുള്ള ശ്രമം ഈ കവിതകളിൽ കാണാം.

പരമ്പരാഗത കാവ്യലോകം കാവ്യലക്ഷണങ്ങളായി കരുതിയിരുന്ന വൃത്തവും അലങ്കാരവും ഛന്ദസ്സുമെല്ലാം ബ്ലോഗുലോകത്തെ അപൂർവ്വം കവിതകളിലേക്ക് ചുരുങ്ങിയിരിക്കുന്നു. പറഞ്ഞുപോകുന്നതിലെ സുഖം, ആശയ കൈമാറ്റത്തിൽ സാധിക്കുന്ന ക്ലേശമില്ലായ്മ ഇതെല്ലാം ഗദ്യാഖ്യാനങ്ങളിലേക്കു തിരിഞ്ഞതിന്റെ കാരണമാണ്. ഗദ്യാഖ്യാനസ്വഭാവത്തെ കൂടുതലായി കവിതയിലേക്കു സ്വീകരിച്ചതുവഴി വ്യത്യസ്തമായ വാക്യഘടകത്തെയും ആഖ്യാനരീതികളെയും ശൈലികളെയും കവിതയിൽ

പ്രയോഗിക്കാൻ ബ്ലോഗുകവികൾക്കു സാധിച്ചു. വിദഗ്ധമായ വാക്സമന്വയങ്ങളെ കാവ്യലക്ഷണമായി കരുതിയിരുന്ന കാലത്തിൽനിന്ന് വ്യത്യസ്തമായി ബ്ലോഗുകളിൽ കവിത ഏതാനും വാക്കുകളിലേക്കു ചുരുങ്ങിയിരിക്കുന്നു. വാക്കുകൾ ഒറ്റയ്ക്കുനിന്ന് കവിതയായി മാറുന്നു. ഓരോ വാക്കും ഓരോ യൂണിറ്റായി മാറുന്നു. പരസ്പരം ബന്ധമില്ലാതെ ഒറ്റയ്ക്കു നില്ക്കുന്ന വാക്കുകളിൽ കവിത രൂപംകൊള്ളുന്നു. വാക്കുകൾ ഒറ്റ യൂണിറ്റായിനിന്നുകൊണ്ട് ഒരു ആശയലോകത്തെ നിർമ്മിക്കുന്നു. ഇത്തരത്തിലുള്ള നിരവധി പരീക്ഷണങ്ങൾ ബ്ലോഗുകവിതയിൽ കാണാം.

ഒരേ കടൽ

ഞാൻ,
നീ,
മിഴി,
മഴ,
പുഴ,
കര,
കടൽ!

(പോസ്റ്റുചെയ്തത്: ഡോണ മയൂര, 11/10/2009)

ബ്ലോഗുകവിതയിൽ വന്ന മറ്റൊരു പരീക്ഷണം ഹൈക്കു കവിതകളുടേതാണ്. ജപ്പാനിലും ചൈനയിലും പ്രചാരം നേടിയ ഈ കവിതാരീതി ബ്ലോഗുകളിലും കാണാം. വാക്കുകൾകൊണ്ടുള്ള ചിത്രരചനയാണ് ഹൈക്കുകവിതകൾ. തീരെ നിസ്സാരമായി തോന്നുന്ന ഏതൊരു കാര്യത്തെപ്പറ്റിയും വളരെ സരളമധുരമായ രീതിയിൽ അത് ദൃശ്യവത്ക്കരിച്ച് തരുന്നു (കരിം പീടികയ്ക്കൽ, 2012:109). 'നിശ്വാസം' എന്ന ബ്ലോഗിൽ നിരവധി ഹൈക്കുകവിതകൾ പോസ്റ്റുചെയ്തിട്ടുണ്ട്. ബൈജു മണിയങ്കാല പോസ്റ്റുചെയ്ത മൂന്ന് ഹൈക്കു കവിതകൾ.

1. മഴ നനയാതെ
   വെയിൽ മാറ്റാൻ
   മേഘങ്ങൾ

2. ഓടി കിതച്ചൊരു
   ശ്വാസം
   മരണത്തിലേക്ക്

3. മരിച്ചിട്ടും
   വിതുമ്പുന്നു
   അടക്കാത്ത പൂക്കൾ (2014:1)

ബ്ലോഗുകവിതയിൽ ശ്രദ്ധേയമായ പരീക്ഷണങ്ങൾ നടത്തിയ കവിയാണ് ടി.പി. വിനോദ്. ഗദ്യവിന്യാസംകൊണ്ട് കവിത ഏതു രൂപത്തിലേക്കും

മാറ്റാമെന്ന് വിനോദിന്റെ കവിതകൾ തെളിയിക്കുന്നു. 'സ്ഥിതിവിവരം' എന്ന പേരിലുള്ള ടി.പി. വിനോദിന്റെ കവിത ചോദ്യോത്തര രൂപത്തിലാണ്.

ഫാസിസത്തെ
പേടിയാണോ?
അതെ
എത്ര പേടിയുണ്ട്?
അതിനോടുള്ള
വെറുപ്പിന്റെയത്ര
അതെത്രയാണ്?
ആറടി
എൺപത്തിമൂന്ന് കിലോ
മുപ്പത്തഞ്ച് കൊല്ലം
ഒരു പ്രപഞ്ചം
(പോസ്റ്റു ചെയ്തത്: 12/10/2014 a)

ഒരേസമയം കവിത രണ്ട് ധ്രുവങ്ങളിലേക്കു തിരിഞ്ഞു നില്ക്കുന്നു. ശീർഷകത്തിൽ നല്കുന്ന വിഷയത്തിനനുസൃതമായ കവിത രണ്ട് ലക്ഷ്യങ്ങളെയും പ്രാപിക്കുന്നു. പദങ്ങളിൽ അന്വയങ്ങളില്ലാതെ കവിത രചിക്കുന്നു. പദങ്ങളുടെ ചേർച്ചകളില്ലാതെ കവിത രൂപപ്പെടുന്നു. കവിതയുടെ പദപ്രയോഗത്തിന് പ്രത്യേകമാനദണ്ഡങ്ങളില്ല. എല്ലാ വാക്കുകളും കവിതയുടെ ഭാഗമാക്കുന്നു.

ഉള്ള(ന/ട)ക്കം

എന്നിൽ
നീ
മണ്ണിൽ
വേരെന്നപോലെ
സഞ്ചാരം
പ്രയാണമെന്നോ
നൃത്തമെന്നോ വിളിക്കാവുന്ന
സന്നിഗ്ദ്ധതയിൽ
വളരുന്നതിന്റെയും
പുളയുന്നതിന്റെയും
സമാഹാരം
(പോസ്റ്റു ചെയ്തത്: വിനോദ് ടി.പി., 09/01/2015 a)

ആത്മകഥാഖ്യാനത്തിന്റെ ശൈലികൾ ബ്ലോഗുകവിതകൾ സ്വീകരിക്കുന്നു. ഗദ്യഭാഷയിൽ ആഖ്യാനം ചെയ്തിരിക്കുന്ന കവിതയിൽ ഓരോരുത്തരും സ്വന്തം കഥ പറഞ്ഞ് തങ്ങളെത്തന്നെ പരിചയപ്പെടുത്തുന്നു. വിഷ്ണുപ്രസാദിന്റെ ബ്ലോഗിൽ രൂപപരമായ പല പരീക്ഷണങ്ങൾക്കും കവിത വിധേയമാകുന്നുണ്ട്.

അവരുടെ മുഖങ്ങൾ ചേർത്തുചേർത്ത്
വൻകരകൾ നിർമ്മിക്കുന്നു...

ഞാൻ ഒരു സ്ത്രീ
1973 നവംബർ 27
മുംബൈ, ഇന്ത്യ:
എന്റെ പേര് അരുണാഷാൻബാഗ്
ഞാൻ മുംബൈയിലെ
കിംങ് എഡ്വേഡ്
മെമ്മോറിയൽ
ആശുപത്രിയിൽ നഴ്സ്.
ആശുപത്രിയിൽ വസ്ത്രം മാറുന്നതിനിടെ
സോഹൻലാൽ ഭർത്താ വാൽമികി എന്ന തൂപ്പുകാരൻ...

(പോസ്റ്റുചെയ്തത്: വിഷ്ണുപ്രസാദ്, 19/08/2014)

വിഷ്ണുപ്രസാദിന്റെ തന്നെ 'കൂനാൻപോഷ്പോറ അഥവ കവി മുഹമ്മദ് അലിയുടെ ആത്മകഥയിലെ ഒരു ഭാഗം' എന്ന കവിത സാമ്പ്രദായികരീതിയിൽനിന്ന് വ്യത്യസ്തമായ രീതിയാണ് സ്വീകരിച്ചിരിക്കുന്നത്. ഒരു സാങ്കല്പിക കവിയുടെ സാങ്കല്പിക ആത്മകഥയിലെ ഭാഗമെന്ന രീതിയിലാണ് എഴുത്ത്. ഇവിടെ വിവരിക്കപ്പെടുന്ന സംഭവം യാഥാർത്ഥ്യമായിരിക്കെതന്നെ ആത്മകഥയും കവിതയും അയഥാർത്ഥമാകുന്നു. കവിതയാകട്ടെ ആത്മകഥയിലെ സ്വയം വിവരണരീതിയിൽനിന്ന് വിട്ട് അതിനുള്ളിൽതന്നെ എഴുതുന്നയാളുടെ മാതാവിനെ ആഖ്യാതാവാക്കുന്നു. പത്ര റിപ്പോർട്ടിങ്ങിന്റെ ഘടനയിൽ എഴുതപ്പെട്ട ഈ കവിത അതിവൈകാരികതയെ ഉള്ളിൽ നിക്ഷേപിക്കുന്നു.

നോവലിന്റെ ആഖ്യാനതന്ത്രമുപയോഗിച്ച് രചിച്ചിരിക്കുന്ന കവിതയാണ് ഉമ്പാച്ചിയുടെ 'ശാരീരികം എന്ന തുടർനോവലിന്റെ ഒരാഴ്ചത്തെ ഭാഗം'. നോവലിന്റെ കഥാസംഗ്രഹവും തുടർഭാഗവും ചേർത്തുനിർമ്മിച്ചിരിക്കുന്ന ഈ കവിത നോവലിന്റെ ശൈലികളെ കവിതാലോകത്ത് സൃഷ്ടിച്ചെടുക്കുന്നു.

തുടർന്നു വായിക്കുക-
ഒരു സുഹൃത്ത്
ഹൃദയം
കടന്നു കളഞ്ഞ ശരീരവുമായി
അവസാനം
ആശുപത്രിയിലെത്തി.
ആളില്ലാത്ത
ഒരു ഹൃദയം

പൊതിഞ്ഞുവാങ്ങി;
പോളിത്തീൻ കവറിൽ.
ഇറങ്ങിപ്പോകുന്നത് പേടിച്ച്
ശരീരത്തിലടച്ചിട്ടു.
അന്ന്
ഒരു ഹൃദയം
തിരിച്ചെത്തി
ഒറ്റയ്ക്ക് (തുടരും)

(പോസ്റ്റുചെയ്തത്: ഉമ്പാച്ചി, 08/02/2013 b)

പാരഡിയുടെ ശൈലികളെ പിന്തുടരുന്നത് ബ്ലോഗുകവിതകളുടെ സവിശേഷതയാണ്. പാടിപതിഞ്ഞ ഗാനങ്ങളും കവിതകളും ലളിതഗാനങ്ങളും ബ്ലോഗുകവിതകളുടെ പശ്ചാത്തലമാകുന്നുണ്ട്.

അൻവർ അലിയുടെ 'ഉറുമ്പിൻകൂട്'എന്ന ബ്ലോഗിൽവന്ന കവിത പ്രകൃതി ദുരന്തത്തെ ഓർമ്മിപ്പിച്ചുകൊണ്ടുള്ള ആക്ഷേപഹാസ്യപാരഡിയാണ്. പ്രസിദ്ധമായ നാടകഗാനത്തിന്റെ പാരഡിയായിട്ടാണ് ഈ കവിത രചിച്ചിരിക്കുന്നത്.

നമ്മളിടിക്കും കുന്നെല്ലാം
നമ്മുടെ പാറ പൈങ്കിളിയേ
നമ്മളുടയ്ക്കും പാറകളോ
നമ്മുടെ മെറ്റൽ മൈങ്കിളിയേ
നമ്മുടെ മെറ്റൽ റോഡുകളിൽ
കുണ്ടും കുഴിയും കൂങ്കിളിയേ

(പോസ്റ്റുചെയ്തത്: 27/01/2011 a)

ഒപ്പരം എന്ന ബ്ലോഗിൽ വന്ന മറ്റൊരു കവിത പ്രസിദ്ധമായ മലയാള കവിതയുടെ പാരഡിയാണ്. രാഷ്ട്രീയ ആക്ഷേപഹാസ്യ കവിതയാണിത്. ടി.പി. ചന്ദ്രശേഖരൻ വധത്തിന്റെ പശ്ചാത്തലമാണ് കവിതയുടെ പ്രേരണയായി നില്ക്കുന്നത്.

അമ്പത്തൊന്നക്ഷരാധീ
മലയാളമേ
വ്രണിത തനു ലതേ
അമ്പത്തൊന്നു മുറിവുകളിൽ
ചോരയുടെ വേദമാകുക
വേദനേ,

(പോസ്റ്റുചെയ്തത്: ഉമ്പാച്ചി, 03/03/2013 a)

കഥാഖ്യാനത്തിന്റെ ശൈലികളെ ബ്ലോഗുകവിത ആഖ്യാനത്തിന് പ്രയോജനപ്പെടുത്തുന്നുണ്ട്. വളരെ ലളിതമായി പറഞ്ഞുപോകുന്ന കുട്ടിക്കഥകളുടെ രീതിയിൽ കവിതയും വന്നുപോകുന്നു. ആഖ്യാനത്തിന്റെ ഗഹനതയില്ലാതെ കൊച്ചുവാക്യങ്ങളെ മുറിച്ചുപറഞ്ഞ് കവിത സൃഷ്ടിക്കുന്നു. ചിലപ്പോൾ വാക്കുകളുടെ ആവർത്തനങ്ങൾ കാവ്യസൗന്ദര്യത്തെ വർദ്ധിപ്പിക്കുന്നു. ആവർത്തിക്കപ്പെടുന്ന വാക്കുകളും വാക്യങ്ങളും പല ബ്ലോഗുകവിതകളിലും കാണപ്പെടുന്നു.

അത്‌ലറ്റ്

എന്റെ പേരു
ഘടോൽക്കചൻ സി സാമുവൽ
നാട് വെബന്നൂർ
ഇന്നു രാവിലെ ജനിച്ചതേയുള്ളൂ.
3 മണിക്കൂറിനുള്ളില്
സംസാരശേഷി കിട്ടി
ഇപ്പോൾ കിടപ്പാണു
വൈകാതെ നടക്കും
പിന്നെ ഓടും
പിന്നെയും ഓടും
പിന്നെയും ഓടും
പിന്നെയും ഓടും
പിന്നെ...
പിന്നെ അറിയില്ല

(പോസ്റ്റുചെയ്തത്: കുഴൂർ വിത്സൺ, 15/03/2008)

കമ്പ്യൂട്ടറിന്റെ ദൃശ്യലോകം തുറന്നുതന്ന കാഴ്ചകളുടെ വിസ്മയം ബ്ലോഗുകവിതകളെയും സ്വാധീനിക്കുന്നുണ്ട്. കവിതകളോട് ചേർക്കപ്പെട്ട ദൃശ്യചിത്രങ്ങൾ കവിതയുടെ ആവിഷ്കാരത്തിന് സഹായകമാകുന്നതുപോലെ വാക്കുകളുടെ വിന്യാസത്തിലൂടെ ദൃശ്യലോകത്തെ ആവിഷ്കരിക്കുന്ന രീതി ബ്ലോഗുകളിൽ കാണാം. കാഴ്ചകളുടെ സൂക്ഷ്മമായ അംശങ്ങളെ കാണിച്ചുതരുന്നവയാണ് ഓരോ ദൃശ്യങ്ങളും. വാക്കുകളുടെ അടുക്കുകളിൽ ദൃശ്യലോകത്തെ വിരിയിച്ചെടുക്കുന്ന ആഖ്യാനരീതി ബ്ലോഗുകവിതകളിൽ കാണാം. വാക്കുകളുടെ ഒറ്റയായ പ്രയോഗത്തിലൂടെ ആശയലോകത്തെ സൃഷ്ടിക്കുന്ന ബ്ലോഗുകവിതകൾക്കൊപ്പം വാക്കുകളുടെ പെരുക്കത്തിൽ ദൃശ്യലോകം വിരിയിച്ചെടുക്കുന്ന കവിതകളും ബ്ലോഗുകളിൽ ആവിഷ്കരിക്കപ്പെടുന്നു. വിഷ്ണുപ്രസാദിന്റെ 'കാഴ്ചയുടെ അതാര്യസ്തരം ഒന്നു പൊട്ടിക്കയേ വേണ്ടൂ' എന്ന കവിത ഇതിനുദാഹരണമാണ്.

എല്ലാത്തിനോടും
ഞാൻ കുട്ടയിൽ കയറിയിരിക്കാൻ പറഞ്ഞു
അവ അനുസരിച്ചു
കുട്ടയുമെടുത്ത് ഞാൻ പുറത്തേക്കിറങ്ങി
താഴ്‌വരയിലെ വള്ളിച്ചെടികളുടെ ഇലകൾക്കുപകരം
കണ്ണുകളായാലെന്തെന്ന് ഞാൻ ചിന്തിച്ചു
വള്ളിച്ചെടികൾ ഇലകൾക്കു പകരം
കണ്ണുകൾ ഇളക്കിനിന്നു
ഞാൻ പിന്നെയും നടന്നു
നിർജ്ജീവമായ പാതയെ
ഞാൻ ദയാപുരസ്സരം നോക്കി
അത് കണ്ണുകളുടെ ഒരു പാതയായിത്തീർന്നു
കണ്ണുകൾ കൊണ്ട് ഞാൻ ലോകത്തെ പുതുക്കി
കണ്ണുകൾ ചേർത്തുവച്ച് മനുഷ്യരെ ഉണ്ടാക്കി
കണ്ണുകൾ അടുക്കിയടുക്കി ബഹുനിലക്കെട്ടിടങ്ങൾ ഉണ്ടാക്കി
മഴയത്ത് ഉടമസ്ഥൻ അഴിച്ചുകൊണ്ടുപോവാതെ
കരഞ്ഞുകൊണ്ടിരിക്കുന്ന ആ പശുവരെ ഇപ്പോൾ
കണ്ണുകൾകൊണ്ട് ഉണ്ടാക്കിയതാണ്
കണ്ണുകളുടെ പാതയിലൂടെ
കണ്ണുകളുടെ കെട്ടിടങ്ങൾ കടന്ന്
കണ്ണുകളുടെ പാലത്തിലൂടെ
കണ്ണുകളുടെ ഒരു നദി കണ്ട്
കണ്ണുകൾ നിറഞ്ഞ മരങ്ങളും താഴ്‌വരകളും കടന്ന്
കണ്ണുകളുടെ ഒരു ജലപാതത്തിലേക്ക് തെന്നിവീണു
എന്റെ കുട്ടയും ഞാനും
കോടിക്കണക്കിന് കണ്ണുകളായി ചിതറി
കാടിന്റെ പച്ചയ്ക്കും ആകാശത്തിന്റെ നീലയ്ക്കുമിടയിൽ...

(പോസ്റ്റുചെയ്തത്: 18/08/2012 b)

എഡിറ്റർമാരിൽ നിന്നുള്ള സ്വാതന്ത്ര്യവും പ്രസാധകമാധ്യമത്തിന്റെ മേലുള്ള അധികാരവും ഏതു തരത്തിലുള്ള പരീക്ഷണങ്ങൾക്കും കവിതയെ വേദിയാക്കാമെന്ന സാധ്യതയെ വളർത്തുന്നു.

5. കുറുങ്കവിതകൾ

ബ്ലോഗുകളിൽ കാണപ്പെടുന്ന കവിതകൾ പൊതുവേ ഹ്രസ്വമായ കവിതകളാണ്. ദീർഘമായ കവിതകൾ ബ്ലോഗുകളിൽ അധികം കാണപ്പെടുന്നില്ല. ബ്ലോഗുകളുടെ മാധ്യമസ്വഭാവം നീണ്ട കവിതകൾക്ക് അനുയോജ്യമല്ല എന്നതാണ് അതിനു കാരണം. വായനക്കാരുടെ മുമ്പിൽ നീണ്ട ആഖ്യാനങ്ങൾ പലപ്പോഴും സ്വീകാര്യമല്ലാതെ വരുന്നു. പെട്ടെന്നു മറിച്ചുപോകാവുന്ന താളുകൾ, ഒറ്റ കാഴ്ചയിൽ ഒതുങ്ങുന്ന പാഠങ്ങൾ

ഇത്തരം സൃഷ്ടികളാണ് ബ്ലോഗിന്റെ മാധ്യമസ്വഭാവത്തിന് കൂടുതൽ ചേർന്നുനില്ക്കുന്നത്. വിഷ്ണുപ്രസാദിന്റെ ഏതാനും കവിതകൾ മാത്രമേ ദീർഘമായ ആഖ്യാനശൈലികളെ സ്വീകരിക്കുന്നുള്ളു. ബഹുഭൂരിഭാഗം കവിതകളും ഒരു പേജിൽ സംഗ്രഹിക്കാവുന്നരീതിയിൽ ഗദ്യശൈലികളെ പിന്തുടരുന്നതിനാൽ കവിതാബ്ലോഗുകളിൽ രൂപപരമായ പല പരീക്ഷണങ്ങൾക്കും വേദിയാകുന്നു.

മലയാളകവിതയുടെ വളർച്ചയെ പരിശോധിച്ചാൽ അത് വലുതിൽനിന്ന് ചെറുതിലേക്കും ദീർഘത്തിൽനിന്ന് ഹ്രസ്വത്തിലേക്കുമുള്ള വളർച്ചയാണ് രേഖപ്പെടുത്തുന്നത്. ഈ വളർച്ചയുടെ വർത്തമാനരൂപമാണ് ബ്ലോഗുകവിതകൾ. ക്ലാസിക്കൽ ഘട്ടങ്ങളിലും തുടർന്നും മലയാളകവിത ദീർഘങ്ങളായിരുന്നു. മനോഹരവർണ്ണനകളിലൂടെ കാവ്യപശ്ചാത്തലത്തെ സൗന്ദര്യവത്ക്കരിച്ചപ്പോൾ അവ ദീർഘകവിതകളായി മാറി. സാങ്കേതികതയുടെ വളർച്ച കവിതയെയും സ്വാധീനിച്ചപ്പോൾ ദീർഘമായ പാരായണങ്ങൾ അരോചകമായി മാറി. ഇന്ന് ചെറുതുകളിലേക്കാണ് സാങ്കേതികത മനുഷ്യനെ എത്തിച്ചുകൊണ്ടിരിക്കുന്നത്. കൈവെള്ളയിൽ ഒതുങ്ങുന്ന ചെറിയ ഉപകരണങ്ങളെ വികസിപ്പിച്ച സാങ്കേതികതയുടെ സ്വാധീനം ഭാഷയെയും നിയന്ത്രിച്ചുകൊണ്ടിരിക്കുന്നു. ദീർഘമായ കത്തുകൾ ഇന്ന് ഹ്രസ്വമായ മെസ്സേജുകളായി ചുരുങ്ങിയതുപോലെ ദീർഘകാവ്യങ്ങൾ ബ്ലോഗുകളടക്കം നവമാധ്യമങ്ങളിൽ കുറുങ്കവിതകളായി പരിവർത്തനം ചെയ്തുകൊണ്ടിരിക്കുന്നു.

സാങ്കേതികതയുടെ ഫലമായുണ്ടായ ചുരുക്കെഴുത്തുകവിതകൾ ബ്ലോഗുകളിൽ ധാരാളമായി പോസ്റ്റു ചെയ്യപ്പെടുന്നു. അതിവർണ്ണനകളോ, ദീർഘവിവരണങ്ങളോ ഇല്ലാതെ ഒരു മനോനിലയെ ഏതാനും വാക്കുകളിൽ പറഞ്ഞുതീർക്കുന്നവയാണ് കുറുങ്കവിതകൾ. ബ്ലോഗുകളുടെ ഘടനാരീതിയും വായനക്കാരുടെ താല്പര്യങ്ങളും കുറുങ്കവിതകളുടെ വളർച്ചയ്ക്ക് ഹേതുവായിത്തീരുന്നു. കുറഞ്ഞ വാക്കുകളിൽ പറഞ്ഞവ വായനക്കാരുടെ ദൃഷ്ടിയിൽ വേഗം പതിയപ്പെടാനുള്ള സാധ്യതയാണ് ബ്ലോഗുകളിൽ അവയെ പ്രിയപ്പെട്ടതാക്കി മാറ്റുന്നത്.

തീ

തീയക്ഷരം
കെട്ടുപോകല്ലേയെന്ന്
കവിക്കൂട്ടുകാരി.
കവിത പൊള്ളിയ പെണ്ണ്,
തീക്കു ചുറ്റും
മൂന്നുകല്ലുകൾ വച്ച്
ജീവിതം വേവിച്ചു.

(പോസ്റ്റുചെയ്തത്: ഹൻല്ലലത്ത്, 14/05/2014)

പാകം

വെട്ടിക്കാൻ വീതിയില്ലാത്ത
മരണത്തിന്റെ ഒറ്റവരി പാതയിൽ
രണ്ട് ചക്രത്തിൽ അരഞ്ഞുപോയ ആത്മാക്കളാവണം
നാലുവരി നൊസ്റ്റാൾജിയയിലിന്നലെ നാം
നട്ടുവളർത്തിയ മരം വെട്ടിയിട്ടത്
കം, തകം,
കൊലപാതകം തന്നെ!

(പോസ്റ്റുചെയ്തത്: വിശാഖ് ശങ്കർ, 06/03/2014)

കഥ

തളർന്നുറങ്ങിപ്പോയ കുട്ടികളുടെ
ശ്വാസത്താൽ കുതിർന്ന്
പേടിസ്വപ്നങ്ങളുടെ ഏകാന്തസഞ്ചാരം.

(പോസ്റ്റുചെയ്തത്: പ്രഭ, 15/12/2014 a)

അനുകരണം

തന്നെത്തന്നെ
അനുകരിക്കണമെങ്കിലും
അനുകരിക്കാതിരിക്കണമെങ്കിലും
അവനവന്റെ വിശദാംശങ്ങൾ
അത്രമേൽ ഓർമ്മയിലുണ്ടാവണം
ആളുകൾ
തന്നെത്തന്നെയിങ്ങനെ
ആവർത്തിച്ച് ഹൃദ്രിസ്ഥമാക്കുന്നത്
അതിനുവേണ്ടിയുമാവാം

(പോസ്റ്റുചെയ്തത്: വിനോദ്, 03/02/2010)

കവിതാഡയറി

നീതിമാന്റെ വേഷം കെട്ടി
നാണം കെടാൻ ഞാനില്ല
നിങ്ങളോടൊപ്പം മറ്റൊരു കള്ളനായി
നിവർന്ന നെഞ്ചോടെ ഞാൻ മുന്നേറും.

(പോസ്റ്റുചെയ്തത്: പ്രഭാകരൻ എൻ., 17/12/2013)

കുറുങ്കവിതകൾ വാക്കുകൾകൊണ്ടുള്ള ഒരു ചിത്രരചനയാണ്. ഏതാനും വാക്കുകൾകൊണ്ട് ഒരു കവിത നിർമ്മിക്കുന്നു. ഭാവതീവ്രത കളെ ജ്വലിപ്പിക്കാതെ കവി അല്പകാര്യം പറഞ്ഞു കടന്നുപോകുന്ന ശൈലിയാണ് ഇത്തരം കവിതകളിലുള്ളത്. ചുരുങ്ങിയ വാക്കുകളിലും ചുരുങ്ങിയ സമയങ്ങളിലും കവിത നിർമ്മിക്കപ്പെടുന്നു. കമ്പ്യൂട്ടർ സ്ക്രീനിന്റെ വായനയിൽ വളരെയധികം സമയം ഒരു സ്ക്രീനിലും ദൃഷ്ടി യുറപ്പിച്ചുനിർത്താൻ വായനക്കാരൻ ആഗ്രഹിക്കുന്നില്ല. അതിനാൽ ഒറ്റ നോട്ടത്തിൽ ഒപ്പിയെടുക്കാൻ സാധിക്കുന്ന കുറുങ്കവിതകൾ ബ്ലോഗുകളിൽ കൂടുതലായി സ്ഥാനം പിടിക്കുന്നു.

പതിനാറ്

ഭാവുകത്വം ബ്ലോഗുകവിതയിൽ

ബ്ലോഗുകവിത വർഷങ്ങൾ പിന്നിടുമ്പോൾ കവിതയിൽ പുതിയ ഭാവുകത്വങ്ങളെ ഉറപ്പിക്കുന്നതു കാണാം. സാങ്കേതികതയുടെ സ്വത്വത്തിൽ പിറക്കുന്ന കവിതകളായതിനാൽ അച്ചടികവിതകൾക്കുപരി സാങ്കേതികവിദ്യയുടെ സ്വാധീനങ്ങൾ കവിതാലോകത്തിനുള്ളിലും പുറമെയും ബ്ലോഗുകവിതകളുടെ സവിശേഷതയായി മാറുന്നു. സാങ്കേതികവിദ്യയുടെ വളർച്ച എല്ലാ മനുഷ്യരെയും ഒന്നിപ്പിക്കുന്ന പൊതുമണ്ഡലത്തിന്റെ വളർച്ചയിലേക്കാണ് വഴി നടത്തിയത്. ഈ പൊതുമണ്ഡലം ആശയവിനിമയത്തിന്റെ പൊതുവേദിയായി മാറി. ബ്ലോഗുകൾ ഇത്തരത്തിൽ പൊതുമണ്ഡലത്തിന്റെ ഇടമായി ജനപ്രീതി ആർജ്ജിച്ചതിനാൽ അവിടെ അവതരിച്ച കവിതകളും സാങ്കേതികവിദ്യയുടെയും അതിലേക്കു കടന്നുവന്ന ലോകമെമ്പാടുമുള്ള മലയാളിയുടെയും ഭാവുകത്വത്തെ പ്രകാശിപ്പിക്കുന്ന സാഹിത്യരൂപമായി മാറി.

1. പ്രവാസിസാഹിത്യം

ബ്ലോഗുസാഹിത്യത്തിൽ പൊതുവെയും കവിതകളിൽ പ്രത്യേകമായും നിറഞ്ഞുനില്ക്കുന്ന ഒന്നാണ് പ്രവാസിയുടെ ജീവിതം. പിറന്ന നാടിനെയും പ്രിയപ്പെട്ടവരെയും ഉപേക്ഷിച്ച് തൊഴിലിനുവേണ്ടി അന്യനാടുകളിൽ കഴിയുന്ന ചിതറിക്കപ്പെട്ട ഒരു ജനവിഭാഗത്തിന്റെ ഗൃഹാതുരതയും ഉത്കണ്ഠകളുമാണ് സാഹിത്യസൃഷ്ടികളായി പുറത്തുവരുന്നത്. മലയാളസാഹിത്യത്തിൽ ഒരു വിഭാഗമായി നിലനില്ക്കാൻ തക്കവിധം പരിപുഷ്ടമായ ഒരു ശാഖയായിതീർന്നിരിക്കുന്നു പ്രവാസിസാഹിത്യം. പ്രവാസലോകത്തെക്കുറിച്ചുള്ള ഏതു ചിന്തയിലും നാടും പുറംനാടും ഒരുപോലെ ത്രസിപ്പിക്കുന്ന അനുഭവമായി കടന്നുവരുന്നുണ്ട്. മറ്റൊരു നാട്ടിൽ അന്യരായി കഴിയേണ്ടിവരുന്നതിന്റെ സ്വത്വപ്രശ്നവും നഷ്ടപ്പെട്ട നാടിനെപ്പറ്റിയുള്ള ഉത്കണ്ഠകളും സൃഷ്ടിച്ച മാനസികാവസ്ഥകളിൽനിന്നാണ് മിക്കവാറും ബ്ലോഗുകവിതകളുടെ ജനനം. മലയാളത്തിന്റെ മണ്ണിൽനിന്ന് അകലുംതോറും ആ മണ്ണിന്റെ ഗന്ധവും അതിന്റെ ഭൂതകാല ഫലഭൂയിഷ്ഠതയും

മനസ്സിൽ വിങ്ങുന്ന നോവായിതീരുന്നു. "അകലുംതോറും സാന്ദ്രീകരിക്കപ്പെടുന്ന അടുപ്പത്തിന്റെ ലോകമാണ് പ്രവാസി എഴുത്തിലുള്ളത്" (ഉഷാകുമാരി, 2011 a:1).

സാങ്കേതികവിദ്യയുടെ പൊതുവേയുണ്ടായ കുതിപ്പുകളും ബ്ലോഗുപോലെയുള്ള സോഷ്യൽ നെറ്റുവർക്കു മാധ്യമങ്ങളുടെ വളർച്ചയും പ്രവാസിയിലുണ്ടായ ത്രസിപ്പിക്കുന്ന ആവേശങ്ങളെ ഏറ്റെടുക്കുവാൻ പര്യാപ്തമായിരുന്നു. ഉള്ളിലെ അനുഭവങ്ങൾ ലോകത്തോടു പറയേണ്ടതാണ് എന്നു പ്രവാസി മലയാളി തിരിച്ചറിഞ്ഞു. പരസ്യമായി സംവദിക്കാൻ ഒരു സ്വകാര്യമാധ്യമം പോലും ഇല്ലാതെപോയ മുൻകാല പ്രവാസികളിൽനിന്ന് വ്യത്യസ്തമായി പുതുതായി ലഭിച്ച മാധ്യമഇടങ്ങളിൽ പ്രവാസി രചനകൾ കൂട്ടമായി സ്ഥാനം പിടിച്ചു. പുതിയ ഒരു സ്വത്വത്തെ പ്രതിഷ്ഠിക്കുന്നതിനുള്ള ശ്രമം ഈ രചനകളിൽ കാണാം. "ബ്ലോഗുകളിലും സോഷ്യൽ നെറ്റുവർക്കിങ്ങ് ഗ്രൂപ്പുകളിലും മറ്റു കമ്മ്യൂണിക്കേഷൻ ഗ്രൂപ്പുകളിലും കാണുന്ന പ്രവാസികളുടെ സാന്നിധ്യം അവരുടെ പുതിയ സ്വത്വബോധത്തെയാണ് സ്ഥാപിച്ചെടുത്തത്. പ്രവാസി സ്വത്വവും നെറ്റിസൺഷിപ്പ് എന്ന പുതിയ പൗരത്വവും ചേർന്ന യാഥാർത്ഥ്യത്തിന്റെയും പ്രതീതിയാഥാർത്ഥ്യത്തിന്റെയും സമ്മിശ്ര സ്വത്വമാണത്" (2011 a:2).

ഡോണ മയൂര എന്ന മറുനാടൻ എഴുത്തുകാരി കവിതയിൽ പ്രവാസത്തിന്റെ പ്രലോഭനത്തെ വെളിപ്പെടുത്തുന്നു.

> പളനിക്ക്
> കടലമ്മ കൊടുത്ത
> കൊമ്പൻസ്രാവ് പോലെയാണ്
> പ്രവാസം.
>
> (പോസ്റ്റുചെയ്തത്: 21/06/2012)

നഷ്ടപ്പെട്ടുപോകുന്നകുടുംബവും കുടുംബബന്ധങ്ങളും പല കവിതകളിലും നോവിന്റെ തിരകളെ സൃഷ്ടിക്കുന്നുണ്ട്.

> അവൾ,
> വിരഹക്കടലിൽ
> സങ്കടം തിന്നും
> ഇണ മത്സ്യം.
>
> അവൻ,
> പൊള്ളുന്ന മണലിൽ
> ജലം തേടും
> നിലക്കാത്ത പിടച്ചിൽ...

നീ,
ഉണർവ്വിനും
ഉറക്കിനുമിടയ്ക്കുള്ള
ആലസ്യത്തിൽ
നഷ്ടമാവുന്നതും
ശിഷ്ടമാവുന്നതും
തിരിച്ചറിയാതെ...

(പോസ്റ്റുചെയ്തത്: അബ്ദുൾകലാം, 30/08/2013)

പ്രവാസിയുടെ ജീവിതം അരക്ഷിതചിന്തകളുടെ നടുവിലാണ്. ആർക്കുവേണ്ടി ജീവിക്കുന്നുവെന്നറിയാത്ത വ്യർത്ഥബോധം ജീവിതത്തിന്റെ ഭാഗമാകുന്നു. അപരിചിതമായ നാട്ടിൽ ജീവിതം ആർക്കോവേണ്ടി വിൽക്കേണ്ടിവന്ന നഷ്ടബോധം കവിതകളിൽ ഉൾക്കനം വച്ചുനില്ക്കുന്നു.

മണ്ണോ? മണ്ണിരയേയോ
കണ്ടിട്ടില്ല ഞങ്ങള്
തവിടു തിന്ന് വെള്ളം കുടിച്ച്
ചിക്കിച്ചികയാനറിയാതെ
കൊലക്കത്തിയാൽ
വറചട്ടിയിലേക്ക്
ഹോമിക്കുന്നു നിങ്ങൾ
ഞങ്ങളുടെ ജീവിതം!

മണ്ണും കുടുംബവും
വിട്ട് നിങ്ങൾ
തൈരു കൂട്ടി ഖുബ്ബൂസ് തിന്ന്
ചിക്കിചികയാൻ ശ്രമിക്കാതെ
പ്രവാസക്കത്തിയാൽ
ജീവിത ചട്ടിയിലേക്ക്
ഹോമിക്കുന്നു നിങ്ങൾ
നിങ്ങളുടെ ജീവിതം!

(പോസ്റ്റുചെയ്തത്: മുഹമ്മദ് സാഗീർ, 12/10/2012)

നാടിന്റെ വർത്തമാനാവസ്ഥയിൽ വേവലാതിപ്പെടുന്ന നിരവധി കവിതകളുണ്ട്. ഭാഷയുടെയും സംസ്കാരത്തിന്റെയും സൗഹാർദ്ദത്തിന്റെയും മേഖലകളിലുണ്ടാകുന്ന തകർച്ചകളും അധഃപതനങ്ങളും കൂടുതൽ അസ്വസ്ഥതപ്പെടുത്തുന്നത് മറുനാടൻ മലയാളിയെയാണ്. ദേശത്തിന്റെ നഷ്ടങ്ങളെ വായിച്ചെടുക്കാൻ ഏറ്റവും യുക്തം അവരുടെ കൃതികളെ വായിച്ചെടുക്കുകയാണ്. അസ്വസ്ഥതകൾക്കുള്ള കാരണം നാടുമായി ബന്ധിക്കുന്ന പൊക്കിൾക്കൊടി ബന്ധമാണ്.

ഹോ...
ഇപ്പോൾ ഇവിടെയിരുന്നെന്റെ
നെഞ്ഞടിപ്പിന്റെ ശക്തി വർദ്ധിക്കുന്നു.
എനിക്കുമുണ്ടൊരു പെങ്ങളങ്ങു ഭാരതാമ്മയു
ടെ മടിത്തട്ടിൽ!

(പോസ്റ്റുചെയ്തത്: മൈ ഡ്രീംസ്, 14/01/2013)

പ്രവാസിരചനകളുടെ മുഖ്യമായ വിഷയം ഭൂതകാലത്തെ സംബന്ധിച്ച ഗൃഹാതുരതയാണ്. അവ യഥാർത്ഥത്തിൽ ദേശാതുരതയാണ് പങ്കുവയ്ക്കുന്നത്. നാടും നാടിന്റെ കാഴ്ചയും പ്രകൃതിയും ബാല്യകാലങ്ങളും പ്രണയവുമെല്ലാം ദേശത്തിന്റെ ചിത്രക്കുറിപ്പുകളായി പുറത്തുവരുന്നു. വിട്ടുപോന്ന ഇടത്തിനും എത്തിച്ചേർന്ന ഇടത്തിനുമിടയിലുള്ള ഈ സാംസ്കാരിക സ്ഥലം മൂന്നാമിടമെന്നു സച്ചിദാനന്ദൻ വിളിക്കുന്ന ഇവിടം - ഇന്ന് സവിശേഷമായൊരു ഉണർവ്വിലാണ്. എത്തിച്ചേർന്ന വേറിട്ട ഇടങ്ങളിൽനിന്നുകൊണ്ട് വിട്ടുപോന്ന ഇടങ്ങളെ സമസ്ത ഇന്ദ്രിയങ്ങൾകൊണ്ടും കണ്ടും കേട്ടും മണത്തും വരച്ചും എഴുതിയും ഈ രചനകൾ എഴുത്തിന്റെ പുതിയൊരു ഭൂപടമാവുകയാണ് (ഉഷാകുമാരി, 2011 a:1).

പ്രവാസനാട്ടിലിരുന്നുകൊണ്ട് വീടിനെയും നാടിനെയും ബാല്യത്തെയും ഓർത്തെടുക്കുന്ന നിരവധി കവിതകൾ ബ്ലോഗിലുണ്ട്. പ്രവാസ ഭവനങ്ങളിലെ വസ്തുക്കൾ ഓർമ്മകളെ നിരന്തരം പിൻകാലങ്ങളിലേക്കു കണ്ണിചേർത്തുകൊണ്ടിരിക്കുന്നു. നഷ്ടപ്പെട്ട ബാല്യവും ബന്ധങ്ങളും ചുറ്റുപാടുകളും പരസ്പരം ബന്ധി പ്പിക്കുന്ന കണ്ണികളായി അവിടെയുള്ള വസ്തുബിംബങ്ങൾ പ്രത്യക്ഷപ്പെടുന്നു. ആർഷയുടെ 'മറക്കാതിരിക്കാനായി മാത്രം' എന്ന ബ്ലോഗിൽ പ്രത്യക്ഷപ്പെടുന്ന കവിതകളിലധികവും ജന്മനാടിന്റെ ഹൃദയതുടിപ്പുകളാണ്.

ഒരു ചായ

അടുക്കളതളത്തിൽ ഇരിപ്പുണ്ട് ഒരു ചായ
ആറിത്തണുത്ത് അനാഥമായി!

'അമ്മേ പാല്' കൊഞ്ചലിനൊപ്പം,
'എടിയേ ഷർട്ട്' എന്നൊരു വിളിക്കൊപ്പം,
'ശ്ശ്ശ്സ്' എന്ന് നീട്ടിയൊരു വിസിലിനൊപ്പം,
ആയില്ലേ ദോശ' ചോദ്യങ്ങൾക്കൊപ്പം,
'ഞങ്ങളെ എപ്പോഴാ കീറി മുറിക്കുവാ'
സാമ്പാർ കഷ്ണചിണുങ്ങലിനൊപ്പം,
ദൂരെ നിന്ന് നീട്ടിയടിക്കുന്നൊരു സ്കൂൾ
ബസിന്റെ 'നേരം നേരം പോയ്' ഹോണിനൊപ്പം,

തളത്തിൽ കാത്തുകാത്തിരിപ്പുണ്ട്
അമ്മയുടെ ആദ്യമൊഴിച്ച ചായ!
(പോസ്റ്റുചെയ്തത്: 14/01/2014)

നാടിന്റെ നഷ്ടപ്പെട്ടുപോയ ഗ്രാമകാഴ്ചകൾ വേദനിപ്പിക്കുന്നുണ്ടെങ്കിൽ അതു കൂടുതലും പ്രവാസികളെയാണ്. ഗ്രാമങ്ങളെ നഗരങ്ങളാക്കുന്നതിനുള്ള വെമ്പലിൽ നഷ്ടപ്പെടുന്ന ഗ്രാമീണ പ്രകൃതി ഈ ദേശത്ത് പാർക്കുന്നവരെ തെല്ലും അലോസരപ്പെടുത്തുന്നില്ല. നാടിന്റെ നഷ്ടങ്ങളെപ്പറ്റിയുള്ള വിലാപങ്ങൾ പ്രവാസകവിതകളുടെ സവിശേഷതയാണ്. അടുത്ത തലമുറയ്ക്ക് കാത്തുവയ്ക്കാതെ പോയ ഗ്രാമീണ പ്രകൃതിയെപ്പറ്റിയുള്ള ചിന്തയാണ് ആർഷയുടെ 'കാത്തുവച്ചില്ല' എന്ന കവിത.

മലയെഴുതി മണലെഴുതി
കരിമ്പാറ കെട്ടുകളെഴുതി
വയൽവരമ്പോടിയ
കഥകളെഴുതി ഞാൻ,
മകനൊരു കഥയ്ക്കുള്ള
കടലാസ് കരുതിയില്ല.

ഒരു മണം നല്കാൻ
ഒരു പൂ കാത്തുവെച്ചില്ല
ദാഹമെന്നോതുമ്പോൾ
നല്കാനൊരിറ്റു ജലം
ഒരു കളിവീടിനോരൽപ്പം
മണലും കുഞ്ഞുതിട്ടയും
ചാടിക്കടക്കാനൊരു വയൽ
വരമ്പീറൻ, കരുതീലയെങ്കിലും
പോയ് വരികെന്റെ മകനെ
എന്നെ ഞാനാക്കും മണ്ണിൽ.
(പോസ്റ്റുചെയ്തത്: 27/09/2013)

പ്രവാസികളായി മറുനാടുകളിലേക്ക് കുടിയേറിയവരിൽ അധികവും മികച്ച സുഖജീവിതം തേടി യാത്രചെയ്തവരായിരുന്നില്ല. ജീവിതത്തിന്റെ ദരിദ്ര്യത്തിൽ നിന്നുള്ള കരകയറലായിരുന്നു അവരുടെ ലക്ഷ്യം. ജീവിതത്തിന്റെ ദരിദ്രമായ ബാല്യകാലം തന്ന നൊമ്പരങ്ങൾ മുറിവുകളായി ഉള്ളിൽ രേഖപ്പെടുത്തപ്പെട്ട അവർ ആ മുറിവുകളിൽ വീണ്ടും സ്പർശിച്ച് അതിന്റെ സുഖത്തിൽ രമിക്കുന്ന കാഴ്ച കവിതകളിൽ തെളിഞ്ഞു കാണാം.

ആണ്ടറുതി – കാലം
ഉരുട്ടി വെച്ച ബലിച്ചോറ്.

പുരണ്ടിരിപ്പാണതിൽ
നഷ്ടബാല്യത്തിൻ
തിരിച്ചറിവ്.

ഇന്നലെകളിൽനിന്നും
കർക്കിടക രാവിലേക്ക്
ഇരുൾ കീറി
വരുന്നുണ്ട് -
മഴ നനഞ്ഞൊരു
അച്ഛൻ.

വിശപ്പിൽ, വറുതിയിൽ,
ജപ്തി നോട്ടീസ്സിൽ
പാദങ്ങളിടറി
മനസ്സുടഞ്ഞ
ഒരു ചിരിയോടെ.

(പോസ്റ്റുചെയ്തത്: മനുനെല്ലായ, 05/08/2013)

നഷ്ടപ്പെട്ടതെന്തോ ഭാണ്ഡത്തിൽ പരതുന്ന കുട്ടിയുടെ മനസ്സാണ് പ്രവാസിക്ക്. നഷ്ടപ്പെട്ടതെന്ത് എന്നുതിരിച്ചറിയാനാവാത്ത ദുഃഖം എപ്പോഴും അലയടിക്കുകയും അവ കവിതകളായി രൂപംപ്രാപിക്കുകയും ചെയ്യുന്നു. പ്രവാസി സ്വത്വത്തിന്റെ ഇടങ്ങളിലിരുന്ന് നിരന്തരം വേവലാതിപ്പെടുന്ന ചിന്തകൾക്ക് വീടിന്റെ ഓർമ്മകൾ സാന്ത്വനം നല്കുന്നു.

എന്തോ ഒന്ന്

പണ്ട് അമ്മമ്മ
പിറന്നാളിനോ പാലുകാച്ചലിനോ പോയി മടങ്ങുമ്പോൾ
നെയ്യപ്പത്തിന്റ്യോ
മൈസൂർപ്പഴത്തിന്റ്യോ
പപ്പടക്കഷ്ണത്തിന്റ്യോ, അല്ലെങ്കിൽ
ഉപ്പേരീന്റ്യോ ഒപ്പരം
കോന്തലയിൽ പൊതിഞ്ഞുകൊണ്ടുവരുന്ന
എന്തോ ഒന്നുണ്ട്.

എന്റെ അമ്മയും ഭാര്യയും അവളുടെ വീട്ടുകാരും
അപ്പനും ഭാര്യയും അവരുടെ മക്കളുമൊക്കെ
വീതം വെച്ചാൽ കുറഞ്ഞുപോകുമോ എന്ന് പേടിക്കുന്ന
എന്നാൽ വീതിച്ചില്ലെങ്കിൽ കെട്ടുപുളിക്കുന്ന
എന്തോ ഒന്ന്.

(പോസ്റ്റുചെയ്തത് : പ്രമോദ് കെ.എം., 21/10/2013 a)

2. ഉടനെഴുത്തുകൾ

ലോകത്തെവിടെയിരുന്നും പ്രതികരണങ്ങൾ ഉടൻ രേഖപ്പെടുത്താൻ കഴിയുന്ന മാധ്യമ സവിശേഷതയാണ് ബ്ലോഗ് അവതരിപ്പിച്ചത്. ബ്ലോഗുകവിതയുടെ ഭാവുകത്വത്തെ നിർണ്ണയിക്കുന്ന പ്രധാന ഘടകങ്ങളിലൊന്ന് ഉടനെഴുത്തുകൾക്കുള്ള ഈ സാധ്യതയാണ്. അച്ചടിമാധ്യമത്തിന്റെ അളവുകോലുകൾ ഈയർത്ഥത്തിൽ ബ്ലോഗുകവിതകൾക്കു ചിലപ്പോൾ ഇണങ്ങാതെവരും. പ്രതികരണമെഴുതി പോസ്റ്റു ചെയ്ത് എഡിറ്ററുടെ കൈകളിലൂടെ കയറിയിറങ്ങി അത് പ്രസാധനം ചെയ്യുന്നതുപോലെയല്ലല്ലോ സംഭവങ്ങൾക്കു നേർക്കുനേർനിന്ന് പ്രതികരിക്കാൻ ലഭ്യമാകുന്ന വേദി. വികാരങ്ങൾ തീവ്രമാകുകയും ഭാഷ വികാരങ്ങൾക്കു വഴിപ്പെട്ടുനില്ക്കുകയും ചെയ്യുന്ന അവസ്ഥ ഇവിടെ സ്വാഭാവികമായി വന്നു ചേരുന്നതാണ്.

ബ്ലോഗുകവിതകൾ വർത്തമാനകാല സംഭവങ്ങളോടും വാർത്തകളോടും യാഥാർത്ഥ്യങ്ങളോടുമുള്ള പ്രതികരണങ്ങളാണ്. കുട്ടികൾക്കെതിരെയുള്ള അക്രമങ്ങൾ, സ്ത്രീപീഡനങ്ങൾ, പലതരത്തിലുള്ള ഹിംസകൾ, അഴിമതികൾ, രാഷ്ട്രീയ ഉപജാപങ്ങൾ, കലുഷിതമാകുന്ന സമകാല അവസ്ഥകൾ ഇങ്ങനെ ബ്ലോഗുകളിൽ കവിതയ്ക്കു വിഷയമായിത്തീരുന്നത് വർത്തമാനകാലവിശേഷങ്ങളാണ്. വർത്തമാനകാല വിശേഷങ്ങളുടെ അവതരണവേദിയാണ് ദിനപ്പത്രമെങ്കിൽ ആ വർത്തമാനകാലലോകത്തിന്റെ അപഭ്രംശങ്ങൾക്കെതിരെ സ്വകാര്യഇടങ്ങളിലിരുന്ന് പ്രതിരോധം തീർക്കുകയാണ് ബ്ലോഗുകൾക്കുള്ളിലെ കവികൾ. സാമൂഹ്യപ്രതിബദ്ധതയെ പ്രകടിപ്പിക്കുന്നതിനുള്ള ഏറ്റം സൗകര്യപ്രദമായ സാഹിത്യരൂപം കവിതയാണ് എന്നവർ തിരിച്ചറിയുന്നു. സാഹിത്യത്തിന്റെ നൈയാമിക കെട്ടുപാടുകളില്ലാതെ കവിതയെ പ്രതികരണത്തിന്റെ വേദിയാക്കി മാറ്റുന്നു. ദിനപ്പത്രങ്ങൾ കേരളചരിത്രത്തിന്റെ ദിനവൃത്താന്തങ്ങളെയാണ് അവതരിപ്പിക്കുന്നതെങ്കിൽ ആ ചരിത്രത്തിന്റെ മറുപുറം, പ്രതികരണങ്ങളിൽ തെളിയുന്ന കാവ്യരൂപങ്ങളായി ബ്ലോഗുലോകത്തും വായിച്ചെടുക്കാം.

അച്ചടിമാധ്യമങ്ങൾക്കുപരി ബ്ലോഗുകൾ തുറന്നുതന്ന തത്സമയ ആശയപ്രകാശനസ്വാതന്ത്ര്യത്തിന്റെ പശ്ചാത്തലത്തിൽനിന്നു മാത്രമേ ബ്ലോഗുകവിതയെയും വിലയിരുത്താൻ കഴിയൂ. അതിൽ പ്രകടമാകുന്ന സൂക്ഷ്മ രാഷ്ട്രീയം അച്ചടിമാധ്യമങ്ങൾ അവതരിപ്പിക്കുന്നതുപോലെയുള്ളതല്ല. ഉടനെഴുത്തുകൾക്കും പ്രതികരണങ്ങൾക്കും സംഭവിക്കുന്ന സ്വാഭാവിക രീതി വാക്കുകളുടെ തള്ളിക്കയറ്റവും അവയുടെ അനിയന്ത്രിതമായ പ്രയോഗവുമാണ്. വൈകാരികതയുടെ പുറംതള്ളലിൽ രൂപപ്പെടുന്ന വാക്കുകൾക്ക് അവയുടെ സ്വാഭാവിക പ്രതലങ്ങളിൽനിന്ന് വ്യാഖ്യാനിക്കുമ്പോഴേ അർത്ഥം ലഭിക്കുകയുള്ളൂ. ഭാഷയുടെ സന്നിഗ്ധതകളിൽ കുഴിച്ച് യാഥാർത്ഥ്യത്തിന്റെ മറുപുറത്തെത്താനുള്ള ശേഷിയാണ് പരമ്പരാഗത കവിതയുടെ രാഷ്ട്രീയമെങ്കിൽ എന്തിനെയും ഏതിനെയും ക്ഷണനേരം

കൊണ്ട് വാക്കുകളാലെരിയിച്ചുകളയാനുള്ള വിനിമയശേഷിയാണ് ബ്ലോഗു കവിതയുടെ ശക്തി. ഡൽഹിയിലെ പെൺകുട്ടിയുടെ നേർക്കുനടന്ന അക്രമത്തെപ്പറ്റിയുള്ള പത്രവാർത്തകളാണ് സമീരം എന്ന ബ്ലോഗിൽ ഈ കവിതയെ ജനിപ്പിച്ചത്.

സർവ്വസ്വം

വിശുദ്ധിയുടെ താഴ്വരകളിൽ
ഒറ്റയ്ക്കലയുമ്പോൾ എന്റെ മനസ്സിൽ
നിന്റെ മുഖം മാത്രമായിരുന്നു
ചെന്നായകൾ ആക്രമിച്ചപ്പോഴും
എന്നെ കടിച്ചു കീറിയപ്പോഴും
ഞാൻ നിലവിളിച്ചത് നിന്റെ പേരായിരുന്നു
പിന്നീടെപ്പോഴോ ഒരു നേരത്ത്
ബോധം തെളിഞ്ഞപ്പോൾ
ആദ്യം ചോദിച്ചതും നിന്നെയായിരുന്നു
ഇന്നീ കിടക്കയിൽ മരണവും പിന്നെ
ജീവന്റെ മാലാഖമാരും
എനിക്കായി പോരാടുമ്പോൾ
ഞാൻ തിരയുന്ന മുഖവും
നിന്റേതാണെന്നു നീ അറിയുന്നോ!

(പ്രവീൺ കാരോത്ത്, 12/12/2012)

വെള്ളിനക്ഷത്രം എന്ന ബ്ലോഗിൽവന്ന കവിത

രാവിലെ പ്രാതലായി
പത്രം വിളമ്പിയ കാഴ്ച കണ്ട്
കണ്ണുകളിൽ തിമിരം
ഒരു പിഞ്ചു തെരുവുബാല്യത്തെ
രാത്രിയുടെ മറവിൽ
ഏതോ കാമകഴുകൻ
വെറുതെയാണോ മനുഷ്യരുടെ തന്ത കുരങ്ങനാണെന്ന്
ഡാർവ്വിൻ സിദ്ധാന്തിച്ചത്.

(മുഹമ്മദ് സാഗീർ, 18/02/2009)

പത്രവാർത്തയാണ് ഈ കവിതകളുടെ പ്രേരകശക്തിയായി നിൽക്കുന്നത്. വാർത്തകളോടുള്ള പ്രതികരണം കവിതയുടെ പ്രയോഗസാധ്യതകളെ മറികടന്നും നിർവ്വഹിക്കുന്നു. 'വെറുതെ ആണോ മനുഷ്യരുടെ തന്ത കുരങ്ങനാണെന്ന്' സ്വാഭാവികപ്രതികരണത്തിന്റെ തലങ്ങളാണ് ഇവിടെ കവിതയുടെ പശ്ചാത്തലമൊരുക്കുന്നത്. കവിതയുടെ ഭാഷ സ്വാഭാവിക

സംഭാഷണത്തിന്റെ ശൈലിയെ പ്രാപിക്കുന്നു. കവിതയെന്നാൽ എടുത്തു പയോഗിക്കാനുള്ള ഭാഷോപകരണമായി ഇവിടെ മാറ്റപ്പെടുന്നു.

ബ്ലോഗിൽ നിരവധി കവിതകൾക്കു വിഷയമായി മാറിയ ഒന്നാണ് ഗാസ യിലെ ചോരക്കാഴ്ച. കവിതയ്ക്കു പിന്നിലുള്ള രാഷ്ട്രീയം ഈ കവിത കളുടെയും ഉള്ളിൽ നിറഞ്ഞുകിടപ്പുണ്ട്. വ്യക്തിതാല്പര്യങ്ങളും രാഷ്ട്രീയ, മത വീക്ഷണങ്ങളുമെല്ലാം കവിതാവിഷയങ്ങളുടെ തെരഞ്ഞെടുപ്പിൽ മുന്നിട്ടുനില്ക്കുന്നുണ്ട്.

ഫേസ്ബുക്കിൽ കുഞ്ഞുങ്ങളുടെ
ശവങ്ങളുടെ കൊളാഷ്,
ആയുധമഴ കൊള്ളുന്ന ജനക്കൂട്ടം,
ചുണ്ടങ്ങയുടെയും വഴുതനങ്ങയുടെയും
തമാശ പറഞ്ഞു ഞങ്ങൾ ആർത്തു ചിരിച്ചു.

(അബ്ദുൾകലാം, 16/09/2014)

ഇന്ത്യയിലെ രാഷ്ട്രീയ അന്തരീക്ഷത്തിൽ വന്ന മാറ്റത്തോടുള്ള പ്രതി കരണമാണ് ടി.പി. വിനോദിന്റെ കവിതയിൽ തെളിഞ്ഞുനില്ക്കുന്നത്. ഇന്ത്യയിലെ മാറിവരുന്ന രാഷ്ട്രീയ സാഹചര്യങ്ങളിൽ പ്രതികരിക്കാനാ വാത്ത അവസ്ഥയുടെ നിസ്സംഗതകൾ ഭംഗിയായി അവതരിപ്പിക്കുന്നു. കവി ഭാഷ ലളിതമാകുകയും പ്രതികരണത്തിന്റെ പ്രയോഗശൈലി ഇവിടെ കവിതയുടെ ശൈലിയായി മാറുകയും ചെയ്യുന്നു.

കഥാർസിസ്

ബാബ്റി മസ്ജിദ് പൊളിച്ചതിൽപ്പിന്നെ
ഹിന്ദു കൂടുതൽ ഹിന്ദുവും
മുസ്ലീം കൂടുതൽ മുസ്ലീമുമായതുപോലെ
എന്നൊരു മൂന്നുവരി ഉപമ
കുറേനേരമായി മനസ്സിൽ അലമ്പുണ്ടാക്കുന്നു.

എവിടെയെഴുതണമെന്നോ
എന്തിനെഴുതണമെന്നോ
ആളുകളെന്തുവിചാരിക്കുമെന്നോ
ഒരെത്തുംപിടിയും കിട്ടുന്നില്ല.

പ്രിയപ്പെട്ടവളേ,
ആ മൂന്നുവരി കമന്റായെഴുതാൻ പറ്റിയ
ഒരു കവിതയെഴുതി ഫേസ്ബുക്കിലിട്ട്
എന്നെ രക്ഷിക്കില്ലേ?

(പോസ്റ്റുചെയ്തത്: 16/10/2014 b)

വിദ്യാലയങ്ങളിലും സ്ഥാപനങ്ങളിലും സ്വഭവനങ്ങളിൽപോലും അരക്ഷിതരാകുന്ന പെൺകുട്ടികളുടെയും അവരുടെ അമ്മമാരുടെയും

തേങ്ങലുകൾ ബ്ലോഗിൽ അലയടിക്കാറുണ്ട്. ഇത്തരമൊരു ചിന്തയാണ് 'വളപ്പൊട്ടുകൾ' എന്ന ബ്ലോഗിൽ പങ്കുവയ്ക്കപ്പെടുന്നത്.

നീ
പടച്ചട്ട പോലെയുള്ള
സ്കൂൾ യൂണിഫോമിലും
ഇരുട്ട് വീഴാത്ത ഈ നടപ്പാതകളിലും
കാവൽക്കാർ കാക്കുന്ന
മതിൽക്കെട്ടിനുള്ളിലും
ഒരു കാതം മാത്രം അകലെയുള്ള
സ്വീകരണ മുറിയിലും
ആയിട്ടുകൂടി

ഈ അമ്മ
ഇടയ്ക്കിടയ്ക്ക് ഞെട്ടുന്നത്?

(പോസ്റ്റുചെയ്തത്: ഉമാ രാജീവ്, 17/09/2011 b)

പ്രതികരണങ്ങളായി രേഖപ്പെടുത്തപ്പെട്ട ഈ കവിതകളെല്ലാം ഉടനെഴുത്തുകളാണ്. പരിചിതമായ വാക്കുകളാൽ കവിതാസൃഷ്ടി നടത്തുകയാണ് ഇവർ. കവിതകളുടെ ഭൂരിഭാഗം പ്രയോഗപദങ്ങളും ദൈനംദിനജീവിതത്തിലെ സാധാരണ പ്രയോഗങ്ങളിൽനിന്ന് കടംകൊണ്ടവയാണ്. ഉള്ളിലുള്ള വൈകാരികാംശത്തെ പ്രകടിപ്പിക്കുന്ന ഒരു മാധ്യമമെന്ന നിലയിൽ കവിത ജീവിതത്തിന്റെ ഭാഗമാകുന്നു. നിങ്ങൾക്ക് കവിതയിലൂടെ മിണ്ടാം, കാണാം, കേൾക്കാം, ഉരുമ്മാം, വഴക്കടിക്കാം. പ്രതികരണങ്ങളിലൂടെ കാവ്യഭാഷ ചിതറിയും പരന്നും വീഴുന്നു (മാനിച്ചേരി, 2014:134). പറയാനും പ്രതികരിക്കാനും ഉപകരിക്കുന്ന ഭാഷാപ്രയോഗരീതിയെന്ന നിലയിൽ കവിതകളെ കാണാനാണ് ബ്ലോഗുകവികൾ ആഗ്രഹിക്കുന്നത്.

3. സൈബറിടം ബ്ലോഗുകവിതയിൽ

ഇന്റർനെറ്റിന്റെ ഉള്ളിൽ രൂപപ്പെടുന്ന കവിതകൾ എന്ന നിലയിൽ ബ്ലോഗുകവിതകൾക്ക് സാമൂഹിക യാഥാർത്ഥ്യം എന്നതുപോലെ കമ്പ്യൂട്ടറുകൾക്കുള്ളിലെ പ്രതീതി യാഥാർത്ഥ്യത്തെയും പരിഗണിക്കാതെ മുന്നോട്ടുപോകുവാനാവില്ല. യാഥാർത്ഥ്യത്തിന്റെ സങ്കീർണ്ണതകളെ അവതരിപ്പിക്കുന്നതിനൊപ്പം അയഥാർത്ഥയാഥാർത്ഥ്യത്തിന്റെ സങ്കീർണ്ണതകളും കവിയുടെ മുന്നിൽ അവതരണസാധ്യത തേടുന്നുണ്ട്. മുന്നിൽ സംഭവിക്കുന്ന യാഥാർത്ഥ്യങ്ങളോടൊപ്പം പ്രതീതിയാഥാർത്ഥ്യത്തിന്റെ അവസ്ഥകളെയും മൗസ്ക്ലിക്കുകൾകൊണ്ട് അനുഭവിച്ചറിയുന്നവനാണ് ബ്ലോഗു കവി. അതുകൊണ്ട് രണ്ട് യാഥാർത്ഥ്യങ്ങളെ ഒരേസമയം കൈകാര്യം ചെയ്യുന്നതിൽ മറ്റെല്ലാ കവികളെക്കാൾ സൈബറിടത്തിൽ വ്യാപൃതരാകുന്ന ഈ ബ്ലോഗുകവികൾ ശ്രദ്ധാലുക്കളാകുന്നു. മാറിയ

സൈബർകാലത്തിനനുയോജ്യമായ പുതിയൊരു കാവ്യഭാഷ ബ്ലോഗു കവിതയിൽ കവികൾ വികസിപ്പിച്ചെടുക്കുന്നുണ്ട്. കഴിഞ്ഞ കാലങ്ങളിൽ നിന്ന് വ്യത്യസ്തമായി കവിത സൈബറിടത്തിലേക്കു കയറിയപ്പോൾ അതിന്റെ ഉള്ളിൽ രൂപപ്പെട്ട കവിതകൾക്ക് സൈബറിടത്തിന്റെ ഭാഷ കൾതന്നെ ആഖ്യാനത്തിന്റെ ഭാഗമായി സ്വീകരിക്കേണ്ടിവന്നു. സാങ്കേതിക വിദ്യയുടെ ഭാഷകൾ ഇന്ന് ബ്ലോഗുകവികളുടെയെല്ലാം ഭാഷാശൈലിയിൽ കടന്നുവരുന്നുണ്ട്.

"കമ്പ്യൂട്ടറിന്റെയും ഇന്റർനെറ്റിന്റെയും വ്യാപനത്തോടെ എഴുത്തും കാഴ്ചയുമെല്ലാം പ്രതീതിയാഥാർത്ഥ്യത്തിന്റെ ഭ്രമാത്മകലോകത്താണ് സംഭവിക്കുന്നത്. ആധുനികോത്തരസമൂഹം കാഴ്ചയുടെ സമൂഹവും കൂടി യാണ്. കാഴ്ചകൾക്ക് മേൽക്കോയ്മ ലഭിക്കുന്ന ഈ സമൂഹത്തിൽ ഇല ക്ട്രോണിക് മാധ്യമത്തിലെ പ്രതീതിയാഥാർത്ഥ്യത്തെ ഇന്ന് നമുക്ക് നിഷേധിക്കാനാവില്ല" (സുരേന്ദ്രൻ 2012:6). മാറിയ സാമൂഹിക സാഹചര്യ ത്തിൽ സൈബറിടത്തിലെ ഭാഷാവ്യവഹാരങ്ങൾ യഥാർത്ഥലോകത്തിലെ ഭാഷാവ്യവഹാരങ്ങളിലേക്കു വളരെയധികം കടന്നുകയറിയിട്ടുണ്ട്. കാരണം ഈ രണ്ടിടങ്ങളിലും ഒരുപോലെ വ്യാപരിക്കുന്ന വ്യക്തികളുടെ എണ്ണം ഇന്ന് വളരെയധികം വർദ്ധിച്ചിരിക്കുന്നു. ബ്ലോഗുകളുടെ പ്രചാരണത്തോടെ സൈബറിടം പരസ്പരവ്യവഹാരത്തിന്റെ പൊതുവിടമായി വളരെവേഗം മാറ്റപ്പെടുകയും ചെയ്തു. ബ്ലോഗുകളുടെ സൈബറിടത്തിൽ ഏറ്റവും കൂടുതൽ അണിനിരന്നത് കവികളായതിനാൽ കമ്പ്യൂട്ടർ ഭാഷാപദങ്ങൾ കൂടുതൽ കൈമാറ്റം ചെയ്യപ്പെട്ടത് കവിതകളുടെ ലോകത്തിലാണ്. കവി ഭാഷയും കമ്പ്യൂട്ടർ ഭാഷയും കൂടുതൽ അടുക്കുകയും ബ്ലോഗുകവിത കളിലും ഇതര സോഷ്യൽ നെറ്റുവർക്കുകളിലും കൂടുതലായി അവ വ്യവ ഹരിക്കപ്പെടുകയും ചെയ്തപ്പോൾ മലയാളകവിതയിൽ പുതിയ ഭാവു കത്വത്തെ സൃഷ്ടിക്കാൻ അതിടവരുത്തി. സാങ്കേതികവിദ്യയുടെ കലയെ സാഹിത്യത്തിലേക്ക് ആനയിക്കുമ്പോൾ കവിതയ്ക്ക് അതിന്റെ നടപ്പുശീല ങ്ങളിൽനിന്ന് മാറിനില്ക്കേണ്ടിവരുമെന്നതാണ് നവമാധ്യമകാലം തെളി യിക്കുന്നത്.

പരസ്പരമുള്ള ആശയവിനിമയത്തിന്റെ വിശാലലോകമാണ് സൈബർ ലോകം സമ്മാനിക്കുന്നത്. ഒപ്പം കാമനകളെ ശമിപ്പിക്കുന്ന ഇടവും. പരസ്പരാകർഷണത്തിന്റെ പൊതുവിടമായി ഇന്ന് സൈബർ ലോകം മാറ്റപ്പെട്ടിരിക്കുന്നു.

നീ ചലിക്കുന്നു, ഞാനും.
നീ മിണ്ടുന്നു, ഞാനും.

ഒടുവിൽ നിന്റെ ഉമ്മകൾ എന്റെ ഉമ്മകളെ
ഏതോ ഒപ്ടിക്കൽഫൈബർ കേബിളിനുള്ളിൽ
പരസ്പരം ചേർത്തുപിടിക്കുമ്പോൾ

ഞാൻ കണ്ട ഏറ്റവും നീണ്ട രാത്രി കഴിഞ്ഞുപോകുന്നു.
ഞാൻ ഉറങ്ങുന്നു, നീയും.

(പോസ്റ്റു ചെയ്തത്: പ്രഭ, 01/01/2010)

മനുഷ്യജീവിതത്തെ മുഴുവൻ കമ്പ്യൂട്ടർ സാങ്കേതികവത്ക്കരിച്ചിരിക്കുന്നു. അതിന്റെ സ്വാധീനം ഈ ജീവിതത്തിൽ മാത്രമല്ല ഭാവനവഴി അത് മരണാനന്തരജീവിതത്തിലേക്കും ഉറ്റുനോക്കുന്നതായി മാറി. പ്രതീതിയാഥാർത്ഥ്യത്തിന്റെ ഇടങ്ങളിൽ ചിന്തകളും പ്രതീതിയാഥാർത്ഥ്യത്തെ ധ്വനിപ്പിച്ചു നില്ക്കുന്നവയായി മാറി.

അഞ്ചുവർഷം മുമ്പ് മരിച്ച ഓൺലൈൻ കവി
വിഷ്ണുപ്രസാദ് പാതിരാത്രിയിൽ ചാറ്റിൽവന്ന്
'ഹലോ' പറയുന്നു!

ഒന്നും മിണ്ടുന്നില്ലെന്നു കണ്ടപ്പോൾ
സുഖമല്ലേ എന്ന് ചാറ്റ്
രണ്ടുമൂന്ന് അത്ഭുതചിഹ്നങ്ങൾ
ടൈപ്പു ചെയ്തിട്ടു.
ഒരു സ്മൈലി തിരിച്ചുവന്നു.

ദൈവമേ...!
നിങ്ങൾ മരിച്ചതല്ലേ എന്ന് ഞാൻ

അങ്ങനെയങ്ങ് മരിക്കുമോ എന്ന്
സ്മൈലിയോടെ അയാൾ
വല്ലാത്തൊരു ഞെട്ടൽ.
ചാറ്റുചരിത്രം പ്രസിദ്ധീകരിച്ചാൽപ്പോലും
ആരും വിശ്വസിക്കില്ല
ആ ചാറ്റ് അന്ന് ഓഫായി.

പിന്നീട് മാസങ്ങൾക്കുശേഷം
വിഷ്ണുപ്രസാദ് പച്ചവെളിച്ചവുമായി.

(പോസ്റ്റു ചെയ്തത്: വിഷ്ണുപ്രസാദ്, 13/03/2015)

പുതുകാലത്ത് കവിതയ്ക്കുണ്ടാകുന്ന മാറ്റം സംവേദനക്ഷമത കുറഞ്ഞുവെന്നതാണ്. അതിലേക്ക് സാങ്കേതികതയുടെ കടന്നുവരവ് പുത്തൻപ്രതീക്ഷകളെ നിറയ്ക്കുന്നു. കവിതയുടെ വാക്യഘടനയിൽ സാങ്കേതികപദങ്ങൾ കടന്നുവന്ന് അവയ്ക്ക് മറ്റൊരു ആശയതലം ഒരുക്കുന്നു. ഭാഷയോടു ചേർന്നുള്ള സാങ്കേതികതയുടെ വളർച്ചമൂലം മറ്റെല്ലാ പദങ്ങളേക്കാളും അവ ഭാഷയുടെ പദസ്വത്തായി മാറുന്നു.

അതേന്ന്...
ഒന്നും പറയാനില്ല
എന്ന് പറയാനുള്ള

കവിത
സംഭവിച്ചുകൊണ്ടിരിക്കയാണ്.
അതിലേക്ക്
പ്രതീക്ഷ എന്ന പദത്തിന്റെ
പ്രേതം
സ്വയം ഡൗൺലോഡാവുന്നു.

(പോസ്റ്റുചെയ്തത്: ടി.പി. വിനോദ്, 22/08/2012)

സാങ്കേതികവിദ്യയുടെ കടന്നുവരവു വഴി ഏറ്റവുമധികം ഉപഭോഗം ചെയ്യപ്പെട്ടത് സ്ത്രീശരീരങ്ങളാണ്. സ്ത്രീശരീരത്തെ വില്പന ചരക്കാക്കി ഇന്റർനെറ്റ് എന്ന വിപണിയിലെ പ്രധാന ഉപഭോഗവസ്തുവായി അവളെ പ്രതിഷ്ഠിച്ചിരിക്കുന്നു. സൈബർലോകത്ത് വളർന്നുവരുന്ന കപടസദാചാരത്തിനെതിരെയുള്ള വാക്കുകളാണ് റിയാസ് ടി. അലിയുടെ കവിത.

ലൈക്കും കമെന്റും പെണ്ണിന്!

നിനക്കിത്ര ലൈക്കും
കമെന്റും ലഭിക്കുന്നത്
പെണ്ണേ, നീയൊരു
പെണ്ണായതിനാലാണെന്നും
'നിനക്കു കിട്ടുന്ന
ഓരോ കമെന്റിലും
വിശന്നുദാഹിക്കുന്ന
കഴുകക്കണ്ണുകളുണ്ടെ'ന്നും
പറഞ്ഞ് അയാൾ അവൾക്കു
കമെന്റുകളിട്ടുകൊണ്ടേയിരുന്നു...!

(പോസ്റ്റുചെയ്തത്: 17/9/2014)

സൈബർജീവിതവുമായി നേരിട്ട് ബന്ധപ്പെടുന്ന ബ്ലോഗുകവികളുടെ സാങ്കേതികലോകാനുഭവങ്ങൾ ഉപമാലങ്കാരം പോലെ കവിതയിൽ വന്നു വീഴുന്നു. ഡൗൺലോഡ്, ലൈക്ക്, കമന്റ്, ഓൺലൈൻ, ചാറ്റ്, സ്മൈലി, ഒപ്ടിക്കൽ ഫൈബർ തുടങ്ങി സാങ്കേതികലോകത്തെ പദാവലികൾ സ്വാഭാവികമായി കവിതയിൽ കടന്നുവരുന്നു. സാങ്കേതികജ്ഞാനമില്ലാത്ത പഴയതലമുറയ്ക്ക് ഇത്തരം കവിതകളുടെ അർത്ഥതലങ്ങളെ വായിച്ചെടുക്കാൻ കഴിഞ്ഞെന്നു വരുകയില്ല. സാങ്കേതികവിദ്യയുടെ സാധ്യതകളെ പലവിധത്തിൽ മലയാളകവിത പ്രയോജന പ്പെടുത്തുന്നതുവഴി സാങ്കേതികഭാഷ കവിയുടെ വ്യവഹാരഭാഷയായി മാറുന്നു.

ഇന്റർനെറ്റ് മാധ്യമവ്യവഹാരത്തിലേക്ക് പ്രവേശിക്കുന്ന പൗരൻ എന്തിനും ഏതിനും സൈബർലോകത്തെ ആശ്രയിക്കുന്നു. ഇന്റർനെറ്റുമായി ആഗോളഗ്രാമത്തിൽ വിവരവേട്ടയ്ക്കിറങ്ങിയ ഗോത്രജീവിയാണ്

പുതിയ സൈബർ പൗരൻ (രാമചന്ദ്രൻ, 2013:33). പഴയലോകത്തിന്റെ പശ്ചാത്തലങ്ങളിൽ ജനിക്കുകയും പുതിയ ലോകത്തിന്റെ ചിന്താമണ്ഡലത്തിൽ സ്വയം പ്രതിഷ്ഠിക്കുകയും ചെയ്ത തലമുറയുടെ മാനസികാവസ്ഥയാണ് ചന്ദ്രകാന്തത്തിന്റെ കവിതയിൽ അവതരിപ്പിക്കപ്പെടുന്നത്.

ആലോചനയുടെ പിരി
മുറുകിമുറുകിത്തെറിക്കാറായി;
സംശയങ്ങളുടെ തോരാമഴയിൽ
നനഞ്ഞുകുതിർന്ന്,
എറാലിപ്പടിയിൽ
പല്ലിടകുത്തിയിരിപ്പാണ്
ഒറ്റത്തോർത്തും ലാപ്ടോപ്പുമായൊരു പൗരൻ

(പോസ്റ്റുചെയ്തത്: ചന്ദ്രകാന്തം, 12/03/2012)

മനുഷ്യനിൽനിന്ന് മാറ്റാനാവാത്തവിധം സൈബർ സാങ്കേതികവിദ്യ ജീവിതത്തിന്റെ ഭാഗമായിക്കഴിഞ്ഞു. മലയാളിയെ സൈബർ ലോകം കീഴടക്കിക്കഴിഞ്ഞിരിക്കുന്നു. ഭാഷയിലേക്കും കവിതയിലേക്കും കടന്നുവന്ന കമ്പ്യൂട്ടർ പദാവലികൾ ഈ സ്വാധീനത്തിന്റെ വ്യാപ്തിയെ അറിയിച്ചുതരുന്നു. ഭാഷയുടെ മുന്നോട്ടുള്ള യാത്രയിൽ പരസ്പരം വേർതിരിച്ചറിയാനാകാത്തവിധം കമ്പ്യൂട്ടർ സാങ്കേതികപദാവലി ഭാഷയുടെ സ്വന്തമാകും. പ്രതീതിയാഥാർത്ഥ്യവുമായി ഇടകലർന്ന് രൂപപ്പെട്ട പുത്തൻ സംസ്കാരത്തിന്റെ ആശയപ്രപഞ്ചത്തെ വിശദീകരിക്കാൻ സൈബർ ലോകത്തിന്റെ ഭാഷാവ്യവഹാരങ്ങൾ തന്നെ ആവശ്യമാണ്.

4. ലളിതമായ കാവ്യശൈലി

പരമ്പരാഗതമായി കവിതാലോകം സ്വന്തമാക്കിവച്ചിരുന്ന എല്ലാ സങ്കീർണ്ണതകളെയും അഴിച്ചുവച്ച് ബ്ലോഗുകളിൽ കവിത ലളിതമായിതീർന്നിരിക്കുന്നു. വലിയ ദാർശനിക ഭാരങ്ങളെ ചുമന്നുകൊണ്ടു നടക്കാൻ ബ്ലോഗുകവികൾ താല്പര്യപ്പെടുന്നില്ല. വളച്ചുകെട്ടലുകളും വക്രതയുമില്ലാതെ സുന്ദരവും ലളിതവുമായ ഭാഷയിൽ ജീവിതത്തെ ആവിഷ്ക്കരിക്കുവാനാണ് ബ്ലോഗുകവികൾ ശ്രദ്ധിക്കുന്നത്. സന്തോഷ് മാനിച്ചേരി ഇപ്രകാരം അഭിപ്രായപ്പെടുന്നു. “കവിത ചിരപരിചിതമായ ഒരു വിനിമയ രൂപമായി പരിണമിച്ചിരിക്കുന്നു. കരയാനും ചിരിക്കാനും തോന്നാനുമുള്ള അതിസാധാരണമായ ഒരു വിനിമയരൂപം. ഇടപെടുന്ന ഏതൊരാൾക്കും കുറച്ചു നേരത്തെ അനുശീലനംകൊണ്ട് സ്വായത്തമാക്കാവുന്ന ഭാഷയായി കവിത രൂപം മാറിയിരിക്കുന്നു. കാലങ്ങളിലൂടെ കവിതയ്ക്കുണ്ടായിരുന്ന ഉദാത്താ പരിവേഷം നിലംപരിശായിരിക്കുന്നു” (2014:128-129).

കവിതയ്ക്കുവേണ്ടി പാകപ്പെടലുകൾ നടക്കാതെ കവിത ഓരോരുത്തർക്കുവേണ്ടി പാകപ്പെടലുകൾക്കു വിധേയമാകുന്ന സ്ഥിതിവിശേഷമാണ് ബ്ലോഗുകളിൽ കാണപ്പെടുന്നത്.

സൈബർലോകത്ത് ബ്ലോഗുകൾ തുറന്നുതന്ന സ്വാതന്ത്ര്യമാണ് കവികളെ അവിടേക്ക് ആകർഷിക്കാൻ കാരണം. സൗജന്യമായ പ്രസാധനത്തിന്റെ സാധ്യതകളും ഏറ്റവും ലളിതമായ വിഷയങ്ങളിൽപോലും കവിത ആവിഷ്കരിക്കാൻ സാധിക്കുന്ന അവസ്ഥകളും കൂടുതൽ ആളുകളെ ബ്ലോഗു കളിലേക്ക് ആകർഷിച്ചു.

മലയാളകവിത ഭാവുകത്വപരമായി പുതിയ അവസ്ഥകളിലേക്ക് ചുവടുവയ്ക്കുന്ന കാലഘട്ടത്തിലാണ് ബ്ലോഗുകളുടെ ആവിർഭാവം. ആധുനികകവിതകളുടെ ലക്ഷണശാസ്ത്രപരമായ പ്രത്യേകതകളെ തിരസ്കരിച്ചു നിന്ന പുതുകവിതകളുടെ മനോവിചാരങ്ങളാണ് ബ്ലോഗുകളിലേക്ക് കടന്നു വന്നവരെ ആകർഷിച്ചത്. ആധുനികത നീട്ടിവച്ച ചിന്താഭാരങ്ങളെയും സങ്കീർണ്ണതകളെയും തിരസ്കരിച്ച പുതുതലമുറകവികളെ അനുകരിക്കുവാനാണ് ബ്ലോഗുകവികൾ ശ്രമിച്ചത്. ബ്ലോഗുകൾ ആരംഭിക്കുന്ന കാലത്ത് നിലവിലുണ്ടായിരുന്ന മലയാളകവിതകളുടെ സവിശേഷതകളെ എൻ പ്രഭാകരൻ വിലയിരുത്തുന്നു. “പ്രകൃതിയിലെ തന്നെ ചെറിയ കാഴ്ചകളിൽ നിന്നും ഒച്ചകളിൽനിന്നും മറ്റു സൂക്ഷ്മാനുഭവങ്ങളിൽ നിന്നും വളരെ വ്യത്യസ്തമായ കാവ്യാനുഭവങ്ങളുടെ നിർമ്മിതിയിലേക്കെത്തിച്ചേരുക സമീപകാല മലയാളകവിതയ്ക്ക് വളരെ പരിചിതമായ രീതിയാണ്” (പ്രഭാകരൻ, 2005:65).

കവിതയെ ലളിതമായി കാണാനാണ് ബ്ലോഗുകവികളും പരിശ്രമിച്ചത്. കാരണം മലയാളകവിതയെ അറിഞ്ഞും വായിച്ചും മനസ്സിലാക്കിയ അധികമാളുകൾ ബ്ലോഗുകളുടെ കവിതാലോകത്തിലേക്ക് ആദ്യം കടന്നുവന്നില്ല. അതുകൊണ്ടുതന്നെ പുതുകവികളുടെ ലളിതമായ ആഖ്യാനരീതികളോട് ചേർന്നു നില്ക്കാനാണ് ബ്ലോഗുകവികളും ശ്രദ്ധിച്ചത്. പ്രതികരിക്കാൻ ഒരു വേദി, ആശയാവിഷ്കാരത്തിന് ഒരു മാധ്യമം എന്നിങ്ങനെ അവർ ബ്ലോഗു കവിതകളെ സ്വീകരിച്ചു.

കവിതയ്ക്ക് വിഷയമായി സ്വീകരിച്ചത് ഗഹനമായ ജീവിതദർശനങ്ങളായിരുന്നില്ല. മുമ്പുള്ള കവികൾ ശ്രദ്ധിക്കാതെപോയ പല സൂക്ഷ്മാംശങ്ങളെയും കവിതയുടെ വിഷയമായി ബ്ലോഗു കവികൾ സ്വീകരിച്ചു. ഭാഷാചിഹ്നങ്ങളെ ശരീരഭാഷയിലൂടെ അവതരിപ്പിക്കുന്ന ടി.പി. വിനോദിന്റെ കവിത ഒരു ഉദാഹരണമാണ്.

ചിഹ്നങ്ങൾ

പിറുപിറുപ്പ് പോലുമല്ലാത്ത
ചിലതിനെയൊക്കെ
ചോദ്യമാക്കുന്നതിന്റെ
സങ്കോചത്തിലാവണം
ചോദ്യചിഹ്നം
വളഞ്ഞ് കുനിഞ്ഞ്
തലതാഴ്ത്തിയിരിക്കുന്നത്.

തീരുന്നില്ല ഒന്നും
എന്ന് പറയാനാവാത്തതിന്റെ
സങ്കീർണ്ണ വ്യഥയിലാവാം
പൂർണ്ണവിരാമചിഹ്നം
ചുരുങ്ങിച്ചുരുങ്ങി
ഇത്രയും ചെറുതായത്

(പോസ്റ്റുചെയ്തത്: 19/12/2006)

വാക്കുകളുടെ പ്രയോഗത്തിലും ലളിതമായ ശൈലികളാണ് ബ്ലോഗു കവിതയിൽ കാണുക. ഹൈക്കുകവിത പോലെ വാക്കുകളുടെ പരിമിതികളിൽ കവിത നിർമ്മിക്കാനാണ് അവർ ശ്രദ്ധിച്ചത്. ഏതാനും വാക്കുകൾ കൂട്ടിച്ചേർത്ത് കാവ്യലോകത്തെ സൃഷ്ടിക്കാൻ അവയ്ക്കു കഴിയുന്നുണ്ട്.

ഉണങ്ങാത്ത ഭയത്തിന്റെ നിഴലിൽ

കുഞ്ഞുങ്ങളെ സുരക്ഷിതരാക്കി
അടക്കിപ്പിടിച്ചുകൊണ്ട്,
വരകൾ ഉണങ്ങാനിട്ട്
ചുറ്റിക്കറങ്ങുന്ന പുലികളിൽനിന്നും
രക്ഷപ്പെടുത്താൻ ശ്രമിച്ചുകൊണ്ട്,
ഉണങ്ങാത്ത ഭയത്തിന്റെ നിഴലിൽ
നമ്മൾ ഉണങ്ങി പോകും.

(പോസ്റ്റുചെയ്തത്: ഡോണ മയൂര, 31/10/2013 b)

തിരുപ്പിറവി

ജനിച്ചുപോയി,
എങ്ങനെയെങ്കിലും
ഒന്നൊടുങ്ങണം.
പിറന്നിടത്തു
ഇനി സ്ഥാനമില്ല.
വളർന്നിടത്തു
തീരെ ഇല്ല.

ജനിപ്പിച്ച കയ്യാലെ
മരിക്കാൻ ഭാഗ്യമുള്ള
അപൂർവ്വം പിറവികളിൽ
ഒന്നാണ് ഞാൻ...
ഞാൻ പ്രണയമാണ്.

(പോസ്റ്റുചെയ്തത്: ഉമാ രാജീവ്, 21/12/2010)

സംഭാഷണത്തിന്റെ ശൈലികൾപോലെ ലളിതമായി പറഞ്ഞു പോകുന്ന ബ്ലോഗുകവിത അർത്ഥതലങ്ങളെ വാക്കുകളിൽതന്നെ അന്തർ ഭവിപ്പിക്കുന്നു. ലളിതമായ ആഖ്യാനത്തിലൂടെ വിരിഞ്ഞുവരുന്ന കവിതാ ശില്പം അതിന്റെ അവസാനത്തിലാണ് ട്വിസ്റ്റ് പ്രകടമാക്കുന്നത്. സാമാന്യ മായ വ്യവഹാരഭാഷയിൽനിന്നകന്ന് വിശേഷമായ പദവിന്യാസക്രമങ്ങളെ പാലിച്ചുകൊണ്ടാണ് കവിത അതിന്റെ സ്വത്വം നിലനിർത്തിയിരുന്നത്. വായനക്കാരനെ വാച്യാർത്ഥത്തിൽനിന്ന് വ്യംഗ്യാർത്ഥത്തിലേക്ക് കൊണ്ടു ചെല്ലുക എന്നത് കവിതയുടെ ലക്ഷ്യമായി കരുതുകയും ചെയ്തിരുന്നു. ബ്ലോഗുകവിത ഈ കാവ്യശീലങ്ങളിൽനിന്നെല്ലാം വിട്ടുനില്ക്കാനാണ് ആഗ്രഹിക്കുന്നത്. പദവക്രതയും വാക്യവക്രതയുമില്ലാതെ സാധാരണ ഭാഷാവ്യവഹാരത്തിൽ കാവ്യാർത്ഥത്തെ കൈമാറ്റം ചെയ്യാൻ ബ്ലോഗു കവിത ശ്രമിക്കുന്നു. കഥാഖ്യാനങ്ങളോട് കൂടുതൽ ചേർന്നുനില്ക്കുന്ന ശൈലി ബ്ലോഗുകളിൽ കാണാം. അവസാനത്തിൽ കഥയ്ക്കുള്ളതുപോലെ യുള്ള ട്വിസ്റ്റുകളാണ് കവിതയുടെ സൗന്ദര്യമായി പരിഗണിക്കപ്പെടുന്നത്. വിഷ്ണുപ്രസാദിന്റെ കവിതകളിൽ ഇതിന് ഉദാഹരണങ്ങൾ കാണാം.

കുളം + പ്രാന്തത്തി എന്ന കവിത പ്രാന്തത്തിയുടെ കഥയാണ് അവ തരിപ്പിക്കുന്നത്.

> പ്രാന്തത്തി ദിവസവും
> വെളുപ്പാൻ കാലത്ത്
> കുളിക്കാൻ വരും
> കുളം അവളുടെ കാമുകനാണെന്നാ
> വിചാരം
> ....

കുളവും പ്രാന്തത്തിയും തമ്മിലുള്ള സംഭാഷണങ്ങളിലൂടെ കവിത മുന്നേറുന്നു. ഒടുവിൽ പ്രാന്തത്തിയെ കാമുകൻ മൂന്നു വട്ടമെണ്ണി കുള ത്തിൽ മുക്കിക്കൊന്നുവെന്ന് പറയുന്നിടത്ത് കഥ പോലെ കവിതയും തെന്നി മാറുന്നു.

> ...എന്നാവും നിങ്ങൾ ധരിക്കുന്ന
> ക്ലൈമാക്സ്
> എന്നാൽ അങ്ങനെയല്ല ഉണ്ടായത്.
> മൂപ്പത്ത്യാർ
> അതായത് നമ്മുടെ
> പ്രാന്തത്തിയാണ്
> ടിയാനെ തിരിച്ചും മറിച്ചുമിട്ട്
> മേൽപ്പറഞ്ഞ നടപടി (അ)ക്രമങ്ങൾ
> കാണിച്ചത്.

അങ്ങനെ ശ്വാസം മുട്ടി
പിടഞ്ഞു പിടഞ്ഞ്
ആ കുളം പ്രാന്തത്തിയിൽ
ചത്തുപൊങ്ങി.
ആ കുളത്തിന്റെ ശവവും
കൊണ്ടാണ്
ഇപ്പോഴും
പ്രാന്തത്തീന്റെ
നടപ്പ്
എല്ലാ കുളങ്ങൾക്കും
ഇപ്പോൾ
പ്രാന്തത്തിയെ
പേടിയാണ്

(പോസ്റ്റുചെയ്തത്: 14/12/2006)

കഥയും കവിതയും തമ്മിലുള്ള അകലം ഇന്ന് വളരെ നേർത്തതാണ്. കഥാഖ്യാനസ്വഭാവത്തോടെയുള്ള നിരവധി കവിതകൾ ബ്ലോഗുകളിൽ എഴുതപ്പെടുന്നുണ്ട്. മിനിക്കഥകളുടെയും സാരോപദേശകഥകളുടെയും ബാലകഥകളുടെയും ലളിതമായ രീതിയിൽ കവിതയും വന്നുപോകുന്നു. കഥയും കവിതയും ഒരേ പാളത്തിലൂടെയാണ് പലപ്പോഴും നീങ്ങുന്നത്. കുഴൂർ വിത്സൺ ബ്ലോഗിലും അച്ചടി മാഗസിനുകളിലും എഴുതുന്ന കവിയാണ്. അച്ചടി മലയാളം നാടുകടത്തിയ കവിതകൾ എന്ന ബ്ലോഗിൽ അദ്ദേഹം നിരവധി കവിതകൾ എഴുതുന്നു. കുട്ടിക്കഥപോലെ എഴുതിപോകുന്ന കവിതകൾ ഈ ബ്ലോഗിൽ നിരവധിയുണ്ട്. മേഘക്കുഞ്ഞ് എന്ന കവിത ഉദാഹരണമായെടുക്കാം. കവിത ആരംഭിക്കുന്നത് ഇങ്ങനെയാണ്.

മേഘക്കുഞ്ഞ്

എല്ലായിടത്തെയും പോലെ
ഇവിടെയുമുണ്ടായിരുന്നു ഒരു പൂച്ചക്കുഞ്ഞ്
ചൂടിനെ വലിയ പേടിയായിരുന്നു
അടുപ്പിനടുത്തേക്ക് വരില്ല
പൊത്തിപ്പിടിക്കാൻ ചെന്നാൽ ഓടിപ്പോകും
ചൂടുള്ളത് വല്ലതും കൊടുത്താൽ മുഖം തിരിക്കും
ഐസുവെള്ളം ഇറ്റിറ്റുവീഴുന്ന
ഫ്രിഡ്ജിന്റെ
അടിയിൽ
അതിന്റെ
ഒരു
കിടപ്പുണ്ട്...

(പോസ്റ്റുചെയ്തത്: 4/6/2014 c)

ബ്ലോഗുകളിൽ കവിത ദീർഘകഥകളായി നീണ്ടുപോകുന്ന രീതികളുമുണ്ട്. ആഖ്യാനത്തിൽ അവ മുറിച്ചുപറയുന്നതുകൊണ്ട് കവിതയായി അനുഭവപ്പെടുന്നു.

5. നിത്യജീവിതത്തിന്റെ അവതരണം

ജീവിതത്തിന്റെ ചുറ്റുവട്ടങ്ങളിലേക്ക് എപ്പോഴും ദൃഷ്ടി തുറന്നിരിക്കുന്നവരാണ് ബ്ലോഗുകവികൾ. സംഭവങ്ങളെ തുറന്നുവയ്ക്കുക, സാഹചര്യങ്ങളെ വിശദീകരിക്കുക എന്നതിനപ്പുറം സാമൂഹികമാറ്റത്തിനുള്ള പ്രബോധനങ്ങളൊന്നും കവിതയിൽ തിരയടിക്കാറില്ല. പറയാനുള്ളതു പറഞ്ഞ് അടുത്ത കവിതാപോസ്റ്റിനുള്ള വിഷയം തിരയുന്ന കവികളിൽ പ്രവാചകദൗത്യത്തിന്റെ സാധ്യതകൾ അകന്ന് നില്ക്കുന്നതാണ് കാണുക. അനുദിനജീവിതത്തിലെ സ്തംഭിപ്പിക്കുന്ന വിഷയങ്ങൾ അവരുടെ വിഷയപരിധിയിലേക്കു കടന്നുവരുന്നുണ്ട്. അവ പ്രതികരണങ്ങളായി കാവ്യരൂപം പ്രാപിക്കുന്നു.

ഒരു പെൺകുട്ടി

ആഴങ്ങളിലേക്കു കയറി
ഉയരങ്ങളിൽ നിന്നിറങ്ങി
ഒരു പെൺകുട്ടി

മഴ നനയാൻ കുടപിടിച്ച്
... വാക്കുകളുടെ ഉടുപ്പണിഞ്ഞ്
... ഇഴകളുള്ള സ്വപ്നങ്ങളും
...മുഖം മറയ്ക്കുന്ന പൊട്ടും കുത്തി
... തെന്നി വീണേക്കാവുന്ന ചിരി ചിരിച്ച്
... ഇറങ്ങാനുള്ള ബസ് കാത്ത്

അവൾ നാൽക്കവലയിൽ വന്നത്
.... അച്ഛനുമമ്മയും വഴക്കിടുന്ന വീട്ടിൽ
നിന്നാണ്

(പോസ്റ്റുചെയ്തത്: ഉമാ രാജീവ്, 25/05/2011 C)

സ്കൂളും കുട്ടികളും കഥാപാത്രങ്ങളായി വരുന്ന നിരവധി കവിതകൾ ബ്ലോഗുകളിൽ കാണാം. കുട്ടികളുടെ ഹൃദയമറിയുന്ന ഇത്തരം കവിതകളിൽ അധികവും ബാല്യകാലാനുഭവങ്ങളിലേക്കുള്ള തിരിഞ്ഞുനോട്ടമാണ്. പാഠപുസ്തകവും അതിൽ പ്രസവിച്ച മയിൽപീലിയും ബാല്യകാലസ്മരണകളായി കവിതകളിൽ ആവർത്തിക്കപ്പെടുന്നു. ബാല്യകാലാനുഭവങ്ങളെ വളരെ ലളിതമായി അവതരിപ്പിക്കുന്ന ഹൻല്ലലത്തിന്റെയും സായംസന്ധ്യയുടെയും കവിതകൾ കുട്ടിക്കവിതയ്ക്കൊരുദാഹരണമാണ്. കുട്ടികളുടെ ശൈലിയിൽതന്നെ അവതരിപ്പിക്കപ്പെടുന്ന ഈ കവിത പോലെ നിരവധി കവിതകൾ ബ്ലോഗുകളിൽ കാണാം.

ദൈവത്തിന്റെ സ്കൂളിൽനിന്ന്

കുട്ടികൾക്കെല്ലാം
വെള്ളാരം കണ്ണുകളായിരിക്കും
ചെമ്പരത്തിച്ചോപ്പുള്ള
ചുണ്ടുകളായിരിക്കും
ചാമ്പയ്ക്കാ നിറമുള്ള
ചൊക ചൊകന്ന കുട്ടികൾ...

(പോസ്റ്റുചെയ്തത്: ഹൻല്ലലത്ത്, 01/05/2015)

അരുതരുത്...

വരയിലൂടെ വരിയായ്
നടക്കേണ്ടവർ കുട്ടികൾ.
വരയൊന്ന് വളഞ്ഞാൽ
വരിയൊന്ന് തെറ്റിയാൽ
പുറത്താക്കപ്പെടേണ്ടവർ.

വര വളഞ്ഞതിന്,
വരി തെറ്റിയതിന്
കാരണങ്ങളരുത്!

(പോസ്റ്റുചെയ്തത്: സായംസന്ധ്യ, 22/03/2012)

നിത്യജീവിതത്തിലെ കൊച്ചുനിമിഷങ്ങളെ പോലും കവിതകളാക്കുന്ന പ്രവണത ബ്ലോഗുകളിൽ കാണാം. ജീവിതത്തിന്റെ ഏതു സന്ദർഭങ്ങളും വ്യത്യാസങ്ങളില്ലാതെ കവിതയുടെ വിഷയമായി മാറുന്നു. ടി.പി. വിനോദിന്റെ തിരുത്ത് എന്ന കവിത നിസ്സാരമായ ജീവിതനിമിഷത്തെ വളരെ ലാഘവത്തോടെ പറഞ്ഞുതീർക്കാൻ ശ്രമിക്കുന്നതാണ്.

തിരുത്ത്

വീട്ടിൽ തിരിച്ചെത്തി
വാതിൽ തുറന്നപ്പോൾ

അടയ്ക്കാൻ മറന്ന
ജനാലയിലൂടെ
അകത്തുവന്നിരിപ്പുണ്ട്
ഒരു പൂമ്പാറ്റ
അല്ലല്ല,
തുറന്നുവച്ച
ജനാലയിലൂടെ
അകത്തുവന്നതാണ്
പൂമ്പാറ്റയെന്ന്

പൊടുന്നനെയതിന്റെ
പറക്കം
എന്റെ മറവിയെ
സൗന്ദര്യത്തിലേക്ക്
ചെറുതായൊന്നു
തിരുത്തിക്കളഞ്ഞു.

(പോസ്റ്റുചെയ്തത്: 09/01/2015 b)

അനുദിനജീവിതത്തോട് ഏറെ അടുത്തുനില്ക്കുന്നുവെന്ന തോന്നൽ ബ്ലോഗുകവിതകൾ പ്രദാനം ചെയ്യുന്നു. നിത്യേന ഉപയോഗിക്കുന്ന ഉപകരണങ്ങളും വസ്തുക്കളുമെല്ലാം ആഖ്യാനത്തിന്റെ ഭാഗമായി കവിതയിലേക്കു കടന്നുവരുന്നു.

സോർട്ടക്സ് റൈസ്

പണ്ട്,
അമ്മ
മുറത്തിനുമുമ്പിൽ
ഏറെ നേരമിരുന്ന്
ഓരോ അരിമണികൾക്കിടയിലും
ശ്രദ്ധയോടെ പരതി
ചെറുചെറു കല്ലുകൾ
പെറുക്കിക്കളഞ്ഞിരുന്നു;
അച്ഛനും മക്കളും
സ്നേഹത്തിന്റെ
നീണ്ട
ദിനരാത്രങ്ങളുണ്ടു തീർക്കുമ്പോൾ
ഒരിക്കൽപോലും
കല്ലുകടിക്കാതിരിക്കാൻ.

(പോസ്റ്റുചെയ്തത്: എം.ആർ. അനിലൻ, 24/12/2010)

ലളിതമായ ആഖ്യാനശൈലികളിലൂടെ കടന്നുപോകുന്നതുകൊണ്ട് ആർക്കും എഴുതി പോസ്റ്റു ചെയ്യാവുന്ന ഒന്നായി ബ്ലോഗുകവിതയെ എഴുത്തുകാർ കാണുന്നു. ചിന്തകൾകൊണ്ട് ബുദ്ധിയെ ഭാരപ്പെടുത്താതെ ഹൃദയത്തോട് പറയുന്ന രീതിയിൽ ഓരോ കാര്യങ്ങളെപ്പറ്റിയുള്ള വർത്തമാനങ്ങളായി കവിതകൾ ബ്ലോഗിൽ പിറന്നുവീഴുന്നു.

6. വ്യത്യസ്തമായ പ്രകൃതിയുടെ സാന്നിധ്യം

ആഗോളഗ്രാമമെന്ന മാക്‌ലൂഹന്റെ സ്വപ്നം യാഥാർത്ഥ്യമാക്കിയ മാധ്യമസാങ്കേതികതയാണ് ബ്ലോഗുകളുടേത്. എല്ലാ ദേശങ്ങളിലുമുള്ള മലയാളിയെ ഒരുമിപ്പിക്കുന്ന ഇടമായി ബ്ലോഗുകളുടെ ലോകം മാറി.

ദേശത്തിന്റെ അതിർത്തികളെ മായിച്ചുകൊണ്ട് മലയാളികളുടെ പുതിയ സമൂഹം ബ്ലോഗുകളിലൂടെ സജീവമായി. ആഗോളഗ്രാമത്തിന്റെ ചിന്തകൾ ലോകത്തിന്റെ വിശാലതകളിലേക്കും സാർവ്വത്രികമായ സ്വത്വാന്വേഷണ ത്തിലേക്കും നീണ്ടുപോകുന്നതിനുപകരം അവ കൂടുതൽ പ്രാദേശിക സ്വത്വത്തിലേക്കും വ്യത്യസ്തമായ പ്രകൃതികാഴ്ചകളിലേക്കും മടങ്ങി വരുന്നതാണ് ബ്ലോഗുകവിതകളിലൂടെ കാണാൻ കഴിയുക. ആഗോളികത മുന്നോട്ടുവയ്ക്കുന്ന കെട്ടുകാഴ്ചകൾക്കുപകരമായി പ്രാദേശികതയുടെ ജീവസ്സുറ്റ രൂപങ്ങളെ ബ്ലോഗുകവിത അവതരിപ്പിക്കുന്നു. സാർവ്വത്രികത യെന്നാൽ പ്രാദേശികതയുടെ സമ്മേളനമെന്ന കാഴ്ചപ്പാടിനെ വളരെ ശക്ത മായി ബ്ലോഗുകൾ അവതരിപ്പിക്കുന്നു. ആഗോളസംസ്കാരത്തിന്റെ ഭാഗമായി വിവിധ ദേശങ്ങളിൽ കുടിയേറിയ മലയാളി അവന്റെ സ്വത്വത്തെ തിരിച്ചറിയുന്നതും പ്രാദേശികതയുടെ തെളിമയാർന്ന രൂപങ്ങളിലാണ്. ജന്മംകൊണ്ട നാടും വീടും വീടിന്റെ അകത്തളവും ചുറ്റുമുള്ള പ്രകൃതിയും അതിലെ ഓരോ കൊച്ചുകാഴ്ചകളും കവിതയുടെ വിഷയമായി മാറുന്നു.

മലയാളകവിത ആവർത്തിച്ചുവന്ന പ്രകൃതികാഴ്ചകളിൽ അല്പംകൂടി സൂക്ഷ്മനിരീക്ഷണം നടത്തുവാനുള്ള ശ്രമം ബ്ലോഗുകവിതയിൽ കാണാം. ഇതുവരെ പറഞ്ഞുപോയ ഗ്രാമത്തിന്റെ ഉള്ളിലുള്ള മറ്റൊരു ലോകം ക്യാമറ കണ്ണിലെന്നപോലെ സൂം ചെയ്ത് കൂടുതൽ തെളിമയോടെ വ്യക്തമാ ക്കുന്നു. കേരളീയ പ്രകൃതിയെ വിസ്തരിച്ച് വർണ്ണിച്ചു കടന്നുപോയ കാലത്തിൽനിന്ന് വ്യത്യസ്തമായി സൂക്ഷ്മദൃഷ്ടിയോടെ അത് ഗ്രാമ കാഴ്ചകളെ അറിയാവുന്ന വാക്കുകളിൽ പറഞ്ഞുകേൾപ്പിക്കുന്നു. ആഗോള സാംസ്കാരികതയിലേക്കു കേരളത്തിന്റെ ഗ്രാമങ്ങളുടെ ഓരോ മുക്കും മൂലയും ലിങ്കു ചേർക്കപ്പെടുന്നു. മലകളും താഴ്വരകളും പുഴകളും പുൽ മേടുകളും നിറഞ്ഞ കേരളീയകാഴ്ചകൾ അതിന്റെ സമഗ്രതയിൽനിന്ന് സൂക്ഷ്മതയിലേക്കു മാറുന്നത് ബ്ലോഗുകവിതകളുടെ വായനയിൽ വ്യക്ത മാകുന്നു. ഇടവഴികളിലൂടെയും കൈത്തോടുകളിലൂടെയും സ്കൂൾ മുറ്റ ങ്ങളിലൂടെയും നടന്നുനീങ്ങുന്ന കവിത വീടിന്റെയും വീടിന്റെ ചുവരു കളുടെയും അടുക്കളയുടെയും ചുറ്റുപാടുകളുടെ സ്ഥൂലതയിലേക്ക് കൂടുതൽ അടുത്തു നില്ക്കുന്നു. വലിയ ഫ്രെയ്മുകളിൽനിന്ന് ചെറിയ കാഴ്ചകളുടെ അടുക്കുകളായി കേരളീയതയെ വാക്കുകളിൽ ദൃശ്യവത് ക്കരിക്കുന്നു.

പരിചിതമായ ലോകത്തെയും അതിലെ പരിചിതമായ കാഴ്ചകളെയും അപരിചിതമെന്നതുപോലെ ബ്ലോഗുകവിത നമ്മുടെ മുന്നിൽ അവതരി പ്പിക്കുന്നു. ഗൃഹാതുരതയോടെ നാടിനെ കാണുമ്പോൾ അതിലെ ഓരോ കാഴ്ചയും ഹൃദയത്തെ ആകർഷിക്കുകയും ദൈനംദിന കാഴ്ചകൾക്ക് വ്യത്യസ്തമായ ഒരു പുതിയ കാഴ്ച ലഭിക്കുകയും ചെയ്യുന്നു.

വാക്കുകളുടെ ധാരാളിത്തമില്ലാതെ ചുരുങ്ങിയ വാക്കുകളിൽ അവതരി പ്പിച്ചുപോകുന്ന കവിതകൾ കേരളത്തിന്റെ നേർചിത്രങ്ങളെ കാണിച്ചു

തരുന്നു. സാങ്കേതികതയും നാഗരിക പുരോഗതിയും ഇന്ന് ഗ്രാമങ്ങളിലേക്കു കടന്നുവന്നിരിക്കുന്നു. ഗ്രാമങ്ങൾ കൂടുതൽ നഗരങ്ങളായി പരിവർത്തനം ചെയ്തുകഴിഞ്ഞു. ഇതിനിടയിൽ, ഗ്രാമീണകാഴ്ചകളുടെ ഒറ്റപ്പെട്ട ഇടങ്ങളെ കാണിച്ചുതരുന്നതിനുള്ള ശ്രമം ഇവിടെ കാണാം.

'ജലത്തേക്കാൾ സാധ്യത കൂടിയ ഓർമ്മകൾ' എന്ന ബ്ലോഗിൽ ലതീഷ് മോഹന്റേതായി വന്ന ഒരു കവിത അപൂർവ്വമായ ഗ്രാമകാഴ്ചയുടേതാണ്. ഗ്രാമത്തിന്റെ സ്വഭാവവും രീതികളും കവിതയുടെ അവതരണത്തിലുമുണ്ട്. ഗ്രാമപദങ്ങളിലൂടെയും പറച്ചിലിലൂടെയും നീങ്ങുന്ന കവിത ഗ്രാമീണതയെ അതിന്റെ ശൈലിയിൽ അവതരിപ്പിക്കുന്നു. ആലങ്കാരികമായ കാവ്യഭാഷയെക്കാൾ ബ്ലോഗുകവിതയുടെ ഭാഷ ആഖ്യാനവിഷയത്തോട് വായനക്കാരനെ കൂടുതൽ ചേർത്തുനിർത്തുന്നു. മലയാളകവിത മുമ്പു കണ്ട കാഴ്ചകൾ അധികമൊന്നും ഇവരുടെ ദൃഷ്ടിയിൽ പതിയുന്നില്ല. പതിയുന്ന കാഴ്ചകളെയാകട്ടെ അപരിചിതഭംഗിയോടെ അവതരിപ്പിക്കുന്നു.

കടുക്

ആറിന്റെ നടുക്കൊരു
കെട്ടുവള്ളം
അതിൽ
കല്ലുകൂട്ടിയ അടുപ്പ്
കലം
കുഴലിലൂടെ വരും വാറ്റുചാരായം
രാത്രിയിലിരുട്ടിൽ
നാലുപേർ
നീന്തിയെത്തുന്നു
ചൂടു ചാരായം
വെള്ളത്തിൽ
വെച്ചു തണുപ്പിച്ച്
അണ്ണാക്കിലേക്കു
കമഴ്ത്തുന്നു
ചുട്ട കപ്പയും
ഉണക്കമീനും
വായിലിട്ടൂതി
വിഴുങ്ങുന്നു
രണ്ടുപല്ലുകൾക്കിടയിൽ
ചുമന്ന കാന്താരി പൊട്ടുന്നു

(പോസ്റ്റുചെയ്തത്: ലതീഷ് മോഹൻ, 20/9/2015)

കേരളത്തിന്റെ ഭൂപ്രകൃതിക്കു മാത്രമല്ല അതിലെ കൊച്ചുകാഴ്ചകൾക്കു പോലും കാവ്യവിഷയമൊരുക്കാൻ കഴിയുമെന്ന് ബ്ലോഗുകളിലെ കവിതാ

ലോകം കാണിച്ചുതരുന്നു. വിശാലമായ പ്രകൃതിയിലെ സൂക്ഷ്മാംശങ്ങളെപ്പോലും കവിതാലോകത്തിലേക്ക് അവർ കൂട്ടിക്കൊണ്ടുവരുന്നു.

മേലെ വാനത്ത് വേനലാണ്
മൂത്തുപൊട്ടി പറക്കുന്നുണ്ട്,
നനുനനുത്തൊരുള്ളു കാട്ടി
പരുപരുത്ത പരുത്തിക്കായകൾ

(പോസ്റ്റുചെയ്തത്: ഡോണ മയൂര, 08/12/2009 b).

ബ്ലോഗുകവിതയിൽ ഗൃഹാതുരത എപ്പോഴും സ്കൂളുകളെ വലംചുറ്റി നടക്കുന്നു. സ്കൂളും വിദ്യാഭ്യാസകാലവും സൗഹൃദങ്ങളും അവിടെ കാവ്യവിഷയമായി മാറുന്നു. ക്ലാസ് മുറിയും അതിന്റെ ഘടനയും കുട്ടികളുടെ മനസ്സും അടുക്കിയടുക്കി വച്ച് നിർമ്മിച്ച ലളിതമായ കവിതകൾ വ്യത്യസ്തമായ ലോകത്തെ കാണിച്ചുതരുന്നു. നാക്കില എന്ന ബ്ലോഗിൽവന്ന ഒരു കവിത ഇത്തരം കവിതകൾക്കൊരുദാഹരണമാണ്.

അവസാനത്തെ
പിരിയഡ്
കണക്കായിരുന്നു

കണക്കുചെയ്യാനറിയാത്ത കുട്ടി
ജനലിലൂടെ
മഴ നോക്കിയിരുന്നു

മഴ കാണുന്ന കുട്ടിയെ നോക്കി
ടീച്ചർ ഓരോന്നോർത്തു
പെരിക്കപ്പെട്ടികയുടെ
കറുത്തപുസ്തകം മടക്കിവച്ച്
കുട്ടികളെല്ലാം
അവളെ നോക്കിയിരുന്നു.

കനത്തൊരിടിവെട്ടി
ക്ലാസ് മുറിയെ
പേടിപ്പിച്ചിരുത്തി

(പോസ്റ്റുചെയ്തത്: അനീഷ് എളനാട്, 17/06/2013).

വള്ളുവനാടുപോലെ മലയാള കവിതയിൽ ആവർത്തിച്ചുവന്ന സ്ഥലചിത്രീകരണങ്ങളെ ഉപേക്ഷിച്ച് ഗ്രാമവും ഗ്രാമത്തിലെ ഒറ്റപ്പെട്ട സംഭവങ്ങളുടെയും വിവരണങ്ങളായി ബ്ലോഗുകവിതാലോകം മാറി. ഒരു സംഭവത്തിന്റെ ദൃക്സാക്ഷി വിവരണംപോലെ കവിത ജീവിതത്തിന്റെ ഭാഗമായി. ഗ്രാമജീവിതത്തിന്റെ ഏതു തുറയിലും ഒരു കാവ്യവിഷയം ഒളിഞ്ഞിരിപ്പുണ്ടെന്ന് അവർ തിരിച്ചറിയുന്നു.

കുറുപ്പു ചേട്ടന്റെ നായ
നന്നേ പുലർച്ചയ്ക്ക്
നാട്ടിലേക്കിറങ്ങും
ആലപ്പുഴവരെ നടക്കും
പുന്നപ്ര വയലാറൊക്കെ പോകുന്ന
പോക്കിൽ പിന്നിടും
നടന്നു മടുക്കുമ്പോൾ
ബോട്ട്ജെട്ടി വഴി
മാർക്കറ്റിലേക്കിറങ്ങും
മീൻ വെള്ളമൊഴുക്കിവിടുന്ന
കാനയിലൊക്കെ
മണത്തു നോക്കും
എന്തു
ദുർഗന്ധമാണിവിടെയൊക്കെയെന്നു
മുറുമുറുക്കും

(പോസ്റ്റുചെയ്തത് : അനിലൻ എം.ആർ, 04/04/2013)

അകജീവിതത്തിലേക്ക് സൂക്ഷ്മവശങ്ങളിലേക്കുള്ള ഒരെത്തിനോട്ടം ബ്ലോഗുകവിതയിൽ കാണാം. വീടും വീടിന്റെ ചുവരുകളും ജീവിതത്തെ തന്നെയാണ് അടയാളപ്പെടുത്തി നില്ക്കുന്നതെന്ന് കവിത വെളിപ്പെടുത്തുന്നു. പ്രവാസലോകത്തിലേക്കു കുടിയേറിയവരുടെ ഹൃദയം വീടിന്റെ ചുവരുകളുടെ നാലതിർത്തികൾക്കുള്ളിലേക്കു പല തവണ മടങ്ങിവരും. വീടിന്റെ പശ്ചാത്തലവും അകത്തളങ്ങളും പുതിയ ദർശനങ്ങളെ വെളിപ്പെടുത്താൻ കാത്തുനില്ക്കുന്നു.

മലയാളകവിത മുമ്പ് വെളിപ്പെടുത്തിയിട്ടില്ലാത്ത അകകാഴ്ചകളെ ബ്ലോഗുകവിത കാണിച്ചുതരുന്നു. ചുവരും ചുമർകാഴ്ചകളും അകത്തളങ്ങളും ലളിതാഖ്യാനങ്ങളായി ബ്ലോഗുകളിൽ പ്രത്യക്ഷപ്പെടുന്നു. ഒപ്പരം എന്ന ബ്ലോഗിലെ 'സാന്റ് പേപ്പർ' എന്ന കവിത ഇത്തരത്തിൽ ഒരു കാഴ്ച നമുക്കു തരുന്നു. വാതിൽപടിയിൽ കനംവച്ച് നില്ക്കുന്നത് തലമുറകളുടെ വിവിധ വികാരഭാവങ്ങളുടെ അടയാളങ്ങളാണ് എന്ന് വെളിപ്പെടുത്തുന്നു.

സാന്റ് പേപ്പർ

പെങ്ങൾക്ക്
കല്യാണം
നിശ്ചയിച്ചതോടെ
ചുമരുകളാകെ
വെള്ള
വലിപ്പിക്കുകയാണുപ്പ

വാതുക്കലെ
കട്ട്ള
ഉരച്ചു
വെളുപ്പിക്കുകയാണുമ്മ

തെളിഞ്ഞുവരുന്നുണ്ട്
കട്ട്ളപ്പടിയിൽ

മൂത്തപെങ്ങളുടെ
മൂക്ക്
പിഴിഞ്ഞ്
കോന്തലയിലും
ചുമരിലും
വിരൽ തുടച്ച
മൂക്കട്ടയുടെ ബാക്കി

പരമേശ്വരനാശാരി
തട്ടിച്ച
മുഴക്കോലിന്റെ
വക്ക്...

(പോസ്റ്റുചെയ്തത്: ഉമ്പാച്ചി, 03/08/2012)

ഗ്രാമങ്ങൾ ഇന്ന് നഗരങ്ങളായി പരിവർത്തനം ചെയ്തുകൊണ്ടിരിക്കുന്നു. ഗ്രാമവും നഗരവും തമ്മിലുള്ള അതിർത്തികൾ മാഞ്ഞുകഴിഞ്ഞു. നാഗരികത ഗ്രാമജീവിതത്തിന്റെ ഭാഗമായിക്കഴിഞ്ഞു. എവിടെയും വമ്പൻ പരിഷ്കാരങ്ങൾ പ്രത്യക്ഷപ്പെടുന്നു. ശുദ്ധമായ പ്രകൃതിയും പ്രകൃതിക്കാഴ്ചകളും അപൂർവ്വമാകുന്ന നാട്ടിൽ അത്തരം പ്രകൃതികാഴ്ചകളെ ഓർമ്മയിൽനിന്നും അടയാളപ്പെടുത്താനുള്ള ശ്രമം ബ്ലോഗുകളിൽ കാണാം. നാട്ടിൻപുറങ്ങളിൽ അന്യമാകുന്ന പ്രകൃതികാഴ്ചകളെ പലതിനെയും ബ്ലോഗുകവിതകളുടെ പോസ്റ്റിൽ വാക്കുകളായി ആലേഖനം ചെയ്തിരിക്കുന്നു. രാപ്പനി എന്ന ബ്ലോഗിൽവന്ന കവിത ഗ്രാമീണതയുടെ ശുദ്ധസൗന്ദര്യത്തെ വെളിപ്പെടുത്തുന്നു.

തൊടാൻ വയ്യെന്ന് തൊട്ടുതൊട്ട് മഴ

ചൂണ്ടക്കൊളുത്തിലേറാൻ
തലപൊക്കും മണ്ണിരകൾ
മണ്ണിരക്കൊളുത്തിലേറാൻ
ധൃതിപ്പെടും മീനുകൾ

ഇരുട്ടു കതിരിട്ട പാടത്ത്
അമ്മത്തവള കരയുമ്പോൾ

വരമ്പിൽ, ഞവണിമുട്ടകളുടെ
കുഞ്ഞു പിരമിഡുകളിൽ
തൊടാൻ വയ്യെന്ന്
തൊട്ടുതൊട്ട് മഴ!

(പോസ്റ്റുചെയ്തത്: അനിൽകുമാർ, 14/11/2010 b)

7. ഇംഗ്ലീഷ് ഭാഷയുടെ പ്രയോഗം

ഭാഷാവ്യവഹാരമെന്ന നിലയിൽ കവിത ഏറ്റവും അധികം ആശ്രയിക്കുന്നത് ഭാഷയേയും അതിന്റെ വ്യത്യസ്തമാനങ്ങളെയുമാണ്. അതുകൊണ്ട് ഭാഷയിലും സമൂഹത്തിലുമുണ്ടാകുന്ന സ്വാധീനങ്ങൾ അതിന്റെ സാഹിത്യരൂപമായ കവിതയെയും സ്വാധീനിക്കുന്നു. ഇത്തരത്തിൽ വിവരസാങ്കേതികവിദ്യയുടെ ഉല്പന്നമായ ബ്ലോഗുകളിൽ പിറക്കുന്ന കവിതകളിലും ഭാഷാപരമായ ചില സ്വാധീനങ്ങൾ കണ്ടെത്താൻ കഴിയും. പ്രധാനമായും ഇംഗ്ലീഷ് ഭാഷയുമായി ബന്ധപ്പെട്ട ചില സ്വാധീനങ്ങളാണ് ബ്ലോഗുകവിതകളിൽ കണ്ടെത്താൻ കഴിയുക. മലയാളകവിതയുടെ ചരിത്രത്തിൽ വ്യത്യസ്തമായ കാലഘട്ടത്തിൽ ഭാഷാപരമായ ചില സ്വാധീനങ്ങൾ രേഖപ്പെടുത്തപ്പെട്ടിട്ടുണ്ട്. തമിഴുഭാഷയും സംസ്കൃതഭാഷയുമായി ബന്ധപ്പെട്ട സ്വാധീനങ്ങളായിരുന്നു അത്. രാമചരിതമടക്കമുള്ള പാട്ടുകൃതികളിൽ തമിഴ്ഭാഷ പ്രാമുഖ്യം നേടുമ്പോൾ മണിപ്രവാളത്തിലും ചമ്പുക്കളിലും സംസ്കൃതഭാഷയുടെ പ്രാമുഖ്യം വെളിവാകുന്നു. ആധുനിക സാങ്കേതികവിദ്യയുടെ വളർച്ച മലയാളഭാഷയെ നയിച്ചത് ഇംഗ്ലീഷ് ഭാഷയുമായുള്ള ഗാഢമായ ബന്ധത്തിലേക്കാണ്. അതിന്റെ തുടർച്ചയാണ് ബ്ലോഗുകവിതകളിലും പ്രത്യക്ഷപ്പെടുന്നത്.

മലയാള ബ്ലോഗുകവിതയിൽ പ്രത്യക്ഷപ്പെടുന്ന ഇംഗ്ലീഷ് ഭാഷയുടെ കടന്നുവരവ് മൂന്നു തരത്തിലുള്ള സ്വാധീനത്തിന്റെ ഫലമാണ്.

I) സാങ്കേതിക ഭാഷയുടെ സ്വാധീനം

II) സാങ്കേതിക വ്യവഹാരലോകത്തിന്റെ സ്വാധീനം

III) സാങ്കേതിക വിദ്യാഭ്യാസസമൂഹത്തിന്റെ സ്വാധീനം

സൈബർ സാങ്കേതികവിദ്യയുടെ ഉദയം മലയാളമടക്കം മിക്കവാറും പ്രാദേശികഭാഷകളെ അതിലേക്ക് ആകർഷിച്ചു. എന്നാൽ സാങ്കേതികലോകം സൃഷ്ടിച്ച നവമാധ്യമലോകത്തെ ആവിഷ്കരിക്കാൻ മലയാളഭാഷയുടെ പദാവലികൾ അപര്യാപ്തമായിരുന്നു. മാറിയ സൈബർ കാലത്തിനനുയോജ്യമായ പുതിയൊരു ഭാഷ മലയാളത്തിനും ആവശ്യമായിരുന്നു. സാങ്കേതികവിദ്യയെയും അതിന്റെ വിനിമയലോകത്തെയും ആവിഷ്കരിക്കാൻ കഴിയുന്ന ഭാഷയ്ക്കു മാത്രമേ നിലനില്ക്കാൻ സാധിക്കുകയുള്ളൂ എന്ന അവസ്ഥ മലയാളത്തെ ഇംഗ്ലീഷ് ഭാഷയോട് അടുപ്പിച്ചു. സാങ്കേതികവിദ്യ വിനിമയം ചെയ്തിരിക്കുന്ന ഇംഗ്ലീഷ്പദങ്ങളെ ഇരുകൈയും നീട്ടി മലയാളി സ്വീകരിച്ചു. വിവരസാങ്കേതികഭാഷയെ സ്വീകരിക്കാനുള്ള

മലയാളത്തിന്റെ പരിമിതിയെ സാങ്കേതികപദങ്ങളുടെ പരിധികളില്ലാതെയുള്ള സ്വീകരണം വഴി മലയാളഭാഷ മറികടന്നു. വിവരസാങ്കേതിക മാധ്യമമായ ബ്ലോഗുകളിൽ സാഹിത്യലോകം സജീവമായപ്പോൾ മാധ്യമത്തിന്റെ ഭാഷാപരമായ സ്വാധീനം അതിൽ രൂപപ്പെട്ട കവിതയടക്കമുള്ള സർഗ്ഗസൃഷ്ടികളിലേക്കും വ്യാപിച്ചു. ബ്ലോഗെന്ന മാധ്യമലോകത്തിലെ പദാവലികൾ അതേപടി സാഹിത്യസൃഷ്ടികളിലും സജീവമായി ഉപയോഗിക്കപ്പെടാൻ തുടങ്ങി.

നവമാധ്യമങ്ങളുടെ കടന്നുവരവ് മലയാളഭാഷയിൽ പുതിയ ഒരു വ്യവഹാരലോകത്തെ സൃഷ്ടിച്ചു. ഓരോ സാങ്കേതികവിദ്യയും അതിന്റെ പ്രയോഗം നിലവിലിരിക്കുന്ന പശ്ചാത്തലത്തെ ഉൾപ്പെടുത്തി വ്യവഹാരലോകത്തെ രൂപപ്പെടുത്താറുണ്ട്. ടെലിവിഷനും റേഡിയോയും അച്ചടിയും രൂപപ്പെടുത്തിയ ഭാഷാപരമായ വ്യവഹാരങ്ങൾ നിത്യജീവിതത്തിന്റെയും സാഹിത്യത്തിന്റെയും ഭാഗമായതുപോലെ ബ്ലോഗുൾപ്പെടുന്ന മാധ്യമലോകം സൃഷ്ടിച്ച പദാവലികൾ സാവധാനം നിത്യജീവിതത്തിന്റെയും സാഹിത്യലോകത്തിന്റെയും ഭാഗമായി കൂട്ടിച്ചേർക്കപ്പെട്ടു. മാധ്യമത്തിന്റെ ആംഗലേയസ്വാധീനം വ്യവഹാരലോകത്തിന്റെ വിനിമയത്തിലേക്കും കടന്നുവന്നു. വിവരസാങ്കേതികലോകം കാണിച്ചുതന്ന ഭാഷാവ്യവസ്ഥിതിയിൽ രൂപംകൊണ്ട പദങ്ങൾക്ക് മലയാളത്തിൽ തത്തുല്യമായ പദങ്ങളെ കണ്ടെത്താൻ കഴിയാതിരുന്നതിനാൽ ബ്ലോഗുൾപ്പെടുന്ന നവമാധ്യമവ്യവഹാരലോകം ആംഗലേയഭാഷാ സ്വാധീനത്തോടെ ബ്ലോഗുകവിതകളിലേക്കും കടന്നുവന്നു.

ബ്ലോഗുകവിതയിൽ ഇംഗ്ലീഷ്ഭാഷയുടെ സാന്നിധ്യത്തിന് ഒരു കാരണം ആ മാധ്യമവുമായി ചേർന്നുനിന്ന സമൂഹത്തിന്റെ ഭാഷാപരമായ വീക്ഷണങ്ങളാണ്. സാങ്കേതികവിദ്യയുമായി ബന്ധപ്പെട്ടു വളർന്നുവന്ന സമൂഹമാണ് ബ്ലോഗുകളുടെ സാഹിത്യലോകത്തിലും കവിതാലോകത്തും സജീവമായത്. ഇവരാകട്ടെ ഇംഗ്ലീഷ് ഭാഷയെയും മലയാളഭാഷയെയും ഒരുപോലെ പ്രയോഗിക്കാൻ ശേഷിയുള്ള ഒരു തലമുറയുടെ ഭാഗമായിരുന്നു. കേരളത്തിലെ വിദ്യാഭ്യാസസ്ഥാപനങ്ങളിൽ പ്രഫഷണൽ വിദ്യാഭ്യാസം പൂർത്തിയാക്കിയ പുതിയ തലമുറയുടെ ഭാഷാപ്രയോഗങ്ങളിൽ ഇംഗ്ലീഷ് പദസ്വാധീനം നിലനിന്നു. ഇംഗ്ലീഷ് പദങ്ങളും ശൈലികളും ഘടനകളും മലയാളത്തോട് ചേർത്തുപയോഗിക്കുന്ന തലമുറ സാഹിത്യസൃഷ്ടികളിലും ഇതേ ഭാഷയെത്തന്നെ പ്രതിഷ്ഠിച്ചു. ദൈനംദിന ഭാഷാപ്രയോഗങ്ങളിലൂടെ രൂപപ്പെട്ട ഭാഷാബോധത്തിന്റെ വെളിച്ചത്തിലാണ് അവർ കവിതയുടെ സൃഷ്ടിയും നടത്തിയത്. ആശയസംവേദനത്തിന് ഉചിതമായ പദങ്ങളെ ഭാഷാഭേദമില്ലാതെ അവർ പ്രയോഗിച്ചു. ബ്ലോഗുകവിതകളുടെ സൃഷ്ടിയിലെ പ്രവാസിമലയാളികളുടെ സാന്നിധ്യവും ഇംഗ്ലീഷ് ഭാഷയുടെ വിനിമയത്തിന് പ്രധാനപ്പെട്ട കാരണമാണ്.

മുമ്പില്ലാത്തവിധം കവിത ഇംഗ്ലീഷ് ഭാഷയെ ആശ്രയിച്ചു. കവിതയുടെ തലക്കെട്ടുകൾവരെ ഇംഗ്ലീഷുഭാഷയിൽതന്നെ നല്കുന്ന രീതി ബ്ലോഗുകളിൽ വളർന്നുവരുന്നുണ്ട്. ചില ശീർഷകങ്ങൾ മലയാളത്തിൽ എഴുതപ്പെട്ട ഇംഗ്ലീഷ് ഭാഷയിലാണ് നല്കിയിരിക്കുന്നത്. ലാപുട എന്ന ബ്ലോഗിൽ 2012 നവംബർ 4 ന് ടി.പി. വിനോദ് പോസ്റ്റു ചെയ്ത കവിതയുടെ പേര് 'subject: H:' എന്നാണ്. 2015 ജനുവരി 9 ന് പോസ്റ്റു ചെയ്ത കവിതയുടെ ശീർഷകം 'Bio-data' എന്നാണ്. 'കവിതയുടെ മഴക്കാലം' എന്ന ബ്ലോഗിൽ 2009 ഫെബ്രുവരി 23-ാം തീയതി വന്ന കവിതയുടെ ശീർഷകം 'ദാമ്പത്യത്തിന്റെ Meno pouse' എന്നാണ്. മറ്റൊരു കവിതയുടെ പേര് 'ആൾവേയ്സ് ദിർഹാംസ് - 4' എന്നു നല്കിയിരിക്കുന്നു. 'വരിയുടച്ച വാക്കുകൾ' എന്ന ബ്ലോഗിൽ വന്ന കവിതയുടെ പേര് 'ആൻഗ്രിലൈഫ് - ഒരു ആൻഡ്രോയ്ഡ് ആപ്പ്' എന്നാണ്. ഇംഗ്ലീഷ് ഭാഷയിൽതന്നെ കവിതകൾക്ക് ശീർഷകം കണ്ടെത്താൻ ബ്ലോഗുകവികൾക്കു മടിയില്ല. കവിതയുടെ ഏകഭാഷാബോധത്തെ ബ്ലോഗുകൾ തിരസ്കരിക്കുന്നു. ഇംഗ്ലീഷും മലയാളവും കൂടിക്കലർന്ന പുതിയൊരു മിശ്രഭാഷ കവിതാലോകത്ത് സജീവമാകുന്നതിന്റെ സൂചനകളാണ് ബ്ലോഗുകവിതകളിലൂടെ കാണപ്പെടുന്നത്.

സുധീഷ് കൊട്ടേമ്പ്രത്തിന്റെ ഒരു കവിതയുടെ തലക്കെട്ട് "റൂം ഫോർ റെന്റ്" എന്നാണ്. സാധാരണ ഭാഷാവ്യവഹാരത്തിൽ കടന്നുവരുന്ന ഇംഗ്ലീഷ് പദങ്ങൾ ഒന്നും വിട്ടുകളയാതെ കവിത രചിക്കുകയാണ് ഇവിടെ.

മുറിയടച്ച് ധ്യാനനിരതനായിരിക്കുന്ന അബ്ദുവിന്
ഓരോ മണിക്കൂറിലും എന്തെങ്കിലും വേണോ സർ
എന്ന് റൂം ബോയ് വാതിൽക്കൽ നില്ക്കും.
ഒരു ബോട്ടില് വെള്ളം, ഒരു കോഫീ, കൂൾ ഡ്രിങ്ക്സ് എന്തെങ്കിലും
എന്നൊക്കെ അപ്പോഴെല്ലാം അയാൾ ഓർഡർ കൊടുക്കും.
ചെക്ക് ഔട്ട് ചെയ്യാനുള്ള പരമാവധി സമയത്തിന്റെ
മുനമ്പിലേക്ക് ശ്വാസമെടുക്കുമ്പോൾ...

(പോസ്റ്റുചെയ്തത്: സുധീഷ് കൊട്ടേമ്പ്രം, 23/06/2014)

ഋതുഭേദങ്ങൾ എന്ന ബ്ലോഗിൽ 2010 ജനുവരിയിൽ ഡോണ മയൂര പോസ്റ്റു ചെയ്ത കവിത ഇംഗ്ലീഷിന്റെയും മലയാളത്തിന്റെയും മിശ്രിതമാണ്. കവിതയുടെ തലക്കെട്ട് നല്കിയിരിക്കുന്നതുതന്നെ ഇംഗ്ലീഷിലാണ്. മലയാളഭാഷയുടെ സ്വാഭാവികതയിലേക്കും സ്വകാര്യതയിലേക്കും അധിനിവേശഭാഷ ആക്രമിച്ചുകയറുന്നതിന്റെ ലളിതമായ ഉദാഹരണമാണിത്.

Yellow sticky

You are not romantic!
ഫ്രിഡ്ജിലെ യെല്ലോ സ്റ്റിക്കിയിൽ
നേർപ്പാതിയുടെ കുറിപ്പ്.

How can I be,
being a forensic pathologist?

തിണർത്തുവന്നൊരാംഗലേയത്തിനു
പിന്നാലെ മനസ്സ്
പോസ്റ്റുമോർട്ടം ടേബിളിലന്നുണ്ടായിരുന്ന
സൗരഭ്യം പടർത്തിക്കിടന്നിരുന്ന
കറുത്ത സൗന്ദര്യത്തിനടുത്തേക്കെടുത്തു ചാടി.

മരണത്തിനു മുന്നേ
തലയ്ക്കടിയേറ്റിരുന്നുവെന്ന
പ്രാഥമിക റിപ്പോർട്ട് സ്ഥിരീകരിക്കണം.

Is my mind searching for
salt and pepper shakers?
പുട്ടുകുറ്റിയിൽനിന്നുമുയരുന്ന
ആവിയെന്നപോലെ,
കുക്കറിൽ നിന്നുയരുന്ന
വിസിലെന്നപോലെ
ഉള്ളു പാകപ്പെട്ടപ്പോൾ...

(പോസ്റ്റുചെയ്തത്: ഡോണ മയൂര, 04/01/2010)

കവിത ഭാഷാപരമായി രണ്ട് ധ്രുവങ്ങളെ സ്പർശിച്ചുനില്ക്കുകയാണ്. ഇംഗ്ലീഷ് ഭാഷയും മലയാളഭാഷയും ഒരുപോലെ വിനിമയം ചെയ്യപ്പെടുന്നു. ശുദ്ധമായ മലയാളപദങ്ങളെ വിരളമായി മാത്രമേ കവിതയിൽ കണ്ടെത്താൻ കഴിയൂ. മലയാളവിഭക്തി ചേർത്തുപയോഗിക്കുന്ന ഇംഗ്ലീഷ് പദങ്ങളും തനി ഇംഗ്ലീഷ് ഭാഷാപദങ്ങളും ചേർത്ത് വ്യത്യസ്തമായ ഒരു കാവ്യരൂപത്തെ തന്നെ സൃഷ്ടിച്ചിരിക്കുന്നു. കാവ്യപ്രമേയത്തിനനുസരിച്ച് കവിതയുടെ ഭാഷ പ്രയോഗിക്കുന്ന രീതി ഇവിടെ കാണാം.

കവിതക്കൊടി എന്ന ബ്ലോഗിൽ 2013 ൽ പോസ്റ്റു ചെയ്ത കവിത സൈബറിടത്തിന്റെ വിനിമയലോകത്തെയാണ് അവതരിപ്പിക്കുക. ഇന്റർനെറ്റിന്റെ മാധ്യമലോകം കവിതയുടെ പശ്ചാത്തലമാകുമ്പോൾ മാധ്യമപദാവലികൾ തത്സമമായി കാവ്യപ്രയോഗത്തിലേക്കു കടന്നുവരുന്നു.

എന്തുപറയാൻ?
തൊള്ളായിരത്തി എൺപത്തിമൂന്നിലെ
എസ്.എസ്.എൽ.സി. ബാച്ച്
ടാഗു ചെയ്യുമ്പോൾ
വീണ്ടും നീ എന്റെ മുന്നിലെത്തി.

അന്നു രാത്രി
കുത്തിയിരുന്ന്
ഞാൻ നിന്റെ പ്രൊഫൈൽ തെരഞ്ഞു.

ആയിരം ഫേയ്ക്കുകളല്ലാതെ
നീ വന്നില്ല.

ഗത്യന്തരമില്ലാതെ
ഞാൻ
പുറത്തേക്കിറങ്ങി.

കാറ്റടിച്ച്
നഗരത്തിന്റെ ഉടയാടകൾ
ഇടയ്ക്കിടെ പൊങ്ങുമ്പോൾ
ശ്വാസകോശങ്ങളെ കവിഞ്ഞുപോകുന്ന
ചീഞ്ഞ നാറ്റം.
ഓ.എം.ആർ ഷീറ്റിൽ
പടവെട്ടാൻ
സീബ്രാലൈനിൽ...

(പോസ്റ്റുചെയ്തത്: ഗോപീകൃഷ്ണൻ, 30/10/2013)

ടാഗു ചെയ്യുക, പ്രൊഫൈൽ തെരഞ്ഞ്, ആയിരം ഫേയ്ക്കുകൾ, സൈബർ മാധ്യമലോകം അടയാളപ്പെടുത്തുന്ന സാങ്കേതികപദങ്ങൾക്കു കൃത്യമായ തർജ്ജമകൾ നല്കുവാൻ മലയാളഭാഷയ്ക്കു പരിമിതികളുണ്ട്. സൈബറിന്റെ സവിശേഷതകളെ കൃത്യമായി രേഖപ്പെടുത്താൻ പുതിയ ഭാഷാവിനിമയലോകത്തെ അതേപടി പകർത്തുവാനേ സാധിക്കുകയുള്ളൂ. സൈബർ ലോകത്തെ ഓരോ മാധ്യമവും ഓരോ വ്യവഹാരലോകത്തെ ഭാഷയിലേക്ക് സംക്രമിപ്പിക്കുന്നുണ്ട്. 'മോണോലിസ സ്മൈൽസ്' എന്ന ബ്ലോഗിൽ വന്ന ഒരു കവിത.

തിരിച്ചെഴുത്തുകൾ

സെർച്ച് ചെയ്ത്
സ്ക്രോൾ ചെയ്ത് പോകുന്നതിനിടെ
സംരക്ഷിക്കപ്പെടേണ്ട ചില വികാരങ്ങളുടെ
സ്മാരകങ്ങളെ
ഒരു നിമിഷമെങ്കിലും
കണ്ണുകളിൽ ഫ്രെയിം ചെയ്തു
ഭദ്രമെന്നും പ്രാചീനമെന്നും വിലപിടിച്ചതെന്നും
തോന്നിപ്പിക്കേണ്ട കാലങ്ങൾ
അകലെയല്ല.

(പോസ്റ്റുചെയ്തത്: സോണി ഡിത്ത്, 14/12/2014)

ഇന്റർനെറ്റിന്റെ വ്യവഹാരലോകത്തെ ആശയവിശകലനത്തിന് പ്രയോജനപ്പെടുത്തുകയാണ് ഇവിടെ. ഇന്റർനെറ്റിലെ പദാവലികൾ മലയാളപദങ്ങളോട് സമർത്ഥമായി കൂട്ടിച്ചേർത്തിരിക്കുന്നു.

കവിതയുടെ മഴക്കാലം എന്ന ബ്ലോഗിൽ പോസ്റ്റു ചെയ്ത കവിത ഇംഗ്ലീഷ് ഭാഷാപ്രയോഗത്തിന് മികച്ച ഉദാഹരണമാണ്,

നിങ്ങളെന്നെ ലെസ്ബിയനാക്കി

ഇന്നലെ
എമിറേറ്റ് പാലസിന്റെ പിന്നില്
ലേഡീസ് ബീച്ചില്
അഞ്ച് അടി ആറിഞ്ച് ഉയരത്തിൽ
രണ്ടു പീസിൽ
ലുർപാർക്ക് ബട്ടർ പടരുന്ന ഉടല്
ശാകുന്തളത്തിൽനിന്ന് ഓടിയിറങ്ങി വന്നിരിക്കുന്നുവോ ഇവള്
മൊണാലിസാസ്മിതം ഒന്നുമില്ലാതെയാകുന്നു
കവിളിൽ രത്നങ്ങൾ കൂട്ടിവച്ചിരിക്കുന്നു...

(പോസ്റ്റുചെയ്തത്: ദേവസേന, (04/03/2007 c)

ഇംഗ്ലീഷ് വാക്കുകൾകൊണ്ട് മലയാളകവിത കൊരുത്തിരിക്കുകയാണിവിടെ. വ്യത്യസ്തമായ ഒരു ഭൂപ്രദേശത്തിന്റെ കാഴ്ചകളെ ഈ കവിത പ്രദാനം ചെയ്യുന്നു. ആഗോളസംസ്കാരത്തെ പുണർന്നുനില്ക്കുന്ന മലയാളിയുടെ ഭാഷാലോകവും ആ സംസ്കാരത്തെ വിശദീകരിക്കാൻ സജ്ജമായതിന്റെ സൂചനകളാണ് ഈ കവിതയിൽ. ശാകുന്തളവും മോണോലിസയും രണ്ട് ഭാഷാസംസ്കാരത്തിന്റെ പ്രതീകങ്ങളാണ്. ഈ സംഗമമാണ് കവിതയുടെ പദാവലികളിലും കാണുക.

ചുമല

മരിച്ചുകഴിയുമ്പോൾമാത്രം
ഞാൻ പിന്നിട്ട കാഴ്ചകളിലേക്ക്
മുറിച്ച് കടന്നുവരാൻ
സീബ്രാക്രോസിങ്ങിലെന്ന പോലെ
നീ സിഗ്നൽ കാത്തുനില്ക്കും.

(പോസ്റ്റുചെയ്തത്: ഡോണ മയൂര, 23/05/2013 a)

നിരവധി ഇംഗ്ലീഷ് പദങ്ങളെ അനുദിന വ്യവഹാരത്തിന്റെ ഭാഗമായി മലയാളഭാഷ സ്വീകരിച്ചുകഴിഞ്ഞു. സീബ്രാലൈനും സിഗ്നലും ഇത്തരത്തിൽപ്പെട്ടവയാണ്. മുമ്പ് കവിതാലോകത്ത് പ്രത്യക്ഷപ്പെടാതിരുന്ന ഇത്തരം അനേകപദങ്ങൾ ബ്ലോഗുകവിതയുടെ ഭാഗമായി ഉൾച്ചേർക്കപ്പെടുന്നുണ്ട്.

ബൂലോകകവിത എന്ന ബ്ലോഗിൽ വന്ന ഈ കവിത പോസ്റ്റു ചെയ്തിരിക്കുന്നത് സജീവ് ആണ്.

ആൻഗ്രിലൈഫ് - ഒരു ആൻഡ്രോയ്ഡ് ആപ്പ്

ഒരു പുതിയ കളിയിലാണ്
ആവേശം അതിന്റെ പാരമ്യത്തിലും

ആൻഡ്രോയ്ഡ് ഫോണുണ്ടെങ്കിൽ
നിങ്ങൾക്കും ഡൗൺലോഡാം
ആപ്പിളിലും വിൻഡോസിലും കണ്ടിട്ടില്ല...
(പോസ്റ്റുചെയ്തത്: 16/09/2014)

ഇംഗ്ലീഷ് വാക്കുകളുടെ ലജ്ജയില്ലാതുള്ള പ്രയോഗം ബ്ലോഗുകവിതകളുടെ ഭാഗമായി മാറുന്നു. ഭാഷയെ സംബന്ധിച്ച ധാരണകളെ അവ പൊളിച്ചെഴുതുകയാണ്. കാവ്യഭംഗിയുള്ള പദാവലികളെ കോർത്തിണക്കി കവിത രചിച്ച കാലത്തിൽനിന്ന് ഇതരഭാഷയുടെ ഏതു ഭാഷാവ്യവഹാരത്തെയും കവിതയാക്കുന്ന കാലത്തിലേക്കു മാറിയതിന്റെ സൂചനയാണ് ബ്ലോഗുകവിത കാണിച്ചുതരുന്നത്. ഏതളവിൽവരെ ഭാഷയെ തമ്മിൽ കൂട്ടിക്കലർത്താമെന്നതിന്റെ അതിർത്തികൾ ഇല്ലെന്നായി. സൗകര്യമനുസരിച്ച് എടുത്തു പ്രയോഗിക്കാവുന്ന ഒരു കൂട്ടം പദങ്ങളുടെ സഞ്ചയമായി കവിതാലോകം പരിവർത്തനം ചെയ്തു. ഇംഗ്ലീഷ് ഭാഷയിലെ ഏതു വാക്കും മലയാള കവിതയിൽ പ്രയോഗസാധ്യമാണെന്ന് ബ്ലോഗുകവിത തെളിയിക്കുന്നു.

8. വ്യവഹാരഭാഷയുടെ ആധിക്യം

ബ്ലോഗുകളുടെ കടന്നുവരവ് വാമൊഴിയുടെ പ്രയോഗത്തിന് കൂടുതൽ അവസരമൊരുക്കി. "ബ്ലോഗുകൾ പൊതുവേ സമൂഹത്തിന്റെ സംഭാഷണശൈലികളെ പിന്തുടരുന്നവയാണ്. സമൂഹത്തിന്റെ ഔപചാരികശൈലികളെ ഉപേക്ഷിച്ച് വർത്തമാന സംസാരഭാഷയെ പിന്തുടരുന്ന ശൈലിയാണ് മിക്കവാറും ബ്ലോഗുകളിലുമുള്ളത്. ഇതാകട്ടെ അച്ചടിമാധ്യമങ്ങളുപയോഗിക്കുന്ന മാനകഭാഷയിൽനിന്ന് വ്യത്യസ്തമായി നില്ക്കുന്നവയാണ്" (Walker, 2014:38). ബ്ലോഗെന്ന മാധ്യമം പൊതുവേ വാമൊഴിയുടെ സ്വഭാവം പുലർത്തുന്നവയാണ്. ബ്ലോഗുകളുടെ ഈ പൊതുവായ സവിശേഷത അതിന്റെ പശ്ചാത്തലത്തിൽ നിർമ്മിക്കപ്പെട്ട സാഹിത്യസൃഷ്ടികളുടെ പൊതു സവിശേഷതയായി മാറുന്നുണ്ട്. ബ്ലോഗുകവിതകളിൽ വാമൊഴിയുടെ കടന്നുവരവ് പുതിയൊരു കാവ്യരൂപത്തെ തന്നെ സൃഷ്ടിക്കുന്നു.

കവിതയെ സംബന്ധിച്ച അടിസ്ഥാനധാരണയെ ബ്ലോഗുകവികൾ നിരാകരിക്കുന്നു. ബിംബങ്ങൾകൊണ്ട് നിർമ്മിക്കപ്പെട്ട കാവ്യഭാഷയെ ഉപേക്ഷിച്ച് വാമൊഴി വഴക്കങ്ങളെ സമർത്ഥമായി കവിതയുടെ ഉള്ളിൽ പ്രതിഷ്ഠിക്കുന്നു. കവിതയിൽ ഒരിക്കലും പ്രയോഗസാധ്യത ഇല്ലാതിരുന്ന പദങ്ങളെ കാവ്യലോകത്തിന്റെ അമരത്ത് പ്രതിഷ്ഠിക്കുന്നു. മലയാളകവിത മുമ്പില്ലാത്തവിധത്തിൽ വാമൊഴി പദങ്ങളെ ആശ്രയിച്ചു നില്ക്കുന്ന കാഴ്ച ബ്ലോഗുകളിൽ കാണാം. കവിതകളുടെ തലക്കെട്ടുകൾവരെ വാമൊഴി ശൈലിയിൽതന്നെ നില്ക്കുന്നു. രാപ്പനി എന്ന ബ്ലോഗിൽ അനിൽകുമാർ പോസ്റ്റു ചെയ്ത കവിതയുടെ പേര് 'കാക്കനക്കന കൂക്കുനൂ' എന്നാണ്. മറ്റൊരു കവിതയുടെ ശീർഷകം 'തൊടാൻ വയ്യെന്ന് തൊട്ടുതൊട്ട് മഴ'

എന്ന് നല്കിയിരിക്കുന്നു. കുഴൂർ വിത്സന്റെ ബ്ലോഗിൽ വന്ന കവിതകളുടെ പേര് 'ജമ്മം' 'തിന്തരു' എന്നൊക്കെയാണ്. പ്രമാദം എന്ന ബ്ലോഗിൽ പ്രമോദ് പോസ്റ്റു ചെയ്ത കവിതയ്ക്ക് നല്കിയ തലക്കെട്ട് 'തെഴുപ്പ്' എന്നാണ്. ഡോണ മയൂര 2013 ജൂൺ 12ന് പോസ്റ്റു ചെയ്ത കവിതയ്ക്ക് 'ഇനി നമ്മുക്ക് ബൂഗി വൂഗി കളിക്കാം' എന്നാണ് പേരു നല്കിയിരിക്കുന്നത്. സാധാരണ സംസാരഭാഷയിൽ ഉപയോഗിക്കുന്ന ശൈലിയിൽ തന്നെ കവിത എഴുതുവാനും അതേരീതിയിൽ തന്നെ തലക്കെട്ടു നല്കുവാനും ബ്ലോഗുകവികൾക്ക് മടിയില്ല. ബ്ലോഗുകൾക്കു നല്കിയിരിക്കുന്ന പേരുകളിൽ ആരംഭിക്കുന്ന വ്യവഹാരഭാഷയുടെ കടന്നുവരവ് കവിതകളിലേക്ക് എത്തുമ്പോൾ അത് വാമൊഴി ഭാഷയുടെ കുത്തൊഴുക്കു മാത്രമായി മാറുന്നു.

പ്രമാദം എന്ന ബ്ലോഗിൽ 2013 ൽ വന്ന കവിത വാമൊഴി വഴക്കത്തിൽ പറഞ്ഞുപോകുന്ന ഒന്നായി ഇവിടെ മാറുന്നു. നാടൻഭാഷാപ്രയോഗങ്ങൾ യാതൊരു മടിയുമില്ലാതെ കവിതയുടെ ഭാഗമാകുന്നു. ബ്ലോഗിൽ പ്രത്യക്ഷപ്പെടുന്ന കവിതകൾ കുറെയെങ്കിലും ഇത്തരത്തിലുള്ളവയാണ്.

അച്ഛൻ

'പുകവലിച്ചു ജീവിതം തുലച്ചിടൊല്ലേ സോദരാ!
പുകമറയ്ക്കു പിന്നിലുണ്ട് തീക്കനലെന്നറിയുക' എന്നു വിളിച്ചു പറഞ്ഞ്
'പുകവലി കൊണ്ട് എന്തു നേടാം?
പതിനഞ്ചുവർഷം നേരത്തെ മരിക്കാം' എന്ന് പോസ്റ്ററൊട്ടിച്ച്
വീട്ടിൽ വരുമ്പോൾ
അച്ഛൻ ബീഡി വലിച്ചൂതുന്നുണ്ടാവും
ഞാനും അച്ഛനും കലമ്പാവും.
ആപ്പൻ അച്ഛന്റെ കൂടെ കൂടും.
അമ്മ എന്റെ കൂടെയും
'ബൌസുള്ള ബീഡ്യാന്ന്, ബൌസുള്ള ബീഡി'
അത് പോട്ട്,
അച്ഛനിപ്പോൾ
എന്തുകൊടുക്കും?...

(പോസ്റ്റുചെയ്തത്: പ്രമോദ് കെ.എം., 15/01/2013 c)

തുലച്ചിടൊല്ല, പോസ്റ്ററൊട്ടിച്ച്, കലമ്പാവും എന്നീ പദങ്ങൾ സാധാരണ കാവ്യഭാഷയിൽ കാണുന്ന പദങ്ങളല്ല. 'ബൌസുള്ള ബീഡ്യാന്ന്', 'പോട്ട്' ശുദ്ധമായ ഭാഷയുടെ നിബന്ധനകളെ ഉപേക്ഷിച്ച് കവിതയുടെ ഭാഷ കവിയുടെ പിന്നാലെ പോകുന്ന കാഴ്ച ബ്ലോഗുകവിതയിൽ കാണാം. ഏതൊരു സന്ദർഭവും കാവ്യവിഷയമാകുമ്പോൾ സന്ദർഭത്തിനിണങ്ങുന്ന പദങ്ങളാണ് കവിതയ്ക്ക് ഊർജ്ജം നല്കുന്നത്. ഇവിടെയും കാവ്യസന്ദർഭത്തെ വിശദമാക്കുന്ന പദപ്രയോഗങ്ങളിലൂടെയാണ് കവിത മുന്നേറുന്നത്.

പരിശുദ്ധ പ്രണയം

രണ്ടുപേർ വിഷമിച്ചിരിക്കുന്നു...
ഒരാണും ഒരു പെണ്ണും...
"ഇവളെ എങ്ങനെ ഒഴിവാക്കാം എന്ന് ആണ്
ഇവനെ എങ്ങനെ പറ്റിക്കാമെന്ന് പെണ്ണും!"

കോഫി ഷോപ്പിൽ...
അവൻ അവളുടെ കാലുകളിൽ.. കാലു കൊണ്ട്
തഴുകി... കവിളിൽ ഉമ്മവച്ചു...
അവൾ... ഈശ്വരാ ആരെങ്കിലും കണ്ടിരുന്നെങ്കിൽ...
പതിനായിരം ഒത്തേനെ...
അവൻ... മൊബൈൽ എടുത്തു വീഡിയോ ഓണാക്കി
പതിനായിരം ഒത്താലോ?

അവർ പരിശുദ്ധരായി പ്രണയിച്ചു...

(പോസ്റ്റുചെയ്തത്: പ്രദീപ്, 26/10/2011)

പൈമ എന്ന ബ്ലോഗിൽ വന്ന ഈ കവിത വാമൊഴിരീതിയെ അവലംബിച്ചുള്ളതാണ്. ഒരു കഥപറയുന്ന ലാഘവത്തോടെ ഇവിടെ കവിത പറഞ്ഞു പോകുന്നു. കണ്ടിരുന്നെങ്കിൽ, ഒത്തേനെ, ഒത്താലോ, വീഡിയോ ഓണാക്കി, കാവ്യരീതിയിൽനിന്ന് അകന്നു നിന്ന പദങ്ങൾ ബ്ലോഗുകവിതയുടെ ഘടനയിലേക്കു കൂട്ടിച്ചേർക്കപ്പെട്ടിരിക്കുന്നു.

ജീവിതത്തിന്റെ ചുറ്റുപാടുകളിലേക്ക് കൂടുതൽ അടുത്തുനില്ക്കുന്ന കവിതകളാണ് ബ്ലോഗുകളിലേത്. പ്രസാധകമാധ്യമം വീടിന്റെ അകത്തു തന്നെ പ്രതിഷ്ഠിക്കപ്പെട്ടപ്പോൾ കവിത കൂടുതൽ അകം കേന്ദ്രീകൃതമായി. വീടിനുള്ളിലെ അന്വേഷണങ്ങളും ആലോചനകളും കവിതയുടെ വിഷയമായി മാറി. വീടിന്റെ അകംകാഴ്ചകളെ അവതരിപ്പിക്കാൻ അവിടെ പ്രയോഗിക്കുന്ന ഭാഷയെ തന്നെ ബ്ലോഗുകവികൾ പ്രയോജനപ്പെടുത്തുന്നു. ആരുടെ ജീവിതത്തെ അവതരിപ്പിക്കുന്നുവോ അവരുടെ മൊഴിയിൽത്തന്നെ ബ്ലോഗുകവിത സംസാരിക്കുന്നു. രാപ്പനി എന്ന ബ്ലോഗിൽ ടി.പി. അനിൽ കുമാർ പോസ്റ്റു ചെയ്ത കവിത ഉദാഹരണമാണ്.

കാക്കനെക്കനെ കൂക്കുനൂ

അതിരിലെ മുളങ്കൂട്ടത്തിൽ
കിളി പറന്നിരുന്ന്
കൊക്കു പിളർന്നു
കാക്കനെക്കനെ കൂക്കുനൂ...
കാക്കനെക്കനെ കൂക്കുനൂ...

മുറ്റത്തു കളിച്ചിരുന്ന മകൾ
വിളിച്ചു പറഞ്ഞു

തലേല് തീയ്ള്ള ഒരു കിളി
ദേ മൊളേമ്മല് ഇരിക്ക്ണ്!
എന്തൂട്ടാച്ഛാ അത് പറേണത്?

അതിനെ പിടിക്ക്യോ എന്ന്
അവളിപ്പോൾ ചോദിക്കും

ലാന്തിലാന്തി
മുളങ്കൂട്ടത്തിനടുത്തെത്തിയ
മകൻ പറഞ്ഞു
ദേ നോക്ക്യേ
ഒരു പാമ്പിന്റെ കുപ്പായം!...

(പോസ്റ്റുചെയ്തത്: അനിൽകുമാർ ടി.പി., 29/04/2010 a)

തീയ്ള്ള, മോളേമ്മല്, എന്തൂട്ടാച്ഛാ പിടിക്ക്യോ, ലാന്തിലാന്തി തുടങ്ങി വാമൊഴി വഴക്കങ്ങളെ അതേപടി ബ്ലോഗുകവി പ്രയോഗിക്കുന്നു. കവിതയുടെ ശുദ്ധിയെന്നത് കൃത്രിമത്വമില്ലാത്ത ഭാഷാപ്രയോഗമെന്ന് ബ്ലോഗുകവികൾ പ്രഖ്യാപിക്കുന്നു. കവിതയുടെ സാഹചര്യത്തിനിണങ്ങുന്ന വാമൊഴി ആഖ്യാനങ്ങളിലൂടെ കവിത പറഞ്ഞുപോകാനാണ് ബ്ലോഗുകവികൾ ശ്രദ്ധിക്കുന്നത്.

ഔപചാരികതയുടെ ഭാഷയെ ഉപേക്ഷിച്ച് അനൗപചാരികതയുടെ സർഗ്ഗാത്മകത കവിതയിൽ വിരിയുന്നു. സാധാരണതയുടെ അസാധാരണതകളാണ് ഇവിടെ കവിതയായി രൂപപ്പെടുന്നത്.

ഒരു നസ്രാണി തറവാടിനെ കവിതയുടെ വിഷയമായി തിരഞ്ഞെടുത്ത കുഴൂർ വിത്സന്റെ ‘ഞായറാഴ്ച’ എന്ന കവിത ആ സമൂഹത്തിന്റെ വ്യവഹാരഭാഷയിലാണ് അവതരിപ്പിക്കുന്നത്.

പിന്നെയും വെയിൽമൂക്കും
ഉള്ളിലെ
കള്ള് മൂക്കും
നമ്മുടെ ശരീരങ്ങളിൽ
വിശപ്പ് മൂക്കും.

മക്കളേയും വിളിച്ച്
കഴിക്കാൻ വാടീയെന്നും പറഞ്ഞ്
ഞാൻ കൈ കഴുകി ഇരിക്കുമ്പോൾ
പള്ളിയിൽ പന്ത്രണ്ടരയുടെ മണിയടിക്കും.

വീണു കിട്ടിയ
ഒരു ഞായറാഴ്ച
പിശുക്കി പിശുക്കി
ചെലവഴിച്ച നമ്മൾ

അതിന്റെ കുറച്ച് വിത്തുകൾ
അടുത്ത ജന്മത്തിലേക്കും മാറ്റി വയ്ക്കും.

(പോസ്റ്റുചെയ്തത്: 14/04/2014 b)

കുഴൂർ വിത്സന്റെ മറ്റൊരു കവിതയ്ക്ക് നല്കിയിരിക്കുന്ന പേരുതന്നെ 'ജമ്മം' എന്നാണ്. പ്രായമായ അമ്മയുടെ ഭാഷാവ്യവഹാരത്തിൽ ജന്മം 'ജമ്മ'മായി മാറുന്നു. കവിത ആശയവിനിമയം ആകുമ്പോൾ അതിന്റെ ഭാഷയും ആശയവിനിമയ രീതികളോട് ചേർന്നുനില്ക്കുന്നു. കവിതയിലെ ആശയലോകത്തെ സംവേദനം ചെയ്യാൻ ഇത്തരം രീതികളാണ് കൂടുതൽ പര്യാപ്തമെന്ന് ബ്ലോഗുകവികൾ തിരിച്ചറിയുന്നു. കവിതയ്ക്കനുയോജ്യമല്ല എന്ന രീതിയിൽ ഒരു വാക്കും ബ്ലോഗുകവിതയിൽ മാറ്റിനിർത്തപ്പെടുന്നില്ല. നാടൻ പദങ്ങൾ ആഖ്യാനലാളിത്യത്തോടെ കവിതയിൽ പ്രയോജനപ്പെടുത്തുന്നു.

ജമ്മം

വെയിൽ കൊള്ളാഞ്ഞ്
പഴയ കറുമ്പൻ വെളുത്ത് പോയമ്മേ
അഭിനയിച്ചിട്ടു പോലും കറുപ്പനാകുന്നില്ലമ്മേ

കുടിച്ച് കുടിച്ച് ചീർത്തു പോയമ്മേ
വലിച്ചു വലിച്ച് വലഞ്ഞു പോയമ്മേ
കുരച്ച് കുരച്ച് കുരഞ്ഞു പോയമ്മേ
കവിതകൾ വായിച്ച് വായിച്ച്
കവിഞ്ഞ് പോയമ്മേ...

(പോസ്റ്റുചെയ്തത്: 01/01/2009)

പരമ്പരാഗതമായി കവിത കൈയ്യടക്കിവച്ചിരിക്കുന്ന കാവ്യഭാഷയെ ബ്ലോഗുകവികൾ കൈവിടുന്നു. നാട്ടിൻപുറത്തിന്റെ അനേകം മൊഴികളും മൊഴിവഴക്കങ്ങളും കവിതയുടെ വരികൾക്ക് ഊർജ്ജം പകരുന്നു. ആലങ്കാരികവും സുന്ദരവും കാവ്യഭംഗി തുളുമ്പുന്നതുമായ പദങ്ങളെ കോർത്തിണക്കിയാണ് കവികൾ മുമ്പ് കവിത കൊരുത്തിരുന്നത്. കവിതയുടെ പാരമ്പര്യസവിശേഷതകൾ ഏറിയ പങ്കും ബ്ലോഗുകവിതകളിൽനിന്ന് അപ്രത്യക്ഷമായി. പരമ്പരാഗത കാവ്യഭാഷയിൽ കൃത്രിമത്വത്തെ കാണുന്ന ബ്ലോഗുകവികൾ ജനത്തിന്റെ ഭാഷണത്തെയാണ് കവിതകളിൽ പ്രതിഷ്ഠിക്കുന്നത്. അതുവഴി കവിത ജനജീവിതത്തോട് ചേർന്നുനില്ക്കുന്നു. വ്യവഹാരഭാഷയിലെ വൈവിധ്യം കവിതകളിലും വൈവിധ്യം സൃഷ്ടിക്കുന്നു. വ്യവസ്ഥാപിതനിയമങ്ങളുടെ കാവ്യമാളികകളെ പൊളിച്ച് നാലാൾ കൂടുന്ന ഇടങ്ങളിലെല്ലാം കുടിലുകെട്ടി പാർപ്പുറപ്പിക്കുന്ന ബ്ലോഗുകവികൾ അവിടെ വിനിമയം ചെയ്യുന്ന ഭാഷയെ തന്നെ കവിതയുടെ ഭാഷയായി തെരഞ്ഞെടുക്കുന്നു.

9. ആഗോള സാംസ്കാരികത

ലോകത്തിന്റെ എല്ലായിടങ്ങളിലേക്കും തുറന്നിട്ട വാതിലുകളുമായി ട്ടാണ് ബ്ലോഗുകൾ അവതരിച്ചത്. ലോകത്തിന്റെ വിവിധ ദേശങ്ങളിൽ കഴി ഞ്ഞിരുന്ന മലയാളികൾ ആ വാതിലിലൂടെ സാഹിത്യപ്രകാശനത്തിന് പൊതുഭൂമികയെ കണ്ടെത്തി. ബ്ലോഗുകളിലേക്ക് ആദ്യം ആകർഷിക്ക പ്പെട്ടത് ലോകത്തിന്റെ വിവിധ ദേശങ്ങളിൽ പ്രവാസികളായി കഴിയുന്ന മലയാളികളായിരുന്നു. തുടർന്ന് നാട്ടിൽകഴിയുന്ന മലയാളികളും ബ്ലോഗു കളെ സാഹിത്യപ്രകാശനത്തിന്റെ മാധ്യമമാക്കി. ആഗോളവത്ക്കരണ ത്തിന്റെ ഫലമാണ് സംസ്കാരങ്ങളുടെ ഈ കൂടിച്ചേരൽ. ഇന്ത്യയിലെ മറ്റ് ഏതു ഭാഷാസമൂഹത്തേക്കാൾ സംസ്കാരങ്ങളുടെ കൂടിച്ചേരൽ ഏറ്റവും ദൃശ്യമായത് മലയാളിയുടെ സമൂഹത്തിലാണ്. ലോകത്തിന്റെ വിവിധ ദേശ ങ്ങളിൽ ചിതറിക്കഴിഞ്ഞിരുന്ന മലയാളിയെ ഒന്നിപ്പിച്ച ഘടകം മലയാള ഭാഷയെന്ന വൈകാരികതയായിരുന്നു.

സാംസ്കാരിക കൂടിച്ചേരലിന്റെ ഇടമായ ബ്ലോഗുകൾ സംസ്കാര ത്തെയും അതിന്റെ സവിശേഷതകളെയും പങ്കുവയ്ക്കുന്ന വേദിയായി മാറി. കേരളത്തിന് പുറത്തുള്ള സംസ്കാരത്തെയും ചരിത്രത്തെയും മലയാളിക്ക് മുമ്പ് ഏറ്റവും നന്നായി പരിചയപ്പെടുത്തിയത് എസ്.കെ. പൊറ്റക്കാടായി രുന്നു. യാത്രാവിവരണഗ്രന്ഥങ്ങളിലൂടെ ലോകത്തിലെ വിവിധ സംസ്കാര ങ്ങളെ അദ്ദേഹം മലയാളിക്ക് പരിചയപ്പെടുത്തി. യാത്രാവിവരണങ്ങളിൽ ഒതുങ്ങിനിന്ന സംസ്കാരികതയുടെ പങ്കുവയ്ക്കൽ ഇന്ന് ബ്ലോഗുകവിത കളിലും ദൃശ്യമാകുന്നു. ലോകത്തിന്റെ വിവിധ ദേശങ്ങളിലിരുന്ന് സ്വന്തം ദേശത്തെ നോക്കിക്കാണുന്ന മലയാളി ആ ദേശത്തിന്റെ സ്വത്വത്തെയും സാഹിത്യസൃഷ്ടികളിൽ അടയാളപ്പെടുത്തുന്നു. ഇതരസംസ്കാരങ്ങളുടെ സാംസ്കാരികബിംബങ്ങൾ മലയാളകവിതയുടെ ഭാഗമായി ചേർക്കപ്പെടു ന്നുണ്ട്. ലോകത്തിന്റെ വിവിധ ദേശങ്ങളിലിരുന്നു കവിത രചിക്കുന്ന മല യാളികളുടെ കാവ്യപ്രപഞ്ചത്തിൽ ആ ദേശവും സ്വാധീനം സൃഷ്ടിക്കുന്നു.

കേരളത്തിന്റെ സാംസ്കാരികലോകമാണ് മുമ്പ് കവിതകളുടെ പശ്ചാ ത്തലമായി നിന്നത്. വളരെ അപൂർവ്വമായി ഭാരതത്തിന്റെ സാംസ്കാരിക വിശാലതകളിലേക്ക് മലയാളകവിത എത്തിനോക്കിയിട്ടുണ്ട്. ആഗോള സാംസ്കാരികയുടെ പങ്കുവയ്ക്കലിലേക്കു മലയാളകവിതയെ എത്തിക്കു ന്നതിൽ ബ്ലോഗുകൾ പ്രധാന പങ്കുവഹിച്ചു. ഗൾഫിലും യൂറോപ്പിലും ഇതര വിദേശരാജ്യങ്ങളിലുമിരുന്ന് കവിത രചിച്ചവർ ആ നാടിന്റെ സാംസ്കാരികപൈതൃകങ്ങളെ കവിതയിൽ അവതരിപ്പിച്ചു. ആഗോള സംസ്കാരത്തിന്റെ കൂടിച്ചേരൽ ബ്ലോഗുകവിതകളിലും കാണപ്പെടുന്നു. ബ്ലോഗുകവിതയിൽ ലിങ്ക് ചേർക്കപ്പെട്ടുകിടക്കുന്ന ആഗോള സാംസ്കാ രികചിഹ്നങ്ങൾ വിശാലമായ ഒരു കാവ്യലോകത്തെ നമ്മുടെ മുമ്പിൽ അവ തരിപ്പിക്കുന്നു. ഭൂമിശാസ്ത്രപരമായി ഇടുങ്ങിനിന്ന സാംസ്കാരികലോക ത്തുനിന്ന് വ്യത്യസ്തതയാർന്ന സാങ്കേതികകാഴ്ചപ്പാടുകളിലേക്ക് ബ്ലോഗുകവിത കണ്ണിചേർക്കപ്പെട്ടു കിടക്കുന്നു.

അൻവർ അലി പോസ്റ്റു ചെയ്ത 'നൈല ഒമർ' എന്ന കവിത കൊറിയായിലെ സാംസ്കാരികപശ്ചാത്തലങ്ങളെയും അവിടുത്തെ മനുഷ്യരുടെ സവിശേഷതകളെയും സാമൂഹ്യചുറ്റുപാടുകളെയും മലയാളിക്ക് പരിചയപ്പെടുത്തുന്നതാണ്. കൊറിയായുടെ സാംസ്കാരിക പശ്ചാത്തലങ്ങളിലേക്ക് ഈ ബ്ലോഗുകവിത വെളിച്ചം വീശുന്നു.

നൈല ഒമർ

ഭൂമിയുടെ മറ്റേക്കരയിലുള്ള
സോവ്ൾ നഗരം മുഴുവൻ അലഞ്ഞ്
അയാൾക്കായി പന്നിയിറച്ചിയില്ലാത്ത ഒരു കിംപപ്പ് വാങ്ങി.
തിരിച്ചുചെല്ലുമ്പോൾ
ഒരു ഗാസാ വിശപ്പുതുള്ളിയെ
കെയ്റോ പുറമ്പോക്കുകളിലേക്കെന്നപോൽ
അയൽമുറിയിലേക്ക് തുടച്ചെറിഞ്ഞു-
എന്നെ എന്റെ ദർവിഷ്
ഞാനിരുന്നു കരഞ്ഞു...

(പോസ്റ്റുചെയ്തത്: 5/10/2008)

കവിതയിൽ വിദേശീയമായ പദങ്ങളും സ്ഥലനാമങ്ങളും കടന്നുവരുന്നു. ഇതിൽ പ്രതിപാദിക്കുന്ന 'കിംപപ്പ്' എന്നത് പായലിൽ പൊതിഞ്ഞ ചോറാണ്. കൊറിയായിലെ സാധാരണക്കാരുടെ ഭക്ഷണമാണത്. ഒളിമ്പിക്സിലൂടെ മലയാളിക്ക് കേട്ടുപരിചയമുള്ള സോവ്ൾനഗരത്തെ കവിതയിലൂടെ അടുത്തു പരിചയപ്പെടാൻ സാധിക്കുന്നു. കൊറിയായുടെ തന്നെ ഭാഷയെയും ശൈലികളെയും രീതികളെയും പങ്കുവയ്ക്കുന്നതാണ് പ്രമാദം എന്ന ബ്ലോഗിൽ വന്ന 'കൊറിയ ഏസോ കടൂർ കാച്' എന്ന കവിത.

അറിയാത്ത ഭാഷയുടെ കട്ടിക്കമ്പിളിക്കുപ്പായത്തിന് തടുക്കാനാവാത്ത
ആ സ്നേഹത്തിന്റെ തണുപ്പിൽ
പലപ്പോഴും നമ്മൾ
തുറന്നിരിക്കുന്ന ഏതെങ്കിലും ഒരു കടയിൽപ്പോയി
സോജുവോ മറ്റെന്തെങ്കിലുമോ കഴിക്കും
കിം അമ്മാവാ... ഞാൻ നാട്ടിലേക്കു പോകുന്നു.
ദേജിയോണിലെ ചൊമ്മിൻദോങ്ങിൽ
അഞ്ചുദിവസം കൂടുമ്പോൾ വരുന്ന ചന്തകളിൽ നിന്നും
സാധനങ്ങൾ വാങ്ങുമ്പോൾ
പുറംനാട്ടുകാരനായതിനാലോ എന്തോ
മൂന്നോ നാലോ
ഉള്ളിയോ ഉരുളക്കിഴങ്ങോ അധികം തരുന്ന
അജശിമാരേ, അജൂമമാരേ...

(പോസ്റ്റുചെയ്തത്: പ്രമോദ് കെ.എം., 21/01/2013 b)

കൊറിയായിലെ സാംസ്കാരിക നാമങ്ങളെ ഈ കവിതയിൽ വിശദീകരിക്കുന്നു. സോജു - കൊറിയൻ മദ്യം, തേജു - പന്നിയിറച്ചി, അജശി, അജൂമ - ചന്തയിൽ സാധനം വില്ക്കുന്ന പുരുഷൻ സ്ത്രീ, നാമൂ - മരം, കേ - പട്ടി, ക്യോഹെ - പള്ളി ഇങ്ങനെ കൊറിയൻ സാംസ്കാരികതയെ കേരളവുമായി ബന്ധിപ്പിക്കുന്ന കവിത പുതിയ സാംസ്കാരിക പശ്ചാത്തലത്തെപ്പറ്റി അറിവു നല്കുന്നു. കേരളത്തിന് അന്യമായ സാംസ്കാരിക ചുറ്റുപാടും അതിലെ പദാവലികളും ദേശനാമങ്ങളും ബ്ലോഗുകവിതയിലൂടെ മലയാളിക്ക് പരിചിതമാകുന്നു.

മലയാളികൾ അധികമായി കുടിയേറിയ ഇടമാണ് ദുബായ്. തിങ്ങിനിറഞ്ഞ ദുബായ് പട്ടണത്തിന്റെ ട്രാഫിക്കിനെ ഉപമാലങ്കാരമായി പ്രയോഗിക്കുകയാണ് ദേവസേനയുടെ കവിതയിൽ. ഭാര്യാഭർതൃബന്ധത്തിൽ വന്ന അകല്ച സൃഷ്ടിച്ച മൗനത്തിൽ ഇഴഞ്ഞുനീങ്ങിയ സമയം ദുബായിലെ ട്രാഫിക്കുപോലെയെന്ന് താരതമ്യം ചെയ്യുന്നു.

ട്രാഫിക്കിൽ ഹെനിക്കന്റെ തുള്ളികൾ

അവന്റെ മുഖം,
വൈകിട്ട് ഏഴുമണിക്കെ
ദുബായിലെ ട്രാഫിക്ക് പോലായിട്ട്
മണിക്കൂറൊന്ന്...

ഏതു പ്രവർത്തി ദോഷത്തിന്റെ
ഫലമാണിതെന്ന അവളുടെ
ചിന്തയുടെ ആയുസിനും...
മണിക്കൂറൊന്ന്...

(പോസ്റ്റുചെയ്തത്: 23/02/2007 a)

ദേവസേനയുടെ 'ബഹുമാനപൂർവ്വം അബുദാബി പോലീസിന്' എന്ന മറ്റൊരു കവിതയിൽ അബുദാബിയും അവിടുത്തെ മീനാപോർട്ടും അവിടുത്തെ പോലീസുകാരും പരാമർശിക്കപ്പെടുന്നു. മലയാളകവിതയുടെ പശ്ചാത്തലങ്ങളായി വിദേശ ഇടങ്ങൾ കടന്നുവരുന്നതിന്റെ ഉദാഹരണമാണിത്.

മീനാപോർട്ടിലെ
ഭീമൻ കപ്പലുകൾ
നങ്കൂരമിട്ടിരിക്കുന്നിടത്തെ നീലിച്ചജലം
വരൂവരൂവെന്ന്
മത്സ്യകന്യകയുടെ പവിഴക്കൊട്ടാരം കാട്ടിത്തരാമെന്ന്

എന്റെ അബുദാബി പോലീസേ,
വാക്കുകൾ കൊണ്ടുള്ള തുളയ്ക്കൽ
വെടിവെച്ചുകൊല്ലുന്നതിനേക്കാൾ ഭീകരം തന്നെ...

(പോസ്റ്റുചെയ്തത്: 10/01/2011)

അൻവർ അലിയുടെ ഉറുമ്പിൻകൂട് എന്ന ബ്ലോഗിൽ പോസ്റ്റു ചെയ്ത കവിത നാടിന്റെ ഓർമ്മകളെ പ്രവാസലോകത്തിന്റെ പട്ടണവ്യമായി ബന്ധിപ്പിക്കുകയാണ്. ഗൃഹാതുരത്വത്തിന്റെ ഓർമ്മയുണർത്തുന്ന കാവ്യബിംബമാണ് മിന്നാമിനുങ്ങ്. അവയുടെ സാന്നിധ്യത്തെ നാഗരികലോകത്തിലെ കാഴ്ചകളുമായി ബന്ധിപ്പിക്കുന്നു.

നാട്ടീന്നിരുട്ടിൻ വിമാനത്തിലൊട്ടിയി-
ങ്ങെത്തിയ മിന്നാമിനുങ്ങുകളേ
ദൂരദൂരത്തെ എയർപ്പോർട്ടിൽ റൺവേകളിൽ
പൊട്ടിക്കിളർന്ന കൂൺവെട്ടങ്ങളെ

പാതിരാപ്പാതവിളക്കുമരങ്ങളേ
ചക്രവാളപ്പെരുമീനുകളേ
കൂട്ടണേ നിങ്ങടെ കൂട്ടത്തി,ലീവരും
വേരറ്റ പട്ടണപ്പല്ലിനേയും

(പോസ്റ്റുചെയ്തത്: 10/07/2011)

മാറിയ ജീവിതസാഹചര്യത്തിനനുസരിച്ച് കവിതയുടെ പശ്ചാത്തലവും മാറി വരുന്നതാണ് ബ്ലോഗുകളിൽ കാണുക. കവിത എപ്പോഴും ജീവിതത്തോടൊപ്പം നില്ക്കുന്നതാണ്. ലോകത്തിന്റെ വിവിധ ദേശങ്ങളിലിരുന്ന് കവിത രചിക്കുന്നവർ അവിടുത്തെ ജീവിതചുറ്റുപാടുകളെയും കവിതയിൽ ആലേഖനം ചെയ്യുന്നു. കേരളത്തിന്റെ ഭൂപ്രകൃതിയെ വർണ്ണിച്ചുപോയ മലയാളകവിത ലോകത്തിന്റെ ഓരോ ഇടങ്ങളെയും ഇന്ന് ബ്ലോഗുകളിലൂടെ വർണ്ണിച്ചുകാണിക്കുന്നു.

10. ശ്ലീലാശ്ലീലതയുടെ അതിർത്തികൾ മായുന്നു

സൈബർലോകം മനുഷ്യന്റെ എല്ലാ ജീവിതാവസ്ഥകളെയുമാണ് പ്രതിനിധാനം ചെയ്യുന്നത്. ആശയവിനിമയ സാധ്യതകൾക്കായി സൈബർ സാങ്കേതികത വിനിയോഗിച്ചതിനെക്കാൾ തീവ്രമായി ലൈംഗികകാമനയുടെ പൂരണത്തിനുവേണ്ടിയും അതിനെ പ്രയോജനപ്പെടുത്തുന്നു. ലൈംഗികതയിലും അനുബന്ധമേഖലകളിലുമാണ് കൂടുതൽ അന്വേഷണവും നടക്കുന്നത്. അതീതയാഥാർത്ഥ്യത്തിന്റെ അനുഭൂതിയിലൂടെ ലൈംഗികത ആസ്വദിക്കുകയാണ് അതിന്റെ യുക്തി (യാക്കോബ് തോമസ്, 2014:183). സൈബർലോകത്തിന്റെ അവസ്ഥകളെ സൈബർ സാഹിത്യവും പ്രതിനിധാനം ചെയ്യുന്നുണ്ട്. ലൈംഗികതയെപ്പറ്റിയുള്ള മുൻധാരണകളെ ബ്ലോഗടക്കമുള്ള നവമാധ്യമലോകം തിരുത്തിക്കുറിക്കുന്നു. മുൻകാലങ്ങളിൽ ലൈംഗികതയെ സംബന്ധിച്ച് പാലിച്ചിരുന്ന സ്വകാര്യതയും പരിശുദ്ധിയും ഇന്ന് അപ്രത്യക്ഷമായിരിക്കുന്നു. ലൈംഗികതയുടെ തുറന്ന ചർച്ചകൾക്കും ആസ്വാദനത്തിനും വേദിയാകുന്ന സൈബർഇടങ്ങളെ ശരീരത്തിന്റെയും കാമനകളുടെയും തുറന്നെഴുത്തിന് വേദിയാക്കുന്നു.

Strictly for adults എന്ന അറിയിപ്പോടെ വിഷ്ണുപ്രസാദ് പോസ്റ്റു ചെയ്തിരിക്കുന്ന 'സോദോം ഗോമ്റ' എന്ന കവിത അതിന്റെ ആരംഭത്തിൽ നല്കിയിരിക്കുന്ന മുന്നറിയിപ്പ് ഇപ്രകാരമാണ്. "ലൈംഗികത, അശ്ലീലം എന്നൊക്കെ തോന്നിക്കാവുന്ന പലതും ഈ രചനയിലുണ്ട് പ്രായപൂർത്തിയായവരും താല്പര്യമുള്ളവരും മാത്രം വായിച്ചാൽ മതി (വിഷ്ണുപ്രസാദ്, 13/03/2015). ശരീരത്തെ മറയില്ലാതെ എഴുതുകയും കാമനകളെ വിലക്കുകളില്ലാതെ പ്രദർശിപ്പിക്കാൻ കഴിയുന്ന ഇടമായി ബ്ലോഗുകവിതകളെയും അവർ കാണുന്നു. കവിതയെപ്പറ്റിയുള്ള ബ്ലോഗുകവികളുടെ കാഴ്ചപ്പാടിനെ ഒരഭിമുഖത്തിൽ വിഷ്ണുപ്രസാദ് തുറന്നുകാണിക്കുന്നു. "കവിതയെ സംബന്ധിച്ചു സാമ്പ്രദായിക വായനക്കാർ പല സങ്കുചിത കാഴ്ചപ്പാടുകളും പുലർത്തുന്നവരാണ്. കഥയും നോവലുമൊക്കെ ഏട്ടനോ അമ്മാവനോ ആണെങ്കിൽ കവിത ഈ വായനക്കാരന്റെ നേർപെങ്ങളാണ്. അയാളുടെ സദാചാര സംഹിതകൾക്കെതിരെ അവൾ നീങ്ങാൻ പാടില്ലെന്നാണ് അയാളുടെ വാശി. കവിത എന്ന് പെൺകുട്ടിക്ക് പേരിടുന്നത് ഇതുമായി ചേർത്തുനോക്കേണ്ടതാണ്. എന്റെ കവിതയാകട്ടെ പിഴയ്ക്കാൻ പറ്റിയോടത്തൊക്കെ പിഴയ്ക്കാനുള്ളതാണ്. അതുകൊണ്ട് ഈ ആങ്ങളമാർക്ക് സഹിച്ചെന്നു വരുകയില്ല. കവിത പിഴയ്ക്കേണ്ടതുതന്നെയാണെന്നാണ് എന്റെ അഭിപ്രായം" (സുനീത, 2012:125).

നാഗരികതയുടെ ലൈംഗികതൃഷ്ണകളും ലൈംഗിക അടിച്ചമർത്തലുകളും സ്ത്രീകൾക്കെതിരായ ലൈംഗിക അതിക്രമങ്ങളും നൈതികതയുടെ തടസ്സങ്ങളില്ലാതെ എഴുതുമ്പോൾ അവ പലപ്പോഴും സഭ്യതയുടെ അതിരുകളെ അതിലംഘിക്കുന്നത് ബ്ലോഗുകവിതകളിൽ കാണാം. മുൻകാലങ്ങളിൽ തെറിയെന്നും അശ്ലീലമെന്നും വിളിച്ചിരുന്ന പദങ്ങളും വാക്യങ്ങളും ബ്ലോഗുകവിതകളിൽ ഇടംപിടിക്കുന്നു. വിഷ്ണുപ്രസാദിന്റെ സോദോം ഗോമ്റ, ലിംഗരാജ്, ലിംഗവിശപ്പ് എന്ന കവിതകൾ ലൈംഗികതയുടെ തുറന്നെഴുത്തുകളാണ്. സമീപകവിത എന്നീ ബ്ലോഗിൽ പ്രത്യക്ഷപ്പെടുന്ന വിഷ്ണുരാജിന്റെ കവിതകളിൽ ലൈംഗികസദാചാരത്തിനെതിരെയുള്ള തുറന്നെഴുത്തിന്റെ പടപ്പുറപ്പാട് കാണാം.

സ്ത്രീകൾക്കുനേരെയുള്ള അതിക്രമങ്ങൾ മിക്കപ്പോഴും ബ്ലോഗിൽ കവിതയുടെ വിഷയമായി മാറുന്നുണ്ട്. അതിക്രമങ്ങളെ രൂക്ഷമായി പ്രതിഷേധിക്കുന്ന ഇടമെന്ന നിലയിൽ കവിതയുടെ ഭാഷയും അതിവൈകാരികതയുടെ ഭാഗമായി അസഭ്യമെന്ന് കരുതുന്ന പദങ്ങളെ കവിതയിൽ ഉൾപ്പെടുത്തുന്നു. ഡൽഹിയിൽ കൊലചെയ്യപ്പെട്ട പെൺകുട്ടിയുടെ മരണത്തെപ്പറ്റി എഴുതിയ പല കവിതകളും ഇത്തരത്തിൽ ശക്തവും രൂക്ഷവുമായ പദപ്രയോഗങ്ങൾ നടത്തുന്നുണ്ട്. 'തീച്ചില്ല' എന്ന ബ്ലോഗിൽ ജിഷ എലിസബത്ത് 2012 ഡിസംബർ 29-ാം പോസ്റ്റു ചെയ്ത 'നീ വെറും യോനി' എന്ന കവിത ഇത്തരം പല കവിതകളിൽ ഒന്നാണ്. പരിധികളില്ലാതെയുള്ള

വിഷയങ്ങളുടെ തെരഞ്ഞെടുപ്പിൽ സഭ്യതയുടെ പരിധികൾക്കപ്പുറമുള്ള വിഷയങ്ങളെയും ബ്ലോഗുകവിത സ്വീകരിക്കുന്നു. സന്തോഷ് പല്ലശനയുടെ 'രതിനിർവ്വേദം A' ഉമ്പാച്ചിയുടെ 'കക്കൂസ്' എന്ന കവിതകൾ ഉദാഹരണ മാണ്.

സ്ത്രീകളെ സംബന്ധിച്ച് ബ്ലോഗുകൾ തുറന്നുതന്ന സ്വാതന്ത്ര്യം അതിരുകളില്ലാത്തതാണ്. എഡിറ്ററുടെ നിയന്ത്രണങ്ങളില്ലാതെ ലഭ്യമായ മാധ്യമത്തെ സ്വതന്ത്രഎഴുത്തിന്റെ ഇടമായി അവർ പരിഗണിക്കുന്നു. സ്ത്രീയെക്കുറിച്ച് സ്ത്രീ എഴുതുമ്പോൾ അവളുടെ സ്വകാര്യതകളും പെണ്ണിന്റെ മാത്രമായ സവിശേഷതകളും കവിതയിൽ കടന്നുവരുന്നു. പെണ്ണെഴുത്ത് എന്നാൽ അവളുടെ സ്വകാര്യതയുടെ പങ്കുവയ്ക്കൽ എന്ന ധാരണയിൽ അവ പലപ്പോഴും ഉടലെഴുത്തുകളായി മാറുന്നു. ഉമാ രാജീവിന്റെ 'വിരാമം', ദേവസേനയുടെ 'ഉടലറിവുകൾ' എന്നീ കവിതകൾ ഇതിനുദാഹരണമാണ്. സ്ത്രീസ്വത്വത്തിനുനേരെയും കുഞ്ഞുങ്ങൾ ക്കെതിരെയുമുള്ള പുരുഷന്മാരുടെ കടന്നുകയറ്റത്തെ കവിതകൊണ്ട് നേരി ടുന്ന നിരവധി ഉദാഹരണങ്ങൾ ബ്ലോഗിലുണ്ട്. അവ പ്രതിഷേധത്തിന്റെ പ്രതീകമായി സഭ്യതയ്ക്കപ്പുറത്തുനിന്ന് പല പദങ്ങളെയും സ്വീകരിച്ചു കൊണ്ടാണ് കാവ്യകൃത്യത്തെ പൂർത്തീകരിക്കുന്നത്.

പതിനേഴ്

സൈബർ ഫെമിനിസം ബ്ലോഗിൽ

സാഹിത്യലോകത്ത് സ്ത്രീ അടിസ്ഥാനമുറപ്പിക്കുകയും പെണ്ണെഴുത്തിന്റെ പുതിയ ധാരകളെ സാഹിത്യത്തിൽ അവതരിപ്പിക്കുകയും ചെയ്യുന്നു. അതിന്റെ തുടർച്ചയാണ് സൈബർ ലോകത്തുള്ള സ്ത്രീ സാന്നിധ്യം. സാഹിത്യപ്രകാശനത്തിന് ലഭ്യമായ സൈബറിടം സ്ത്രീത്വത്തിന്റെ പ്രകാശനത്തിന് പ്രയോജനപ്പെടുത്തിയതിന്റെ ഭാഗമായി സാഹിത്യലോകത്ത് അവതരിച്ച വിഭാഗമാണ് സൈബർ ഫെമിനിസം. ലോകത്താകമാനമായി 1990 കളിലാണ് സൈബർ ഫെമിനിസം ഒരു വിഷയമെന്ന നിലയിൽ പരിഗണിക്കാൻ തുടങ്ങിയത്. സൈബർ ലോകവും സാങ്കേതികവിദ്യയുമായി ബന്ധപ്പെട്ട് സ്ത്രീകളുടെ കർതൃത്വത്തെയും ലിംഗപദവിയെയും അതു പഠിക്കുകയും വിശകലനം ചെയ്യുകയും ചെയ്യുന്നു. സാങ്കേതികമേഖലയിൽ സ്വയം ശക്തീകരിക്കപ്പെടാനും ഇടപെടാനുമുള്ള സ്ത്രീകളുടെ ശേഷിയെ അത് പ്രോത്സാഹിപ്പിക്കുന്നു (ഉഷാകുമാരി, 2011 b:2).

മലയാളത്തിൽ സൈബർ ലോകത്ത് സ്ത്രീസാന്നിധ്യം ഇന്ന് സജീവമാണ്. 2004 ൽ 'മൈലാഞ്ചി' എന്ന ബ്ലോഗുമായി രംഗപ്രവേശം ചെയ്ത രേഷ്മയാണ് മലയാളത്തിലെ ആദ്യസ്ത്രീ ബ്ലോഗർ. ആദ്യകാലത്ത് സ്ത്രീകളുടെ എണ്ണം ബ്ലോഗുലോകത്ത് പരിമിതമായിരുന്നു. എന്നാൽ ഇന്ന് പുരുഷന്മാർക്കൊപ്പം സ്ത്രീകളും സൈബർസാധ്യതകളെ ആശയവിനിമയത്തിനും സാഹിത്യപ്രകാശനത്തിനും പ്രയോജനപ്പെടുത്തിക്കൊണ്ടിരിക്കുന്നു. സൈബർ ലോകത്ത് സ്ത്രീകൾ ശ്രദ്ധേയമായ സാന്നിധ്യം അറിയിക്കുന്ന ഇടമാണ് ബ്ലോഗുകൾ. കഥയും കവിതയും ലേഖനവും വാർത്താവീക്ഷണവുമടക്കം സ്ത്രീസ്വത്വത്തെ ആവിഷ്കരിക്കാനുള്ള സാധ്യതയെ ബ്ലോഗുകളിൽ അവർ പരമാവധി പ്രയോജനപ്പെടുത്തുന്നു. "പരമ്പരാഗതമായ പിതൃമേധാവിത്വത്തിന്റെ കൂച്ചുവിലങ്ങുകളിൽനിന്ന് സ്വതന്ത്രമായി സമൂഹത്തിന്റെ മുഖ്യധാരയോട് ചേർന്നുനിന്നുകൊണ്ട് വിവരസാങ്കേതിക വിദ്യയുടെ സൗകര്യങ്ങളും ഫലങ്ങളും ഉപയോഗിക്കാൻ സ്ത്രീകൾ

പ്രാപ്തി നേടിക്കഴിഞ്ഞു. അതിന്റെ ഫലമായി സ്ത്രീയെ സംബന്ധിച്ച് കുടുംബത്തിലും സമൂഹത്തിലും രൂപപ്പെട്ട റോളുകൾ മാറിമറിയുന്നു" (ഉഷാകുമാരി, 2011 b:2). സ്ത്രീ എഴുതുമ്പോൾ അവളുടെ വീക്ഷണങ്ങളും ചിന്തകളുമാണ് അതിലൂടെ ആവിഷ്കരിക്കപ്പെടുന്നത്. ആവിഷ്കാരത്തിന്റെ മേഖലകളിൽ ബ്ലോഗുകവിതകളാണ് സ്ത്രീ കാഴ്ചപ്പാടിനെ ആവിഷ്കരിക്കുന്നതിൽ മുന്നിൽനില്ക്കുന്നത്. കവിതകളുടെ ജനപ്രിയതയും ഭാവാവിഷ്കാരത്തിന് ഏറ്റവും ഉചിതമായ മാധ്യമം എന്ന അവസ്ഥയുമാണ് കവിതകളെ തിരഞ്ഞെടുക്കാൻ കാരണം. ബ്ലോഗുകളിൽ ലഭ്യമായ സ്വതന്ത്ര ആശയപ്രകാശവേദിയെ ഏറ്റവും നന്നായി പ്രയോജനപ്പെടുത്താൻ കവയത്രികൾക്കു കഴിഞ്ഞു.

മലയാളബ്ലോഗം ഇന്ന് എഴുത്തുകാരികളാൽ സമ്പന്നമാണ്. അവരിൽ ഭൂരിഭാഗവും പ്രസിദ്ധ എഴുത്തുകാരോ ഫെമിനിസ്റ്റുകളോ അല്ല. ആശയപ്രസാധനത്തിന് ലഭ്യമായ ഇന്റർനെറ്റ് ഇടങ്ങളിൽ സ്ത്രീത്വത്തിന്റെ സത്തയെ പകർത്തുവാൻ ശ്രമിക്കുന്നവരാണവർ. വീട്ടമ്മമാരും ഉദ്യോഗസ്ഥകളും വിദ്യാർത്ഥിനികളുമായ നിരവധി പേർ സർഗ്ഗാത്മകസൃഷ്ടികളിലൂടെ ബ്ലോഗുകളിൽ സ്ത്രീലോകത്തെ അടയാളപ്പെടുത്തുന്നു. ജീവിതത്തിന്റെ യാഥാർത്ഥ്യത്തെക്കുറിച്ചും ശരീരത്തെക്കുറിച്ചും വ്യക്തിത്വത്തെക്കുറിച്ചുമൊക്കെ തനതായ ഭാഷ്യങ്ങളെ മുന്നോട്ടുവയ്ക്കാനുള്ള വേദിയായി സ്ത്രീകൾ ബ്ലോഗുകവിതകളെയും ഇതര സൈബറിടങ്ങളെയും പരിഗണിക്കുന്നു. ബ്ലോഗുകളിലൂടെ കവിതാലോകത്ത് ശ്രദ്ധേയമായ സാന്നിധ്യമായി മാറിയ സ്ത്രീകളിൽ പലരും അതുവഴി സാഹിത്യലോകത്ത് ആകമാനം അറിയപ്പെടുന്നവരായി മാറിയിട്ടുണ്ട്. ബ്ലോഗുകളിൽ എഴുതുന്ന സ്ത്രീകളെ ബ്ലോഗുകളിൽ പൊതുവേ അഭിസംബോധന ചെയ്യുന്നത് ബ്ലോഗിനിമാർ എന്നാണ്. അവർ നിർമ്മിച്ചിരിക്കുന്ന ബ്ലോഗുകളുടെ പേരുകളിൽതന്നെ സ്ത്രീപക്ഷആശയലോകം വിരിഞ്ഞുനില്ക്കുന്നുണ്ട്.

ബ്ലോഗിനിമാരും കവിതാലോകവും

മലയാളത്തിലെ പ്രധാനപ്പെട്ട ബ്ലോഗിനിമാരും അവരുടെ ബ്ലോഗുകളും ചുവടെ ചേർക്കുന്നു.

ഡോണ മയൂര (ഋതുഭേദങ്ങൾ), ദേവസേന (കവിതയുടെ മഴക്കാലം), പ്രഭാ സക്കറിയാസ് (അലക്കിവിരിച്ചത്) സെറീന (ഒറ്റമഴ), ശ്രീദേവി (ശ്രീരാഗം) ശാന്താ കാവുമ്പായി (മോഹപക്ഷി), പ്രസന്ന ആര്യ (മരുനാഥൻപ്രയാൺ), ഉമാ രാജീവ് (വളപ്പൊട്ടുകൾ) ജ്യോതിബായ് പരിയാടത്ത് (ജ്യോതിസ്) സുനീത ടി.വി (ഇല), മുകിൽ (കാലമാപിനി) സോണി ഡിത്ത് (മോണോലിസ സ്മൈൽസ്), ഗീതാ രവിശങ്കർ (കഥ(ഥ)യില്ലാത്തവൾ), സുമാ രാജീവ് (നിഹാരം), ആഷാ ചന്ദ്രൻ (മൺചിരാതുകൾ) സുഗന്ധി (കണ്ണാടി എന്റെതോന്ന്യാക്ഷരങ്ങൾ) കൃഷ്ണപ്രിയ (എഴുത്തുകൊട്ടക) സീത (സീതായനം), റാണിപ്രിയ (ദേവൂട്ടിപറയട്ടെ)

ജിഷ എലിസബത്ത് (തീച്ചില്ല) ലിഷ (തോന്നിവാസിപ്പെണ്ണ്), വർഷാ വിനോദിനി (പെയ്തൊഴിയാൻ) മേരിലില്ലി (എന്റെ കാഴ്ചകൾ), സോണി (പുകയുന്നകൊള്ളി), നിഷ (ഹൃദയതാളങ്ങൾ) ഗിരിജ (കണ്ണാടികാണുമ്പോൾ) നളിനകുമാരി (നളിനദളങ്ങൾ) നീതു (പാദസരം) കൊച്ചുമോൾ (കുങ്കുമം) ചിഞ്ചു (എയ്ഞ്ചൽ ബോൺ ഗ്രീൻ) റുമാന (മുല്ലവള്ളികൾ) അനിത കൊക്കോട്ട് (വിടരുന്നമൊട്ടുകൾ) ഷെറിൻ (ദ ഗോസ്പൽ അക്കോഡിങ് റ്റു ഈവ്), ജ്യോതിർമയി (വാഗ്ജ്യോതി) ആർഷ (മറക്കാതിരിക്കാനായിമാത്രം) പ്രിയദർശനി ബാബു (മഴനൂലിൽകൊരുത്ത മഞ്ഞുതുള്ളികൾ) ചന്ദ്രകാന്തം (ചന്ദ്രകാന്തം). കവിതകൾകൊണ്ട് മലയാള ബ്ലോഗുലോകത്ത് അടിത്തറ ഉറപ്പിച്ചവരാണിവർ. ഇവർക്കൊപ്പം ബ്ലോഗുലോകത്ത് നിരവധി സ്ത്രീകൾ തങ്ങളുടെ ആശയങ്ങളെ കവിതകളായി സംവേദനം ചെയ്യുന്നുണ്ട്.

സ്ത്രീപക്ഷം - ബ്ലോഗുകവിതയിൽ

ആധുനികകാലത്ത് സ്ത്രീകൾ തങ്ങളുടെ ബഹുവിധമായ അധ്വാന മേഖലകൾക്കകത്തു ജീവിക്കുമ്പോഴും അതിനു പുറത്ത് സ്വതന്ത്രവും സ്വച്ഛവുമായ ചിന്തകളുടെയും സ്വപ്നങ്ങളുടെയും പ്രതികരണങ്ങളുടെയും ഇടമായി ബ്ലോഗുകളെ കാണുന്നു. കുടുംബത്തിലും സമൂഹത്തിലും സ്ഥാപനത്തിലും വ്യക്തിജീവിതത്തിലും സ്ത്രീ അനുഭവിക്കുന്ന സ്വത്വ പ്രതിസന്ധികളെ പകർത്തുന്നതോടൊപ്പം മാറിവരുന്ന കാലത്തിന്റെ ഭയപ്പെടുത്തുന്ന യാഥാർത്ഥ്യങ്ങളുടെ ആശങ്കകളെയും ഉത്കണ്ഠകളെയും അവർ കവിതകളായി രേഖപ്പെടുത്തുന്നു.

കുടുംബബന്ധങ്ങളിൽ വന്ന ശൈഥില്യം ഏറ്റവുമധികം തകരാറിലാക്കിയത് പെൺകുട്ടികളുടെ ജീവിതമാണ്. വിദ്യാലയങ്ങളിലും വഴികളിലും സ്വഭവനത്തിൽപോലും പെൺകുട്ടികൾക്ക് സുരക്ഷിതത്വം നഷ്ടപ്പെട്ടു. ഈ അരക്ഷിതാവസ്ഥകളെ ഏറ്റവും അധികം തിരിച്ചറിയാനാവുന്നത് സ്ത്രീകൾക്കാണ്. അതുകൊണ്ടുതന്നെ പെണ്ണെഴുത്തുകളിൽ കനംവച്ചു നിൽക്കുന്നത് പെൺകുഞ്ഞുങ്ങളെപ്പറ്റിയുള്ള ആകുലതകളും ഉത്കണ്ഠകളുമാണ്. ബ്ലോഗിലെ സ്ത്രീകളുടെ കവിത പോസ്റ്റുകളിൽ ആവിഷ്കരിക്കപ്പെടുന്ന പ്രധാനവികാരം ഇതിനോടുള്ള പ്രതിഷേധങ്ങളും ഒപ്പം നിസ്സഹായതയുമാണ്.

സ്ത്രീപ്രതിരോധത്തിന്റെ ശക്തമായ കാവ്യാവിഷ്കാരങ്ങൾ കാണുന്ന പ്രധാനപ്പെട്ട ബ്ലോഗുകളിൽ ഒന്നാണ് ഡോണ മയൂരയുടെ ഋതുഭേദങ്ങൾ. സമകാല ലോകത്തിന്റെ നേർക്കുപിടിച്ച കണ്ണാടിയാണ് അവരുടെ ബ്ലോഗ്. അതിൽ പതിയുന്ന കാഴ്ചകളെ അവതരിപ്പിക്കാൻ പുതിയ കാവ്യബിംബങ്ങളെ അവർ ഉപയോഗിക്കുന്നു.

വരകൾ ഉണങ്ങാനിട്ട്
ചുറ്റിക്കറങ്ങുന്ന

പെൺപുലികളെയും
ആൺപുലികളെയുമാണ്
പൂച്ചകളെന്നു കരുതി
നമ്മൾ അടുപ്പിക്കുന്നത്.
നമ്മുടെ കുഞ്ഞുങ്ങളെ
അവരുടേതെന്ന പോലെ
നക്കി തുടച്ച്
ചേർത്തു പിടിക്കുമ്പോൾ
വിശ്വസിച്ചുപോകും.
കൊല്ലപ്പെടുമെന്ന് ഉറപ്പാണ്...

(പോസ്റ്റുചെയ്തത്: 31/10/2013 b)

വരകൾ ഉണങ്ങാനിട്ട് ചുറ്റിക്കറങ്ങുന്ന പെൺപുലിയും ആൺപുലിയും വർത്തമാനലോകം അനുദിനം വെളിപ്പെടുത്തുന്ന മനുഷ്യന്റെ ലിംഗ വ്യത്യാസമില്ലാത്ത ക്രൂരതകളെ വെളിപ്പെടുത്തുന്ന ബിംബങ്ങളാണ്. അതിന്റെ നടുവിൽ ദഹിച്ചു തീരുന്ന സ്ത്രീയുടെ ജീവിതം ബ്ലോഗുകളിലെ പ്രധാനപ്പെട്ട കാവ്യവിഷയമാണ്.

ബ്ലോഗുകവിതകൾ ആവിഷ്കാരത്തിന്റെ സ്വാതന്ത്ര്യംകൊണ്ടുതന്നെ ഉടലെഴുത്തുകളായി മാറുന്നുണ്ട്. സ്വതന്ത്രമായി ലഭ്യമായ സൈബറിടം ആരെയും ഭയക്കാതെ എഴുതുവാൻ സ്ത്രീയെ പ്രേരിപ്പിക്കുന്നു. അതു കൊണ്ടുതന്നെ ഉടലുകളുടെ പരിമിതികളേല്പിക്കുന്ന ആഘാതങ്ങളെ മറയില്ലാതെ അവർ തുറന്നെഴുതുന്നു. ശാരീരികമായ പരിമിതികളുടെ പേരിൽ നെടുവീർപ്പിടുമ്പോഴും അതിജീവനത്തിന്റെ തത്വശാസ്ത്രം ഈ കവിതകളിൽ കാണാം. ഇതിനുദാഹരണമാണ് ദേവസേനയുടെ കവിതകൾ.

അടുത്തറിയുന്നവരൊക്കെ മനസിലാക്കിയിരിക്കണം
പെണ്ണിന്റെ ഉടലെങ്കിലും
ആണിന്റെ ഉള്ളാണെനിക്കെന്ന്
അതാവാം മരുന്നിനുപോലും
സ്ത്രീസുഹൃത്തുക്കൾ ഇല്ലാതിരിക്കുന്നത്.
പെൺജാടകളും, കസവാടകളും കണ്ട്
മൗനംകൊണ്ടും കണ്ണുകൊണ്ടും
പരസ്പരം കുന്നായ്മകൾ പറഞ്ഞു
അടക്കിപ്പിടിച്ച് നൂറു പരാധീനതകൾ കൈമാറി
സ്കൂൾ ഫീസ് കൂടിയത്
അമ്മ ആശുപത്രിയിലായത്
ഒരിക്കലുമൊടുങ്ങാത്ത വീട്ടുപണികൾ
ലക്കു കെട്ടെത്തുന്ന ആർത്തവ ചക്രങ്ങൾ
തിരക്കു കൂട്ടിയാക്രമിക്കുന്ന ജരാനരകൾ.

(പോസ്റ്റുചെയ്തത്: 23/02/2009 a)

ആഗോളവത്ക്കരണത്തിന്റെ ബാക്കിപത്രമാണ് തൊഴിൽ കുടിയേറ്റങ്ങൾ. അവ സാമ്പത്തിക പുരോഗതികളെ എത്തിച്ചെങ്കിലും അതിന്റെ ആഘാതങ്ങൾ ഏറ്റവും കൂടുതൽ അനുഭവിക്കേണ്ടി വന്നത് സ്ത്രീകളാണ്. വിദേശത്തേക്ക് ജോലിക്കുപോയ സ്ത്രീകൾ തൊഴിൽസ്ഥാപനങ്ങളിൽ ഉച്ചനീചത്വങ്ങൾ അനുഭവിക്കേണ്ടിവന്നു. തൊഴിൽ തേടിയുള്ള പ്രയാസങ്ങൾ, ദേശത്തെ സാംസ്കാരികമായ അടിച്ചേല്പിക്കലുകൾ, വൈകാരികമായ അടിച്ചമർത്തലുകൾ എന്നിവ വിദേശത്തു പോയ സ്ത്രീകളുടെ ജീവിതത്തിൽ ഏറെ അസ്വസ്ഥതകൾ സൃഷ്ടിച്ചു. ആശയസംവേദനത്തിന് ലഭ്യമായ ബ്ലോഗുകളിൽ ജീവിതത്തിന്റെ സന്നിഗ്ധാവസ്ഥകളെ അവർ വികാരതീവ്രതയോടെ പ്രകാശിപ്പിച്ചു. സാംസ്കാരികതയുടെ അടയാളമായ വസ്ത്രവും അവളിലെ സ്ത്രീത്വവും അതിന്റെ വികാരങ്ങളും തൊഴിൽ ദേശത്തെ സാംസ്കാരികതയുടെ ഭാഗമായി ഓരോന്നായി അടിയറവയ്ക്കേണ്ടിവന്ന നൈരാശ്യം ബ്ലോഗുകവിതകളുടെ ഭാഗമായിവരുന്നു.

ജന്മം മടുത്തുവെങ്കിൽ
ഞാനുണ്ട് എന്നാശ്വസിപ്പിച്ച്
ഒരു കുടുക്കിനു തയ്യാറായി
വയലറ്റ് ഷിഫോൺ സാരി
ജീവിതത്തിന്റെ അധ്യായങ്ങളെയാണു
അലമാരയിൽ അടുക്കിവച്ചിരിക്കുന്നത്, ജീവിതം തന്നെയാണു
അലമാരയിൽ മടങ്ങിയിരിക്കുന്നത്

(പോസ്റ്റു ചെയ്തത്: ദേവസേന, 04/01/2009 b)

തൊഴിൽ കുടിയേറ്റങ്ങൾ സ്ത്രീകളെ കുടുംബത്തിന്റെ കാര്യസ്ഥകളാക്കി മാറ്റി. ഭർത്താവിന്റെ അഭാവം, കുട്ടികളുടെ വിദ്യാഭ്യാസം, വർധിച്ച ജീവിതച്ചെലവ് കുടുംബത്തിന്റെ ഇത്തരം ഭാരങ്ങൾ സ്ത്രീയുടെ ചുമലിലേക്ക് മാറ്റപ്പെട്ടു. ഏല്പിക്കപ്പെട്ട ഭാരങ്ങൾ ചുമക്കാനാവാതെ കുനിഞ്ഞുപോയ അവസ്ഥകളും അവളുടെ ജീവിതത്തിന്റെ ഭാഗമാണ്. സ്ത്രീയുടെ ദയനീയാവസ്ഥകളുടെ നേർകാഴ്ച പ്രദാനം ചെയ്യാൻ ബ്ലോഗുകൾക്കു സാധിച്ചു. ജീവിതപരിസ്ഥിതിയുടെയും പശ്ചാത്തലത്തിന്റെയും ഭാഷയുടെയും തലത്തിൽവന്ന പരിണാമം കവിതാഖ്യാനത്തിൽ തെളിഞ്ഞു കാണാം.

ഡോക്ടർക്കും... ഭർത്താവിനുമിടയിലേക്ക്-
സ്തംഭനാവസ്ഥയെറിഞ്ഞു കൊടുത്ത്...
മൗനം നിറച്ചൊരു... ചോദ്യചിഹ്നം പോലെ വിളറിയിരുന്നവൾ...
മെല്ലെ... മെല്ലെ...
സത്യത്തിന്റെ... മർമ്മത്തിലേക്കൊരു നേർക്കാഴ്ച നീണ്ടു...
അവിടെ, അവളുടെ ഫ്ളാറ്റും,
താഴത്ത്... അബ്ദൂട്ടിയുടെ ഗ്രോസറിയും...

പിന്നെ, മാസപറ്റുബുക്കും... തെളിഞ്ഞു കിടന്നു..
അതിലെഴുതി വച്ചിരുന്നു....
20-11-2005,
ആൾവേയ്സ് - ദിർഹാംസ് 4/-
(പോസ്റ്റുചെയ്തത്: ദേവസേന, 23/02/2007 b)

സമകാലിക ലോകത്തിന്റെ ക്രൂരമായ മനോഭാവങ്ങളോടുള്ള ശക്തമായ പ്രതിഷേധമാണ് ബ്ലോഗുകവിതകളിൽ കാണാൻ കഴിയുക. ഉടനെഴുത്തുകൾക്ക് ലഭ്യമായ വേദി എന്നനിലയിലാണ് സ്ത്രീകൾ ബ്ലോഗിനെ പ്രയോജനപ്പെടുത്തിയത്. വർത്തമാനപത്രങ്ങളിലൂടെ വായിക്കപ്പെടുന്ന ദൈനംദിനാവസ്ഥകൾക്കെതിരെയുള്ള പ്രതിരോധമാണ് ഭൂരിഭാഗം കവിതകളും. കവിതകളിൽ വിഷയമായി വരുന്ന കാര്യങ്ങളെ പരിഗണിച്ചാൽ അവയിൽ പ്രഥമസ്ഥാനത്തു വരുക പെൺകുട്ടികളുടെമേലുള്ള അതിക്രമങ്ങളാണ്. അരക്ഷിതമായ അവസ്ഥകളിൽ ജീവിക്കേണ്ടിവരുന്ന അമ്മമാരുടെ നൊമ്പരങ്ങളെ ഏറ്റവും അധികം പ്രകാശിപ്പിച്ചത് ബ്ലോഗുകവിതകളാണ്.

കാലമാപിനി എന്ന ബ്ലോഗിൽ വന്ന കവിതകൾ

അമ്മയുടെ പിഴ

മകളെ-
കഴിയുമെങ്കിൽ
എനിക്കൊരു ജന്മംകൂടെ
തരിക നീ.
എന്റെ പിഴകളെണ്ണി
നിന്നെ കാത്തുരക്ഷിക്കാൻ
നീയെനിക്കു
വരം തരിക.

അമ്മ പൊത്തിപ്പിടിച്ചില്ല
നിന്നെ-
കാത്തുസൂക്ഷിച്ചില്ല നിന്നെ
അമ്മയുടെ പിഴ...
(പോസ്റ്റുചെയ്തത്: മുകിൽ, 11/03/2013)

ഭൂമി ധ്യാനിക്കപ്പെടുകയാണ്

ഭയന്നു വട്ടച്ച കണ്ണുകളുള്ള
പെൺകുഞ്ഞുങ്ങൾ
ഇരുട്ടേ, നീയെന്ന കണ്ണാടിയിൽ
മുഖം നോക്കുന്നത് -
കറുത്ത കരിന്തുടകളിൽ,

ഒലിച്ചിറങ്ങിയ കീറൽ വടുക്കളുമായി
തകർന്ന ബിംബം
അജന്തക്കരികിൽ,
ഇന്നിന്റെ ശില്പം

(പോസ്റ്റുചെയ്തത്: മുകിൽ, 17/12/2012)

സ്വതന്ത്രചിന്തകൾ പങ്കുവയ്ക്കുന്നതിന്റെ ഭാഗമാണ് തന്നിലെ സ്ത്രീത്വംപോലും സുരക്ഷിതമല്ലെന്ന സ്ത്രീയുടെ കാഴ്ചപ്പാട്. സ്വതന്ത്രമായ മാധ്യമസാധ്യതകളിലാണ് ഈ തുറന്നെഴുത്ത് കൂടുതലായി കാണാൻ കഴിയുക. ബ്ലോഗുകളിലെ ഈ സ്വാതന്ത്ര്യം സാംസ്കാരികതയ്ക്കെതിരെ പോലും പോരാടാനുള്ള ഊർജ്ജം സ്ത്രീകളിൽ നിക്ഷേപിക്കുന്നു. വാക്കുകളുടെ ചേർച്ചയോ അലങ്കാരമോ കവിതയുടെ ഭാഗമാകുന്നില്ലെങ്കിലും ആക്രമിക്കപ്പെടുന്ന സ്ത്രീത്വത്തോടുള്ള പക്ഷം ചേരലും അതിനെതിരെയുള്ള പ്രതിരോധങ്ങളും ബ്ലോഗുകവിതകളിൽ കാണാം. ഇനിയൊരു പെൺകൊടികൂടി പൊലിയണമോ എന്ന റുമാനയുടെ ചിന്ത നിരവധി ബ്ലോഗുകവിതകളിലെ ചിന്തയുടെ ഒരു ഉദാഹരണം മാത്രമാണ്.

കഥകളൊക്കെ കഥകളായിരിക്കും-
എന്നൊരാശ്വാസമായിരുന്നു,
കേരളീയ മങ്കയാണെന്ന ഗർവ്വ്
പറഞ്ഞു നടന്നതിൻപൊരുൾ,
ഇനിയങ്ങിനൊരഹങ്കാരമെനിക്കില്ല.
കേരളമനസ്സിന്റെ പൊരുളറിയാൻ
ഇനിയൊരു പെൺകൊടികൂടി
പൊലിഞ്ഞുപോകണോ?

(പോസ്റ്റുചെയ്തത്: 26/06/2008)

വിവരസാങ്കേതികവിദ്യയുടെ കടന്നുവരവ് സ്ത്രീശാക്തീകരണത്തിന് കാരണമായിട്ടുണ്ട്. സ്ത്രീകൾക്കാവശ്യമായ വിഷയങ്ങൾ, അവരുടെ താത്പര്യമനുസരിച്ചുള്ള പ്രസാധനസൗകര്യം എന്നിവ സ്ത്രീചിന്തകളെ കൂടുതൽ സ്വതന്ത്രമാക്കിയിട്ടുണ്ട്. പ്രസാധനത്തിന്റെ സ്വാതന്ത്ര്യംപോലും അതിരുകളില്ലാതെയാകുമ്പോൾ അതിന്റെ ഫലങ്ങൾ കൊണ്ട് സ്ത്രീകൾ പ്രാപ്തി നേടുന്നുണ്ട്. സ്ത്രീയുടെ പാരതന്ത്ര്യത്തിന്റെ അടയാളമായ പരമ്പരാഗതബിംബങ്ങളെ തിരസ്കരിച്ചുകൊണ്ട് വിവരസാങ്കേതികരംഗത്ത് പുതിയ വിപ്ലവങ്ങളെ പ്രഘോഷിക്കുന്നു.

മുള്ളുകൾ
ഇനിയെന്നെ ഭയപ്പെടുത്താൻ
കൂർത്ത മുള്ളുകൾക്കാവില്ല.

മുള്ളിൽ വീണ് കീറിമുറിയാൻ
ഞാനൊരിലയാവില്ല.
(പോസ്റ്റുചെയ്തത്: ശാന്താ കാവുമ്പായി, 22/11/2013)

സാങ്കേതികതയുടെ സാധ്യതകളെ ആശയപ്രകാശനത്തിന് ഉപയോഗിക്കുമ്പോൾതന്നെ സാങ്കേതികതയുടെ ഭാഷകൾ സ്വത്വത്തെ നിർണ്ണയിക്കുന്ന ഘടകം കൂടിയായി മാറുന്നു. സാങ്കേതികതയുടെ ലോകത്തിരുന്നു കൊണ്ട് സ്വത്വത്തെ എഴുതുമ്പോൾ സാങ്കേതികവ്യവഹാരങ്ങളെ കൂടി കാവ്യഭാഷയുടെ ഭാഗമാക്കി മാറ്റുന്നു. പ്രകൃതി - സ്ത്രീ ദ്വന്ദ്വങ്ങൾ ആധുനികകാലത്ത് കമ്പ്യൂട്ടർ - സ്ത്രീ ദ്വന്ദ്വങ്ങളായി പരിണമിക്കുന്ന ഭാഷാ പ്രയോഗങ്ങൾ ബ്ലോഗുകവിതകളിൽ കാണാം. സാങ്കേതികതയുടെ ഭാഷ പുരുഷന്റെ മാത്രമല്ല സ്ത്രീയുടെയും സാഹിത്യഭാവനകളെയും സ്വാധീനിക്കുകയും അതിന്റെ വ്യവഹാരങ്ങൾ സ്വത്വനിർമ്മിതിക്ക് പ്രയോജനപ്പെടുത്തുകയും ചെയ്യുന്നു.

അങ്ങനെയൊക്കെത്തന്നെ വളർത്തണം
നമ്മളവളെ...
അക്ഷരങ്ങളിൽനിന്നകറ്റി
അശ്ലീലങ്ങൾ ഡിലീറ്റ് ചെയ്ത്
ആശകൾ സെൻസർ ചെയ്ത്
ആകാശം കത്രിച്ച്
മനസ്സിൽ മതിൽ പടുത്ത്
ചുറ്റും കോട്ടകൾ തീർത്ത്
ലോകത്തെയവരിൽനിന്നും
മറച്ചുപിടിക്കണം.
(പോസ്റ്റുചെയ്തത്: പ്രയാൺ, 24/10/2013)

വീട്ടമ്മമാരും ഉദ്യോഗസ്ഥകളുമായ സ്ത്രീകൾ ധാരാളമായി ബ്ലോഗുകളിലേക്ക് ആകർഷിക്കപ്പെട്ടു. ഒഴിവുവേളകളിൽ പരിമിതമായ ജീവിത പരിധിക്കുള്ളിൽനിന്നുകൊണ്ട് ഓൺലൈൻ ജീവിതത്തിന്റെ സാധ്യതകളെ അവർ ഉപയോഗിച്ചു. അതിനാൽത്തന്നെ പുറമെനിന്ന് നോക്കിയാൽ ശാന്തവും അനുഭവിക്കുമ്പോൾ സംഘർഷഭരിതവുമായ സ്ത്രീജീവിതങ്ങളുടെ നേർകാഴ്ചകളെ അവർ ബ്ലോഗുതാളുകളിൽ കുറിച്ചിട്ടു. സ്ത്രീകളുടെ ജീവിതചുറ്റുപാടുകളുടെ അസ്വസ്ഥതപ്പെടുന്ന അവസ്ഥകളെ അവർ ബ്ലോഗുകളിലൂടെ പ്രകാശനം ചെയ്തു.

ഓടിത്തളരാനും
വാടിക്കരിയാനും
വിറയ്ക്കാനും
വെറങ്ങലിക്കാനും

അരച്ചുചേർക്കാനും
മണത്തുനോക്കാനും
തുടച്ചുനീക്കാനും
കുറ്റം പറയാനും
സിനിമ കാണാനും
കണ്ണുനിറയ്ക്കാനും
വെയിൽതട്ടുമ്പോൾ തിളങ്ങുന്ന ചിറകുള്ള
കാക്കകളുടെ വീടാകാനും...

(പോസ്റ്റുചെയ്തത്: പ്രഭ, 30/05/2014 b)

സ്ത്രീ തന്റെ ഉടലുകൊണ്ട് പ്രകൃതിയെ എഴുതുന്നു. സ്ത്രീതന്നെ പ്രകൃതിയായി മാറുന്നു. സ്ത്രീശരീരം കൊണ്ട് പ്രകൃതിയെ എഴുതുന്ന കവിതയാണ് ഡോണ മയൂരയുടെ 'മേഘമൂട്ട്.' സർവ്വംസഹയായ അമ്മയുടെ മനസ്സാണ് പ്രകൃതിയുടേതും. തന്റെ മക്കളെ കൊന്നവരുടെ അതായത് പ്രകൃതിയെ നശിപ്പിച്ചവർക്ക് വീണ്ടും മേഘംകൊണ്ട് മുലയൂട്ടുന്ന ഹൃദയം അമ്മയുടെ ജീവിതചിത്രമായി അവതരിപ്പിക്കുന്നു.

മേഘമൂട്ട്
അവൾ മേഘങ്ങളെ മാറിലൊളിപ്പിച്ച്
അവളുടെ കുഞ്ഞുങ്ങളെ കൊന്നവരുടെ
കുഞ്ഞുങ്ങളെ മുലയൂട്ടി.
ശൂന്യാകാശത്തിന്റെ ശൂന്യതയിൽ തപിച്ച്
അവരുടെ അച്ഛനമ്മമാർ വിലപിച്ചു.
അവരുടെ മിഴികളിലേക്കവൾ മുലയിറ്റിച്ചു.

(പോസ്റ്റു ചെയ്തത്: ഡോണ മയൂര, 22/10/2011)

ബ്ലോഗിലെ സ്ത്രീകവിതകളിൽ കാണുന്ന പ്രധാന വിഷയങ്ങളിൽ ചിലതാണ് പ്രണയം, മഴ, ഏകാന്തത തുടങ്ങിയവ. ഡയറിയിൽ എഴുതപ്പെട്ട കവിതകൾക്കു പ്രകാശം കാണാൻ ലഭിച്ച അവസരം എന്നനിലയിൽ ഒത്തിരിയേറെ കവിതകൾ പ്രകാശനംചെയ്യപ്പെട്ടു. റൊമാന്റിക് സ്വഭാവമുള്ള കവിതകൾ ഒട്ടനവധി കാണാൻ കഴിയും. പലപ്പോഴും അതിവൈകാരികത കവിതകളുടെ ഭാഗമായി നില്ക്കുന്നു. കാവ്യത്തിന്റെ ലക്ഷണങ്ങൾ പാലിച്ചുകൊണ്ടെഴുതുന്ന കവിതകളും കാവ്യഭാരങ്ങളില്ലാതെ വെറും പറച്ചിലുകളാകുന്ന കവിതകളും ബ്ലോഗുകവിതയുടെ ഭാഗമാണ്.

നിണംകൊണ്ടു പൊതിയാം നിന്നാത്മാവിനെയിന്നു ഞാൻ
മാംസത്തിൻ മാസ്മര ലഹരിയാൽ തലോടിടാം,
എങ്കിലുമസ്ഥികൾ കുത്തിനോവിച്ചെങ്കിലോ
പ്രണയത്തിൻ ശക്തിയിൽ വിസ്മരിച്ചീടു നീ!

(പോസ്റ്റുചെയ്തത്: ശ്രീദേവി, 7/11/2013)

സ്ത്രീകളുടെ കവിതാപോസ്റ്റുകളാൽ സജീവമാണ് മലയാളബ്ലോഗുലോകം. വെർച്വൽലോകത്ത് ലഭ്യമായ ആശയവിനിമയസാധ്യതകളിലേക്കു കടന്നുവരുന്നതിനും അവിടെ തങ്ങളുടെ സാന്നിധ്യം ഉറപ്പിക്കുന്നതിനും സ്ത്രീകൾക്കു സാധിച്ചു. സ്വകാര്യതയ്ക്കു നല്കുന്ന പ്രാധാന്യവും ആഗോളമായ വിനിമയസാധ്യതയും സ്ത്രീസ്വത്വത്തിന്റെ വിവിധഭാവങ്ങളെ സ്വതന്ത്രമായി വിനിമയംചെയ്യാൻ കൂടുതൽ സ്വാതന്ത്ര്യം സ്ത്രീകൾക്കു നല്കുന്നു.

പതിനെട്ട്

പരിഭാഷാ ബ്ലോഗുകൾ

ലോകസാഹിത്യത്തെ മലയാളത്തിന് പരിചയപ്പെടുത്തുന്നതിനുള്ള പരിശ്രമങ്ങൾ മലയാളബ്ലോഗുകളിൽ കാണാൻ കഴിയും. ലോകം മുഴുവനിലേക്കും തുറന്നിരിക്കുന്നതിനാൽ വിവർത്തനത്തിന്റെ വലിയ സാധ്യതകൾ തുറന്നുതരുന്ന മാധ്യമമാണ് ബ്ലോഗ്. ബ്ലോഗുകളിൽ മലയാളവിവർത്തനങ്ങളെ രേഖപ്പെടുത്തുന്നത് 'മലയാളപ്പെടുത്തൽ' എന്ന തലക്കെട്ടിലാണ്. ബ്ലോഗുകളിലൂടെ ലോകത്തിലെ മിക്കവാറും ഭാഷകൾ മലയാളപ്പെടുത്തലിന് വിധേയമായിട്ടുണ്ട്.

വിവർത്തകനെ സംബന്ധിച്ച് പ്രഥമമായ പരിഗണന സ്രോതഭാഷയെയും സംസ്കാരത്തെയും നന്നായി അറിയുക എന്നതാണ്. ഒരു കൃതി രചിക്കപ്പെട്ട ഭാഷ ഉൾക്കൊള്ളുന്ന സംസ്കാരത്തെ കൃത്യമായി തിരിച്ചറിഞ്ഞാൽ മാത്രമേ നല്ലൊരു വിവർത്തകനാകാൻ കഴിയൂ. വിവർത്തനമെന്നത് ഒരു സംസ്കാരത്തിൽനിന്ന് മറ്റൊരു സംസ്കാരത്തിലേക്കുള്ള പറിച്ചുനടലാണ്. സ്രോതഭാഷയെയും ലക്ഷ്യഭാഷയെയും പറ്റിയുള്ള അറിവ് ഇവിടെ പ്രധാനപ്പെട്ടതാണ്.

തൊഴിൽപരമായും വിദ്യാഭ്യാസപരമായും ലോകത്തിന്റെ വിവിധഭാഗങ്ങളിലേക്ക് കുടിയേറിയ മലയാളിയെ സംബന്ധിച്ചിടത്തോളം രണ്ടോ അതിലധികമോ ആയ ഭാഷയെയും സംസ്കാരത്തെയും സമന്വയിപ്പിച്ചുകൊണ്ടുള്ള ജീവിതശൈലിയാണ് രൂപപ്പെടുത്തിയിരിക്കുന്നത്. മറ്റൊരു ഭാഷയെയും സംസ്കാരത്തെയും ബാഹ്യമായിട്ടാണെങ്കിലും ഉൾക്കൊള്ളേണ്ടി വരുന്നതിനാൽ തൊഴിൽപരമായി മാത്രമല്ല സാഹിത്യപരമായ കൊടുക്കൽ വാങ്ങലുകൾക്കുകൂടി അവസരം കൈവരുന്നു.

മലയാളത്തിലെ ബ്ലോഗുലോകത്ത് വിവർത്തനസാഹിത്യത്തിൽ അതുല്യമായ സംഭാവനകൾ നല്കിയ വ്യക്തിയാണ് വി. രവികുമാർ. ലോകഭാഷയിൽനിന്നുള്ള അദ്ദേഹത്തിന്റെ വിവർത്തനങ്ങൾ പരിഭാഷ (http://www.paribhasha.in) എന്ന ബ്ലോഗിലൂടെ പ്രസിദ്ധീകരിക്കുന്നു. കഥ, കവിത, ഡയറിക്കുറിപ്പ്, ലേഖനം, ആത്മകഥ എന്നിങ്ങനെ വിവിധ സാഹിത്യരൂപങ്ങളിലായി രണ്ടായിരത്തി അഞ്ഞൂറിൽപരം സാഹിത്യ

സൃഷ്ടികളെ മലയാളപ്പെടുത്താൻ രവികുമാറിന് സാധിച്ചു. അമിച്ചായി, അൽബേർ കമ്യു, നെരൂദ, ഓസ്കാർ വൈൽഡ്, കാഫ്ക, ലോർക്ക, ഗബ്രിയേലാ മിസ്ത്രൽ, ബോദ്‌ലയർ, മയക്കോവ്സ്കി എന്നിങ്ങനെ മുന്നൂറിൽ പരം സാഹിത്യകാരന്മാരെ അവരുടെ സാഹിത്യകൃതികളുടെ വിവർത്തനം വഴി മലയാളസാഹിത്യവുമായി ബന്ധപ്പെടുത്തിക്കഴിഞ്ഞു.

2009ൽ ആരംഭിച്ച 'പരിഭാഷാബ്ലോഗിൽ' പ്രസിദ്ധീകരിച്ച സൃഷ്ടികളിൽ കവിതകളുടെ എണ്ണം തന്നെ രണ്ടായിരത്തിൽപരമാണ്. മുപ്പതിൽപരം സാഹിത്യഭാഷകളിൽനിന്നുള്ള കൃതികളുടെ സംഗമകേന്ദ്രമാണ് ഈ ബ്ലോഗ്. ഫ്രഞ്ച്, പോർട്ടുഗീസ്, ജാപ്പനീസ്, ജർമ്മൻ, പോളീഷ്, ഇംഗ്ലീഷ്, റഷ്യൻ, സ്പാനീഷ്, ഗ്രീക്ക്, ചിലി തുടങ്ങിയ ഭാഷകളിൽ പ്രമുഖരായ എഴുത്തുകാരെ അവരുടെ സാഹിത്യകൃതികളിലൂടെ മലയാളഭാഷയ്ക്ക് പരിചയപ്പെടുത്താൻ ഈ ബ്ലോഗുസംരംഭത്തിന് സാധിച്ചു.

2015 നവംബർ 10-ാം തീയതി പരിഭാഷാബ്ലോഗിൽവന്ന ഗ്രിഗറി കോർസോ എന്ന ഇംഗ്ലീഷ് ഭാഷാകവിയുടെ 'നാവിക ഗാനം' എന്ന കവിത.

അമ്മയ്ക്കു കടൽ വെറുപ്പായിരുന്നു,
എന്റെ കടൽ വിശേഷിച്ചും.
അരുതെന്നു ഞാൻ താക്കീതു ചെയ്തു
എനിക്കതല്ലാതൊന്നും ചെയ്യാനില്ല
രണ്ടു കൊല്ലത്തിൽ പിന്നെ
അവരെ കടൽതിന്നു
കടല്ക്കരയിൽ ഞാനൊന്നു കണ്ടു

വിചിത്രവും മനോഹരവും
ഇതു തിന്നാൻകൊള്ളാമോ

കടലിനോടു ഞാൻ ചോദിച്ചു
കൊള്ളാമെന്നു കടൽ പറഞ്ഞു
-അല്ലാ, കടലേ, ഇതേതു മീനാണ്,
ഇത്ര മാർദ്ദവവും മാധുര്യവുമുള്ളത്?
-നിന്റെ അമ്മയുടെ പാദം...

(പോസ്റ്റുചെയ്തത്: രവികുമാർ)

വിവർത്തനസാഹിത്യത്തെ സമ്പന്നമാക്കുന്ന മറ്റൊരു ബ്ലോഗ് ഉമാ രാജീവിന്റെ ഒഡീസ്സി http://umarajiv2.blogspot.in എന്ന ബ്ലോഗാണ്. 2015ൽ മാത്രം ആരംഭിച്ച ഈ ബ്ലോഗിൽ നൂറ്റിയമ്പതോളം സാഹിത്യസൃഷ്ടികളെ വിവർത്തനം ചെയ്തിരിക്കുന്നു. ഓരോ രാജ്യത്തുനിന്നും ഒരു കവിതയെങ്കിലും മൊഴിമാറ്റം നടത്തുവാനുള്ള പരിശ്രമം കൊണ്ട് എഴുപത്തഞ്ച് രാജ്യങ്ങളിൽനിന്നുള്ള സാഹിത്യസൃഷ്ടികളെ വിവർത്തനത്തിലൂടെ ഇവിടെ വായിക്കാം. 2015 ഒക്ടോബർ 28ന് ഉമാ രാജീവ് പോസ്റ്റു ചെയ്ത

റഫീഫ് സിദ്ദ എന്ന പാലസ്തീൻ കവയത്രിയുടെ 'രോഷത്തിന്റെ നിറപ്പ കർച്ചകൾ' എന്ന കവിത

എന്റെ അറബിനാവിനെ പറയാനനുവദിക്കൂ
അവരെന്റെ ഭാഷയിലും കയറിത്താമസിക്കുന്നതിനുമുമ്പ്
എന്നെ എന്റെ മാതൃഭാഷ പറയാനനുവദിക്കൂ
അവരവളുടെ ഓർമ്മയിലും കോളനിവത്ക്കരണം നടത്തുംമുമ്പ്
ഞാനൊരു കറുത്ത അറബിപ്പെണ്ണ്
ഞങ്ങൾ രോഷത്തിന്റെ എല്ലാ നിറപ്പകർച്ചകളോടെയും വരുന്നു...

വിവർത്തനകാവ്യങ്ങൾ പ്രത്യക്ഷപ്പെടുന്ന മറ്റൊരു ബ്ലോഗ് കവിത കളുടെ ഗ്രൂപ്പുബ്ലോഗായ 'ബൂലോകകവിത'യാണ് (boolokakavitha. blogspot.in). ഈ ബ്ലോഗിൽ വിവർത്തനം എന്ന തലക്കെട്ടിൽ ലോകഭാഷ കളിൽനിന്നുള്ള കവിതകളുടെ വിവർത്തനകാവ്യങ്ങളെ പ്രസിദ്ധീകരിച്ചി രിക്കുന്നു. ദക്ഷിണാഫ്രിക്ക, സിറിയ, ബൽഗേറിയ, അൽബേനിയ, ജപ്പാൻ, പോളണ്ട് എന്നീ രാജ്യങ്ങളിൽനിന്നുള്ള നിരവധി കവിതകളുടെ മലയാള വിവർത്തനങ്ങൾ ഇവിടെ വായിക്കാം. വിഷ്ണുപ്രസാദ്, ജ്യോതിബായ് പരി യാടത്ത്, ടി.പി. വിനോദ്, ജുനൈദ് റഹ്മാൻ, ശിവകുമാർ അമ്പലപ്പുഴ എന്നി വരാണ് ബൂലോകകവിതാബ്ലോഗിൽ ലോകകവിതകളുടെ മലയാളപ്പെടു ത്തൽ നടത്തിയിരിക്കുന്നത്.

വിവർത്തനകവിതകൾക്കുവേണ്ടി മാത്രമല്ലാത്ത മറ്റു മലയാള കവിതാബ്ലോഗുകളിലും വിവർത്തനകവിതകൾ പോസ്റ്റു ചെയ്യപ്പെടുന്നുണ്ട്. വിവിധ ദേശങ്ങളിലിരുന്ന് കവിത എഴുതുന്നവർ ആ നാട്ടിലെ സാഹിത്യ സമ്പത്തിനെ വിവർത്തനങ്ങൾ വഴി മലയാളത്തിന് പരിചയപ്പെടുത്തുന്നു. ഡോണമയൂരയുടെ ഋതുഭേദങ്ങൾ (http://rithubhedangal.blogspot.in) എന്ന ബ്ലോഗിൽവന്ന യഹൂദാ അമിഖായിയുടെ 'കഷ്ടം അതിനൂതനമാ യൊരു ആവിഷ്കാരമായിരുന്നു നമ്മൾ' എന്ന കവിത ഇതിനുദാഹരണ മാണ്. ജ്യോതിബായ് പരിയാടത്തിന്റെ ജ്യോതിസ് എന്ന ബ്ലോഗിൽ (http:/ /jyothiss.blogspot.in) നിരവധി കവിതകൾ വിവർത്തനത്തിലൂടെ പ്രത്യക്ഷ പ്പെടുന്നു.

വിവർത്തനത്തിന്റെ മേന്മകൾ പരിശോധിക്കുക എന്നതിനേക്കാൾ ബ്ലോഗുകൾ വിവർത്തനത്തിലേക്കു നല്കുന്ന സംഭാവനകളെ പ്രതിപാദി ക്കുന്നതിനേ ഇവിടെ ശ്രമിക്കുന്നുള്ളൂ.

കേരളത്തിനകത്തും പുറത്തുമുള്ള മലയാളികളികൾക്ക് വിവർത്തന ത്തിന്റെ വലിയ സാധ്യതകൾ തുറന്നുതരുന്നതിന് ബ്ലോഗുകൾക്കു കഴി യുന്നു. മലയാളികൾ പ്രവർത്തനനിരതരായിരിക്കുന്ന എല്ലാ ഭാഷാ സംസ്കാരങ്ങളിലെയും സാഹിത്യകൃതികളെ ഇവിടേക്കും തിരികെ ആ ഭാഷയിലേക്കും പകർന്നുനല്കാൻ ബ്ലോഗിനു കഴിയുന്നു. വിവർത്തന സാഹിത്യത്തിന്റെ മേഖലകളെ സമ്പന്നമാക്കുവാൻ ബ്ലോഗിന്റെ പ്രസാധക പശ്ചാത്തലം അനുകൂലഘടകമാണ്.

ഭാഗം നാല്

ബ്ലോഗിലെ ഗദ്യസാഹിത്യം

പത്തൊൻപത്

നോവൽ ബ്ലോഗുകൾ

മലയാള ഗദ്യസാഹിത്യത്തിൽ ശ്രദ്ധേയമായ സ്ഥാനം മലയാളബ്ലോഗുകൾക്കുണ്ട്. കവിതകൾക്കൊപ്പം ഗദ്യലോകവും ബ്ലോഗിന്റെ മാധ്യമ പശ്ചാത്തലത്തിൽ പുതിയ സാങ്കേതികതയെ പ്രയോജനപ്പെടുത്തുന്നു. നോവൽ, കഥ, യാത്രാവിവരണം, ആത്മാഖ്യാനം, ഉപന്യാസം എന്നിങ്ങനെ സാഹിത്യത്തിന്റെ വിവിധ മേഖലകൾ ബ്ലോഗുകളിൽ സ്ഥാനം പിടിച്ചുകഴിഞ്ഞു. കവിതാലോകത്തോളം വിസ്തൃതമായില്ലെങ്കിലും വികസിച്ചുകൊണ്ടിരിക്കുന്ന പല ഗദ്യശാഖകളും ബ്ലോഗിലുണ്ട്. നീണ്ട ആഖ്യാനങ്ങളായ നോവൽ മുതൽ കുറുങ്കഥകൾവരെ ബ്ലോഗിന്റെ വെർച്വൽതാളുകളിലൂടെ വായനക്കാരുടെ മുന്നിലെത്തുന്നു. ബ്ലോഗെന്ന മാധ്യമത്തിൽ വ്യത്യസ്തമായ ആവിഷ്കാരശൈലിയും രീതികളും ഗദ്യസാഹിത്യം സ്വീകരിക്കുന്നു.

അച്ചടി സാങ്കേതികവിദ്യയോടു ചേർന്നാണ് നോവൽസാഹിത്യം വളർന്നുവന്നത്. പ്രസാധകരംഗത്ത് നവമാധ്യമങ്ങൾ ആവിർഭവിച്ചപ്പോൾ ഇതര സാഹിത്യരൂപങ്ങൾക്കൊപ്പം നോവലുകളും ആവിഷ്കാരത്തിന്റെ പുത്തൻസാധ്യതകളെ പ്രയോജനപ്പെടുത്തി. നവമാധ്യമങ്ങളുടെ പ്രസാധകലോകത്ത് നോവലുകൾ പ്രധാനമായും ആശ്രയിച്ചത് ബ്ലോഗുകളെയാണ്. മറ്റേതൊരു നവമാധ്യമത്തേക്കാളും ബ്ലോഗുകളുടെ ഘടനാരീതി നോവലുകളുടെ പ്രകാശനത്തിന് അനുകൂലഘടകമാണ്.

നോവലുകൾ ദീർഘമായ ആഖ്യാനരൂപങ്ങളാണ്. നിരവധി ഉപാഖ്യാനങ്ങളുടെ സംയോജനത്തിലൂടെയാണ് നോവൽ രൂപപ്പെടുന്നത്. വിവിധ അധ്യായങ്ങളിലായി വിന്യസിച്ചിരിക്കുന്ന ഉപാഖ്യാനങ്ങൾ സംയോജിച്ച് സമ്പൂർണ്ണനോവൽ പിറവികൊള്ളുന്നു. ഈ ഉപാഖ്യാനങ്ങൾ ഓരോന്നും ഓരോ ഏകകങ്ങളാണ്. കൃത്യമായ ആരംഭവും അവസാനവും ഓരോ ഏകകത്തിന്റെയും സവിശേഷതയാണ്. നോവലിന്റെ ഈ ആഖ്യാനശൈലി കൊണ്ട് അവ പുസ്തകത്തിൽ വിവിധ അധ്യായങ്ങളായി അടുക്കപ്പെട്ടിരിക്കുന്നു. ആഴ്ചപ്പതിപ്പുകളിലും മാസികകളിലും അവ ഖണ്ഡശഃ പ്രസിദ്ധീകരിക്കപ്പെടുന്നതിന്റെ പ്രധാന കാരണം ഉപകഥകളായി വേർതിരിക്കാമെന്നതാണ്. കഥാവസാനത്തിൽ സൂക്ഷിക്കുന്ന ആകാംക്ഷ ഒരധ്യായത്തിൽ

നിന്ന് മറ്റൊന്നിലേക്കു മുന്നേറാൻ വായനക്കാരെ പ്രേരിപ്പിക്കുന്നു. ഉദ്വേഗ ജനകമായ സംഭവത്തിന്റെയോ വിവരണത്തിന്റെയോ ഒത്തനടുവിൽ കഥ അവസാനിപ്പിച്ച് അതിന്റെ തുടർച്ച അടുത്ത ഉപാഖ്യാനത്തിൽ സൃഷ്ടിച്ചു കൊണ്ട് നോവൽ മുന്നോട്ടുപോകുന്നു.

നോവലിന്റെ ഘടനാപരമായ സവിശേഷതകളുമായി ചേർന്നുപോകുന്നതാണ് ബ്ലോഗിന്റെ ഘടന. ബ്ലോഗിലെ സൃഷ്ടികൾ പോസ്റ്റുചെയ്യപ്പെടുന്നത് നോവലിലെ ഉപാഖ്യാനങ്ങൾ പോലെയാണ്. ഓരോ പോസ്റ്റും അതിൽതന്നെ പൂർണ്ണമായ ഒരു ഏകകം ആയിരിക്കും. അവ എല്ലാംകൂടി ഒത്തുചേർന്ന് ഒരൊറ്റ ആഖ്യാനമായി മാറുന്നു (Walker, 2014:119). നിശ്ചിത കാലദൈർഘ്യത്തിൽ പ്രത്യക്ഷപ്പെടുന്ന പോസ്റ്റുകളെല്ലാം കൂടിച്ചേർന്ന് ബ്ലോഗുകളിൽ സമ്പൂർണ്ണ സാഹിത്യശില്പം രൂപപ്പെടുന്നു. ബ്ലോഗിലെ ഈ സാധ്യതകൾ ഏറ്റവും ചേർന്നുനിൽക്കുന്നത് നോവൽ ആഖ്യാനങ്ങളുമായിട്ടാണ്. ആഴ്ചപ്പതിപ്പുകളിലും മാസികകളിലും പ്രത്യക്ഷപ്പെടുന്ന നോവലുകളുടെ പ്രസാധക സാധ്യതകളാണ് ബ്ലോഗുകളിൽ പ്രത്യക്ഷപ്പെടുന്ന നോവൽസാഹിത്യരൂപത്തിനും ലഭിക്കുന്നത്. സമയത്തിന്റെ ഇടവേളകളിൽ പ്രസിദ്ധീകരിക്കാൻ സാധിക്കുമെന്നതും നിശ്ചിത ഏകകങ്ങളായി അവയെ വേർതിരിച്ച് പ്രസിദ്ധീകരിക്കാമെന്നതും നോവലുകളെപ്പോലെ ബ്ലോഗിന്റെയും സവിശേഷതയാണ്. നോവലിലെ ഓരോ ഉപാഖ്യാനത്തെയും ബ്ലോഗുകളിലെ ഒരു പോസ്റ്റായി രൂപപ്പെടുത്തുമ്പോൾ പോസ്റ്റുകളിലൂടെ ഒരു നോവൽ ശില്പത്തെ വാർത്തെടുക്കാൻ ഏറ്റവും അനുകൂലമായ മാധ്യമം ബ്ലോഗുകളാണ്.

മലയാള ബ്ലോഗുനോവലുകൾ

മലയാളത്തിൽ ബ്ലോഗുകൾ അവതരിച്ചിട്ട് ഏതാനും വർഷങ്ങൾ പിന്നിട്ടുവെങ്കിലും വളരെ കുറച്ചു നോവലുകൾ മാത്രമേ ഇതുവരെ പോസ്റ്റുചെയ്യപ്പെട്ടിട്ടുള്ളൂ. ഇരുപത് നോവലുകൾ ബ്ലോഗുലോകത്ത് കണ്ടെത്താൻ കഴിഞ്ഞു. അതിൽതന്നെ മൂന്ന് നോവലുകൾ പൂർണ്ണമായി പ്രസിദ്ധീകരിച്ചിട്ടില്ല. ഒരേ ബ്ലോഗർതന്നെ പല നോവലുകൾ പോസ്റ്റുചെയ്തിരിക്കുന്നതിനാൽ നോവൽ സാഹിത്യരംഗത്തു കടന്നുവന്ന ബ്ലോഗർമാരുടെ എണ്ണം വിരലിലെണ്ണാവുന്നവ മാത്രമാണ്. മലയാള ബ്ലോഗുകളിൽ പ്രസിദ്ധീകരിക്കപ്പെട്ട നോവലുകളെ തുടർന്ന് പരിചയപ്പെടുത്തുന്നു.

ശലഭങ്ങളുടെ പകൽ

http//:salabhangalutepakal.blogspot.in

2006 സെപ്തംബർ 16 ന് ആദ്യ അധ്യായം പോസ്റ്റുചെയ്തിരിക്കുന്ന ‘ശലഭങ്ങളുടെ പകലാണ്’ മലയാളബ്ലോഗിലെ ആദ്യനോവൽ. ഇരുപത്തിമൂന്ന് അധ്യായങ്ങളിലായി ഈ നോവൽ ആഖ്യാനം ചെയ്തിരിക്കുന്നു. തൊമ്മൻ എന്ന ബ്ലോഗറാണ് ഈ നോവലിന്റെ കർത്താവ്. മുറപ്പെണ്ണിനോടുള്ള പ്രേമവും മറ്റൊരാളുമായുള്ള അവളുടെ വിവാഹവും

മുറച്ചെറുക്കന്റെ നൈരാശ്യവും വിഷയമായി തെരഞ്ഞെടുത്തിരിക്കുന്ന നോവലിൽ കൃഷ്ണനനും അശ്വതിയുമാണ് മുഖ്യ കഥാപാത്രങ്ങൾ.

മലയാളബ്ലോഗ് നോവൽലോകത്തെ ശ്രദ്ധേയമായ സാന്നിധ്യമാണ് പാലക്കാട്ടേട്ടൻ എന്ന പേരിലറിയപ്പെടുന്ന കേരള ദാസനുണ്ണി. വൈദ്യുത വകുപ്പിൽനിന്ന് വിരമിച്ച അദ്ദേഹം മൂന്ന് നോവലുകൾ ബ്ലോഗിൽ പ്രസിദ്ധീകരിച്ചു.

ഓർമ്മത്തെറ്റുപോലെ
http://palakkattettan.blogspot.in

കേരള ദാസനുണ്ണിയുടെ ആദ്യത്തെ ബ്ലോഗുനോവലായ 'ഓർമ്മത്തെറ്റുപോലെ' പോസ്റ്റ് ചെയ്യപ്പെട്ടുതുടങ്ങുന്നത് 2009 ആഗസ്റ്റ് മുപ്പതിനാണ്. നൂറ്റിമുപ്പത്തിമൂന്ന് അധ്യായങ്ങളിലായി പ്രസിദ്ധീകരിച്ചിരിക്കുന്ന ഈ നോവലിൽ വേണു, ചാമി, പത്മിനി എന്നിവർ മുഖ്യകഥാപാത്രങ്ങളാണ്. നാട്ടിൻപുറത്ത് സൗഹാർദ്ദങ്ങളിൽ കഴിയുന്ന ഏതാനും വ്യക്തികളുടെ ജീവിതകഥയെ ഈ നോവൽ ലളിതമായി ആഖ്യാനം ചെയ്തിരിക്കുന്നു. ബ്ലോഗിലെ വലിയ നോവൽ എന്ന പദവി ഈ നോവലിനാണ്.

നന്മയിലേക്ക് ഒരു ചുവടുവയ്പ്
http://palakkattettannoval2.blogspot.in

പാലക്കാട്ടേട്ടന്റെ രണ്ടാമത്തെ നോവലായ 'നന്മയിലേക്ക് ഒരു ചുവടുവയ്പ്' പ്രസിദ്ധീകരിക്കാൻ ആരംഭിച്ചത് 2011 മെയ് 5 നാണ്. അറുപത്തിമൂന്ന് അധ്യായങ്ങളിലാണ് ഈ നോവൽ പ്രസിദ്ധീകരിച്ചിരിക്കുന്നത്. അനൂപ്, ഇന്ദിര, രമ, ഗോപാലകൃഷ്ണൻ ഇങ്ങനെ ഏതാനും വ്യക്തികളുടെ നന്മകളുടെ അവതരണമാണ് നോവലിന്റെ ഇതിവൃത്തം.

സ്വപ്നംപോലെ ഒരു കാലം
http://palakkattettannoval3.blogspot.in

കേരള ദാസനുണ്ണിയുടെ മൂന്നാമത്തെ ബ്ലോഗുനോവലാണ് 'സ്വപ്നം പോലെ ഒരു കാലം'. ദിലീപ് മേനോൻ, ജാഫർ എന്ന രണ്ട് ബാല്യകാല സുഹൃത്തുക്കളുടെ പരസ്പരസൗഹൃദങ്ങളിലാണ് ഈ നോവൽ ഇതൾവിടരുന്നത്. നാട്ടിൻപുറത്തിന്റെ ആഘോഷങ്ങളിൽ അഭിരമിക്കുന്ന വിദേശമലയാളിയായ ദിലീപ് മേനോന്റെ മനസ്സിന്റെ അപകതയെ പരിഹരിക്കുന്നതിനുള്ള പരിശ്രമം നോവലിന്റെ വിഷയമായി തിരഞ്ഞെടുത്തിരിക്കുന്നു. 46 അധ്യായങ്ങളിലാണ് നോവൽ ആഖ്യാനം ചെയ്തിരിക്കുന്നത്.

മുഖം http://Saaksharam.blogspot.in

ഒരു ബോംബ് സ്ഫോടനവും തുടർന്ന് നടക്കുന്ന അന്വേഷണങ്ങളും കൂട്ടിച്ചേർത്ത് ഒരു നോവൽശില്പത്തെ രൂപപ്പെടുത്തി എടുക്കുന്നതിനുള്ള ശ്രമമാണ് 'മുഖം' എന്ന നോവലിലുള്ളത്. 37 അധ്യായങ്ങളിലായി

പോസ്റ്റുചെയ്തിരിക്കുന്ന ഈ നോവൽ കുറ്റാന്വേഷണനോവൽ വിഭാഗത്തിൽ ഉൾപ്പെടുത്താവുന്നതാണ്. നജിമുദ്ദീൻ കെ.പി. എന്ന ബ്ലോഗറാണ് ഈ നോവൽ പോസ്റ്റുചെയ്തിരിക്കുന്നത്.

കഥ പറയും കടൽ http://keralahistorynoval.blogspot.in

കേരളചരിത്രത്തിന്റെ ആഖ്യാനമാണ് 'കഥപറയും കടൽ'. കേരളത്തിന്റെ വിവിധ കാലഘട്ടങ്ങളെ നോവൽ അവതരിപ്പിക്കുന്നു. ചരിത്രാതീതകാലം മുതലുള്ള കേരളത്തിന്റെ ചരിത്രത്തെ പ്രഹ്ളാദൻ കേൾക്കുന്ന രീതിയിൽ ഒറ്റപ്പെട്ട കഥകളായി ആഖ്യാനം ചെയ്തിരിക്കുന്നു. പരസ്പരം ചേർന്നുനില്ക്കാത്ത കുറെ കഥകളിലൂടെ നോവൽ സൃഷ്ടി നിർവ്വഹിക്കുകയാണ് ഇവിടെ. വി.ആർ. അജിത്ത് കുമാറാണ് ഈ നോവൽ പോസ്റ്റുചെയ്തിരിക്കുന്നത്. ശതകോടി വർഷങ്ങൾക്കുമുമ്പുള്ള കേരളചരിത്രത്തെ വർത്തമാനകാലവുമായി ചേർത്തുനിർത്തി 37 അധ്യായങ്ങളായി നോവൽ ആഖ്യാനം ചെയ്യുന്നു. 2013 ഒക്ടോബർ 31നാണ് ഈ നോവൽ പോസ്റ്റ് ചെയിതിരിക്കുന്നത്.

ആറാമത്തെ വെടിയുണ്ട http://simynazareth.blogspot.in

കുറ്റാന്വേഷണനോവലാണ് 'ആറാമത്തെ വെടിയുണ്ട'. രാജന്റെ കൊലപാതകത്തിന്റെ വൈരുദ്ധ്യാത്മകമായ വശങ്ങളെ ഇഴമുറിച്ച് പരിശോധിക്കുകയാണ് ഈ നോവലിൽ. പരസ്പരവിരുദ്ധമായ സംഭവങ്ങളെ കൂട്ടിയിണക്കി ഒരു നോവൽ ശില്പത്തെ രൂപപ്പെടുത്തി എടുക്കുന്നതിനുള്ള പരിശ്രമം ഈ നോവലിൽ കാണാം. 2015 ജൂലൈ 23ന് നോവൽ പോസ്റ്റുചെയ്തിരിക്കുന്നത് ഫ്രാൻസിസ് സിമി നസ്രത്താണ്.

മരുഭൂമി http://chinnuvinte naadu.blogspot.in

പ്രവാസജീവിതത്തിന്റെ ദുരന്തങ്ങളെ വിശദീകരിക്കുന്നതിനുള്ള പരിശ്രമമാണ് ഈ നോവൽ. ആത്മകഥാഖ്യാനത്തിന്റെ ശൈലിയിലാണ് കഥ അവതരിപ്പിക്കപ്പെടുന്നത്. ജോലിസംബന്ധമായ അരക്ഷിതാവസ്ഥകളും അതിക്രമങ്ങളും കലുഷിതമാകുന്ന രാഷ്ട്രീയാന്തരീക്ഷവും നോവലിന്റെ ഇതിവൃത്തത്തെ രൂപപ്പെടുത്തുന്നു. വീകെ എന്ന ബ്ലോഗർ 2013 ഒക്ടോബർ ഒന്നിന് ഈ നോവൽ പോസ്റ്റുചെയ്തിരിക്കുന്നു.

ദേശത്തെപ്പറ്റി പറഞ്ഞ ആയിരം നുണകൾ
http://malayalanoval.blogspot.in

'ദേശത്തെപ്പറ്റി പറഞ്ഞ ആയിരം നുണകൾ' ഒരു ഫിക്ഷണൽ നോവലാണ്. 'ആകാശത്തേക്ക് ഒരു ഗോവണി' എന്ന ബ്ലോഗിൽ കവിത എഴുതുന്ന എം.ആർ. അനിലൻ ആണ് ഈ നോവലിന്റെ കർത്താവ്. 'ദേശത്തെപ്പറ്റിപറഞ്ഞ ആയിരം നുണകൾ' എന്ന നോവലെഴുതിയ എഴുത്തുകാരനെ

അന്വേഷിച്ചുള്ള യാത്രയാണ് നോവലിന്റെ പ്രമേയം. ഏകാന്തവും കൊട്ടാരംപോലെ വിസ്തൃതമായ ഒരു ഭവനത്തിൽ തനിച്ചുപാർക്കുന്ന എഴുത്തുകാരനെ തേടിയുള്ള യാത്രയും നേരിടുന്ന പ്രതിസന്ധികളും നോവലിൽ ആഖ്യാനവിഷയമാകുന്നു. റെറ്ററ്റേഴ്സ് ബംഗ്ലാവിൽ വസിക്കുന്ന എഴുത്തുകാരനെ തേടി യാത്ര തിരിക്കുന്നത് ആഖ്യാതാവുതന്നെയാണ്. അധ്യായങ്ങൾക്കു നല്കിയിരിക്കുന്ന പേരുകൾ വളരെ വ്യത്യസ്തങ്ങളാണ്. 2010 ആഗസ്റ്റ് 20 നു പോസ്റ്റ് ചെയ്ത ആദ്യ അധ്യായത്തിനു നല്കിയ പേര് 'വെള്ളക്കൊറ്റികളും താഴ്വരയിലേക്ക് പറന്നുപോയ ബസ്സും' എന്നാണ്. മനോഹരമായ ഭാഷാശൈലി ഈ നോവലിന്റെ സവിശേഷതയാണ്.

സ്വപ്നത്തിന്റെ അച്ചുകൾ തേടുന്നവർ
http://harichandanam4u.blogspot.in

ഹരിചന്ദനം എന്ന ബ്ലോഗിൽ നോവൽ എഴുതിയിരിക്കുന്നത് പ്രവീൺ മീനാക്ഷിക്കുട്ടിയാണ്. പന്ത്രണ്ട് അധ്യായങ്ങളിലായി പോസ്റ്റ് ചെയ്തിരിക്കുന്ന ഈ സൃഷ്ടി നീണ്ടകഥയുടെ ആഖ്യാനശില്പത്തിലാണ് നിർമ്മിക്കപ്പെട്ടിരിക്കുന്നത്. നോവലിന്റെ രൂപഭദ്രത ഈ കൃതിയിൽ കാണുവാൻ സാധിക്കുകയില്ല. ഹരി, വന്ദന എന്നീ ദമ്പതികളുടെ ദാമ്പത്യജീവിതാരംഭത്തിലെ പ്രശ്നങ്ങളിലേക്കു ശ്രദ്ധവയ്ക്കുന്ന നോവൽ തൊഴിൽസംബന്ധമായ വിഷയങ്ങളിലേക്കും ശ്രദ്ധ കേന്ദ്രീകരിക്കുന്നു. 2010 ഡിസംബർ 9ന് ആരംഭിച്ച നോവൽ 2011 ഏപ്രിൽ 3ന് അവസാനലക്കം പ്രസിദ്ധീകരിച്ചു.

വ്യത്യസ്തമായ വിഷയങ്ങളുടെ തെരഞ്ഞെടുപ്പ് അരുൺ ആർഷയുടെ നോവലുകളിൽ കാണാം. ഗഫൂർ കാ ദോസ്ത് എന്ന ബ്ലോഗർനാമത്തിൽ അറിയപ്പെടുന്ന അരുണിന്റെ മൂന്ന് നോവലുകൾ ഇതിനോടകം ബ്ലോഗിൽ പ്രസിദ്ധീകരിക്കപ്പെട്ടുകഴിഞ്ഞു.

ഗ്വിസ്വാൻ ഡയറി http://arunarsha.blogspot.in

'ഗ്വിസ്വാൻ ഡയറി'യാണ് അരുൺ ആർഷയുടേതായി ബ്ലോഗിൽ പ്രത്യക്ഷപ്പെട്ട ആദ്യനോവൽ. 13 അധ്യായങ്ങളുള്ള നോവലിന്റെ ആദ്യഭാഗം 2012 ജനുവരി 31ന് ബ്ലോഗിൽ പോസ്റ്റു ചെയ്തു. 2012 മെയ് 10ന് നോവൽ അവസാനിച്ചു. ഇതിന്റെ പകർപ്പ് ഇപ്പോൾ ബ്ലോഗിൽ ലഭ്യമല്ല.

ഓഷ്വിറ്റ്സിലെ പോരാളി http://arunarsha.blogspot.in

ജൂതസമൂഹത്തെ കൂട്ടക്കൊലപാതകത്തിൽനിന്നും രക്ഷിക്കുവാൻ വേണ്ടി ഹിറ്റ്ലറെ കൊല്ലാൻ ശ്രമിച്ച അഞ്ച് യുവാക്കളുടെ കഥയാണ് 'ഓഷ്വിറ്റ്സിലെ പോരാളി'യുടെ ഇതിവൃത്തം. ചരിത്രസംഭവങ്ങളെ കൂട്ടിയിണക്കിയുള്ള കാല്പനിക ആവിഷ്കരണമാണ് നോവൽ. 2012 ജനുവരിയിൽ ബ്ലോഗിൽ പോസ്റ്റു ചെയ്തുതുടങ്ങിയ അരുൺ ആർഷയുടെ ഈ നോവൽ 2013 ൽ ഗ്രീൻ ബുക്സ് പുസ്തകമാക്കി പുനഃപ്രസിദ്ധീകരിച്ചു.

എ.ഡി 1632 http://arunarsha.blogspot.in

ട്രൂജിലോ എന്ന ദേശത്തിന്റെ പശ്ചാത്തലത്തിൽ എഴുതിയിരിക്കുന്ന അരുണിന്റെ നോവൽ 'എ.ഡി. 1632' ആയിരത്തി അറുന്നൂറ് കാലഘട്ട ത്തെയാണ് അവതരിപ്പിക്കുന്നത്. ഗോൺസാലസ് എന്ന വ്യക്തിയിൽ ആരം ഭിക്കുന്ന നോവൽ അലോൺസോ പ്രഭുവിന്റെ സ്ഥാനാരോഹണത്തോടെ അവസാനിക്കുന്നു. പ്രഭുകുടുംബങ്ങളുടെ വളർച്ചയും പോരാട്ടങ്ങളും ജീവിതക്രമങ്ങളും ഇതിൽ വിവരിക്കുന്നു. 2015 ഫെബ്രുവരി മുതൽ ഡിസം ബർ വരെ പോസ്റ്റുചെയ്ത നോവലിൽ പതിമൂന്ന് അധ്യായങ്ങളുണ്ട്.

ലോകപ്രസിദ്ധ നോവലെഴുത്തുകാരുടെ സാഹിത്യസൃഷ്ടികളെ പരിചയ പ്പെടുത്തുന്നതിനുള്ള മലയാളബ്ലോഗുകളുടെ ഉദ്യമത്തിന്റെ ഫലമാണ് വിനുവേട്ടൻ എന്ന ബ്ലോഗറുടെ നോവൽ വിവർത്തനങ്ങൾ. പ്രശസ്ത ആംഗ ലേയ നോവലെഴുത്തുകാരനായ ജാക്ക് ഹിഗ്ഗിൻസിന്റെ മൂന്ന് നോവലുകൾ ഇതിനോടകം മലയാളത്തിന് പരിചയപ്പെടുത്തുന്നതിന് അദ്ദേഹത്തിന് സാധിച്ചു. നോവൽ വിവർത്തനരംഗത്തെ ഏകപരിശ്രമമാണ് വിനുവേട്ടന്റെ ബ്ലോഗിലുള്ളത്. പദാനുപദതർജ്ജമയാണ് ഇവിടെ നിർവ്വഹിച്ചിരിക്കുന്നത്.

സ്റ്റോം വാണിംഗ് http://stormwarm.blogspot.in

രണ്ടാം ലോകമഹായുദ്ധകാലത്ത് ശത്രുപക്ഷത്ത് നിലകൊണ്ട ബ്രസീ ലിൽനിന്ന് മാതൃരാജ്യത്തിലേക്ക് രക്ഷപ്പെടാൻ ശ്രമിക്കുന്ന ഒരുപറ്റം ജർമ്മൻകാരുടെ കഥയാണ് നോവലിന്റെ ഇതിവൃത്തം. അറ്റ്ലാന്റിക് സമുദ്ര ത്തിലൂടെ ഒരു പായ്ക്കപ്പലിൽ അയ്യായിരത്തോളം മൈലുകൾ അതി സാഹസികമായി അവർ യാത്ര ചെയ്യുന്നു. ജാക്ക് ഹിഗ്ഗിൻസിന്റെ നോവൽ വിവർത്തനം 2009 ജൂൺ 7 മുതൽ വിനുവേട്ടന്റെ ബ്ലോഗിലൂടെ മലയാള ഭാഷയ്ക്ക് ലഭ്യമായി.

ദി ഈഗിൾ ഹാസ് ലാന്റഡ് http://eagle-landed.blogspot.in

ഒരു ചരിത്രവസ്തുതയെ അടിസ്ഥാനപ്പെടുത്തി നിർമ്മിച്ചിരിക്കുന്ന നോവലിൽ യാഥാർത്ഥ്യവും ഭാവനയും ഇടകലർന്നുകിടക്കുന്നു. നോർ ഫോക്ക് ഗ്രാമത്തിലെ കോട്ടേജിൽ വാരാന്ത്യം ചെലവഴിക്കാനെത്തിയ ബ്രിട്ടീഷ് പ്രധാനമന്ത്രി വിൻസ്റ്റൺ ചർച്ചിലിനെ തട്ടിക്കൊണ്ടുപോയി ഹിറ്റ്ലറുടെ സമക്ഷം എത്തിക്കുക എന്ന ലക്ഷ്യത്തോടെ എത്തിയ ജർമ്മൻ പാരാട്രൂപ്പേഴ്സ് സംഘത്തിന്റെ പോരാട്ടങ്ങളാണ് നോവൽ വിവരി ക്കുന്നത്. 2011 ജൂൺ 24 ന് ആരംഭിച്ച വിവർത്തനത്തിന്റെ ബ്ലോഗുപ്രസി ദ്ധീകരണം 136 പോസ്റ്റുകളായാണ് നിർവ്വഹിച്ചിരിക്കുന്നത്.

ഈസ്റ്റ് ഓഫ് ഡെസലേഷൻ http://eastofdesolation.blogspot.in

ഗ്രീൻലാൻഡിന്റെ വിജനമായ മഞ്ഞുപാളികൾക്കുള്ളിൽ തകർന്നു വീണ ഒരു വിമാനദുരന്തത്തിന്റെ കാരണംതേടിയുള്ള യാത്രയാണ് നോവ ലിന്റെ ഇതിവൃത്തം. ജോ മാർട്ടിൻ എന്ന പൈലറ്റാണ് അന്വേഷണാത്മക മായ യാത്ര നടത്തുന്നത്. 2015 ഡിസംബർ മാസംവരെ ഈ നോവൽ

തർജ്ജമയുടെ 54 അധ്യായങ്ങൾ വിനുവേട്ടന്റെ ബ്ലോഗിൽ പോസ്റ്റു ചെയ്യപ്പെട്ടിട്ടുണ്ട്.

ബ്ലോഗുകളിൽ സ്ഥാനംപിടിച്ച മറ്റൊരു വിഭാഗം പുരാണനോവലുകളാണ്. അരുൺ കായംകുളം രണ്ട് നോവലുകൾ ഈ വിഭാഗത്തിൽ ബ്ലോഗിൽ പ്രസിദ്ധീകരിച്ചിട്ടുണ്ട്. വിവിധ ഇടങ്ങളിൽനിന്ന് ലഭ്യമായ വിവരങ്ങളെ കാലക്രമത്തിൽ അടുക്കി പ്രസിദ്ധീകരിച്ചുകൊണ്ട് നോവൽശില്പത്തിന് രൂപം നല്കിയിരിക്കുന്നു. വിവിധ കഥകളെ ഓരോ അധ്യായങ്ങളിലായി ആഖ്യാനം ചെയ്ത് ഒരു നോവൽ ശില്പത്തെ രൂപപ്പെടുത്തുന്നതിനുള്ള ശ്രമമാണിവിടെ നടത്തിയിരിക്കുന്നത്. 'കലിയുഗവരദൻ' എന്ന നോവലിന്റെ ആമുഖത്തിൽ രചയിതാവ് സൂചിപ്പിക്കുന്നു. "കഥകളൊന്നും എന്റെ സൃഷ്ടിയല്ല പല ലേഖനങ്ങളിൽനിന്നും വിവിധ പുസ്തകങ്ങളിൽ നിന്നും ശേഖരിച്ച വിവരങ്ങളാണിവ. ഈ കഥകളുടെ ആധികാരികത ചോദ്യം ചെയ്താൽ വിശദമാക്കാൻ എന്റെ കൈയിൽ തെളിവുകളില്ല. അറിഞ്ഞ കഥകൾ നിങ്ങളെ അറിയിക്കാൻ ഒരു ശ്രമം." 'കലിയുഗവരദൻ', 'രാമായണം' എന്നിങ്ങനെ രണ്ട് നോവലുകൾ ബ്ലോഗിൽ പ്രസിദ്ധീകരിച്ചിരിക്കുന്നു.

കലിയുഗവരദൻ http://kaliyugavaradan.blogspot.in

അയ്യപ്പഭഗവാന്റെ ചരിത്രത്തിലൂടെയുള്ള യാത്രയാണ് 'കലിയുഗവരദൻ'. ബ്രഹ്മദത്തൻ, രാധിക, രവിവർമ്മ, വൈഷ്ണവൻ എന്നിവരുടെ ജീവിതത്തിലൂടെ ശ്രീ.അയ്യപ്പന്റെ കഥയെ ആഖ്യാനം ചെയ്യുകയാണ് നോവലിൽ. ശബരിമലയുടെ ഐതിഹ്യവുമായി ബന്ധപ്പെട്ട സ്ഥലങ്ങളും വ്യക്തികളും സംഭവങ്ങളും ഓരോ അധ്യായങ്ങളിലായി അവതരിപ്പിക്കപ്പെടുന്നു. അൻപത് അധ്യായങ്ങളിലായി പോസ്റ്റുചെയ്തിരിക്കുന്ന ഈ രചനാശില്പം നോവലിന്റെ ആഖ്യാനപരമായ രീതിയെ കാര്യമായി പിന്തുടരുന്നില്ല.

രാമായണം http://arunkayamkulam.blogspot.in

ശ്രീരാമകഥയുടെ ആഖ്യാനമാണ് ഈ നോവൽ. ബാലകാണ്ഡത്തിൽ ആരംഭിച്ച് യുദ്ധകാണ്ഡത്തിൽ അവസാനിക്കുന്ന ഈ നോവൽ മുപ്പത് അധ്യായങ്ങളിലായാണ് പോസ്റ്റ് ചെയ്തിരിക്കുന്നത്. ഏഴാമത്തെ അവതാരമെന്ന ആദ്യ അധ്യായം മുതൽ ശ്രീരാമന്റെ ജീവിതത്തിന്റെ പ്രധാന സംഭവങ്ങളെ ഓരോന്നായി അവതരിപ്പിക്കുന്നു. ശ്രീരാമപട്ടാഭിഷേകത്തോടെ അവസാനിക്കുന്ന നോവൽ വ്യത്യസ്തമായ കഥാഖ്യാനങ്ങളായി വേർതിരിഞ്ഞ് നില്ക്കുന്നു. നോവൽസാഹിത്യത്തിന്റെ രൂപഘടനയിൽ പ്രസിദ്ധീകരിച്ചിരിക്കുന്ന കഥാഖ്യാനപരമ്പരയായി ഇതിനെ കാണാവുന്നതാണ്.

ബ്ലോഗിൽ പ്രസിദ്ധീകരണം ആരംഭിച്ച നോവലുകളിൽ മൂന്നെണ്ണം അപൂർണ്ണമായി അവസാനിപ്പിച്ചിട്ടുണ്ട്. വായനക്കാരുടെ പ്രതികരണവും

ആശയപരമായ ദാരിദ്ര്യവും ജോലിസംബന്ധമായ തിരക്കുകളും അതിനു കാരണമായിട്ടുണ്ട് എന്ന് അവയ്ക്കു ലഭിച്ച കമന്റുകളിൽനിന്ന് വായിച്ചെടുക്കാം.

സ്നേഹാർദ്രമായ് http://snehardhram.blogspot.in

ജീവചരിത്രം http://najeemudeenkp.blogspot.in

കടൽമീനുകൾ http://murali205.blogspot.in

ബ്ലോഗുനോവലുകളുടെ സവിശേഷതകൾ

1. ലളിതമായ ആഖ്യാനശൈലികളാണ് ബ്ലോഗുനോവലുകളിൽ കാണുക. ദാർശനികഭാരങ്ങളില്ലാതെ കഥ പറഞ്ഞുപോകുന്ന ശൈലി ഇവിടെ കാണുന്നു. ആഖ്യാനപരമായ വൈവിധ്യങ്ങളോ വൈചിത്ര്യമോ ബ്ലോഗുനോവലുകളുടെ ഭാഗമാകുന്നില്ല. സാധാരണ ആഴ്ചപ്പതിപ്പുകളിൽ പ്രത്യക്ഷപ്പെടുന്ന നോവലുകളുടെ വെർചൽ പതിപ്പുകളായി മാത്രമേ ഭൂരിഭാഗം നോവലുകളെയും പരിഗണിക്കാൻ കഴിയുകയുള്ളൂ.

2. പുതിയ സാങ്കേതികവിദ്യ നല്കിയ വിനിമയലോകത്ത് പ്രസിദ്ധീകരിക്കപ്പെട്ട നോവലുകൾ കാലത്തിന്റേതും മാധ്യമത്തിന്റേതുമായ സവിശേഷതകളെ വേണ്ടവിധം പ്രയോജനപ്പെടുത്തിയിട്ടില്ല എന്ന് തെളിയിക്കുന്നതാണ് അവയുടെ രചനാരീതി. ചലനചിത്രങ്ങൾ, ഹൈപ്പർലിങ്ക് സാധ്യതകൾ, ശബ്ദസന്നിവേശം, മാധ്യമസംയോജനം, ഇന്ററാക്ടിവിറ്റി തുടങ്ങി നവമാധ്യമലോകം തെളിച്ചുതന്ന സാധ്യതകളിലേക്കു ചുവടുവയ്ക്കുന്നതിനുള്ള കാര്യമായ പരിശ്രമം ബ്ലോഗുനോവലുകളിൽ കാണുന്നില്ല. ബ്ലോഗുകൾ തുറന്നുതന്ന സൗജന്യമായ വെബ്ബിടത്തെ സാഹിത്യപ്രകാശനത്തിന് ഉപയോഗപ്പെടുത്തി എന്നതിനു മാത്രമേ അവർ സാങ്കേതികസാധ്യതകളെ പ്രയോജനപ്പെടുത്തിയിട്ടുള്ളൂ. വിവർത്തനനോവലുകളിൽ പദങ്ങളോട് ചേർന്നുള്ള ലിങ്കുകൾ ബ്ലോഗുസാങ്കേതികതയെ അല്പം പ്രയോജനപ്പെടുത്തിയതിന്റെ സൂചനയാണ്.

3. കഥയെ അല്പംകൂടി വിശാലമായി അവതരിപ്പിക്കുന്നതിൽ കവിഞ്ഞ് നോവലിന്റെ ആഖ്യാനരൂപശില്പത്തിലേക്ക് വളർന്നുനില്ക്കുന്ന സൃഷ്ടികൾ അധികം ബ്ലോഗുകളിൽ കാണുവാൻ കഴിയുകയില്ല. അരുൺ ആർഷയുടെ 'ഓഷ്വിറ്റ്സിലെ ചുവന്ന പോരാളികൾ' എന്ന നോവൽ ആഖ്യാനപരമായി നിലവാരം പുലർത്തുന്നു. ഭൂരിഭാഗം നോവലുകളും എഴുത്തുകാരുടെ ആദ്യസംരംഭമാണ്. അതുകൊണ്ടുതന്നെ എഴുതിത്തെളിയുന്നതിനുള്ള പരീക്ഷണയത്നമായി മാത്രമേ അവയെ പരിഗണിക്കാൻ കഴിയുകയുള്ളു. നോവലിന്റെ ആരംഭത്തിൽ പുലർത്തുന്ന ഏകാഗ്രത ഏതാനും പോസ്റ്റുകളിൽ അവസാനിക്കുകയും തുടർന്ന് അവ വിവരണങ്ങളും വിശകലനങ്ങളും മാത്രമായി അവ മുന്നോട്ടുപോകുകയും ചെയ്യുന്ന കാഴ്ചയാണ് കാണുന്നത്.

4. വിഷയങ്ങളുടെ തെരഞ്ഞെടുപ്പിൽ വ്യത്യസ്തത കൊണ്ടുവരുന്നതിനുള്ള പരിശ്രമം ഏതാനും ബ്ലോഗെഴുത്തുകാരിൽ കാണാൻ കഴിയും. 'മരുഭൂമി', 'ഓഷ്‌വിറ്റ്സിലെ പോരാളി', 'എ.ഡി. 1632' എന്നീ നോവലുകൾ അതിനുദാഹരണമാണ്. ഭൂരിഭാഗം നോവലുകളും നടന്നുപോയ വഴികളിലൂടെയുള്ള തുടർസഞ്ചാരമാണ്. സാക്ഷരം എന്ന ബ്ലോഗിൽ പ്രത്യക്ഷപ്പെട്ട 'മുഖം' എന്ന നോവലിനുവന്ന കമന്റ് ഇപ്രകാരമാണ്.

"ഈ നോവൽ മുഴുവനും വായിച്ചുകഴിഞ്ഞപ്പോൾ എനിക്കു തോന്നിയത് ഞാൻ പറയട്ടെ. നല്ല തുടക്കം കുറിച്ചുകൊണ്ട് അവസാനം തീരെ പൈങ്കിളിയായി അധഃപതിച്ചുപോയ ഒരു കഥ... തൊണ്ണൂറുകളുടെ തുടക്കത്തിൽ കണ്ടുവന്ന രണ്ടാംകിട തട്ടിക്കൂട്ട് സിനിമയിലൊക്കെ കാണുന്നതരം ക്ലൈമാക്സ്. അനാവശ്യമായ പല ഭാഗങ്ങളും കുത്തിനിറച്ചു നീട്ടിവലിച്ചൊരു കഥ. അതിലപ്പുറമൊന്നും ഇതിലില്ല" (Sadique M. Koya, 23/06/2012, http://saaksharam. blogspot.in).

ബ്ലോഗുകളുടെ പശ്ചാത്തലത്തിൽ വന്ന എല്ലാ നോവലുകളെപ്പറ്റിയും ഇപ്രകാരം അഭിപ്രായപ്പെടാനാകില്ലെങ്കിലും പൊതുവിൽ ഈ പ്രതികരണം ശരിയെന്നു തെളിയിക്കുന്നതാണ് അവയുടെ ആഖ്യാനരീതി. എഡിറ്ററുടെ നിയന്ത്രണത്തിന് പുറത്തുള്ള മാധ്യമമെന്ന നിലയിൽ അച്ചടിലോകം തിരസ്കരിച്ച നോവലുകൾ പ്രസിദ്ധീകരിക്കാനുള്ള ഇടമായി ബ്ലോഗുകൾ പരിഗണിക്കപ്പെടുന്നു. ബ്ലോഗുകളിൽ പ്രത്യക്ഷപ്പെട്ട ചില നോവലുകൾ ബ്ലോഗിനു പുറത്ത് എഡിറ്ററുടെ നിയന്ത്രണത്തിലുള്ള മറ്റൊരു മാധ്യമത്തിൽ പ്രസിദ്ധീകരിക്കപ്പെട്ടുവെന്നു വരികയില്ല.

വിവർത്തനങ്ങളെന്ന നിലയിൽ പ്രത്യക്ഷപ്പെട്ട ബ്ലോഗുനോവലുകൾ വിശാലമായ ആശയലോകത്തെ പ്രദാനം ചെയ്യുന്നവയാണ്. ജാക്ക് ഹിഗ്ഗിൻസിന്റെ നോവൽ ലോകത്തെ പരിചയപ്പെടുത്തുന്നതിന് വിനുവേട്ടന്റെ മൂന്ന് വിവർത്തനങ്ങൾ ഇടവരുത്തി. ലളിതമായ ശൈലിയും ഭാഷാപ്രയോഗത്തിലുള്ള കൃത്യതയും ഈ നോവൽ തർജ്ജമകളുടെ സവിശേഷതകളാണ്. പരിചിതമല്ലാത്ത പദങ്ങളെയും സ്ഥലങ്ങളെയും വിശദീകരിക്കാൻ നല്കിയിരിക്കുന്ന ലിങ്കുകൾ സാങ്കേതികസാധ്യതയെ പ്രയോജനപ്പെടുത്തുന്നതിനുള്ള ശ്രമമാണ് കാണിക്കുന്നത്. വിക്കി പീഡിയായിലേക്കും യൂട്യൂബിലേക്കും നല്കിയിരിക്കുന്ന ലിങ്കുകൾ അർത്ഥവിശദീകരണത്തിലൂടെ മുന്നേറാൻ സഹായിക്കുന്നു. ബ്ലോഗുകളുടെ ഘടനാപരമായ സവിശേഷതയോട് ചേർന്നുനില്ക്കുന്ന നോവലുകൾ ഈ മാധ്യമത്തിലേക്കു കൂടുതലായി ആകർഷിക്കപ്പെടാൻ ഭാവിയിൽ സാധ്യതയുണ്ട്.

ഇരുപത്

കഥാ ബ്ലോഗുകൾ

അച്ചടി ലോകത്തിന്റെ മാധ്യമസാധ്യതകളിൽനിന്ന് സൈബർ ലോകത്തിലേക്കു സാഹിത്യലോകം ചുവടുവച്ചപ്പോൾ, പുതിയ ആവിഷ്കാരസാധ്യതകളിലേക്കു ചെറുകഥാ ലോകവും കടന്നുചെന്നു. ഭൂലോകത്തിന്റെ പല കോണുകളിലിരുന്ന് സർഗ്ഗസൃഷ്ടികളെ പ്രസിദ്ധീകരിക്കുന്നതിന് ലഭ്യമായ സൈബർ മാധ്യമങ്ങളിൽ കഥാലോകം ഏറ്റവുമധികം സജീവമായത് ബ്ലോഗുകളിലാണ്. കഥ പറയാനും കഥ കേൾക്കാനുമുള്ള മനുഷ്യന്റെ വാസനയെ തൃപ്തിപ്പെടുത്തുന്നതിനുള്ള സാധ്യതയോടെയാണ് മാധ്യമലോകത്ത് ബ്ലോഗുകൾ അവതരിച്ചത്. ബ്ലോഗുകളുടെ ആരംഭം മുതൽ തന്നെ കലാസാഹിത്യരംഗത്തുള്ള മുന്നേറ്റം ഇതു തെളിയിക്കുന്നു. ഏതാനും വർഷംകൊണ്ടുതന്നെ മലയാള ചെറുകഥാലോകത്ത് വ്യക്തിത്വത്തെ രൂപപ്പെടുത്തിയെടുക്കാൻ ബ്ലോഗുകഥകൾക്കു കഴിഞ്ഞു. ബ്ലോഗുലോകത്ത് മലയാള ചെറുകഥ നവീകരിക്കപ്പെടുകയും പുത്തൻ വിനിമയസാധ്യതകളെ ആവിഷ്കരിക്കുകയും ചെയ്യുന്നു.

ബ്ലോഗുകളുടെ ആവിർഭാവത്തോടെ മലയാള ചെറുകഥാലോകം വളരെ ചലനാത്മകമായി മാറി. നിരവധി ആളുകൾ കഥ എഴുതാനും അത് ബ്ലോഗിൽ പ്രസിദ്ധപ്പെടുത്താനും ആരംഭിച്ചു. മാഗസിനുകളിലും ഡയറികളിലുമായി എഴുതിവച്ചിരുന്ന പല കഥകളും ബ്ലോഗുകളിലൂടെ വായനക്കാരുടെ മുമ്പിലേക്കു കടന്നുവന്നു. നാളിതുവരെ ഉണ്ടാകാത്തവിധത്തിൽ കഥ പറച്ചിലിന്റെ ഇരമ്പം സാഹിത്യലോകത്ത് സൃഷ്ടിക്കുവാൻ ബ്ലോഗുകൾക്കു കഴിഞ്ഞു.

പ്രധാനകഥാബ്ലോഗുകളും വിലാസവും

മലയാള ചെറുകഥാലോകത്ത് പ്രശസ്തരായവർ പലരും ബ്ലോഗിനെയും ആശയപ്രകാശനത്തിന് പ്രയോജനപ്പെടുത്തുന്നവരാണ്. ഇന്ദുമേനോൻ, ബി. മുരളി, ബെന്യാമിൻ, വി.എം. ദേവദാസ്, രാജേഷ് വർമ്മ, ഷാജി കുമാർ വി. എന്നിവർ ബ്ലോഗിനെയും എഴുത്തിന് പ്രയോജനപ്പെടുത്തുന്നവരാണ്. അച്ചടിലോകത്തുനിന്നും ആളുകൾ ബ്ലോഗിലേക്കു

വന്നുവെന്നതിനെക്കാൾ കഥാലോകത്തിന് നിരവധി സാഹിത്യകാരന്മാരെ സംഭാവന ചെയ്യുവാൻ ബ്ലോഗുകൾക്കു കഴിഞ്ഞുവെന്നതാണ് പരമ പ്രധാനം. ബ്ലോഗിലൂടെ ചെറുകഥാസാഹിത്യലോകത്ത് പ്രവേശിച്ചവരിൽ പലരും ഇന്ന് ആഴ്ചപ്പതിപ്പുകളിലും മാസികകളിലും സജീവസാന്നിദ്ധ്യമാണ്. മനോജ് വെങ്ങോല, എച്ച്മുകുട്ടി, ജയേഷ്, നിധീഷ് ജി., സിമി ഫ്രാൻസിസ് നസറത്ത്, അബ്ദുഗഫൂർ, സാബു ഹരിഹരൻ, അനിൽ കുമാർ, പട്ടേപ്പാടം റാംജി, റോസിലി, പ്രവീൺ കാരോത്ത്, ശശി, ജയൻ ഏവൂർ, മുരളി നായർ, റഷീദ് തൊഴിയൂർ, ഏറനാടൻ, മുഹമ്മദ് ആറങ്ങോട്ടുകര, മനോരാജ്, അംജത്ത്, മിനി പി.സി. ഇങ്ങനെ നിരവധി ബ്ലോഗർമാരാൽ മലയാളകഥാലോകം വെർച്വൽലോകത്തും സമ്പന്നമായിക്കഴിഞ്ഞു. മലയാളകഥാലോകത്തെ പ്രശസ്തരായ ബ്ലോഗെഴുത്തുകാരെയും അവരുടെ ബ്ലോഗുവിലാസത്തെയും ചുവടെ ചേർക്കുന്നു.

ബ്ലോഗ്	*ബ്ലോഗർ*	*ബ്ലോഗുവിലാസം*
മനോജ് വെങ്ങോല	മനോജ് വെങ്ങോല	manojvengala.blogspot.in
ലസി	ജയേഷ്	jayeshsan.blogspot.in
എച്ച്മുവോട് ഉലകം	എച്ച്മുകുട്ടി	echmuvoduulakam.blogspot.in
സിമിയുടെ ബ്ലോഗ്	സിമി നസറേത്ത്	simynazareth.blogspot.in
മേശപ്പുറം	ദേവദാസ്	devadasvm.blogspot.in
ലവണതീരം	നിധീഷ്.ജി.	lavanatheeram.blogspot.in
നെല്ലിക്ക	രാജേഷ് വർമ്മ	nellikka.blogspot.in
ഹരീന്ദ്രം	ശ്രീക്കുട്ടൻ	sreevasantham.blogspot.in
നിശാശലഭങ്ങൾ	അബ്ദുൾ ഗഫൂർ	nishashalabhangal.blogspot.in
നിഹാരബിന്ദുക്കൾ	സാബു ഹരിഹരൻ	neehaarabindhukkal.blogspot.in
വൈഖരി	അനിൽകുമാർ സി.പി.	manimanthranam.blogspot.in
കഥകൾ	പട്ടേപ്പാടം റാംജി	pattepadamramji.blogspot.in
നിഴലുകൾ	പ്രദീപ്കുമാർ	nizhalukalblog.blogspot.in
അമാവാസി	അംജത്ത്	amaavaasi.blogspot.in
ഏറനാടൻചരിതങ്ങൾ	ഏറനാടൻ	eranadanpeople.blogspot.in
എന്റെ കഥകൾ	ജയൻ ഏവൂർ	jayandamodaran.blogspot.in
നെഞ്ചകം	അനീഷ് കാത്തി	kaathi-njan.blogspot.in
പെയ്തൊഴിയാതെ	മുരളിനായർ	Peythozhiyathe.blogspot.in
ഒരില	മുഹമ്മദ് ആറങ്ങോട്ടുകര	orilakal.blogspot.in
ചിന്താക്രാന്തൻ	റഷീദ് തൊഴിയൂർ	rasheed thozhiyoor.blogspot.in
സ്വന്തം ഹൃദയ		
സ്പന്ദനങ്ങൾ	അന്നൂസ്	annuscnes.blogspot.in
കല്ലുവിന്റെ കല്ലു		
വയ്ക്കാത്ത നുണകൾ	കല്ല്യാണി രവീന്ദ്രൻ	kalyanispeaking.blogspot.in
തേജസ്	മനോരാജ്	manorajkr.blogspot.in
റോസാപ്പൂക്കൾ	റോസിലി	rosappukkal.blogspot.in

കുങ്കുമം	കൊച്ചുമോൾ	kochumolkottarakara.blogspot.in
അക്ഷരക്കോളനി.കോം	അർജുൻ	argunstories.blogspot.in
എന്റെചിലകുറിപ്പുകൾ	സതീഷ് മക്കോത്ത്	satheeskm.blogspot.in
കഥാലോകം	നന്ദിനി	kathakal-nandini-blogspot.in
ഉൾപ്രേരകങ്ങൾ	മിനി പി.സി.	ulprerakangal.blogspot.in
മിനിക്കഥകൾ	മിനി	kathakal.blogspot.in
കാലിച്ചാംപൊതി	ഷാജികുമാർ വി.	kodzu.blogspot.in
വിഷ്ണുലോകം	വിഷ്ണു	vishnulokam.com
പുകയുന്ന കഥകൾ	സോണി	pukayunnakadhakal.blogspot.in
കൈതമുള്ള്	ശശി	kaithamullu.blogspot.in
സംഗീത്റൈറ്റ്സ്	സംഗീത്	thesangeeth.blogspot.in
എന്റെ ഉപാസന	സുനിൽ ഉപാസന	enteupasana.blogspot.in
തുഷാരതുള്ളികൾ	കരിം	tkkareem.blogspot.in
കോമരം	മുരളി കെ. മേനോൻ	komaram.blogspot.in
തിരുവാതിര	പ്രമോദ്കുമാർ	promodkp.blogspot.in
നേരെഴുത്ത്	പ്രവീൺകാരോത്ത്	deeputtandekadhakal.blogspot.in
വേറിട്ടവീഥിയിൽ	ഷൈജു നമ്പ്യാർ	verittaveethiyil.blogspot.in
സാഹിത്യസദസ്സ്	ശ്രീജിത്ത് മുത്തേടത്ത്	sahithyasadhas.blogspot.in
വൈക്കത്തുകാരൻ	രൂപേഷ് എൻ.എസ്.	vaikathukaran.blogspot.in
ശിഹാബ്മദാരി	ശിഹാബ്മദാരി	http://shihabmadari.blogspot.in

ബ്ലോഗുലോകത്ത് കഥാലോകം ഏറെ വിശാലമാണ്. കഥകൾക്കു കൂടുതൽ പ്രാധാന്യം നല്കി പ്രസിദ്ധീകരിക്കുന്ന ബ്ലോഗുകളുടെ വിലാസങ്ങളാണ് മുകളിൽ കുറിച്ചത്. പലവക സാഹിത്യസൃഷ്ടികൾക്കൊപ്പം കഥകൾ പ്രസിദ്ധീകരിക്കുന്ന നിരവധി ബ്ലോഗുകളെ ഈ പരിധിയിൽ ഉൾപ്പെടുത്തിയിട്ടില്ല. ഏതാനും കഥകൾ പ്രസിദ്ധീകരിച്ചതിനുശേഷം നിന്നുപോയ ബ്ലോഗുകളെയും ഇവിടെ പരാമർശിക്കുന്നില്ല. ഇവയെല്ലാം ഉൾപ്പെടുത്തുമ്പോൾ കഥാലോകം ഏറെ വിശാലമായിത്തീരും. സ്വകാര്യബ്ലോഗുകൾക്കൊപ്പം കഥകൾക്കുവേണ്ടി മാത്രമായി ഏതാനും ഗ്രൂപ്പ് ബ്ലോഗുകൾകൂടി ബ്ലോഗുലോകത്തുണ്ട്.

ബൂലോകകഥകൾ - boolokakadha.blogspot.in

ഋതുകഥയുടെ വസന്തം- rithuonline.blogspot.in എന്നിവ ഇതിനുദാഹരണമാണ്.

പല ബ്ലോഗർമാരുടെ നിരവധി കഥകൾ ഈ ബ്ലോഗിൽ വായിക്കുവാൻ കഴിയും.

ബ്ലോഗുകളുടെ സവിശേഷമായ സംഭാവനയാൽ മലയാള ചെറുകഥാലോകം വെർച്ചൽ ലോകത്ത് അനുദിനം പരിപുഷ്ടമാക്കപ്പെടുന്നു.

ബ്ലോഗുകഥകളിലെ രൂപപരമായ സവിശേഷതകൾ

ബ്ലോഗിലെ കവിതകൾക്കെന്നപോലെ രൂപപരമായ ഏറെ പരീക്ഷണങ്ങൾ ബ്ലോഗുകഥകളിൽ സംഭവിച്ചിട്ടില്ല. മിക്കവാറും കഥകളും അച്ചടിതാളുകളിൽ പ്രസിദ്ധീകരിക്കപ്പെടുന്ന കഥകൾ എന്നപോലെ പ്രസിദ്ധീകരിക്കുന്നതിനു മാത്രമേ ബ്ലോഗുകളെ പ്രയോജനപ്പെടുത്തിയിട്ടുള്ളൂ. ബ്ലോഗുകളുടെ ലോകത്ത് ലഭ്യമാകുന്ന സാങ്കേതി സവിശേഷതകൾ ഉപയോഗിച്ച് കഥയുടെ ആഖ്യാനത്തെ രൂപപ്പെടുത്തുന്ന ഏതാനും ഉദാഹരണങ്ങൾ ചുവടെ നിരീക്ഷിക്കുന്നു.

1. ഹൈപ്പർലിങ്ക് കഥ

ബ്ലോഗിലെ ഹൈപ്പർലിങ്ക് സാധ്യതകളെ പ്രയോജനപ്പെടുത്തി നിർമ്മിച്ചിരിക്കുന്ന അപൂർവ്വം ചില കഥകളിൽ ഒന്നാണ് എസ്. ജയേഷിന്റെ 'ആദിമദ്ധ്യാന്തം' എന്ന ബ്ലോഗുകഥ. ലസ്സി എന്ന ബ്ലോഗിൽ 20/12/2012 ൽ പോസ്റ്റു ചെയ്തിരിക്കുന്ന ഈ കഥ ആദിമദ്ധ്യാന്തം (whentheshoefits.blogspot.in) എന്ന ബ്ലോഗിൽ ഒറ്റക്കഥ മാത്രമുള്ള ബ്ലോഗായി നിലനിൽക്കുന്നുണ്ട്.

കഥയുടെ വിവിധപേജുകളിലേക്ക് ഹൈപ്പർലിങ്കുകളിലൂടെയാണ് കടന്നുചെല്ലുന്നത്. കഥയുടെ ആദ്യപേജിൽനിന്നും Enter ബട്ടൺ അമർത്തി കഥയുടെ ഉള്ളിലേക്കു പ്രവേശിക്കാം. ആദ്യപേജു വായിച്ചുകഴിയുമ്പോൾ *ചായക്കടയിലേക്കു പോകുക* എന്ന ലിങ്കിലൂടെ ചായക്കടയുടെ കഥാഭാഗത്തേക്കു പ്രവേശിക്കാം. തുടർന്ന്, രണ്ട് ലിങ്കുകൾ നല്കിയിരിക്കുന്നു. *ചായക്കടയുടെ സംക്ഷിപ്തചരിത്രം, ചരിത്രമറിയാതെ തുടരുക.* ആദ്യലിങ്ക് ചായക്കടയെപ്പറ്റിയുള്ള ചുരുങ്ങിയ ചരിത്രമാണ്. അതു വായിക്കാതെ മുന്നോട്ടുപോകുന്നതിന് രണ്ടാമത്തെ ലിങ്ക് ഉപയോഗിക്കാം. തുടർന്നുള്ള ഭാഗത്തിനുശേഷം *തുടരുക* എന്ന ലിങ്ക് നല്കിയിരിക്കുന്നു. കഥയുടെ അവസാനം ആറ് ലിങ്കുകൾ നല്കിയിരിക്കുന്നു. *ക്ലൈമാക്സ്* ഒന്ന്, *ക്ലൈമാക്സ്* രണ്ട് എന്നിങ്ങനെ

ആറു ക്ലൈമാക്സുകൾ നല്കിയിരിക്കുന്ന ലിങ്കുകളിൽ ആദ്യത്തെ അഞ്ചെണ്ണത്തിലും കഥാകൃത്ത് ഓരോ ക്ലൈമാക്സ് നല്കിയിരിക്കുന്നു. ആറാമത്തെ ക്ലൈമാക്സ് വായനക്കാരന് എഴുതിച്ചേർക്കുന്നതിനുള്ളതാണ്. ഓരോ ക്ലൈമാക്സും വ്യത്യസ്തങ്ങളാണ്. ഭാവാവിഷ്കാരത്തിന്റെ മേന്മ എന്നതിനെക്കാൾ ആവിഷ്കാരപരമായ സാധ്യതകൾ ഈ കഥയെ വ്യത്യസ്തമാക്കുന്നു. ഹൈപ്പർലിങ്ക് സാധ്യതകളോടെ വളർന്നുവരാൻ പോകുന്ന കഥാലോകത്തിന്റെ ആദ്യമാതൃകയിൽ ഒന്നായി ഇതിനെ പരിഗണിക്കാം. ഈ കഥയുടെ ലെഔട്ട് നിർമ്മിച്ചിരിക്കുന്നത് എൻ.എം. സുജീഷ് ആണ്.

ഒരു കഥയിൽനിന്നും മറ്റൊരു കഥയിലേക്കും കഥയുടെ വിശദീകരണങ്ങൾ നല്കാൻ വിക്കിപീഡിയ, യൂട്യൂബ് എന്നിങ്ങനെ സൈറ്റുകളിലേക്കും ലിങ്കുകൾ നല്കിയിരിക്കുന്ന കഥകളുണ്ട്. കഥാഘടനയെ സ്വാധീനിക്കുന്ന രീതിയിൽ ഈ ലിങ്കുകൾ പല കഥകളിലും പ്രയോജനപ്പെടുത്തിയിട്ടില്ല. കഥാവിശദീകരണം മാത്രമേ ഇത്തരം ഹൈപ്പർലിങ്കുവഴി പ്രയോജനപ്പെടുത്താൻ കഴിഞ്ഞിട്ടുള്ളു.

2. ദൃശ്യചിത്രങ്ങൾ

ബ്ലോഗുകഥകളുടെ മറ്റൊരു സവിശേഷത കഥകൾക്കൊപ്പം നല്കിയിരിക്കുന്ന ദൃശ്യചിത്രങ്ങളാണ്. ചില കഥകളിലെങ്കിലും കഥയുടെ വിശദീകരണത്തിനായി ചിത്രങ്ങൾ നല്കിയിരിക്കുന്നു. കഥയുടെ തലക്കെട്ടുകളോട് ചേർന്നും കഥകളുടെ ഉൾഭാഗത്തും നല്കിയിരിക്കുന്ന ചിത്രങ്ങൾ കഥയുടെ രൂപത്തെ കൂടുതൽ ആകർഷകമാക്കുവാൻ സഹായിക്കും. ദൃശ്യലോകത്തിന്റെ സമ്പന്നതയാണ് ഇന്റർനെറ്റ് ഒരുക്കിയിരിക്കുന്നത്. ഇന്റർനെറ്റിൽനിന്നുള്ള ചിത്രങ്ങളും വരചിത്രങ്ങളും ഫോട്ടോഗ്രാഫിയും ഇതിനായി ഉപയോഗിച്ചിരിക്കുന്നു. കഥകളുടെ ഉള്ളിൽ പ്രയോഗിച്ചിരിക്കുന്ന സാങ്കേതികസാധ്യതകൾ കഥാരൂപത്തെ ആകർഷകമാക്കുകയും കഥാവായനയെ ഊർജ്ജസ്വലമാക്കുകയും ചെയ്യുന്നു. കഥയുടെ തലക്കെട്ടിനൊപ്പം ദൃശ്യചിത്രങ്ങൾ നല്കിയിരിക്കുന്ന കഥകളുടെ ഉദാഹരണങ്ങൾ ചുവടെ ചേർക്കുന്നു.

പോസ്റ്റു ചെയ്തത്: പ്രദീപ്കുമാർ, 10/10/2011

പോസ്റ്റു ചെയ്തത്: പ്രമോദ് കുമാർ, 5/11/2014

ദൃശ്യചിത്രങ്ങൾക്കൊപ്പം അക്ഷരങ്ങളിൽ വരുത്തിയിരിക്കുന്ന വ്യത്യസ്തശൈലികൾ ബ്ലോഗുകഥകളുടെ സവിശേഷതയാണ്. പാഠ ശീർഷകത്തിൽ നല്കിയിരിക്കുന്ന ആനിമേഷൻ ഇഫക്റ്റുകൾ, ചില കഥ കളുടെ ആകാരത്തെ മനോഹരമാക്കുന്നു. അക്ഷരങ്ങളുടെ വർണ്ണങ്ങളിൽ വരുത്തിയിരിക്കുന്ന വ്യത്യസ്തത ബ്ലോഗുകളുടെ മാധ്യമലോകം പകർന്നു തരുന്ന സവിശേഷമായ സാധ്യതയാണ്. അക്ഷരങ്ങളുടെ രൂപവിന്യാസ ങ്ങളും അവയുടെ വ്യത്യസ്തഘടനകളും പ്രയോജനപ്പെടുത്തിക്കൊണ്ട് കഥയെ ആകർഷകമായ രൂപഭംഗിയോടെ ബ്ലോഗുകളിൽ ആവിഷ്കരി ക്കുന്നു.

ഭാവുകത്വം ബ്ലോഗുകഥകളിൽ

സമകാലിക അച്ചടിരചനകളെ വെല്ലുവിളിക്കുന്ന രചനകൾ പലതും ബ്ലോഗുകളിലുണ്ടായി (വിഷ്ണുപ്രസാദ്, 2012 a:75). അതിവേഗം മാറി ക്കൊണ്ടിരിക്കുന്ന സാങ്കേതികലോകത്തിന്റെ ഭാവുകത്വത്തിനിണങ്ങുന്ന നിരവധി കഥകൾ ബ്ലോഗുകളിൽ പ്രത്യക്ഷപ്പെട്ടുകൊണ്ടിരിക്കുന്നു. ആധു നികതയുടെയും ഉത്തരാധുനികതയുടെയും ആവിർഭാവത്തിനുശേഷം ഉദയം ചെയ്ത ബ്ലോഗുകൾ ചെറുകഥയിൽ വർത്തമാനകാലത്തിന്റെ സ്പന്ദനങ്ങളെ അറിയിച്ചുതരുന്നു. വിവരസാങ്കേതികവിദ്യയുടെ നവമാധ്യ മലോകത്തിരുന്നുകൊണ്ട് ചെറുകഥയുടെ ഭാവുകത്വപരിണാമത്തെ അട യാളപ്പെടുത്തുകയാണ് ബ്ലോഗുകഥാകൃത്തുക്കൾ.

ബ്ലോഗു ചെറുകഥാലോകത്തെ ശ്രദ്ധേയമായ സാന്നിധ്യമാണ് മനോജ് വെങ്ങോല. വർത്തമാനമാധ്യമസംസ്കാരത്തെയും വർത്തമാനകാഴ്ചക ളെയും കൂട്ടിയിണക്കി നിർമ്മിച്ചെടുക്കുന്ന മനോജിന്റെ കഥകൾ ബ്ലോഗു ലോകത്ത് നിരവധി വായനക്കാരെ ആകർഷിക്കുന്നു. 'മനോജ്‌വെങ്ങോല' എന്നപേരിൽ നിർമ്മിക്കപ്പെട്ട ബ്ലോഗിൽ (manojvengola.blogspot.in) മാറി വരുന്ന സംസ്ക്കാരത്തിന്റെ നേർകാഴ്ചകളെ അവതരിപ്പിക്കുന്നു. 2015 ഡിസംബർ 28-ാം തീയതി പോസ്റ്റുചെയ്ത 'പറയപ്പതി' എന്ന കഥ

മാധ്യമഹിപ്പോക്രസിക്കുമേലുള്ള വിരൽചൂണ്ട ലാണ്. കുഞ്ഞാളി എന്ന കീഴാളന്റെ ജീവിതദുരന്തങ്ങളെ ചവറ്റുകുട്ടയിലേക്ക് എടുത്തെറിയുന്ന ചാനൽ എഡിറ്റർ ആവശ്യപ്പെടുന്നത് മൂലധനം, കലാപം, ന്യൂനപക്ഷ പീഡനം തുടങ്ങിയ സെൻസേഷണലായ വാർത്തകളാണ്. 'ഇനിയുമുണ്ട് കുറെ ചാനലുകൾ' (31-01-2011) എന്ന കഥ മാധ്യമലോകത്തെ കാണി കളുടെ മാനസിക വ്യാപാരങ്ങളെ അവതരിപ്പിക്കുന്നു. ടി.വി. കാണാനിരി ക്കുന്ന അച്ഛന്റെയും മകന്റെയും ചിന്ത സഞ്ചരിക്കുന്നത് ചാനലിൽ തെളിഞ്ഞുവരുന്ന സംഭവങ്ങളിലെ വേട്ടക്കാർക്കൊപ്പമാണ്. സ്ത്രീയെ ആക്രമിക്കുന്ന പുരുഷന്റെയും ഇരയെ പല്ലിൽ കൊരുക്കുന്ന മൃഗത്തി ന്റെയും കാഴ്ചകളെ ചാനലിൽ ആസ്വദിക്കുന്ന കാണികളുടെ കണ്ണുകളിൽ വിടരുന്ന ഭാവം ഒന്നുതന്നെയെന്ന് കഥ വിശദമാക്കുന്നു. ശിവൻ പിറക്കാട്ട് എന്ന നോവലിസ്റ്റിന്റെ കഥ അവതരിപ്പിക്കുന്ന 'നോവൽ സാഹിത്യം' (7/11/2011) മനോജിന്റെ പ്രസിദ്ധമായ കഥകളിലൊന്നാണ്. കഥയും ജീവി തവും കൂട്ടിയിണക്കി വിഭ്രാത്മകത സൃഷ്ടിക്കുന്നു. ജീവിതദുരന്തങ്ങൾ കഥാ സന്ദർഭവുമായി കെട്ടുപിണഞ്ഞു കിടക്കുന്ന ഈ കഥ ആഖ്യാനപരമായി ഉന്നതനിലവാരമുള്ളതാണ്. സിദ്ധിയും ഭ്രാന്തും സമ്മേളിച്ച അപൂർവ്വ വ്യക്തിത്വത്തിന്റെ ചിത്രീകരണമാണ് 'കാർപെന്റർ' എന്ന കഥ. വാസ്തു വിദ്യയിൽ അഗ്രഗണ്യനായ കാർപെന്റർ അനുഗ്രഹത്തിന്റെയും വിഭ്രാന്തി യുടെയും തിരസ്കരണത്തിന്റെയും വിവിധ അവസ്ഥകളിൽപെട്ട് പരാജിത നാകുന്നു. കഥാപ്രമേയവും രചനാശൈലിയും ഈ കഥയെ വ്യത്യസ്ത മാക്കുന്നു. കുതിരകൾക്കു ചിറകുമുളയ്ക്കുന്ന മായികമായ ലോകത്തിന്റെ വിഭ്രാത്മകതകളിൽ ജീവിക്കുന്ന ഒരു കുട്ടിയുടെ കഥയാണ് 'കുതിരകൾ' (12/06/2014). വ്യത്യസ്തമാനങ്ങളുടെ അവതരണവും രചനാശൈലിയും മനോജിന്റെ കഥകളുടെ സവിശേഷതയാണ്.

ബ്ലോഗിലെ കഥകളുടെ തിരക്കിനിടയിലും ശ്രദ്ധിക്കപ്പെടുന്ന കഥക ളാണ് എസ്. ജയേഷിന്റേത്. ലസ്സി എന്ന ബ്ലോഗിൽ (jayeshsan.blogspot.in) അദ്ദേഹത്തിന്റെ കഥകൾ പ്രത്യക്ഷപ്പെടുന്നു. വ്യത്യസ്തമായ അവതരണം ജയേഷിന്റെ കഥകളുടെ മുഖ്യസവിശേഷതയാണ്. 'മൂന്ന് കൊലപാതക കഥകൾ ഒരു ചോദ്യവും' (9/7/2013) എന്ന കഥ ഇതിനുദാഹരണമാണ്. ഇവാൻ മാകോവിച്ച് എന്ന റഷ്യൻകില്ലറെയും അലജാന്ദ്രോ എന്ന കൊളം ബിയൻ വാടകക്കൊലയാളിയെയും താരതമ്യം ചെയ്ത് ചാർട്ട് തയ്യാറാക്കി കൊലപാതകത്തിനൊരുങ്ങുന്ന കൊലയാളിയുടെ കഥ വ്യത്യസ്തമായ പാരായണം പ്രദാനം ചെയ്യുന്നു. ബ്ലോഗുകഥകളിൽ ശ്രദ്ധിക്കപ്പെട്ട കഥ യാണ് 'ഉരഗശയനം' (26/12/2012). ദാമ്പത്യബന്ധത്തകർച്ചയും മരണ സാമീപ്യവും ഒരേപോലെ അനുഭവപ്പെടുത്തുന്ന ഈ കഥ വളരെ ഒതുക്ക ത്തോടെ മാനസികസമ്മർദ്ദത്തിന്റെ ആഴങ്ങൾ കാണാൻ വായനക്കാരെ പ്രാപ്തരാക്കുന്നു. 'പരാജിതരുടെ രാത്രി - മത്തായി പുറത്തായ കഥ' (14/11/12), 'സച്ചിൻ ടെണ്ടുൽക്കറും പതിനാറു പന്തുകളും' (10/5/2012) എന്നീ കഥകൾ കഥാഖ്യാനത്തിലെ ശൈലികൊണ്ട് വ്യത്യസ്തമാകുന്നു.

സ്പേസിൽ അടക്കം ചെയ്യാൻ അപ്പനെ വിട്ടുകൊടുക്കുന്ന ഐസക്കിന്റെ കഥയാണ് 'അവരുടെ ആകാശം ഭൂമി' (6/10/2013). സ്പേസിൽ ശവ സംസ്കാരം നടത്തുന്ന ശാസ്ത്രവളർച്ചയെ കഥ മുൻകൂട്ടി കാണുന്നു. മാറിയ വ്യവസ്ഥകളിൽ ശാസ്ത്രവും കുടുംബബന്ധങ്ങളും ആശുപത്രി കളുമെല്ലാം പ്രവർത്തിക്കുന്നത് ബിസിനസ് മനസ്സോടെയാണെന്ന് കഥ സൂചിപ്പിക്കുന്നു. കഥയ്ക്കുള്ളിൽ ഉൾച്ചേർത്തിരിക്കുന്ന ചേരുവകൾ കഥാ സന്ദർഭത്തെ സവിശേഷാർത്ഥത്തിലേക്കു നയിക്കുന്നു. കഥാവതരണത്തിൽ ജയേഷ് കൊണ്ടുവരുന്ന പരീക്ഷണങ്ങൾ പ്രത്യേക ശ്രദ്ധനേടുന്നു.

മലയാളകഥാലോകത്തിന് പരിചിതമല്ലാത്ത കഥാസന്ദർഭങ്ങളെ അവ തരിപ്പിക്കുന്ന ബ്ലോഗെഴുത്തുകാരനാണ് അബ്ദുൾഗഫൂർ. നിശാശലഭങ്ങൾ (nishashalabhangal. blogspot.in) എന്ന ബ്ലോഗിൽ വന്ന കഥകൾ പുതിയ ഭാവുകത്വത്തെ അടയാളപ്പെടുത്തുന്നു. 2013 ഫെബ്രുവരി 11-ാം തീയതി പോസ്റ്റുചെയ്ത 'അശ്വഗന്ധം' എന്ന കഥ കുതിരയോട്ടക്കാരന്റെ മാനസിക ഭാവങ്ങളുടെ അവതരണമാണ്. അശ്വഗന്ധം പതിഞ്ഞുകിടക്കുന്ന അയാ ളുടെ സാന്നിധ്യം ഭാര്യയ്ക്ക് മനംപിരട്ടൽ സൃഷ്ടിക്കുന്നു. ബന്ധവും ബന്ധ ങ്ങളും തകർന്നടിഞ്ഞ അയാൾ അശ്വലോകത്തിന്റെ ഗന്ധങ്ങളിൽതന്നെ ലയിച്ചുചേരുന്നു. മരുഭൂമിയുടെ പശ്ചാത്തലത്തിൽ അവതരിപ്പിക്കുന്ന മറ്റൊരു കഥയാണ് 'അപ്രത്യക്ഷർ' (12/5/2015) അബ്ദുൾ ഗഫൂർ അവതരി പ്പിക്കുന്ന കഥയുടെ പശ്ചാത്തലം മലയാളത്തിന് അപരിചിതമാണ്. മാന സികവിഭ്രാന്തിയുടെ കഥ പറയുന്ന 'കെളവന്റെ ബംഗ്ലാവ്' (3/4/2014) ഗഫൂ റിന്റെ കഥാലോകത്തെ സവിശേഷ സംഭാവനയാണ്.

ബ്ലോഗു കഥാലോകത്ത് പ്രതിഷ്ഠ നേടിയ കഥാകാരനാണ് നിധീഷ് ജി. വ്യക്തിജീവിതത്തിലെ സാധാരണ കാഴ്ചകളെ അദ്ദേഹം കഥകൾക്കു വിഷയമാക്കുന്നു. ലവണതീരം (lavanatheeram.blogspot.in) എന്ന ബ്ലോഗി ലാണ് കഥാലോകം അവതരിപ്പിക്കപ്പെടുന്നത്. മാതൃസ്നേഹത്തിന്റെ ത്യാഗ നിർഭരമായ വശങ്ങളെ കാണിച്ചുതരുന്ന കഥയാണ് 'തള്ളവിരൽ' (4/7/2012). കൊല്ലപ്പെട്ട ചെറുപ്പക്കാരൻ അവശേഷിപ്പിച്ച അടയാളമാണ് കൊലയാളിയുടെ കടിച്ചുമുറിച്ച തള്ളവിരൽ. പോലീസുകാർ ജയിലിൽ നിന്നും പ്രതിയുമായി വിരൽ തുന്നാനെത്തുന്നത് കൊല്ലപ്പെട്ടവന്റെ അമ്മ യുടെ പക്കൽ. മകന്റെ കൊലയാളിക്ക് ആതുരശുശ്രൂഷ നല്കുന്ന അമ്മ യുടെ മനസ്സാണ് കഥയുടെ വിഷയം. ഇതിഹാസവും ഭാവനയും കൂടി ക്കുഴഞ്ഞ കഥയാണ് 'ഹൈഡ്രേ' (9/2/2012). പച്ചോല കൊണ്ടുമെടഞ്ഞ ഓടഞ്ചിയിൽ കുരുങ്ങിയ നീണ്ട കൈകാലുകളുള്ള ജീവിയെ പ്രതീകാത്മ കമായി അവതരിപ്പിച്ചിരിക്കുന്നു. ആത്മരോഷത്തിന്റെ പടവാളുമായി യുദ്ധം ചെയ്ത് പാതിവഴിയിൽ ശൗര്യം നഷ്ടപ്പെട്ട ഹൈഡ്രേയെന്ന കഥാപാത്ര ത്തിന്റെ ചിന്തകളെ പുതിയ കാലത്ത് കൂട്ടിവായിക്കുകയാണ് ഈ കഥ യിൽ. പെട്ടിക്കുള്ളിൽ അബദ്ധത്തിൽ കുടുങ്ങിപ്പോയ മൂർഖനെ കണ്ടെ ത്തുമ്പോൾ പോലീസുകാരൻ തന്റെ ജീവിതത്തെതന്നെ ആ ജീവിയിൽ

കാണുന്നു. അതിനെ സ്വതന്ത്രമായി പോകാനനുവദിക്കുന്ന കഥയാണ് 'കാവലാൾ' (19/02/2012).

ചെറുകഥാലോകത്ത് ശ്രദ്ധിക്കപ്പെടേണ്ട കഥകളെഴുതിയ സിമി ഫ്രാൻസിസ് നസറത്തിന്റെ കഥകൾ സിമിയുടെ ബ്ലോഗ് (simynazareth. blogspot.in) എന്ന ബ്ലോഗിൽ പ്രത്യക്ഷപ്പെടുന്നു. ഓരോകഥയും വ്യത്യസ്തരചനാശൈലികൊണ്ട് ആകർഷകമാകുന്നു. വള്ളംകളി മത്സരത്തിന്റെ ആവേശകരമായ പിരിമുറുക്കവും കൊലക്കയറിലുള്ള മരണത്തിന്റെ ദൈന്യംനിറഞ്ഞ പിരിമുറുക്കങ്ങളും ഒരേ ചരടിൽ കൊരുത്ത് നിർമ്മിച്ച കഥാശില്പമാണ് 'വള്ളംകളി' (21/9/2011). പേരറിവാളന്റെ ദയാഹർജി തള്ളിയ രാഷ്ട്രപതി വള്ളം കളിമത്സരം കണ്ട് ആവേശഭരിതനാകുന്നു. ജവഹർ തായങ്കരി മുന്നേറുമ്പോൾ പേരറിവാളൻ കയറിൽ തൂങ്ങിനിന്നാടുന്നു. കീഴാളജീവിതത്തിന്റെ ശൈലികളും അറിവുകളും കൊണ്ട് സമ്പന്നമാണ് സിമിയുടെ 'പുലപ്പേടി' (18-9-2010) എന്ന കഥ. സംഭാഷണങ്ങളിലൂടെ ഇതൾവിരിയുന്ന ഈ കഥ വ്യത്യസ്തമായ ശൈലിയെ കഥാഖ്യാനത്തിന് കാണിച്ചുതരുന്നു. സ്വവർഗ്ഗഭോഗികളായ രണ്ടു പുരുഷന്മാരുടെ കഥയാണ് 'ലൈംഗികം' (20/2/2009). കഥയെ വിവിധ തലക്കെട്ടുകൾ നല്കി അടുക്കുകളായി അവതരിപ്പിക്കുന്നു. ലൈംഗികതയെ അതിരുതെറ്റാതെ പറഞ്ഞുകൊണ്ട് സ്വവർഗ്ഗചിന്താഗതിക്കാരുടെ മനോവ്യാപാരങ്ങളെ തെളിമയോടെ ഇതിൽ അവതരിപ്പിക്കുന്നു. കൽക്കട്ടാപശ്ചാത്തലത്തിൽ എഴുതപ്പെട്ട കഥയാണ് 'രാഗ ബൈരാഗി' (8/10/2008). ബാറിലെ ലഖൻസിംഗ് എന്ന വൃദ്ധനായ ഹെഡ്‌വെയ്റ്റർക്ക് ഗൗഹർ എന്ന പാട്ടുകാരിയോട് തോന്നുന്ന പ്രണയമാണ് കഥാവിഷയം. അപ്രിയകരമായ ശബ്ദങ്ങളെ നിശബ്ദമാക്കുന്ന മനുഷ്യപ്രകൃതിയുടെ വെളിപ്പെടുത്തലാണ് 'പത്തു പച്ചത്തത്ത' എന്നകഥ (9/12/2009). കഥപറച്ചിലിൽ പുലർത്തുന്ന വ്യത്യസ്തത സിമിയുടെ കഥകളുടെ സവിശേഷതയാണ്.

അച്ചടിസാഹിത്യലോകത്തും ബ്ലോഗിലും പ്രശസ്തനായ കഥാകാരനാണ് ദേവദാസ്. അദ്ദേഹത്തിന്റെ ബ്ലോഗാണ് മേശപ്പുറം (devadasvm. blogspot.in). വ്യത്യസ്തമായ ജീവിതകാഴ്ചകളെ നോക്കിക്കാണുന്നതിനുള്ള ശ്രമം ദേവദാസിന്റെ ബ്ലോഗിൽ കാണാം. ബൈബിളിലെ ബാബേൽ തകർക്കപ്പെട്ട സൗധമാണ്. പുതിയ കാലത്ത് നിർമ്മിക്കപ്പെടുന്ന ബ്രഹ്മാണ്ഡസൗധങ്ങളിൽ ഹോമിക്കപ്പെടുന്ന ജീവിതങ്ങളുടെ കഥയാണ് 'ബാബേൽ' (25/10/2015). എൻജിനീയറിംഗ് കോളേജിന്റെ കെട്ടിടം നിർമ്മിക്കാൻ നിയമിക്കപ്പെട്ട വൈദികനായ പോളച്ചന്റെ ജീവിതത്തിലൂടെ നിർമ്മാണരംഗത്തെ പ്രശ്നങ്ങളും കെട്ടിടനിർമ്മാണ തൊഴിലാളികളുടെ അരക്ഷിതാവസ്ഥകളും ആഖ്യാനം ചെയ്യുന്നു. അധ്യാപകജീവിതത്തിന്റെ വ്യത്യസ്തമായ വായനയാണ് 'ക്ലാസ്സ്‌വാർ' (14/2/2011) എന്ന കഥ. ആഖ്യാതാവുതന്നെ കർത്താവാകുന്ന കഥയിൽ കണ്ണൻ, ആനന്ദ് എന്നീ അധ്യാപകരിലൂടെ കഥ പുതിയ തലങ്ങളിലേക്കു നീങ്ങുന്നു. സ്കൂൾ ജീവിതത്തിന്റെ പ്രശ്നങ്ങളിൽ കഥാതന്തു തിരയുന്ന അധ്യാപകർ ഒടുവിൽ അതു

കണ്ടെത്തുന്നു. ആംബ്രോസ് എന്ന പേരുവിളി അവിചാരിതമായി കേൾക്കേണ്ടിവന്ന ഒരാളുടെ മനസ്സിൽ രൂപപ്പെട്ട ചിന്തകളുടെ ആഖ്യാനമാണ് 'നാമക്രിയാക്രമം' (2/10/2013). കഥാവിഷയങ്ങളുടെ തെരഞ്ഞെടുപ്പിൽ കാട്ടുന്ന പുതുമ ദേവദാസിന്റെ കഥകളെ ശ്രദ്ധേയമാക്കുന്നു.

കമ്പ്യൂട്ടർലോകം ബ്ലോഗിലെ നിരവധി കഥകളുടെ പശ്ചാത്തലമായി മാറുന്നുണ്ട്. കമ്പ്യൂട്ടർഗെയിമിലെ കഥാപാത്രങ്ങളെ മുൻനിർത്തി രചിച്ച കഥയാണ് അംജത്തിന്റെ 'ദേഷ്യപക്ഷികൾ' (5/12/2012). കമ്പ്യൂട്ടർ ഗെയിമിലെ ആൻഗ്രി ബേഡ്സ് ആണ് ഇവിടെ കഥാപാത്രങ്ങൾ. സൈബർപശ്ചാത്തലത്തിൽ വന്ന മറ്റൊരു കഥയാണ് 'വേശ്യയുടെ (സൈബർ) തെരുവു പ്രസംഗം' (28/10/2012). അമാവാസി (amavaasi.blogspot.in) എന്ന ബ്ലോഗിലാണ് ഈ കഥകൾ പോസ്റ്റു ചെയ്തത്. വാർത്തകളിൽ നിറയുന്ന പിഞ്ചുകുഞ്ഞുങ്ങളുടെ ശരീരത്തിന്റെ മേലുള്ള അതിക്രമങ്ങൾക്കു നേരെയുള്ള ഹിജഡയുടെ പ്രതികാരമാണ് കറുപ്പഴകി (2/6/13). അംജത്തിന്റെ കഥകൾ പൊതുവേ ലൈംഗിക സദാചാരത്തിന്റെ അതിരുകളിലൂടെ നീങ്ങുന്നവയാണ്. 'വേശ്യയുടെ (സൈബർ) തെരുവു പ്രസംഗം' (28/10/2012) 'കഥനം' (12/3/13) എന്നിവയെല്ലാം ഇതിനുദാഹരണമാണ്.

ആയുർവേദ ഡോക്ടറായ ജയൻ ഏവൂർ മെഡിക്കൽ രംഗത്തെ പശ്ചാത്തലമായി അവതരിപ്പിക്കുന്ന കഥയാണ് 'അമേയ' (1/10/2012). എന്റെ കഥകൾ (jayandamodaran.blogspot.in) എന്ന ബ്ലോഗിൽ ജയന്റെ അമ്പതിൽ പരം കഥ പോസ്റ്റുചെയ്തിട്ടുണ്ട്. മെഡിക്കൽ ഭാഷയും മെഡിക്കൽ എത്തിക്സും ചർച്ച ചെയ്യപ്പെടുന്ന അമേയ ഈ രംഗത്തെ അപൂർവ്വം കഥകളിലൊന്നാണ്. ബ്ലോഗും ബ്ലോഗുഭാഷയും കടന്നുവരുന്ന 'ബ്ലോഗിണി എന്റെ കൂട്ടുകാരി' എന്ന കഥ (29/9/2012) സംഭാഷണഭാഷകൊണ്ട് പ്രത്യേക പ്രാധാന്യമർഹിക്കുന്നു.

റിയാലിറ്റി ഷോ സൃഷ്ടിക്കുന്ന മാനസിക ആഘാതത്തിൽ തകർന്നു പോകുന്ന ആതിര എന്ന പെൺകുട്ടിയുടെ കഥയാണ് മുരളി നായരുടെ 'എലിമിനേഷൻ റൗണ്ട് - ആതിര ഏജ്ഫോർട്ടീൻ' (19/10/2009). മുരളിയുടെ ശ്രദ്ധേയമായ മറ്റൊരു കഥയാണ് 'കുമാരൻ തെയ്യം' (24-3-2011). ജീവിതത്തിന്റെ തത്വശാസ്ത്രങ്ങൾ പരാജയം തന്നപ്പോൾ മുമ്പ് അഴിച്ചുവച്ച തെയ്യത്തിന്റെ കോലം എടുത്തണിയാൻ ഓടിപ്പോകുന്ന സഖാവ് കുമാരന്റെ മാനസിക പരിവർത്തനത്തെ ഈ കഥ ആഖ്യാനം ചെയ്യുന്നു. പെയ്തൊഴിയാതെ (peythozhiyathe.blogspot.in) എന്ന ബ്ലോഗിലാണ് മുരളിനായരുടെ കഥകൾ പ്രത്യക്ഷപ്പെടുന്നത്.

ഇന്റർനെറ്റിന്റെ വളർച്ച മനുഷ്യരിൽ സൃഷ്ടിക്കുന്ന സ്വാധീനത്തെ വ്യത്യസ്തമായ രീതിയിൽ അവതരിപ്പിക്കുന്ന കഥയാണ് അനീഷ് കാത്തിയുടെ 'ഇ-കാലം വരും കാലം' (5-10-2013). സൈബർ സ്പെയ്സിൽ പിതാവിന്റെ ശവസംസ്കാരത്തിന്റെ സ്ഥലം ബുക്കു ചെയ്യുന്ന മകൻ ആധുനികരീതിയിലുള്ള മരണത്തിന് പിതാവിനെ സജ്ജനാക്കുന്നു. നെഞ്ചകം എന്ന

ബ്ലോഗിലാണ് (kaathi-njan.blogspot.in) ഈ കഥ പോസ്റ്റു ചെയ്തിരിക്കുന്നത്.

പ്രവാസജീവിതത്തിന്റെ കഥകൾ അവതരിപ്പിക്കുന്ന ബ്ലോഗാണ് പട്ടേപ്പാടം റാംജിയുടെ കഥകൾ (pattepademramji.blogspot.in). വിദേശനാട്ടിൽ മുൻസിപ്പാലിറ്റിയുടെ കക്കൂസ് മാലിന്യ വണ്ടി ഓടിക്കുന്ന ഹദ്രാസിന്റെ മാനസികസംഘർഷങ്ങളെ സൂക്ഷ്മമായി ആഖ്യാനം ചെയ്തിരിക്കുന്നു 'ഭണ്ഡാരം' (8/1/2014) എന്ന കഥയിൽ. റാംജിയുടെ പ്രധാനപ്പെട്ട മറ്റൊരു കഥ 'കൂത്തിച്ചിയാണ്' (9/1/2015). പുരുഷന്റെ ഏതു ക്രൂരതയ്ക്കും പഴി കേൾക്കേണ്ടി വരുന്ന സ്ത്രീവർഗത്തിന്റെ പ്രതിനിധിയായി ടിറ്റിയെ അവതരിപ്പിക്കുന്നു. പ്രാണനെ രക്ഷിക്കാൻവേണ്ടി പുരുഷനിൽനിന്ന് ഓടി രക്ഷപെടുന്ന അവൾക്കു സമൂഹം നല്കുന്ന പേരാണ് കൂത്തിച്ചി.

സാധാരണ സംഭവങ്ങളെ കഥകളാക്കി അവതരിപ്പിക്കുന്ന ശ്രീക്കുട്ടന്റെ ഹരീന്ദ്രം എന്ന ബ്ലോഗിൽ (sreevasantham.blogspot.in). നൂറിൽപരം കഥകൾ വായിക്കാൻ കഴിയും. ജീവിതപരിസരങ്ങളിൽനിന്ന് കണ്ടെത്തുന്ന കഥകൾ പലപ്പോഴും അനുഭവസാക്ഷ്യങ്ങളുടെ വിവരണമായിത്തീരുന്നു. കുട്ടിയെ പീഡിപ്പിച്ചതിന്റെ കുറ്റബോധം സഹിക്കവയ്യാതെ കടലിൽ ചാടി ആത്മഹത്യ ചെയ്ത ദേവന്റെ കഥയാണ് 'പാപികളുടെ ലോകം' (20/6/2014). അമ്മയെയും സഹോദരിയെയും ഉപേക്ഷിച്ച് നാടുവിട്ടുപോയ ഒരുവന്റെ മാനസികസംഘർഷത്തിന്റെ കഥയാണ് 'പാപിയായ ഒരുവൻ' (6/6/12). തിരികെവന്ന അയാൾ കേൾക്കുന്ന വാർത്ത അവരുടെ പട്ടിണിമരണമാണ്. ആഖ്യാനത്തിന്റെ ആഴങ്ങളില്ലാതെ പരന്നുനീങ്ങുന്ന കഥകളാണ് ശ്രീക്കുട്ടന്റെ കഥകളിൽ ഭൂരിഭാഗവും.

ബ്ലോഗുകഥകളെ പുസ്തകരൂപത്തിൽ പ്രസിദ്ധീകരിച്ചിട്ടുള്ള സാബു ഹരിഹരന്റെ നീഹാരബിന്ദുക്കൾ (neehaarabindhukkal.blogspot.in) എന്ന ബ്ലോഗിൽ അമ്പത്തഞ്ച് കഥ പ്രത്യക്ഷപ്പെട്ടിട്ടുണ്ട്. മനുഷ്യബന്ധങ്ങളെ ചുറ്റിപ്പറ്റി കഥാപരിസരം സൃഷ്ടിക്കുന്ന സാബുവിന്റെ കഥകൾ ലളിതമായ ആഖ്യാനശൈലിയിൽ നില്ക്കുന്നവയാണ്. അനാഥനെന്ന തിരിച്ചറിവിൽ സ്വയം വേവലാതിപ്പെടുന്ന നിധീഷ് എന്ന ചെറുപ്പക്കാരന്റെ കഥയാണ് 'ചില യാഥാർത്ഥ്യങ്ങൾ' (1/11/2014). മനസ്സിന്റെ ഉള്ളിൽ ബന്ധങ്ങളെപ്പറ്റി നടക്കുന്ന പിടിവലികളാണ് 'ഷൂവിന്റെ മരണം' (3/6/2013). പരമ്പരാഗതമായി തുടർന്നുവന്ന വിധേയത്വത്തെ തച്ചുടക്കാൻ ആവശ്യപ്പെടുന്ന കഥയാണ് 'ഏകലവ്യന്റെ പ്രതിമ' (10/12/2015). ഇപ്രാവശ്യം അയാൾ ഉന്നം വച്ചത് ഗുരു പ്രതിമയുടെ തലതന്നെയായിരുന്നു. ഏകലവ്യന്റെ ചരിത്രം പുതിയകാലത്ത് മറ്റൊന്നായി എഴുതിവയ്ക്കുകയാണ് ഈ കഥ.

നർമ്മം പൊതിഞ്ഞ് കഥാലോകം സൃഷ്ടിക്കുന്ന വിഷ്ണുലോക (vishnulokam.com) ത്തിലെ വിഷ്ണുവിന്റെ കഥകൾ മിക്കതും ഒരു ചിരിയിൽ മാഞ്ഞുപോകുന്നവയാണ്. മുൻകാമുകിയുടെ പേരാണ് മകൾക്കിട്ടിരിക്കുന്നത് എന്ന് തിരിച്ചറിയുന്ന ഭാര്യയുടെ പ്രതികരണമാണ് 'മകളുടെ

പേര്' (13/8/2013) എന്ന കഥ. വണ്ടിയിടിച്ച നേഴ്സിനെ ഉയർത്തുവാൻ വന്ന യുവാവിന്റെ ജീവിതത്തിൽ സംഭവിച്ച കാര്യങ്ങളാണ് 'ദൈവത്തിന്റെ പൂച്ച' (22/7/2012).

അകാലത്തിൽ പൊലിഞ്ഞുപോയ കഥാകാരനാണ് മനോരാജ്. തേജസ് (manorajkr.blogspot.in) എന്ന ബ്ലോഗിൽ അദ്ദേഹത്തിന്റെ മുപ്പതിൽപരം കഥകൾ പ്രസിദ്ധീകരിച്ചിട്ടുണ്ട്. 'ശവനാറിപ്പൂവ്' (29/01/2012) കാളിയപ്പന്റെയും മകളുടെയും കഥയാണ്. ശവദാഹം നടത്തിപ്പുകാരനായ കാളിയപ്പന്റെ ശരീരത്തിലും മനസ്സിലും ശവത്തിന്റെ നാറ്റമാണ്. വൈകൃതങ്ങളുടെ ഇരിപ്പിടമായ അയാളുടെ ദുഷ്കൃത്യങ്ങൾക്കു മകൾതന്നെ പ്രതികാരം ചെയ്യുന്നു. ഒതുക്കി പറയുന്ന രീതിയും ഭാവപരമായ ഏകാഗ്രതയും മനോരാജിന്റെ ഈ കഥയിൽ കാണാം.

മരുഭൂമിയുടെ പശ്ചാത്തലത്തിൽ എഴുതപ്പെട്ട കഥയാണ് മുഹമ്മദ് ആറങ്ങോട്ടുകരയുടെ 'കാലൻ സൽഫാൻ' (18/7/14). അറബികഥപോലെ നിർമ്മിക്കപ്പെട്ട നിരവധി കഥകൾ ഈ ബ്ലോഗിലുണ്ട്. അതുപോലെയുള്ള ഒരു കഥയാണ് കാലൻ സൽഫാൻ. നഷ്ടപ്പെട്ട കുതിരയെ തേടിയുള്ള സാലംകൽഫാൻ എന്ന അറബിയുടെ യാത്രയാണ് കഥാവിഷയം. പുതിയ സാംസ്കാരികപശ്ചാത്തലം മലയാളലോകത്തിന് പരിചിതമാക്കുവാൻ ഈ കഥ ഉപകരിക്കുന്നു.

നർമ്മത്തിന്റെ മേമ്പൊടികളാണ് ഏറനാടന്റെ കഥകളുടെ സവിശേഷത. 'ഏറനാടൻ ചരിതങ്ങൾ' (eranadanpeople.blogspot.in) എന്ന ബ്ലോഗിലൂടെയാണ് ഏറനാടൻവിശേഷങ്ങൾ കഥാരൂപം പ്രാപിക്കുന്നത്. പ്രവാസലോകവും അതിലെ തമാശകളും നൊസ്റ്റാൾജിയയും കഥകളുടെ ഭാഗമാകുന്നു. അറബിലോകത്തെത്തിയ വേലായുധന്റെ കഥയാണ് 'പാവം വേലായുധൻ സൗദിയിൽ' (7/9/2011). രഹസ്യമായി സൂക്ഷിച്ചുവച്ച കാളിയുടെ ചിത്രം കണ്ട അറബിയുടെ കോപത്തിൽനിന്ന് രക്ഷപെടാൻ സ്വന്തം സഹോദരനാണ് എന്ന് പറയുന്ന വേലായുധന്റെ കഥ പോലെയുള്ള നർമ്മങ്ങളാണ് ഭൂരിഭാഗവും.

കഥയുടെ ഒതുക്കങ്ങളില്ലാതെ പറഞ്ഞുപോകുന്ന നിരവധി കഥകൾ ചിന്താക്രാന്തൻ (rasheedthozhiyoor.blogspot.in) എന്ന റഷീദിന്റെ ബ്ലോഗിൽ കാണാം. ഭിക്ഷാടനക്കാരുടെ ജീവിതത്തിലേക്കുള്ള ഒരെത്തിനോട്ടമാണ് 'ഒറി എന്ന ഗ്രാമത്തിലെ പെൺകുട്ടി' (8/8/2012). വേദനയും ദുരിതങ്ങളും നിറഞ്ഞ അവരുടെ ജീവിതത്തിൽ ശാരീരികവും മാനസികവുമായ ചൂഷണത്തിന് വിധേയമാകുന്ന അവസ്ഥകളെ കഥ വിവരിക്കുന്നു. വേശ്യകളായ സ്ത്രീകളുടെ ജീവിതകഥയാണ് 'കാമാത്തിപുരയിലെ നോവുകൾ' (6/10/2014).

വർത്തമാനജീവിതവ്യവസ്ഥകളുടെ ഉള്ളുകളെ അനാവരണം ചെയ്യുന്ന പ്രവണത പ്രദീപ് കുമാറിന്റെ കഥകളിലുണ്ട്. 'നിഴലുകൾ' (nizhalukalblog.blogspot.in) എന്ന ബ്ലോഗിൽ വരുന്ന കഥകൾ അത്തരത്തിലുള്ളവയാണ്.

ഉദ്യോഗസ്ഥജീവിതത്തിലെ അഴിമതിയും സ്വജനപക്ഷപാതവും സുഖലോലുപതയുമാണ് 'ഖരമാലിന്യങ്ങൾ' എന്ന കഥയിലെ പ്രമേയം (23/10/2011). കീഴ്ജീവനക്കാരികളെ ഉന്നതർക്കായി കാഴ്ചവയ്ക്കുന്ന പ്രാദേശിക ഉദ്യോഗസ്ഥമേധാവി താനൊരു ഖരമാലിന്യമായി മാറുന്നുവെന്നു തിരിച്ചറിയുന്നതാണ് കഥയുടെ വിഷയം. "എവിടെയോ തിളയ്ക്കുന്ന എണ്ണയിൽ അതിവേഗം മുങ്ങിത്തുടിക്കുവാൻ എനിക്കു കൊതിയാവുന്നു" ന്യൂ ഇയർ രാത്രിയിൽ ലേലംവിളിക്കപ്പെടുന്ന കോഴിയുടെ അസ്വസ്ഥചിന്തകളാണ് 'ഒരു ന്യൂ ഇയർകോഴിയുടെ ജീവിതം' (01/06/2013). ലേലംവിളി നീണ്ടുപോകുമ്പോൾ മരവിച്ചുപോയ മനസ്സുമായി മരണം കാത്തുനില്ക്കുന്ന കോഴി ആ നിമിഷം എത്രയുംവേഗം വന്നെങ്കിൽ എന്നാശിക്കുന്നു.

ബ്ലോഗുകളുടെ ആവിർഭാവം കഥാലോകത്തേക്കു നിരവധി സ്ത്രീകളെ ആകർഷിച്ചു. കഥാകാരിയായ ഇന്ദുമേനോൻ ബ്ലോഗുലോകത്തേക്കു കടന്നുവന്നുവെങ്കിലും ഏതാനും അനുഭവക്കുറിപ്പുകളിലേക്കു മാത്രമായി ബ്ലോഗിനെ അവർ ഒതുക്കിനിർത്തി. ബ്ലോഗു കഥാലോകത്ത് ശ്രദ്ധേയമായ സ്ത്രീ സാന്നിധ്യം എച്ച്മുകുട്ടിയാണ്. എച്ച്മുവോട്ഉലകം (echmuvoduulakam.blogspot.in) എന്ന ബ്ലോഗിൽ എഴുപതിൽപരം കഥകൾ പോസ്റ്റുചെയ്തിട്ടുണ്ട്. എച്ച്മുകുട്ടിയുടെ കഥകളിൽ ഒരു വിഭാഗം അമ്മീമ്മക്കഥകൾ എന്ന പേരിൽ പുസ്തകമായി പുറത്തിറങ്ങിയിട്ടുണ്ട്. അമ്മീമ്മ എന്നുവിളിക്കുന്ന എഴുത്തുകാരിയുടെ അമ്മയുടെ സഹോദരിയെ മുഖ്യകഥാപാത്രമാക്കി ചിത്രീകരിച്ചിരിക്കുന്നവയാണ് അതിലെ കഥകൾ. ഇവ കൂടുതലും ഓർമ്മക്കുറിപ്പുകളുമായി കൂടുതൽ ചേർന്നുനില്ക്കുന്നവയാണ്.

വ്യത്യസ്തമായ ആഖ്യാനങ്ങളും കഥാവിഷയങ്ങളുടെ തെരഞ്ഞെടുപ്പും എച്ച്മുകുട്ടിയുടെ കഥകൾക്ക് ബ്ലോഗിൽ വായനക്കാരെ സൃഷ്ടിക്കുന്നു. 'ആനന്ദദാനത്തിന്റെ ഇളവുകോലുകൾ' (2/2/2014) സ്വർഗ്ഗത്തിലേക്ക് എത്താൻപോകുന്ന വേശ്യയെപ്രതി നടക്കുന്ന സംഭാഷണങ്ങളാണ്. ചിത്രഗുപ്തനും ദൈവവും തമ്മിലുള്ള സംവാദത്തിനൊടുവിൽ വേശ്യയ്ക്ക് സ്വർഗ്ഗം ലഭിക്കുന്നു. ആനന്ദദാനത്തെ ആത്മദാനമായി പരിഗണിക്കാമെന്നതാണ് അതിന്റെ ന്യായീകരണമായി ഭവിക്കുന്നത്. വണ്ടി ഡ്രൈവറായ സുരേന്ദ്രന്റെ ജീവിതമാണ് 'വണ്ടിത്താവളങ്ങൾ' (14/4/2014). വേശ്യാസുഖം തേടി പോകുന്ന അയാളെ ഒരു വൃദ്ധ എത്തിക്കുന്നത് അവരുടെ കൊച്ചുമകളുടെ അടുത്തേക്കാണ്. മകളുടെ പ്രായംമാത്രമുള്ള കൊച്ചുപെണ്ണിന്റെ ശരീരം അയാളിൽ വീണ്ടുവിചാരം സൃഷ്ടിക്കുന്നു. വൃദ്ധയെ ശകാരിച്ചുകൊണ്ട് അയാൾ അവിടെനിന്ന് ഇറങ്ങിപ്പോകുന്നു. ആഖ്യാനത്തിന്റെ മികവുകൊണ്ട് ശ്രദ്ധിക്കപ്പെടുന്ന ഈ കഥ അശ്ലീലത്തിന്റെ അതിരുഭേദിക്കാതെ മുന്നോട്ടുനീങ്ങുന്നു. ഭ്രാന്തിയായ സ്ത്രീയിൽ സ്വന്തം മാതാവിനെ കണ്ടെത്തുന്ന അനാഥനായ യുവാവിന്റെ കഥയാണ് 'അന്ത്രു' (19/10/2010). കാല്പനികതയും യാഥാർത്ഥ്യത്തിനുമിടയിൽ സഞ്ചരിക്കുന്ന മനുഷ്യ

മനസ്സിന്റെ ചിന്തകളെ തന്മയത്വത്തോടെ ഈ കഥ അവതരിപ്പിക്കുന്നു. ഭ്രാന്തിയായ സ്ത്രീയെപ്പറ്റി മോശമായി സംസാരിച്ച കുട്ടപ്പൻനായരെ കൊല്ലുവാൻ അന്ത്രുവിനെ പ്രേരിപ്പിച്ചത് മനസ്സിൽ തെളിഞ്ഞുവന്ന വൈകാരിക ബന്ധമായിരുന്നു. സ്ത്രീജീവിതത്തിന്റെ വിവിധ മാനങ്ങളെ അവതരിപ്പിക്കുന്നതിനുള്ള ശ്രമം എച്മുകുട്ടിയുടെ കഥകളിൽ സ്പഷ്ടമാണ്.

റോസാപ്പൂക്കൾ (rosappukkal.blogspot.in) എന്ന ബ്ലോഗുവഴി കഥാലോകത്ത് പ്രവേശിച്ച റോസിലി തരക്കേടില്ലാതെ കഥാശില്പത്തെ വാർത്തെടുക്കുന്നുണ്ട്. 'ദി ലാസ്റ്റ് എംപറർ' (04/11/2015) മ്യൂസിയത്തിലെ ദിവസക്കൂലിക്കാരിയുടെ കഥയാണ്. മുഗൾവംശത്തിന്റെ പിൻമുറക്കാരിയാണ് എന്ന് കേട്ടുവളരുന്ന അവൾ ആ മിഥ്യാധാരണയിൽ സ്വയം പ്രതിഷ്ഠിക്കുന്നതാണ് കഥാവിഷയം. കുഴിവെട്ടുകാരനായ ആഗസ്തിയും ധനാഢ്യയായ മെറീനയും തമ്മിലുള്ള പ്രണയസാഫല്യത്തിന്റെ ആഖ്യാനമാണ് 'പുനരുത്ഥാനത്തിനുള്ള തയ്യാറെടുപ്പുകൾ' (27/05/2013). വിവാഹിതയായ മെറീന ആത്മഹത്യ ചെയ്ത ദിവസം ആഗസ്തി തോട്ടിൽവീണു മരിക്കുന്നു. ഗൂഢമായ പ്രണയം അതിനിഗൂഢമായി പുതിയ തയ്യാറെടുപ്പുകൾക്കൊരുങ്ങുന്നതിനെ കഥ വിവരിക്കുന്നു. രചനാപരമായ പക്വത എല്ലാ കഥകളിലും പുലർത്തുവാൻ കഥാകാരിക്കു കഴിയുന്നില്ല.

ആനുകാലികങ്ങളിൽ കഥ എഴുതുന്ന മിനി പി.സി.യുടെ ബ്ലോഗാണ് ഉൾപ്രേരകങ്ങൾ (ulprerakangal.blogspot.in). അവരുടെ ബ്ലോഗിൽ കാടിന്റെ മക്കളുടെ ജീവിതദുരന്തത്തെപ്പറ്റി പറയുന്ന കഥയാണ് 'ജീവാശ്മങ്ങൾ' (3/1/2014). ആദിവാസിയായ കുല്ലിതയുടെ പ്രശ്നങ്ങളെ ബ്ലോഗിലൂടെ അവതരിപ്പിക്കാൻ മധുപൻ ശ്രമിക്കുന്നു. എന്നാൽ ഉരുൾപൊട്ടലിൽ അവർ നശിച്ചുവെന്ന വാർത്തയാണ് അയാളെ കാത്തിരിക്കുന്നത്. മനുഷ്യന്റെ ദൗർബല്യത്തിന്റെ കഥയാണ് 'ഡോഡോ പക്ഷിയുടെ പാട്ട്' (27/02/2013). പീഡനകേസിൽ പ്രതിയായ മേനോന്റെ മനസ്സിൽ മകളുടെ ഫോൺവിളി അസ്വസ്ഥത ജനിപ്പിക്കുന്നു. ബോധതലത്തിന്റെ അവതരണമാണ് കഥയുടെ ഊർജ്ജമായി നില്ക്കുന്നത്. ഒതുക്കമില്ലാത്ത ഭാഷ പലപ്പോഴും മിനിയുടെ കഥകൾക്കു പരിമിതിയായി കടന്നുവരുന്നു.

ശിവകാമിയുടെ കാഴ്ചകൾ (world of shivakami) എന്ന ബ്ലോഗുവഴി മാതൃസ്നേഹത്തിന്റെ വിവിധ കാഴ്ചകളെ ശിവകാമി അവതരിപ്പിക്കുന്നു. സമകാലികവാർത്തകളുടെ പശ്ചാത്തലത്തിൽ എഴുതിയ 'പറയാതെ' എന്ന കഥ (31/12/2012) കനകമ്മാൾ എന്ന പൂക്കാരിയുടെയും തെന്മൊഴിയുടെയും കഥയാണ്. ട്രെയിൻ യാത്രക്കിടയിലുണ്ടായ പീഡനത്തിൽനിന്ന് തെന്മൊഴിയെ കനകമ്മാൾ രക്ഷിക്കുന്നു. എന്നാൽ അവൾ തെറ്റിദ്ധരിക്കപ്പെട്ട് ലോക്കപ്പിലടയ്ക്കപ്പെടുന്നു. അമ്മയുടെ വേദനയെ അവതരിപ്പിക്കുന്ന മറ്റൊരു കഥയാണ് 'മാതായനങ്ങൾ' (31/12/2013). കഥയുടെ ക്രാഫ്റ്റ് സ്വന്തമാക്കിയില്ലെങ്കിലും കഥാലോകത്തെ സജീവസാന്നിധ്യമാണ് സോണി.

'പുകയുന്നകഥകൾ' (pukayunnakadhakal .blogspot.in) എന്ന ബ്ലോഗിൽ നിരവധി കഥകൾ സോണിയുടേതായി പോസ്റ്റു ചെയ്യപ്പെട്ടിട്ടുണ്ട്.

ബ്ലോഗുലോകത്ത് ഏറെ ശ്രദ്ധിക്കപ്പെട്ട കഥയാണ് 'ചെറോണ.' ഇലഞ്ഞിപ്പൂക്കൾ (thedreamywing.blogspot.in) ബ്ലോഗിൽവന്ന കഥയിലെ മുഖ്യകഥാപാത്രം മാനസിക വിഭ്രാന്തി ബാധിച്ച ചെറോണ എന്ന സ്ത്രീയാണ്. ഗ്രാമത്തിലെ ഉന്നതന്മാരുടെ കൊള്ളരുതായ്മകൾ വിളിച്ചുപറഞ്ഞു നടക്കുന്ന അവൾ അവരുടെ മാലിന്യങ്ങളെ ശരീരത്തിലേറ്റുവാങ്ങുന്നു. പിറക്കുന്ന കുഞ്ഞുങ്ങളെ ജീവനോടെ കുഴിച്ചുമൂടുന്നതിലൂടെ സമൂഹത്തോടുള്ള പ്രതികാരം നിർവ്വഹിക്കുന്നു. അതിവിചിത്രമായ സ്വഭാവവിശേഷങ്ങളാൽ നിർമ്മിക്കപ്പെട്ട ഈ കഥാപാത്രം ബ്ലോഗിലെ തുടർ പ്രതിപാദനങ്ങൾക്കു കാരണമായിട്ടുണ്ട്. മിനി (mini-kathakal.blogspot.in) ആർഷ (swanthamsyama.blogspot.in) പ്രിയദർശിനി ബാബു (priyababuttm.blogspot.in) തുടങ്ങിയ നിരവധി ബ്ലോഗിനിമാരാൽ മലയാള കഥാലോകം വിശാലമായിക്കൊണ്ടിരിക്കുന്നു.

പ്രസിദ്ധരായ ബ്ലോഗുകഥയെഴുത്തുകാരെ അവരുടെ ചില പ്രധാന സൃഷ്ടികളെ മുൻനിർത്തി പരിചയപ്പെടുത്തുന്നതിനു മാത്രമാണ് ഇവിടെ ശ്രമിച്ചത്. ശ്രദ്ധിക്കപ്പെടാത്ത കഥാകൃത്തുക്കളും കഥകളും ഇനിയുമുണ്ടാകാം. ബ്ലോഗിലെ കഥാലോകം വിശാലമായതിനാൽ കഥാബ്ലോഗുകളെയെല്ലാം പരാമർശിക്കുവാൻ സാധ്യമല്ല.

ബ്ലോഗുകഥയുടെ സവിശേഷതകൾ

1. ബ്ലോഗിന്റെ മാധ്യമലോകത്ത് കഥാപ്രപഞ്ചം തീർക്കുന്ന കഥാകൃത്തുക്കൾ തമ്മിൽ പരസ്പരസമ്പർക്കത്തിന്റെ തലം വളർന്നുനില്ക്കുന്നുണ്ട്. ഭൂരിഭാഗം എഴുത്തുകാരും ഇതരബ്ലോഗുകൾ വായിക്കാനും കമന്റുകളിലൂടെ പരസ്പരം പ്രോത്സാഹിപ്പിക്കുവാനും ബ്ലോഗിന്റെ മാധ്യമസാധ്യതയെ പ്രയോജനപ്പെടുത്തുന്നു. പരസ്പരസമ്പർക്കത്തിനപ്പുറം ദാർശനികചിന്താധാരകളോ രാഷ്ട്രീയനിലപാടുകളോ അവരെ തമ്മിൽ ബന്ധിപ്പിക്കുന്നില്ല. ആശയപരമായ നിലപാടുകളോടുള്ള ഏതെങ്കിലും പക്ഷപാതിത്വം ബ്ലോഗുകഥകളിൽ കാണപ്പെടുന്നില്ല.

2. ബഹുഭൂരിഭാഗം കഥകളും ലളിതമായ ആഖ്യാനശൈലികളിലൂടെ നീങ്ങുന്നവയാണ്. വൈവിധ്യവും വൈചിത്ര്യവും കഥകളിൽ പ്രയോഗിക്കാൻ സർഗ്ഗാത്മകമായ പരിമിതികൾ കഥാകൃത്തുക്കൾ അനുഭവിക്കുന്നുണ്ട്. രചനാപരമായ സങ്കീർണ്ണതകളോ ദാർശനികമായ ആഴങ്ങളോ കഥകളിൽ ഇടംനേടുന്നില്ല. വിവരണപരമായി നീങ്ങുന്ന കഥകൾ പലതും വെട്ടിയൊതുക്കലുകൾക്കു വിധേയപ്പെട്ടാൽ കൂടുതൽ ആകർഷകമാകും.

3. ബ്ലോഗിലെ കഥകൾ കൂടുതലും ചേർന്നുനില്ക്കുന്നത് അനുഭവക്കുറിപ്പുകളോടാണ്. കഥയും അനുഭവക്കുറിപ്പുകളും തമ്മിലുള്ള അകലം ബ്ലോഗുകളിൽ വളരെ നേർത്തുനില്ക്കുന്നു. ജീവിതത്തിൽനിന്നും

എടുക്കുന്ന ഒരേട്, വാർത്താപത്രങ്ങളിലെ ഒരു സംഭവം, ഇങ്ങനെ കഥാവിഷയങ്ങൾ സ്വീകരിക്കുമ്പോൾ ഇവ പരസ്പരം ഇഴപിരിഞ്ഞുനില്ക്കുന്നതായി അനുഭവപ്പെടുന്നു. ഓർമ്മക്കുറിപ്പുകളെ കഥകളാക്കുന്ന കഥനരീതി ധാരാളം കഥകളിൽ ആവർത്തിക്കുന്നുണ്ട്. കഥയിലെ ഭാവനാതലം കുറഞ്ഞുപോകുന്നതുകൊണ്ട് അനുഭവതലം കൂടുതൽ തീവ്രമായി പ്രതിഫലിക്കപ്പെടുന്നു.

4. കഥാകൃത്തുതന്നെ ആഖ്യാതാകുന്ന തന്ത്രം ധാരാളം കഥകളിൽ കാണാം. പഴയകാല സ്കൂൾജീവിതം, അതിലെ കൂട്ടുകാർ ഇവ പല കഥകളിലും ആവർത്തിച്ചുകടന്നുവരുന്നു. പഴയകഥ ഓർത്തെടുക്കുകയോ, കഴിഞ്ഞകാല ജീവിതത്തെ കണ്ടെത്തുകയോ ചെയ്യുന്നവിധത്തിൽ കഥകൾ ആവിഷ്കരിക്കുമ്പോൾ കഥാകൃത്ത് മുഖ്യകഥാപാത്രമായി കടന്നുവരുന്നു.

5. വർത്തമാനകാലമാധ്യമലോകം അവതരിപ്പിക്കുന്ന സംഭവങ്ങളുടെ ചുറ്റുപാടുകളാണ് പലപ്പോഴും കഥകളുടെ പശ്ചാത്തലമൊരുക്കുന്നത്. ചുറ്റുവട്ടത്തുനടന്ന വാർത്തകളെയും സംഭവങ്ങളെയും കഥകളാക്കി മാറ്റുമ്പോൾ അവയുടെ ആവിഷ്കാരരീതി കൂടുതൽ വിവരണാത്മകമാവുകയും കഥാഖ്യാനം തീരെ അയഞ്ഞതായിമാറുകയും ചെയ്യുന്നു. കുട്ടികൾക്കുമേലുള്ള അതിക്രമം, സ്ത്രീപീഡനം, ദാമ്പത്യതകർച്ച, അഴിമതി തുടങ്ങിയവ പല കഥകൾക്കും കാരണമായിത്തീരുന്നു.

6. ലൈംഗികതയുടെ തുറന്നെഴുത്തുകൾ ബ്ലോഗുകഥകളിൽ കാണാം. വേശ്യകൾ കഥാപാത്രങ്ങളായി വരുന്ന നിരവധി കഥകൾ ബ്ലോഗുകളിൽ പ്രത്യക്ഷപ്പെടുന്നു. വേശ്യസംസർഗ്ഗവും ലൈംഗികചേഷ്ടകളും മറയില്ലാതെ എഴുതുന്നതിൽ അവർ മാനസികക്ലേശം അനുഭവിക്കുന്നില്ല. ലെസ്ബിയനിസവും സ്വവർഗ്ഗരതിയും കഥാവിഷയങ്ങളുടെ പരിധിക്കുള്ളിലേക്കു കൂടുതലായി കടന്നുവരുന്നു. ഇത്തരക്കാരുടെ ബന്ധങ്ങളും പങ്കുവയ്ക്കലുകളും മറയില്ലാതെ എഴുതുമ്പോൾ സഭ്യതയുടെ അതിരുകൾ മറികടക്കുന്നതായി തോന്നും. പീഡനം, ബലാത്സംഗം, ലൈംഗിക അതിക്രമങ്ങൾ എന്നിവ കഥയ്ക്കുള്ളിൽ ആവിഷ്കരിക്കുന്ന പ്രവണത ബ്ലോഗുകളിൽ കൂടുതലായി കടന്നുവരുന്നു.

8. പ്രണയം, മരണം, ഏകാന്തത, ദാമ്പത്യത്തിലെ വിള്ളൽ, പീഡനം, പ്രതികാരം തുടങ്ങിയ വിഷയങ്ങൾ കേന്ദ്രീകരിച്ചുള്ള കഥകളാണ് കൂടുതലായി പോസ്റ്റുചെയ്യപ്പെടുന്നത്. കാല്പനികമായ ആഖ്യാനങ്ങളായി കഥകൾ മാറുന്നു. കഥ പറഞ്ഞുപോയ വഴികളിലൂടെതന്നെ നടന്നുനീങ്ങുന്ന വിഷയപരമായ ദാരിദ്ര്യം പല ബ്ലോഗുകളിലും കാണാം.

9. നവമാധ്യമങ്ങളുടെ ലോകം കഥകളുടെ പശ്ചാത്തലത്തിലേക്ക് കൂടുതലായി കടന്നുവരുന്നുണ്ട് ഫെയ്സ്ബുക്ക്, ബ്ലോഗ്, വാട്സ്ആപ്പ് തുടങ്ങിയ മാധ്യമങ്ങൾ സൃഷ്ടിക്കുന്ന നവമാധ്യമസാങ്കേതികലോകത്തെ കഥാപ്രപഞ്ചത്തിലേക്ക് ഉൾച്ചേർക്കുന്ന പ്രവണത ബ്ലോഗുകഥകളിൽ കാണാം.

ഈ മാധ്യമലോകത്തിന്റെ പുറത്തുനില്ക്കുന്ന വായനക്കാരന് അതിന്റെ സാങ്കേതിക പദാവലികളും പ്രയോഗങ്ങളും മനസ്സിലാക്കാൻ കഴിയാതെ വരും. മാധ്യമലോകത്തിന്റെ സംജ്ഞകളറിയാതെ കഥയെ വായിക്കുക പ്രയാസമായിരിക്കും. ജയൻ ഏവൂരിന്റെ ബ്ലോഗിൽ പ്രത്യക്ഷപ്പെട്ട കഥ ഇതിനുദാഹരണമാണ്.

ബ്ലോഗിണി എന്റെ കൂട്ടുകാരി

> ഗൂഗിളമ്മച്ചിയുടെ പറമ്പിൽ കൊത്തും കിളയുമായി കൂടുന്നതിനുമുമ്പ്, മോഹൻലാൽ നായകനായി അഭിനയിച്ച 'നിന്നിഷ്ടം എന്നിഷ്ടം' എന്ന ചിത്രത്തിൽ, ശ്രീനിവാസൻ അവതരിപ്പിച്ച 'തല നിറച്ചു മ്യൂസിക്കുമായി' നടക്കുന്ന ജിദൻലാൽ മദൻലാൽ എന്ന കഥാപാത്രത്തെപ്പോലെ, തല നിറച്ചു കഥകളുമായി നടക്കുകയായിരുന്നു ബ്ലോഗർ.
>
> സത്യത്തിൽ ബ്ലോഗ് പറമ്പിൽ പണിയെടുക്കണം എന്നു തന്നെയായിരുന്നു ബ്ലോഗറുടെ ആഗ്രഹം.
>
> ഔദ്യോഗികജീവിതം തന്റെ സർഗ്ഗശേഷി മുരടിപ്പിക്കുന്നു, ഉറവ വറ്റിക്കുന്നു എന്നൊക്കെ ആത്മഗതം നടത്തിയെങ്കിലും, "ബ്ലോഗ് പുഴുങ്ങിയാൽ ചോറാവുമോ?" "കമന്റൊഴിച്ചാൽ കറിയാവുമോ?" എന്നിങ്ങനെയുള്ള കുനുഷ്ടുചോദ്യങ്ങളുമായി ധർമപത്നി സ്വൈര്യം കെടുത്തിയതിനാൽ അയാൾ പകൽ സർക്കാരാപ്പീസിൽതന്നെ പണിയെടുത്തു
>
> (പോസ്റ്റു ചെയ്തത്: ജയൻ ഏവൂർ, 29/09/2011).

'ബ്ലോഗിണി' എന്നാൽ ബ്ലോഗിലെഴുതുന്ന സ്ത്രീ എഴുത്തുകാരിയെന്നും 'ഗൂഗിളമ്മച്ചി' ബ്ലോഗിന് ഇടംതന്ന വെബ്സൈറ്റെന്നും 'ബ്ലോഗറെന്നാൽ' ബ്ലോഗെഴുതുന്ന എഴുത്തുകാരനെന്നും മനസ്സിലാക്കണം. ബ്ലോഗിലെ എഴുത്തിനും കമന്റിനുമുള്ള പ്രാധാന്യമറിഞ്ഞാലേ 'ബ്ലോഗു പുഴുങ്ങിയാൽ ചോറാവുമോ', 'കമന്റൊഴിച്ചാൽ കറിയാവുമോ' എന്ന പദപ്രയോഗം പിടികിട്ടുകയുള്ളു. ഇത്തരത്തിൽ പല മാധ്യമസാങ്കേതിക പ്രയോഗങ്ങൾ ബ്ലോഗുകഥകളിൽ കടന്നുവരുന്നുണ്ട്.

കേളികൊട്ട് എന്ന ബ്ലോഗുമാഗസിനിൽ വന്ന കഥ ഫേസ്ബുക്കിന്റെ മാധ്യമപശ്ചാത്തലത്തിൽ വിരിയിച്ചെടുത്തതാണ്. കഥയുടെ പേര് 'ഫേസ്ബുക്ക്' എന്നാണ്.

"ലൈക്കുകൾ ചറപറാന്നാണ് പറന്നുവന്നത്; പോസ്റ്റ് ഇട്ട് പത്തുമിനിട്ടിനകം ലൈക്കുകളുടെ എണ്ണം 75 കടന്നു. കമന്റുകളും വെള്ളച്ചാട്ടംപോലെ പതിച്ചുകൊണ്ടിരുന്നു."

> 'വരമൊഴി യൂ ആർ ഗ്രേറ്റ്.'
> 'കൺഗ്രാറ്റ്സ്'

'ഓ ഡിയർ, ഐ ലവ് യു.'

....

"നിധീഷേ നീ പറഞ്ഞത് ശരിയാ. ഇന്നത്തെ പോസ്റ്റ് പതിവുപോലല്ല. വായിച്ചിട്ട് ആളൊരു കേമിതന്നെ. പക്ഷേ, കേറി കമന്റിട്ട് മണ്ടത്തരം പറ്റിയാലോ. വല്ല എഞ്ചിനീയറിംഗ് കോളേജ് പിള്ളേരും നേരമ്പോക്കിനു ക്രിയേറ്റ് ചെയ്ത ഐഡിയാവാം. ഇട്ടേക്കുന്ന സാധനം വേറേ വല്ലോരടേം നെഞ്ചത്തൂന്ന് പൊക്കിയതുമാവാം. ഫേസ്ബുക്കിനെ തീരെ വിശ്വസിക്കാൻ വയ്യ. എന്നാലും ഇതങ്ങനെ വിട്ടുകളഞ്ഞാൽ ശരിയാവില്ലല്ലോ. ഇന്നാളു തന്നെ പത്മിനി സുന്ദർ എന്ന ഐഡിയുടെ പിന്നാലെ പോയപ്പോൾ നമ്മൾ കണ്ടതല്ലേ കക്ഷിയുടെ ഒരു വെപ്രാളം. പ്രൊഫൈൽ പടം മാറ്റുന്നു. പ്രതികരിക്കാതെ മാറുന്നു

(പോസ്റ്റുചെയ്തത്: രവിവർമ്മ തമ്പുരാൻ, 12/01/2013).

ഫേസ്ബുക്കിന്റെ സാങ്കേതികമാധ്യമ സാധ്യതയെ പ്രയോജനപ്പെടുത്തുന്ന വായനക്കാരന് മനസ്സിലാക്കാൻ പ്രയാസമില്ലെങ്കിലും അതിനു പുറത്തുനില്ക്കുന്ന വായനക്കാരന് ഇതിന്റെ പ്രയോഗങ്ങളെല്ലാം അപരിചിതമാണ്. 'ലൈക്കുകൾ ചറപറാന്ന് പറന്നുവീണതും', 'പോസ്റ്റ് ഇട്ടതും', 'കമന്റുകളുടെ വെള്ളച്ചാട്ടവും', 'നേരമ്പോക്കിന് ക്രിയേറ്റു ചെയ്ത ഐഡിയും', 'പ്രൊഫൈൽ പടം' മാറ്റുന്നതും സൃഷ്ടിക്കുന്ന പദപ്രയോഗ ശൈലി അർത്ഥമറിയാതെയുള്ള കഥാസഞ്ചാരത്തിന് ഇടവരുത്തും.

10. മലയാളകഥാലോകത്തിന് അപരിചിതമായ സംസ്കാരവും പശ്ചാത്തലവും ബ്ലോഗുകഥകളിലൂടെ പരിചിതമാക്കപ്പെടുന്നു. പ്രവാസികളായി കഴിഞ്ഞിരുന്നവർ കഥാലോകത്തേക്ക് പ്രവേശിച്ചപ്പോൾ അവർ ആഖ്യാനം ചെയ്തത് പ്രവാസനാട്ടിലെ സംസ്കാരവും ജീവിതരീതികളുമാണ്. അബ്ദുൾ ഗഫൂറിന്റെ 'അശ്വഗന്ധം', മുഹമ്മദ് ആറങ്ങോട്ടുകരയുടെ 'കാലൻ സൾഫാൻ', പട്ടേപ്പാടം റാംജിയുടെ 'ഭണ്ഡാരം' എന്നീ കഥകൾ ഉദാഹരണങ്ങളാണ്.

11. ബ്ലോഗുകഥകൾ പലതും ആഖ്യാനം ചെയ്യപ്പെടുന്നത് മിശ്രഭാഷയിലാണ്. മലയാളഭാഷ ഇംഗ്ലീഷിനോട് അടുത്തുനില്ക്കുന്ന സ്ഥിതി ബ്ലോഗുകഥകളിൽ കൂടുതലായി കാണപ്പെടുന്നു. സംഭാഷണശൈലികളെ ഉൾപ്പെടുത്തി കഥാഖ്യാനം നിർവ്വഹിക്കുമ്പോൾ ഇത് കൂടുതൽ പ്രകടമായിത്തീരുന്നു. ഭാഷാപരമായ ഈ കൂടിച്ചേരൽ വരുംകാല ഭാഷാശൈലികളെക്കുറിച്ച് ഒരു മുന്നറിയിപ്പു തരുന്നു.

നെഞ്ചകം എന്ന ബ്ലോഗിൽ വന്ന 'ഇ-കാലം വരും കാലം' എന്ന കഥ പുതിയ സാങ്കേതികലോകത്തെ അവതരിപ്പിക്കേണ്ടിവരുന്ന മലയാളകഥയുടെ ഭാഷ എപ്രകാരമായിരിക്കുമെന്നു കാണിച്ചുതരുന്നു.

"കമ്പ്യൂട്ടർ ഓൺചെയ്തു. മൊബൈൽ കണക്റ്റുചെയ്തു. വീഡിയോസ് അപ്‌ലോഡ്ചെയ്തു. ഷെയർചെയ്തു. ഫെയ്സ്ബുക്ക് പ്രൊഫൈലിൽ അച്ഛന്റെ പഴയഫോട്ടോ ഇട്ടു. ഡിസ്ക്രിപ്ഷനിൽ ജനനദിവസവും

മരണദിവസവും കുറിച്ചു. കൂടെ കനത്തിൽ നിത്യശാന്തി. നോട്ടിഫിക്കേഷൻ ഒരുപാട് വന്നുകിടക്കുന്നുണ്ട്. ചുവരിൽ കിടക്കുന്ന സ്റ്റാറ്റസിൽ പലരും അഭിപ്രായങ്ങൾ രേഖപ്പെടുത്തിയതിന്റെ അനന്തരഫലം. അയാൾ സ്റ്റാറ്റ സിലൂടെ കണ്ണോടിച്ചു. ഫീലിംഗ് - ഇറിറ്റേറ്റഡനു താഴെ വാട്ട് ഹേപ്പെൻഡ്, വാട്ട്സ്അപ്പ്, ആർ യൂ ഓകെ, ഗോ സ്ലീപ് അങ്ങനെ ഒരുപാട് അഭിപ്രായ ങ്ങൾ ഷെയർ ചെയ്തിരിക്കുന്നു. ന്യൂ ഫോട്ടോ പോസ്റ്റിനു താഴെ അപ്പോ ഴേക്കും അനുശോചനങ്ങൾ വന്നു തുടങ്ങിയിരുന്നു. അവിടെയും ആദ്യം ശ്വേതയാണ് എത്തിയിരിക്കുന്നത്. അവളുടെ അഭിപ്രായം പിറകേ വന്നവർ കടംകൊള്ളുകയായിരുന്നു. ചിലർ വെൻ, ഓ മൈ ഗോഡ്, ഹൌ എന്നി ങ്ങനെ അത്ഭുതപ്പെട്ടിരിക്കുന്നു. ഐ‌എം ഇൻ ഹോസ്പിറ്റൽ, ആ സ്റ്റാറ്റസിനു ലൈക്ക് ഇരുന്നൂറു കടന്നിരിക്കുന്നു. കമന്റുകൾ നൂറിലധികം. വാട്ട് ഹേപ്പെൻഡ്, ഹൂസ് ദെയർ, പണിയായോ? ഇറ്റ്സ് ഓവർ, ഫീലിംഗ് കൂൾ സ്റ്റാറ്റസിന് താഴെ ശ്വേതയുടെ സ്മൈൽ, കുറെ കൂൾ സ്മൈലുകൾ, സമാധാനമായി, യെപ്പ്, കൺഗ്രാജുലേഷൻസ്, ബോയ് ഓർ ഗേൾ?

ബോയ് ഓർ ഗേൾ? അയാൾ കമന്റിൽ സൂക്ഷിച്ചുനോക്കി. ഏതോ ഒരു അപരിചിതനായ ഫെയ്സ്ബുക്ക് കൂട്ടുകാരൻ. അയാൾ ലൈക്ക് ബട്ടണിൽ വിരലമർത്തി. കാര്യമറിയാതെ കോമാളിത്തരങ്ങൾ എഴുതി വിടുന്നവരെ നിങ്ങൾക്കു സ്തുതി. അയാൾ എഴുന്നേറ്റുനടന്നു (പോസ്റ്റു ചെയ്തത്: അനീഷ് കാത്തി, 05/10/2013).

പ്രസിദ്ധീകരിക്കപ്പെടുന്ന കഥയുടെ എണ്ണംകൊണ്ട് ബ്ലോഗുകൾ മല യാളകഥാലോകത്ത് സ്ഥാനമുറപ്പിച്ചുകഴിഞ്ഞു. സൈബറിന്റെ പശ്ചാത്ത ലത്തിൽനിന്നുകൊണ്ട് ചില സവിശേഷതകളെ മലയാളകഥാലോകത്തിന് പകർന്നുനല്കുവാൻ ബ്ലോഗുകൾക്കു കഴിഞ്ഞിരിക്കുന്നു. കഥാവിഷയ ത്തിന് സ്വീകരിക്കുന്ന വേറിട്ട പശ്ചാത്തലങ്ങളും വിഷയസ്വീകരണത്തിൽ കൈക്കൊള്ളുന്ന വ്യത്യസ്തതയും ഭാഷാപ്രയോഗത്തിലെ പുത്തൻശൈലി കളും ബ്ലോഗുകഥകളെ അടയാളപ്പെടുത്തുന്ന പ്രധാനവസ്തുതകളാണ്.

ഇരുപത്തിയൊന്ന്

യാത്രാവിവരണ ബ്ലോഗുകൾ

സാങ്കേതികതയുടെ ഇടപെടൽ സാഹിത്യരചനയിൽ പ്രധാനമാകുന്ന ഈ കാലഘട്ടത്തിൽ അത് പ്രബലമായി സ്വാധീനിച്ച സാഹിത്യരൂപമാണ് സഞ്ചാരസാഹിത്യം. മൾട്ടിമീഡിയ സാധ്യതകളെ പ്രയോജനപ്പെടുത്താൻ സാധ്യതയുള്ള സാഹിത്യരൂപമെന്ന നിലയിൽ ബ്ലോഗുപോലെയുള്ള വിവരസാങ്കേതിക മാധ്യമലോകത്ത് സഞ്ചാരസാഹിത്യത്തിന് ഏറെ പ്രാധാന്യം ലഭിക്കുവാൻ ഇടവന്നിട്ടുണ്ട്. മലയാള സഞ്ചാരസാഹിത്യം അതിന്റെ വസന്തകാലം ആഘോഷിച്ചത് എസ്.കെ. പൊറ്റക്കാടിന്റെ കാലത്താണ്. "കാഴ്ചയിൽ പതിഞ്ഞവയുടെ വർണ്ണപ്പൊലിമ നിറഞ്ഞ വിവരണങ്ങളിൽനിന്നും അനുഭൂതിയുടെ ആവിഷ്കാരമായി മലയാളസഞ്ചാര സാഹിത്യത്തെ വളർത്തിയെടുക്കാൻ എസ്.കെ. പൊറ്റക്കാടിന് കഴിഞ്ഞു (ബിദൂർ, 2009:76)." "കാഴ്ചയുടെ യഥാതഥ വിവരണത്തിനപ്പുറം ഭാഷയുടെ സാഹിത്യസൗന്ദര്യത്തെ കൂടി ഉപയോഗപ്പെടുത്തി വായനയുടെ പുതിയ പരിസരങ്ങളിലേക്കു നയിക്കുന്നവയായിരുന്നു പൊറ്റക്കാടിന്റെ രചനകൾ" (2009:79). പൊറ്റക്കാടിനെ പിന്തുടർന്ന് നിരവധി സഞ്ചാര സാഹിത്യഗ്രന്ഥങ്ങൾ മലയാളഭാഷയിലുണ്ടായി.

സാങ്കേതികവളർച്ചയുടെ ഫലമായി ദൃശ്യാത്മകമായ ലോകം ഈ മേഖലയിൽ വളർന്നുവന്നു. സഞ്ചാരസാഹിത്യത്തിന്റെ രണ്ടാമത്തെ ഘട്ടമായി ദൃശ്യയാത്രാവിവരണങ്ങളെ കാണാം. കാഴ്ചയെ ആഘോഷമാക്കുന്ന സമകാലികസമൂഹത്തിൽ യാത്രയുടെ അവതരണങ്ങൾ ദൃശ്യകാഴ്ചകളായി കൂടുതൽ പ്രത്യക്ഷപ്പെട്ടു. സന്തോഷ് ജോർജ് കുളങ്ങരയുടെ 'സഞ്ചാരം' ടെലിവിഷനിലൂടെയും സി.ഡി. രൂപത്തിലും മലയാളികൾക്കിടയിൽ പ്രചാരം നേടി. സഞ്ചാരസാഹിത്യം പുതുപ്രവണതകൾ തേടിയതിന്റെ പരിണിതഫലമായിരുന്നു ദൃശ്യവത്ക്കരിക്കപ്പെട്ട ഈ യാത്ര കാഴ്ചകൾ. "പൊറ്റക്കാടിന്റെയും മറ്റും സാഹിത്യസ്പർശമുള്ള രചനകൾ വായിച്ചു പരിചയിച്ചതിൽനിന്ന് ഭിന്നമായിരുന്നു ഈ ദൃശ്യഭാഷയുടെ രീതി. വിവരങ്ങളും വിവരണങ്ങളുമാണ് ഇവിടെ പ്രധാനം" (ആത്മൻ, 2014:37).

കണ്ടതും കേട്ടതുമായ ദേശത്തെപ്പറ്റി വായിച്ചറിയുന്നതിനെക്കാൾ കണ്ടും കേട്ടും അറിയുന്നതിന് കൂടുതൽ താത്പര്യമുണ്ടായി. വായന ദൃശ്യബിംബങ്ങൾക്കു വഴിമാറിപ്പോയ പുതിയ കാലഘട്ടത്തിൽ ദൃശ്യവത്ക്കരിക്കപ്പെട്ട ഡിജിറ്റൽസഞ്ചാരവിവരണങ്ങൾക്ക് കൂടുതൽ സ്വീകാര്യത ലഭിച്ചു. ഈ സ്വീകാര്യതതന്നെയാണ് ബ്ലോഗുകളിലെ യാത്രാവിവരണങ്ങൾക്കു ലഭ്യമായത്. കാഴ്ചയുടെ രസം ഒട്ടുംകുറയാതെ പ്രേക്ഷകരിലെത്തിക്കുന്നതിനുള്ള മാധ്യമമായി ബ്ലോഗുകളെ തിരഞ്ഞെടുത്തു. ഡിജിറ്റൽ സഞ്ചാര സാഹിത്യവിവരണങ്ങളുടെ സാധ്യതയെപ്പറ്റി ബിദൂർ കെ. ഇപ്രകാരം അഭിപ്രായപ്പെടുന്നു.

"കാഴ്ചകളുടെ യാഥാർത്ഥ്യം എന്ന പ്രത്യയശാസ്ത്ര പരികല്പനയാണ് ഇത്തരം രേഖപ്പെടുത്തലുകളിൽ പ്രവർത്തിക്കുന്നത്. വായനയിലൂടെ ലഭിക്കുന്ന അമൂർത്തചിത്രങ്ങൾക്കുപകരം ദൃശ്യങ്ങൾ നല്കുന്ന മൂർത്തചിത്രങ്ങളിലാണ് ഡിജിറ്റൽ സഞ്ചാരങ്ങളുടെ അടിത്തറ. സാങ്കേതികതയുടെ അപാരമായ സാധ്യതകൾ ഉപയോഗപ്പെടുത്തി കാഴ്ചക്കാരന് - ഇവിടെ പ്രേക്ഷകനെന്ന് അർത്ഥം - ആനന്ദാനുഭൂതികൾ പകരാൻ ഇവയ്ക്കു സാധിക്കുന്നു. ക്യാമറ, ശബ്ദസംവിധാനം, പശ്ചാത്തലസംഗീതം, എഡിറ്റിങ്ങ്, കളർമോഡ് ഇങ്ങനെ നീണ്ടുപോകുന്ന ദൃശ്യമാധ്യമത്തിന്റെ സാങ്കേതിക സാധ്യതകളിൽ സഞ്ചാരത്തിന്റെ നവഭാവുകത്വത്തെ അടയാളപ്പെടുത്തുന്നു (2009:86).

ദൃശ്യങ്ങൾക്കും എഴുത്തിനും ബ്ലോഗു തുറന്നുതന്ന മാധ്യമപരമായ സാധ്യത സഞ്ചാരസാഹിത്യത്തിന്റെ ശക്തമായ സംവേദനമാധ്യമമെന്ന നിലയിലേക്കു ബ്ലോഗുകളെ എത്തിച്ചു. വിവിധദേശങ്ങളെ അറിയുന്നതിനും കാണുന്നതിനും ബ്ലോഗുകളെ ആശ്രയിച്ചാൽ മതിയെന്ന നിലയിലേക്കു ബ്ലോഗുകളിലെ യാത്രാവിവരണങ്ങൾ വളർന്നുകഴിഞ്ഞു. നല്കുന്ന വിവരണങ്ങൾക്കൊപ്പം വീഡിയോ, ക്യാമറാചിത്രം, ഓഡിയോ തുടങ്ങി വ്യത്യസ്തമായ മാധ്യമസാധ്യതകളെ ബ്ലോഗുകൾ പ്രയോജനപ്പെടുത്തുന്നുണ്ട്. കൺമുമ്പിൽ കാണുന്ന കാഴ്ചകളെ അനേകരിലേക്കു സൗജന്യമായി പ്രക്ഷേപണം ചെയ്യാൻ ലഭ്യമാകുന്ന മാധ്യമസാധ്യതകളെ പ്രയോജനപ്പെടുത്തുകയാണ് ബ്ലോഗുലോകത്തെ ഈ സഞ്ചാരികൾ.

പ്രധാന യാത്രാവിവരണബ്ലോഗുകൾ

പ്രവാസത്തിലൂടെ മറുദേശത്തെ അറിഞ്ഞവരും യാത്രകളിലൂടെ മറ്റുദേശങ്ങളെ കണ്ടവരുമായ നിരവധി ആളുകൾ തങ്ങളുടെ അനുഭവങ്ങളെ ബ്ലോഗുകളിൽ രേഖപ്പെടുത്തുന്നുണ്ട്. മലയാളബ്ലോഗെഴുത്തുകാർ അനവധിയുണ്ടെങ്കിലും പ്രമുഖസ്ഥാനത്തു നില്ക്കുന്നത് നിരക്ഷരൻ എന്ന പേരിലറിയപ്പെടുന്ന മനോജ് രവീന്ദ്രനാണ്. 'ചില യാത്രകൾ' എന്ന ബ്ലോഗിലൂടെ നിരവധി ദേശാന്തരകാഴ്ചകളെ അദ്ദേഹം മലയാളിയുടെ കൺമുമ്പിൽ അവതരിപ്പിച്ചു. പിന്നീട് ബ്ലോഗിലെ യാത്രാക്കുറിപ്പുകളെ

സ്വകാര്യ വെബ്സൈറ്റിലേക്കു മാറ്റി പ്രതിഷ്ഠിച്ചു. ഇപ്പോൾ 'യാത്രകൾ' (www.yathrakal.com) എന്ന വെബ്സൈറ്റിൽ പഴയ ബ്ലോഗുയാത്രാക്കുറിപ്പുകളെ വായിക്കാൻ കഴിയും. യാത്രാവിവരണസാഹിത്യത്തെ സമ്പന്നമാക്കുന്ന നിരവധി ബ്ലോഗുകൾ മലയാളത്തിലുണ്ട്. മിക്കവാറും എല്ലാ രാജ്യങ്ങളിലെയും ടൂറിസംവഴികളെ മനസ്സിലാക്കാൻ താഴെപ്പറയുന്ന ബ്ലോഗുകൾ വായിച്ചാൽ മതിയാകും.

ബ്ലോഗ്	ബ്ലോഗർ	ബ്ലോഗുവിലാസം
യാത്രകൾ	ഷിബു തോവാള	http://vazhikazhcha.blogspot.in
ചീരാമുളക്	ചീരാമുളക്	http://cheeramulak.blogspot.in
സെന്റർകോർട്ട്	മൻസൂർ അബ്ദു	http://mansoormaruppacha.blogspot.in
ലംബൻകഥകൾ	ശ്രീജിത്ത് എൻ.പി	http://lambankathhakal.blogspot.in
യാത്ര	നസീഫ്	http://yathrayathra.blogspot.in
Syrinx	യാസ്മിൻ	http://mimmynk.blogspot.in
കൊച്ചുത്രേസ്യായുടെലോകം	കൊച്ചുത്രേസ്യാ	http://malabar-express.blogspot.in
വഴിയുടെസംഗീതം	ലാസർ ഡിസിൽവ	http://vazhiyutesangeetham.blogspot.in
സഞ്ചാരി	കുഞ്ഞായി	http://rahusanchari.blogspot.in
പുറംകാഴ്ചകൾ	ആത്മൻ	http://puramkazhchakal.blogspot.in
പെരുമനം	ജെയിംസ് പെരുമന	http://peurmanam.blogspot.in
ശംഖുപുഷ്പം	ബിന്ദു ഉണ്ണി	http://shankupushpam.blogspot.in
കണ്ണൂർക്കാരന്റെ യാത്രകൾ	കെ. സതീഷ്	http://ksatheesh.blogspot.in
കുട്ടപ്പചരിതം	ജിമ്മി ജോൺ	http://kuttappacharitham.blogspot.in
ഞങ്ങളുടെയാത്ര	സുനി	http://ourtrip-syamsuni.blogspot.in
ഞാൻകണ്ടകാഴ്ച	സജി കൊരട്ടി	http://sajikoratty.blogspot.in
നോട്ടോൺലി ബട്ടോൾസോ	ആഷ്‌ലി എ.കെ.	http://aakramanam.blogspot.in

ബ്ലോഗിലെ യാത്രാവിവരണക്കുറിപ്പുകളുടെ സവിശേഷതകൾ

അച്ചടിമാധ്യമത്തിലൂടെ വായനക്കാരെ ആകർഷിച്ച സഞ്ചാരസാഹിത്യം ദൃശ്യങ്ങളെ ആവിഷ്കരിച്ചത് വാക്കുകളിലൂടെയാണ്. സാഹിത്യഭാഷയുടെ ചാതുര്യത്തിൽ വായനക്കാർക്കുമുമ്പിൽ പുതിയ ലോകത്തെ ആവിഷ്കരിക്കുവാൻ അവർക്കു സാധിച്ചു. അച്ചടിമാധ്യമത്തിൽ എഴുത്തുകാർ അനുഭവിക്കുന്ന വെല്ലുവിളി ബ്ലോഗെന്ന മാധ്യമത്തിൽ എഴുത്തുകാർക്കു നേരിടേണ്ടി വരുന്നില്ല. ഡിജിറ്റൽ ക്യാമറകളുടെയും മൊബൈൽ ക്യാമറകളുടെയും എസ്.എൽ.ആർ. ക്യാമറകളുടെയും സഹായത്തോടെ ദൃശ്യലോകത്തെ ആവിഷ്കരിക്കാൻ വളരെ എളുപ്പത്തിൽ അവർക്കു

സാധിക്കുന്നു. വാക്കുകളിലൂടെയുള്ള ആവിഷ്കരണം ദൃശ്യമാധ്യമങ്ങൾവഴി നിർവ്വഹിക്കാൻ സാധിച്ചതോടുകൂടി ബ്ലോഗുകളിലെ യാത്രാവിവരണം വൈവിധ്യമാർന്ന കാഴ്ചകൾക്ക് വേദിയായി മാറി.

വീഡിയോചിത്രങ്ങളുടെ സന്നിവേശമാണ് ബ്ലോഗുകളിലെ പ്രധാന ആകർഷണം. സ്ഥലത്തെപ്പറ്റിയും അതിലെ കാഴ്ചകളെപ്പറ്റിയും വിവരണങ്ങൾ ഏതാനും വാക്കുകളിൽ പറഞ്ഞതിനുശേഷം ഏതാനും മിനിറ്റുകൾ ദൈർഘ്യമുള്ള വീഡിയോ ചിത്രങ്ങൾ അവയ്ക്കൊപ്പം ഉൾച്ചേർത്തിരിക്കുന്നതുവഴി കൃത്യമായ വിവരണങ്ങൾ ആ പ്രദേശത്തെപ്പറ്റി ലഭിക്കുന്നതിന് ഇടയാകുന്നു. പല ബ്ലോഗുകളിലും ഇത്തരത്തിൽ വീഡിയോകളെ പോസ്റ്റുചെയ്ത് സ്ഥലവിവരം അറിയിക്കുന്നതിനുള്ള ശ്രമമുണ്ട്. ലാംബൻ കഥകൾ (http://lambankathhakal. blogspot.in) എന്ന ബ്ലോഗിൽ 2013 ആഗസ്റ്റ് 3-ാം തീയതി വന്ന പോസ്റ്റ് ഗബോൺ യാത്രയെപ്പറ്റിയാണ്. ആഫ്രിക്കയിലുള്ള ആ രാജ്യത്തെപ്പറ്റി ഏതാനും വാക്കുകൾ എഴുതിയതിനുശേഷം വിമാനത്താവളത്തിലെ യുദ്ധവിമാനങ്ങളെപ്പറ്റി വിശദീകരിക്കുന്നു. അതിനോടൊപ്പം പറന്നിറങ്ങുന്ന യുദ്ധവിമാനത്തിന്റെ വീഡിയോയും നല്കിയിരിക്കുന്നു.

കണ്ണൂർക്കാരന്റെ യാത്രകൾ (ksatheesh.blogspot.in) എന്ന ബ്ലോഗിൽ 2015 മാർച്ച് 15ന് വന്ന പോസ്റ്റ് മ്യാൻമാർ എന്ന രാജ്യത്തിലൂടെയുള്ള യാത്രയുടെ അനുഭവമാണ്. അവിടുത്തെ ഗ്രാമകാഴ്ചകളെപ്പറ്റി വർണ്ണിക്കുന്ന കൂട്ടത്തിൽ കുടിലുകളിൽ നടത്തുന്ന വാറ്റുകളുടെ പരസ്യകാഴ്ചകളെപ്പറ്റി പ്രതിപാദിക്കുന്നു. കൂട്ടത്തിൽ വാറ്റു നടത്തുന്ന ചെറിയ വീഡിയോയും പോസ്റ്റു ചെയ്തിരിക്കുന്നു. ഗ്രാമത്തിലെ പക്ഷികളെ ഓടിക്കുന്ന പടക്കശബ്ദത്തെപ്പറ്റി പറയുന്നതിനൊപ്പം തോക്കിൽനിന്നുള്ള വെടിക്കാഴ്ചകളുടെ വീഡിയോയും നല്കിയിരിക്കുന്നു. ഞാൻ കണ്ട കാഴ്ചകൾ (http://sajikoratty.blogspot.in) എന്ന ബ്ലോഗിൽ 2009 മെയ് 30ന് വന്ന പോസ്റ്റ് സ്പെയിനിലെ കാളപ്പോരിനെപ്പറ്റിയാണ്. കാളപ്പോരിന്റെ ചരിത്രത്തെപ്പറ്റിയും രീതികളെപ്പറ്റിയും അവയ്ക്കെതിരെയുള്ള പ്രതിഷേധങ്ങളെപ്പറ്റിയും ലഘുവിവരണം നല്കിയതിനുശേഷം കാളപ്പോരിന്റെ 8 വീഡിയോയും നല്കിയിരിക്കുന്നു. സ്പെയിനിന്റെ സാംസ്കാരിക ആഘോഷത്തെപ്പറ്റി അറിയാൻ ഈ വീഡിയോ കൂടുതൽ ഉപകാരപ്പെടുന്നു. കാഴ്ചകളുടെ അവതരണം കണ്ട വായനക്കാരുടെ പ്രതികരണം എത്തുന്നത് തമിഴ്നാട്ടിലെ ജെല്ലിക്കെട്ടുകൾക്കുള്ളിൽ നടക്കുന്ന മൃഗപീഡനത്തെപ്പറ്റിയാണ്. ബ്ലോഗുയാത്രാവിവരണങ്ങൾക്കൊപ്പം നല്കിയിരിക്കുന്ന വീഡിയോ ആ നാടിന്റെ സാംസ്കാരികതയെ നേരിട്ടറിയാൻ ഏറെ സഹായിക്കുന്നു. ആ ദേശത്തെ നൃത്തരൂപങ്ങൾ, കാർണിവൽ, സാംസ്കാരികപരിപാടികൾ, വനദൃശ്യങ്ങൾ, മൃഗങ്ങൾ, പക്ഷികൾ, പ്രത്യേക ആചാരങ്ങൾ, വേഷങ്ങൾ, ഷോപ്പിംഗ് മാളുകൾ ഇങ്ങനെ നാടിന്റെ സാംസ്കാരികതയെ അടുത്തറിയാൻ അവയേറെ സഹായിക്കുന്നു.

ബ്ലോഗുയാത്രാവിവരണങ്ങൾ ഭൂരിഭാഗവും ക്യാമറാചിത്രങ്ങളുടെ പ്രദർശനവേദിയാണ്. ലോകത്തിലെ ടൂറിസം കാഴ്ചകൾ നല്ലൊരു പങ്കും ബ്ലോഗുകളിൽ പങ്കുവയ്ക്കപ്പെടുന്നുണ്ട്. പല വ്യക്തികളിലൂടെ അവതരിപ്പിക്കപ്പെടുമ്പോൾ ആ ദേശത്തെക്കുറിച്ച് ഏകദേശരൂപം ലഭിക്കുവാൻ അവ ഉപകരിക്കും.

ബ്ലോഗുയാത്രാവിവരണങ്ങളിൽ ഹൈപ്പർലിങ്ക് സാധ്യതകൾ ഏറെ പ്രയോജനപ്പെടുത്തിയിട്ടുണ്ട്. ബിലാത്തിപട്ടണം (http://bilattipattanam.blogspot.in) എന്ന ബ്ലോഗിൽ 2015 ഡിസംബർ 31-ാം തീയതി മുരളി മുകുന്ദൻ പോസ്റ്റു ചെയ്തിരിക്കുന്നത് ലണ്ടൻ പുതുവത്സരത്തിന്റെ ഒരുക്ക കാഴ്ചകളെപ്പറ്റിയുള്ള വിവരണങ്ങളാണ്. ലണ്ടനിലെ അതിശൈത്യത്തെപ്പറ്റി പറയുന്നിടത്ത് ഹിമപതനത്തിന്റെ വിവരണ ങ്ങൾ നല്കിക്കൊണ്ട് 'ഹിമത്തടവറ' എന്ന മുൻ പോസ്റ്റിലേക്ക് ലിങ്ക് നല്കിയിരിക്കുന്നു. ഹിമപതനത്തിനുശേഷമുണ്ടായ വെള്ളപ്പൊക്കത്തെപ്പറ്റി പറയുന്നതിന് ലിങ്ക് നല്കിയിരിക്കുന്നത് 'ബ്രിട്ടീഷ് മലയാളി' പത്രപേജിലേക്കാണ്. ഏറ്റവും വലിയ ഉദ്യാനമായ ഹൈസ്പാർക്കിൽ നടത്തപ്പെടുന്ന ക്രിസ്മസ് ഉത്സവമായ 'വിന്റർവണ്ടർ ലാന്റ്' വിശേഷങ്ങൾ അറിയാൻ ഹൈസ്പാർക്കിന്റെ വിക്കിപീഡിയ പേജിലേക്കും വിന്റർവണ്ടർലാന്റിന്റെ വെബ്സൈറ്റിലേക്കും ലിങ്കുനല്കിയിരിക്കുന്നു. വിന്റർ വണ്ടർലാന്റ് കാഴ്ചകൾ കാണുന്നതിന് ലിങ്കുവഴി യൂട്യൂബ് വീഡിയോ കാണണം. ഉത്സവത്തോടനുബന്ധിച്ച് നടത്തപ്പെടുന്ന ആകാശവിസ്മയക്കാഴ്ചകൾ കാണാൻ ബി.ബി.സി. പേജിലേക്കു പോകണം. അതിനൊപ്പം ലണ്ടൻ കാഴ്ചകളുടെ വിവിധ ക്യാമറാചിത്രങ്ങളും നല്കിയിരിക്കുന്നതിനാൽ ലണ്ടൻ എന്ന വലിയ പട്ടണത്തിലെ ഒരു രാത്രിയെപ്പറ്റിയുള്ള ഏകദേശ ധാരണ ലഭിക്കും. ഇത്തരത്തിൽ ഹൈപ്പർലിങ്ക് സാധ്യതകൾ പ്രയോജനപ്പെടുത്തിയിരിക്കുന്ന യാത്രാവിവരണ പോസ്റ്റുകൾ ബ്ലോഗുകളിൽ വായിക്കാൻ കഴിയും.

ക്യാമറാചിത്രങ്ങളും ഗൂഗിൾചിത്രങ്ങളും വീഡിയോകളുമായി ബ്ലോഗുയാത്രാവിവരണങ്ങൾ പൊതുവേ ദൃശ്യകാഴ്ചാവതരണങ്ങളായി മാറിയിരിക്കുന്നു. വിവരണങ്ങളും നിരീക്ഷണങ്ങളും ഈ ബ്ലോഗുകളിൽ കുറവായിരിക്കും. എന്നാൽ ഓരോ പ്രദേശത്തെപ്പറ്റിയുള്ള പഠനക്കുറിപ്പുകളും ഐതിഹ്യങ്ങളും കൂട്ടിച്ചേർത്ത് കാഴ്ചകളെ വാക്കുകളിൽ അവതരിപ്പിക്കുന്നതിനുള്ള ശ്രമം ചില ബ്ലോഗുകളിൽ കാണാം. ഷിബുതോവാളയുടെ 'യാത്രകൾ' (http://vazhikazhcha.blogspot.in) ഇതിനുദാഹരണമാണ്. വാങ്മയചിത്രങ്ങൾ ഷിബുവിന്റെ ബ്ലോഗിനെ ഒരുപടി ഉയർത്തിനിർത്തുന്നു. അക്ബറിന്റെ ശവകുടീരത്തെപ്പറ്റിയുള്ള വിവരണമാണ് ചുവടെ ചേർക്കുന്നത്;

> "വിശാലമായ ശവകുടീരത്തിന്റെ ചെറിയ വാതിലിനുള്ളിലൂടെ ഞങ്ങൾ കടന്നെത്തിയത് വർണങ്ങൾ വാരിവിതറി

> അലങ്കരിച്ചിരിക്കുന്ന മറ്റൊരു ലോകത്തിലേക്കാണ്. ഭാവനാശാലിയായ ഒരു ചിത്രകാരൻ, പ്രകൃതിയിലെ വർണങ്ങൾ മുഴുവനായും കൂട്ടിക്കലർത്തി രചിച്ച ഒരു കാൻവാസുപോലെ മനോഹരമായിരുന്നു വിശാലമായ ആ മുറിക്കുള്ളിലെ ഭിത്തികൾ. കാലപ്പഴക്കവും കൃത്യമായ സംരക്ഷണത്തിന്റെ അഭാവവും ഭിത്തികളുടെ സൗന്ദര്യത്തിനുമേൽ ആക്രമിച്ചു തുടങ്ങിയിട്ടുമുണ്ട്. പേർഷ്യൻ - മുഗൾ ശൈലിയുടെ സങ്കീർണ്ണത നിറഞ്ഞുനില്ക്കുന്ന രചനാശൈലിയും മികവുറ്റ വർണവിന്യാസവും ആകർഷകമാക്കുന്ന ആ മുറിയുടെ ഭംഗി ആസ്വദിച്ച് അല്പനേരം ഞങ്ങൾ അവിടെ ചിലവഴിച്ചു.
>
> (പോസ്റ്റുചെയ്തത്: ഷിബു തോവാള 01/03/2012).

സാഹിത്യഭാഷയിൽ ചിത്രങ്ങളിലൂടെയെന്നവണ്ണം വാക്കുകളിലൂടെ വായനക്കാരെ പുതിയ ലോകങ്ങൾ കാണിച്ചുകൊടുക്കുകയാണ് അച്ചടിച്ച യാത്രാവിവരണങ്ങൾ ചെയ്തിരുന്നത്. ഇന്ന് മാറിയ ലോകസാഹചര്യങ്ങളും പുതിയ സൗകര്യങ്ങളും അതിന്റെ സാധ്യതകളെ പ്രയോജനപ്പെടുത്തുമ്പോൾ അത് ഭാഷയിലും ആഖ്യാനശൈലിയിലുമെല്ലാം പുതിയ പ്രവണതകൾക്കു വഴിയൊരുക്കുന്നു (ആത്മൻ 2014:39). ഇതിന്റെ സാധ്യതയിൽ ബ്ലോഗുയാത്രാവിവരണങ്ങളും വാങ്മയപാതവിട്ട് ദൃശ്യാഖ്യാന വഴികളിലൂടെ നീങ്ങിക്കൊണ്ടിരിക്കുന്നു. സഞ്ചാരസാഹിത്യത്തിന്റെ സാഹിത്യാത്മാംശങ്ങളിലേക്കു സാങ്കേതികമാധ്യമത്തിന്റെ ദൃശ്യകാഴ്ചകൾ വന്നു നിറഞ്ഞുകൊണ്ടിരിക്കുന്നു.

ബ്ലോഗുയാത്രാവിവരണങ്ങൾ പൊതുവേ യാത്രാഡയറി എഴുത്തിനോടാണ് കൂടുതൽ അടുത്തുനില്ക്കുന്നത്. യാത്രകളെപ്പറ്റിയുള്ള വിശദാംശങ്ങളും നേർകാഴ്ചകളും വിശദമായി വർണ്ണിച്ചുപോകുമ്പോൾ ചരിത്രപരവും ഭൂമിശാസ്ത്രപരവും സാംസ്കാരികവുമായ വിവരണങ്ങൾ ഉപരിപ്ലവമായി നില്ക്കുന്നു. യാത്രാവിവരണങ്ങൾ പലപ്പോഴും ആത്മക്കുറിപ്പുകളായി മാറുന്നുണ്ട്. 'ചില യാത്രകൾ' എന്ന ബ്ലോഗിലൂടെ യാത്രാവിവരണരംഗത്ത് പ്രസിദ്ധനായ നിരക്ഷരനുമായി മറ്റൊരു ബ്ലോഗറായ റ്റോംസ് കോനുമഠം നടത്തിയ അഭിമുഖം രേഖപ്പെടുത്തുന്നു.

> "യാത്രപോയി വന്ന ഒരാൾ സ്വന്തംവീട്ടിലെ സ്വീകരണമുറിയിൽ ഇരുന്ന് കുടുംബാംഗങ്ങളോട് ആ യാത്രയുടെ അനുഭവങ്ങൾ പറയുന്നതുപോലെയുള്ള ഒരു നിലവാരമാണ് എന്റേത്. ആരാധ്യരായ സഞ്ചാരസാഹിത്യകാരുടെ എഴുത്തിലേതുപോലെ, സാഹിത്യമോ വർണ്ണനയോ കാവ്യഭംഗിയോ ഒന്നും എന്റെ യാത്രാവിവരണത്തിൽ കടന്നുവരാറില്ല. വേണ്ടെന്നുവച്ചിട്ടല്ല, പത്തായത്തിൽ ഇല്ലാത്തതുകൊണ്ടാണ്.

ഒഴിവാക്കാൻ പറ്റാത്തതുകൊണ്ട് ചരിത്രവും ഐതിഹ്യവുമൊക്കെ വിവരണത്തിൽ കടന്നുവരുകയും ചെയ്യും. സൂപ്പർ താരങ്ങൾ അഭിനയിക്കാത്ത സിനിമയ്ക്കും പ്രേക്ഷകർ ഇല്ലേ? ഇതുപോലെ തന്നെ എല്ലാത്തരം എഴുത്തുകൾക്കും വായനക്കാരുണ്ടെന്നുവേണം മനസ്സിലാക്കാൻ. എന്റെ എഴുത്ത് സഹിക്കാൻ പറ്റുന്നവർ ഇതൊക്കെ വന്നു വായിക്കുന്നു, പ്രോത്സാഹിപ്പിക്കുന്നു"

(പോസ്റ്റുചെയ്തത്: 02/03/2012).

ബ്ലോഗുയാത്രാവിവരണത്തെപ്പറ്റിയുള്ള ഒരു ബ്ലോഗറുടെ അനുഭവക്കുറിപ്പാണിത്. യാത്രാവിവരണങ്ങളുടെ പരമ്പരാഗതവഴിയിൽനിന്നുള്ള മാറിനടപ്പ് ബ്ലോഗെഴുത്തിൽ പൊതുവെയുണ്ട്. ഗൗരവമായി നിർവ്വഹിക്കപ്പെട്ട എഴുത്തിനെ അത്ര ഗൗരവമായി കരുതുന്നില്ലായെന്ന ധാരണ ബ്ലോഗർമാർ സ്വയമെ പുലർത്തുന്നുണ്ട്.

ചില യാത്രകൾ എന്ന ബ്ലോഗിന്റെ ഹോംപേജിൽ നല്കിയിരിക്കുന്ന കുറിപ്പ് ഇപ്രകാരമാണ്.

"യാത്രാവിവരണമെഴുതാനൊന്നും ഞാനാളല്ല അതൊക്കെ, മലയാളിക്കുവേണ്ടി പൊറ്റക്കാട് അതിമനോഹരമായി എഴുതിയിട്ടുണ്ട്. അത് വായിക്കാത്തവർക്കുവേണ്ടി, സന്തോഷ് ജോർജ്ജ് കുളങ്ങരയുടെ 'സഞ്ചാരം' വീഡിയോ രൂപത്തിലും പുറത്തിറങ്ങിയിട്ടുണ്ട്. ഇതിനൊക്കെയപ്പുറം, മറ്റൊരു യാത്രാവിവരണത്തിനെന്തു പ്രസക്തി?" ഇതെന്റെ കൊച്ചുകൊച്ചു യാത്രാക്കുറിപ്പുകളാണ്. ഒരു ഡയറിപോലെ എനിക്കുവേണ്ടി ഞാൻ തന്നെ കുത്തിക്കുറിക്കുന്ന ചില സ്ക്രാപ്പുകൾ"

(നിരക്ഷരൻ, chilayathrakal.blogspot.in).

ബ്ലോഗിലെ യാത്രാക്കുറിപ്പുകൾ അധികവും ടൂറിസത്തിന്റെ ഭാഗമായി നടത്തപ്പെട്ട യാത്രയുടെ രേഖപ്പെടുത്തലുകളാണ്. നിശ്ചയിക്കപ്പെട്ട സ്ഥലങ്ങളിലൂടെയും കാഴ്ചകളിലൂടെയുമാണ് യാത്രയുടെ ദൃഷ്ടികൾ പതിഞ്ഞുപോയിട്ടുള്ളത്. അതിസൂക്ഷ്മമായ ജീവിതാഖ്യാനങ്ങൾക്കുപകരം ആഘോഷത്തിന്റെ കാഴ്ചപരിസരങ്ങൾ അതുകൊണ്ടുതന്നെ ബ്ലോഗുകളിൽ ആവർത്തിച്ചു പ്രത്യക്ഷപ്പെടുന്നുണ്ട്. മുൻകാല സഞ്ചാരസാഹിത്യത്തിൽനിന്നും വന്ന വ്യതിയാനം എപ്രകാരമെന്ന് ബിദൂർ കെ. നിരീക്ഷിക്കുന്നുണ്ട്. "അറിവുകൾക്കും അധികാരത്തിനും വേണ്ടിയുള്ള യാത്രകളിൽനിന്ന് ആഘോഷങ്ങൾക്കായുള്ള സമീപകാലയാത്രകളിലേക്കാണ് സഞ്ചാരം വികസിച്ചത്... കച്ചവടത്തിന്റെ ലാവണ്യശാസ്ത്രം അവതരിപ്പിക്കുന്ന ഉത്തരാധുനിക ടൂറിസത്തിന്റെ കാഴ്ചപരിസരം ആഘോഷങ്ങൾക്കുള്ള ഇടങ്ങളാണ്. ആത്മത്തെ അലിയിച്ചുകളയുന്ന

ആഘോഷാത്മകതയുടെ പുതിയ ലോകക്രമം സഞ്ചാരസാഹിത്യത്തെയും മാറ്റി പണിതിട്ടുണ്ട് (2009:88)." ഈ ലോകക്രമത്തിന്റെ ഭാഗംതന്നെയാണ് ബ്ലോഗുതാളുകളിലും പ്രത്യക്ഷപ്പെടുന്നത്. ടൂറിസം രേഖപ്പെടുത്തുന്ന വഴികളിലൂടെയും കാഴ്ചകളിലൂടെയുമാണ് ബഹുഭൂരിഭാഗവും ബ്ലോഗു രചനകളും സഞ്ചരിച്ചിട്ടുള്ളത്.

ദീർഘമായ യാത്രാവിവരണങ്ങൾ ബ്ലോഗുകളിൽ ഹ്രസ്വമായി മാറിയിട്ടുണ്ട്. ഒരു രാജ്യത്തെ വർണ്ണിക്കാൻ ഒരു പുസ്തകംതന്നെ ചെലവഴിക്കപ്പെട്ട അവസ്ഥയിൽനിന്നും ഒരു രാജ്യക്കാഴ്ച ഏതാനും പോസ്റ്റുകളിലേക്കും കുറെ ചിത്രങ്ങളിലേക്കും വീഡിയോകളിലേക്കും ചുരുക്കപ്പെട്ടിരിക്കുന്നു. നീണ്ട പാഠങ്ങളെക്കാൾ വായനക്കാർ വേഗം ആസ്വദിച്ചുപോകുന്ന ഹ്രസ്വമായ ആഖ്യാനങ്ങളാണ് ബ്ലോഗുകളിൽ കൂടുതൽ വായനക്കാരെ സൃഷ്ടിക്കുക. ഈ വഴിയെയാണ് യാത്രാവിവരണങ്ങളും സഞ്ചരിച്ചുകൊണ്ടിരിക്കുന്നത്.

ഇരുപത്തിരണ്ട്

ആത്മകഥാ ബ്ലോഗുകൾ

മനുഷ്യനെ സ്വയം അടയാളപ്പെടുത്താനുള്ള ഇടമാണ് സോഷ്യൽമീഡിയ തുറന്നുതന്നത്. വ്യക്തിയുടെ ജീവിതത്തിലേക്ക് നോക്കാനും അവയെ അവതരിപ്പിക്കാനും ബ്ലോഗുപോലെ സംവേദനക്ഷമമായ മറ്റൊരു മാധ്യമമില്ല. ബ്ലോഗുകളിലെ ആത്മാഖ്യാനങ്ങളെ ആത്മകഥകളോടു ചേർത്ത് വായിക്കാൻ കഴിയും. വ്യക്തിസങ്കല്പങ്ങൾ ശക്തമാകുന്ന ആധുനികതയുടെ കാലത്താണ് ആത്മകഥാസാഹിത്യം വളർന്നുവന്നത്. അതാകട്ടെ ആദ്യകാലങ്ങളിൽ വരേണ്യവിഭാഗത്തിന്റെ അടയാളപ്പെടുത്തലുകളുടെ ഭാഗമായി നിന്നവയാണ്. നവമാധ്യമങ്ങൾ ചുവടുറപ്പിക്കപ്പെടുകയും ആശയസംവേദനത്തിന്റെ രീതികൾ മാറിമറിയുകയും ചെയ്തപ്പോൾ ആത്മകഥാഖ്യാനങ്ങൾക്കു പുത്തൻരൂപവും ഭാവവും കൈവന്നു. ബ്ലോഗുകളിൽ തെളിയുന്നത് ആത്മപ്രകാശനത്തിന്റെ പുതിയ ഭാവുകത്വമാണ്.

മനുഷ്യന് സ്വയം അടയാളപ്പെടുത്താനുള്ള താത്പര്യം പൂർത്തീകരിച്ചു നല്കാൻ ബ്ലോഗുകൾക്കു കഴിഞ്ഞു. വ്യക്തി മാത്രമല്ല, അവന്റെ/അവളുടെ തൊഴിൽ രംഗങ്ങളും കുടുംബവും ഇഷ്ടാനിഷ്ടങ്ങളുമെല്ലാം ആത്മാഖ്യാനത്തിൽ സാമൂഹികതയുടെ ഭാഗമായി മാറ്റപ്പെടുന്നു. ബ്ലോഗുകളിലൂടെ ആശയസംവേദനത്തിനുള്ള വിശാലലോകം തുറന്നുകിട്ടിയപ്പോൾ ആത്മകഥാഖ്യാനത്തിന്റെ സാധ്യതകൾ വിപുലമാവുകയും പുതിയരീതിയിലുള്ള ആത്മാഖ്യാനം ഉദയം ചെയ്യുകയും ചെയ്തു. ആത്മകഥകളിൽനിന്ന് വ്യത്യസ്തമായ ആത്മാഖ്യാനങ്ങളാണ് ബ്ലോഗുകളിൽ പ്രത്യക്ഷപ്പെടുന്നത്.

1. അച്ചടിക്കപ്പെട്ട ആത്മകഥ കൂടുതൽ ഗൗരവമുള്ള വായനക്കാരെ പ്രതീക്ഷിക്കുമ്പോൾ ബ്ലോഗുകൾ ഗൗരവമുള്ള വായനക്കാരെയോ, വായനയെയോ പ്രതീക്ഷിക്കുന്നതായി കാണുന്നില്ല.
2. ആത്മകഥ നീണ്ട ആഖ്യാനങ്ങളിലൂടെ ജീവിതത്തെ സമഗ്രമായി വിശദീകരിക്കുമ്പോൾ ബ്ലോഗുകൾ ജീവിതത്തിലെ ഒരു സംഭവം അല്ലെങ്കിൽ ഒരു അനുഭവം മാത്രമേ വിശദീകരിക്കുന്നുള്ളു.

3. ആത്മകഥ ജീവിതത്തെ അതിന്റെ വികാരസമഗ്രതയിൽ അവതരിപ്പിക്കുമ്പോൾ ബ്ലോഗ് ആഖ്യാനങ്ങളിൽ നർമ്മവും ഫലിതരസവും കൂടുതൽ പ്രാധാന്യ ത്തോടെ പ്രസിദ്ധീകരിക്കുന്നു.
4. യാഥാർത്ഥ്യത്തോടു കൂടുതൽ അടുത്തുനില്ക്കുന്ന ആഖ്യാനങ്ങളാണ് ആത്മകഥകളിലെങ്കിൽ സത്യത്തിന്റെ അംശം കുറഞ്ഞും ഭാവനയും അതിവർണ്ണനയും കൂടിയുമുള്ള ആഖ്യാനങ്ങളിലാണ് ബ്ലോഗുകളുടെ ശ്രദ്ധ.

ആത്മാംശവും നർമ്മവും

ബ്ലോഗുസാഹിത്യത്തിന്റെ ഏറ്റവും വലിയ സവിശേഷത അതിൽ അടങ്ങിയിരിക്കുന്ന ആത്മാംശവും നർമ്മവുമാണ്. ആരംഭം മുതൽ ബ്ലോഗുകൾ പ്രസിദ്ധിയാർജ്ജിച്ചതിന്റെ പിന്നിലെ പ്രധാന ആകർഷണം ഫലിതരസ പ്രാധാന്യത്തോടെയുള്ള ജീവിതകഥകളുടെ ആഖ്യാനങ്ങളായിരുന്നു. ബ്ലോഗെഴുത്തിലേക്ക് ആദ്യം കടന്നുവന്നവർ അവരുടെ ജീവിതസായാഹ്നങ്ങളിലെ വെടിവെട്ടങ്ങളെ സൗഹൃദസദസ്സിന്റെ മുമ്പിൽ അവതരിപ്പിക്കുന്നതിനുള്ള വേദിയായി ബ്ലോഗുകളെ കണ്ടു. ജീവിതത്തിന്റെ അനുഭവങ്ങളെ, നർമ്മരസങ്ങളെ അവതരിപ്പിക്കുന്നതിന് മറ്റൊരു മാധ്യമവും ലഭ്യമല്ലാതിരുന്നതിനാൽ ബ്ലോഗുകൾ തുറന്നുതന്ന വേദികളെ അവർ പ്രയോജനപ്പെടുത്തി. ആദ്യകാലബ്ലോഗർമാരിൽ ഏറ്റവും പ്രസിദ്ധനായത് വിശാലമനസ്കൻ എന്ന പേരിൽ 'കൊടകരപുരാണം' ബ്ലോഗിലെഴുതിയ സജീവ് എടത്താടനായിരുന്നു. കൊടകരഗ്രാമത്തെപ്പറ്റിയുള്ള കുറിപ്പുകളായിരുന്നു അതിലെ പ്രധാന വിഭവം. സജീവ് എടത്താടൻ ബ്ലോഗുകളിലെ ആദ്യകാല എഴുത്തിന്റെ പ്രത്യേകതയെപ്പറ്റി പറയുന്നു. “ആദ്യകാലങ്ങളിൽ ബ്ലോഗിലെ വായനക്കാർ ഏറിയ പങ്കും ഓഫീസിലെ ഫ്രീടൈമിൽ ഒരു റിഫ്രഷ്മെന്റ് എന്നനിലയ്ക്ക് വായിക്കുന്നവരാകയാൽ മുഖ്യമായും നർമ്മസാഹിത്യത്തിനായിരുന്നു ഏറ്റവും കൂടുതൽ വായനക്കാർ” (2007a:12). കൊടകരപുരാണമടക്കമുള്ള ആദ്യകാലബ്ലോഗർമാർ കൂടുതൽ ശ്രദ്ധ നല്കിയതും ഇവ്വിധത്തിലുള്ള എഴുത്തിനായിരുന്നു. പിന്നാലെ വന്നവർ ആദ്യകാല എഴുത്തുകാരെ അനുകരിക്കുന്നതിനുള്ള ശ്രമം നടത്തിയപ്പോൾ ബ്ലോഗെഴുത്തുകൾ പൊതുവെ ആത്മാഖ്യാനങ്ങളുടെ പിന്നാലെ പോയി. ആദ്യകാല ബ്ലോഗർമാരുടെ വഴിയിൽനിന്ന് മാറി നടക്കുന്നതിനുള്ള ശ്രമമുണ്ടെങ്കിലും ഇപ്പോഴും പഴയവഴികളിൽതന്നെ നടന്നുപോകുന്നവർ ധാരാളമുണ്ട്.

എല്ലാബ്ലോഗുകളും പലയളവുകളിൽ ആത്മത്തെ പ്രകാശിപ്പിക്കുന്നുണ്ട്. അതിനാൽ പ്രത്യേകം അവയുടെ പേരുകൾ ചൂണ്ടിക്കാട്ടുക അസാധ്യമാണ്. ആത്മാഖ്യാനമേഖലയിൽ വിശാലമായ ഒരു ലോകം ബ്ലോഗുകളിൽ സജീവമായിട്ടുണ്ട്.

ബ്ലോഗുകളിലെ പോസ്റ്റുകൾ കുറെയെങ്കിലും ഇന്നും ജീവിതത്തിലെ ചില ഏടുകൾ വിവരിക്കുന്നതിനുള്ള ശ്രമമാണ്. അതാകട്ടെ നർമ്മത്തിൽ പൊതിഞ്ഞ് അവതരിപ്പിക്കാൻ ശ്രമിക്കുന്നു. ചില സംഭവങ്ങൾ, ബാല്യത്തിലെ ചില ഓർമ്മക്കുറിപ്പുകൾ, വീട്ടുവിശേഷങ്ങൾ, നാട്ടിലെ വിവിധ കഥാപാത്രങ്ങൾ, ജീവിതത്തിൽ പറ്റിയ അമളികൾ ഇങ്ങനെ ഓർമ്മയിൽ നർമ്മരസം വിടർത്തിയ കാര്യങ്ങളെ സഹൃദയസദസ്സിന്റെ മുന്നിൽ അവതരിപ്പിച്ച് അവരുടെ ഉള്ളിൽ പുഞ്ചിരി വിരിയിക്കാനുള്ള ശ്രമമാണ് അധികവും. ബ്ലോഗെഴുത്തുകാരുടെ വിളിപ്പേരുകളിൽതന്നെ ഹാസ്യം രുചിക്കാനാവും. എതിരവൻ കതിരവൻ, വെടിക്കഥകൾ. ബിരിയാണിക്കുട്ടി, തരികിട, വെടിവെട്ടം, തോന്നിവാസിപ്പെണ്ണ്, വട്ടക്കണ്ണട, മരപ്പട്ടി, തോന്ന്യാക്ഷരങ്ങൾ, ഇടിവാൾ, ഓലപ്പന്ത്, ചായക്കട, നട്ടപ്പിരാന്ത്, കൂമൻ, ക്ഷുരകവേദം, കുട്ടപ്പദർശനം, മൊത്തം ചില്ലറ ഇങ്ങനെ പേരുകളിൽ വ്യത്യസ്തത പുലർത്തി ബ്ലോഗുകളെ ആകർഷകമാക്കാൻ ശ്രമിക്കുന്നുണ്ട്. പേരുകൾക്കനുസരിച്ചുള്ള പോസ്റ്റുകളാവും പ്രത്യക്ഷപ്പെടുക.

ബ്ലോഗർമാരുടെ പരിചയപ്പെടുത്തലുകളിൽപ്പോലും ഈ നർമ്മരസമുണ്ട്.

> കൊച്ചികായലിന്നരികിലുള്ള ഒരു ആശുപത്രിയിൽ 72ൽ ജനനം. ജനിച്ചപ്പോൾ തുറന്ന വായ ഇതുവരേയായി അടച്ചിട്ടില്ല. മരിക്കാതെ ഇനിയൊട്ടും അടയ്ക്കുകയുമില്ല. (http://rageshkurman.blogspot.in)
>
> തോന്നുന്നതെല്ലാം ചെയ്യാൻ... തോന്നിയപോലെ ജീവിക്കാൻ... (http://ashwameedham.blogspot.in).
>
> എനിക്ക് തോന്നിയത്, എന്റെ മനസ്സിലുള്ളത്, അങ്ങനെ എന്റെ ജീവിതത്തിൽ സംഭവിച്ചതും കണ്ടതും കേട്ടതുമായ 'ചെറിയസംഭവങ്ങൾ' ഞാൻ വിപുലീകരിച്ചു എഴുതുന്നു അത്രമാത്രം... നിങ്ങൾക്കു താത്പര്യം ഉണ്ടെങ്കിൽ വായിക്കുക. അല്ലെങ്കിൽ പ്ലീസ് ക്ലോസ് ചെയ്ത് എന്നെ ശപിക്കാതെ പോകുക!!! പിന്നെ ജന്മംകൊണ്ടും കർമ്മംകൊണ്ടും ഞാൻ ഒരു 'മാപ്പിള' ആയതിനാൽ എഴുത്തിനൊരു 'മാപ്പിള ചൊയ' ഉണ്ടാവും അതും അങ്ങ് സഹിച്ചേ പറ്റൂ... (http://padannakkaaran.com).
>
> മനസ്സിൽ തോന്നുന്നതും നാവിൻതുമ്പിൽ വരുന്നതുമൊക്കെ, അടുക്കും ചിട്ടയുമില്ലാതെ വാരിവലിച്ചെഴുതാനൊരിടം (http://kuttyyedathi.blogspot.in).

പൊതുവെ ബ്ലോഗെഴുത്തുകാർ വിഷയങ്ങൾ കണ്ടെത്തുക തങ്ങളുടെ ജീവിതത്തിൽ നിന്നാവും. വാമൊഴി വഴക്കങ്ങളിലൂടെ കൂടുതൽ

ആത്മപരമാക്കാൻ അവർ ശ്രദ്ധിക്കുന്നു. അവയിലെ നർമ്മരസംതന്നെയാണ് പലരെയും ഇവിടേക്ക് ആകർഷിക്കുന്നത്.

ഒരു ടെലിവിഷൻ പ്രേക്ഷകൻ തന്റെ റിമോട്ട് കൺട്രോൾ ഉപയോഗിക്കുന്നതുപോലെയാണ് ഒരു ബ്ലോഗ് സഞ്ചാരി തന്റെ മൗസുപയോഗിക്കുന്നത്. ചിന്തിച്ചു വലയുന്ന ബ്ലോഗുകളിൽ ആ സഞ്ചാരി തങ്ങാനിടയില്ല. ഹാസ്യവും സ്വകാര്യതയും സംസാരവിശേഷങ്ങളും വൈചിത്ര്യവുമുള്ള സൈറ്റുകൾക്കേ അയാളെ പെട്ടെന്നു പിടിച്ചുനിർത്താൻ സാധ്യതയുള്ളൂ. ബ്ലോഗെഴുത്തിന്റെ വായനാനുഭവത്തെപ്പറ്റി ബ്ലോഗർക്കു ലഭിച്ച പ്രതികരണത്തെ ബ്ലോഗർ പങ്കുവയ്ക്കുന്നതിങ്ങനെയാണ്. “കൊടകര പുരാണം പുസ്തകത്തിലുള്ള കഥകൾ മിക്കതും ഒരു മണിക്കൂറെടുത്ത് എഴുതിയതാണ്. സംസാരഭാഷയിൽതന്നെ പൂശുന്നതുകൊണ്ട് സമയം അധികം വേണ്ട. പിന്നെ കൂടുതൽ സമയമെടുത്ത് വൃത്തിയായി എഴുതിവച്ചത് പൊതുവേ വായനക്കാർ ‘വൃത്തിയിൽ എഴുതാൻ ഞങ്ങൾക്ക് ഇഷ്ടംപോലെ സാഹിത്യകാരന്മാരുണ്ട്. നീ വെറുതെ ചടപടാന്ന് എഴുതിവയ്ക്കൂ. ഒറിജിനാലിറ്റി നഷ്ടപ്പെടുത്താതെ അതാ അതിന്റെ രസം” (സജീവ്, 2007 a:13). ഗൗരവമുള്ള രചനകളും വിഷയങ്ങളും ബ്ലോഗുലോകത്തിന് പുറത്തുനിൽക്കേണ്ടതും അത്രമാത്രം ഗൗരവമില്ലാത്തവ ബ്ലോഗിനകത്തുള്ളതും എന്നതായിരുന്നു ഇവ്വിധമായ ചിന്തകൾക്കു പിന്നിലെ പ്രേരകഘടകം. ആരംഭകാലങ്ങളിൽ ബ്ലോഗുസാഹിത്യത്തെപ്പറ്റിയുള്ള പ്രധാന വിമർശനവും ഇതായിരുന്നു.

‘സ്വയംബ്ലോഗം’ എന്ന ബ്ലോഗിൽ ‘ചിരട്ടപ്പാത്രങ്ങളുടെ ചിയേഴ്സ്’ എന്ന തലക്കെട്ടിൽവന്ന പോസ്റ്റിന്റെ ആദ്യഭാഗം.

> “എട്ടടിഗോപാലൻ എന്ന് വിളിച്ചിരുന്ന ഏതാണ്ട് ആറടിപൊക്കമുണ്ടായിരുന്ന ഗോപാലനായിരുന്നു കുറെക്കാലം അച്ഛന്റെ വീട്ടിലെ നാളികേരക്കാരൻ. പത്തുനാല്പതു ദിവസത്തിന്റെ ഇടവേളകളിൽ നടത്തിയിരുന്ന തെങ്ങുകേറ്റത്തിന്റെ ചുമതല കുട്ടപ്പനായിരുന്നു. ഒരു തെങ്ങിൻപൂവ് വെള്ളയ്ക്കയായി, കരിക്കായി, നാളികേരമായി വിളയാൻ നാല്പതു ദിവസം വേണോ, അയ്യേ അതിപ്പോഴും കൃത്യമായി അറിയില്ല. തെങ്ങിനെക്കൊണ്ട് കഴിഞ്ഞിരുന്ന തെണ്ടി. നെല്ല് പൂവിട്ട് കതിരുവച്ച് അരിയായി വിളയാൻ എത്രനാൾ വേണം. വയറുനിറയെ ഊണ് തുടർന്നിട്ടും അതും അറിയില്ല മഹാമോശം”
>
> (പോസ്റ്റുചെയ്തത്: രാംമോഹൻ പാലിയത്ത്, 5/5/2008).

ഇങ്ങനെ തുടരുന്ന വിവരണം ബാല്യത്തിലെ വിശേഷങ്ങളുടെ അവതരണമാണ്. ജീവിതവിശേഷങ്ങളെ അത് ബാല്യത്തിൽനിന്നും സ്കൂൾ ജീവിതഘട്ടത്തിൽ നിന്നും ജോലിരംഗത്തുനിന്നും അടർത്തിയെടുത്ത്

മാലോകരെ കാണിക്കുക. കാണിക്കുന്നതൊക്കെ അല്പം ഫലിതരസത്തിൽ ആയിരിക്കുക ഇങ്ങനെ ചില നിബന്ധനകൾ ബ്ലോഗെഴുത്തുകാർ പുലർത്തുന്നതായി വായനക്കാർക്കു തോന്നുന്നവിധത്തിലാണ് ആത്മാഖ്യാനങ്ങളുടെ അവതരണം. ചിന്തകളില്ലാതെ ചിരിമാത്രം പ്രദാനം ചെയ്യുന്നവയാണ് ഭൂരിഭാഗം പോസ്റ്റുകളും. നീണ്ട ആഖ്യാനങ്ങളെക്കാൾ ഏതെങ്കിലും ഒരു സംഭവത്തിന്റെ, അനുഭവത്തിന്റെ ലഘുചിത്രീകരണമായി ബ്ലോഗുപോസ്റ്റുകൾ നിലനില്ക്കുന്നു.

ആത്മാഖ്യാനത്തിലെ പ്രവാസകാഴ്ചപ്പാടുകൾ

ആത്മാഖ്യാനങ്ങളെ സൂക്ഷ്മമായി വായിക്കുമ്പോൾ അവയിൽ ബഹുഭൂരിപക്ഷവും പ്രവാസികളുടെ രചനകളാണെന്നു കാണാം. ആത്മരചനകളിൽ തെളിഞ്ഞുവരുന്ന ലോകം പ്രവാസികളുടേതാണ്. സി.എസ്. വെങ്കിടേശ്വരൻ അഭിപ്രായപ്പെടുന്നു. "മിക്കവാറും മലയാളം ബ്ലോഗുകളും പുറത്തുനിന്ന് കേരളത്തിലേക്ക്, മലയാളഭാഷയിലേക്കു നോക്കുന്നവയാണ്. പുറത്തുനിന്ന് അകത്തേക്കുനോക്കുന്ന ഈ കാഴ്ച വർത്തമാനത്തിൽനിന്ന് ഭൂതത്തിലേക്കും സ്വന്തം ബാല്യകൗമാരങ്ങളിലേക്കും വിട്ടുപോന്ന ആവാസവൈകാരികവ്യവസ്ഥയിലേക്കും എല്ലാമുള്ള നോട്ടം കൂടിയാണ്. സ്വാഭാവികമായും അവയിൽ ഒരുതരം ഗൃഹാതുരത്വം കലർന്നിട്ടുണ്ട്. ഫലിതബോധമാണ് ഈ ഗൃഹാതുരത്വത്തിൽ മുങ്ങിച്ചാവുന്നതിൽനിന്ന് അവയെ രക്ഷപ്പെടുത്തുന്നത്." (2008:36)

നഷ്ടപ്പെട്ട സ്ഥലത്തെ, വിട്ടുപോന്ന ജന്മനാടിനെ ഓർമ്മകളിലൂടെ തിരിച്ചുപിടിക്കുന്ന ഈ പ്രക്രിയ ആത്മകഥാപരമായ ഒന്നാണ്. അവർ സ്വന്തം ബാല്യത്തിലേക്കും നാട്ടിലേക്കും നിരന്തരം യാത്ര ചെയ്തുകൊണ്ടിരിക്കുന്നു. ഇപ്പോഴത്തെ ജീവിതവും തൊഴിലും അതിലെ സംഘർഷങ്ങളും ബ്ലോഗിൽ വ്യാപകമായി പ്രത്യക്ഷപ്പെടുന്നില്ല. എങ്കിലും ചില ഉദാഹരണങ്ങൾ കണ്ടെത്താൻ കഴിയും.

കുറുമാന്റെ കഥകൾ എന്ന ബ്ലോഗിൽ പോസ്റ്റ് ചെയ്ത അനുഭവകുറിപ്പ്.

> "രാവിലെ ഒരു ചായ കുടിക്കാനുംകൂടെ സമ്മതിക്കില്ലല്ലോ ദൈവമേ? ന സ്റ്റാഫ് സ്വാതന്ത്ര്യമർഹതി എന്നു ചിന്തിക്കുന്നവരെ നീയെന്തിനിങ്ങനെ പനപോലെ വളർത്തുന്നു എന്നു ചിന്തിച്ചുകൊണ്ട് എം.ഡി.യുടെ മുറിയിലേക്കു കയറി.
>
> പതിവുപോലെ റാബർട്ട് സ്റ്റൈലിൽ രണ്ടുപുക ആഞ്ഞുവലിച്ചുകൊണ്ട് ആ എ4 ഷീറ്റ് പേപ്പർ എടുത്തെനിക്കു നീട്ടിയതിനുശേഷം നേരത്തെ ആഞ്ഞു വലിച്ച രണ്ടു പുക ഒറ്റപുകയായി പുറത്തേക്കൂതിയതിനുശേഷം വിശാലമായി ചിരിച്ചു."

(പോസ്റ്റുചെയ്തത്: കുറുമാൻ, 19/4/2011).

ആദ്യകാലത്ത് ബ്ലോഗുകളിൽ ഏറ്റവും അധികം പോസ്റ്റു ചെയ്യപ്പെട്ടത് പ്രവാസി ഓർമ്മക്കുറിപ്പുകളായിരുന്നു. പ്രവാസലോകവും നാട്ടിൻപുറവും ഒരുപോലെ ഈ രചനകളിൽ കടന്നുവന്നു. ബ്ലോഗെഴുത്തുകാരിലെ ഈ പ്രവണതയെപ്പറ്റി ബ്ലോഗർമാരിൽ പ്രമുഖനായ വിഡിമാൻ എന്ന വി.ഡി. മനോജ് അഭിപ്രായപ്പെടുന്നു.

> "ഏറ്റവുമധികം ബ്ലോഗുകൾ പോസ്റ്റു ചെയ്യപ്പെടുന്നത് ഈ വിഭാഗത്തിലായിരിക്കുമെന്ന് തീർച്ച. പ്രവാസമലയാളികൾ തന്നെയാണ് എഴുത്തുകാരിൽ ഏറിയപങ്കും. വിദ്യാർത്ഥികളും ടെക്കി ബോയ്സും ഗേൾസുമൊന്നും ഓർമ്മകളും അനുഭവങ്ങളും പങ്കുവയ്ക്കുന്നതിൽ ഒട്ടും പിന്നിലല്ല. ചിരിപ്പിച്ചും കരയിപ്പിച്ചും തീ പോലെ പൊള്ളിച്ചും പീലി പോലെ തഴുകിയും ഓർമ്മകൾ... തനിച്ചിരിക്കുമ്പോൾ ഓർമ്മകൾ അല്ലാതെ ആര് കൂട്ട് അല്ലെ?"
>
> (പോസ്റ്റുചെയ്തത്: 14/10/2012).

ബ്ലോഗിന്റെ വളർച്ചയെ സ്വാധീനിച്ച പ്രധാന ഘടകം മലയാളിയുടെ പ്രവാസജീവിതമായിരുന്നു. അതാകട്ടെ ബ്ലോഗിൽ അടയാളപ്പെടുത്തപ്പെട്ടത് ഓർമ്മകളും അനുഭവങ്ങളുമായിട്ടാണ്. പ്രവാസസ്വത്വത്തെ പഠിക്കുവാൻ ഏറ്റവും സഹായിക്കുന്ന ഒന്നാണ് ബ്ലോഗിലെ ആത്മാംശമുള്ള ഈ കുറിപ്പുകൾ. ബ്ലോഗുതരുന്ന അവസരത്തെ ഒരു പ്രവാസി എപ്രകാരം കാണുന്നുവെന്ന് വെളിപ്പെടുത്തുന്നതാണ് 'ഞാറച്ചോട്ടിൽ' എന്ന ബ്ലോഗിലെ ആമുഖ കുറിപ്പ്.

> ഇതൊരു ഓർമ്മിച്ചെടുക്കലാണ് - വിട്ടുപോന്ന ലോകം എന്നന്നേക്കുമായി നഷ്ടപ്പെട്ടെന്നു തിരിച്ചറിഞ്ഞ ഒരു പ്രവാസിയുടെ ഓർമ്മിച്ചെടുക്കൽ: തരിശുനിലങ്ങൾ വർഷകാലത്തെ ഓർമ്മിച്ചെടുക്കുന്നതുപോലെ. ഇതൊരു പരിചയപ്പെടുത്തലുമാണ് - എൺപതുകളിലും തൊണ്ണൂറുകളുടെ ആദ്യപകുതിയിലും ഭൂമി മലയാളത്തിൽ ജീവിച്ചിരുന്ന ഒരു ദേശത്തെ നിങ്ങൾക്കു മുന്നിൽ. നാഗരികതയുടെ കടന്നുവരവിൽ ഗ്രാമീണതയുടെ രൂപഭാവങ്ങൾ കൈ മോശം വന്ന ആ ദേശത്തിന്റെ ഓർമ്മത്തണലിലേക്കു നടക്കട്ടെ ഞാൻ
>
> (വെഞ്ഞാറൻ, http://njaarachottil.blogspot.in, 03/12/2015).

ആത്മാഖ്യാനങ്ങളിലെ ഗൗരവത്വം

ബ്ലോഗിലെ ആത്മാംശക്കുറിപ്പുകൾ നർമ്മരസം മാത്രമല്ല ഭവിപ്പിക്കുന്നത് വളരെ ഗൗരവമുള്ള എഴുത്തുകളും ബ്ലോഗു ഭിത്തിയിൽ രേഖപ്പെടുത്തുന്നുണ്ട്. 'അനാമികം' എന്ന ബ്ലോഗിന്റെ ആമുഖത്തിൽ നല്കിയിരിക്കുന്ന കുറിപ്പ് ഇപ്രകാരമാണ്.

> ഒറ്റപ്പെടൽ... അതൊരു വല്ലാത്ത വേദനയാണ്. എന്റെ ഒറ്റപ്പെടലിൽ നിന്നും രക്ഷപ്പെടാനായി ഒരു വൃഥാശ്രമം. എന്നിലെ നല്ലതും ചീത്തയുമായ അംശങ്ങളുടെ സ്വാംശീകരണമായി ഒരു ഏറ്റുപറച്ചിൽ... ആരെയും വേദനിപ്പിക്കാതെ, കുറ്റപ്പെടുത്താതെ, പിന്നിട്ടവഴികളിലേക്കൊരു തിരിഞ്ഞുനോട്ടം. അറിഞ്ഞതും കണ്ടതും കേട്ടതുമായ ചില ജീവിതാനുഭവങ്ങൾ ഇവിടെ കുറിച്ചിടുന്നു. ആത്മാംശത്തേക്കാളധികം ഭാവനയും ഭാവനയേക്കാളധികം ആത്മാംശവും കൂടിക്കുഴഞ്ഞ കുറെ അനുഭവങ്ങൾ... അതാണ് 'അനാമികം'
>
> (അനാമിക, http://anaamikam.blogspot.in, 04/11/2015).

ഈ ബ്ലോഗിൽ ഏഴ് ലക്കങ്ങളിലായി പോസ്റ്റു ചെയ്ത 'അമ്മയെന്ന എന്റെ മകൾ' അമ്മയെപ്പറ്റിയുള്ള മകളുടെ വിവരണങ്ങളാണ്. ആദ്യ പോസ്റ്റിന്റെ ആരംഭത്തിൽ ബ്ലോഗർ എഴുതുന്നു.

> എന്റെ അമ്മയുടെ പുനർജന്മത്തിന്റെ കഥയാണിത്. എന്റെ മകളായി തന്റെ രണ്ടാം ജന്മത്തിലൂടെ വളർന്ന് വീണ്ടും എന്റെ അമ്മയിലേക്ക് എത്തിച്ചേർന്ന കഥ. കുറച്ച് ആധികളുടെയും പിന്നെ കുറേ ആശങ്കകളുടെയും അതിലേറെ സങ്കടങ്ങളുടെയും അതിനെയെല്ലാം മറികടന്ന് എന്റെ സന്തോഷത്തിന്റെയും കഥ
>
> (പോസ്റ്റു ചെയ്തത്: അനാമിക, 18/07/2015).

സന്തോഷിപ്പിക്കുന്നതും നൊമ്പരപ്പെടുത്തുന്നതുമായ ജീവിതത്തിന്റെ ഏടുകളെ എഴുതിച്ചേർക്കുന്നതിനുള്ള ഇടമായി ബ്ലോഗുകളെ ഇവിടെ ഉപയോഗപ്പെടുത്തുന്നു. പങ്കുവയ്ക്കപ്പെടേണ്ട സന്ദർഭങ്ങളെ രേഖപ്പെടുത്തി അറിയിക്കുന്നതിന് പുസ്തകങ്ങളെ മാത്രം ആശ്രയിച്ചിരുന്ന അവസ്ഥയിൽ നിന്നും ഏതൊരാൾക്കും ഏതു സമയത്തും ഹൃദയാഭിമുഖ്യങ്ങളെ പുറംലോകത്തോട് വെളിപ്പെടുത്തുന്നതിന് സൃഷ്ടിച്ച മാധ്യമസാധ്യതയാണ് ബ്ലോഗുകൾ. കുട്ടിക്കാലത്തെ കൂട്ടുകെട്ടുകൾ, വിദ്യാലയാനുഭവങ്ങൾ, തൊഴിൽരംഗത്തെ അരക്ഷിതാവസ്ഥകൾ, സൗഹൃദങ്ങൾ ഇങ്ങനെ ആത്മഭാഷണങ്ങളുടെ എണ്ണിയാൽ തീരാത്ത പോസ്റ്റുകൾകൊണ്ട് മലയാള ബ്ലോഗുലോകം ഇന്നു സമ്പന്നമാണ്.

വ്യക്തിസ്വത്വത്തെ പ്രതിഷ്ഠിക്കുന്ന ഇടമെന്ന നിലയിൽ ബ്ലോഗുകളുടെ സ്വാതന്ത്ര്യത്തെപ്പറ്റി സംവാദങ്ങൾ ഉണ്ടാകാറുണ്ട്. അവ എത്രമാത്രം ആത്മാഖ്യാനപരമായിരിക്കാം എന്നതിനെ സംബന്ധിച്ച് അതിർത്തി കല്പിക്കാൻ കഴിയില്ല. ബ്ലോഗർ ആഗ്രഹിക്കുന്നിടത്തോളം അയാളെപ്പറ്റി എഴുതുവാനുള്ള സ്വാതന്ത്ര്യമാണ് ബ്ലോഗു തുറന്നുതരുന്നത്.

വ്യക്തിപ്രകാശനത്തിന്റെ സ്വതന്ത്രഭൂമിക എന്ന നിലയിൽ ബ്ലോഗു ഭരമേല്പിക്കുന്ന ഉത്തരവാദിത്വങ്ങളെപ്പറ്റി ഒരു ബ്ലോഗറുടെ അഭിപ്രായം ഇപ്രകാരമാണ്.

> "ബ്ലോഗിൽ ഒരു ഇമേജ് തടവറ ഉണ്ടാക്കുന്നതിനോട് എനിക്കു യോജിപ്പില്ല. ശരിയാണ് എന്നെനിക്കു തോന്നുന്ന കാര്യങ്ങൾ നമ്മുടെയൊക്കെ സത്യപ്രതിജ്ഞപോലെ നിർഭയമായും അങ്ങനെയിങ്ങനെയുമൊക്കെ ധൈര്യമായി പറയാനുള്ള ഒരു വേദിയാണു ബ്ലോഗ്. മറ്റുള്ളവരെപ്പോലെ ഞാനും ഒരു മനുഷ്യജീവിയായതു കാരണം എനിക്കു കിട്ടണമെന്നു ഞാൻ ആഗ്രഹിക്കുന്ന അഭിപ്രായസ്വാതന്ത്ര്യ ത്തോടുള്ള ബഹുമാനം, വിയോജിക്കാനുള്ള യോജിപ്പ്, വ്യക്തിഹത്യാപരമല്ലാത്ത പെരുമാറ്റങ്ങൾ, വികാരങ്ങളെ വ്രണപ്പെടുത്താതിരിക്കൽ, പറയുന്നതൊക്കെ സത്യവും നിയ മാനുസൃതവുമായിരിക്കണം തുടങ്ങിയ ചുരുക്കം ചില നിബ ന്ധനകൾ ഞാനും പാലിക്കണം എന്നതൊഴിച്ചാൽ സർവ്വ സ്വാതന്ത്രവിഹാരഭൂമിയാണ് എനിക്കു ബ്ലോഗ്. അതങ്ങനെ തന്നെയങ്ങു പോയാലുള്ള ഗുണം ബ്ലോഗ് ഒരിക്കലും നമ്മെ ഭരിക്കില്ല. നമ്മുടെ ബ്ലോഗിന്റെ സർവ്വാധികാരിയും സർവ്വേ ക്കല്ലും രാജാവും പ്രജയും സീയിയോയും പ്യൂണും എല്ലാം നമ്മൾതന്നെ. നമുക്കു തോന്നുമ്പോൾ ഇതുവന്നു തുറക്കും. അടിച്ചുവാരണമെന്നു തോന്നിയാൽ വാരും. അല്ലെങ്കിൽ അവിടെ കിടക്കും. എന്തെങ്കിലും പറയണമെന്നു തോന്നി യാൽ, എവിടെയെങ്കിലും പറയണമെന്നു തോന്നിയാൽ പറയും. ഇല്ലെങ്കിൽ പറയില്ല. ഇന്നൊന്നു പറയും. നാളെ ചിലപ്പോൾ മാറ്റിപ്പറയും. എന്തും ചെയ്യും. മുകളിൽ പറഞ്ഞ നിബന്ധനകൾ പാലിക്കാൻ ശ്രമിച്ചുകൊണ്ട്"
>
> (വക്കാരിമഷ്ടാ, 05/08/2007 b:2-3)

അച്ചടിലിപികളിൽ പ്രസിദ്ധീകരിക്കപ്പെടുന്ന ആത്മകഥകൾ നിശ്ചിത നിലവാരത്തിൽ ഗൗരവാംശത്തെ നിലനിർത്തുന്നുണ്ട്. യാഥാർത്ഥ്യത്തിന്റെ ഭാവാത്മകമായ അവതരണത്തിലൂടെ ജീവിതത്തെ പുനഃരാഖ്യാനം ചെയ്യുന്നതിനുള്ള ശ്രമമാണ് ആത്മകഥകളിൽ കാണുക. ബ്ലോഗിലെ ആത്മാഖ്യാനങ്ങളിൽ യാഥാർത്ഥ്യത്തിന്റെ അംശങ്ങൾ കുറഞ്ഞുവരുകയും ഫലിതം യാഥാർത്ഥ്യത്തെ അതിലംഘിക്കുകയും ചെയ്യുന്നു.

തികച്ചും വ്യക്തിപരമായ സംഭാഷണങ്ങൾക്കുള്ള വേദിയായിട്ടാണ് പലരും ബ്ലോഗിനെ കാണുന്നത്. അതിനാൽ അവിടെ പോസ്റ്റു ചെയ്യപ്പെടു ന്നത് കൂടുതലും ആത്മഭാഷണങ്ങളായിരിക്കും. ബാല്യത്തിൽനിന്നും ചീന്തി യെടുത്ത ഒരേട്, വിട്ടുപോന്ന ദേശത്തിന്റെ ഓർമ്മക്കുറിപ്പുകൾ ഇങ്ങനെ ബ്ലോഗെഴുത്തുകൾ ആത്മപ്രകാശനവേദിയായി മാറുന്നു. ബ്ലോഗറെ ശ്രദ്ധി ക്കുന്ന ലോകം ഇത്തരം കാര്യങ്ങൾ കേൾക്കാൻ ആഗ്രഹിക്കുന്നതിനാൽ മുന്നിലുള്ള സദസ്സിനെ ബോറടിപ്പിക്കാതെ കൂടുതൽ താല്പര്യം ജനിപ്പിക്ക ത്തക്കരീതിയിൽ അവതരിപ്പിക്കാൻ ഓരോ ബ്ലോഗറും ശ്രമിക്കുന്നു. ആത്മ കുറിപ്പുകളെ നർമ്മത്തിൽ ചാലിച്ച് നല്കുന്നു. ചിന്തിപ്പിക്കുന്നതിനെക്കാൾ പ്രേക്ഷകസദസ്സിനെ പിടിച്ചുനിർത്തുക മാത്രമാണ് ബ്ലോഗറുടെ ലക്ഷ്യം.

ഇരുപത്തിമൂന്ന്

ലേഖനബ്ലോഗുകൾ

മലയാളത്തിലെ ഉപന്യാസപ്രസ്ഥാനം ആരംഭിച്ചത് ആദ്യകാല മലയാള മാസികകളിലാണ് (പരമേശ്വരൻപിള്ള, 2013:632-633). ഇന്ന് അവയുടെ പുതിയ പതിപ്പുകൾ ഓൺലൈൻ ജേർണൽ എന്നു വിളിക്കപ്പെടുന്ന ബ്ലോഗുൾപ്പെടുന്ന നവമാധ്യമങ്ങളിൽകൂടി പ്രത്യക്ഷപ്പെട്ടുകൊണ്ടിരിക്കുന്നു. കഥ, കവിത, ആത്മാഖ്യാനം എന്നിവയ്ക്കൊപ്പം മലയാളബ്ലോഗുകളിൽ സജീവസാന്നിധ്യമറിയിക്കാൻ ഉപന്യാസശാഖയ്ക്കു കഴിഞ്ഞിരിക്കുന്നു.

വിജ്ഞാനമേഖലകളിൽ അനുദിനമുണ്ടാകുന്ന പുരോഗതി പ്രബന്ധരചനയ്ക്കു വഴിതെളിക്കുന്നു (2013:634). മറ്റേതൊരു സാഹിത്യശാഖയെക്കാൾ വിജ്ഞാനമേഖലയിലുണ്ടാകുന്ന വളർച്ച രേഖപ്പെടുത്തുന്ന സാഹിത്യശാഖയാണിത്. അറിവുതേടുന്നതിനുള്ള തൃഷ്ണ, ഉന്നതവിദ്യാഭ്യാസത്തിലുള്ള അഭിവൃദ്ധി, വിവിധ വിജ്ഞാനമേഖലകളുടെ ഉദയം എന്നിവ ഇതിനു കാരണമായി തീരുന്നുണ്ട്. മതം, കല, ധനതത്വശാസ്ത്രം, സാമൂഹികശാസ്ത്രം, സാഹിത്യം, ലൈംഗികശാസ്ത്രം, വിദ്യാഭ്യാസം, പത്രപ്രവർത്തനം, കുടുംബശാസ്ത്രം, ജീവശാസ്ത്രം, വ്യവസായം, സിനിമ, മനഃശാസ്ത്രം, ഭാഷാവിജ്ഞാനം, ചരിത്രം, സ്പോർട്സ്, നിയമം ഇങ്ങനെ നിരവധിയായ വിഷയങ്ങൾ ഈ സാഹിത്യശാഖ കൈകാര്യം ചെയ്യുന്നുണ്ട്. ഈ വിഷയങ്ങളിൽ പ്രൗഢമായ ലേഖനങ്ങളും ലേഖനസമാഹാരങ്ങളും വിവിധ അച്ചടിമാധ്യമങ്ങളിലൂടെ പുറത്തുവരുന്നു. അച്ചടി മേഖലകളുടെ സജീവമായ സാന്നിധ്യത്തിനു മധ്യേ ഉദയം ചെയ്ത ബ്ലോഗുകൾ ഉപന്യാസമേഖലയുടെ വിജ്ഞാനവിസ്തൃതിയെ വർദ്ധിപ്പിച്ചുകൊണ്ടിരിക്കുന്നു.

ബ്ലോഗിലെ ലേഖനസവിശേഷതകൾ

1. പുതിയ വിജ്ഞാനമേഖലയെ ഭാഷയ്ക്കു പരിചയപ്പെടുത്തുവാൻ ബ്ലോഗിലെ ലേഖനങ്ങൾ പ്രയോജനപ്പെടുന്നു. ഡിജിറ്റൽ സാങ്കേതികവിദ്യയുടെ ഉല്പന്നമെന്ന നിലയിൽ പിറന്ന ബ്ലോഗുകൾ ആ വിജ്ഞാനശാഖയെപ്പറ്റി കൂടുതൽ അറിവു നല്കുന്നു. കമ്പ്യൂട്ടർ ചരിത്രം,

സാങ്കേതികത, കമ്പ്യൂട്ടർ സാങ്കേതികതയുടെ പ്രയോഗങ്ങൾ എന്നീ വിഷയങ്ങളിൽ അറിവു നേടാൻ ബ്ലോഗുകളിൽ വരുന്ന ലേഖനങ്ങൾ പ്രയോജനപ്പെടുന്നു. കമ്പ്യൂട്ടർ സാങ്കേതികമേഖലയുമായുള്ള ജൈവികബന്ധം ബ്ലോഗുലേഖനങ്ങളിൽ പൊതുവേ അടയാളപ്പെടുത്തുന്നുണ്ട്.

2. കമ്പ്യൂട്ടർ സാങ്കേതികതയെ ഭാഷയുമായി ബന്ധിപ്പിച്ചുകൊണ്ടുള്ള നിരീക്ഷണങ്ങളും അവലോകനങ്ങളും ബ്ലോഗുലേഖനങ്ങളിൽ കാണുന്നു. ഹ്രസ്വഭാവിയിൽതന്നെ പ്രബലമായിത്തീരുന്ന ഒരു സാഹിത്യശാഖയുടെ ആദ്യാങ്കുരണങ്ങളായി ഇവയെ കാണാവുന്നതാണ്.

3. നവമാധ്യമങ്ങളെപ്പറ്റിയുള്ള നിരീക്ഷണങ്ങൾ ഏറ്റവുമധികം പ്രത്യക്ഷപ്പെട്ടത് ബ്ലോഗുകളിലാണ്. ഫെയ്സ്ബുക്ക്, ട്വിറ്റർ, വാട്സ്ആപ്പ് തുടങ്ങിയ നവമാധ്യമങ്ങളിൽ വാർത്താപരമായ മാനങ്ങളാണ് കൂടുതൽ ശ്രദ്ധനേടിയത്. നവമാധ്യമപഠനങ്ങളും നിരീക്ഷണങ്ങളും അവയിൽ വേണ്ടത്ര പരിഗണിക്കാതെ പോയപ്പോൾ ഗൗരവമായ ലേഖനങ്ങൾ കുറെയെങ്കിലും ബ്ലോഗുകളിൽ പ്രത്യക്ഷപ്പെട്ടുകൊണ്ടിരിക്കുന്നു.

4. ബ്ലോഗെന്ന മാധ്യമത്തെയും അതിലെ മാധ്യമലോകത്തെയുംപറ്റി അറിവു ലഭിക്കുന്നതിന് ബ്ലോഗിലെ ലേഖനങ്ങൾ പ്രയോജനപ്പെടുന്നു. മാതൃഭൂമി ആഴ്ചപ്പതിപ്പ്, ഭാഷാപോഷിണി തുടങ്ങി വളരെക്കുറച്ച് അച്ചടിപ്രസിദ്ധീകരണങ്ങളിൽ മാത്രമേ ബ്ലോഗുകളെപ്പറ്റിയും അതിന്റെ മാധ്യമചുറ്റുപാടുകളെപ്പറ്റിയും ലേഖനങ്ങൾ പ്രസിദ്ധീകരിക്കപ്പെട്ടിട്ടുള്ളൂ. അതിനാൽ ഈ മാധ്യമത്തെയും അതിന്റെ മാധ്യമസവിശേഷതകളെയും പരിചയപ്പെടുന്നതിന് ബ്ലോഗിലെ ലേഖനങ്ങൾ പ്രയോജനപ്പെടുന്നു.

5. വിവിധ തൊഴിൽരംഗങ്ങളിൽ വ്യാപൃതരായിരിക്കുന്നവർ ബ്ലോഗുകളിലേക്കു കടന്നുവന്നതിനാൽ വ്യത്യസ്തമായ തൊഴിൽമേഖലകളെപ്പറ്റി അറിവുകൾ പങ്കുവയ്ക്കുന്ന വേദിയായി ബ്ലോഗുലേഖനങ്ങൾ മാറ്റപ്പെട്ടു.

6. ബ്ലോഗുകളിൽ പ്രത്യക്ഷപ്പെട്ട ലേഖനങ്ങളിൽ അധികവും രാഷ്ട്രീയം, സിനിമ, ഭാഷ, മാധ്യമം എന്നീ മേഖലകളുമായി ബന്ധപ്പെട്ടവയാണ്.

7. ഗൗരവമായ പഠനങ്ങൾ എന്നതിനേക്കാൾ ബഹുഭൂരിപക്ഷം ലേഖനങ്ങളും നിരീക്ഷണങ്ങളും അവലോകനങ്ങളും അഭിപ്രായപ്രകടനങ്ങളുമായി നില്ക്കുന്നവയാണ്.

8. കഥ, കവിത എന്നിവയ്ക്കൊപ്പം ലേഖനങ്ങളും ഇടകലർത്തിയെഴുതുന്ന രീതിയാണ് പൊതുവെ ബ്ലോഗുകളിലുള്ളത്. ലേഖനങ്ങൾ മാത്രമായി പ്രസിദ്ധീകരിക്കുന്ന വളരെ കുറച്ചു ബ്ലോഗുകളേ മലയാളത്തിൽ കാണപ്പെടുന്നുള്ളൂ.

മലയാളത്തിലെ ലേഖനബ്ലോഗുകൾ

വിവരസാങ്കേതികവിദ്യയുമായി ബന്ധപ്പെട്ട നല്ല ലേഖനങ്ങൾ പ്രത്യക്ഷപ്പെടുന്ന ബ്ലോഗാണ് വി.കെ. ആദർശിന്റെ ബ്ലോഗുഭൂമി (blogbhoomi.blogspot.in). കമ്പ്യൂട്ടർ ചരിത്രം, ഇ-വായന, ഡിജിറ്റൽ ടെക്നോളജി, ഭാഷയും കമ്പ്യൂട്ടറിംഗും തുടങ്ങി സാങ്കേതികവശങ്ങളുടെ വിശദീകരണങ്ങൾ വി.കെ. ആദർശിന്റെ ലേഖനങ്ങളിലൂടെ മനസ്സിലാക്കാൻ കഴിയും. കമ്പ്യൂട്ടർസാങ്കേതികതയെ സംബന്ധിച്ച നൂറിൽപരം ലേഖനങ്ങൾ ഈ ബ്ലോഗിൽ പ്രസിദ്ധീകരിച്ചിട്ടുണ്ട്.

സമകാല മലയാളഭാഷയെപ്പറ്റി വിശദമായ ചർച്ചകളും അവലോകനങ്ങളും നടക്കുന്ന ബ്ലോഗാണ് മലയാളഐക്യവേദി (malayalaaikyavedi). ഭാഷാസംബന്ധിയായി വിവിധ മാധ്യമങ്ങളിൽ വന്ന ലേഖനങ്ങളും കുറിപ്പുകളും ഇവിടെ വായിക്കാം. മലയാളഭാഷയുടെ വർത്തമാനാവസ്ഥകളും പ്രയോഗങ്ങളും ഈ ബ്ലോഗിലെ ലേഖനങ്ങൾക്കു വിഷയമായിട്ടുണ്ട്.

സാഹിത്യസംബന്ധിയായ പഠനങ്ങൾ പ്രസിദ്ധീകരിക്കുന്ന ബ്ലോഗാണ് ഉഷാകുമാരി ജി.യുടെ 'ഒരു കപ്പ് ചായ' (orukappuchaaya.blogspot.in). സ്ത്രീ വാദം: പലമകളും തനിമകളും, അടച്ചിട്ട അലമുറകൾ, പുതുമഷി തേടുന്ന പെൺകവിത, ഉരുകുന്ന ലിംഗപദവിയും സൈബർസ്പെയ്സും തുടങ്ങി ഫെമിനിസത്തിന്റെ ആധുനിക കാഴ്ചപ്പാടുകളെ അവതരിപ്പിക്കാൻ ഉഷാകുമാരി ശ്രദ്ധിക്കുന്നു.

ബ്ലോഗുകളുടെ ആരംഭകാലത്ത് ബ്ലോഗുകളുടെ സാങ്കേതികവശങ്ങൾ പരിചയപ്പെടുത്തിക്കൊണ്ടുള്ള നിരവധി ലേഖനങ്ങൾ പ്രസിദ്ധീകരിക്കപ്പെടുകയുണ്ടായി. ബ്ലോഗിംഗിലേക്കു കടന്നുവരുന്നവരെ സംബന്ധിച്ച് ഇത്തരം ലേഖനങ്ങൾ ഏറെ പ്രയോജനപ്രദമാണ്. അപ്പു എന്ന ബ്ലോഗറുടെ 'ആദ്യാക്ഷരി' (bloghelpline. cyberjalakam.com) മുള്ളൂക്കാരൻ എന്ന ബ്ലോഗറുടെ 'ഇന്ദ്രധനുസ്സ്' (indradhanuss.blogspot.in) എന്നീ ബ്ലോഗുകൾ ഇത്തരത്തിൽപ്പെട്ടവയാണ്. ഈ ബ്ലോഗുകളിൽ പ്രസിദ്ധീകരിച്ച ലേഖനങ്ങൾ ബ്ലോഗിംഗിനെപ്പറ്റി പ്രാഥമികമായ അറിവ് പ്രദാനം ചെയ്യുന്നവയാണ്.

വിജ്ഞാനം, വിവരസാങ്കേതികവിദ്യ, സാഹിത്യം, പരിസ്ഥിതി തുടങ്ങിയ വിഷയങ്ങളെ ഗൗരവമായി പഠിക്കുകയും അവതരിപ്പിക്കുകയും ചെയ്യുന്ന ബ്ലോഗാണ് ജോസഫ് ആന്റണിയുടെ 'കുറിഞ്ഞി ഓൺലൈൻ' (kuringionline. blogspot.in). 2006 ൽ ആരംഭിച്ച ഈ ബ്ലോഗിൽ അഞ്ഞൂറോളം ലേഖനങ്ങൾ പ്രസിദ്ധീകരിച്ചിട്ടുണ്ട്. 2014 മാർച്ച് മാസത്തിൽ പ്രസിദ്ധീകരിച്ച രണ്ട് ലേഖനങ്ങൾ ഹോർത്തൂസ് മലബാറിക്കൂസിന്റെ പിറവിയെ സംബന്ധിച്ച് ഗവേഷണാത്മകപഠനമാണ്. ഇത്തരത്തിൽ നിരവധി പഠനങ്ങൾ ഈ ബ്ലോഗിൽ പ്രസിദ്ധീകരിച്ചിട്ടുണ്ട്. സെബിൻ ജേക്കബിന്റെ 'ഓപ്പൺഹൗസ്' (absolutevoid.blogspot.in) എന്ന ബ്ലോഗിലും സാങ്കേതികലേഖനങ്ങൾ പ്രസിദ്ധീകരിക്കുന്നുണ്ട്.

'പൊങ്ങുംമൂടൻ' എന്ന ബ്ലോഗിൽ ഓർമ്മകൾ, ചിന്തകൾ, കാഴ്ചപ്പാടുകൾ, അനുഭവങ്ങൾ, തോന്നലുകൾ, പ്രതിഷേധങ്ങൾ, വെളിവുകേടുകൾ, നേരമ്പോക്കുകൾ എന്നെല്ലാമാണ് ബ്ലോഗുപോസ്റ്റുകളെ ബ്ലോഗർ ഹരീഷ് വിഭജിച്ചിരിക്കുന്നത് (www.pongummoodan.blogspot.in). ബ്ലോഗുലേഖനങ്ങളുടെ സ്വഭാവം ഈ വിഭജനങ്ങളിൽനിന്ന് മനസ്സിലാക്കാം. രാഷ്ട്രീയം, സിനിമ, മാധ്യമം ഇങ്ങനെ വ്യത്യസ്തമായ മേഖലകൾ ഈ ബ്ലോഗെഴുത്തിന്റെ പരിധിയിലേക്കു കടന്നുവരുന്നു. കാഴ്ചകളെ നർമ്മത്തിൽ ചാലിച്ച് അവതരിപ്പിക്കുന്നതിനുള്ള ശ്രമമാണ് പൊതുവേയുള്ളത്.

സിനിമ, സംസ്കാരം, സംഗീതം തുടങ്ങിയ വിഷയങ്ങളെപ്പറ്റിയുള്ള ലേഖനങ്ങൾ പ്രസിദ്ധീകരിച്ചിട്ടുള്ള ബ്ലോഗാണ് 'എതിരൻ കതിരവൻ' (ethiran. blogspot.in) ഈ മേഖലകളെപ്പറ്റി വിജ്ഞാനപരമായ ലേഖനങ്ങൾ ഈ ബ്ലോഗിൽ വായിക്കാൻ കഴിയും.

സാമൂഹികപ്രശ്നങ്ങളെയും സാഹിത്യത്തെയും സംബന്ധിച്ച ലേഖനങ്ങൾ കവി കുരീപ്പുഴ ശ്രീകുമാറിന്റെ ബ്ലോഗിൽ വായിക്കാൻ കഴിയും. 'കുരീപ്പുഴ' (kureeppuzha-kureeppuzha sreekumar.blogspot.in) എന്ന ബ്ലോഗിലാണ് അദ്ദേഹം സൃഷ്ടികൾ പ്രസിദ്ധീകരിക്കുന്നത്.

രാജീവ് ചേലനാട്ട് സ്വന്തം പേരിൽതന്നെ പ്രസിദ്ധീകരിക്കുന്ന ബ്ലോഗിൽ (rajeevchelanat.blogspot.in) സമകാലികസംഭവങ്ങളും സാഹിത്യവും വിഷയമായിട്ടുള്ള ലേഖനങ്ങൾ പ്രത്യക്ഷപ്പെടുന്നു. ഭാഷ, സാഹിത്യം, ശാസ്ത്രം, സംസ്കാരം എന്നീ വിഷയങ്ങളെ സംബന്ധിച്ച് ഗൗരവമുള്ള പഠനങ്ങൾ വി. വിജയകുമാറിന്റെ 'മലയാളവാക്ക്' (malayalavakk. blogspot.in), എച്ച്.കെ. സന്തോഷിന്റെ 'അല്ല പിന്നെ' (hksanthosh. blogspot.in), പി. പ്രേമചന്ദ്രന്റെ 'വട്ടേൻതിരിപ്പ്' (premanmash.blogspot.in) എന്നീ ബ്ലോഗുകളിൽ പ്രത്യക്ഷപ്പെടുന്നു. 'അല്ല പിന്നെ' എന്ന ബ്ലോഗിന്റെ പ്രൊഫൈലിൽ നല്കിയിരിക്കുന്ന കുറിപ്പ് "ഭാഷ, സംസ്കാരം, കല, സമൂഹം, സാഹിത്യം തുടങ്ങിയ ഇഷ്ടമണ്ഡലങ്ങളിൽ ചില നിരീക്ഷണങ്ങളും കുലുക്കി കുത്തലുകളും പിന്നെ മലയാളപഠനത്തിൽ ഇനിയും വികസിച്ചിട്ടില്ലാത്ത മേഖലകളിൽ വിദ്യാർത്ഥികളുടെ ആവശ്യാർത്ഥം പഠനക്കുറിപ്പുകളും" എന്നാണ്. ബ്ലോഗിലെ പല ലേഖനങ്ങളും സ്വഭാവത്തിൽ നിരീക്ഷണങ്ങളും കുലുക്കിക്കുത്തലുകളുമായി മാറുന്നുണ്ട്. ലേഖനങ്ങൾ കൊണ്ട് ബ്ലോഗുലോകത്ത് ശ്രദ്ധിക്കപ്പെട്ടവരാണ് അസിസ് മഞ്ഞിയിൽ - 'തൂലിക' (thoolikamanjiyil.blogspot.in), ശ്രീജിത്ത് മുത്തേടത്ത് - സാഹിത്യസദസ്സ് (saahityasadhas.blogspot.in), വെള്ളെഴുത്ത് - വെള്ളെഴുത്ത് (vellezhuth. blogspot.in), കെ.പി. സുകുമാരൻ - ശിഥിലചിന്തകൾ (www.kpsukumaran. blogspot.in), നലൻസ് - കാറ്റ് (nalanz.wordpress) എന്നിവർ. നവനിരൂപകരിൽ പ്രസിദ്ധനായ എം.കെ. ഹരികുമാറിന്റെ അച്ചടിയിൽ പ്രസിദ്ധീകരിക്കപ്പെട്ട ലേഖനങ്ങൾ വായിക്കുന്നതിന് 'നവാദ്വൈതവാദം' (newmkharikumar. blogspot.in) എന്ന ബ്ലോഗ് സന്ദർശിച്ചാൽ മതി.

ഡേവിഡ് ക്രിസ്റ്റലിന്റെ ഭാഷാചിന്തകളുടെ വെളിച്ചത്തിൽ എഴുതിയ 'ആസന്നമരണ ഭാഷാചിന്തകൾ' അടക്കമുള്ള ഭാഷാപരമായ ലേഖനസൃഷ്ടികൾ കവി വി. മോഹനകൃഷ്ണന്റെ 'കാകജന്മം' (kaakajanmam.blogspot.in) എന്ന ബ്ലോഗിൽ പ്രസിദ്ധീകരിച്ചിട്ടുണ്ട്.

വിവിധ തൊഴിൽമേഖലകളിൽ വ്യാപരിക്കുന്നവർ ബ്ലോഗിലേക്ക് ആകർഷിക്കപ്പെട്ടതിന്റെ ഫലമായി വിവിധ വിജ്ഞാനമേഖലകളെ അറിയുന്നതിന് ബ്ലോഗുകൾ പ്രയോജനപ്പെട്ടു. വിഷയങ്ങളുമായി ബന്ധപ്പെട്ടു പോസ്റ്റു ചെയ്യപ്പെട്ട ലേഖനങ്ങളാണ് അതിനിടവരുത്തിയത്. ആരോഗ്യരംഗത്തെ വിശേഷങ്ങളും ചികിത്സാവിധികളും അറിയുന്നതിന് മെഡിസിൻ@ബൂലോഗം (medicineatboolokam. blogspot.in) എന്ന ബ്ലോഗ് ഏറെ ഉപകാരപ്രദമാണ്. അലോപ്പതി ഡോക്ടറായ സൂരജ് രാജനാണ് അതിൽ ലേഖനങ്ങൾ പോസ്റ്റു ചെയ്യുന്നത്. ശരീരശാസ്ത്രം, രോഗവും ചികിത്സയും ഭക്ഷണക്രമം തുടങ്ങി ആരോഗ്യശാസ്ത്രലേഖനങ്ങൾ ഇതിൽ പ്രസിദ്ധീകരിക്കപ്പെടുന്നു. ആരോഗ്യശാസ്ത്രലേഖനങ്ങൾ പ്രത്യക്ഷപ്പെടുന്ന മറ്റൊരു ബ്ലോഗാണ് ഡോ. മനോജ് വെള്ളനാടിന്റെ 'വെള്ളനാടൻ ഡയറി' (www.vellanadandiary.com).

വിദ്യാഭ്യാസം, ശാസ്ത്രം, രാഷ്ട്രീയം തുടങ്ങിയ വിഷയങ്ങളെപ്പറ്റി ലേഖനങ്ങൾ പ്രത്യക്ഷപ്പെടുന്ന ബ്ലോഗാണ് 'ഐറിസ്' (being-iris-blogspot.in). ബ്ലോഗർ റോബിയുടെ കാഴ്ചപ്പാടുകൾ ഈ ബ്ലോഗിൽ പോസ്റ്റു ചെയ്യപ്പെടുന്നു.

കർഷകർക്കായി എഴുതപ്പെടുന്ന ലേഖനങ്ങൾ കർഷകമലയാളം (karshakamalayalam.blogspot.in) എന്ന ബ്ലോഗിൽ പ്രത്യക്ഷപ്പെടുന്നു. എസ്. ചന്ദ്രശേഖരൻനായരാണ് അതിലെ ബ്ലോഗർ. കേരളത്തിലെ ഔഷധസസ്യങ്ങളെപ്പറ്റി പഠിക്കുന്നതിനു സഹായിക്കുന്നതാണ് 'സാധു' എന്ന ബ്ലോഗറുടെ ഔഷധസസ്യങ്ങൾ (sathu-sathu.blogspot.in). ജ്യോതിഷവുമായി ബന്ധപ്പെട്ട മൂവായിരത്തിൽപരം പോസ്റ്റുകൾ 'പ്ലാനെറ്റ് ജ്യോതിഷം' (planetjyothisham. blogspot.in) എന്ന ബ്ലോഗിൽ പോസ്റ്റു ചെയ്തിട്ടുണ്ട്. ഹിന്ദുമതത്തിലെ ആചാരങ്ങൾ, വിധികൾ, അനുഷ്ഠാനങ്ങൾ എന്നിവയെപ്പറ്റിയുള്ള അറിവുകളും ഇവിടെ ലഭിക്കും. ക്ലാസ്മുറികളിലെ ചിന്തകളും അറിവുകളും പങ്കുവയ്ക്കപ്പെടുന്ന ബ്ലോഗിടമാണ് രാമനുണ്ണിയുടെ 'സുജനിക' (sujanika.blogspot.in). അധ്യാപകപരിശീലനം, ക്രിയാഗവേഷണം ഇങ്ങനെ സ്കൂൾ പാഠ്യപദ്ധതിയുടെ ക്രിയാത്മകവശങ്ങളെപ്പറ്റി സവിസ്തരം പ്രതിപാദിക്കുന്ന ബ്ലോഗാണ് 'ചൂണ്ടുവിരൽ' (learning pointnew.blogspot.in). ഡോ. കലാധരൻ റ്റി.പി. ആണ് ഇതിൽ ലേഖനങ്ങൾ പ്രസിദ്ധീകരിക്കുന്നത്.

ഫുട്ബോൾകളിയെ പ്രതിപാദിക്കുന്ന ലേഖനങ്ങൾ പ്രത്യക്ഷപ്പെടുന്ന ബ്ലോഗാണ് സനിലിന്റെ 'സെൽഫ് ഗോൾ' (selfgoal.blogspot.in).

ഫുട്ബോൾ ചരിത്രം, വിവിധ ഫുട്ബോൾ ക്ലബുകൾ, കളിക്കാർ എന്നിങ്ങനെ ഇന്ത്യയിലെയും വിദേശത്തെയും ഫുട്ബോൾ വിശേഷങ്ങൾ ഈ ബ്ലോഗിൽ പോസ്റ്റു ചെയ്യപ്പെടുന്നു.

ബ്ലോഗുകളിൽ കുടിയേറിയ ഒരു കലാരൂപം കഥകളിയാണ്. കഥകളിയുടെ പ്രചരണാർത്ഥം നിരവധി ബ്ലോഗുകൾ സൃഷ്ടിക്കപ്പെട്ടിട്ടുണ്ട്. കഥകളിവിവരങ്ങൾ അനുഭവങ്ങൾ, കഥകളി ആചാര്യന്മാർ, കഥകളിഅരങ്ങുകൾ, ആട്ടക്കഥകൾ ഇങ്ങനെ കഥകളി എന്ന കലാരൂപത്തെ വെർച്വൽ ലോകത്തെ വായനക്കാർക്കു പരിചയപ്പെടുത്തുന്നതിന് ഈ ബ്ലോഗുകളിലെ ലേഖനങ്ങൾ പ്രയോജനപ്പെടുന്നു. കഥകളി രംഗത്ത് പ്രഗത്ഭരായവരുടെ സൃഷ്ടികൾ എന്ന നിലയിൽ ഈ പോസ്റ്റുകൾ കഥകളിയെപ്പറ്റി അറിയുന്നതിനു വെർച്വൽലോകത്ത് അവസരമൊരുക്കുന്നു. നവമാധ്യമരംഗത്തേക്കുള്ള കഥകളിപോലുള്ള പാരമ്പര്യകലകളുടെ കടന്നുവരവ് അറിവിന്റെ സാർവ്വത്രികവിതരണത്തിന് ഇടവരുത്തും. അംബുജാക്ഷൻ നായരുടെ 'ഇളകിയാട്ടം' (ilakiyattam.blogspot.in) മണിവാതുക്കോടത്തിന്റെ 'കളി ഭ്രാന്ത്' (kalibhranthan .blogspot.in) 'കഥയറിഞ്ഞ് ആട്ടം കാണൂ' (kathayaringu attamkanu.blogspot.in) എൻ.ഹരിയുടെ 'കളിയരങ്ങ്' (kaliyarangu.blogspot.in) കെ.പി. മോഹൻദാസിന്റെ 'കഥകളിയോഗം' (kathakaliyogam) ശ്രീകാന്തിന്റെ 'കളിവെട്ടം' (kalivettam .blogspot.in) വികടശിരോമണിയുടെ 'തൌര്യത്രികം' (chengila.blogspot.in) ഡോ.റ്റി. എസ്. മാധവൻകുട്ടിയുടെ 'കഥയ്ക്കപ്പുറം' (kathaykkappuram.blogspot.in) തുടങ്ങിയവ ഈ വിഭാഗത്തിൽപ്പെടുന്നു. കഥകളിയെ നവമാധ്യമലോകത്ത് പ്രതിഷ്ഠിക്കുന്നതിനും പ്രചരിപ്പിക്കുന്നതിനും ഈ ബ്ലോഗുകൾ കാരണമായിത്തീർന്നു.

കേരളത്തിലെ നാടൻകലാരൂപങ്ങളെ പരിചയപ്പെടുത്തുന്ന ബ്ലോഗാണ് 'പെരുംകളിയാട്ടം' (perumkaliyattam.blogspot.in). കോതമൂരിയാട്ടം, പൊട്ടംതെയ്യം തുടങ്ങിയ കലാരൂപങ്ങളെപ്പറ്റി കുറിപ്പുകളും ചിത്രങ്ങളും വീഡിയോഫയലും ഉൾപ്പെടുത്തി അവതരിപ്പിക്കുകയാണ് കണ്ണൂരാൻ എന്ന ബ്ലോഗർ.

ആത്മീയചിന്തകളും മതവിശ്വാസങ്ങളുമായി ബന്ധപ്പെട്ട് ലേഖനങ്ങൾ പ്രസിദ്ധീകരിക്കുന്ന അനവധി ബ്ലോഗുകളുണ്ട്. ആത്മീയഗ്രൂപ്പുകളും, മതസംഘടനകളും മതവിഭാഗങ്ങളും ബ്ലോഗുകളിലൂടെ ആശയപ്രചരണം നടത്തുന്നു. നസ്രാണി (www.bloger.com),കേരളത്തിലെ ഇസ്ലാം (malabarislam. blogspot.in), കേരള മുസ്ലീം സ്റ്റഡീസ് (keralamuslimstudies. blogspot.in) മാർഗ്ഗം (margam. blogspot.in), തുടങ്ങിയവ ഏതാനും ഉദാഹരണങ്ങൾ മാത്രമാണ്.

സമകാലലോകത്തിലെ നിരീക്ഷണക്കുറിപ്പുകൾ പ്രത്യക്ഷപ്പെടുന്ന നിരവധി ബ്ലോഗുകളുണ്ട്. പരിസ്ഥിതി, സംസ്കാരം, രാഷ്ട്രീയം എന്നിവയുമായി

ബന്ധപ്പെട്ട ധാരാളം ലേഖനങ്ങൾ ഈ ബ്ലോഗുകളിൽ ദിനംപ്രതി പ്രത്യക്ഷപ്പെടുന്നു.

ചിത്രകാരൻ (chitrakaran.blogspot.in)

ചിന്തകൾ (njjoju.blogspot.in)

നനവ് (nanavu.blogspot.in)

നിത്യനിരീക്ഷണങ്ങൾ (nityankozhikode.blogspot.in)

നിരീക്ഷണം (puthunireekshanam.blogspot.in)

വിളംബരം (hamzaalungal.blogspot.in)

ഉണ്ണാമ (unnama.blogspot.in)

ഈ ലോകവും ഞാനും (jayaskkumarj.blogspot.in)

ശിഥിലചിന്തകൾ (kpsukumaran.blogspot.in)

പ്രമുഖ മാധ്യമപ്രവർത്തകനായ ബി.ആർ.പി. ഭാസ്കർ സാമൂഹികവും രാഷ്ട്രീയവുമായ വിഷയങ്ങളെപ്പറ്റി എഴുതുന്ന ബ്ലോഗാണ് 'വായന' (malayalamvaayana .blogspot.in). എഴുന്നൂറിൽപ്പരം ലേഖനങ്ങൾ ഈ ബ്ലോഗിൽ പ്രസിദ്ധീകരിക്കപ്പെട്ടിട്ടുണ്ട്. മാധ്യമപ്രവർത്തകനായ ഡി. പ്രദീപ് കുമാറിന്റെ രാഷ്ട്രീയവും സാമൂഹികവുമായ ലേഖനങ്ങൾ 'ദൃഷ്ടിദോഷം' (dpk-drishtidosham.blogspot.in) എന്ന ബ്ലോഗിൽ പോസ്റ്റു ചെയ്യപ്പെടുന്നു. ബ്ലോഗിന്റെ പ്രൊഫൈലിൽ നല്കിയിരിക്കുന്ന കുറിപ്പ് 'അശാന്തനായ ഒരു മാധ്യമപ്രവർത്തകന്റെ വ്യാകുല ചിന്തകൾ' എന്നാണ്. നാടിന്റെ സാംസ്കാരിക ജീർണ്ണതകളെപ്പറ്റിയുള്ള അവലോകനങ്ങളാണ് ഈ ബ്ലോഗുകളിലെ ഭൂരിപക്ഷം പോസ്റ്റുകളും.

സംസ്കാരത്തെയും സാങ്കേതികതയെയും സാഹിത്യത്തെയും മാധ്യമത്തെയും മാക്സിന്റെ ചിന്തകളുടെ വെളിച്ചത്തിൽ നോക്കിക്കാണുന്ന ലേഖനങ്ങളാണ് വർക്കേഴ്സ് ഫോറം (workersforum.blogspot.in) എന്ന ഗ്രൂപ്പ്ബ്ലോഗിൽ പ്രത്യക്ഷപ്പെടുന്നത്. ഏകദേശം അയ്യായിരത്തോളം ലേഖനങ്ങൾ ഇതുവരെ ഇവിടെ പ്രസിദ്ധീകരിക്കപ്പെട്ടിട്ടുണ്ട്.

വ്യത്യസ്തമായ പഠനമേഖലകളിലേക്കു ബ്ലോഗുകൾ വളർന്നുകൊണ്ടിരിക്കുന്ന തിന്റെ സൂചനയാണ് ബ്ലോഗുകളിലെ ലേഖനങ്ങളുടെ വൈവിധ്യം സൂചിപ്പിക്കുന്നത്. വിജ്ഞാനമേഖലകളുടെ വളർച്ചയ്ക്കനുസരിച്ച് വളർന്നു വരുന്ന സാഹിത്യരൂപമെന്ന നിലയിൽ ലേഖനങ്ങൾ ബ്ലോഗുകളിൽ കൂടുതൽ വിശാലമാകുവാനാണ് ഭാവിയിലും സാധ്യത.

സിനിമാനിരൂപണബ്ലോഗുകൾ

മലയാളബ്ലോഗുകളിൽ ഏറ്റവും അധികം ചർച്ച ചെയ്യപ്പെടുന്ന മേഖലകളിലൊന്ന് സിനിമാനിരൂപണങ്ങളുടേതാണ്. മലയാളസിനിമകളെയും

അന്യഭാഷാസിനിമകളെയുംപറ്റിയുള്ള വിശദമായ പഠനങ്ങൾ ബ്ലോഗുകളിൽ പ്രത്യക്ഷപ്പെടുന്നുണ്ട്. സിനിമാരംഗത്തെ ചലനങ്ങൾ കൃത്യമായി അടയാളപ്പെടുത്തുന്ന മാധ്യമങ്ങളിൽ ഒന്നാണ് ബ്ലോഗുകൾ. സിനിമാരംഗത്ത് പ്രവർത്തിക്കുന്നവരും വിമർശനാത്മകമായി അതിനെ നിരീക്ഷിക്കുന്നവരുമായ ഒരു വിഭാഗം ബ്ലോഗുലോകത്ത് സന്നിഹിതരായതിനാൽ നിലവാരമുള്ള സിനിമാക്കുറിപ്പുകൾ ബ്ലോഗുകളിൽ വായിക്കാൻ കഴിയും. ഏറനാടന്റെ 'ഒരു സിനിമാഡയറിക്കുറിപ്പ്' (mycinemadiary.blogspot.in) എന്ന ബ്ലോഗിൽ വന്ന ലേഖനങ്ങൾ പുസ്തകരൂപത്തിൽ പുറത്തിറങ്ങിയിട്ടുണ്ട്.

ലോകസിനിമയെപ്പറ്റിയുള്ള ലേഖനങ്ങൾ പ്രസിദ്ധീകരിക്കുന്ന ബ്ലോഗാണ് റോബിയുടെ 'ലോകസിനിമയുടെ വർത്തമാനം' (thinking frames. blogspot.in). സമകാലികലോകസിനിമകളിലേക്കുള്ള നോട്ടമാണ് സുരേഷ് ബാബുവിന്റെ 'ലോങ് ഷോട്ട്സ്' (lokacinema. blogspot.in). ലോകസിനിമയെപ്പറ്റി അറിയുന്നതിന് ഈ ബ്ലോഗുകളിൽ വരുന്ന വിവരണങ്ങൾ ഏറെ സഹായിക്കുന്നു.

സിനിമാലോകത്തെപ്പറ്റിയുള്ള ജി.പി.രാമചന്ദ്രന്റെ ഉൾക്കാഴ്ചകളെ അവതരിപ്പിക്കുകയാണ് 'ഉൾക്കാഴ്ച' (ulkazhcha.blogspot.in). മലയാളസിനിമയുടെ ഏതാനും നിരൂപണങ്ങൾ ഈ ബ്ലോഗുപേജുകളിൽ വായിക്കുവാൻ കഴിയും.

മലയാളസിനിമാമേഖലയെ പ്രതിപാദിക്കുന്ന നല്ല ലേഖനങ്ങൾ പോസ്റ്റു ചെയ്യപ്പെട്ടിട്ടുള്ള ബ്ലോഗാണ് 'എതിരൻ കതിരവൻ' (ethiran.blogspot.in). മലയാളസിനിമാഗാനങ്ങളെപ്പറ്റിയുള്ള ഏതാനും ലേഖനങ്ങൾ ഈ ബ്ലോഗിൽ പ്രസിദ്ധീകരിച്ചിട്ടുണ്ട്. ചെമ്മീൻ സിനിമയിലെ 'പെണ്ണാളെ പെണ്ണാളെ' ഗാനത്തെപ്പറ്റിയുള്ള പഠനം (26/6/2015) പ്രത്യേക ശ്രദ്ധ അർഹിക്കുന്നു. ഇതര മാധ്യമവിശേഷങ്ങൾക്കൊപ്പം സിനിമയെയും പ്രതിപാദിക്കുന്ന ബ്ലോഗാണ് ഹരീഷ് ശിവരാമന്റെ 'പൊങ്ങുംമൂടൻ' (pongum moodan.blogspot.in).

സിനിമ അവലോകനക്കുറിപ്പുകളും സിനിമാലേഖനങ്ങളും ഏറെ പോസ്റ്റു ചെയ്യപ്പെട്ട ബ്ലോഗുകളാണ് ചന്ദ്രശേഖരൻനായരുടെ 'ചന്ദ്രശേഖർ.കോം' (nairacs.blogspot.in), വെള്ളെഴുത്ത് എന്ന ബ്ലോഗറുടെ 'വെള്ളെഴുത്ത്' (vellezhuth.blogspot.in), സംഗീതിന്റെ 'സിനിമായനം' (cinemayanam. blogspot.in) എന്നീ ബ്ലോഗുകൾ. മലയാളസിനിമ, ഇന്ത്യൻസിനിമ, ലോകസിനിമ എന്നിങ്ങനെ വ്യത്യസ്തമേഖലകളെപ്പറ്റി ധാരാളം ലേഖനങ്ങൾ ഈ ബ്ലോഗുകളിൽ പ്രത്യക്ഷപ്പെടുന്നു. സൂര്യോദയം എന്ന ബ്ലോഗറുടെ 'സിനിമാനിരൂപണം' (cinemanirropanam. blogspot.in) എന്ന ബ്ലോഗിൽ റിലീസാകുന്ന മലയാളചലച്ചിത്രങ്ങളുടെ

അവലോകനം കൃത്യമായി പോസ്റ്റുചെയ്യപ്പെടുന്നുണ്ട്. ഇരുന്നൂറിൽപരം പോസ്റ്റുകൾ ഇത്തരത്തിൽ ഈ ബ്ലോഗിൽ വായിക്കാൻ കഴിയും.

നവമാധ്യമങ്ങളിൽ സിനിമയെന്ന മാധ്യമലോകം ഏറ്റവുമധികം അവതരിപ്പിക്കപ്പെടുന്നത് ബ്ലോഗുകളിലാണ്. സിനിമയെപ്പറ്റി നിരവധി ലേഖനങ്ങൾ ബ്ലോഗുകളിൽ എഴുതപ്പെടുന്നു.

മലയാള ബ്ലോഗുജേർണലിസം

പുതിയകാലത്ത് ജേർണലിസം എന്നതിന്റെ അർത്ഥതലങ്ങൾക്കു വ്യത്യാസം സംഭവിച്ചു കഴിഞ്ഞു. ജനങ്ങൾക്ക് ആവശ്യമുള്ള വാർത്തകൾ ഏവയെന്നു വിലയിരുത്തുകയും അവയെ ആവശ്യമായ ചേരുവകളോടെ നല്കുകയും ചെയ്യുക എന്ന നിലയിൽനിന്ന് അതു മാറിക്കഴിഞ്ഞു. എല്ലാത്തിനെയും വാർത്തയാക്കുകയും വാർത്തകളുടെ പെരുക്കത്തിൽ ഏതിനെ സ്വീകരിക്കണമെന്നു നിർണ്ണയിക്കാൻ വിവേചനബുദ്ധിയെ ആശ്രയിക്കുകയും ചെയ്യേണ്ട അവസ്ഥയിലേക്കു മാധ്യമലോകം എത്തിക്കഴിഞ്ഞു. മാധ്യമങ്ങളുടെ ലോകത്ത് പ്രത്യക്ഷപ്പെടുന്ന വാർത്തകളുടെ ആധികാരികതയെ ചോദ്യം ചെയ്യാൻ മുമ്പ് വലിയ അവസരങ്ങളുണ്ടായിരുന്നില്ല. പുതിയ കാലത്ത് വാർത്തയുടെ ആധികാരികതയെ ചോദ്യം ചെയ്യുവാനും അതിന്റെ പിഴവുകളെ തിരുത്തുവാനും നിരവധി ജേർണലിസ്റ്റുകൾ വിവിധ മാധ്യമയിടങ്ങളിൽ സജീവമാണ്. സിറ്റിസൺ ജേർണലിസമെന്നത് ഏതൊരു പൗരന്റെയും അവകാശമെന്നതുപോലെ ആയിത്തീരുകയും പരമ്പരാഗതമാധ്യമവാർത്തകളെ വിമർശനബുദ്ധ്യാ നോക്കിക്കാണുകയും ചെയ്യുന്ന അവസ്ഥ സംജാതമായിരിക്കുന്നു. തഴയപ്പെടുന്നതോ തെറ്റിദ്ധരിക്കുംവിധം പ്രസിദ്ധീകരിക്കപ്പെട്ടതോ ആയ എല്ലാ വാർത്തകളുടെയും ഉറവിടങ്ങളെയും നിർമ്മിതികളെയും ചോദ്യം ചെയ്യുവാൻ കഴിയുന്നത്ര സ്വതന്ത്ര പരിസ്ഥിതിയാണ് ബ്ലോഗുകളിലേത് (നീട്ടിയത്ത്, 2013:92). വാർത്തകൾ വിശകലനം ചെയ്യുകയും ആധികാരികതയെ തിരയുകയും ചെയ്യുന്ന സ്വതന്ത്രമായ ജേർണലിസം ബ്ലോഗിന്റെ സവിശേഷതയാണ്.

ദിനപ്പത്രങ്ങളും വാർത്താചാനലുകളും ശ്രദ്ധകൊടുക്കുന്ന വാർത്തകളെയും വാർത്താമാധ്യമങ്ങൾ ഉയർത്തുന്ന രാഷ്ട്രീയ, സാമൂഹിക പ്രശ്നങ്ങളെയുംപറ്റി തുടർചർച്ചകളും അവലോകനങ്ങളും മലയാളബ്ലോഗുകളിൽ നടക്കുന്നുണ്ട്. ഇതരവാർത്താമാധ്യമങ്ങളെപോലെ വാർത്തകളുടെ ഉറവിടത്തിലെത്തുകയും വാർത്തകൾ നേരിട്ടു പ്രസിദ്ധീകരിക്കുകയും ചെയ്യുന്ന വിധത്തിൽ മാധ്യമധർമ്മം അനുഷ്ഠിക്കുന്ന ബ്ലോഗുകൾ മലയാളത്തിലില്ല. പത്ര, ചാനൽമാധ്യമങ്ങളെ ആശ്രയിച്ചുകൊണ്ടുള്ള വിവരണങ്ങളും വിശദീകരണങ്ങളും അവലോകനക്കുറിപ്പുകളും മാധ്യമവിചാരണകളും ബ്ലോഗുകളിലൂടെ പുറത്തുവരുന്നു. പ്രാഥമികമായി ഇതര വാർത്താചാനലുകളെ ആശ്രയിച്ചുനില്ക്കുന്ന പത്രപ്രവർത്തനമാണ് മലയാളത്തിലെ ബ്ലോഗുകൾ

നടത്തിവരുന്നത്. വാർത്തകൾക്കു പിന്നിലെ രാഷ്ട്രീയമായ മാനങ്ങൾ തുറന്നുകാട്ടാൻ ബ്ലോഗിലെ വ്യക്തിഗതമായ നിരീക്ഷണങ്ങളും നിഗമനങ്ങളും പലപ്പോഴും പ്രയോജനപ്പെടും. വാർത്താഅവലോകനങ്ങൾ വേണ്ടത്ര നിലവാരത്തിലേക്കെത്തുന്ന ബ്ലോഗുകൾ എണ്ണത്തിൽ അധികമില്ല. വാർത്താക്കുറിപ്പുകൾ എഴുതുന്ന നിരവധി ബ്ലോഗുകളുണ്ടെങ്കിലും അവയിലെ ഭൂരിഭാഗം പോസ്റ്റുകളും വാർത്തകളുടെ സ്രഷ്ടാക്കളോടും അവതാരകരോടുമുള്ള ചീത്തവിളികളായി നിലവാരം താഴ്ത്തപ്പെടുന്ന അവസ്ഥയാണു നിലവിലുള്ളത്.

മികച്ച രീതിയിൽ വാർത്താവലോകനങ്ങൾ നടത്തുന്ന ഏതാനും ബ്ലോഗുകൾ മലയാളത്തിലുണ്ട്, ബഷീർ വള്ളിക്കുന്നിന്റെ വള്ളിക്കുന്ന്.കോം (www.vallikkunnu.com) ദുശ്ശാസനന്റെ 'പലതും പറഞ്ഞിരിക്കാൻ ഇതാ ഒരു വാർത്ത' (itsmyblogspace.blogspot.in) ഹനീഫാ മുഹമ്മദിന്റെ 'അത്താണി' (hmatthaani.blogspot.in) അഞ്ചൽക്കാരന്റെ 'അഞ്ചൽ' (achalkkaran.blogspot.in) കെ.പി. സുകുമാരന്റെ 'ശിഥിലചിന്തകൾ' (kpsukumaran.blogspot.in) ബി.ആർ.പി.ഭാസ്കറിന്റെ 'വായന' (malayalamvaayana.blogspot.in) ഡി. പ്രദീപ്കുമാറിന്റെ 'ദൃഷ്ടിദോഷം' (dpk-drishtidosham.blogspot.in) ഹരീഷ് ശിവരാമന്റെ 'പൊങ്ങുംമൂടൻ' (pongummoodan.blogspot.in) എന്നിവ ഉദാഹരണങ്ങളാണ്. വാർത്തകളെ ഇടതുപക്ഷ വീക്ഷണങ്ങളിലൂടെ വിശകലനം ചെയ്യുന്ന ബ്ലോഗാണ് 'വർക്കേഴ്സ് ഫോറം' (workersforum. blogspot.in). വാർത്താചാനലുകളിൽ വരുന്ന ഭൂരിഭാഗം വാർത്തകളുടെ സത്യാവസ്ഥയെ അന്വേഷിക്കാൻ ആരും തുനിയാറില്ല. ബ്ലോഗുപോലെയുള്ള മാധ്യമങ്ങളുടെ പ്രസക്തി തിരിച്ചറിയപ്പെടുന്നത് ഇത്തരം അവസരങ്ങളിലാണ്. പ്രസാധകരംഗത്ത് ലഭിച്ച സ്വാതന്ത്ര്യം പ്രഘോഷണലായ മുഖ്യധാരാമാധ്യമങ്ങളുടെ അവസ്ഥകളെപ്പോലും ചോദ്യം ചെയ്യുന്ന തലത്തിലേക്ക് എത്തിച്ചേരാൻ ബ്ലോഗുകൾക്കു കഴിഞ്ഞു. ഇന്നു നടക്കുന്ന ഒരു സംഭവത്തെക്കുറിച്ച് കൃത്യവും കൂടുതലായുമുള്ള അറിവുകൾ നല്കാൻ ബ്ലോഗുകൾക്കു കഴിയുന്നുവെന്ന തിരിച്ചറിവ് ബ്ലോഗുകളിൽ വാർത്തകളെ തിരയാൻ ആളുകളെ പ്രേരിപ്പിക്കുന്നു (Walker, 2014:91).

ഇരുപത്തിനാല്

ബ്ലോഗുചൊല്ലുകൾ

പാരമ്പര്യമായി പ്രയോഗത്തിലുള്ളതും ഉപദേശസ്വഭാവമുള്ളതും ആയ സംക്ഷിപ്ത പ്രസ്താവനയാണ് പഴഞ്ചൊല്ല്. പരമ്പരാഗതമായി ജനസമൂഹത്തിന് പകർന്നുകിട്ടിയ പഴഞ്ചൊല്ലുകൾ നാടോടി പാരമ്പര്യത്തിന്റെ ഭാഗമാണ്. അവ ചിലപ്പോൾ വസ്തുതയുടെ ന്യായീകരണമോ വ്യാഖ്യാനമോ ഒരു അവസ്ഥയുടെ വിശദീകരണമോ ആണ്. ഒരാളുടെ ഫലിതോക്തി അതിന്റെ ഉള്ളിൽ ഒളിഞ്ഞുകിടക്കുന്നുണ്ടാകും. ഗൗരവമുള്ള യാഥാർത്ഥ്യം അവസരോചിതമായി നർമ്മബോധത്തോടെ അവതരിപ്പിക്കുന്നതാണ് പഴഞ്ചൊല്ല് (പയ്യനാട്, 2006:298–299). പാരമ്പര്യത്തിന്റെ അടിത്തറയിൽ നിന്നുകൊണ്ട് വർത്തമാനകാലത്തേക്കുള്ള പ്രസ്താവനകളാണ് അതിൽ ഉൾച്ചേർന്നിരിക്കുക.

നാടോടിച്ചൊല്ലുകളെ അതിന്റെ സ്വാഭാവികമേഖലയിൽനിന്ന് അടർത്തി പുതിയ പശ്ചാത്തലത്തിൽ അവതരിപ്പിക്കുന്ന ശൈലി ബ്ലോഗുകളുടെ ലോകത്തും തെളിഞ്ഞുകാണാം. പഴഞ്ചൊല്ലുകളെന്ന വിശേഷണത്തിന് ചേരുകയില്ലെങ്കിലും പഴഞ്ചൊല്ലുകളെ അനുകരിക്കുന്ന ഒരുതരം വിഡംബനങ്ങളായി മാത്രമേ അവയെ പരിഗണിക്കുവാൻ കഴിയുകയുള്ളൂ. ബ്ലോഗുകളുടെ പശ്ചാത്തലത്തെയും അവസ്ഥകളെയും വസ്തുതകളെയും ഹാസ്യമായ രീതിയിൽ ആഖ്യാനം ചെയ്യുന്നതിനാൽ ബ്ലോഗുകളിലെ ചൊല്ലുവിശേഷങ്ങളും പഠനവിധേയമാക്കാൻ സാധിക്കുന്നതാണ്. വളരെ കുറച്ച് വർഷത്തെ ചരിത്രമുള്ള ബ്ലോഗുകളിലെ എഴുത്തിനെയും മാധ്യമാവസ്ഥയെയും മാധ്യമപ്രതികരണങ്ങളെയും നർമ്മോക്തി കലർത്തി ഇവിടെ അവതരിപ്പിച്ചിരിക്കുന്നു. ബ്ലോഗുതാളുകളിൽ കണ്ടെത്തിയ ചില ബ്ലോഗുചൊല്ലുകൾ അവയുടെ സവിശേഷതകളെയും ബ്ലോഗിനുള്ളിലെ അസ്വാരസ്യങ്ങളെയും തുറന്നുകാട്ടുന്നതാണ്.

ബ്ലോഗിന്റെ മാധ്യമലോകത്തിൽ ബ്ലോഗറെ മുഖ്യകഥാപാത്രമാക്കിക്കൊണ്ടുള്ള ധാരാളം ചൊല്ലുകളുണ്ട്. ബ്ലോഗറുടെ ജീവിതാനുഭവങ്ങളും വ്യക്തിജീവിതവും ഈ ചൊല്ലുവിശേഷങ്ങളിൽ തെളിഞ്ഞുവരുന്നു.

"ബ്ലോഗർ ചത്താലും കണ്ണ് കമന്റു ബോക്സിൽ."

"അല്പൻ കമ്പ്യൂട്ടർ വാങ്ങിയാൽ അർദ്ധരാത്രിയിലും ബ്ലോഗ് എഴുതും."

"ആരാന്റെ ബ്ലോഗു ചീഞ്ഞാൽ കാണാൻ നല്ല ചേല്."

"പുത്തൻ ബ്ലോഗർ പുരപ്പുറത്തും കമന്റും."

"പോസ്റ്റിടുന്ന ബ്ലോഗർക്കല്ലെ പോസ്റ്റിടുന്നതിന്റെ വിലയറിയൂ."

"ഉള്ളതു പറഞ്ഞാൽ ബ്ലോഗറും പിണങ്ങും."

ബ്ലോഗിന്റെ ലോകത്തേക്കു പുതുതായി കടന്നുവരുന്ന ബ്ലോഗറുടെ ചെയ്തികളും അപരന്റെ ബ്ലോഗുലോകത്തേക്ക് എത്തിനോക്കുന്ന ബ്ലോഗറുടെ മനസ്സും ഇതിൽ വായിച്ചെടുക്കാം. പഴഞ്ചൊൽ ലോകത്ത് മനുഷ്യരും മൃഗങ്ങളും കഥാപാത്രങ്ങളായിരുന്നുവെങ്കിൽ ബ്ലോഗുചൊല്ലുകളിൽ ബ്ലോഗറെ പകരം വയ്ക്കുന്നു.

ബ്ലോഗുലോകത്ത് എന്നും പ്രതിസന്ധികളും പ്രശ്നങ്ങളും സൃഷ്ടിക്കുന്നവരാണ് 'അനോനി' എന്നു വിളിക്കപ്പെടുന്ന അഡ്രസ്സില്ലാത്ത കമന്റെഴുത്തുകാർ. പലപ്പോഴും ബ്ലോഗറെ മുറിപ്പെടുത്തുംവിധം കമന്റെഴുതി ഒളിച്ചിരുന്ന് ആസ്വദിക്കുന്ന ഇത്തരം വ്യക്തികൾ പല ബ്ലോഗുകളിലും വലിയ സംവാദങ്ങളെ സൃഷ്ടിക്കാറുണ്ട്. അഡ്രസില്ലാതെ കമന്റെഴുതുന്ന ഇത്തരം വ്യക്തികൾ പലപ്പോഴും സഭ്യതയുടെ വരമ്പുകൾ കടക്കുകയും ബ്ലോഗുലോകത്ത് കലഹങ്ങൾക്കു തിരികൊളുത്തുകയും ചെയ്യുന്നു. ഇത്തരക്കാരുടെ ഇടപെടലുകൾ ചൊല്ലുകളിൽ വ്യക്തമാണ്.

"അനോനിയറിയുമോ ബൂലോകവാണിടം."

"ഫോളോവർ ഇരിക്കുമ്പം അനോനി ആടണ്ട."

"പലനാൾ അനോനി ഒരു നാൾ പിടിയിൽ."

"ബ്ലോഗർക്കു പ്രാണവേദന അനോനിക്കു വീണവായന."

"ബ്ലോഗിൽ കമന്റിയില്ലേലും അനോനിയായി കമന്ററുത്."

ബ്ലോഗുകളെ സജീവമാക്കുന്നവരാണ് ബ്ലോഗിനെ ഫോളോചെയ്യുന്നവരും ബ്ലോഗിൽ കമന്റിടുന്നവരും. ബ്ലോഗെഴുത്തുകാരനും വായനക്കാരനും തമ്മിലുള്ള സൗഹൃദം വളർന്നുവരുന്നത് പ്രോത്സാഹജനകമായ കമന്റുകളിലൂടെയും ഫോളോ ചെയ്യുന്നതിലൂടെയുമാണ്. ബ്ലോഗ് എന്ന മാധ്യമത്തിന്റെ ശക്തി അതിലെ എഴുത്തുകാരും വായനക്കാരും തമ്മിലുള്ള ഈ സഹൃദയത്വമാണ്. കമന്റുകളുടെ അഭാവവും അതിന്റെ പെരുക്കവും ബ്ലോഗിന്റെ ജനപ്രിയതയുമായി ബന്ധപ്പെട്ടു നില്ക്കുന്നവയാണ്. ബ്ലോഗുലോകത്തെ ഈ മാനസികഭാവങ്ങളെ ഉൾക്കൊള്ളുന്ന ചില ചൊല്ലുകളുമുണ്ട്.

"കമന്റു കുറഞ്ഞാലും പോസ്റ്റു മോശമാവില്ല."

"ആയിരം ഫോളോവർക്ക് കമന്റു കിട്ടും പോസ്റ്റില്ല."

"പോസ്റ്റും വായിച്ചും ഫോളോയും ചെയ്തു എന്നിട്ടും ബ്ലോഗർക്കു മുറുമുറുപ്പ്."

"ഫോളോ ചെയ്യുംവരെ നാരായണ... ഫോളോ ചെയ്താൽ പിന്നെ കൂരായണ..."

"പോസ്റ്റിൽ കുരുത്തത് കമന്റിൽ വാടില്ല."

"ബ്ലോഗർക്കു പ്രാണവായന കമന്റർക്കു വീണ വായന."

"പോസ്റ്റോളം വരുമോ കമന്റ്."

"വായിക്കാൻ വയ്യാത്തവൻ കമന്റിടാൻ പോകരുത്."

ബ്ലോഗിന്റെ മാധ്യമലോകത്തെ മൊത്തത്തിൽ അവലോകനം ചെയ്യുന്ന ചൊല്ലുകളുണ്ട്.

"ബ്ലോഗു കണ്ടാൽ അറിയാം വിഷയത്തിന്റെ ദാരിദ്ര്യം."

"പഴഞ്ചൊല്ലിൽ പതിരില്ല. ചില ബ്ലോഗിൽ കതിരില്ല."

അറിവുകൾ ആറ്റിക്കുറുക്കി സൂക്ഷിച്ചിരിക്കുകയാണ് പഴഞ്ചൊല്ലു കളിൽ. വെറും വസ്തുതകളെക്കുറിച്ചുള്ള അറിവല്ല സമൂഹജീവിയായ മനുഷ്യന്റെ സാമാന്യമായ പെരുമാറ്റത്തെയും പ്രവർത്തനത്തെയും കുറി ച്ചുള്ള അവബോധമാണ് ചൊല്ലുകളെ സൃഷ്ടിക്കുന്നത്. പഴഞ്ചൊല്ലുകളെ അനുകരിക്കുന്ന ബ്ലോഗു ചൊല്ലുകൾ മാധ്യമലോകത്ത് കുറച്ചുകാലം കൊണ്ട് രൂപപ്പെട്ട ബ്ലോഗുലോകത്തെ പെരുമാറ്റത്തെയും പ്രവർത്തന ത്തെയും വെളിപ്പെടുത്തുന്നവയാണ്. ബ്ലോഗു സമൂഹവുമായി ബന്ധപ്പെട്ട വ്യക്തിബന്ധങ്ങളാണ് ഇവിടെ ചൊല്ലുകളുടെ ഭാഗമായി മാറുന്നത്. ബ്ലോഗു സമൂഹത്തിന്റെ ഗതിവിഗതികളെ ഇത്തരം ചൊല്ലുകളിൽ വായിച്ചെടുക്കാൻ കഴിയും. ആളറിയാതെ കമന്റിടാൻ വരുന്ന അനോനിയും ആവശ്യമില്ലാതെ കമന്റു ചെയ്യുന്ന വായനക്കാരനും ഓരോ പോസ്റ്റിനും ഫോളോവേഴ്സിനെ തിരയുന്ന ബ്ലോഗറും ബ്ലോഗുലോകത്തിലെ യാഥാർത്ഥ്യങ്ങളാണ്. വൈയ ക്തികമായ വിഷയങ്ങൾ നർമ്മരസത്തോടെ അവതരിപ്പിക്കപ്പെടുമ്പോൾ അവിടെ വസ്തുതകൾ യഥാവിധം വിശദീകരിക്കപ്പെടാൻ ഇടവരും. ബ്ലോഗുലോകത്തിൽ സംവാദപരമായി നടത്തപ്പെടുന്ന തർക്കങ്ങളും പ്രതി ഷേധങ്ങളും ചിലപ്പോൾ സഭ്യതയുടെ വരമ്പുകൾപോലും കടന്നുപോകാ റുണ്ട്. ഇത്തരം പശ്ചാത്തലത്തിൽ ചൊല്ലുകളിൽ ഗോപ്യമാക്കിവച്ചിരിക്കുന്ന അർത്ഥതലങ്ങൾ ബ്ലോഗെന്ന മാധ്യമത്തിന്റെ യാഥാർത്ഥ്യങ്ങളിലേക്കുള്ള എത്തിനോട്ടമാണ്.

ഇരുപത്തിയഞ്ച്

ബ്ലോഗുകൾ അച്ചടിത്താളുകളിൽ

എഴുത്തിന്റെ ലോകത്ത് ആധികാരികമായ മാധ്യമമെന്ന നിലയിലാണ് അച്ചടി ഇന്നും പരിഗണിക്കപ്പെടുന്നത്. സാഹിത്യത്തിന്റെയും ഭാഷയുടെയും മേഖലയിൽ ഏറ്റവും അനുയോജ്യമായ മാധ്യമമെന്നനിലയിൽ അച്ചടിയുടെ സ്വാധീനത്തെ മാറ്റിനിർത്താനുമാവില്ല. സാഹിത്യത്തിന്റെയും എഴുതപ്പെട്ട ഭാഷയുടെയും ശൈലികളെ രൂപപ്പെടുത്തുന്നതിൽ ഈ മാധ്യമത്തിന്റെ സ്വാധീനം വളരെശക്തമാണ്. ഇതര സോഷ്യൽമാധ്യമങ്ങൾക്കൊപ്പം ബ്ലോഗുകളും ആശയപ്രകാശനരംഗത്ത് എത്തിച്ചേർന്നപ്പോൾ പരമ്പരാഗതമാധ്യമങ്ങളുടെ തകർച്ചയെ പ്രവചിക്കുന്നവർ ധാരാളമുണ്ടായിരുന്നു. മഷിപുരണ്ട അക്ഷരലോകത്തിനുപകരമായി അച്ചടിമഷി പുരളാത്ത മാധ്യമലോകത്തെയും കാവ്യലോകത്തെയുംകുറിച്ചുള്ള ചിന്തകൾ ധാരാളമുണ്ടായി. എങ്കിലും ബ്ലോഗുകൾ അച്ചടിമാധ്യമത്തിനോ അച്ചടി മാധ്യമങ്ങൾ ബ്ലോഗുകൾ ഉൾപ്പെടുന്ന സൈബർ മാധ്യമലോകത്തിനോ യാതൊരു ഭീഷണിയും സൃഷ്ടിക്കുവാൻ കഴിഞ്ഞില്ല എന്നു മാത്രമല്ല പരസ്പരവ്യവഹാരത്തിന്റെ തലങ്ങൾ ഈ മാധ്യമങ്ങൾക്കിടയിൽ വർധിച്ചുവരുന്നതിനും ഇടവന്നു. അച്ചടിമാധ്യമത്തിനൊപ്പം ബ്ലോഗുകളുടെ മാധ്യമലോകവും വളർന്നുവരികയും അവ ജനമധ്യത്തിൽ സ്വാധീനമുറപ്പിക്കുകയും ചെയ്തു. മാറിവരുന്ന കാലത്തിന്റെ സാങ്കേതികമായ ആശയപ്രകാശനത്തിന്റെ അധികസാധ്യതകളെ ഈ മാധ്യമങ്ങൾ തുറന്നുതരികയായിരുന്നു. അച്ചടിപോലെയുള്ള പരമ്പരാഗതമാധ്യമങ്ങളുമായി ഒരു ലിങ്ക് സ്ഥാപിക്കുവാൻ ബ്ലോഗുകൾക്കു കഴിഞ്ഞു (Morrison, 2013:369).

ബ്ലോഗ് - അച്ചടി പരസ്പരവ്യവഹാരതലങ്ങൾ

സൈബർ ലോകത്തെയും ബ്ലോഗുൾപ്പെടുന്ന സൈബർ മാധ്യമങ്ങളെയും അച്ചടിലോകത്തിന്റെ തുടർച്ചയായി മാത്രമേ കാണുവാൻ കഴിയുകയുള്ളൂ. അച്ചടിലോകത്തിനു പകരം വയ്ക്കപ്പെട്ട മാധ്യമലോകമെന്ന വിശേഷണങ്ങൾക്കപ്പുറം അച്ചടിലോകത്തിന്റെ തുടർച്ചയും അധികസാധ്യതകളുമായി ഉത്ഭവിച്ച മാധ്യമമെന്ന് ബ്ലോഗുലോകത്തെ

വിശേഷിപ്പിക്കുന്നതാണ് കൂടുതൽ യുക്തം. അച്ചടിമാധ്യമവും ബ്ലോഗുകളും തമ്മിലുള്ള പരസ്പരവ്യവഹാരത്തിന്റെ തലങ്ങളെപ്പറ്റി പഠനം നടത്തിയ എയ്മി മോറിസൺ (Aimmee Morrison) ഇപ്രകാരം നിരീക്ഷിക്കുന്നു. "ദീർഘകാലം പാരമ്പര്യമുള്ളതും അംഗീകൃതവുമായ പല അച്ചടിമാധ്യമങ്ങളും ബ്ലോഗുകളുമായി കണ്ണി ചേർക്കപ്പെട്ടു. പാരായണക്ഷമത, വായനാസദസ്സ്, ശൈലി ഇവയ്ക്കു ബ്ലോഗുകൾ നല്കിയ പ്രത്യേകമായ ഊന്നൽ സാഹിത്യസൃഷ്ടിപരവും സംവാദപരവുമായ മേഖലകളിൽ താത്പര്യം വർദ്ധിപ്പിച്ചു. അവയെ ബോധനത്തിനുവേണ്ടി പ്രത്യേകം പ്രയോജനപ്പെടുത്താൻ തുടങ്ങി" (2013:369-370).

അച്ചടിമാധ്യമങ്ങൾക്കു മുന്നിൽ ബ്ലോഗുകൾ അവതരിപ്പിച്ച പുതുമ അവയുടെ പാരായണപരമായ പുത്തൻസാധ്യതകളും വായനാസദസ്സിനു മുന്നിൽ അവതരിപ്പിച്ച പ്രതികരണസാധ്യതകളുമായിരുന്നു. അച്ചടിമാധ്യമങ്ങൾ വായനക്കാരിൽനിന്ന് ഒരുപടി ഉയർന്നുനിന്നപ്പോൾ ബ്ലോഗുകളിലെ ജനകീയ മുഖം അച്ചടിമേഖലയെ അത്തരത്തിൽ ചിന്തിക്കുന്നതിന് ഇട വരുത്തി. വായനക്കാർക്കുവേണ്ടി വളരെ കുറച്ച് ഇടങ്ങൾമാത്രം മാറ്റിവച്ചിരുന്ന പല പത്രങ്ങളും ബ്ലോഗുകളുടെ വ്യാപനത്തോടെ വായനക്കാർക്കുവേണ്ടി കൂടുതൽ ഇടം മാറ്റിവയ്ക്കുവാൻ തുടങ്ങി. ദിനപ്പത്രങ്ങളിലും ആനുകാലികങ്ങളിലും വായനക്കാരുടെ കത്തുകളിന്ന് മുഖ്യമായ ഇനങ്ങളിൽ ഒന്നാണ് (ആദർശ്, 2007 b:18). അച്ചടിമാധ്യമവും ബ്ലോഗുകളും ഒരേസമയം സാഹിത്യസൃഷ്ടികളുടെ പ്രകാശനത്തിന് ഉപയോഗിക്കുന്ന നിരവധി എഴുത്തുകാരുണ്ട്. ബ്ലോഗുകളിൽ പ്രസിദ്ധീകരിച്ചവയെ തിരഞ്ഞെടുത്ത് അച്ചടിമാധ്യമങ്ങളിൽ നല്കുകയും അച്ചടിമാധ്യമങ്ങളിൽ പ്രസിദ്ധീകരിച്ചവ വീണ്ടും ബ്ലോഗിന്റെ താളുകളിൽ പ്രസിദ്ധീകരിക്കുകയും ചെയ്യുന്ന പ്രവണതയുമുണ്ട്. ഒരേ സാഹിത്യസൃഷ്ടിക്ക് ഒരേ സമയം വ്യത്യസ്തമായ രണ്ടു ലോകത്തു പ്രത്യക്ഷപ്പെടുന്നതിനുള്ള സാധ്യതകൾ ലഭ്യമാകുന്നു. അച്ചടിമാധ്യമത്തെക്കാൾ ബ്ലോഗുകൾ നല്കുന്ന പ്രസാധന സാധ്യതകളാണ് കൂടുതൽ സൃഷ്ടികളെ പ്രസിദ്ധീകരിക്കുന്ന ഇടമെന്ന നിലയിൽ ബ്ലോഗുകൾ ജനപ്രിയമാകാൻ കാരണം. ആർക്കും ആരോടും ചോദിക്കാതെ ജനാധിപത്യം നല്കുന്ന പൂർണസ്വാതന്ത്ര്യം ഉപയോഗിച്ച് താരതമ്യേന ചെലവുകുറഞ്ഞ രീതിയിൽ എഴുതി ആശയപ്രകാശനത്തിന്റെ പുത്തൻ വഴി തേടാമെന്നത് ബ്ലോഗിന്റെ മേന്മയാകുന്നു (ആദർശ്, 2007 b:18). അച്ചടിമാധ്യമത്തെക്കാൾ ബ്ലോഗുകളെ പ്രകാശനത്തിനായി പ്രയോജനപ്പെടുത്തുന്നതിന്റെ പ്രധാനകാരണം അവയുടെ ഈ സവിശേഷതയാണ്. മുഖ്യധാരാമാധ്യമങ്ങളിലെ സാഹിത്യകാരന്മാരുടെ ബ്ലോഗുലോകത്തേക്കുള്ള കടന്നുവരവിനെപ്പറ്റി പ്രസിദ്ധ ബ്ലോഗർ രാജ് നീട്ടിയത്ത് നടത്തുന്ന നിരീക്ഷണം ഇപ്രകാരമാണ്. "ബ്ലോഗുകളുടെ പ്രതിപാദനക്ഷമതയും സംവേദനക്ഷമതയും സമകാലീനസാഹിത്യകാരന്മാർ ഉപയോഗിച്ചു

തുടങ്ങുന്നതോടെ ബ്ലോഗ് സർഗ്ഗാത്മസാഹിത്യത്തിന് ഉതകുന്ന വേദി യാണെന്നു നിസ്തർക്കമായി തെളിയിക്കപ്പെടുകയായിരുന്നു" (2013:89). അച്ചടിമാധ്യമങ്ങളിൽ എഴുതിതെളിഞ്ഞ നിരവധി വ്യക്തികൾ ബ്ലോഗു കളിൽ സജീവമാകുകയും ബ്ലോഗുകളിലൂടെ നിരവധി എഴുത്തുകാർ അച്ചടിമാധ്യമത്തിലേക്കു കടന്നുകയറുകയും ചെയ്തതോടെ ഈ രണ്ട് മാധ്യമങ്ങളും സർഗ്ഗാത്മസാഹിത്യത്തിന് ഉത്തമയിടമെന്ന് അംഗീകരിക്ക പ്പെട്ടു.

ദീർഘപാരമ്പര്യത്തോടെ മാധ്യമലോകത്ത് സ്വാധീനമുറപ്പിച്ചുനിന്ന അച്ചടിമാധ്യമങ്ങൾ ബ്ലോഗുകളുമായി പരസ്പരവ്യവഹാരത്തിന്റെ തലങ്ങളെ വളരെ വേഗം വളർത്തിയെടുത്തു. ബ്ലോഗുകളും അച്ചടിമാധ്യമങ്ങളുമായി ബന്ധപ്പെട്ട് എയ്മി മോറിസൺ (Aimmee Morrison) കണ്ടെത്തുന്ന ചില നിരീക്ഷണങ്ങൾ താഴെപ്പറയുന്നവയാണ്.

1) ചില പ്രസിദ്ധരായ എഴുത്തുകാർ അച്ചടി മേഖലയിൽനിന്ന് ബ്ലോഗി ലേക്കു കടന്നുവന്നു.
2) ബ്ലോഗുകളിലൂടെ ധാരാളം എഴുത്തുകാർ അച്ചടിമേഖലയിലേക്ക് റിക്രൂട്ട് ചെയ്യപ്പെട്ടു.
3) ബ്ലോഗിന്റെ ജനപ്രിയതയ്ക്കുശേഷം ദീർഘകാല പാരമ്പര്യമുള്ളതും ജനമധ്യത്തിൽ അംഗീകരിക്കപ്പെട്ടതുമായ പല അച്ചടിമാധ്യമങ്ങളും ബ്ലോഗുകളുമായി കണ്ണി ചേർക്കപ്പെട്ടു. മുഖ്യധാരാപത്രങ്ങളും ഇതര അച്ചടിമാധ്യമങ്ങളും അവയുടെ ലിങ്കുകൾ ബ്ലോഗുകളിൽ നല്കി.
4) ദേശീയപത്രങ്ങൾ, മാഗസിനുകൾ, ആഴ്ചപ്പതിപ്പുകൾ എന്നിവ ബ്ലോഗു കളിൽ പ്രസിദ്ധീകരിക്കപ്പെട്ട രചനകളെ തെരഞ്ഞെടുത്ത് പ്രസിദ്ധീ കരിക്കുവാൻ തുടങ്ങി.
5) ചില പത്രങ്ങൾ ബ്ലോഗുകളിലെ സൃഷ്ടികളെ പ്രസിദ്ധീകരിക്കാൻ ചില പ്രത്യേക പംക്തികൾ ആരംഭിച്ചു.
6) ബ്ലോഗെന്ന മാധ്യമത്തെയും അതിന്റെ ആശയപ്രകാശനരീതികളെയും പറ്റി ഗവേഷണപരമായ ലേഖനങ്ങൾ മുഖ്യധാരാമാധ്യമങ്ങളിൽ പ്രസിദ്ധീകരിച്ചു.
7) ഇന്റർനെറ്റ് സാമൂഹികത, കമ്പ്യൂട്ടർ മാധ്യമ ആശയവിനിമയം എന്നീ മേഖലകളിൽ ബ്ലോഗുകളുടെ സ്വാധീനം, പങ്ക് എന്നിവയെപ്പറ്റി നിരവധി ചർച്ചകൾ സംഘടിക്കപ്പെട്ടു.
8) ബ്ലോഗുകളിൽ വരുന്ന പ്രിവ്യുകളെയും മാധ്യമ അവലോകനങ്ങളെയും ശ്രദ്ധിക്കുകയും അവയെ പൊതുമാധ്യമങ്ങളുമായി ബന്ധിപ്പിക്കുകയും ചെയ്തു (2013:369–372).

ബ്ലോഗുകൾ അച്ചടിമാധ്യമത്തിന് നല്കിയ സ്വാധീനത്തെപ്പറ്റി ആദർശ് സൂചിപ്പിക്കുന്നു. "ആവിഷ്കാര സ്വാതന്ത്ര്യവും അഭിപ്രായരൂപീകരണവും

തനതു ശൈലികൾവിട്ട് പുതിയ പാതകളിലൂടെ നേടി ബ്ലോഗുകൾ പരമ്പരാഗതമാധ്യമത്തിനു വെല്ലുവിളിയാകുന്നു. ബ്ലോഗിന്റെ ശക്തി മനസ്സിലാക്കിയിട്ടാകണം ദി ഗാർഡിയൻ, ന്യൂയോർക്ക് ടൈംസ്പോലുള്ള മാധ്യമങ്ങൾ ബ്ലോഗിൽനിന്നുള്ള ശ്രദ്ധേയമായ രചനകൾക്ക് വർധിച്ച തോതിൽ ഇടം നല്കുന്നത്' (2007 b:18). 2007 കാലഘട്ടത്തിൽ ബ്ലോഗിനു കൈവന്ന മാധ്യമ അവസരം തുടർന്നുവന്ന കാലങ്ങളിൽ വർദ്ധിച്ചുവരുന്നതാണ് കാണാൻ കഴിയുക. മലയാളമടക്കമുള്ള ഭാഷകൾ ബ്ലോഗുകളുമായി ബന്ധം സ്ഥാപിക്കുന്നതിനും ബ്ലോഗിനെ ഒരു മാധ്യമമെന്ന നിലയിൽ പരിഗണിക്കുന്നതിനും ഇടവന്നു.

അച്ചടിമാധ്യമങ്ങൾ ബ്ലോഗുകളെപ്പറ്റി എഴുതുകയും ബ്ലോഗെഴുത്തുകാരെ പരമ്പരാഗതമാധ്യമങ്ങളിൽ ഉൾക്കൊള്ളുകയും, അച്ചടിമാധ്യമങ്ങളിൽ ആയിരുന്നവർ ബ്ലോഗിൽ എഴുതുകയും ചെയ്തതുവഴി അച്ചടിമേഖലയുടെ വിവിധ ഇടങ്ങളിലേക്കു പ്രവേശിക്കുവാൻ ബ്ലോഗുകൾക്കവസരം ലഭിച്ചു. ബ്ലോഗുകളെപ്പറ്റി പുറംലോകം അറിയുന്നതിനു പ്രധാന കാരണം പരമ്പരാഗത മാധ്യമങ്ങളിൽവന്ന ഗവേഷണപരമായ ലേഖനങ്ങളായിരുന്നു. വിശാലമായ സൈബറിടങ്ങളിൽ ബ്ലോഗുകൾക്കുള്ള പ്രചാരം വളരെ പരിമിതമായിരുന്നു. വളരെ കുറച്ച് ആളുകൾ മാത്രം ഇന്റർനെറ്റ് ഉപയോഗിച്ചിരുന്ന ആദ്യവർഷങ്ങളിൽ ബ്ലോഗുകളുടെ പ്രചാരം കൂടുതൽ സാധ്യമായത്, അച്ചടിമാധ്യമത്തിലൂടെയാണ്. ഭൂരിഭാഗം ആളുകളും ബ്ലോഗുകളെപ്പറ്റിയുള്ള പ്രാഥമിക അറിവുകൾ നേടിയത് അച്ചടിമാധ്യമങ്ങളിൽ വന്ന ചില ലേഖനങ്ങളും അഭിമുഖങ്ങളും വഴിയാണ്. മാതൃഭൂമി, ഭാഷാപോഷിണി എന്നിവയിൽവന്ന ലേഖനങ്ങളും മുഖ്യധാരാപത്രങ്ങളിൽ വന്ന വാർത്തകളും ഇതിനുദാഹരണമാണ്. സ്കൂൾ പാഠപുസ്തകത്തിലെ ലേഖനങ്ങളാണ് കുട്ടികളെ ബ്ലോഗുമായി ബന്ധിപ്പിക്കുന്ന പ്രധാന ഘടകം.

പുതുതായി അവതരിച്ച മാധ്യമം എന്നനിലയിൽ ബ്ലോഗുകളുടെ അസ്തിത്വത്തെ ഉറപ്പിക്കുവാൻ അച്ചടിമാധ്യമങ്ങളുടെ ഇടപെടലുകൾ കാരണമായി. അച്ചടിമാധ്യമത്തോടും സാമ്പ്രദായികമാധ്യമരീതികളോടുമുള്ള എതിർപ്പ് ആദ്യകാല ബ്ലോഗെഴുത്തുകാരിൽ പ്രകടമായിരുന്നു. പരമ്പരാഗത മാധ്യമങ്ങൾക്കൊപ്പം പുതുമാധ്യമത്തെ പ്രതിഷ്ഠിക്കാനുള്ള ത്വര ആദ്യകാല എഴുത്തുകാരിൽ പ്രകടമായിരുന്നു. "മുഖ്യധാരയിലുള്ള മാധ്യമങ്ങൾ നിർമ്മിച്ചു പുറത്തിറക്കുന്ന വാർത്തകളുടെ എതിർദിശയിൽ സഞ്ചരിക്കുന്നുവെന്നതാണ് ബ്ലോഗിങ്ങിന്റെ സ്വീകാര്യത വർദ്ധിപ്പിക്കുന്നത് (ആദർശ് 2007 b:18)." ആദ്യകാലങ്ങളിൽ ബ്ലോഗിനെ ജനപ്രിയമാക്കിയത് മാധ്യമകലാപത്തിന്റെയും പ്രസിദ്ധീകരണവിപ്ലവത്തിന്റെയും വഴികളായിരുന്നുവെങ്കിൽ പിന്നീട് പക്വമായ എഴുത്തിലേക്കു ബ്ലോഗുകളുടെ രീതികൾ സാവധാനം മാറ്റപ്പെടുന്നതാണ് കാണുവാൻ കഴിയുക.

ചില അച്ചടിമാധ്യമങ്ങൾ ബ്ലോഗുകൾക്കു പ്രചാരം നല്കിയെങ്കിലും ബ്ലോഗുകളുടെ കടന്നുവരവിനെ ആശങ്കയോടെ വീക്ഷിക്കുകയും അവഗണിക്കുകയും ചെയ്ത പ്രവണതയായിരുന്നു കൂടുതലുണ്ടായത്. ബ്ലോഗുകളെപ്പറ്റി ഏതാനും ലേഖനങ്ങൾ വന്നെങ്കിലും അവയുടെ എണ്ണം വളരെ പരിമിതമായിരുന്നു. സാമ്പ്രദായികലോകത്തെ മാധ്യമങ്ങളിൽ ബഹുഭൂരിപക്ഷവും ബ്ലോഗുകളുടെ സാന്നിധ്യത്തെയും പ്രചാരത്തെയുംപറ്റി നിശ്ശബ്ദത പാലിക്കുകയാണു ചെയ്തത്. ബ്ലോഗുകളെപ്പറ്റി എഴുതപ്പെട്ട ലേഖനങ്ങളുടെ കണക്കെടുത്താൽ ഓരോ ഭാഷയിലും അവ വിരലിലെണ്ണാവുന്നവ മാത്രമായിരിക്കും.

വിഷയവൈവിധ്യംകൊണ്ടും ആശയസമ്പുഷ്ടതകൊണ്ടും വ്യവസ്ഥാപിത മാധ്യമഘടനയിൽനിന്ന് മാറിനിന്നുകൊണ്ട് ശക്തമായ സാന്നിധ്യം അറിയിച്ച ബ്ലോഗുകൾ സൈബർ ലോകത്ത് ബദൽ മാധ്യമസംവിധാനം ഒരുക്കുന്നതിലും അച്ചടിലോകവുമായി കൈകോർത്ത് പരസ്പരവ്യവഹാരത്തിന്റെ തലങ്ങളെ കണ്ടെത്തുന്നതിലും വിജയിച്ചു.

മലയാളബ്ലോഗുകൾ അച്ചടിത്താളുകളിൽ

ബ്ലോഗുകൾ അച്ചടിലോകവുമായി ചേർന്ന് പുതിയൊരു മാധ്യമനാമത്തെ സൃഷ്ടിച്ചു. ബ്ലോഗുകളിൽ പ്രസിദ്ധീകരിച്ച സൃഷ്ടികളെ ഉൾപ്പെടുത്തി പ്രസിദ്ധീകരിക്കപ്പെടുന്ന പുസ്തകത്തെ ബ്ലോഗുലോകം അടയാളപ്പെടുത്തുന്നത് 'ബ്ലുക്ക്' (Blook) എന്നാണ്. ബ്ലോഗുകളിൽനിന്ന് പ്രസിദ്ധീകരിക്കപ്പെടുന്ന ബുക്ക് എന്ന അർത്ഥത്തിൽ അവയെ പരസ്പരം കൂട്ടിച്ചേർത്ത് നിർമ്മിച്ച പദമാണ് ബ്ലുക്ക് എന്നത്. ബ്ലോഗിലെ രചനകൾ പുസ്തകരൂപത്തിൽ പ്രസിദ്ധീകരിക്കാനായി ബ്ലോഗർമാർ ചേർന്ന് 'ബുക്ക് റിപ്പബ്ലിക്ക്' എന്ന സ്വതന്ത്രപുസ്തക പ്രസാധകവിതരണപ്രസ്ഥാനം രൂപീകരിച്ചിട്ടുണ്ട്. ഏതാനും പുസ്തകങ്ങൾ ഈ പ്രസാധകകൂട്ടായ്മ വഴി പ്രസിദ്ധീകരിച്ചിട്ടുണ്ട്. ലാപുട എന്ന ബ്ലോഗെഴുതുന്ന ടി.പി. വിനോദ് എഴുതിയ 'നിലവിളിയെക്കുറിച്ചുള്ള കടങ്കഥകൾ' എന്ന കവിതാസമാഹാരവും വി.എം. ദേവദാസിന്റെ 'ഡിൽഡോ' എന്ന നോവലും ഈ കൂട്ടായ്മ വഴി പ്രസിദ്ധീകരിക്കപ്പെട്ടു. ബ്ലോഗുകളുടെ ലോകത്ത് സൃഷ്ടിക്കപ്പെട്ട നിരവധി സാഹിത്യസൃഷ്ടികൾ അച്ചടിലോകത്തേക്കു മാറ്റപ്പെട്ടിട്ടുണ്ട്.

ബ്ലോഗിലെ പോസ്റ്റുകൾ അച്ചടിതാളുകളിലേക്കു മാറ്റപ്പെടുന്ന പ്രവണത ആരംഭം മുതലേ കണ്ടുവരുന്ന ഒന്നാണ്. ബ്ലോഗുകളിലെ സൂപ്പർ ഹിറ്റായ 'കൊടകരപുരാണ' മാണ് ആദ്യം പുസ്തകരൂപത്തിലേക്കു പകർത്തപ്പെട്ടത്. തുടർന്ന് 'കുറുമാൻ' എന്ന വിളിപ്പേരിലെഴുതുന്ന യാത്രാക്കുറിപ്പുകൾ 'എന്റെ യൂറോപ്യൻ അനുഭവങ്ങൾ' എന്ന പേരിൽ അച്ചടിക്കപ്പെട്ടു. ഏറനാടന്റെ ബ്ലോഗിലെ സിനിമാവിശേഷങ്ങൾ 'ഒരു സിനിമാഡയറിക്കുറിപ്പ്' എന്ന പേരിൽ പുസ്തകമായി. ബ്ലോഗിലെ മലയാള

കവിതകൾ സമാഹരിച്ച് ഡി.സി. ബുക്സ് 'നാലാമിടം' എന്ന പേരിൽ പുസ്തകം പുറത്തിറക്കി. സി.എൽ.എസ്. ബുക്സ് പബ്ലിഷ് ചെയ്ത 'ദല മർമ്മരങ്ങൾ', കൃതി പബ്ലിക്കേഷന്റെ 'കാവാരേഖ' തുടങ്ങിയവ ബ്ലോഗിലെ മികച്ച കവിതകളെ തിരഞ്ഞെടുത്ത് പ്രസിദ്ധീകരിച്ചിരിക്കുന്നവയാണ്.

അച്ചടിയിലേക്ക് ബ്ലോഗുകളുടെ മറ്റൊരു സംഭാവന ബ്ലോഗ് സ്മരണികയാണ്. 'ഈയെഴുത്ത് 2011' എന്ന പേരിൽ പ്രസിദ്ധീകരിച്ചിരിക്കുന്ന പുസ്തകത്തിൽ മുന്നൂറോളം ബ്ലോഗർമാരുടെ രചനകളെ ഉൾക്കൊള്ളിച്ചിരിക്കുന്നു. അന്തരിച്ച ബ്ലോഗുകവി ജ്യോനവൻ എന്ന നവീൻ ജോർജിന്റെ കവിതകൾ 'പൊട്ടക്കലം' എന്ന പേരിൽ സുഹൃത്തുക്കൾ പ്രസിദ്ധീകരിച്ചിട്ടുണ്ട്.

ബ്ലോഗുകളിൽ വന്ന പോസ്റ്റുകൾ ഉൾപ്പെടുത്തി നിരവധി സാഹിത്യ കൃതികൾ അച്ചടിലോകത്ത് പ്രസിദ്ധീകരിക്കുന്നു. അവയിൽ പ്രധാനപ്പെട്ട ചില സാഹിത്യകൃതികളുടെ പേരുകൾ ചുവടെ കുറിക്കുന്നു.

കുളം + പ്രാന്തത്തി	- വിഷ്ണുപ്രസാദ് (കവിത/
പന്ത്രണ്ട് നിലകളുള്ള ഒരുമരം	- സന്തോഷ് പല്ലശ്ശന (കവിത)
പൂമ്പാറ്റയെ പിടിക്കേണ്ട വിധം	- ഹൻല്ലലത്ത് (കവിത)
നിയോഗങ്ങൾ	- സാബു ഹരിഹരൻ
പേശാമടന്ത	- ജ്യോതിബായ് (കവിത)
പൾപ്പ് ഫിക്ഷൻ	- ലതീഷ് പോൾ (കവിത)
അടിയന്തരാവസ്ഥ നഷ്ടപ്പെടുത്തിയ ഏഴു വർഷങ്ങൾ	- കെ.എം.പ്രമോദ് (കവിത)
ചിലന്തി	- സിമി നസ്രേത്ത് (കഥ)
ചിറകുള്ള ബസ്	- വിഷ്ണു പ്രസാദ് (കവിത)
ദേഹാന്തരയാത്രകൾ	- വിഢിമാൻ (കഥ)
നരകക്കോഴി	- ഇസ്മായിൽ കുറുമ്പടി (കഥ)
ജ്വാലകൾ ശലഭങ്ങൾ	-ശശി ചിറയിൽ (കഥ, അനുഭവം)
ആപ്പിൾ	- സിയാഫ് അബ്ദുൾഖാദർ (കഥ)
കൊച്ചുത്രേസ്യായുടെലോകം	-കൊച്ചുത്രേസ്യാ (ലേഖനം)

ഓരോ ആഴ്ചയിലെയും ഏറ്റവും ഹിറ്റായ ബ്ലോഗുപോസ്റ്റിനെ തിരഞ്ഞെടുത്ത് അച്ചടിയിൽ പ്രസിദ്ധീകരിക്കാറുണ്ട്. 'ബ്ലോഗന' എന്ന തലക്കെട്ടിൽ മാതൃഭൂമി ആഴ്ചപ്പതിപ്പ് ബ്ലോഗുപോസ്റ്റുകളെ മുമ്പ് അച്ചടിച്ചിരുന്നു. പുസ്തകപ്രസാധകർ കൂടുതലായി രംഗത്തെത്തുന്നതോടെ കൂടുതൽ പോസ്റ്റുകൾ പുസ്തകരൂപത്തിലേക്കു മൊഴിമാറ്റം ചെയ്യാൻ സാധ്യതയുണ്ട്. അതുപോലെ ആഴ്ചപ്പതിപ്പുകളിലും മാസികകളിലും

പേജുകൾ നിറയ്ക്കാൻ ബ്ലോഗിന്റെ കലവറ തുറന്ന് സൃഷ്ടികളെ എഡിറ്റർമാർ തിരഞ്ഞെടുക്കുന്നു. തിരഞ്ഞെടുപ്പിന്റെ സാധ്യതകൾ ധാരാളമുള്ളതിനാൽ ഇനിയും കൂടുതൽ സൃഷ്ടികൾ അച്ചടിമാധ്യമത്തിലേക്കു മാറ്റപ്പെടാൻ സാധ്യതയുണ്ട്.

എഴുത്തുകാരനും പ്രസിദ്ധ ബ്ലോഗറുമായ കുഴൂർ വിൽസൻ ബ്ലോഗിനു നല്കിയ തലക്കെട്ട് 'അച്ചടിമലയാളം നാടുകടത്തിയ കവിതകൾ' എന്നാണ് (http://vishakam.blogspot.in). കവിതകൾ ബ്ലോഗിൽ പ്രസിദ്ധീകരിച്ചു തുടങ്ങിയശേഷം ഇനി മുഖ്യധാരാമാധ്യമങ്ങളിലേക്കു കവിതകൾ അയയ്ക്കില്ലെന്നും ബ്ലോഗുതന്നെ പ്രസിദ്ധീകരണത്തിനുള്ള മുഖ്യവേദിയായി തെരഞ്ഞെടുക്കുന്നു എന്നും പ്രഖ്യാപിച്ച കുഴൂർ വിൽസന്റെതായി മൂന്ന് പുസ്തകങ്ങൾ പ്രസിദ്ധീകരിക്കപ്പെട്ടതായി രാജ് നീട്ടിയത്ത് ഒരു ബ്ലോഗ് അവലോകനത്തിൽ രേഖപ്പെടുത്തുന്നു (2013:89). ബ്ലോഗുകളുടെ വെർച്ചൽ ലോകത്തുനിന്ന് കടലാസിന്റെ അച്ചടിലോകത്തിലേക്കു പ്രവേശിക്കാനുള്ള പ്രവണത ബ്ലോഗുകളിൽ പൊതുവെ കണ്ടുവരുന്നു.

ബ്ലോഗുകളുടെ പ്രസക്തിയും അതിന്റെ മേന്മകളും നിലനില്ക്കുന്നത് ബ്ലോഗിനുള്ളിൽ മാത്രമാണ്. കാരണം ബ്ലോഗുകൾ സവിശേഷ മാധ്യമമാണ്. "ഒരു മാധ്യമത്തിൽ നിലനില്ക്കുന്ന ഒന്നിനെ അതിന്റെ ഒഴുക്കിൽനിന്നും പരിണാമഗതിയിൽനിന്നും പറിച്ചെടുത്ത് മറ്റൊരു മാധ്യമത്തിൽ പുനർജ്ജന്മം നല്കുന്നതാണ് ബ്ലോഗുകൾ പുസ്തകമായി മാറുമ്പോൾ സംഭവിക്കുന്നത് (വെങ്കിടേശ്വരൻ, 2008:34)." ഒരർത്ഥത്തിൽ ജൈവികമായി വളർന്നു പ്രസരിച്ചുകൊണ്ടിരിക്കുന്ന ഒരു ആഖ്യാനത്തെ അതിന്റെ സ്വാഭാവിക അവസ്ഥയിൽനിന്ന് അടർത്തിമാറ്റി മരവിപ്പിക്കുകയാണ് പുസ്തകമെന്ന അവതാരം.

പുസ്തകമാകുന്നതോടെ മറ്റൊരു മാധ്യമത്തിൽ അവയ്ക്ക് ജീവിക്കേണ്ടിവരുന്നു. ബ്ലോഗുകളുടെ ലോകം സവിശേഷതകളുള്ള ലോകമാണ്. വാമൊഴിയുടെ ഒഴുക്കും സഹൃദയഭാഷയും അതിന്റെ ജൈവികഘടനയുടെ ഭാഗമാണ്. ഭാഷയുടെ വലിയ കെട്ടുപാടുകൾ അതിനെ ബന്ധിക്കുന്നില്ല. എന്നാൽ പുസ്തകമാകുന്നതോടെ വരമൊഴിയുടെ ദൃഢരൂപത്തിലേക്കത് മാറ്റപ്പെടുകയാണ്. ഇന്റർനെറ്റിന്റെ താളുകളിൽനിന്ന് പുസ്തകത്താളിലേക്കു മാറ്റപ്പെടുമ്പോൾ അവ പ്രവേശിക്കുന്നത് നീണ്ട പാരമ്പര്യവും ചരിത്രബന്ധമായ രൂപഭാവങ്ങളും നിയമാവലികളും ചിട്ടവട്ടങ്ങളുമുള്ള ഒരു മാധ്യമത്തിലേക്കാണ്. അവിടുത്തെ വായനാരീതികളും വായനക്കാരും തികച്ചും വ്യത്യസ്തമായ ഭാഷാവ്യവസ്ഥയ്ക്കകത്താണ് ജീവിക്കുന്നത്. ബ്ലോഗുകളെ സംബന്ധിച്ച് അതിന്റെ ജൈവികാവസ്ഥയ്ക്കുതന്നെ വിരുദ്ധമാണ് അതിന്റെ പുസ്തകം എന്ന ജന്മം. ഏതൊരു മാധ്യമത്തിന്റെയും ജൈവികഘടകങ്ങൾ അതിന്റെ സൃഷ്ടികളുടെ ഉത്പാദനത്തിൽ പ്രവർത്തിക്കുന്നുണ്ട്. ഇത്തരത്തിൽ ബ്ലോഗുകൾ മുന്നോട്ടുവയ്ക്കുന്ന അതിന്റെ

സ്വാഭാവികഘടകങ്ങളെ ഹനിക്കുകയാണ് രൂപമാറ്റ പ്രക്രിയയിൽ സംഭവിക്കുന്നത് (2008:35).

ബ്ലോഗുകളുടെ ഒരു പരിമിതി വളരെ പെട്ടെന്ന് മറവിയുടെ ലോകത്തിലേക്കു കടന്നുപോകുമെന്നതാണ്. അനേകം ബ്ലോഗുകൾ സൃഷ്ടിക്കപ്പെടുമ്പോൾ ഭൂരിഭാഗം ബ്ലോഗുകളും ഒരിക്കലും അനാവൃതമാകുന്നില്ല. എണ്ണത്തിൽ വളരെ കുറഞ്ഞ ഗണം ആളുകൾ മാത്രമാണ് അവയെ അന്വേഷിച്ചിറങ്ങുന്നത്. ദിവസവും പോസ്റ്റുചെയ്യപ്പെടുന്ന സൃഷ്ടികളുടെ എണ്ണം നൂറുകണക്കിനാണ്, അതിനാൽ ഭൂരിഭാഗം പോസ്റ്റുകളും എന്നേക്കുമായി തുറക്കപ്പെടാതെ കിടക്കും. ചിലതാകട്ടെ നാമമാത്രമായ വായനക്കാരെ മാത്രം ആകർഷിക്കും. അനേകം പോസ്റ്റുകൾ വേഗം മറവിയുടെ ലോകത്തിലേക്കു കടന്ന് വിസ്മൃതമാകും. ബ്ലോഗുകളിൽ Unread post (ആരും ഒരിക്കലും വായിച്ചിട്ടില്ലാത്തത്)കളുടെ എണ്ണം വളരെ കൂടുതലാണ്. ഒരിക്കലും ആരാലും വായിക്കപ്പെടാതെ അവ നിത്യമായി വിശ്രമിക്കപ്പെടുന്നു.

ഇരുപത്തിയാറ്

ബ്ലോഗുവിമർശനം

സാമൂഹ്യസമ്പർക്കമാധ്യമമെന്ന നിലയിൽ ശക്തമായ സ്വാധീനം ഉറപ്പിക്കുവാൻ ബ്ലോഗുകൾക്കു കഴിഞ്ഞുവെങ്കിലും ബ്ലോഗുകൾ ചില വിമർശനങ്ങൾ നേരിടുന്നുണ്ട്. ഏതൊരു മാധ്യമത്തെപ്പോലെ ഗുണങ്ങളും ദോഷങ്ങളും ബ്ലോഗുകൾക്കുമുണ്ട്.

വായനക്കാരുടെ അഭാവം

ആരംഭകാലം മുതലേ ബ്ലോഗുകൾ ആർക്കും എഴുതാവുന്നത്, എന്തും എഴുതാവുന്നത് എന്ന അവസ്ഥയിലേക്ക് മാറി. അതിന്റെ ഫലമായി ബ്ലോഗുകൾ എഴുത്തുകാരുടെ മാത്രം സങ്കേതമാവുകയും വായനക്കാർ അതിൽനിന്ന് അകന്നുനില്ക്കുകയും ചെയ്തു. ബ്ലോഗുകൾ ഗൗരവമായ വായനയ്ക്ക് ഉപയുക്തമല്ല എന്ന ചിന്ത പൊതുവിൽ പ്രചരിക്കുന്നതിന് ഇത് കാരണമായി. ആയിരക്കണക്കിന് ബ്ലോഗർമാർ ബ്ലോഗുകളിലേക്ക് കടന്നുവന്നപ്പോൾ അത്രമാത്രം വായനക്കാരെ ആകർഷിക്കാൻ ബ്ലോഗുകൾക്ക് സാധിച്ചില്ല. പരമ്പരാഗത എഴുത്തുമാധ്യമങ്ങളിൽ അതിന്റെ മാധ്യമലോകമെന്നത് വായനക്കാർ ഭൂരിപക്ഷവും എഴുത്തുകാർ ന്യൂനപക്ഷവുമാണ്. എന്നാൽ ബ്ലോഗിൽ വായനക്കാർ ന്യൂനപക്ഷവും എഴുത്തുകാർ ഭൂരിപക്ഷവുമാണ്. വായനക്കാരെക്കാൾ കൂടുതൽ എഴുത്തുകാർ വ്യാപൃതരായ മാധ്യമമാണ് ബ്ലോഗുകൾ. അതുകൊണ്ടുതന്നെ പല പോസ്റ്റുകളും ദീർഘനാൾ വായനക്കാരില്ലാതെ നിലനില്ക്കേണ്ട അവസ്ഥയുണ്ടാക്കുന്നു. ബ്ലോഗുകളിൽ എഴുതുന്നവർ പരസ്പരം പ്രോത്സാഹിപ്പിച്ചാലേ ബ്ലോഗിലെ വായനാലോകം വികസിക്കപ്പെടുകയുള്ളൂ എന്ന വിമർശനം പൊതുവിൽ ബ്ലോഗുകളെപ്പറ്റി ഉയരുന്നുണ്ട്.

വിഢിമാൻ എന്ന വി.ഡി. മനോജ് ബ്ലോഗിൽ എഴുതുന്നു.

"ബ്ലോഗിൽ വായനക്കാർ പരിമിതമാണ്. വായനക്കാരെ എഴുത്തുകാരൻ തന്നെ കണ്ടെത്തണം എന്നതാണ് ഏറ്റവും മുഖ്യം. ഓൺലൈൻ ലോകത്ത് പരിചയമുള്ള സുഹൃത്തുക്കളെ അറിയിക്കാം. എങ്കിലും അതു വളരെ കുറച്ചുപേർ മാത്രം. ബ്ലോഗ് എഴുതുന്നവരെല്ലാം 'ബ്ലോഗപ്പാടന്മാ'രാവുന്ന

അവസ്ഥ. അപ്പോൾ പിന്നെ പുതിയ സഹൃദയരെ കണ്ടെത്തണം. അവരിൽ മിക്കവരും എഴുത്തുകാർതന്നെ. അപ്പോൾ പിന്നെ അവരുടെ 'ബ്ലോഗപ്പാടു' കളും വായിക്കണം. വായിച്ചാൽ പോരാ, അഭിപ്രായം പറയണം. അഭി പ്രായം പറഞ്ഞാൽ പോരാ. ഇഷ്ടപ്പെടുന്ന അഭിപ്രായം പറയണം. ഇനി യിപ്പോൾ എതിരഭിപ്രായം പറഞ്ഞാൽ, 'ഓ... ഇവനാര്' എന്നു തോന്നി യാലോ? തിരികെ വായനയ്ക്ക് എത്തിയില്ലെങ്കിലോ? എത്തിയാലും അവൻ പ്രതികാരം ചെയ്താലോ? ഒന്ന് സുഖിപ്പിച്ചാൽ നമുക്കും പരമസുഖം. അനുമോദന കമന്റുകളുടെ സ്വർഗത്തിൽ രാജാവായി വാഴാം. പൂച്ച കണ്ണടച്ച് പാൽ കുടിക്കുന്നില്ലേ. അതുപോലെ" (2012:4).

വായനക്കാർ പരിമിതമാകുന്ന ഈ മാധ്യമത്തിൽ മാധ്യമത്തെ നില നിർത്താൻ എഴുത്തുകാർതന്നെ വായനക്കാരുമാകുന്ന അവസ്ഥ ബ്ലോഗി ലുണ്ട് എന്ന വസ്തുതയാണ് ബ്ലോഗർ ചൂണ്ടിക്കാട്ടുന്നത്. പക്വമായ ഒരു മാധ്യമത്തെ സംബന്ധിച്ച് ഈ പ്രവണത ആശാവഹമല്ല. സമാനമായ രീതി യിൽ മറ്റൊരു ബ്ലോഗർ എഴുതുന്നു.

"ബ്ലോഗിന്റെ കഥയും അങ്ങനെതന്നെ. നല്ല രചനയും ആകർഷണീയ മായ കെട്ടും മട്ടും നമ്മെക്കുറിച്ചുള്ള വിവരവും ബ്ലോഗിൽ കൊടുത്താൽ വായനക്കാർ ഇരച്ചുകയറും എന്നു കരുതുന്നത് വിഡ്ഢിത്തമാവും. അല്ലേ? നമ്മുടെ ബ്ലോഗിനെ ആളുകളുടെ മുന്നിൽ കൊണ്ടുവരണം. സോഷ്യൽ മീഡിയ അരങ്ങുതകർത്തു വാഴുന്ന ഇക്കാലത്ത് ബ്ലോഗർക്ക് ചെയ്യാവുന്ന ഏറ്റവും എളുപ്പമുള്ള കാര്യങ്ങളിൽ ഒന്നാണ് തന്റെ ബ്ലോഗിനെ പൊതുജന സമക്ഷംകൊണ്ടു വരികയെന്നത്. ഫേസ്ബുക്ക് തുടങ്ങിയ വേദികളിലൂടെ ഇത് അനായാസം സാധിക്കും. അതിലൂടെ അനേകം കൂട്ടായ്മകളിൽ ചേരാനും മറ്റുള്ളവരുടെ ബ്ലോഗുകൾ വായിക്കാനും തന്റെ ബ്ലോഗ് മറ്റുള്ള വരിലെത്തിക്കാനും കഴിയും. കൂട്ടത്തിൽ പറയട്ടെ - പല കൂട്ടായ്മകളും കൊടുക്കൽ വാങ്ങലുകളിലൂടെയാണ് വളരുന്നത്. നിങ്ങൾ കൂട്ടായ്മകളിൽ ചേർന്നാൽ മാത്രം മതിയാകില്ല; അവിടെയുള്ള കൂട്ടുകാരുടെ ബ്ലോഗുകൾ വായിക്കുകയും പ്രതികരിക്കുകയും അവരെ പ്രോത്സാഹിപ്പിക്കുകയും ചെയ്യണം. എന്നാലേ നിങ്ങൾക്കും അവ തിരിച്ചുകിട്ടൂ... മറ്റുള്ളവരെ അവ ഗണിച്ച് ഈ ലോകത്ത് അധികകാലം നിലനിൽക്കാൻ സാധിക്കുമെന്ന് തോന്നുന്നില്ല" (പോസ്റ്റുചെയ്തത്: നിഷ, 25/02/2013).

വായനക്കാർ പരിമിതമാകുന്ന അവസ്ഥയിൽ പൊള്ളയായ പുകഴ്ത്ത ലുകളിൽ കൂടി മാത്രമേ ബ്ലോഗുലോകത്ത് നിലനില്പുള്ളൂ എന്നു ചിന്തിക്കുന്ന ബ്ലോഗർമാർ നിരവധിയുണ്ട്. മുകളിൽ ഉദ്ധരിച്ച പോസ്റ്റുകൾ ഇതു തെളിയിക്കുന്നു. എഴുത്തുകാരുടെ സർഗ്ഗസിദ്ധിയെ പരിഗണിക്കാതെ യുള്ള അഭിപ്രായങ്ങളാണ് അവ. സർഗ്ഗാത്മ സൃഷ്ടികൾക്കും എഴുത്തു കാർക്കും ഏതു മാധ്യമത്തിലും വായനക്കാരുണ്ടാകും. നിത്യകാലത്തേക്ക് സുരക്ഷിതമാക്കപ്പെടുന്ന സാഹിത്യസൃഷ്ടി എന്ന നിലയിൽ ബ്ലോഗിലെ ഓരോ പോസ്റ്റും വരാൻ പോകുന്ന കാലത്തിലെ വായനക്കാർക്കായി

കാത്തിരിക്കുകയാണ്. ബ്ലോഗുകൾ അനുഭവിക്കുന്ന ഈ പരിമിതി സാങ്കേതികതയുടെ വളർച്ചയിലൂടെ പരിഹരിക്കപ്പെടുന്ന ഒന്നാണ്.

പരാശ്രയത്വമുള്ളത്

ബ്ലോഗുകളെപ്പറ്റി പഠനം നടത്തിയ ജോഡി ഡിയാൻ (Jodi Dean)മൂന്നു തരത്തിലുള്ള വിമർശനങ്ങൾ ബ്ലോഗുകളുടെ ഉള്ളടക്കത്തെപ്പറ്റി രേഖപ്പെടുത്തുന്നു. ബ്ലോഗുകൾ വിശാലമായ ആശയങ്ങളെ അവതരിപ്പിക്കുന്നുണ്ടെങ്കിലും അവയുടെ പൊതുവായ പ്രവണതയിൽ ചില വസ്തുതകൾ വ്യക്തമാണെന്ന് അദ്ദേഹം വെളിപ്പെടുത്തുന്നു.

“ബ്ലോഗുകൾ പരാശ്രയത്വമുള്ളതും ആത്മരതി ഇടങ്ങളും പൊരുളില്ലാത്തതുമാണ്. അതുകൊണ്ടാണ് ഇന്റർനെറ്റ് ഉപഭോക്താക്കൾ ലോകം മുഴുവനും ആകുകയും ബ്ലോഗുകൾ എണ്ണത്തിൽ വളരാതിരിക്കുകയും ചെയ്തത്” (2010:42).

ബ്ലോഗുകളെപ്പറ്റിയുള്ള ഡിയാന്റെ വിമർശനം പരാശ്രയത്വമുള്ളത് എന്നതാണ്. ബ്ലോഗുകൾ ആരംഭകാലം മുതൽതന്നെ ഏറ്റവും പ്രസിദ്ധമായത് സിറ്റിസൺ ജേർണലിസവുമായി ബന്ധപ്പെട്ടുകൊണ്ടാണ്. വാർത്തകളെപ്പറ്റിയുള്ള അവലോകനങ്ങളും വിമർശനങ്ങളും ധാരാളമായി ബ്ലോഗുതാളുകളിൽ പ്രത്യക്ഷപ്പെട്ടു. അവ മിക്കവാറും ഇതര മാധ്യമങ്ങളിൽ വന്ന വാർത്തകളുടെ കമന്ററികളും പ്രസിദ്ധീകരിച്ചവയുടെ ആവർത്തനവും മാത്രമായി പരിണമിച്ചു. ബ്ലോഗുകളിലേക്ക് ധാരാളം ആളുകൾ കടന്നുവന്നുവെങ്കിലും അവർ കൈകാര്യം ചെയ്തത് മുഖ്യധാരാ പത്രങ്ങളിലും ഇതര മാധ്യമങ്ങളിലും വന്ന വാർത്തകളുടെ പുനഃരാഖ്യാനം മാത്രമായിരുന്നു (2010:45). ഇതരമാധ്യമങ്ങളുടെ സ്വാധീനങ്ങളെ ആശ്രയിച്ചു നിന്നതുകൊണ്ടാണ് അവയെ പരാശ്രയത്വമുള്ളതെന്ന് വിശേഷിപ്പിക്കുന്നത്. ജേർണലിസവുമായി ബന്ധപ്പെടുത്തിയാണ് ഈ അഭിപ്രായം നിലനില്ക്കുന്നത്. എന്നാൽ, സാഹിത്യത്തിന്റെ വിവിധ മേഖലകളിലേക്ക് ബ്ലോഗുകൾ വളർന്നതിനാൽ അവിടെയെല്ലാം സ്വന്തം അസ്തിത്വത്തെ അവ ഉറപ്പിക്കുന്നുണ്ട്.

ആത്മരതിപരം

ബ്ലോഗുകൾ വ്യക്തിപരമായ ഡയറികളുടെ ഇലക്ട്രോണിക് രൂപങ്ങളാണെന്നു പറയുമ്പോൾതന്നെ അവിടെ രചിക്കപ്പെടുന്നത് ഏറെയും ആത്മപരമായ രചനകളാണ്. ജോഡി ഡിയാൻ (Jodi Dean) ആത്മരതിപരമായ മാനങ്ങളെപ്പറ്റിയുള്ള തന്റെ അഭിപ്രായങ്ങളെ ഇങ്ങനെ രേഖപ്പെടുത്തുന്നു.

“ബ്ലോഗുകളിൽ കുറിക്കപ്പെടുന്നത് വ്യക്തിപരമായ കുറെ എഴുത്തുകൾ മാത്രമാണ്. ആർക്കാണ് ഇത്തരം കുറിപ്പുകളോട് താല്പര്യം ഉണ്ടാവുക. വിരസത സൃഷ്ടിക്കുന്ന ആത്മരതിയുടെ പ്രകാശനങ്ങൾ മാത്രമാവും ബ്ലോഗുകളിൽ നടത്തുന്നത് (2010:45). ആളുകൾ അനുദിനജീവിതവും

അവനവനെപ്പറ്റിയുള്ള കാര്യങ്ങൾ ചർച്ച ചെയ്യാനുള്ള വേദിയായി മാറ്റിയപ്പോൾ ബ്ലോഗുകൾ വിസ്തൃതവർണ്ണനയ്ക്കുള്ള ഇടമായി മാത്രം അധഃപതിച്ചു. ആർക്കും വായിക്കാവുന്ന പൊതു സ്ഥലത്ത് വ്യക്തിപരമായ കാര്യങ്ങൾ എഴുതിയിടുന്നതിലെ അവിവേകം പലരും ചൂണ്ടിക്കാട്ടുന്നു.

ബ്രിട്ടീഷ് എഴുത്തുകാരനായ ആൻഡ്രു കീന്റെ (Andrew Keen) വാദമനുസരിച്ച് "ഇന്റർനെറ്റിൽ വലിയൊരു അപകടമുണ്ട്. എല്ലാവരും സംസാരിച്ചുകൊണ്ടിരിക്കുന്നു, ആരും കേൾക്കുന്നില്ല. എല്ലാവരും തങ്ങളെത്തന്നെ ബ്രോഡ്കാസ്റ്റ് ചെയ്യുന്നു" (2007:15). കീനിന്റെ (Keen) വാദമനുസരിച്ച് ഇത് ആത്മരതിപരമായ നിലപാടാണ്. ആളുകൾ കൂടുതലും ഇന്റർനെറ്റിൽ പ്രവേശിക്കുക തങ്ങളുടെ ജീവിതത്തെ, ജീവിതകാഴ്ചപ്പാടിനെ, അനുഭവിച്ച കാഴ്ചയെ, ജോലി സംബന്ധമായ ഇടപാടിനെ ഇങ്ങനെ അഹവുമായി ബന്ധപ്പെട്ട ഏതെങ്കിലും ആവശ്യത്തെ തൃപ്തിപ്പെടുത്തുന്നതിനായിരിക്കും. ബ്ലോഗുകളെ സംബന്ധിച്ച് ഇതു കൂടുതൽ അർത്ഥവത്താണ്. കൂടുതൽ ആളുകൾ അവരെപ്പറ്റി എഴുതുന്നു പോസ്റ്റു ചെയ്യുന്നു. ഇവിടെ അവനവനെത്തന്നെ നിർമ്മിക്കുക മാത്രമാണ് ചെയ്യുക (2007:15-16).

ബ്ലോഗിലെ ആത്മാഖ്യാനപരമായ എഴുത്തുകൾ ആത്മരതിപരമായ അവസ്ഥകളിലുള്ളതാണ് എന്നു സ്ഥാപിക്കുന്ന പരാമർശങ്ങൾ മുഖ്യധാരാ മാധ്യമങ്ങളിൽനിന്ന് ഉണ്ടായിട്ടുണ്ട്. ബ്ലോഗെന്ന മാധ്യമത്തെയും അതിലെ എഴുത്തുകാരെയും പരിചയപ്പെടുത്തിക്കൊണ്ട് മാതൃഭൂമി ആഴ്ചപ്പതിപ്പ് 2007 ഒക്ടോബർ 7-ാം തീയതി ഒരു ലക്കം പ്രസിദ്ധീകരിക്കുകയുണ്ടായി. മുഖം പേജിൽ പ്രത്യേകമായി നല്കിയ തലക്കെട്ട് 'അവനവൻ പ്രസാധകൻ ബ്ലോഗന' എന്നുള്ളതായിരുന്നു. അതിന്റെ കവർ ചിത്രം ചുവടെ ചേർക്കുന്നു.

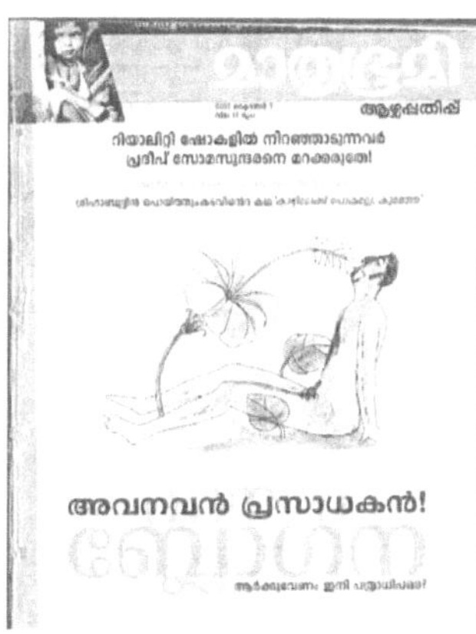

ബ്ലോഗെന്ന മാധ്യമത്തെ പൊതുസമൂഹത്തിനു പരിചയപ്പെടുത്തിക്കൊണ്ടുള്ള ഈ പതിപ്പ് ബ്ലോഗുലോകത്ത് പൊതുവേ സ്വാഗതം ചെയ്യപ്പെടുകയുണ്ടായി. എന്നാൽ ബ്ലോഗുകളുടെ പരിചയപ്പെടുത്തൽ എന്ന നിലയിൽ പ്രസിദ്ധീകരിച്ച മാസികയുടെ മുഖചിത്രംതന്നെ ഗൂഢമായ പരിഹാസത്തിന്റേതായിരുന്നു. തുടർന്നുവന്ന ലക്കത്തിൽ പ്രതികരണകോളത്തിൽ ബ്ലോഗെഴുത്തുകാരനായ വായനക്കാരൻ അതു തുറന്നു കാട്ടുന്നു.

> "മാതൃഭൂമി വീക്കിലിയിൽ മുഖച്ചിത്രമായി വന്ന ആർട്ടിസ്റ്റ് മുരളീധരന്റെ ചിത്രം ചില ബ്ലോഗേഴ്സ് ഉയർത്തിക്കാണിക്കുന്ന വെല്ലുവിളിയെ നീരസത്തോടെ പരിഹസിക്കുന്ന ഒന്നാണെന്ന് ശ്രദ്ധിച്ചുനോക്കിയാൽ മനസ്സിലാകും. സ്വന്തം ആസനത്തിൽനിന്നും കിളിർത്തുവന്ന ചെമ്പരത്തി തറയിൽ പച്ചനിറമായി ഒഴുകിപ്പരന്ന് ആ പച്ചപ്പിൽനിന്നും പൂവും ഇലയുമായി ഉയിർത്തെണീറ്റ് തന്റെ സൃഷ്ടാവായ ബ്ലോഗറുടെ നാസാരന്ധ്രങ്ങൾക്ക് സുഗന്ധാനുഭൂതി നല്കുന്ന വിരേചനകൃത്യം മാത്രമാണ് ബ്ലോഗെന്ന് ധ്വനിപ്പിക്കുന്ന കഴിവുറ്റ ആ ചിത്രകാരൻ... തന്റെ മനസ്സിലെ പരിഹാസ വിഷയം ഭാവനയിൽ ചേർത്ത് പ്രിന്റ് മീഡിയയോട് കൂറു പ്രഖ്യാപിക്കുന്നത് ചിത്രകാരന്റെ മാത്രം തോന്നലാകട്ടെ എന്ന് ആശിക്കട്ടെ!!!"
>
> (വായനക്കാരുടെ പ്രതികരണം, മാതൃഭൂമി ആഴ്ചപ്പതിപ്പ് 2007 ഒക്ടോബർ 14).

ബ്ലോഗുകളിലെ ആത്മരതിയുടെ അംശത്തെ ഉയർത്തിക്കാട്ടി പരിഹസിക്കുന്നതാണ് അതിലെ തലക്കെട്ടും മുഖചിത്രവും. അവനവൻ പ്രസാധകൻ എന്ന തലക്കെട്ട് ചിത്രവുമായി ചേർത്തു വായിക്കുമ്പോൾ അതിന്റെ അർത്ഥതലങ്ങൾ ആത്മരതിയുടെ മാനങ്ങളെയാണ് കൂടുതൽ പ്രകാശിപ്പിക്കുന്നത്.

ബ്ലോഗുകളുടെ ആരംഭകാലത്ത് അവയെപ്പറ്റി ഉയർന്ന പ്രധാന വിമർശനമായിരുന്നു മുകളിൽ പ്രതിപാദിച്ചത്. ഓരോരുത്തരും അവനെത്തന്നെ നിർമ്മിക്കാൻ ശ്രമിക്കുന്നതുവഴി അവയിൽ ആത്മശബ്ദങ്ങൾ മാത്രം ഉയർന്നുനിന്നു. എല്ലാവരും സംസാരിക്കുന്നു, എഴുതുന്നു. എന്നാൽ വളരെ കുറച്ചുപേർ മാത്രം കേൾക്കുന്നു, വായിക്കുന്നു. ബ്ലോഗുകൾ ആത്മരതിയുടെ ഇടമാണെന്ന വിമർശനത്തിന്റെ കാരണമിതാണ്.

പൊരുളില്ലാത്തത്

ബ്ലോഗുകളെപ്പറ്റിയുള്ള മറ്റൊരു വിമർശനം അവ പൊരുളില്ലാത്തത് എന്നാണ്. ആശയപ്രകാശനത്തിന് പുത്തൻസാധ്യതകൾ തുറന്നുകിട്ടിയപ്പോൾ സർഗ്ഗശേഷിയുള്ളവരും ഇല്ലാത്തവരും ബ്ലോഗുകളിലേക്കു കടന്നു

വന്നു. ഭൂരിഭാഗം ആളുകളും എഴുതുന്നതിനോ ആശയപ്രസാധനത്തിനോ സിദ്ധിയുള്ളവരായിരുന്നില്ല. മുഖ്യധാരയിൽ എഴുതുന്നവരിൽ ഒരു ന്യൂനപക്ഷം മാത്രമേ ആദ്യകാലങ്ങളിൽ ബ്ലോഗെഴുത്തുകളിൽ സജീവ മായുള്ളൂ. ബ്ലോഗുപോസ്റ്റുകൾ ലക്ഷക്കണക്കിന് സൃഷ്ടിക്കപ്പെട്ടുവെങ്കിലും അവയിൽ സാഹിത്യപരമായും സർഗ്ഗാത്മകമായും ഉന്നതനിലവാരം പുലർത്തിയത് കുറഞ്ഞ ഒരു ശതമാനം മാത്രമാണ്. ഡിയാൻ (Dean) ഇപ്രകാരം കുറിക്കുന്നു. 'ബ്ലോഗിങ് രാഷ്ട്രീയമായി വ്യക്തമായ നിലപാടു കളോ, സാംസ്കാരികമായി നൂതനത്വമോ പുലർത്തിയില്ല. പക്ഷേ, അതിനെ ക്കാൾ ഒരു സ്ത്രീ സ്വന്തം പൂച്ചകളുടെ ഫോട്ടോകൾ പ്രദർശിപ്പിക്കുന്നതിന്റെ വഴിയെ ബ്ലോഗുകൾ പോയി (2010:35). ബ്ലോഗുകളിലെ എഴുത്തുകളിൽ ഗഹനമായ കാര്യങ്ങൾ മാറി നില്ക്കുകയും സാന്ദർഭികമായി മുന്നിൽ വരുന്ന വിഷയങ്ങൾ പ്രാധാന്യത്തോടെ അവതരിപ്പിക്കുകയും ചെയ്തു. ആശയ പരമായ ദാരിദ്ര്യം ചില വിഷയങ്ങളിലേക്കു മാത്രമായി ചുരുങ്ങുന്നതിന് ഇടവരുത്തി. ബ്ലോഗുകളിലെ പൊരുളില്ലായ്മയെപ്പറ്റി ഒരു ബ്ലോഗർ നടത്തുന്ന നിരീക്ഷണം ഇപ്രകാരമാണ്.

> "ഭൂരിഭാഗം ബ്ലോഗുകളും ശ്രദ്ധിച്ചാൽ കാണാവുന്നത്, സ്വന്തം കഥ വിളമ്പിയാൽ പിന്നെ പറയാൻ കഥയില്ലാത്ത കറവ വറ്റിയ സാഹിത്യകാരന്മാരുടെ ഓൺലൈൻ സ്വരൂപമാണ്. ചെളിക്കുണ്ടിലെ പോത്തിനെപ്പോലെ ബ്ലോഗന്മാരും ബ്ലോഗിനിമാരും സ്വജീവിതചിത്രച്ചെളിയിൽനിന്നു മദിക്കുന്ന താണ്. ആ ചെളി ദേഹത്തുവീണു വൃത്തികേടാവാനായി രിക്കും പലപ്പോഴും വായനക്കാരന്റെ നിയോഗം"
>
> (പോസ്റ്റുചെയ്തത്: നിത്യൻ, 1/12/2010).

'ഹൃദയതാള'ങ്ങൾ എന്ന മറ്റൊരു ബ്ലോഗിൽവന്ന പോസ്റ്റ് ഇങ്ങനെ യാണ്.

> "താൻ എഴുതുന്നത് വായനക്കാർക്കു വായനാസുഖം നല്കുന്നുണ്ടോ. അവർക്കത് ഇഷ്ടപ്പെടുന്നുണ്ടോ, ആളു കൾക്കു താത്പര്യമുള്ള വിഷയമാണോ താൻ എഴുതുന്നത് എന്നൊന്നും ആരും ചിന്തിക്കാറില്ല. ഏതൊരു ബ്ലോഗറും ഒന്നാമതായി ഓർത്തിരിക്കേണ്ട പാഠം - ബ്ലോഗ് നിങ്ങളുടെ സ്വകാര്യഡയറിയല്ല. അതിൽ നിങ്ങളുടെ ദിനചര്യകളും മറ്റും കുത്തിനിറച്ചാൽ ആരും വായിക്കാൻ താത്പര്യപ്പെടില്ല"
>
> (പോസ്റ്റുചെയ്തത്: നിഷ, 25/02/2013).

വായനക്കാരെ ആകർഷിക്കാത്ത വിഭവങ്ങൾ ധാരാളമായി ബ്ലോഗു കളിൽ പ്രത്യക്ഷപ്പെടാറുണ്ട്. അതിനു കാരണം വിഷയങ്ങളുടെ ആഴ ങ്ങളിലേക്കിറങ്ങാനോ അവയെ യഥാവിധം അവതരിപ്പിക്കാനോ സാധി ക്കാത്തതാണ്. ഏതെങ്കിലും വിഷയത്തെപ്പറ്റിയുള്ള സൊറപറച്ചിലുകളും

പ്രസ്താവനകളും മാത്രമായി ബ്ലോഗുപോസ്റ്റുകൾ മാറി. ആയിരക്കണക്കിന് ബ്ലോഗർമാർ ബ്ലോഗുലോകത്തേക്കു കടന്നുവന്നപ്പോൾ അവരിൽ ബഹു ഭൂരിപക്ഷത്തിനും സഹൃദയലോകത്തോട് സംവദിക്കാൻ ഒന്നുമുണ്ടായി രുന്നില്ല. ലഭ്യമായ ഒരു ആശയപ്രകാശനമാധ്യമത്തെ ഉപയോഗപ്പെടുത്തി എന്നതിൽകവിഞ്ഞ് ആശയങ്ങളുടെ പ്രകാശനം അധികം ബ്ലോഗുകളിലും സംഭവിച്ചില്ല. അത്തരം ബ്ലോഗുകൾ സാവധാനം അപ്രത്യക്ഷമാവുകയും ആശയപരമായി കാമ്പുള്ള ബ്ലോഗുകൾ തുടർന്നും നിലനിന്നുപോരുകയും ചെയ്യുന്നു.

ഏകതാനതയുടെ അഭാവം

എഴുത്തിന്റെയും വിഷയസ്വീകരണത്തിന്റെയും കാര്യത്തിൽ സംഭവി ക്കുന്ന ഏകതാനതയുടെ അഭാവം ബ്ലോഗുകളെപ്പറ്റി വിമർശിക്കുന്നവരിൽ പലരും എടുത്തുപറയുന്ന കാര്യമാണ്. ഏതെങ്കിലും ഒരു വിഷയത്തിൽ സ്ഥിരമായി നില്ക്കാൻ സാധിക്കാതെ പല വിഷയങ്ങളെപ്പറ്റി പ്രതിപാദിച്ചു പോകുന്ന രീതി ചില ബ്ലോഗുകളിലെങ്കിലും കാണാം. ആൻ സ്റ്റെയ്നർ (Ann Steiner) ഇപ്രകാരം അഭിപ്രായപ്പെടുന്നു. "ഒരു ബ്ലോഗിനെ സാഹിത്യത്തിന്റെ ഏകോന്മുഖമായ ലക്ഷ്യത്തിൽ മുന്നോട്ടുകൊണ്ടുപോകുക ഏറെ പ്രയാസ മായിരിക്കും. കൂടുതൽ ബ്ലോഗർമാർക്കും വായനയെ അതിന്റെ സ്ഥിരത യിൽ നിലനിർത്താൻ സാധിക്കാതെ വരുന്നു" (2010:478). എല്ലാ ബ്ലോഗു കളെപ്പറ്റിയും ഈ നിരീക്ഷണം ശരിയല്ലായെങ്കിലും വായനക്കാരെ കൃത്യ മായ ലക്ഷ്യത്തിൽ മുന്നോട്ടുകൊണ്ടുപോകുന്നതിന് നല്ലൊരു ശതമാനം ബ്ലോഗുകൾക്കും സാധിക്കാതെ വരുന്നു. ബ്ലോഗുകളിൽ കാണുന്ന വിഷയ പരമായ വ്യതിയാനങ്ങളെ സ്റ്റെയ്നർ തുടർന്നുനിരീക്ഷിക്കുന്നു. "ബ്ലോഗു കളിൽ ബ്ലോഗർമാരുടെ വ്യക്തി അനുഭവത്തിന്റെ കമന്റുകൾ കാണാം. അവിടെ സാഹിത്യത്തെപ്പറ്റി എഴുതും. അതിനിടയിൽ പൂച്ചകളെപ്പറ്റിയും ശരത്കാല സൂര്യനെപ്പറ്റിയും തിങ്കളാഴ്ചയിലെ പ്രഭാതമഴയുടെ അനുഭവ ത്തെപ്പറ്റിയും എഴുതും. ഈ എഴുത്തുകൾ വ്യക്തി എന്ന നിലയിൽ ബ്ലോഗറെ തൃപ്തിപ്പെടുത്തും. അവ ബ്ലോഗറുടെ വ്യക്തിഗതശൈലികളെ വളർത്തു ന്നതുമാകാം. എന്നാൽ ബ്ലോഗിന്റെ വായനക്കാരനെ സംബന്ധിച്ചിടത്തോളം ഏകതാനമായി തിരിച്ചറിവിന്റെ തലം നഷ്ടപ്പെടുത്തിക്കളയും" (2010:488). ഏകലക്ഷ്യത്തോടെ എഴുതപ്പെടുന്ന ബ്ലോഗുകൾ കൂടുതൽ വായനക്കാരെ ആകർഷിക്കും. പ്രത്യേകവിഷയങ്ങളെ അധികരിച്ച് എഴുതപ്പെടുന്ന ബ്ലോഗു പോസ്റ്റുകൾ സ്ഥിരമായുള്ള വായനക്കാരെ സൃഷ്ടിക്കും. എഴുത്തിന്റെ മേഖല യിലെ ലക്ഷ്യമില്ലായ്മ പരിഹരിക്കുമ്പോൾ എല്ലാ ബ്ലോഗുകൾക്കും മാധ്യമ ലോകത്ത് സവിശേഷസാന്നിധ്യമാകാൻ കഴിയും.

ഉപസംഹാരം

പരസ്പരബന്ധിതമായ കമ്പ്യൂട്ടർശൃംഖലകളുടെ സാങ്കേതികസാധ്യതകളിൽ നിർമ്മിക്കുന്ന സാഹിത്യമാണ് സൈബർസാഹിത്യം. കമ്പ്യൂട്ടർ സാങ്കേതികവിദ്യയുടെ ഉള്ളിൽ സൃഷ്ടിക്കുന്ന സൈബർസാഹിത്യം സാഹിത്യത്തിന്റെയും സാങ്കേതികതയുടെയും സവിശേഷതകളും സാധ്യതകളും ഒരേസമയം സത്തയിൽ ഉൾചേർക്കുന്നു. അക്ഷരവും ശബ്ദവും ചിത്രവും ചലനചിത്രവും ആനിമേഷൻ ഇഫക്ടും കളർമോഡും ഉൾപ്പെടെ നിരവധി സാധ്യതകൾ ഒറ്റയിടത്തിൽ അവതരിപ്പിക്കുന്നതിനുള്ള സാങ്കേതികതയിലാണ് സൈബർസാഹിത്യം നിലകൊള്ളുന്നത്. ഇത്തരത്തിൽ സൈബർ സാങ്കേതികസാധ്യതകളെ പൂർണ്ണമായി പ്രയോജനപ്പെടുത്തിക്കൊണ്ടുള്ള സാഹിത്യരൂപം സൈബർ ലോകത്ത് പ്രതിഷ്ഠിക്കുവാൻ മലയാളത്തിന് ഇതുവരെ സാധിച്ചിട്ടില്ല. ഈ സാധ്യതകൾ കുറഞ്ഞ അളവിലെങ്കിലും പ്രയോഗിച്ചിട്ടുള്ളത് ബ്ലോഗുകവിതയുടെയും യാത്രാവിവരണത്തിന്റെയും മേഖലയിലാണ്. ഹൈപ്പർലിങ്ക് സാധ്യതകൾ പ്രയോജനപ്പെടുത്തിക്കൊണ്ട് ദൃശ്യമാധ്യമകാഴ്ചകളെ സൃഷ്ടിയുടെ രൂപഘടനയ്ക്കുള്ളിലേക്ക് ചേർത്തുനിർത്തുന്നതിനുള്ള ഏതാനും ശ്രമങ്ങൾ കവിതയുടെയും യാത്രാവിവരണത്തിന്റെയും മേഖലയിൽ ഉണ്ടായിട്ടുണ്ട്. സാങ്കേതികസാധ്യതകളെ പൂർണ്ണമായി ഉൾച്ചേർത്ത സൈബർസാഹിത്യസൃഷ്ടികൾ മലയാളത്തിൽ രൂപപ്പെടാനിരിക്കുന്നതേയുള്ളൂ.

സൈബർസൃഷ്ടിയുടെ രൂപഘടനയോട് ചേർന്ന് ദൃശ്യചിത്രങ്ങളുടെയും ഓഡിയോയുടെയും സന്നിവേശമാണ് മലയാളബ്ലോഗ് സാഹിത്യസൃഷ്ടികളിൽ കാണുന്ന പ്രധാന സവിശേഷത. അക്ഷരങ്ങൾക്കൊപ്പം ആലാപനങ്ങളെകൂടി ഉൾപ്പെടുത്തി പശ്ചാത്തലമൊരുക്കുന്നതിനുള്ള ശ്രമം ബ്ലോഗുകവിതകളിൽ കാണപ്പെടുന്നു. പശ്ചാത്തലത്തിൽ നല്കപ്പെട്ട ദൃശ്യങ്ങളുടെ സാന്നിധ്യം ബ്ലോഗുകവിതകളുടെ രൂപപരമായ പരീക്ഷണങ്ങൾക്ക് ഉദാഹരണമാണ്. വിവരണങ്ങൾക്കൊപ്പം അവയുടെ ദൃശ്യകാഴ്ചകളെയും ശബ്ദാവതരണങ്ങളെയും നല്കി നവമാധ്യമസാങ്കേതികതകളെ പ്രയോജനപ്പെടുത്താൻ കൂടുതൽ ശ്രമങ്ങൾ നടന്നിട്ടുള്ളത് ബ്ലോഗുയാത്രാവിവരണങ്ങളിലാണ്. വീഡിയോയുടെയും ക്യാമറചിത്രങ്ങളുടെയും കൂട്ടിച്ചേർക്കൽ

വഴി ബ്ലോഗുയാത്രാവിവരണസാഹിത്യം കൂടുതൽ വിപുലമായിട്ടുണ്ട്. ബ്ലോഗുകഥകളുടെയും നോവലുകളുടെയും മേഖലയിൽ ദൃശ്യശ്രാവ്യ മാധ്യമസാധ്യതകൾ അല്പംപോലും പ്രയോജനപ്പെടുത്തിയിട്ടില്ല. അക്ഷര ങ്ങളിലേക്കു നല്കപ്പെട്ട ലിങ്കുകളാണ് കഥാലോകത്ത് നടത്തപ്പെട്ട രൂപ പരമായ പരീക്ഷണം.

സൈബർ സാധ്യതകളെ മലയാളസാഹിത്യലോകം ഏറെ പ്രയോജന പ്പെടുത്തിയത് സാഹിത്യപ്രകാശനത്തിനുള്ള പ്രതലം എന്ന നിലയിലാണ്. അച്ചടിതാളുകളിൽ പ്രസിദ്ധീകരിക്കുന്ന സാഹിത്യസൃഷ്ടികൾക്കുപകരം വെബ്താളുകളിലേക്ക് അവയെ മാറ്റി പ്രതിഷ്ഠിച്ചുവെന്നതാണ് മലയാള സാഹിത്യലോകം നേടിയെടുത്ത ഏറ്റവും പ്രധാന നേട്ടം. യൂണിക്കോഡു ഫോണ്ടുകളുടെ രൂപീകരണത്തോടെ കമ്പ്യൂട്ടർ സാങ്കേതികതയെ ഭാഷാ സ്വത്വത്തോട് ചേർത്തു പ്രതിഷ്ഠിക്കാൻ മലയാളത്തിന് കഴിഞ്ഞു. അതു വഴി സാഹിത്യപ്രകാശനത്തിനും ആശയാവിഷ്കാരത്തിനും ലഭ്യമായ സൈബറിടങ്ങളെ വേണ്ടവിധം പ്രയോജനപ്പെടുത്തിക്കൊണ്ട് മലയാള സാഹിത്യലോകം വെർച്വൽലോകത്ത് സജീവമായി. കഥ, കവിത, നോവൽ, യാത്രാവിവരണം, ഉപന്യാസം, ആത്മകഥ, നിരൂപണം, ബാല സാഹിത്യം എന്നിങ്ങനെ മിക്കവാറും എല്ലാ സാഹിത്യരൂപങ്ങളുടെയും പതിപ്പുകളെ വെർച്വൽലോകത്ത് സൃഷ്ടിക്കാൻ മലയാളഭാഷയ്ക്കു സാധിച്ചു. അച്ചടികേന്ദ്രീകൃതമായി വളർന്നുവന്ന സാഹിത്യലോകത്തിന് സമാന്തരമായ സാഹിത്യലോകമാണ് ഇന്ന് സൈബറിടത്തിൽ കാണ പ്പെടുന്നത്.

സൈബർസാഹിത്യസൃഷ്ടികളിൽ ഏറ്റവും കൂടുതൽ പരീക്ഷണങ്ങൾ നടന്നിട്ടുള്ളത് കവിതയുടെ മേഖലയിലാണ്. വാക്കുകളുടെ ഘടനയിലും പ്രയോഗശൈലിയിലും വരുത്തിയ പരീക്ഷണങ്ങളാണ് അവയിൽ പ്രധാനപ്പെട്ടവ. ഗദ്യത്തിന്റെ സ്വാതന്ത്ര്യം കൂടുതലായി പ്രയോജനപ്പെടു ത്തിയതിനാൽ വ്യത്യസ്തമായ ശൈലികളെ കവിതകളിൽ പ്രയോഗി ക്കുന്നതിന് അവർക്കു സാധിച്ചു. കവിതയെ ഏതാനും വാക്കുകളിലേക്കു മാത്രമായി ചുരുക്കുക, ചോദ്യാവലികളുടെയും നോവലിന്റെയും കഥ കളുടെയും പാരഡിയുടെയും ശൈലികൾ പ്രയോഗിക്കുക എന്നിങ്ങനെ വ്യത്യസ്തമായ രീതികൾ ബ്ലോഗുകവിതകളിൽ പ്രയോഗിക്കുന്നുണ്ട്. കമ്പ്യൂട്ടറുകളുടെ ദൃശ്യലോകം തുറന്നുതരുന്ന വിസ്മയക്കാഴ്ചകളുടെ പെരുക്കങ്ങളെ വാക്കുകളുടെ വിന്യാസംകൊണ്ട് കാണിച്ചുതരുന്ന ആഖ്യാനരീതികളും ബ്ലോഗുകവിതയിലുണ്ട്. കൈവെള്ളയിലൊതുങ്ങുന്ന ചെറിയ ഉപകരണങ്ങളിലേക്ക് വളർന്നുകൊണ്ടിരിക്കുന്ന സാങ്കേതികത യുടെ സ്വാധീനം ഭാഷയിലേക്കും വളർന്നുവന്നതിന്റെ അടയാളമായി ബ്ലോഗുകവിതകളധികവും കുറുങ്കവിതകളായി പരിവർത്തനം ചെയ്തിരി ക്കുന്നു.

സൈബർസാങ്കേതികതയുടെ സ്വത്വത്തിൽ പിറക്കുന്ന സൃഷ്ടികളായതിനാൽ സൈബർസാഹിത്യം പുതിയ ഭാവുകത്വങ്ങളെ സാഹിത്യലോകത്ത് അവതരിപ്പിക്കുന്നുണ്ട്. ആഗോളവത്ക്കരണവും സാങ്കേതിക വിദ്യാഭ്യാസരീതികളും ആഗോള സമ്പർക്കസാധ്യതകളും പൊതുവിടങ്ങളുടെ നഷ്ടവുമെല്ലാം ചേർന്നു രൂപപ്പെടുന്ന പ്രത്യേകമായ സാമൂഹികാവസ്ഥയാണ് ഈ ഭാവുകത്വത്തെ നിർമ്മിക്കുന്നത്.

പ്രവാസിസ്വത്വബോധത്തിന്റെ സാന്നിധ്യം സൈബർസാഹിത്യത്തിലെ മുഖ്യഘടകമാണ്. പിറന്ന നാടിനെ ഉപേക്ഷിച്ച് തൊഴിലിനുവേണ്ടി അന്യനാടുകളിൽ കഴിയുന്ന ചിതറിക്കപ്പെട്ട ജനവിഭാഗത്തിന്റെ ഗൃഹാതുരതയും ഉത്കണ്ഠകളും സാഹിത്യസൃഷ്ടികളായി രൂപപ്പെടുന്നത് ബ്ലോഗിടത്തിലാണ്. അതുകൊണ്ട് ബ്ലോഗുകഥകളിലും കവിതകളിലും ആത്മാഖ്യാനങ്ങളിലും യാത്രാവിവരണങ്ങളിലും പ്രവാസിജീവിതം ത്രസിച്ചുനില്ക്കുന്നു. മലയാളസാഹിത്യത്തിലെ ഒരു വിഭാഗമായി നില്ക്കാൻ തക്കവിധം പരിപുഷ്ടമായ ഒരു ശാഖയായി ബ്ലോഗിടത്തിലെ പ്രവാസിസാഹിത്യം വളർന്നിട്ടുണ്ട്.

എഡിറ്ററുടെ അഭാവവും ആശയപ്രകാശനത്തിനുള്ള വേഗതയും സ്വയംപ്രസാധകതയും ബ്ലോഗിന്റെയും സൈബർമാധ്യമങ്ങളുടെയും സവിശേഷതയാണ്. മാധ്യമത്തിന്റെ ഈ സവിശേഷതകൾ സാഹിത്യസൃഷ്ടികളുടെ സ്വഭാവത്തെ നിർണ്ണയിക്കുന്ന പ്രധാനഘടകമാണ്. വർത്തമാനകാലലോകത്തിന്റെ അപഭ്രംശങ്ങൾക്കെതിരെ പ്രതിഷേധിക്കാനുള്ള മാർഗ്ഗമായിട്ടാണ് ബൂലോഗം സാഹിത്യത്തെ പ്രയോജനപ്പെടുത്തുന്നത്. അതിനാൽ സൂക്ഷ്മരാഷ്ട്രീയമോ ഏതെങ്കിലും പ്രത്യയശാസ്ത്രങ്ങളോ, സാഹിത്യസൃഷ്ടികളുടെ ഭാഗമാകുന്നില്ല. ഉടനെഴുത്തുകളുടെ പ്രായോഗികശാസ്ത്രം മാത്രമേ അവിടെ പ്രയോഗക്ഷമമാകുന്നുള്ളു. വികാരങ്ങൾ തീവ്രമാകുകയും ഭാഷ വികാരങ്ങൾക്കു കീഴ്പ്പെട്ടുനില്ക്കുകയും ചെയ്യുന്ന അവസ്ഥ സാഹിത്യസൃഷ്ടികളിൽ സ്വഭാവികമായി വന്നുചേരുന്നു.

മാറിയ സൈബർകാലത്തിനനുയോജ്യമായ പുതിയ കാവ്യഭാഷ ബ്ലോഗുസാഹിത്യലോകത്ത് വികസിച്ചുവരുന്നുണ്ട്. സൈബറിടത്തിന്റെ ഉള്ളിൽ രൂപപ്പെടുന്ന സാഹിത്യസൃഷ്ടികളിൽ ആ ലോകത്തിന്റെ ഭാഷ തന്നെ ആഖ്യാനത്തിന്റെ ഭാഗമായി കടന്നുവരുന്നു. കഥ, കവിത, നോവൽ എന്നിവയുടെ ഭാഷാശൈലികളിൽ സൈബർ സാങ്കേതികവിദ്യയുടെ ഭാഷകൾ കൂടിക്കലർന്ന് സാങ്കേതികമായ സങ്കരഭാഷ നിർമ്മിക്കുന്നു. സമൂഹത്തിന്റെ യാഥാർത്ഥ്യത്തെയും വെർച്വൽലോകത്തിന്റെ പ്രതീതി യാഥാർത്ഥ്യത്തെയും അവതരിപ്പിക്കാൻ ഈ സങ്കരഭാഷയെയാണ് ബ്ലോഗുസാഹിത്യലോകം ഉപയോഗിക്കുന്നത്.

പരമ്പരാഗതമായി സാഹിത്യലോകം സ്വന്തമാക്കിവച്ചിരുന്ന എല്ലാ സങ്കീർണ്ണതകളെയും അഴിച്ചുവച്ച് സൈബർലോകം ലളിതമായി തീർന്നിരിക്കുന്നു. സാഹിത്യസൃഷ്ടിക്കുവേണ്ടി പാകപ്പെടലുകൾ നടക്കാതെ

സാഹിത്യം ഓരോരുത്തരുടെയും പാകപ്പെടലുകൾക്കു വിധേയമാകുന്ന സ്ഥിതിവിശേഷമാണ് ബൂലോഗത്ത് സംഭവിക്കുന്നത്. പ്രസാധനത്തിന് ലഭ്യമായ സൗജന്യമായ ഇടമെന്നനിലയിൽ പ്രതികരിക്കാൻ ഒരു വേദി, ആശയാവിഷ്കാരത്തിന് ഒരു മാധ്യമം എന്നിങ്ങനെ സാഹിത്യത്തെ കാണുന്നു.

സാമൂഹികമാറ്റത്തിന്റെ പ്രബോധനങ്ങളെ തിരസ്കരിച്ച് നിത്യജീവിതത്തിലെ സംഭവങ്ങളെ സാഹിത്യവിഷയമായി സ്വീകരിക്കുന്ന പ്രവണത ബ്ലോഗുലോകത്ത് വളർന്നുവരുന്നുണ്ട്. പത്രവാർത്തകളും ബാല്യകാലവും ജോലിരംഗവും അനുദിനജീവിതാനുഭവങ്ങളും സാഹിത്യത്തിന്റെ വിഷയമായി അവർ സ്വീകരിക്കുന്നു. ഭൂരിഭാഗം സൃഷ്ടികളിലും ഭാവനാതലം പരിമിതമാകുകയും അനുഭവതലം ഉയർന്നുനില്ക്കുകയും ചെയ്യുന്നു. അതുകൊണ്ട് ഭൂരിഭാഗം കഥകളും നോവലുകളും പലപ്പോഴും അനുഭവാഖ്യാനങ്ങളായി മാത്രം നിലനില്ക്കുന്നു.

സാർവ്വത്രികതയെന്നാൽ പ്രാദേശികതയുടെ സമ്മേളനമെന്ന കാഴ്ചപ്പാടിനെ സൈബർലോകം അവതരിപ്പിക്കുന്നു. ആഗോളസംസ്കാരത്തിന്റെ ഭാഗമായി വിവിധ ദേശങ്ങളിൽ കുടിയേറിയ മലയാളി അവന്റെ സ്വത്വത്തെ തിരിച്ചറിയുന്നത് പ്രാദേശികതയുടെ തെളിമയാർന്ന രൂപങ്ങളിലാണ്. ഗ്രാമീണകേരളത്തിന്റെ നേർകാഴ്ചകൾ ആഗോളസമൂഹത്തിന്റെ മുന്നിൽ അവതരിപ്പിക്കാനുള്ള മാർഗ്ഗമായി ബ്ലോഗുസാഹിത്യത്തെ കാണുന്നു.

മലയാളഭാഷയുടെ കാവ്യലോകത്തേക്കുള്ള ഇംഗ്ലീഷ് ഭാഷയുടെ അധിനിവേശത്തെ സൈബർസാഹിത്യം അടയാളപ്പെടുത്തുന്നു. സാങ്കേതികഭാഷയുടെയും സാങ്കേതികവിദ്യാഭ്യാസസമൂഹത്തിന്റെയും സാങ്കേതികവ്യവഹാരലോകത്തിന്റെയും സ്വാധീനത്തിന്റെ ഫലമായി ബ്ലോഗുകവിതയിലടക്കം ഇംഗ്ലീഷുഭാഷ സജീവമായി. വിവരസാങ്കേതികമാധ്യമ ഇടമായ സൈബർലോകത്ത് സാഹിത്യലോകം സജീവമായപ്പോൾ മാധ്യമത്തിന്റെ ഭാഷാപരമായ സ്വാധീനം അതിൽ രൂപപ്പെട്ട സർഗ്ഗസൃഷ്ടികളിലേക്കും വ്യാപിച്ചു. മലയാളവും ഇംഗ്ലീഷും കലർന്ന മിശ്രഭാഷയിലാണ്, ബ്ലോഗുലോകത്ത് സാഹിത്യസൃഷ്ടികൾ രൂപപ്പെടുന്നത്.

മലയാളിയുടെ പൊതുവിടങ്ങളുടെ നഷ്ടം നികത്തുന്നത് സൈബർലോകത്തെ നവമാധ്യമങ്ങളാണ്. നവമാധ്യമങ്ങളിൽ നിറയുന്ന വാമൊഴി പ്രയോഗങ്ങളുടെ ശൈലികൾ അതിന്റെ സാഹിത്യലോകത്തിലേക്കും കടന്നുവരുന്നു. കവിതയുടെയും കഥയുടെയും തലക്കെട്ടുകൾവരെ വ്യവഹാരലോകത്തിന്റെ ഭാഷയിൽ എഴുതുന്നു. സാഹിത്യത്തിന്റെ ഭാഷ കൃത്രിമത്വമില്ലാത്ത ഭാഷാപ്രയോഗമെന്ന് പ്രഖ്യാപിക്കുന്ന ബ്ലോഗെഴുത്തുകാർ സാഹിത്യത്തിന്റെ പരമ്പരാഗതരീതികളെ തിരസ്കരിച്ചുകൊണ്ട് വാമൊഴി ആഖ്യാനങ്ങളിലൂടെ സഞ്ചരിക്കാൻ ഉദ്യമിക്കുന്നു.

ആഗോളവ്യാപിയായ സൈബറിടം അതിന്റെ സാഹിത്യത്തിൽ ആഗോളസാംസ്കാരികതയെ പ്രതിഷ്ഠിക്കുന്നു. ലോകത്തിന്റെ വിശാലതകളിലേക്ക്

തുറന്നിരിക്കുന്ന സൈബർലോകം വൈവിധ്യമുള്ള സാംസ്കാരിക പൈതൃകങ്ങളെ സാഹിത്യത്തിലൂടെ ഭാഷയുടെ ഉള്ളിലേക്ക് സ്വീകരിക്കുന്നു. സാഹിത്യത്തിലേക്ക് ലിങ്ക് ചേർക്കപ്പെട്ടുകിടക്കുന്ന ആഗോള സാംസ്കാരികചിഹ്നങ്ങൾ വിശാലമായ കാവ്യലോകത്തെ മലയാളിക്ക് പരിചയപ്പെടുത്തുന്നു. യാത്രാവിവരണങ്ങളിൽ ഒതുങ്ങിനിന്ന സാംസ്കാരികതയുടെ പങ്കുവയ്ക്കൽ ബ്ലോഗുകവിതയിലേക്കും കഥയിലേക്കും വ്യാപിച്ചു.

സൈബർലോകത്തിന്റെ അവസ്ഥകളെ സൈബർസാഹിത്യം പ്രതിനിധാനം ചെയ്യുന്നു. മുൻകാലങ്ങളിൽ ലൈംഗീകതയെ സംബന്ധിച്ച് പാലിച്ചിരുന്ന സ്വകാര്യതയും പരിശുദ്ധിയും സൈബർലോകത്ത് അപ്രത്യക്ഷമായി. ലൈംഗികതയെപ്പറ്റിയുള്ള മുൻധാരണകളെ സൈബർ സാഹിത്യം തിരുത്തിക്കുറിക്കുന്നു. ലൈംഗികതയുടെ തുറന്ന ചർച്ചകൾക്കും ആസ്വാദനത്തിനും വേദിയാകുന്ന സൈബറിടങ്ങൾ ശരീരത്തിന്റെയും കാമനകളുടെയും തുറന്നെഴുത്തിന് വേദിയാക്കുന്നു. അതിനാൽ തന്നെ ശ്ലീലാശ്ലീലതയുടെ അതിർത്തികൾ ബ്ലോഗുസാഹിത്യത്തിൽ മാഞ്ഞുപോകുന്നു.

സൈബർലോകത്ത് സ്ത്രീ അവളുടെ അടിസ്ഥാനമുറപ്പിക്കുകയും പെണ്ണെഴുത്തിന്റെ പുതിയധാരകളെ സാഹിത്യത്തിൽ അവതരിപ്പിക്കുകയും ചെയ്തു. സാഹിത്യപ്രകാശനത്തിന് ലഭ്യമായ സൈബറിടം സ്ത്രീത്വത്തിന്റെ പ്രകാശനത്തിന് പ്രയോജനപ്പെടുത്തിയതിന്റെ ഫലമാണ് സൈബർ ഫെമിനിസം. സ്ത്രീജീവിതത്തിന്റെ യാഥാർത്ഥ്യത്തെക്കുറിച്ചും ശരീരത്തെക്കുറിച്ചും വ്യക്തിത്വത്തെക്കുറിച്ചും തനതായ ഭാഷ്യങ്ങളെ മുന്നോട്ടുവയ്ക്കാനുള്ള വേദിയായി സൈബറിടങ്ങൾ മാറിക്കഴിഞ്ഞു. സാങ്കേതിക ഭാഷാവ്യവഹാരങ്ങളെ സ്ത്രീ തന്റെ സ്വത്വനിർമ്മിതിക്ക് പ്രയോജനപ്പെടുത്തുന്നു.

ഓൺലൈൻ ഡയറികളായി ആവിർഭവിച്ച ബ്ലോഗുകൾ ആത്മാഖ്യാനങ്ങൾക്ക് പുതിയ ഭാഷ്യങ്ങൾ രചിച്ചു. ആരംഭകാലം മുതൽ ബ്ലോഗടക്കമുള്ള സൈബർലോകം പ്രസിദ്ധിയാർജിച്ചതിന്റെ പിന്നിലെ പ്രധാന ആകർഷണം ഫലിതരസപ്രാധാന്യത്തോടെയുള്ള ജീവിതകഥകളുടെ ആഖ്യാനങ്ങളായിരുന്നു. വ്യക്തി മാത്രമല്ല, തൊഴിൽരംഗങ്ങളും കുടുംബവും ഇഷ്ടാനിഷ്ടങ്ങളും രേഖപ്പെടുത്തുന്നതുവഴി സാമൂഹികതയുടെ അടയാളപ്പെടുത്തലിന്റെ വേദിയായി ബ്ലോഗുകൾ മാറി.

സൈബറിടത്തിന്റെ ഉദയം മലയാളിസമൂഹത്തിൽ നവസമൂഹസൃഷ്ടിക്കു കാരണമായി. ലോകത്തിന്റെ വിവിധ ദേശങ്ങളിലേക്കു കുടിയേറിയ മലയാളിയെ കേരളീയ സ്വത്വത്തിന്റെ അതിരുകൾക്കുള്ളിലേക്ക് ചേർത്തുനിർത്തുന്നതിൽ ബ്ലോഗടക്കമുള്ള സൈബർലോകം വലിയ പങ്കുവഹിച്ചു. ബൂലോഗത്തിന്റെ മാധ്യമപശ്ചാത്തലത്തിൽ നടത്തപ്പെടുന്ന

ഭാഷാചർച്ചകളും സാഹിത്യഅവതരണങ്ങളും മലയാളഭാഷയെ സൈബർ ലോകത്ത് സജീവമാക്കാൻ ഇടവന്നു.

ബ്ലോഗുകൾ മലയാളഭാഷാപരിസരത്ത് സവിശേഷമായ മാധ്യമലോകം സൃഷ്ടിക്കുകയും സമാന്തരമായ സാഹിത്യലോകത്തെ നിർമ്മിക്കുകയും ചെയ്തു. രൂപപരമായും ഭാവുകത്വപരമായും മാധ്യമപരമായും മാറ്റം മലയാളഭാഷയിലും സാഹിത്യത്തിലും കൊണ്ടുവരുവാൻ ബ്ലോഗുകൾക്കു കഴിഞ്ഞു. ലോകത്തിന്റെ എല്ലാ കോണുകളിലുമുള്ള മലയാളിയുടെ ആശയസംവേദനത്തിന്റെയും സാഹിത്യപ്രസാധനത്തിന്റെയും ഇടമെന്ന നിലയിൽ വർത്തമാനകാല മലയാളിസമൂഹത്തിന്റെ നവസാമൂഹികതയെ യാണ് ബ്ലോഗുകൾ അടയാളപ്പെടുത്തുന്നത്.

വെബ്ബ്-ലേഖന-ഗ്രന്ഥസൂചി

1. അച്യുത്ശങ്കർ. 2003: *മലയാളവും കമ്പ്യൂട്ടർ സാങ്കേതികവിദ്യയും; ഭരണഭാഷ*, ഇൻഫർമേഷൻ ആന്റ് പബ്ലിക് റിലേഷൻസ് വകുപ്പ്, തിരുവനന്തപുരം.
2. അഞ്ചൽക്കാരൻ. 2009: *ബൂലോകമീറ്റുകൾ ബാക്കിയാക്കുന്നത്*, http://anchalkaran.blogspot.in. Posted On 20/02/2009, Last Accessed 12/10/2015.
3. അനാമിക. 2015: *അമ്മയെന്ന എന്റെ മകൾ*, http://anaamikam. blogspot.in. Posted On 18/07/2015, Last Accessed 22/11/2015.
4. അനിൽകുമാർ. 2010 a: *കാക്കനക്കന കൂക്കുനു*, http://raappani.blogspot.in. Posted On 29/04/2010, Last Accessed 20/11/2015.
5. അനിൽകുമാർ. 2010 b: *തൊടാൻ വയ്യെന്ന് തൊട്ട് തൊട്ട് മഴ*, http://raappani.blogspot.in. Posted On 14/11/2010, Last Accessed 20/11/2015.
6. അനിലൻ എം.ആർ..2010: *സോർട്ടക്സ് റൈസ്*, http://akasathekkullagovani. blogspot.in. Posted On 24/12/2010, Last Accessed 19/12/2014.
7. അനിലൻ എം. ആർ.. 2013: *നിഴൽ നായ*, http:/akasathekkullagovani. blogspot.in. Posted On 04/04/2013, Last Accessed 19/12/2014.
8. അപ്പൻ കെ.പി.. 1992: *മലയാളഭാവന മൂല്യങ്ങളും സംഘർഷങ്ങളും*, ഡി.സി. ബുക്സ്, കോട്ടയം.
9. അപ്പൻ കെ.പി.. 1997: *ഉത്തരാധുനികത: വർത്തമാനവും വംശാവലിയും*, ഡി.സി. ബുക്സ്, കോട്ടയം.
10. അപ്പു. 2008: *മലയാളം ബ്ലോഗുകൾ FAQ - ഒരു പരിചയപ്പെടൽ*, bloghelpline.cyberjalakam.com. Posted On 13/04/2008, Last Accessed 03/06/2013.
11. അബ്ദുൾകലാം. 2013: *പ്രവാസം*, http://uaepoets.blogspot.in. Posted On 30/08/2013, Last Accessed 23/11/2015.
12. അബ്ദുൾകലാം. 2014: *ഗസ്സ, ഒരു ചോരക്കാഴ്ച*, http://boolokakavitha.blogspot.in. Posted On 16/09/2014, Last Accessed 17/09/2014.
13. അലി, അൻവർ. 2008 a: *നൈല ഒമർ*, http:/urumbinkoodu.blogspot.in. Posted On 05/10/2008, Last Accessed 17/12/2015.

14. അലി, അൻവർ. 2008 b: *പവർകട്ട്,* http://urumbinkoodu.blogspot.in. Posted On 20/09/2008, Last Accessed 17/12/2015.

15. അലി, അൻവർ. 2011 a: *ജച്ചഞാ, ജഞ,* http://urumbinkoodu.blogspot.in. Posted On 27/01/2011, Last Accessed 18/06/2015.

16. അലി, അൻവർ. 2011 b:*ഫ്ളാറ്റിൽ ജനാലയ്ക്കൽ,* http://urumbinkoodu.blogspot.in. Posted On 10/07/2011, Last Accessed 08/06/2015.

17. അലി, ഷാലീർ. 2014: *ഗാസാ കാഴ്ചകൾ,* http://kanalkoodu.blogspot.in. Posted On 11/07/2014, Last Accessed 20/12/2014.

18. അലി, റിയാസ് ടി.. 2014: *ലൈക്കും കമെന്റും പെണ്ണിന്,* http://variyumvarayum.blogspot.in. Posted On: 17/09/2014, Last Accessed 27/12/2014.

19. ആത്മൻ എ.വി.. 2014: *യാത്രാവിവരണബ്ലോഗുകൾ സാങ്കേതികതയും സാഹിത്യവും,* മാനുവൽ, ജോസ് (എഡി.), *നവമാധ്യമങ്ങൾ ഭാഷാ സാഹിത്യം സംസ്കാരം,* സാഹിത്യപ്രവർത്തക സഹകരണസംഘം, നാഷണൽ ബുക്ക് സ്റ്റാൾ, കോട്ടയം.

20. ആദർശ് വി.കെ.. 2007 a: *ജനാധിപത്യത്തിന്റെ വഴിയിൽ ഒരു വിജ്ഞാനകോശം,* മാതൃഭൂമി ആഴ്ചപ്പതിപ്പ്, 2007 സെപ്റ്റംബർ 16, പുസ്തകം 85, ലക്കം 29.

21. ആദർശ് വി.കെ.. 2007 b: *ബ്ലോഗിങ്ങ്, മാധ്യമലോകത്തെ വിപ്ലവവഴികൾ,* മാതൃഭൂമി ആഴ്ചപ്പതിപ്പ്, 2007 ഒക്ടോബർ 7, പുസ്തകം 85, ലക്കം 32.

22. ആദർശ് വി.കെ.. 2008: *ബ്ലോഗിങ്ങ് അഥവാ ദൃശ്യങ്ങളുടെ ജനാധിപത്യം,* മാതൃഭൂമി ആഴ്ചപ്പതിപ്പ്, 2008 ജൂൺ 1, പുസ്തകം 86, ലക്കം 44.

23. ആദർശ് വി. കെ.. 2010: *എന്താണു ബ്ലോഗ് ബ്ലോഗിങ്ങ് എങ്ങനെ തുടങ്ങാം,* കറന്റ് ബുക്സ്, തൃശൂർ.

24. ആദർശ് വി. കെ.. 2011: *വിവര സാങ്കേതികവിദ്യ നിത്യജീവിതത്തിൽ,* കേരളഭാഷാ ഇൻസ്റ്റിറ്റ്യൂട്ട്, തിരുവനന്തപുരം.

25. ആൻഡ്രൂസ് എ.പി..2004: *ഭാഷാശാസ്ത്രം സിദ്ധാന്തവും പ്രയോഗവും,* കേരള ഭാഷാ ഇൻസ്റ്റിറ്റ്യൂട്ട്, തിരുവനന്തപുരം.

26. ആർഷ. 2013: *കാത്തു വെച്ചില്ല,* http://swanthamsyama.blogspot.in. Posted On 27/09/2013, Last Accessed 06/04/2014.

27. ആർഷ. 2014: *ഒരു ചായ,* http://swanthamsyama.blogspot.in. Posted On 14/01/2014, Last Accessed 08/12/2015.

28. ആഷ. 2015: *വിഷാദം,* http://mannchirathukal.blogspot.in. Posted On 05/06/2015, Last Accessed 08/12/2015.

29. ആറങ്ങോട്ടുകര മുഹമ്മദ്. 2015: *അറബിമലയാളം,* http://orilakal.blogspot.in. Posted On 16/08/2015, Last Accessed 08/11/2015.

30. ഉമ്പാച്ചി. 2012: *സാന്റ്പേപ്പർ,* http://umbachy.blogspot.in. Posted On 03/08/2012, Last Accessed17/09/2015.

31. ഉമ്പാച്ചി. 2013 a: *അമ്പത്തൊന്നക്ഷരാധി,* http://umbachy.blogspot.in. Posted On 03/03/2013, Last Accessed 01/02/2015.

32. ഉമ്പാച്ചി. 2013 b: *ശാരീരികം എന്ന തുടർനോവലിന്റെ ഒരാഴ്ചത്തെ ഭാഗം,* http:// umbachy.blogspot.in. Posted On 08/02/2013, Last Accessed 03/04/2014.

33. ഉഷാകുമാരി ജി.. 2011 a: *പൊക്കിൾക്കൊടിയുടെ മറ്റേയറ്റം,* http://Orukappuchaaya. blogspot.in.Posted On 19/03/2011, Last Accessed 07/02/2015.

34. ഉഷാകുമാരി. 2011 b: *ഉരുകുന്ന ലിംഗപദവിയും സൈബർസ്പേസും,* http://orukappuchaaya.blogspot.in. Posted On 18/12/2011, Last Accessed 07/02/2015.

35. എളനാട്, അനിഷ്. 2013: *ടൈംടേബിൾ,* http://naakila.blogspot.in. Posted On 17/06/2013, Last Accessed 17/12/2015.

36. ഏരിയൽ, ഫിലിപ്പ്. 2012: *കമന്റുകൾ; തെറ്റുകളും ശരികളും – ഒരു ബ്ലോഗറുടെ അനുഭവകുറിപ്പുകൾ,* bloghelpline.cyberjalakam.ccm. Posted On 19/07/2012, Last Accessed 03/02/2013.

37. ഏരിയൽ, ഫിലിപ്പ്. 2014: *വെബ് കമന്റുകൾ ചില ചിന്തകൾ: അഥവാ ഒരു ബ്ലോഗറുടെ അനുഭവകുറിപ്പുകൾ,* http://arielintekurippukal. blogspot.in. Posted On 21/07/2012, Last Accessed 12/09/2014.

38. ഏവൂർ, ജയൻ. 2011: *ബ്ലോഗിണി എന്റെ കൂട്ടുകാരി,* http://jayandamodaran.blogspot.in. Posted On 29/09/2011, Last Accessed 04/01/2015.

39. കലേഷ്, കുമാർ. 2008: *മലയാളം ബ്ലോഗ്,* ഭാഷാപോഷിണി, മെയ് 5, പുസ്തകം 31, ലക്കം 1.

40. കാത്തി, അനീഷ്. 2013: *ഇ-കാലം വരുംകാലം,* http://kaathi-njan.blogspot.in. Posted On 05/10/2013, Last Accessed 01/05/2016.

41. കാരോത്ത്, പ്രവീൺ. 2012: *സർവ്വസ്വം,* http://Sameeram.blogspot.in. Posted On 12/12/2012, Last Accessed 31/01/2015.

42. കാവുമ്പായി, ശാന്ത. 2013: *മുള്ളുകൾ,* http://santhatv.blogspot.in. Posted On 22/11/2013, Last Accessed 22/11/2015.

43. കുമാർ എൻ.എം.. 2008: *വെർചൽ താളിലെ കുറിച്ചു വയ്പുകൾ,* ഭാഷാപോഷിണി, 2008 മെയ്, പുസ്തകം 12, ലക്കം 31.

44. കുറുമാൻ. 2011: *ന സ്റ്റാഫ് സ്വാതന്ത്ര്യമർഹതി,* http://rageshkurman. blogspot.in. Posted On 19/04/2011, Last Accessed 14/11/2014.

45. കുറൂർ, മനോജ്. 2012: *കവിതയും നവമാധ്യമങ്ങളും,* http://www.harithakam.com/post view.php&id=996. Last Accessed 10/03/2015.

46. കോട്ടേമ്പ്രം, സുധീഷ്. 2014: *റൂം ഫോർ റെന്റ്*, http://sudheeshkottembram. blogspot.in. Posted On 23/06/2014, Last Accessed 15/10/2014.

47. കോനുമഠം, റ്റോംസ്. 2012: *യാത്രകളുടെ സഹയാത്രികൻ*, സൂപ്പർ ബ്ലോഗർ നിരക്ഷരനുമായുള്ള അഭിമുഖം, http://www.thattakam.com. Posted On 02/03/2012, Last Accessed 19/12/2014.

48. ഗിരീഷ് പി.എം.. 2012: *മലയാളവും കട്ടേഷൻ സംഘവും*, സൈകതം ഓൺലൈൻ മലയാളം മാഗസിൻ, http://Saikatham.com. Posted On 08/07/2012, Last Accessed 15/11/2015.

49. ഗോപികൃഷ്ണൻ. 2013: *ബനലതാസെൻ*, http://kavithakodi.blogspot.in. Posted On 30/10/2013, Last Accessed 17/12/2015.

50. ചന്ദ്രകാന്തം. 2012: *മനസ്സ്*, http://chandrakantham.blogspot.in. Posted On 12/03/2012, Last Accessed 19/11/2015.

51. ജയേഷ്. 2012: *ആദിമദ്ധ്യാന്തം*, http://jayeshsan.blogspot.in. Posted On 20/12/2012, LastAccessed 08/04/2014.

52 ജലീൽ കെ. എ.. 2006: *ലിപികളും മാനവ സംസ്കാരവും*, കേരള ഭാഷാ ഇൻസ്റ്റിറ്റ്യൂട്ട്, തിരുവനന്തപുരം.

53. ജോസ്, ജയ്സൺ. 2011: *പുതിയ എഴുത്ത് പുതിയ വായന - മലയാളിയുടെ സൈബർജീവിതം*, മലയാളം റിസേർച്ച് ജെർണൽ, മെയ്, വാല്യം 4, ലക്കം 2.

54. ഡിത്ത്, സോണി. 2014: *തിരിച്ചെഴുത്തുകൾ*, http://sonyschinthakal. blogspot.in. Posted On 14/12/2014, Last Accessed 27/12/2014.

55. തോമസ്, യാക്കോബ്. 2014: *സൈബർ ലോകവും ആധുനികതയുടെ പുരുഷ ലിംഗവും*, മാനുവൽ, ജോസ് (എഡി.), *നവ മാധ്യമങ്ങൾ ഭാഷാ സാഹിത്യം സംസ്കാരം*, സാഹിത്യപ്രവർത്തകസംഘം, നാഷണൽ ബുക്ക്സ്റ്റാൾ, കോട്ടയം.

56. തോമസുകുട്ടി എൽ.. 2005: *കോം.ആളി*, മാധ്യമം ആഴ്ചപ്പതിപ്പ്, 2005 മെയ് 27.

57. തോവാള, ഷിബു. 2012: *അക്ബർ കാ മഖ്ബറ*, http://vazhikazhcha. blogspot.in. Posted On 01/03/2012,Last Accessed 18/02/2014

58. ദേവസേന. 2007 a: *ട്രാഫിക്കിൽ ഹെനിക്കന്റെ തുള്ളികൾ*, http://devamazha.blogspot.in. Posted On 23/01/2007, Last Accessed 17/09/2014.

59. ദേവസേന. 2007 b: *ആൾവേയ്സ് ദിർഹാംസ് -4/-*, http://devamazha. blogspot.in. Posted On 23/02/2009, Last Accessed 18/10/2009.

60. ദേവസേന. 2007 c: *നിങ്ങളെന്നെ ലെസ്ബിയനാക്കി*, http://devamazha. blogspot.in. Posted On 04/03/2007 Last Accessed 22/08/2014.

61. ദേവസേന. 2009 a: *ഉടലറിവുകൾ,* http://devamazha.blogspot.in. Posted On 23/02/2009, Last Accessed 17/09/2008.

62. ദേവസേന. 2009 b: *അടുക്കിവച്ചിരിക്കുന്നത്,* http://devamazha. blogspot.in. Posted On 04/01/2009, Last Accessed 25/10/2014.

63. ദേവസേന. 2011: *ബഹുമാനപൂർവ്വം അബുദാബി പോലീസിന്,* http://devamazha.blogspot.in. Posted On 10/01/2011, Last Accessed 20/12/2015.

64. നിത്യൻ. 2010: *വായനക്കാരില്ലാത്ത ബൂലോഗഎഴുത്തുകൾ,* http://nithyan kozhikode.blogspot.in. Posted On 01/02/2010, Last Accessed 03/03/2014.

65. നിരക്ഷരൻ. 2011: *ഭാഷ ഇ-ലോകം അ-ലോകം,* http://www.nammude-boolokam.com. Posted On 05/01/2011, Last Accessed 20/09/2014.

66. നിഷ. 2013: *പുതുബ്ലോഗർ ശ്രദ്ധിക്കേണ്ട ചില കാര്യങ്ങൾ,* http://www. hrudayathaalangal.in. Posted On 25/02/2013, Last Accessed 30/01/2014.

67. നീട്ടിയത്ത്, രാജ് 2013: *മലയാണ്മയിലെ ബ്ലോഗുകാലം,* ടി.വി. സുനീത (എഡി.), *സൈബർ മലയാളം,* കറന്റ് ബുക്സ്, തൃശൂർ.

68. പയ്യനാട്, രാഘവൻ. 2006: *ഫോക്‌ലോർ,* കേരളഭാഷാ ഇൻസ്റ്റിറ്റ്യൂട്ട്, തിരുവനന്തപുരം.

69. പരമേശ്വരൻ പിള്ള എരുമേലി. 2013: *മലയാളസാഹിത്യം കാലഘട്ടങ്ങളിലൂടെ,* കറന്റ് ബുക്സ്, കോട്ടയം.

70. പാലയ്ക്കൽ, ആന്റണി & ഷ്രേം,വെസ്ലി. 2007: *വിവരസമൂഹവും വികസനവും കേരളത്തിന്റെ അനുഭവപാഠങ്ങൾ,* ഒലിവ് പബ്ലിക്കേഷൻ, കോഴിക്കോട്.

71. പാലിയത്ത്, രാംമോഹൻ. 2008: *ചിരട്ടപ്പാത്രങ്ങളുടെ ചിയേഴ്സ്,* http://valippukal.blogspot.in. Posted on 05/05/2008, Last accessed 26/03/2015.

72. പീടികയ്ക്കൽ, കരിം. 2012: *സെൻബുദ്ധകഥകൾ ഹൈക്കുകവിതകൾ,* ഡി.സി. ബുക്സ്, കോട്ടയം.

73. പെരിങ്ങോടൻ. 2007: *ബ്ലോഗും വെബ് 2.0 സാമൂഹികതയും വായനക്കാർ എഴുതുന്നു,* മാതൃഭൂമി ആഴ്ചപ്പതിപ്പ്, 2007 ഒക്ടോബർ 21, പുസ്തകം 85, ലക്കം 34.

74. പോൾ എം.എസ്.. 2008: *മലയാളഗദ്യവും കമ്പ്യൂട്ടറും സാധ്യതകളും പരിമിതികളും,* മലയാളം റിസേർച്ച് ജേണൽ, 2008 മെയ് - സെപ്റ്റംബർ, വാല്യം 1, ലക്കം 2.

75. പ്രദീപ്. 2011: *പരിശുദ്ധപ്രണയം,* http://pradeeppaima.blogspot.in. Posted On 26/10/2011, Last Accessed 19/12/2014.

76. പ്രദീപ് കുമാർ. 2011: *ഖരമാലിന്യങ്ങൾ,* http://nizhalukalblog.blogspot.in. Posted On 10/10/2011, Last Accessed 18/12/2014.

77. പ്രഭ. 2010: *തരംഗദൈർഘ്യം,* http://prabha-zacharias.blogspot.in. Posted On 01/01/2010, Last Accessed 13/09/2015.

78. പ്രഭ. 2014 a: *കഥ*, http://prabha-zacharias.blogspot.in. Posted On15/12/2014, Last Accessed 13/09/2015.

79. പ്രഭ. 2014 b: *ചേക്ക*, http://prabha-zacharias.blogspot.in. Posted on 30/05/2014, Last Accessed 13/09/2015.

80. പ്രഭാകരവാരിയർ കെ.എം.. 1978: *ഭാഷയും മനഃശാസ്ത്രവും*, കേരള ഭാഷാ ഇൻസ്റ്റിറ്റ്യൂട്ട്, തിരുവനന്തപുരം.

81. പ്രഭാകരവാരിയർ കെ.എം. & ശാന്താ അഗസ്റ്റിൻ. 1972: *ആധുനിക ഭാഷാ ശാസ്ത്രം*, കേരള ഭാഷാ ഇൻസ്റ്റിറ്റ്യൂട്ട്, തിരുവനന്തപുരം.

82. പ്രഭാകരൻ എൻ.. 2005: *മൗനത്തിന്റെ മുഴക്കങ്ങൾ*, കൈരളി ബുക്സ്, കോഴിക്കോട്.

83. പ്രഭാകരൻ എൻ.. 2013: *കവിതാഡയറി*, http://ittittippullu.blogspot.in. Posted On 17/12/2013, Last Accessed 17/12/2015.

84. പ്രമോദ് കുമാർ 2014: *മൂഷികസ്ത്രീ*, http://promodkp.blogspot.in. Posted On 05/11/2014, Last Accessed 21/03/2015.

85. പ്രമോദ് കെ.എം.. 2013 a: *എന്തോ ഒന്ന്*, http:/pramaadam.blogspot.in. Posted On 21/01/2013, Last Accessed 17/09/2014.

86. പ്രമോദ് കെ. എം.. 2013 b: *കൊറിയ ഏസോ കടൂർ കാചി*, http://pramadam.blogspot.in. Posted On 21/01/2013, Last Accessed 17/09/2014.

87. പ്രമോദ് കെ.എം.. 2013 c: *അച്ഛൻ*, http://pramaadam.blogspot.in. Posted On 15/01/2013, Last Accessed 17/09/2013.

88. പ്രയാൺ. 2013: *അങ്ങിനെത്തന്നെയാണ് വേണ്ടത്*, http://marunadan-prayan.blogspot.in. Posted On 24/10/2013, Last Accessed 08/01/2015.

89. പ്രയാൺ. 2015: *ഇടയ്ക്കൊരു കവിത ഇറങ്ങി നടന്നത്*, http://marunadan-prayan.blogspot.in. Posted On 08/02/2015, Last Accessed 09/09/2015.

90. ബഷീർ എം.എം.. 2008: *കേരളകവിത*, കറന്റ് ബുക്സ്, കോട്ടയം.

91. ബാബുരാജ് പി.എം.. 2011: *എങ്ങനെ മലയാളത്തിൽ ബ്ലോഗാം*, ഡി.സി ബുക്സ്, കോട്ടയം.

92. ബിദൂർ.കെ.. 2009: *സഞ്ചാരസാഹിത്യത്തിലെ ഉത്തരാധുനിക പ്രവണതകൾ*, വിജ്ഞാനകൈരളി, വാല്യം 40, ലക്കം 8.

93. മനുനെല്ലായ. 2013: *ബലി (ബാല്യ)തർപ്പണം*, http://manusmrithikal. blogspot.in. Posted On 05/08/2013, Last Accessed 18/01/2015.

94. മനോജ് വി.ഡി.. 2012: *ബ്ലോഗ് അവലോകനം*, http://emashi.blogspot.in. Posted On 01/10/2012, Last Accessed 01/06/2015.

95. മനോരാജ്. 2012: *ബൂലോകത്തിന്റെ സ്വന്തം റാംജിയോടൊപ്പം,* http://www.nammudeboolokam.com. Posted On 01/10/2012, Last Accessed 08/07/2014.

96. മണിയന്ത്ര, ഗോപകുമാർ. 2012: *ഇവരൊക്കെ എവിടെ ഇവർക്കൊക്കെ എന്തു പറ്റി,* http://nammudeboolokam.com. Posted On 01/09/2012, Last Accessed 08/02/2015.

97. മണിയങ്കാല, ബൈജു. 2014: *ഹൈകു ഡി അഡിഷൻ,* http://byjunarayanan.blogspot.in. Posted On 20/02/2014, Last Accessed 24/11/2015.

98. മധുസൂദനൻ ജി.. 2011: *സ്വത്വനഷ്ടത്തിന്റെ തുറസ്സുകൾ,* പി.എം. ഷുക്കൂർ (എഡി.), *സേതു എഴുത്തും വായനയും,* കറന്റ് ബുക്സ്, തൃശൂർ.

99. മയൂര, ഡോണ. 2009 a: *ഒരേ കടൽ,* http://rithubhedangal.blogspot.in. Posted On 11/10/2009, Last Accessed 30/10/2014.

100. മയൂര, ഡോണ. 2009 b: *ശിശിരത്തിലൊരു വേനൽകാഴ്ച,* http://rithubhedangal.blogspot.in. Posted On 08/12/2009, Last Accessed 03/04/2014.

101. മയൂര, ഡോണ. 2010: *Yellow sticky,* http://rithubhedangal.blogspot.in. Posted On 04/01/2010, Last Accessed 18/12/2015.

102. മയൂര, ഡോണ. 2011: *മേഘമൂട്ട്,* http://rithubhedangal.blogspot.in. Posted On 22/10/2011, Last Accessed 16/11/2015.

103. മയൂര, ഡോണ. 2012: *പ്രവാസം,* http://rithubhedangal.blogspot.in. Posted On 21/06/2012, Last Accessed 16/01/2015.

104. മയൂര, ഡോണ. 2013 a: *ചുമല,* http://rithubhedangal.blogspot.in. Posted On 23/05/2013, Last Accessed 17/12/2015.

105. മയൂര, ഡോണ. 2013 b: *ഉണങ്ങാത്ത ഭയത്തിന്റെ നിഴലിൽ,* http://rithubhedangal.blogspot.in. Posted On 31/10/2013, Last Accessed 06/06/2014.

106. മാത്യു തോമസ് എം.. 2002: *മാധ്യമങ്ങളും മലയാളസാഹിത്യവും,* കേരള ഭാഷാ ഇൻസ്റ്റിറ്റ്യൂട്ട്, തിരുവനന്തപുരം.

107. മാനിച്ചേരി, സന്തോഷ്. 2014: *ബ്ലോഗ് കവിതയിൽ ശ്വസിക്കുന്ന തലമുറ മലയാളത്തിലെ പുതുതരംഗകവിത,* മാനുവൽ, ജോസ് (എഡി.), *നവമാധ്യമങ്ങൾ ഭാഷാ സാഹിത്യം സംസ്കാരം,* സാഹിത്യപ്രവർത്തക സഹകരണസംഘം, നാഷണൽ ബുക്ക് സ്റ്റാൾ, കോട്ടയം.

108. മാനുവൽ, ജോസ്. 2016: *നവമാധ്യമങ്ങളുടെ പ്രസക്തി,* അപ്രകാശിത ഗ്രന്ഥം.

109. മുകിൽ. 2012: *ഭൂമി ധ്യാനിക്കപ്പെടുകയാണ്,* http://kaalamaapini.blogspot.in. Posted On 17/12/2012, Last Accessed 03/01/2015.

110. മുകിൽ. 2013: *അമ്മയുടെ പിഴ,* http://kalamapini blogspot.in. Posted On 11/03/2013, Last Accessed 08/07/2015.

111. മുകുന്ദൻ എം.. 2000: നൃത്തം, ഡി.സി.ബുക്സ്, കോട്ടയം.

112. മുകുന്ദൻ, മുരളി. 2013: *ഭൂമി മലയാളത്തിലെ ബൂലോകവും പിന്നെ ഞാനും*, http://bilattipattanam.blogspot.co. Posted On 30/11/2013, Last Accessed 25/12/2014.

113. മൈഡ്രീംസ്. 2013: *ശീർഷകം ആവശ്യമില്ലാത്തത്*, http://uaepoets. blogspot.in. Posted On14/01/2013, Last Accessed 23/11/2015.

114. മോഹൻ, ലതീഷ്. 2015: *കടുക്*, http://junkiegypsy.blogspot.in. Posted On 20/09/2015, Last Accessed 03/10/2015.

115. മംഗലാട്ട്, മഹേഷ്. 2008: *ഇന്റർനെറ്റും യൂണിക്കോഡും മലയാള ഭാഷാപ്രശ്നങ്ങളും* മാതൃഭൂമി ആഴ്ചപ്പതിപ്പ്, സെപ്റ്റംബർ, പുസ്തകം 85, ലക്കം 51.

116. മംഗലാട്ട്, മഹേഷ്. 2009: *ബ്ലോഗും മലയാളസാഹിത്യവും*, http://pothuyogam.blogspot.in. Posted On 20/06/2009, Last Accessed 20/11/2015.

117. രവികുമാർ വി.. 2015: *നാവികഗാനം*, http://www.paribhasha.in. Posted On 10/11/2015, Last Accessed 19/11/2015.

118. രവിവർമ്മ തമ്പുരാൻ. 2013: *ഫേസ്ബുക്ക്*, http://kelikottumagazine. blogspot.in. Posted on 12/01/2013, Last accessed 02/02/2015.

119. രവീന്ദ്രൻ കെ. & ഇക്ബാൽ ബി.. 1999: *ഇന്റർനെറ്റും ഇൻഫർമേഷൻ വിപ്ലവവും*, ഡി.സി ബുക്സ്, കോട്ടയം.

120. രവീന്ദ്രൻ കെ.. 2011: *വിവരശേഖരണം ഇന്റർനെറ്റിൽ*, ഡി.സി ബുക്സ്, കോട്ടയം.

121. രാജഗോപാലൻ ഇ.പി. 2008: *ഇ-എഴുത്തും ഈയെഴുത്തും*, ഭാഷാപോഷിണി, 2008 മെയ് 7, പുസ്തകം 12, ലക്കം 31.

122. രാജീവ്, ഉമാ. 2010: *തിരുപ്പിറവി*, http://umarajivl.blogspot.in. Posted On 21/12/2010, Last Accessed 30/12/2015.

123. രാജീവ്, ഉമാ. 2011 a: *കവികളിൽ ഞാൻ ദളിതൻ*, http:// Umarajiv1. blogspot.in. Posted On 26/10/2011, Last Accessed 23/11/2015.

124. രാജീവ്, ഉമാ. 2011 b: *രക്ഷ*, http:// Umarajiv1.blogspot.in. Posted On 17/09/2011, Last Accessed 23/11/2015.

125. രാജീവ്, ഉമാ 2011 c : *ഒരു പെൺകുട്ടി*, http://umarajivl.blogspot.in. Posted On 25/05/2011, Last Accessed 23/11/2015.

126. രാജീവ്, ഉമാ. 2015: *രോഷത്തിന്റെ നിറപ്പകർച്ചകൾ*, http://umarajiv2.blogspot.in. Posted On 28/10/2015, Last Accessed 23/11/2015.

127. രാജേന്ദ്രൻ എൻ.പി.. 2009: *മാറുന്ന ലോകം മാറുന്ന മാധ്യമലോകം*, മാതൃഭൂമി ആഴ്ചപ്പതിപ്പ്, 2009 ഒക്ടോബർ 7, പുസ്തകം 85, ലക്കം 33.

128. രാമചന്ദ്രൻ പി.പി.. 2008: *തിരമൊഴി*, ഭാഷാപോഷിണി, മെയ് 5, പുസ്തകം 12, ലക്കം 31.

129. രാമചന്ദ്രൻ. 2013: *തിരമൊഴി*, സുനീത ടി.വി. (എഡി.), *സൈബർ മലയാളം*, കറന്റ് ബുക്സ്, തൃശൂർ.

130. ലത്തീഫ്, അബ്ദുൾ വി.. 2012: *ഇ-കവിതയുടെ രൂപഘടന,* തർജ്ജനി ഓൺലൈൻമാസിക, മാർച്ച് 2012, വോള്യം 8, നമ്പർ 3, http:/www.chintha.com/node/127095.

131. വക്കാരിമഷ്ടാ. 2007 a: *ഹ....ഹ....ഹ ഇന്റർവ്യൂ,* nilavathekozhi.blogspot.in. Posted On 11/06/2007, Last Accessed 03/02/2013.

132. വക്കാരിമഷ്ടാ. 2007 b: *സ്വപ്നങ്ങളൊക്കെയും പങ്കുവെയ്ക്കാം,* nilavathekozhi.blogspot.in. Posted On 05/08/2007, Last Accessed 04/03/2014.

133. വിജയപ്പൻ പി.എം..1999: *പാഠവിമർശനം,* യൂണിവേഴ്സിറ്റി പ്രസ്, കാലിക്കട്ട്.

134. വിത്സൻ, കുഴൂർ. 2008: *അറ്റ്ലറ്റ്,* boolokakavitha.blogspot.in. Posted On 15/03/2008, Last Accessed 17/09/2014.

135. വിത്സൻ, കുഴൂർ. 2009: *ജമ്മം,* http://www.vishakham.blogspot.in. Posted On 01/01/2009, Last Accessed 20/09/2014.

136. വിത്സൺ, കുഴൂർ. 2014 a: *കവിതകൊണ്ട് നടക്കുന്നവർ,* http://kuzhoorwilson.blogspot.in. Posted On 21/01 2014, Last Accessed 07/08/2015.

137. വിത്സൻ, കുഴൂർ. 2014 b: *ഞായറാഴ്ച,* http://vishakham.blogspot.in. Posted On 14/04/2014, Last Accessed 20/09/2014.

138. വിത്സൺ, കുഴൂർ. 2014 c: *മേഘക്കുഞ്ഞ്,* http://vishakham.blogspot.in. Posted On 04/06/2014, Last Accessed 10/01/2015.

139. വിനോദ് ടി.പി.. 2006: *ചിഹ്നങ്ങൾ,* http://lapuda.blogspot.in. Posted On 19/12/2006, Last Accessed 1/2/2015.

140. വിനോദ് ടി.പി.. 2010: *അനുകരണം,* http://lapuda.blogspot.in. Posted On 03/02/2010, Last Accessed 08/06/2014.

141. വിനോദ് ടി.പി.. 2012: *അതേന്ന്,* http://lapuda.blogspot.in. Posted On 22/08/2012, Last Accessed 13/09/2015.

142. വിനോദ് ടി.പി.. 2014 a: *സ്ഥിതി വിവരം,* http://lapuda.blogspot.in. Posted On 12/10/2014, Last Accessed 13/09/2015.

143. വിനോദ് ടി.പി.. 2014 b: *കഥാർസിസ്,* http://lapuda.blogspot.in. Posted On 16/10/2014, Last Accessed 03/03/2015.

144. വിനോദ് ടി.പി.. 2015 a: *ഉള്ള(ന/ട)ക്കം,* http://lapuda.blogspot.in. Posted On 09/01/2015, Last Accessed 26/08/2015.

145. വിനോദ് ടി.പി.. 2015 b: *തിരുത്ത്,* http://lapuda.blogspot.in. Posted On 09/01/2015, Last Accessed 11/08/2015.

146. വിശ്വപ്രഭ. 2006: *ബ്ലോഗ് ചരിത്രം,* http://vyakthiparichayam.blogspot.in. Posted On 12/09/2006, Last Accessed 20/11/2015.

147. വിഷ്ണുപ്രസാദ്. 2006: *കുളം + പ്രാന്തത്തി,* http://prathibhasha.blogspot.in. Posted On 14/12/2006, Last Accessed 14/12/2015.

148. വിഷ്ണുപ്രസാദ്. 2012 a: *മലയാളസാഹിത്യത്തിന്റെ പുതിയ ഭൂമിക,* ജനപഥം പ്രത്യേക പതിപ്പ്, നവംബർ 12.

149. വിഷ്ണുപ്രസാദ്. 2012 b: *കാഴ്ചയുടെ അതാര്യസ്തരം ഒന്നു പൊട്ടിക്കയേ വേണ്ടൂ,* http://prathibhasha.blogspot.in. Posted On 18/08/2012, Last Accessed 08/06/2014.

150. വിഷ്ണുപ്രസാദ്. 2014: *അവരുടെ മുഖങ്ങൾ ചേർത്ത് വൻകരകൾ നിർമ്മിക്കുന്നു,* http://prathibhasha.blogspot.in. Posted On 19/08/2014, Last Accessed 15/08/2014.

151. വിഷ്ണുപ്രസാദ്. 2015: *സോദോം ഗോമ്റ,* http://prathibhasha.blogspot.com. Posted On 13/03/2015, Last Accessed 14/12/2015.

152. വിളനിലം ജെ.വി.. 2003: *ആ ലോകം മുതൽ e-ലോകം വരെ,* കേരള ഭാഷാ ഇൻസ്റ്റിറ്റ്യൂട്ട്, തിരുവനന്തപുരം.

153. വെങ്കിടേശ്വരൻ സി.എസ്.. 2008: *മലയാളിയുടെ ബ്ലൂജീവിതം,* ഭാഷാപോഷിണി, 2008 മെയ്, പുസ്തകം 12, ലക്കം 31.

154. ശങ്കർ, വിശാഖ്. 2013: *മരുപ്പച്ച,* http://poemsanuranananangal.blogspot.in. Posted On 16/06/2013, Last Accessed 12/17/2015.

155. ശങ്കർ, വിശാഖ്. 2014: *പാകം,* http://poemsanuranananangal.blogspot.in. Posted On 06/03/2014, Last Accessed 13/09/2015.

156. ശ്രീദേവി. 2013: *ഉണ്മ,* http://sreeraagam.blogspot.in. Posted On 07/11/2013, Last Accessed 22/11/2015.

157. സച്ചിദാനന്ദൻ കെ..2010: *നാലാമിടം,* ഡി.സി.ബുക്സ്, കോട്ടയം.

158. സജീവ്, എടത്താടൻ & മനില സി. മോഹൻ. 2007 a: *ബ്ലോഗിങ്ങ് ജനാധിപത്യം മാധ്യമം,* മാതൃഭൂമി ആഴ്ചപ്പതിപ്പ്, 2007 ഒക്ടോബർ 7, പുസ്തകം 85, ലക്കം 32.

159. സജീവ്, എടത്താടൻ & രാഗേഷ് കുമാർ. 2007 b: *സാഹിത്യം, ബ്ലോഗ്സ്പോട്ട്,* മംഗളം ഓണം വിശേഷാൽപതിപ്പ്.

160. സജീവ്, 2014: *ആൻഗ്രിലൈഫ് – ഒരു ആൻഡ്രോയ്ഡ് ആപ്പ്,* http://www. boolokakavitha.blogspot.in. Posted On16/09/2014, Last Accessed 01/02/2015.

161. സാഗീർ, മുഹമ്മദ്. 2009: *വീണ്ടും ഡാർവ്വിൻ,* http.vellinakshatram. blogspot.in. Posted On 18/02/2009, Last Accessed 26/10/2015.

162. സാഗീർ, മുഹമ്മദ്. 2010: *മലയാളകവിത,* http.vellinakshatram.blogspot.in. Posted On 11/05/2010, Last Accessed 11/11/2015.

163. സാഗീർ, മുഹമ്മദ്. 2012: *പ്രവാസിയുടെജീവിതം,* http.vellinakshatram. blogspot.in. Posted On12/10/2012, Last Accessed 08/05/2015.

164. സായംസന്ധ്യ. 2012: *അരുതരുത്,* http://saagarasandhya.blogspot.in. Posted On 22/03/2012, Last Accessed 19/11/2015.

165. സുധാകരൻ സി. ബി.. 2001: *ഉത്തരാധുനികത മലയാള പാഠഭേദങ്ങൾ*, ഡി.സി ബുക്സ്, കോട്ടയം.

166. സുധീർ സി.വി.. 2008: *മലയാളം ബ്ലോഗുകളും മലയാളിയും*, സെമിനാർ പ്രബന്ധം, അപ്രകാശിതം.

167. സുനീത ടി.വി.. 2012: *ഇ.മലയാളം*, കേരള ഭാഷാഇൻസ്റ്റിറ്റ്യൂട്ട്, തിരുവനന്തപുരം.

168. സുനീത ടി.വി.. 2013 a: *സൈബർ മലയാളം*, കറന്റ് ബുക്സ്, തൃശൂർ.

169. സുനീത ടി. വി.. 2013 b: *മഴയുടെ രഹസ്യങ്ങൾ*, http://tvsuneetha.blogspot.in. Posted On 07/07/2013, Last Accessed 03/06/2014.

170. സുനീത ടി.വി.. 2014: *സൈബർ മാധ്യമസാഹിത്യം*, സാം എൻ. (എഡി.), *സമകാലമലയാളസാഹിത്യം*, കറന്റ് ബുക്സ്, കോട്ടയം.

171. സുരേന്ദ്രൻ വി.യു.. 2012: *പുതുലോക കവിതയിലെ പുതുഭാഷ*, http:www.harithakam.com, Last Accessed 15/11/2015.

172. സെറീന 2012: *തോരാമഴ*, http://ottamazha.blogspot.in. Posted On 04/05/2012, Last Accessed 03/06/2014.

173. ഹൻല്ലലത്ത്. 2014: *തീ*, http://murivukalkavitha.blogspot.in. Posted On 14/05/2014, Last Accessed 21/11/2015.

174. ഹൻല്ലലത്ത്. 2015: *ദൈവത്തിന്റെ സ്കൂളിൽനിന്ന്*, http://murivukalkavitha. blogspot.in. Posted On 01/05/2015, Last Accessed 21/11/2015.

175. ഹരികുമാർ എം. കെ.. 2012: *ഉത്തര ഉത്തരാധുനികത*, ആൽഫ വൺ പബ്ലിഷേഴ്സ്, കണ്ണൂർ.

176. റീജ വി.. 2014: *കഥയുടെ ബഹുസ്വരത*, ഗ്രീൻബുക്സ്, തൃശൂർ.

177. റുമാന. 2008: *എന്റെ രോദനം*, http://mykavanam.blogspot.in. Posted On 26/06/2008, Last Accessed 21/11/2015.

ഇംഗ്ലീഷ്

01. Aarseth, Espen. 1997: *Cybertext: Perspective On Ergodic Literature,* https://is.muni.cz/el/1421/jaro2014/IM098b/aarseth-cybertext-Introduction.pdf., Last Accessed 16/10/2013.

02. Aarseth, Espen. 2008: *Cybertext: Perspectives on Ergodic Literature,* http://www.hf.uib.no/cybertext/Ergodic.html.Last Accessed 11/10/2013.

03. Bell, David. 1979: *The Social Frame Work Of The Information Society In The ComputerAge*, http://www.academia.edu/12208049.

Last Accessed 15/01/2014.

04. Bell, B.. 2007: *Private Writing In Public Spaces: Girl's Blogs And Shifting Boundaries*, S. Weber & S. Dixon (Ed.), *Growing Up Online,* Palgrave Mac Millian, New York. http://link.springer.com/chapter/10.1057/9780230607019-7, Last Accessed 22/08/2014.

05. Benedikt, Michael. 1991: *Cyberspace: First Steps,* MIT press, London.

06. Benedikt, Michael. 1998: *Cyberspace,* http://infoscape.org/publications/cyberspace98.pdf.Last Accessed 03/02/2014.

07. Benedikt, Michael. 1998: *Introduction To Cyber Space First Step,* http://homes.icu.edu.lr/norgera/p/mcs490. Last Accessed 12/12/2014.

08. Bollmer, Grant. 2014: *Big Data And Small Media* Cultural Studies Review, vol.20, No. 2. epress.lib.uts.edu.au/journals/index.php/csrj/article. Last Accessed 18/04/2012.

09. Bolter Jay, David and Diane,Gromala. 2003: *Windows And Mirrors; Interaction Design, Digital Art, And The Myth of Transparency,* MIT press, Cambridge.

10. Bouchardon, Serge. 2006 : *The Aesthetics of Materiality in Electronic Literature,* http://elitineurope.net/node/12. Last Accessed 12/10/2015.

11. Bruns, A & Jacobs, J (Ed.). 2006: *Uses Of Blogs,*http://www.peterlang.com/download/datasheet/46311/datasheet-68124.pdf. Last Accessed 15/10/2014.

12. Butler, Judith.1990: *Gender Trouble,*http://www.lauragonzalez.com/TC/BUTLER-gender-trouble.pdf. Last Accessed 22/11/2013.

13. Cayley, John. 2002: *The Code is Not the Text unless It is The Text,* http://www.electronicbookreview.com/thread/electropoetics/literal. Last Accessed 03/02/2014.

14. Cramer, florian. 2012: *Combinatory Poetry and Literature In The Internet dvara.net 2012,* http//www.dvara.net/hk/combinatory-poetry pdf. Last Accessed 03/02/2015.

15. Crystal, David. 2002:*A Language Revolution From Relactance To Renaissance,* infoscape.org/publications/cyberspace98.pdf. Last Accessed 11/04/2013.

16. Crystal,David. 2005: *Scope of Internet Linguistic,* www.davidcrystal.com/?fileid=-4113. Last Accessed on 24/09/2014.

17. David, Sifry. 2007: *The State Of The Live Web,* http://www.sifry.com/alerts/archives /000493. Posted on 05/04/2007, Last Accessed 18/12/2013.

18. Dean, Jodi.2006: *Blogging Theory,* http://bad.eserver.org/issues/2006/75/dean.htm., Last Accessed 06/10/2015.

19. Dean, Jodi. 2010: *Blog Theory,* http://jdeanicite.typepad.com/files/dean-blog-theory.pdf. Last Accessed 06/10/2015.

20. Doorn N.V., Zoonen. L.V & Wyatt. 2007: *Writing From Experience: Presentations Of Gender Identity On Weblogs,* http://www.ssoar.info/ssoar/bitstream/handle/document/22539/pdf. Last Accessed 30/08/2014.

21. Eskeline, Marakku. 2009: *Travels In Cybertexuality: The Challenge Of Ergodic Literature And Ludology To Literary Theory,* https://jyx.jyu.fi/dspace/bitstream/handle/.../9789513943356.pdf. Last Accessed 28/02/2014.

22. Fletcher, Jerome. 2012: *Performing: Rousement E-Composition Decomposition*, http://moniviestine.jyu.f1/objc/mat/hum/taiku digitaalinen-kultturi.

Last Accessed 15/10/2013.

23. Funkhouser, Chris. 2012: *New Directions in Digital poetry*, Bloomsbury, London.

24. Galily Yair, Tamir I., Muchtar O..2012: *The Sport-Blogging Community And the Public Sphere: An Israeli perspective* Journal for Communication and Culture, www. Jcc.icc.org.ro.contact @icc.org.ro.Last Accessed 12/02/2013.

25. Galison, L.Peter.1997: *Image And Logic: A Material Culture Of Microphysics*, University Of Chicago, Chicago.

26. Gervais, Bertrand. 2013: *Is There A Text On This Screen? Reading In An Era Of Hypertextuality*, Ray Siemens And Susan Schreibman(Ed.), *A Companion To Digital Literary Studies*, Wiley & Black well Publishing Ltd, West Sussex Oxford.

27. Gibson,William. 1984: *Neuromancer*, Harpercollins Publishers, London.

28. Gill J. A., Scott N., Jon O. 2009: *What Are They Blogging About Personality Topic And Motivation In Blogs*, https://www.aaai.org/ocs/index.php/ICWSM/09/paper/viewFile/199/403. Last Accessed 28/07/2014.

29. Gillmor, Dan. 2004: *We The Media: Grassroots Journalism By The People For The People*, http://jedunsa.sourceforge.net/dulnul/we-the-media-grassroots-journalism-by-the-people-for-the-people.pdf. Last Accessed 17/03/2013.

30. Giovanna, D Rosario. 2011: *Electronic Poetry Understanding Poetry In The Digital Environment*, University of Jyavaskyla.https://jyx.jyu.fi. Last Accessed 03/04/2014.

31. Glance N, Hurt M and Tomokiyo T. 2004 :*Blog Pulse Automated Trend Discovery For Weblogs*, http://citeseerx.ist.psu.edu/viewdoc/download. Last Accessed 15/08/2013.

32. Golumbia, David. 2008: *The Oxford Handbook of Film and Media Studies*, Robert, Kolker (Ed), *Computers And Cultural Studies*, www.uncomputing.org/wp-content/uploads/2014/02/cv-dec-2014.pdf.

Last Accessed 23/06/2012.

33. Guicheteae, Lauren. 2013: *What Is The Media In The Age Of Internet*, https://digital.law.washington.edu/dspace-law/bitstream/handle/1773.1/1242/8WJLTA573.pdf. Last Accessed 15/07/2014.

34. Hayles, Katherine. 2002: *Writing Machines*, MIT press, Cambridge.

35. Hayles, Katherine. 2006: *The Time of Digital Poetry: From Object To Event*, Adalaide Morris and Thomas Swiss(Ed.), *New Media Poetics Contexts Technotexts and Theories*, MIT press, Cambridge.

36. Hayles, Katherine. 2007: *Electronic Literature what is it*, http://eliterature.org/pad/elp.html.preface pdf. Last Accessed 06/02/2014.

37. Heinrich, Ansgard. 2011: *Network Journalism, Journalist Practice In Interactive Spheres*, http://www.academia.edu/7766489/Heinrich-Ansgard-2011.

Last Accessed 18/11/2014.

38. Herman, John, & Ryan, M.L (Ed.). 2005: *The Routledge Encyclopedia Of Narrative Theory*, Routledge, London.

39. Herring, S.C, Schreit, S Bonus and Wright E. 2005: *Weblogs As A Bridging Genre, Information, Technology of people,* http://www.emeraldinsight.com/doi/abs/10.1108/09593840510601513. Last Accessed 19/06/2014.

39. Herskova, Jana. 2006: *Hypertext In Art,* http://www.dcs.fmph.uniba.sk/diplomovky/obhajene/getfile.php/diplomova_praca_JH.pdf?id=85&fid, Last Accessed 07/04/2013.

40. Hourihan, Meg. 2002: *What We Are Doing When We Blog,* http://archive.oreilly.com/pub/a/javascript/2002/06/13/megnut.html. Last Accessed 03/08/2013.

41. Jaka, Zeleznikar. 2012: *The Timeline Of Slovine Electronic Literature,* http://cybertext.hum.jyu.fi/articles/150.pdf. Last Accessed on 10/08/2014.

42. Keen, Andrew. 2007: *The Cult Of The Amateur: How Today's Internet Is Killing Our Culture*, Doubleday, Newyork.

43. Kolari Pranam, Akshay Java, Tim Finin, Tim Oates, Anupam Joshi. 2006: *Detecting Spam Blogs: A machine Learning Approach*, http://ebiquity.umbc.edu. Last Accessed 05/08/2014.

44. Kinder, Marsha. 2014: *Medium Specificity and Productive Precursors: An Introduction*. Marsha kinder and Tara (Ed), *Transmedia Frictions: The Digital Arts and Humanities*, Mc person, Berkeley, University of California.

45. Koskimaa, Raine. 2000: *Digital Literature From Text To Hypertext And Beyond,* http:// www.cc.jyu.fi/-koskimaa/thesis/thesishtml. Last Accessed 08/03/2015.

46. Koskimaa, Raine.2007: *The Challenge Of Cybertext: Teaching Literature In The Digital World*, http://www.uoc.edu/uocpapers/4/dt/eng/koskimaa.pdf., Last Accessed 22/03/2012.

47. Koskimaa, Raine. 2010: *Approaches To Digital Literature: Temporal Dynamics and Cyborg Authors*,Quoted In Simanowki *Reading moving Letters: Digital Literature in Research and Teaching*, http://www.beck-shop.de/fachbuch/leseprobe/9783837611304_Excerpt_001.PDF. Last Accessed 26/04/2014.

48. Landow, George P. 1992: *Hypertext; The Convergence of Contemporary Critical Theory and Technology*, Johns Hopkins University, Baltimore, London.

49. Lancashire, Ian. 2013: *Cybertextuality And Philosophy*,Ray Siemens And Susan Schreibman(Ed.), *A Companion To Digital Literary Studies*, Wiley & Black well Publishing Ltd, West Sussex, Oxford.

50. Laurel, Brenda. 1991:*Computers As Theatre,* Addison-Wesley-Publishing Company, California, New York.

51. Levinson, Paul.2009: *New New Media*, Boston person.

52. Lima Luciano, Rodrigues. 2012: *O Hipertexto Literario Na Internet.* Quoted In Muller O, Luciane. 2012:3, *Literature And Technology: A Cyber Reading of Karen Joy Flower's Novel 'WIT's END* ,dialnet.unirioja.es/descarga/articulo/4791916.pdf. Last Accessed 14/12/2014.

53. Lin-Yu-Ru, Wen-Yen-Chen, Xiaolin Shi, Richard Sia, Xiadan Song.2007: *The Splog Detection Task And A Solution Based On Temporal And Link Properties*,http://trec.nist.gov/pubs/trec15/papers/nec.blog.final.pdf. Last Accessed 26/07/2014.

54. Liu, Alan. 2013: *Imagining The New Media Encounter.* Ray Siemens And Susan Schreibman(Ed.), *A Companion To Digital Literary Studies*, Wiley & Black well Publishing Ltd, West Sussex, Oxford.

55. Lovheim, Mia. 2011: *Personal And Popular The Case Of Young Swedish Female Top-Bloggers,* http://www.nordicom.gu.se/sites/default/files/kapitel-pdf/337-lovheim.pdf. Last Accessed 19/06/2013.

56. Lovink, Geert. 2008: *Zero Comments: Blogging And Critical Internet Culture,* http://www.tandfonline.com/doi/abs/10.1080/19331680802042282. Last Accessed 15/06/2014.

57. Luciane, Muller and Sandra Sirangelo, Maggio. 2012: *Literature And Technology; A Cyber Reading of Karen Joy Flowers Novel 'Wit's End,* file : IIIC:Dialnet-Literature and Technology 47919161. Last Accessed 14/12/2014.

58. Macdonald Craig, Ladh Ounis and Ian Soboroff. 2009: *Is Spam An Issue For Openionated Blogpost Search,* http://terrierteam.des.gla.ac.uk. Last accessed 07/07/2015.

59. Manovich, Lev. 2001*: Language Of New Media,* MIT Press, Cambridge.

60. Mansell, Robin. 2010: *Political Economy Power And New Media: New Media Society*, http://nms.sagepub.com/content/6/1/96.extract. Last Accessed 13/04/2012.

61. Marshall. 2012: *Iranian Blogs*, www.marshall center.org/mc public web, Last Accessed 03/12/2014.

62. MC, Neil. 2005: *Genre Under Construction: The Diary on The Internet. Language@Internet,* http://www.languageatinternet. de/articles/ 2005/120. Last Accessed 25/10/2014.

63. Morris, Adalaide. 2006: *New Media Poetics,* Adalaide Morris and Thomas Swiss(Ed.), *New Media Poetics: Context, Technotexts and Theories,* MIT press, Cambridge.

64. Morrison, Aimmee. 2013: *Blogs And Blogging; Text And Practice*, Ray Siemens And Susan Schreibman(Ed.), *A Companion To Digital Literary Studies*, Wiley & Black well Publishing Ltd, West Sussex Oxford.

65. Moulthrop, Stuart.1997: *Hegirascope,* http://1at.ubalt.edu/moulthrop/hypertext/ hgs/HGSAbout html. Last Accessed 30/07/2013.

66. Muller O, Luciane. 2012: *Literature And Technology: A Cyber Reading of Karen Joy Flower's Novel 'WIT's END*, dialnet.unirioja.es/descarga/articulo/ 4791916.pdf. Last Accessed 14/12/2014.

67 Mulvenon C., James and Rattray J., Gregory. 2012: *Addressing Cyber Instability*, www.cyberconflict.org/2012. Last Accessed 13/12/2014.

68. Murphy J, Graham and Vint, Sherryl. 2010: *Beyond Cyberpunk New Critical Perspective*, Routledge, New York.

69. Nard A Bonnie, Schiano D. J., Gumbrecht M and Swartz L. 2004: *Why We Blog: Communications Of The Association For Computing Machinery*, http://www.artifex.org/~bonnie/pdf/Nardi_why_we_blog.pdf. Last Accessed 17/08/2014.

70. Nard A, Bonnie, Diane J, S and Michelle, G. 2004: *Blogging As Social Activity or would you let 900 million People Read Your Diary*, http://psych.stanford. edu/ ~mgumbrec/Blogging_as_Social_Activity.pdf. Last Accessed 03/02/2014.

71. Nazaryan, Ani and Aleksander, Gridchin. 2006: *The Influence Of Internet On Language And Email Stress*, Facta Universitatis Law And Politics Vol 4, No 1, http://facta.junis.ni.ac.rs/lap/lap2006/lap2006-03.pdf. Last Accessed 22/08/2014.

72. Phelen, John.1996: *Cyberwalden The Innerface Of Interface: In Strate Lance,* Jacobson Ronald & Gibson (Ed.), *Communication and Cyberspace Social interaction in an Electronic Environment*, Hampton Press, New Jersey .

73. Powers, Richard. 2003: *Literary Devices*, http//:centerforbookculture.org/no3/ powers.html. Last Accessed 03/08/2014.

74. Raley, Rita. 2006: *Code. Surface II code*, http://www.dichtung-digital.org 2006/1- raley. Last Accessed 02/07/2014.

75. Rattray, Gregory. 2014: *An Enviornmental Approach To Understanding Cyberpower*, http://ctnsp.dodlive.mil/files/2014/03/Cyberpower-I-Chap-10.pdf. Last Accessed 18/12/2014.

76. Robert, Godwin. 2010: *Emerging Technologies Literacies And Technologies Revisited: Language Learning and Technology,* http://llt.msu.edu/vo/14 num emerging, pdf. Last Accessed 4/3/2014.

77. Rosario Di, Giovanna. 2012 : *Electronic Poetry: How To Approach It,* http://www.revue-texto.net/docannexe/file/2970/dirosario-electronic-poetry.pdf. Last Accessed 28/10/2013.

78. Russell, Adrienne and Nabil, Echchaibi. 2009: *International Blogging*, Peter Lang Publishing, New York.

79. Ryan Marie, Laure.2010: *Emergent Narrative - Towards A Narrative Theory of Virtual Reality*, Phd Thesis, www.macs.hw.ac.uk.Last Accessed 12/03/2015.

80. Ryan Marie, Laure. 2007: *Virtuality And Textuality: Reading In The Electronic Age*, Steven Totosy de Zepetnek And Irene Sywenky (Ed.), *The Systemic And Empirical Approach To Literature and Culture as Theory And Application*, Research Institute for Comparative Literature, Siegen U.

81. Schafer,Jorgen.2010: *Reassembling The Literary: Toward A Theoretical Framework For Literary Communication In Computer-Based Media*, http://www.litnet.uni-siegen.de/pdf/bts_schaefer.pdf. Last Accessed 03/04/2012.

82. Shen,Yipeng. 2010: *Counter Memory In Post - Socialist China: Cyber Literature And Y1-in Cool Evil*, www.virginiareviewofasianstudies.com/wp-content/.../yipeng-shen. Last Accessed 22/03/2013.

83. Shirky, Clay. 2003: *Powerlaws /Weblogs And Inequality*, http://wwwshirky.com/writings/powerlaw weblog.html. Last Accessed 3/8/2014.

84. Simanowski, Robert. 2010: *Reading Digital Literature A subject between Media and Methods*, http://elmcip.net/sites/default/files/attachments criticalwriting/ts11301.pdf. Last Accessed 22/02/2015.

85. Sorapure, M. 2003: *Screening Moments, Scrolling lives: Diary Writing On The Web. Biography*, An Interdisciplinary Quarterly 26.1., https://www.researchgate.net/publication/236705001. Last Accessed 30/02/2014.

86 Steiner,Ann. 2010:*Personal Readings And Public Texts Book Blogs And Online Writing about Literature*, Culture Unbound Journal, Volume 2, Linkoping University Electronic Press, http//www.cultureunbound.ep.liu.sc. Last Accessed 13/04/2013.

87. Stephanic, Strickland. 2010: *Born DigitalAnd The Definition Found In The Electronic Literature*, http://eliterature-org/about. Last Accessed on 10/01/2015.

88. Stephenson, Reji. 2014: 25 *Advantages Of Blogging For Inspiration*, http://digitaldimensions4u.com/2014/04/27. Last Accessed 18/10/2014.

89. Sue, Barnes. 1996: *Creating Paradoxes For The Ecology Of Self, In Strate Lance*, Jacobson Ronald& Gibson B. Stephanie (ed.), *Communication And Cyber space: Social interation in an Electronic Environment*, Hampton Press, New Jersey.

90. Trammel, K.D.. 2006: *Republic Of Blog Examining Polish Bloggers Through Content analysis,* Journal Of Computer-Mediated Communication 11(3), Article 2. http://JCMC. Indiana.edu/vol11/issue 3/ trammell.html.

Last Accessed 22/04/2015.

91. Umbria.2006: *Spam In The Blogoshere,* http://uploadi.www.ris.org/editor/1135776405umbria_splog.pdf. Last Accessed 07/07/2015.

92. Urszula, Pawlicka. 2014: *Towards A History of Electronic Literature CLC web: Comparative Literature and culture,* http://docs.lib.purdue/clcweb.Last Accessed 01/02/2014.

93. Vandendorpe, Christian. 2013: *Reading On Screen:The New Media Sphere,* Ray Siemens And Susan Schreibman(Ed.), *A Companion To Digital Literary Studies,* Wiley & Black well Publishing Ltd, West Sussex Oxford.

94. Viires, Piret. 2005: *Literature In Cyberspace,* http://www.folklore.ee/folklore vol 29/cyberlit.pdf. Last Accessed 30/01/2015.

95. Walker Jill, Rettberg. 2008: *Blogging,* Polity Press, 65 Bridge Street, UK.

96. Walker Jill, Rettberg. 2014: *Blogging,* Polity press, Cambridge.

97. Walsh A, John. 2013: *Multimedia and Mulitasking: A Survey Of Digital Resources For Nineteenth-Century Literary Studies,* Ray Siemens And Susan Schreibman (Ed.), *A Companion To Digital Literary Studies,* Wiley & Black well Publishing Ltd, West Sussex Oxford.

98. Wandrip, Noah Fruin. 2010: *Five Elements Of Digital Literature,* www.transcript-verlag.de/ts1130/ts1130pdf. Last Accessed 16/02/2014.

99. Yates, S.J. 1996: *Oral and Written Linguistic Aspects Of Computer Conferencing: A Corpus Based Study,* Herring SC(Ed.), *Computer Mediated Communication Linguistic Social And Cross Culture Perspectives,* https://scholar.google.co.in/scholar. Last Accessed 01/10/2014.

100. Zeleznikar, Jaka. 2012: *The Time Line Of Slovene Electronic- Literature,* http://cybertext.hum.jyu.fi/articles/150.pdf. Last Accessed 26/05/2013.

101. Zianna, Alessandro. 2004: *Le Interface degli oggetti di Scrittura,* Quoted In Rosario Di Giovanna. 2012: *Electronic Poetry: How To Approach It.* http://www.revue-texto.net/docannexe/file/2970/dirosario_electronic_poetry.pdf. Last Accessed 25/10/2014.

www.ingramcontent.com/pod-product-compliance
Lightning Source LLC
Chambersburg PA
CBHW031335230926
51848CB00002B/250
* 9 7 8 9 3 8 7 3 5 7 2 8 0 *